D1679745

பாரதி செல்லம்மா

பெண்நிலை நோக்கில் பாரதி வரலாறு

பாரதி செல்லம்மா

பெண்நிலை நோக்கில் பாரதி வரலாறு

ராஜம் கிருஷ்ணன் (பி.1925–2014)

முசிறியில் பிறந்தவர்; நாற்பது புதினங்களுக்கு மேல் எழுதியிருக்கிறார். பெண் எழுத்தாளர்கள் என்றாலே குடும்பக் கதை எழுதுபவர்கள் என்ற பிம்பத்தை உடைத்தெறிந்தவர். களஆய்வு செய்து பல புதினங்களைப் படைத்தவர். குறிப்பாக உழைக்கும் வர்க்கத்தினர், பெண்கள், குழந்தைகள் சுரண்டப்படுவது குறித்து எழுதியிருக்கிறார்.

சாகித்திய அகாதெமி விருது, பாரதிய பாஷா பரிஷத் விருது, திரு.வி.க. விருது போன்ற பல விருதுகளைப் பெற்ற இவரது படைப்புகள் ஜப்பானிய மொழி உட்படப் பல்வேறு மொழிகளில் மொழிபெயர்க்கப்பட்டுள்ளன.

எளிய குடும்பத்தில் பிறந்தவர் என்ற வகையில் குடும்ப அமைப்பின் நெருக்கடிகளைச் சமாளித்து அதிலேயே தன் அடையாளத்தை இழந்துபோகாமல் இலக்கியவாதியாகத் தன்னை விரிவுபடுத்திக்கொண்டவர் ராஜம் கிருஷ்ணன். சமூக அக்கறையினால் விளைந்த படைப்பூக்கமும் கடுமை யான உழைப்பும் இலக்கிய உலகில் இவரது இடத்தை உறுதி செய்கின்றன.

ஆசிரியரின் பிற வெளியீடுகள்

நாவல்கள்

பெண்குரல் (1953)
மலர்கள் (1958)
குறிஞ்சித்தேன் (1960)
அமுதமாகி வருக (1965)
வளைக்கரம் (1967)
புயலின் மையம் (1971)
வேருக்கு நீர் (1972)
முள்ளும் மலர்ந்தது (1974)
வீடு (1977)
அலைவாய்க்கரையில் (1978)
கரிப்பு மணிகள் (1979)
கூட்டுக்குஞ்சுகள் (1980)
சேற்றில் மனிதர்கள் (1982)
சுழலில் மிதக்கும் தீபங்கள் (1987)
மண்ணகத்துப் பூந்துளிகள் (1988)
தோட்டக்காரி (1989)

கட்டுரை

காலம்தோறும் பெண் (1989)

வாழ்க்கை வரலாற்றுப் புதினம்

டாக்டர் ரங்காச்சாரி (1964)
பாதையில் பதிந்த அடிகள் (1991)

ராஜம் கிருஷ்ணன்

பாரதி செல்லம்மா
பெண்நிலை நோக்கில் பாரதி வரலாறு

காலச்சுவடு பதிப்பகம்

● அன்பார்ந்த வாசகருக்கு,

வணக்கம்.

காலச்சுவடு நூலை வாங்கியமைக்கு நன்றி.

நூலின் உள்ளடக்கம், உருவாக்கம், அட்டைப்படம் இன்ன பிற அம்சங்கள் பற்றிய உங்கள் கருத்துகளையும் ஆலோசனைகளையும் காலச்சுவடு வரவேற்கிறது. தகவல், எழுத்து, வாக்கியப் பிழைகள் தென்பட்டால் அவசியம் தெரிவித்து உதவுங்கள். நூல் தயாரிப்பில் கடும் குறைபாடு இருப்பின் மாற்றுப் பிரதி உங்களுக்குக் கிடைக்கக் காலச்சுவடு ஏற்பாடு செய்யும்.

மின்னஞ்சல்: publisher@kalachuvadu.com

காலச்சுவடு நாகர்கோவில் அலுவலகத்துக்குக் கடிதம் அனுப்பலாம்.

தங்கள்
எஸ்.ஆர். சுந்தரம் (கண்ணன்)
பதிப்பாளர் – நிர்வாக இயக்குநர்

பாரதி செல்லம்மா ◆ வாழ்க்கை வரலாறு ◆ ஆசிரியர்: ராஜம் கிருஷ்ணன் ◆ முதல் பதிப்பு: 'பாஞ்சாலி சபதம் பாடிய பாரதி' செப்டம்பர் 1983 ◆ காலச்சுவடு முதல் பதிப்பு: நவம்பர் 2024, இரண்டாம் பதிப்பு: பிப்ரவரி 2025 ◆ வெளியீடு: காலச்சுவடு பப்ளிகேஷன்ஸ் (பி) லிட்., 669, கே.பி. சாலை, நாகர்கோவில் 629001

paarati cellammaa ◆ Biography ◆ Author: Rajam Krishnan ◆ Language: Tamil ◆ First Edition: 'Panchali Sabatham Paadiya Bharathi' September 1983 ◆ Kalachuvadu First Edition: November 2024, Second Edition: February 2025 ◆ Size: Demy 1 x 8 ◆ Paper: 18.6 kg maplitho ◆ Pages: 600

Published by Kalachuvadu Publications Pvt. Ltd., 669 K.P. Road, Nagercoil 629001, India ◆ Phone: 91-4652-278525 ◆ e-mail: publications @kalachuvadu.com ◆ Printed at Mani Offset, Chennai 600077

ISBN: 978-93-6110-664-4

02/2025/S.No. 1308, kcp 5623, 18.6 (2) ass

முதல் பதிப்பின் முன்னுரை

மகாகவி பாரதியின் பாடல்கள் எனக்குப் பரிச்சயமானபோது ஏழெட்டு வயதுச் சிறுமி நான். நான் கற்ற முதற்பாடல், 'செந்தமிழ் நாடெனும் போதினிலே' என்ற பாட்டாகும். அக்காலத்தில் முறைப்படிச் சங்கீதம் பயின்றுகொண்டிருந்த மாணவியான எனக்கு ஸ்வர தாள – முறைப்படி தியாகராஜ கீர்த்தனங்கள் தமிழ் மொழியில்லாத வேற்று மொழியிலான வர்ணங்கள், கீதங்கள் என்று தான் சொல்லிக்கொடுக்கப்பட்டது. ஆனால் அந்நாட்களில் இசைத்தட்டுக்களில் பிரபலமாகி யிருந்த தமிழ்ப் பாட்டுக்களை, கொஞ்சம்கூட ராக – தாளம் பிசகாமல் எனக்கு அப்படியே பாடவரும். அவ்வகையில் பிரபலமாகியிருந்த பாடல்கள் 'நந்தன் சரித்திர'த்தில் வரும் பாடல்கள்தாம்.

'செந்தமிழ் நாடெனும் போதினிலே' பாடல் எங்கள் பள்ளியில் மேல் வகுப்பில் படித்த ஒரு மாணவனிடமிருந்து நான் கற்ற பாடல். அவனுக்குத் தெரிந்திருந்த வேறு சில பாரதி பாடல்களை அறிந்து கொள்ள அந்நாட்களில் நான் பெரிதும் முயன்றதுண்டு. ஆனால் அவனுக்கே 'என்று தணியுமிந்த சுதந்திர தாகம்' போன்ற பாடல்களுக்குச் சில அடிகள் மட்டும் தெரியும் என்றறிந்தபோது ஏமாற்றமாக இருந்தது.

இந்த ஆர்வம், பின்னர் எனக்குத் திருமணமாகி, உதகை வந்தபின், பாடல்கள் அரசுடைமையானபின், அரசு அச்சகத்துக்கு நான் எழுதி அப்பாடல்களைப் பெறும்வரையிலும் துடிப்பாகவே இருந்தது எனலாம்.

இதற்கிடையே என் தந்தை நான் பகவத்கீதையை முழுதும் படித்துணர வேண்டும் என்று பாரதி பிரசுராலயம் வெளியிட்ட, பாரதி மொழிபெயர்த்த பகவத்கீதை நூல் ஒன்றை எனக்குப் பரிசாக அளித்திருந்தார். எனது வாழ்வில் அதை இப்போதும் ஒரு முக்கியமான நிகழ்ச்சியாக உணருகிறேன்.

பாரதியின் பாடல்களாகிய பிரசுரங்கள் கிடைத்ததும் அவற்றைப் படித்தும் பாடியும் அலுக்கவில்லை. 'பாஞ்சாலி சபத'த்தையும் குயிலையும் என் குடும்பத்து முதிய பெண்மணி களிடையே படித்துக் காட்டுவதன் வாயிலாக அந்த மகிழ்ச்சியை அனுபவித்துத் திளைத்திருக்கிறேன்.

பின்னர் இலக்கிய உலகில் நான் என்னைக் கண்டுகொண்ட பின், வாழ்க்கை வரலாறு படைக்க வேண்டும் என்ற அவா எழுந்ததும், என்னுள் வரலாற்றுக்குரிய நாயகராக முதலில் தோன்றியவர் பாரதிதாம்.

அப்போதுதான் திரு. பெரியசாமித் தூரன் அவர்கள் தொகுத்த பாரதி தமிழ் வெளியாகியிருந்தது. திரு.ஆர்.ஏ. பத்மநாபன் அவர்களும் 'சித்திர பாரதி'யை அந்நாட்களில்தான் வெளியிட் டிருந்தார்கள் என்று நினைவு. அந்நூல்களை வாங்கிப் பார்த்த போது, பாரதி என்ற மகாசமுத்திரத்தின் கரையில் நின்று சில துளிகளால் சிலிர்க்கப் பெற்ற நான் அதை அளக்க முற்படுவதா என்ற பிரமிப்பே உண்டாயிற்று.

பின்னர் புகழ்பெற்ற டாக்டர் ரங்காசாரியாரின் வாழ்க்கை வரலாற்றை எழுதலாம் என்று துணிந்தேன். அது வேறு ஒரு வகை அனுபவம். முற்றிலும் புதிய துறையில் சோதனையை மேற்கொள்ளும் அனுபவமாக வாய்த்தது.

பாரதி பற்றிய எனது ஆர்வம் உள்ளத்தின் ஒரு மூலையில் கனிந்துகொண்டே இருந்தது. புகைப்படத்தில் செல்லம்மா பாரதியின் கைம்மைக் கோலம் கண்டதிலிருந்து அந்தத் தாபம் என்னுள் உறுத்தலாகவும் குடைச்சலாகவும்கூடத் துன்புறுத்திய தென்றால் மிகை இல்லை. மேலும், அந்நாள் பாரதி பெண்மை விளங்கப் பாடியபோது சில வரிகள் அந்நாளைய சமூக வாழ்வுக்குத் தொடர்பற்றது போலும்கூட இருக்கலாம்.

பெண்கள் வெளியுலகம் அறியாத பாவையராக, அறியாமை இருளில் மூழ்கி இருப்பதே பத்தினிக்குரிய தர்மம் என்று அறிவுறுத்தப்பட்ட நாளில்,

> கற்புநிலை என்று சொல்லவந்தார், இரு
> கட்சிக்கும் அஃதைப் பொதுவில் வைப்போம்

என்றும்,

மாதர் தம்மை இழிவு செய்யும் மடமையைக் கொளுத்துவோம்

என்றும் பாரதி பாடிய வரிகளுக்கு இன்றுபோல் அத்துணை முக்கியத்துவம் இருக்க முடியுமா? நோயின் விவரம் பளிச்சென்று புரிந்து வருத்தும் நாளில் அல்லவா பச்சிலையின் அருமையும் புரிகிறது?

விலகி வீட்டிலோர் பொந்தில் வாழ்வதைப் பெண்கள் விரும்பாமல் வெளிவரும்போதுதான் புதிய அறைகூவல்களைச் சமாளிக்க வேண்டியவர்களாகிறோம். எனவே நாளாக நாளாகப் புதிய நெருக்கடிகளில் புகும் பாரதப் பெண்ணினம், இந்த நெருக்கடிகளை அன்றே கண்டு, தம் தொலைநோக்கின் ஒளிமிகுந்த கருத்துகளைப் பாடல்களிலும் கதைகளிலும் பாரதி பொதிந்திருப்பதை உணர வேண்டாமா?

அத்துடன், பெண்ணின் அறிவும் ஆற்றலும் ஓர் ஆண்மகனுக்கு மட்டும் உடைமையாவதுதான் லட்சணம் என்றிருந்த கட்டுப்பாட்டை மதியீனம் என்று உடைத்து, இந்தப் பாரததேசமோங்க, இந்த மானுட சமுதாயம் தழைக்க, இந்த மண்ணிலே விண்காண உதவ வேண்டும், அவள் அடிமைநிலை தீர வேண்டும் என்று புத்தம் புதிய வகையில் கருத்தைச் சொன்ன மகாகவி பாரதி, இது புதிதில்லை, வேதக்கருத்தே என்றும், இடைபடு சாத்திரம், நடைமுறை, புராணம் எல்லாம் போலி, புளுகு என்றும் அடித்துத் தகர்த்து, தன் சொந்த வாழ்வைக் கண்டன முட்களுக்கு இரையாக்கிக்கொண்டவன்.

அத்தகைய மாமனிதனின் வாழ்க்கை வரலாற்றை நான் சிந்தை செய்ய வேண்டும்.

பாரதி என்ற மகாசமுத்திரத்தில் மூழ்கிப் பல அறிஞர்கள், கவிஞர்கள் இந்நாள் பல முத்துக்களையும் அரிய இரத்தினங் களையும் எடுக்க முற்பட்டிருக்கின்றனர். அதுவும் கவிஞனின் நூற்றாண்டுக் கொண்டாட்டங்களில், அவன் புகழ் உலகெங்கும் ஓங்கிப்பரவலாயிற்று. எனினும், அவனுடைய பல பாடல்கள் எந்தெந்தச் சமயங்களில் பாடப்பட்டன என்பது பற்றிய திட்டவட்டமான குறிப்புக்கள் இல்லை. எல்லாம் ஊகிக்கக்கூடிய நிலையிலேயே வைக்கப்பட்டிருக்கின்றன.

உணர்ச்சிமயமான ஒரு கவிஞனின் சாதனைகளில் அரசியல், சமூக, இலக்கிய அரங்குகளுக்கப்பால் அன்றாடம் அவன் வாழ்ந்த வாழ்வு, உயிராய்த் தொடர்புகொண்ட மனைவி, குழந்தைகள், குடும்பம் என்ற அங்கங்களின் பாதிப்பு மிக முக்கியமானதென்பது என் கருத்து.

தேச விடுதலை, சமுதாய நீதி, மானுடம் தெய்வநிலைக்கு உய்யக்கூடிய உயர்ந்த உலக சமுதாயம் என்ற தம் உயரிய இலட்சியங்களெல்லாம் பெண் விடுதலையை மையமாகக் கொள்ள வேண்டும் என்று திட்டவட்டமாகக் கருதிய பாரதிக்கு, அவன் குடும்ப – சமுதாய அனுபவங்களே முதற்படிகளமைத்தன என்பதில் எனக்குச் சிறிதும் ஐயமில்லை.

இந்த நோக்கில் நான் பாரதியின் குடும்ப வாழ்வின் பின்னணியோடு, அவர் வாழ்க்கை வரலாற்றைப் படைக்க விழைந்தேன்.

எனது ஆவலையும் ஆர்வத்தையும் வெளியிட்டதுமே, பாரதி அன்பர் திரு.ரா.அ. பத்மநாபன் எனக்கு மிகுந்த ஊக்கமும் உற்சாகமும் அளித்து, விழுப்புரத்தில் உள்ள தமது இல்லத்தில் தாம் அரும்பாடுபட்டுச் சேகரித்த 'பாரதி புதையல்' அனைத்தையுமே நான் கண்டு, உபயோகித்துக்கொள்ள உதவினார். இந்தியா பத்திரிகை இதழ்கள், பல்வேறு நூல்கள் எல்லாமே எனக்குச் சற்றும் சிரமமில்லாத வகையில் கிடைத்தன. அவர் மனைவி திருமதி மைதிலியும் எனது பாரதி செய்தி சேகரிப்பு, நூல் ஆய்வுக்கு வசதியாக உதவியதை மறப்பதற்கில்லை.

திருச்சியில் உள்ள நண்பர் திரு. அ.வே.ரா. கிருஷ்ணசாமி ரெட்டியாரும் எனது முயற்சியை வரவேற்றுப் பல தகவல்களைத் தந்து உதவினார். சென்னை தியாகராய நகரில் வதியும் திரு. அ. நடராஜன், சகுந்தலா பாரதியின் கணவர் அன்புடன் அவர்கள் இல்லத்தில் வரவேற்று எனக்குப் பல விவரங்களைக் கூறினார். அத்துடன் திருமதி சகுந்தலா பாரதி தம் கைப்பட எழுதி வைத்திருந்த குறிப்புக்களடங்கிய மூன்று நோட்டுப் புத்தகங்கள் எனக்குக் கிடைத்தன. இவை பெருங்கொடையாக அமைந்தன என்பேன்.

பாரதியின் இளமைக்காலச் செய்திகள், திருமணம், காசி வாழ்வு பற்றிய விவரங்களைச் சரியாகச் சொல்பவர் இல்லாத நிலையில், அந்த நோட்டுப் புத்தகத்தில், அவர் தம் தாய், முதிய சின்னம்மா சித்தி (பாரதியின் தாயின் சகோதரி) ஆகியோரிடம் கேட்டறிந்த பல தகவல்கள் ஒளிக்கதிர்களாக உதவின. பாரதியின் வரலாறு என்ற நோக்கில் முனைப்புடன் நான் செயல்படத் தொடங்கியபோது, நூற்றாண்டு விழா வைபவத்தில் எட்டய புரத்தில் திரு.சி. விசுவநாத பாரதியைச் சந்திக்கும் நல்வாய்ப்பும் கிடைத்தது. அவர்களுடன் உரையாடிப் பல விவரங்கள் பெற முடிந்தது.

திருமதி செல்லம்மா பாரதியின் இளைய சகோதரி சொர்ணம்மாள் ஸ்வாமினியாக, துறவுக்கோலம் கொண்டு வாழ்கிறார் என்றறிந்து கடயத்தில் அவரைச் சென்று சந்தித்தேன். பாரதியின் கடயம் வாழ்க்கை பற்றிய பல விவரங்களையும் நுட்பமான பல செய்திகளையும் அவர் வாயிலாக அறிந்தேன். எட்டயபுரம் பாரதி முற்போக்கு வாலிபர் சங்கத்து அன்பர்கள் பலர் எனது இந்த ஆராய்ச்சிக்குப் பல வகைகளிலும் உதவியதை மறக்க இயலாது. பாரதியின் சிற்றன்னை மைந்தர் திரு. குருசாமி தீட்சிதர் அவர்களும் இந்நோக்கில் எனக்குச் செய்திகள் தந்து பேருதவி புரிந்திருக்கிறார்.

தமிழ்நாடு ஆவணக் காப்பகத்திலும், பாரதியார் ஆசிரியராக இருந்து வெளியிட்ட *பாலபாரத* பத்திரிகைளையும் பல அச்சுப் பிரதிகளையும், ஆஷ் கொலை வழக்கு விவரங்களையும் அறிந்து கொள்ள அனுமதி தந்து உதவினார்கள். பாண்டிச்சேரியில் திரு. சுப்பய்யா, சரஸ்வதி சுப்பய்யா தம்பதி எனக்குப் பேருதவியாக நின்றனர். பாரதிதாசனின் குமாரர் திரு. மன்னர் மன்னன் அன்போடு தம் தந்தையையும் பாரதியையும் பற்றிய பல செய்திகளைக் கூறி உதவினார்.

எட்டயபுரத்துச் சிற்றூரிலிருந்து காசி நகருக்குச் செல்லும் காலையில் இளைய பாரதி புதிய தரிசனம் பெறுகிறான். அவன் சிறந்த தேசியவாதியாக, அருட்கவிஞனாக, பாமரரும் புரிந்து கொள்ளும் வகையில் தமிழிலக்கியத்துக்குப் புத்துயிர் அளித்த பைந்தமிழ்ச் சாரதியாக, சமுதாய சீர்திருத்தக்காரனாக, பெண்ணினம் அடிமைத்தனத்திலிருந்து விடுபட வேண்டும் என்று பல நியதிகளை உடைத்தெறிய முன்நின்ற ஒப்பற்ற மானுடனாக, உலகளாவிய நிலையில் அவனது ஆற்றல் பல பரிமாணங்களில் ஒளிவீசித் திகழ அடித்தளம் அமைத்தது காசி நகர வாழ்க்கையே.

கல்லூரிக் கல்வி பெற்று, ஆங்கில அறிவுடன் பட்டம் பெற்று, எங்கோ ஓர் அரசு அலுவலகத்தில் குட்டி அதிகாரியாக வரக்கூடிய எல்லைதான் அவனுக்குக் காட்டப்பட்டிருந்தது. ஆனால் அந்நாளைய காசி நகரம், பண்டைய கலாச்சாரங்களின் கேந்திரமாகவும் பல புதிய குரல்களின் பிறப்பிடமாகவும் திகழ்ந்தது.

1850இல் பிறந்து முப்பத்தைந்தே ஆண்டுகள் வாழ்ந்து 1885இல் மறைந்த பாரதேந்து அரிச்சந்திரர் தம் சமூக சீர்திருத்த ஆவேசத்தினாலும் கவித்திறத்தினாலும் தம் தாய்மொழியாம் இந்தி மொழியைப் பாமரரும் புரிந்துகொள்ளும் வகையில் அதற்குப் புத்துயிரூட்டி மக்களை அடிமைத்தனத்திலிருந்தும்

நீண்ட உறக்கத்தினின்றும் எழுப்பும் வகையில் கவிதைகளையும் கட்டுரைகளையும் நாடகங்களையும் மக்களுக்கு விட்டுச் சென்றிருந்தார்.

*1898*ஆம் ஆண்டுக் காலத் தொடக்கத்தில், பாரதேந்துவின் நாடகங்களும் கவிதைகளும் காசி நகரில் செல்வாக்குடன் மக்களிடையே புகழ் பரப்பலாயின. பாரததேவி தன் பெருமைகளை இழந்து அந்நிய ஆதிக்கத்தில் கட்டுண்டு கிடப்பதைச் சித்திரிக்கும் பாரத துர்தசா நாடகமும் அரிச்சந்திர நாடகமும் கங்கைக்கரை நாடக மண்டலியில் மக்களை ஈர்த்த காலத்தில் பாரதி ஆர்வமும் துடிதுடிப்புமாக அந்தக் கரைகளில் உலவிக்கொண்டிருந்தான்.

இந்த இளைஞனின் சிந்தையில் அப்போதுதான் சுதந்திரம், சமத்துவம், சகோதரத்துவம் என்ற விடுதலைத் தத்துவத்தையும், போலிகளை உடைக்கும் பாங்கில் நீரீசுவரவாத உணர்வையும் தோற்றுவிக்க ஷெல்லியின் கவிதைகள் அவனை ஈர்த்தன. அவன் பயின்ற கலாசாலையைச் சார்ந்து, புதிய பிரும்மவாதக் கருத்துகளுடனும் பெண் கல்விக்கான ஆர்வத்துடனும், அன்னிபெசன்ட் அம்மையார் தம் புகழ் பரப்ப வந்திருந்தார்.

புதிய துடிப்புக்கள், கருத்து மோதல்கள், சிந்தனை ஓட்டங்கள் செயல்புரியும் ஆவேசங்கள் எல்லாம் பாரதியை ஆட்கொண்டன. தாய்மொழிப் பற்று தேசிய உணர்வுக்கு இன்றியமையாததாகும் என்ற நோக்கில் பாரதேந்து இந்தி மொழி இலக்கியத்துக்கு அளித்த கருத்துக்களனைத்தும் பாரதியின் கவிதைகளிலும் உரைகளிலும் காணப்படுவது குறிப்பிடத்தகுந்ததாகும்.

அரசியல் வாழ்வின் முதற்கட்டம் குருமணி நிவேதிதா அன்னையின் தொடர்பிலிருந்து வளருகிறது. அன்னையின் சந்திப்பும் தொடர்பும் முற்றிலும் அரசியல் ஈடுபாட்டை வலுப்படுத்தும் வகையில் பிணைந்ததாகும் என்றாலும், பாரதியின் முழுவாழ்விலும் அவருடைய செல்வாக்குப் படிந்திருந்ததென்று கொள்ளலாம்.

இந்த அரிய முயற்சிக்குத் தம் ஆதரவுகளையும் உதவிகளையும் நல்கிய ஏனைய எல்லா அன்பர்களுக்கும் நன்றியைப் புலப்படுத்திக்கொள்கிறேன்.

கையெழுத்துப் பிரதியைப் பார்வையிட்டுக் கருத்துரைத்த தமிழ்ப் புத்தகாலயம் அதிபர் கண. முத்தையா அவர்கள், தேசிய விடுதலைப் போராட்டத்தில் பங்குகொண்டவர். வால்கா முதல் கங்கைவரை போன்ற பல நூல்களைச் சிறந்த முறையில்

தமிழாக்கம் செய்து தமிழுலகுக்களித்த இலக்கிய அன்பர்; எனது நூல்களைத் தொடர்ந்து வெளியிடும் பதிப்பாளர் என்ற நிலைக்கப்பால், அதற்குமேற்பட்டதொரு பொறுப்புடனும் ஆர்வத்துடனும் இந்நூலை வெளிக்கொணரும் முயற்சியில் ஈடுபாடுகொண்டு ஊக்கமளித்திருக்கிறார். அவருக்கு நான் நன்றி தெரிவிக்கக் கடமைப்பட்டுள்ளேன்.

நூலை நல்ல முறையில் அச்சிட்டு உதவிய அச்சகத்தாருக்கும் வெளியிடும் பாரி புத்தகப் பண்ணை நிறுவனத்தாருக்கும் எனது மனப்பூர்வமான நன்றிகளை உரித்தாக்குகிறேன்.

ராஜம் கிருஷ்ணன்

முன்னுரை

1986ஆம் ஆண்டு கடலூர் கல்லூரியில் விரிவுரையாளராகப் பணியாற்றிக்கொண்டிருந்தேன். கல்லூரி நூலகத்தில் கணிசமான நேரத்தைச் செலவிட முடிந்தது.

என் சிநேகிதி தமிழரசி எனக்குச் சில புத்தகங்களைப் பரிந்துரைப்பார். அப்படி அவர் ஒருமுறை எனக்காகத் தேர்வு செய்த புத்தகம்தான் 'பாஞ்சாலி சபதம் பாடிய பாரதி'.

தலைப்பைப் பார்த்துவிட்டு அவரிடமே திருப்பிக் கொடுத்தேன். "பாஞ்சாலி சபதத்தைப் பற்றி இப்படி ஒரு கனத்த புத்தகத்தை என்னால் வாசிக்க முடியாது" என்றேன்.

"இந்தப் புத்தகம் பாஞ்சாலி சபதம் பற்றியது அல்ல. பாரதியாரின் வாழ்க்கை வரலாற்று நாவல். நீங்கள் அவசியம் படிக்க வேண்டும்" என்று வற்புறுத்திக் கையில் திணித்தார்.

தலைப்பு ஏற்படுத்திய குழப்பம் தீராமலே புத்தகத்தை வாசிக்க ஆரம்பித்தேன். நான்கு நாள்கள் விட்டுவிட்டு வாசித்தேன்.

இறுதி அத்தியாயத்தை வாசித்துக்கொண்டிருந்தபோது கல்லூரி நேரம் முடிந்து எல்லோரும் புறப்பட்டுப் போனதைக்கூட நான் உணரவில்லை. என்னை அறியாமல் கண்ணீர் பெருகியது. நிதானத்துக்கு வரச் சிறிது நேரமாயிற்று.

மறுநாள் தமிழரசியிடம் என் வாசிப்பு அனுபவத்தைப் பகிர்ந்துகொண்டேன். "இந்த நூலாசிரியர் ராஜம் கிருஷ்ணனை நான் அவசியம் சந்திக்க வேண்டும்" என்றேன்.

விடுமுறைக்குச் சென்னைக்குப் போகும்போது இருவருமாக அவரைச் சந்திக்கலாம் என்று முடிவு செய்தோம். அதன்படியே ஒரு கோடை விடுமுறை நாளில் மின்சார ரயிலில் பயணம் செய்து கிழக்குத் தாம்பரத்திலிருக்கும் அவரது வீட்டிற்குப் போனோம்.

அறிமுகமான சிறிது நேரத்திலேயே கலகலப்பாகப் பேசத் தொடங்கினார். மூன்று மணிநேரம் பேசிக்கொண்டிருந்ததில் முன்னூறு பக்க புத்தகத்தைப் படித்ததுபோல ஓர் அனுபவம்.

அடுத்தடுத்த சந்திப்புகளை நாங்களாக ஏற்படுத்திக் கொண்டோம். வீட்டில் ராஜம் கிருஷ்ணனும், அவர் கணவரும் மட்டும் வசித்தார்கள். கணவர் முத்துகிருஷ்ணன் எப்போதும் மௌனத்தில் ஆழ்ந்திருப்பார்.

எங்களைப் போன்ற இளம் வாசகியர் வீட்டுக்கு வருவதை மிகவும் ஆவலுடன் எதிர்பார்ப்பார் ராஜம் கிருஷ்ணன். அவர் எதிரில் சும்மா உட்கார்ந்திருந்தாலே போதும், அவரே அருவிபோல் பேசுவார். அந்தப் பேச்சுப் பெருக்கில் தெறித்து வரும் அனுபவத் துணுக்குகள் சுவாரசியமாக இருக்கும்.

உறவு சற்று நெருக்கமான தருணத்தில் "என்ன இருந்தாலும் பாரதியாரின் வாழ்க்கைப் புதினத்துக்கு நீங்கள் பாஞ்சாலி சபதம் பாடிய பாரதி என்று தலைப்பு வைத்திருக்கக் கூடாது" என்றேன்.

"ஏன்?" என்று கேட்டார்.

"அது ஏதோ பாஞ்சாலி சபதம் கவிதை குறித்த நூல் என்று நான் தீர்மானித்துவிட்டேன். இப்படித்தானே பலரும் எண்ணியிருப்பார்கள்?"

"உண்மைதான். நான் அந்தக் கோணத்தில் யோசிக்க வில்லை. அதனால்தானோ என்னவோ கடுமையாக உழைத்து நான் எழுதிய இந்தப் புத்தகத்துக்கு உரிய கவனம் கிடைக்க வில்லை" என்றார்.

இதை எழுதுவதற்குத் தனக்கு ஏற்பட்ட சவால்களை விவரித்தார். முதலாவதாக பாரதியாரின் கவிதைகள் அப்போது காலவரிசைபடுத்தப்படவில்லை. எப்போது, எந்தச் சூழ்நிலையில் அந்தக் கவிதைகள் பிறந்தன என்பதைத் தெரிந்துகொள்வது

அவசியமாக இருந்தது. அதற்காகவே பல அறிஞர்களைத் தொடர்புகொண்டு தகவல் திரட்ட வேண்டியிருந்தது.

பாரதியார் பிறந்த நெல்லையைப் பூர்வீகமாகக் கொண்டவர் ராஜம் கிருஷ்ணன். அதனால் அக்கால வாழ்க்கையின் சூழலை அதேமொழியில் விவரிப்பது அவ்வளவு கடினமாக இல்லை. வாழ்க்கை வரலாறாக எழுதாமல் நாவல் வடிவத்தில் எழுதியிருக்கிறார். உணர்வுகளை உள்ளபடி கடத்துவதற்கு அது ஏற்றதாக இருந்திருக்கிறது.

இதன் மற்றொரு சிறப்பு பாரதியாரின் வரலாற்றைப் பெண்ணிலை நோக்கில் எழுதியிருப்பது. அதை மனத்தில் கொண்டுதான் இந்தத் தலைப்பைக்கூட அவர் தேர்வு செய்திருக்கிறார்.

அந்தக் காலத்தில் கூத்துக் கலைஞர்கள் ராமாயண, மகாபாரதக் கதைகளைக் காட்சிப்படுத்துவார்கள். அதில் பாண்டவர்கள் சூதாடி எல்லாவற்றையும் இழந்து கௌரவர் சபையில் பாஞ்சாலி அவமானப்படுத்தப்படுவது முக்கிய நிகழ்வாக இருக்கும்.

திரௌபதி வஸ்திராபரணம் (வஸ்திர – அபகரணம்) என்ற பெயரில் நடத்தப்பட்ட கூத்துக் கலையில் பெரும்பாலும் ஆண் கலைஞர்கள்தான் பெண் வேடமிட்டு நடிப்பார்கள். ஆனாலும் திரௌபதியைத் துகிலுரியும் காட்சி ஒருவித வக்கிரமான சிந்தனையை ஏற்படுத்துவதாக வெகுண்டெழுந்தார் பாரதியார். பெண் இழிவுபடுத்தப்படுவதை அவரால் சகித்துக்கொள்ள முடியவில்லை.

பின்னாளில் மகாபாரதத்தின் இந்தப் பகுதியைக் கவிதை வடிவில் அவர் எழுதியபோது பாரதியின் பாஞ்சாலி அபலைபோல் கூக்குரலிட்டுக் கதறவில்லை. மாறாக, வீறு கொண்டு எழுந்து சபதம் போடுகிறாள். சூளுரைக்கிறாள். கௌரவர்களின் அழிவுக்குக் கட்டியம் கூறுகிறாள்.

இப்படிப் பெண்ணைக் கௌரவமாக, கம்பீரமாகச் சித்தரித்த நவீன சிந்தனை கொண்ட படைப்பாளி பாரதியார் என்பதைக் குறிப்பாக முன்னிலைப்படுத்தவே இப்படி ஒரு தலைப்பைத் தேர்வு செய்திருக்கிறார் ராஜம் கிருஷ்ணன்.

இறுதிக் காலத்தில் அவர் ராமச்சந்திரா மருத்துவமனையில் இருந்தபோது அவருடைய படைப்பு ஒன்றை செம்பதிப்பாகக் கொண்டுவரும் யோசனை எழுந்தது. எதைப் பதிப்பிப்பது

என்ற பேச்சு எழுந்தபோது ராஜம் கிருஷ்ணனின் சகோதரர் முத்துசாமி 'டாக்டர் ரங்காச்சாரி'யைப் பதிப்பிக்கலாம் என்றார்.

"என் தேர்வு பாஞ்சாலி சபதம் பாடிய பாரதிதான்" என்றேன்.

எங்கள் இருவரின் யோசனையையும் நிராகரித்தார் ராஜம் கிருஷ்ணன்.

அவருடைய தேர்வு 'பாதையில் பதிந்த அடிகள்'. மணலூர் மணியம்மாவின் வாழ்க்கைப் புதினம்.

எத்தனையோ எழுதியிருந்தாலும் அவர் மனதுக்கு மிகவும் நெருக்கமான ஒரு ஆளுமை மணியம்மாதான் என்பதை நானும் புரிந்துகொண்டேன்.

எழுத்தாளர் அம்பையிடம் ராஜம் கிருஷ்ணனின் விருப்பத்தைப் பகிர்ந்துகொண்டேன். அவர் காலச்சுவடு பதிப்பகத்தாரைத் தொடர்பு கொண்டார். அதன்படியே 'பாதையில் பதிந்த அடிகள்' புதிய வடிவில் வெளிவந்தது.

எப்படியாவது 'பாஞ்சாலி சபதம் பாடிய பாரதி'யை மறுபதிப்பு செய்ய வேண்டும் என்ற என் ஆசை நிறைவேற இப்போதுதான் தருணம் வாய்த்தது.

ராஜம் கிருஷ்ணனின் நூற்றாண்டு 2024 நவம்பர் மாதம் தொடங்குகிறது. அதனையொட்டி அவரது குடும்பத்தார் சில நூல்களை மறுபதிப்பு செய்ய முன்வந்தார்கள்.

'பாஞ்சாலி சபதம் பாடிய பாரதி'யை அதே தலைப்பில் மறுபதிப்பு செய்தால் வாசகர்களை எட்டுமா என்ற சந்தேகம் மீண்டும் எழுந்தது.

காலச்சுவடு கண்ணன் தலைப்பை மாற்றுவதற்குத் தயங்கினார்.

"அப்படித் தலைப்பை மாற்றுவதாக இருந்தால் 'செல்லம்மா' என்ற தலைப்பு இந்த வரலாற்று நாவலுக்குப் பொருத்தமாக இருக்கும்" என்றும் சொன்னேன்.

"இது பாரதியாரின் வாழ்க்கை வரலாறு, இதற்கு எப்படி செல்லம்மாவின் பெயர் வைப்பது?" என்று கேள்வி எழுப்பினார்.

"பாரதியார் காலமாவதுடன் இந்த நாவல் முடிந்திருந்தால் இது வெறும் பாரதியாரின் வாழ்க்கைச் சரிதம் என்று நான் ஒப்புக்கொள்கிறேன். ஆனால் ராஜம் கிருஷ்ணன் பாரதியின் மரணத்துக்குப் பிறகு செல்லம்மாவுக்கு என்ன நேர்ந்தது

என்றும் எழுதியிருக்கிறார். முழுக்க முழுக்கப் பெண்களின் நிலைகுறித்த பார்வையை வலிமையாக முன்வைக்கும் இந்த நூலுக்கு இதன் புதின வடிவம் கருதி செல்லம்மா என்ற பெயர்தான் பொருந்தும்" என்பது என் வாதம்.

'பாரதி செல்லம்மா' என்ற தலைப்பைப் பரிந்துரைத்தார் அரவிந்தன். அதையே இருவரும் ஏற்றுக்கொண்டோம்.

பாரதியார் குறித்த ஆய்வுகளைத் தொடர்ந்து முன்னிலைப்படுத்திவரும் காலச்சுவடு பதிப்பகம், தலைப்பில் மாற்றம் செய்து மறுபதிப்பு செய்ய ஒப்புக்கொண்டதற்கு நன்றி.

இந்த நூல் பலரையும் சென்றடைய வேண்டும் என்பதுதான் நோக்கம்.

இந்த முயற்சிக்கு ஆதரவளித்த ராஜம் கிருஷ்ணன் குடும்பத்தாருக்கு என் நன்றி.

கே. பாரதி

1

"நீங்க வருத்தப்பட வேண்டாம் அத்தங்காரே, சுப்பய்யாவை அவப்பா எப்படி வரணும்னு நினச்சிண்டிருந்தானோ அதுக்கு மேலேயே வருவன். சுப்பய்யா! தாத்தா, பாட்டி எல்லாரிட்டயும் சொல்லிண்டியா?"

குப்பம்மாள் ஆறுதல் கூறிவிட்டு மூட்டை முடிச்சுக்களை எண்ணிப் பார்க்கிறாள்.

சீதை என்ற பெயர் தெரியாமலே தாயற்ற சுப்பய்யாவுக்குத் தாயாகி விளங்க, புகுந்த வீடு தெரியாமலே மங்கலங்களைப் பறிகொடுத்து விட்டுப் பிறந்த வீட்டோடு இருக்கும் சின்னம்மா சித்தி நெஞ்சு கனக்கச் சிலையாக நிற்கிறாள்.

ஆவணி மாசத்து இருட்டு சூரியன் சாய்ந்ததுமே வீட்டுக்குள் ஆட்சி புரிய வந்து விட்டது. சின்னஞ்சிறு கை விளக்கும் சிம்னியும் மனிதர்களை இனம் காட்ட மட்டும் சிறு ஒளி பரவவிடுகிறது. இப்போதே வண்டியைக் கட்டிக் கொண்டு சென்றால்தான் கோவில்பட்டியில் அகாலத்தில் வந்துசேரும் ரயில் வண்டியைப் பிடிக்கலாம்.

"வேளா வேளைக்குக் கேட்டுச் சாப்பிடக் கூடத் தெரியாது. சுப்பய்யா! அத்தை அத்திம்பேர் சொன்னதைக் கேட்டுண்டு நன்னாப் படிச்சு, பெரிய பதவிக்கு வரணும்டாய்யா..."

கண்கள் பனிக்க சின்னம்மா சித்திக்குக் குரல் நெகிழ்ந்துபோகிறது.

மாமன்மாரிருவரும் வாசலில் நிற்கும் வண்டியில் சாமான்களை ஏற்றுகின்றனர்.

கட்டுக்குடுமியுடன், வேட்டியும் சட்டையும் அணிந்து, மேல் வேட்டி விளங்க, சுப்பய்யாவும் தன் இயல்புக்கு மாறானதொரு அமைதியுடன் அருகில் அழுதுகொண்டிருக்கும் நான்கு வயசுத் தங்கையைத் தேற்றுகிறான்.

"அழாதே லக்ஷ்மி, நாமெல்லாம் ரயிலில் போகப் போறோமே? அழக் கூடாது..."

"அம்மா... அம்மாவும்... அம்மாவோட..."

"அழக் கூடாது, அண்ணாகூட வரேனே?..."

குழந்தையுடன் அவன் அந்த வீட்டின் மிக இருண்ட மூலையில், புதிதாக மங்கலங்களை இழந்து, மழிக்கப்பட்ட தலையில் இறுக்கமான வெள்ளைச் சேலையுடன் காட்சி யளிக்கும் சிற்றன்னையின் முன்சென்று நிற்கிறான்.

அவளுக்கோ துயரம் ஆறாய்ப் பெருக முட்டுகிறது; அடக்கிக்கொள்ள முடியவில்லை. அவள் சேலையைப்பற்றிக் கொண்டு இரண்டு வயசே நிறைந்திருக்கும் தம்பியும் அழுகிறான்.

"சின்னம்மா! நீ... ங்க... ஒண்ணும் கவலைப்பட வேண்டாம். லக்ஷ்மிய நான் பாத்துக்கறேன்..."

அவள் எப்படி விடைகொடுப்பாள்? இப்படிப் பேரிடியாய் விதி இறங்கும் என்று யார் நினைத்திருந்தார்கள்? ஊருக் கெல்லாம் அறிவாளி என்று அவள் புருஷன் கொண்டாடப் பட்டதும், ஊர் உலகத்தில் இல்லாத புதுமையாகப் பெதப்புரத்துப் பொட்டலிலே 'யந்த்ர சாலை' வைத்ததும், மகாராஜாவுக்கும் மேலான கீர்த்தியை எட்டியதும், பிறகு எல்லாம் கனவாகிப் போனதும் . . . நினைக்கவே முடிய வில்லையே?

ஆரவாரமாகக் கல்யாணம் நடந்த உடனே சத்திரத்துக் கூட்டம் கலைவது போல் அவள் வாழ்க்கை முடிந்துவிட்டது! 'தம்பியை விட்டுட்டு என்னைத் தூக்கிக்கோம்மா' என்று தாயின் இடுப்பிலேறப் போட்டி போடும் குழந்தை லக்ஷ்மியை இடுப்பிலிருந்து இறக்கி, கல்யாணத்தோடு கல்யாணம் என்று இதற்குத்தான் முன்நின்று கல்யாணம்செய்துவைத்தாரோ? இந்த நான்கு வயசுக் குழந்தையை இப்படியா புக்ககம் அனுப்ப வேண்டும்..?

"எதுக்குடி வள்ளி, இப்ப கண் கலங்கிண்டு நிக்கறே? குழந்தைகள் க்ஷேமமா இருக்கணும். குப்பம்மா அசலா? ஸ்வாமி

சோதனையைத் தரார்! வழியும் காட்டறார். நாழியாச்சுங்க நான் கைலாசம்... போயிட்டு வரியா சுப்பய்யா..."

பாட்டி ராமசுப்பம்மாளுக்கும் குரல் தழுதழுக்காம லில்லை. சுப்பய்யாவை ஆசிர்வதித்து நெற்றியில் விபூதி இடுகிறாள்.

இரட்டைமாட்டு வில் வண்டி. கிராம முனிசீப் வீட்டில் அல்லவோ ஊருக்குப் போகிறார்கள்?

இரண்டு வண்டிகள் வந்திருக்கின்றன.

டிரங்குப்பெட்டி, பனைநார்ப்பெட்டி ஆகிய சுமைகள் முன்னிருக்க, மஞ்சளில் காலிறங்கிய கறைபோட்ட புடவை யணிந்திருக்கும் அத்தை குப்பம்மாள் முன்லே ஏறிக் கொள்கிறாள். சுப்பய்யாவும் லக்ஷ்மியும் அதில் மேலும் இடம்பெற சுப்பய்யாவின் மாமன் கைலாசம் ஓட்டுபவனுக்கு அருகில் அமர்ந்திருக்கிறான்.

இன்னொரு வண்டியில் இன்னும் மூட்டை முடிச்சுக்கள். சிறிய மாமன் சாம்பசிவம், பிள்ளையைப் பறிகொடுத்துவிட்டு மகளுடன் காசிக்குப் புறப்பட்டிருக்கும் பாகீரதிப் பாட்டி ஆகியோர் இருக்கின்றனர்.

நள்ளிரவுக்குமேல் வரும் வண்டியைப் பிடிக்க, இந்த வில் வண்டிகள் ஜல் ஜல்லென்று சதங்கை குலுங்கக் கிளம்புகின்றன.

தாயுடன் பிறந்த சிற்றன்னைமார், மாமி போன்றோர் நின்று பார்க்க, வண்டி மாடவீதி முனை திரும்பிவிடுகிறது.

இடங்கள் பார்வையை விட்டு அகன்றாலும், சுப்பய்யாவுக்கு மனசை விட்டு அகலுமா? சோமு... சோமுவின் வீடு மறைந்து விட்டது. "நீயும் பாரதி, நானும் பாரதி!" என்று மகிழ்ந்து நண்பனுடன் தன் பெருமையைப் பங்கிட்டுக்கொண்டான். சிவன் கோயிலில் ரிஷப வாகனம் இருக்கும் மறைவான மூலையில் அமர்ந்து, 'தடைசெய்யப்பட்ட' தமிழ் உலாக்களைப் படித்து ரசித்து மகிழ்வார்களே அந்த இடம் அவன் மனக்கண்ணில் தோன்றிக் கண்சிமிட்டுவது போலிருக்கிறது.

அவனோடொத்த வயசுப்பிள்ளைகள் சின்னக் குளத்தில் குதித்தும் நீந்தியும் துளைந்தும் ஆரவாரிக்கையில் இவன் கோயில் முன்மண்டபத்தில் அமர்ந்து சரஸ்வதி வருகிறாளோ, விசாலாட்சி வருகிறாளோ, வள்ளி வருகிறாளோ என்று பார்த்துக் கொண்டே அனுபவித்த இனம்புரியாத் தவிப்பு நெஞ்சில் முட்டுகிறது. மனமாகிய ஊர்தியின் வேகத்தைக் கணக்கிட இயலுமோ? உடனே குழந்தை மனைவி செல்லம்மாளின் அழகு

முகத்தில் வந்து தஞ்சமடைகிறது. இப்படியெல்லாம் நடக்குமென்று யார் நினைத்தார்கள்?

அவன் கடந்து செல்லும் ஊரின் மண்... அதன் ஒவ்வொரு துகளும் அவனைத் தொடுவது போலும், வண்டிச் சக்கரத்தின் ஒலியினூடே சுப்பய்யா இந்த ஊரை விட்டுப்போகிறான், பாரதி இந்த ஊரை விட்டுப்போகிறான் என்று புலம்புவது போலும் தோன்றுகிறது. இந்தச் சத்தம், இந்த ஊரின், தெருக்களின் இரு சாரிகளிலும் உள்ள வீடுகளிலிருந்து மனிதர்களை வாயில் திண்ணைகளில் கொண்டுவந்து கூட்டியிருப்பதாக அவன் உணருகிறான்.

"...பாவம், சின்னசாமி ஐயர். அகலக் கால் வச்சிட்டார். நொடிச்சுப்போனார்..." சூள் கொட்டிப் பரிதவிப்பார்கள்.

பெரிய சாலையில் வண்டி சேரும்போது, ஏதோ பள்ளம் கண்டு இறங்கி ஏறும் சக்கரம், சுப்பய்யாவின் மண்டையை வண்டிச் சட்டத்தில் மோதச் செய்கிறது.

"பாத்து, பாத்து ஓட்டப்பா!" என்று அத்தை உடனே குரல் கொடுக்கிறாள்.

அந்த ஜின்னிங் ஃபாக்டரி... களையிழந்து மொட்டையாக... வள்ளிச்சித்திபோல... ஐயோ... அம்மா!

நெஞ்சை இறுகப் பிடிக்கும் துயரம்... குலுங்குகிறது வண்டியின் அதிர்வுகளுடன்.

மகாராஜா தான் போட்ட ஷேர்களை நெருக்கிப்பிடித்து வாங்காமலிருந்தால், அவன் தந்தை இப்படி அநியாயமாக நொடித்து, மரணத்துக்கிரையாகியிருப்பாரா?

"அவா என்ன பண்ணுவா? வெள்ளைக்காரர் ராச்சியம். அவா தொழில். ரெண்டு வருஷமா யந்த்ரம் ஓடித் தேஞ்சு போச்சு, வேலை செய்யல. புதுக்கருவிக்கு எழுதிப்போட்டுத் தருவிச்சான். வெள்ளைக்கார சர்க்கார் அவன் தொழில்னு முழிச்சிண்டுட்டான். இவன் யந்த்ரத்தை ஓட்ட முடியாம, அதைப் புதுப்பிக்கப் பர்மிஷன் கொடுக்கல. பிராமணன் ஸ்வதர்மம் யந்த்ர சாலையில்லை. ராஜா அவனுக்குமேல இருக்கிறவனை ஸந்தோஷப்படுத்துவனா, இவனைப் பார்ப்பனா? இவன் இதை ஓட்டினால், வெள்ளைக்காரன் இவன் ஜமீனையே ஆளுகைக்குக் கொண்டுவந்துவிட மாட்டானோ..?"

அவனுக்கு மேல் மூத்தவர்கள், பெருந்தலைகளாக எட்டயபுரம் ஜமீனில் மகாராஜாவுக்குக் கைகட்டி இருந்தவர்கள்.

நீட்டி முழக்கியதெல்லாமும் இப்போது செவிகளில் மோதுகின்றன... சல்சல்லென்று வண்டி செல்கையில், மீண்டும் இருள் மூடிவரும் அந்தச் சூழல் அவனை இதமாக வருடுகிறது.

தாமரையும் அல்லியும் பூத்த குளங்கள், கோயில்கள்... மண்டபங்கள், பெரிய அரண்மனை மாடங்கள்... பரிவாரத்தார் எனப்படும் ஊழியர்கள்... இதெல்லாம் கழன்று... அம்மா..! ஐந்து வயசில் அவனை விட்டுச்சென்ற அவனையா கூப்பிடுகிறாள்? அடிநெஞ்சிலிருந்து பறக்க முடியாத குஞ்சு போன்று தவிக்கும் ஓர் ஏக்கம் பெருமூச்சாய் இழைகிறது.

எத்தனையோ முறைகள் இப்படி வண்டியில் அவன் கோவில்பட்டிக்குச் சென்றிருக்கிறான். நடந்தும் ஓடியும் ஆடிக்களித்தும் திரிந்த நாட்கள் இனி வருமோ?

ஏ.வி. ஸ்கூலில் அவன் சிறுவனாகப் படித்த நாட்களில், ‘ஹெட்மாஸ்டர்’ சங்கர ஐயர் அவனுக்கு ஆங்கிலம் சொல்லிக் கொடுத்திருக்கிறார். இளைய ராஜா எட்டப்பனும்கூட அப்போது சுப்பய்யாவுக்குத் தோழன். பின்னர்தான், பெரிய ராஜா இறந்துபோய், எட்டப்பனைச் சென்னையில் நியூவிங்டன் கல்லூரிக் கொண்டுவிட்டார்கள்: அவனுக்குப் பதிலாகச் சித்தப்பா மகாராஜா பெயருக்கு ராஜாவாக இருக்கிறார், திவான்தான் முக்கிய அதிகாரி...

ஆவணிக் கார் வானில் ஆங்காங்கு பளிச்சிடும் நட்சத்திரங்கள் அவனுக்கு ஏதேதோ இரகசியங்களை உள்ளடக்கிக்கொண்டு கண்சிமிட்டுவதாகத் தோன்றுகின்றன.

சங்கரையர், அவனை நாசரேத்துக்கு மிஷன் பள்ளிக் கூடத்துக்குக் கூட்டிச்சென்றார். அப்போது வெள்ளைக்காரப் பாதிரியான ஆசிரியரிடம் அவன் ‘இங்கிலீஸ் பாட்டு’ச் சொன்னான்.

சங்கரையர் தாம் வானத்து நட்சத்திரங்களை நோக்கிப் பாடும் அந்தப் பாடலைக் கற்றுக் கொடுத்திருந்தார்.

வானத்தில் சந்தியா காலத்தில் மின்னும் ஒற்றைத்தாரகையைப் பார்க்கும்போது, அவன் தன்னுடைய அம்மாவே அங்கு வீற்றிருப்பதாகக் கருதுவான். அந்தப் பரவசத்துடன்,

> அப் அபவ் த வோர்ல்ட் ஸோ ஹை,
> லைக் எ டயமன்ட் இன் த ஸ்கை,
> ட்விங்கில் ட்விங்கில் லிட்டில் ஸ்டார்,
> ஹ்வ் ஐ வொன்டர் வாட் யூ ஆர்

என்று அவன் பாடினான்.

அந்தப் பாதிரியார் மகிழ்ச்சியுடன் அவன் முதுகில் தட்டி ஆசீர்வதித்தார். அவன் இங்கிலீஷ் படிக்க வேண்டும், கணக்கிலே தேர்ச்சியடைய வேண்டும் என்று பிறகு அவன் தந்தைக்கு ஒரு வெறியே ஏற்பட்டிருந்தது. இப்போது எல்லாம் கனவாகிப் போயிற்று.

கோவில்பட்டிக்கு வரும்வரையிலும் அவனுக்கு நிகழ் கால நினைவே வரவில்லை. மூட்டை முடிச்சுக்களை இறக்கிக் கொள்கிறார்கள்.

குழந்தை லட்சுமி தூங்கிவிட்டாள். ரயிலடியில் லாந்தர் ஒன்று மங்கலாக ஒளிபரப்பிக்கொண்டிருக்கிறது. அந்த வெளிச்சம் பார்த்துச் சாமான்களைக்கொண்டு வருகிறார்கள்.

"லக்ஷ்மி, குழந்தே! எழுந்துக்கோம்மா! பார், ரயில் வண்டி வரப்போறதே! எழுந்துக்கோடி ..."

"அப்பவே இது ரெண்டுவாசுடச் சாப்பிடல. கண்ண முழிச்சிண்டா, ஒரு வா தயிருஞ் சாதத்தை ஊட்டிவிடலாம்."

"இப்ப போயி பத்தும்பசையும் கடை போட வேண்டான்னு தான் பார்த்தேன். சுப்பய்யாகூட அங்க போனான், இங்க வந்தான், சாப்பிடவே இல்ல. அய்யா! வண்டிலேந்து லாந்தரை எடுத்துண்டு வா, ரெண்டு வாய் சாப்பிட்டு ஜலம் குடி. வண்டி வரதுக்கு நாழி இருக்கின்னானே..?"

அத்தையும் பாட்டியும் அவனை வலுக்கட்டாயப்படுத்திச் சோற்றுருண்டையை விழுங்கச் செய்கின்றனர். லாந்தர் பக் பக்கென்று குதித்துவிட்டு அணைந்துபோகிறது.

"பாத்தியா? இதுக்குத்தான் நம்ம விளக்கைக் கையோடு கொண்டு வான்னேன்? நன்னாச்சு..?"

"என்ன ... நீ எப்ப வந்தே..?"

"யாரு..? செல்லம்மாவின் தமயனா?"

சுப்பய்யா கையலம்பச் செல்கையில் நிமிர்ந்து திடுக்கிட்டாற்போல் பார்க்கிறான்.

"அப்பாத்துரையா?"

"ஆமாம். நீங்கள்லாம் போகப் போறேள்னுதான் மத்தியான்ன வண்டியிலே வந்தேன்."

அவன் ஒரு சிறு துணி மூட்டையை வைக்கிறான். வழிக்கு உண்டு மகிழ பண்டங்கள் கொடுத்து அனுப்பியிருக்கிறார்கள்.

அப்பாத்துரையுடன் தனியாக நடக்கிறான் சுப்பய்யா.

"செல்லம்மாவைப் பார்க்க வேண்டும் என்று மிகவும் ஆசைதான். அவள் எட்டயபுரம் வந்த சமயம், பேசி மகிழக் கூடிய சமயமா..?"

"சுப்பய்யா, காசியில் படிக்கப் போறது பத்தி எங்களுக் கெல்லாம் ரொம்ப சந்தோஷம். நீ படிச்சு உத்தியோகமான பிறகுதான் செல்லம்மாளைச் சம்பிரதாயப்படிக் கூட்டிண்டு வந்து குடித்தனம் வைப்பா. பார்வதியத்தான் முன்னாடியே காசிக்கு அனுப்பிச்சிருக்கா... செல்லம்மாக்குக்கூட இப்ப வரணும்னு ஆசைதான்..."

சுப்பய்யாவுக்குத் தன் ஆவலை எப்படி வெளியிடுவ தென்று புரியவில்லை.

வீடெல்லாம் துயரத்திலும் சூழ்ந்த வறுமையிலும் மூழ்கி யிருந்தபோதிலும், செல்லம்மாவைப் பார்க்க வேண்டும், சீண்டி விளையாட வேண்டும் என்று மனசு ஓயாமல் தவித்ததே..? இப்போதோ? செல்லம்மாளின் அக்கா பார்வதியைத்தான் அத்தையின் மூத்தபிள்ளை விசுவநாதனுக்குக் கொடுத்திருக் கிறார்கள். அவள் காசியில்தானிருக்கிறாள். இரண்டாவது பிள்ளை கேதாரத்துக்குத்தான் இந்தக் குழந்தை லட்சுமியைக் கட்டியிருக்கிறார்கள், மூன்று கல்யாணங்களும் சென்ற ஆண்டில்தானே கடயத்தில் வைத்து நடந்தன?

இந்த இரண்டு மருமகள்களையும் அத்தை சடங்கு சம்பிரதாயங்களுக்கெல்லாம் தங்களுடன் என்று அழைத்துப் போகிறாள். ஆனால் சுப்பய்யா...

அவனுக்குத் தாயில்லை, தந்தையில்லை. கொடிய வறுமை சூழ்ந்துவிட்டது. கைப்பொருள்போய், மனிதரும்போய், நெல்லையில் படித்த படிப்பும் மூளியாகிவிட, எதிர்காலம் என்னவென்று புரியாததாய்...

"அவன் காசிக்குவந்து படிக்கட்டும். அங்க வந்தா ஸமஸ்கிருதம், இந்துஸ்தானி படிக்கணும். மேல்கொண்டு அத்திம்பேர் படிக்க வைப்பார். இங்கே அவன் இருக்க வேண்டாம். வரட்டும்."

அத்தைதான் முன்னின்று முடிவாக்கியிருக்கிறாள்.

அவன் காசியில் படிக்கப் போகிறான். எதிர்காலம் அவன் படித்து, உத்தியோகம் பார்ப்பதில்தானிருக்கிறது. அவன் கால்கள் கொண்டு நிற்கும்போதுதான் செல்லம்மாளைக் கூட்டி வருவது பற்றிய யோசனையைச் செய்ய முடியும்.

"அப்பாத்துரை! செல்லம்மாளையும் படிக்கச் சொல்றியா? அவளும் படிக்கணும்…"

வண்டி வருவதற்கு அறிகுறியாக, நிலையம் பரபரப்படைகிறது. கட்டிடத்தில் தொங்கும் தண்டவாளத் துண்டில் மணி டண் டண்ணென்று ஒலிக்கிறது.

ஊரைவிட்டு, பழகிய இடங்களைவிட்டு, இன்னதென்று புரியாத எதிர்காலத்துக்குச் சுப்பய்யா போகிறான்.

நிலையத்தில் இன்னும் சில பிரயாணிகளும் வந்திருக்கிறார்கள்.

வண்டி புகையைக் கப்பிக்கொண்டு, கூவென்ற ஒலி கட்டியம் கூற அவன் எதிர்காலத்தின் ஓர் இடுகுறியே போல் நிலையத்துள் நுழைகிறது.

2

மூட்டை முடிச்சு தகரம், பனைநார்ப்பெட்டி எல்லாம் தூக்கிவைக்கிறார்கள். இடம் பிடிக்க வேண்டுமென்றில்லை. வண்டியில் யாரோ இரண்டு பேர் படுத்திருக்கின்றனரே ஒழிய கூட்டமாக இல்லை.

“சௌகரியமாப் போச்சு.”

“போயிட்டு வரேளா? காகிதம் போடுங்கோ!”

“ஆமாம். சுப்பய்யா? விவரமாய்க் காகிதம் போடு..!” அப்பாத்துரையின் குரல், கைலாசத்தின் குரல் இரண்டும் மோதிக்கொண்டு வரும்போதும் சுப்பய்யாவினால் எதிரொலி எழுப்ப முடிய வில்லை. தலையை அசைக்கையிலேயே வண்டி நகர்ந்துவிடுகிறது.

பாம்படம் தொங்கும் கிழவி ஒருத்தியும், அவள் மகனைப்போல் தோன்றும் ஒரு ஆணும் ஏறி இருக்கின்றனர்!

பாகீரதிப்பாட்டி கீழே தட்டிவிட்டு ஏதோ ஒரு துணியைப் பரத்தி, லக்ஷ்மியைப் படுக்கச் செய்கிறாள். ஒரு நீள பெஞ்சியில் அத்தை தானும் உட்கார்ந்து அவனைப் படுக்கச் சொல்கிறாள்.

“காலம மதுரை வந்துடும். சுப்பய்யா, நீயும் சித்தப் படுத்துண்டு தூங்கு...”

நார்ப்பெட்டியை மேலே வைத்துக்கொண்டு சாய்ந்தாற் போல் காலை நீட்டிக்கொள்கிறாள்.

அவனுக்குப் படுக்கவும் தோன்றவில்லை, உறக்கமும் கொள்ளவில்லை.

உறங்கி வழிபவர்களையும், படுத்து உறங்குபவர்களையும் தாலாட்டிக்கொண்டு ரயில் செல்கிறது. இந்த ரயிலுக்குள் சாதியுமில்லை, பேதமுமில்லை!

வெளியே இருளில் எதுவும் உருப்படியாகப் புரியவில்லை. அவனுடைய எதிர்காலமும் அப்படித்தான் தோன்றுகிறது.

இடையே பாம்படப் பாட்டி அந்த மங்கலான ஒளியில் வெற்றிலை போடுகிறாள்.

"எங்கிட்டுப் போறிய..?"

"மருதயா?"

கேள்வியையும் கேட்டுப் பதிலும் அவளே வரவழைத்துக் கொள்கிறாள்.

அத்தை கூறினாற்போன்று பலபலவென்று விடிந்து காலைப்பொழுது நன்கு மலர்ந்துவிட்டதென்று உணர்த்துவது போல் மலர்மணங்கள் கட்டியம் கூற, மதுரைக்கு வண்டி வந்துவிடுகிறது.

சற்றே தலைசாய்த்திருந்த சுப்பய்யா கனவு மயக்கத்தி லிருந்து சடாரென்று விடுபட்டுத் தலைதூக்குகிறான்.

"தாயே, மீனாட்சி..! நீதாண்டி துணை!" என்று பாட்டி கன்னத்தில் போட்டுக்கொள்கிறாள். பாம்படக் கிழவி, அந்த ஆண், படுத்தவன் இறங்கிச் செல்கிறார்கள். புதியவர்கள் ஏறுகிறார்கள்.

"சுப்பய்யா, இங்க வண்டி நிறைய நாழி நிக்கும். கிணத்தடில போயிப் பல் தேச்சுட்டுக் கூஜாவில் ஜலம் புடிச்சிண்டு வா..."

அத்தையிடம் கூஜாவை வாங்கிக்கொண்டு சுப்பய்யா இறங்கிப்போகிறான்.

புதுமையாக ஊரையும் மக்களையும் பார்த்துக்கொண்டு ரயிலடி மேடையைக் கடந்து செல்கிறான். முதல் வகுப்புப் பெட்டியின் பக்கம் செவசெவ என்று ஒரு துரையும் துரைசானியும் போகிறார்கள். குறுக்கே பித்தளைவில்லை டவாலி அணிந்த சேவகன் ஒருவன் பிரப்பங்கூடையுடன் பின்னே நடக்கிறான்.

பெரிய மெத்தை தைத்த வண்டி அவர்களுக்கு.

அவன் கிணற்றடியில் முகத்தை அலம்பிப் பல் விளக்கி, கூஜாவில் நீர் நிரப்பிக்கொண்டு திரும்பி வருகையில் பட்லர் ஒருவன் அந்தப் பெட்டிக்குள் தேநீர்த் தட்டுடன் போகிறான்.

அவர்கள் தேசம் இதல்ல. ஆனால் வெள்ளைக்காரன், இங்கே கொடிகட்டிப் பறக்கிறான். அவன் அப்பாவின் முயற்சிகள் ஒன்றுமில்லாமல்போய், அவர் உயிரையும் குடித்து விட்டது இந்த ஆதிக்கம்தான். ஆனானப்பட்ட மகாராஜாவும் இவர்களுக்கு அடங்கியவர்கள்...

எட்டயபுரம் குட்டி அரண்மனையில் அவன் தாத்தா செல்வாக்குப் பெற்றவர், கிராம முனிசிபு. இவன் பேரில் பெரிய ராஜாவுக்கும் அபிமானம். தமிழில் அநாயாசமாக ஈற்றடி பாடுகிறான், பிரசங்கம் செய்கிறான் என்று பலே பலே என்று தட்டிக் கொடுத்தார். பாரதி என்று பட்டமெல்லாம் கொடுத்தார்கள்.

ஆனால்...

"சுப்பய்யா படிச்சிக் கலெக்டரா வருவன்? சுப்பய்யா! நீ இங்கிலீஷும் கணக்கும் படிக்கணும்? சும்மா தாத்தா ஆத்துக்குப் போறதும் தேவாரம் படிக்கிறதும் கண்டா அடிப்பேன்!" என்று மிரட்டிய, கண்டித்த அப்பா...

நெஞ்சில் துக்கம் துறுத்திக்கொண்டு வருகிறது. சுப்பய்யா பட்டாம்பூச்சி போல், பறவை போல் கவலையற்றுத் திரிந்தானே, நெல்லைப்பள்ளியில் ஆசிரியரிடமும் குறும்பும் கிண்டலு மாகப் பேசி, சக தோழர்களிடையே கலகலப்பும் சிரிப்புமாக விளங்கினானே, அந்த சுப்பய்யாவின் சிறகில் கனம் ஒட்டிக் கொண்டுவிட்டது.

யாரோ பெண்பிள்ளை காய்ச்சிய பால் என்று கொண்டு வந்ததை வாங்கி பாட்டி லக்ஷ்மிக்குக் கொடுக்கிறாள்.

லக்ஷ்மி... நல்ல சிவப்பு. வாழை நாரால் முடித்த சிறு பின்னல். காது, மூக்குகள் குத்திச் சிவப்பு ஒற்றைக்கல் பொட்டுகள். கழுத்தில் தொங்கும் தாலிச்சரடு, பொன் மாங்கலியம்...

சுப்பய்யாவுக்கு இந்தத் தங்கைக் குழந்தையைப் பார்த்தால் துயரம் இனம்புரியாமல் முட்டுகிறது.

ரயிலின் ஓட்டத்தில் பகல் பொழுது எத்துணை உற்சாகமாகிறது?

இந்தப் பூமியின் வண்ணங்களையெல்லாம் அவன் பார்க்கிறான்.

மலைக்கோட்டையின் உச்சிப்பிள்ளையார் கோயில், ஸ்ரீரங்கம், காவேரி...

பாட்டியும் அத்தையும் கோபுரங்களை, நதிகளைக் காணும்போதெல்லாம் 'என்னப்பனே, அம்பிகே' என்று கன்னங்களில் போட்டுக் கொண்டு ஏதோ ஒரு பாரம்பரியத்தை விளக்குகிறார்கள். அத்தை குப்பம்மாள் அந்தக் காலத்தில் அவள் கணவர் கிருஷ்ணசிவனுடன் நடந்தே தலங்கள் தோறும் சென்றதை எல்லாம் விவரிக்கிறாள்.

"ஒவ்வொரு சிவஸ்தலமாகப் போனோம். அவர் பஜனை பாடிண்டுப் போவர். நானும்கூட நடப்பேன். கிடைச்சதைச் சத்திரத்திலே எறங்கி ஒருநேரம் சமைச்சுச் சாப்பிடுவோம். இப்படியே காளஹஸ்திக்கு வந்தோம். கண்ணப்பருக்குத் தரிசனம் கொடுத்த ஈசன். பஞ்ச பூதத்திலே ஒரு லிங்கம் இல்லியா, அங்கதான் விஜயநகர ராஜா அரண்மனையைச் சேர்ந்தவா வந்தா.

"இவ்வளவு பக்தியாப் பாடுறீர்களே சுவாமி, எங்கேந்து வராப்பல'ன்னு கேட்டா. காசிக்குப் போகணும்னு சங்கல்பம். தக்ஷிண தேசம், நடந்து வரோம், ரெண்டுமாச மாச்சுன்னோம். அவாளுக்கு ரொம்பச் சந்தோஷம். அவாதான் அப்ப ரயிலுக்குச் சார்ச்சு குடுத்து அனுப்பிச்சா மொத மொதல்ல ரயில்ல போனோம். அப்பனே, விசுவநாதா..!"

"இந்த ரயில வெள்ளைக்காரன்தானே கண்டுபுடிச்சான்? வெள்ளைக்காரன் மூளை ஜாஸ்திதான்..."

பாட்டியை மறுக்கப் பாரதிக்கு உதடு துடித்தாலும் சொல் எழும்பவில்லை.

வண்டி நிற்கும்போதெல்லாம் மக்கள் இறங்குவதும் ஏறுவதுமாக நீண்டு, மறுநாள் அதிகாலையில் சென்னைப் பட்டினத்து எழும்பூருக்கு அவர்களைக் கொண்டு விடுகிறது...

சென்னை ராஜதானியின் தலைநகரம்; கடற்கரைப் பட்டினம். இந்த நாட்டை ஆளும் பெரிய கவர்னர் துரை இருக்குமிடம். எழும்பூர் ரயில் நிலையத்தை அவன் வியப்புடன் பார்க்கும்போது சாமான்களை இறக்கவும் உதவி செய்கிறான்.

இங்கும் வெள்ளைக்காரர்...துரைசானி தென்படுகின்றனர். நமது மக்கள் ஒதுங்கிக் கூசிச் செல்கின்றனர்.

ஆவணி மாசத்தில் மாந்துளிர்கள் மரங்களுக்குப் பட்டுப் போர்த்து அழகு செய்கின்றன. குதிரை வண்டிக்காரன் தனக்கே உரிய மொழியில் பேசுகிறான்.

"வடக்கே போறீங்களா... ஸாமி? ராவிக்கிதா வண்டி?..."

“தெரியும்ப்பா . . . சத்திரத்துக்குப் போகணும், என்ன கேக்கறே? . . .”

அத்தைதான் பேரம் பேசுகிறாள். சத்திரத்தில் இறங்கிக் குளிக்காமலிருந்த அயர்வு தீர கிணற்றில் நீரிறைத்து நீராடுகிறாள். சத்திரத்தில் தெலுங்கரும் ராயருமாகக் கலகலவென்றிருக்கிறது. பாகீரதிப் பாட்டி நீராடி மடியுடுத்திச் சமையல் செய்கிறாள்.

அத்தை தெலுங்கில் பேசித் தயிர், பால், காய் வாங்குகிறாள். கல்கத்தா போய்ச் சேர இரண்டு நாட்களாகுமாம். அதுவரை யிலும் பாட்டியும் அத்தையும் வெறும் ஸத்துமாவும் நீரும்தான் உட்கொள்வார்கள்.

கட்டிப்போட்ட கயிறு தளையவிழ்ந்தாற்போல் சுப்பய்யா வுக்கு உணர்ச்சிகள் குமிழிடுகின்றன. பரபரவென்று தெருவில் அக்கோடியும் இக்கோடியும் பார்த்து வருகிறான். பட்டணம் மஞ்சள், பெருங்காயம் வாங்கிக்கொள்கிறார்கள்.

குதிரை வண்டிகளில் பலவகைகளும், பலமொழிகளும் நகரத்தின் பரிமாணங்களை அவனுக்கு எடுத்துரைக்கின்றன.

மாலையிலேயே சென்ட்ரல் நிலையத்துக்கு வந்து விடுகின்றனர்.

அம்மம்மா! எத்தனை வகை மக்கள் அந்த வண்டித் தொடரில் ஏற வந்திருக்கின்றனர்?

அவர்கள் ஏறும் வண்டியில் அண்ணன் தம்பிகளாகச் சகோதரர் இருவர், விசித்திரமாக உடையணிந்த ஒரு முதிய பெண்மணி ஆகியோர் ஏறுகின்றனர். இருவரும் முறுக்கு மீசையுடன் நல்ல எடுப்பான தோற்றம் கொண்டிருக்கின்றனர். பெரியவன், பாகை கட்டிய தலைமீது மிகவும் பயபக்தியுடன் ஒரு மண்குடத்தைச் சுமந்து வந்து கொண்டு ஓரமாக நிற்கிறான். மேல் தட்டில் அதற்கு விசேஷமான மரியாதைசெய்து பத்திரமாக இறக்குகிறான்.

அத்தை அவர்களிடம் இந்துஸ்தானியில் பேசுகிறாள். “க ஹாம் ஜாயேங்கே?”

“மா . . . க் அஸ்தி . . . த்ரிவேணி . . .”

அவர்கள் துளு பேசும் நாட்டிலிருந்து தாயின் அஸ்தியைச் சுமந்து வந்துகொண்டிருக்கிறார்கள். திரிவேணி சங்கமத்தில் அவற்றைச் சேர்க்க வேண்டும்.

தாயின் மீது எத்துணை அன்பு, பக்தி? எட்டு நாட்கள் பயணம்செய்து எங்கோ குக்கிராமத்திலிருந்து இந்த ரயிலைப் பிடிக்க வந்திருக்கிறார்கள்!

சுப்பய்யா, இரவு கண்களை மலர்த்தி வெறிக்கப் பார்த்துக் கொண்டு உட்கார்ந்திருக்கிறான். புறக் கண்களுக்குப் புலப்படாத தொரு பிம்பம் கருத்தில் பிடிபட்டு உணர்வூட்டும் அனுபவம் அவனை மெய்சிலிர்க்கச் செய்கிறது.

அவன் இதுகாறும் படித்த படிப்பு, விளையாட்டு, கேலி, எல்லாவற்றுக்கும் அப்பால் ஆழமானதொரு பொருளாய் அந்த உட்தீண்டல் அவனுக்கு உணர்த்துகிறது.

கரிய இரவின் இனம் விளங்காக் காட்சிகளினூடே அன்பாய் ஒருமுகம் தோன்றி, 'குழந்தாய், இங்கு வா ...' என்று தன்னை ஆதரவுடன் வரவேற்பது போல் அவன் நெஞ்சம் அந்த உணர்வோடு குழைகிறது.

தான் ஆடியும் பாடியும் கவலையற்றிருந்ததும், பொருள் போய் வறுமை சூழ்ந்து தந்தையின் உயிர் குடித்ததும், இத்தகைய திரை நீக்கும் படலத்துக்குத்தானோ என்றதொரு விவரிக்க இயலா ஆர்வத்துடன் புலரும் பொழுதை வரவேற்கிறான்.

கீழ்வானில் பரிதிகோளமாய் எழும்பிவரும்போது வானம் சோதி மயமாகத் துலங்குகிறது.

இத்தனை நாட்களில் இந்த அழகுகளைப் பார்த்திருக்கி றானோ? மாமரங்கள் பூரித்து நிற்கின்றன. இங்கு காணும் பனைமரங்கள்தாம் எத்துணை வாளிப்புடன் விளங்குகின்றன?

ஒரு நிலையத்தில் வண்டி நிற்கிறது. செழுமையான வாழைப்பழக் குலையை விற்பனைக்குக் கொண்டுவருகிறார்கள்.

"அரட்டி பண்டு, அரட்டி பண்டு..."

"பாளே ஹண்ணு, எஷ்டு..?"

"வாழைப்பழம் நன்னாருக்கே? வாங்கறியா..?"

அத்தை குப்பம்மாள் முதலில் தமிழில் பேச வாயெடுக்கிறாள். பிறகு சட்டென்று நினைவுகூர்ந்தவளாக, "கேலே, கைஸா?" என்று மாற்றுகிறாள்.

பிறகு வாங்குகிறார்கள்.

"அத்தை, அவன் தெலுங்கில் பேசினான், அவா கன்னடத்தில் விலை கேட்டா. பாட்டி தமிழில் கூப்பிட்டாள். நீங்கள் இந்துஸ்தானியில் விலை கேக்கறேளே?"

“ஆமாம். வழிநெடுக இப்படி எல்லாப் பாஷையும் வரும். எல்லா ஜனங்களும் வருவா. ஆனால் வியாபாரக்காரனுக்கும் எல்லாம் புரியும். வாங்கறவாளுக்கும் புரியும். பாஷை பலதிருந்தாலும் தேசம் ஒண்ணுதானே?”

சுப்பய்யா வியந்துபோகிறான்.

இந்தப் பாரத நாட்டின் மண்ணை, ஆறுகளை, மலைகளை, தோப்புத் துரவுகளை, வெவ்வேறு மொழி பேசுபவர்களை, வெவ்வேறு விதங்களில் ஆடை அணிந்தவர்களை அவனுக்குக் காட்டிக் கொண்டு ரயில் ஓடுகிறது.

மிகப் பெரிய விருந்தை அதுகாறும் உணர்ந்திராத வகையில் அனுபவிக்கும்போது, அதன் ஒவ்வொரு கூறும் கூடத் தணித்துப் புரிகிறதோ? ஆனால் அவன் கிளர்ச்சியுறுகிறான். பாட்டி சிவநாமம் ஜபிக்கிறாள். துளுச் சகோதரர்கள் உபவாசமிருந்து பூசை செய்கின்றனர். இராஜமகேந்திரபுரத்தில் ஏறிய மூதாட்டியும் சிவநாமம் உச்சரிக்கிறாள்.

தென்னாட்டில் கோயில் கோபுரங்கள் கண்டு கோபுர தரிசனம், பாபவிமோசனம் என்று இறைஞ்சிய பாட்டியும் அத்தையும், இந்தப் பக்கங்களில் இயற்கையே வழிபாட்டுத் தலங்களாக அமைந்திருப்பதை எண்ணி, புனித நதிகளைக் கடக்கும்போதெல்லாம் அந்த உணர்வை அடைகின்றனர். மூன்று நாட்கள் வண்டிப்பெட்டியில் அமர்ந்து பயணம் செய்ததாகவே தோன்றவில்லை.

கங்கை முகத்துவாரத்தின் மேல் கம்பீரமாக எழும்பி யிருக்கும் உலக அதிசயமான ஹவுரா பாலம் தெரிகிறது.

ஹவுரா..? ஹௌரா ஸ்டேஷன்...

நிலையத்திலே இங்கும் பல ஐரோப்பியர்களைப் பார்க்கிறான்.

முன் நெற்றி வகிற்றுச் சிந்தூரமும் சங்கு வளையல்களுமாக வங்கத்துப் பெண்டிர், தார்வேட்டியும் அங்கியும் வளைந்த காலணிகளுமாக ஆண்கள், வால்விட்ட பாகைகளும் முறுக்கு மீசைகளுமாக...

முகமன் கூறுபவர்கள், ‘ஜே ராம், ஜே ராம்’ என்பதும், ‘வந்தே’ என்று கைகுவித்துக்கொள்வதும் சுப்பய்யாவுக்குப் புதுமையாக இருக்கிறது.

மெலிந்த உடல், பசித்து நலிந்த குடல் – இவற்றால் அளவுக்கு மீறிச் சீரணம் செய்ய இயலுமோ?

சுப்பய்யாவுக்குக் கல்கத்தா நகரத்தில் அடிவைத்த பின் பேச்சே எழாததொரு வியப்பும் இறுக்கமும் மேவுகின்றன.

அங்கு ஒரு நாள் முழுதும் தங்கவில்லை; வண்டியேறி விடுகிறார்கள்.

கங்கையின் செழிப்பைச் சொல்ல முடியுமோ? இந்தப் பாரத பூமியின் வற்றாத பெருநதி – கங்கை. எட்டயபுரத்துச் சின்னக்குளத்தில் முங்கிக் குளிக்கும்போதும், தாமிரவருணியில் அமிழ்ந்து நீராடும்போதும், கிணற்றடியில் நீரைமுகர்ந்து ஊற்றிக்கொள்ளும்போதும் 'அவர்கள் கங்கே, சிந்து, கோதாவரி, நர்மதே' என்று சொல்லி முழுகுவார்கள். அந்தப் பெருநதி கங்கை...

ஆளுயரம் நிமிர்ந்து நிற்கும் இது என்ன பயிர்..?

அர்ஹரை – (துவரை) என்று வண்டியில் பயணம் செய்யும் ஒருவன் சுப்பய்யாவுக்குக் கூறுகிறான்.

பட்டுத்துணியால் தலையை மூடிக்கொண்டு ஓங்கி உயர்ந்த, ஆடவரும் பெண்டிருமாகச் சிலர் ஏறுகின்றனர்.

"இவர்கள் பொன்னகரத்துத் தேவர்களா?" என்று மலைக்கிறான்.

கங்கை கண்களுக்கெட்டியவரை சாகரமாகப் பெருகி ஓடும் ஆவணி மாதமல்லவா? முதல் நாள் மழை பெய்திருக்கிறது. எங்கும் நீர். எங்கும் பசுமை.

பாடலிபுத்திரமாகிய பாட்னா, கயா – மொகல்சராய்...

ஒரு மாலை நேரத்தில் இவர்கள் காசியில் வந்து இறங்குகிறார்கள். இந்த நிலையத்தில் பாரத தேசமே வந்து கூடி விட்டாற் போலிருக்கிறது.

"அத்தை! தேங்காயா இவ்வளவு வெளுப்பாக இருக்கிறது? அந்த அம்மாள் கையில் கொண்டுபோகிறார்?"

"இல்லேடா பிள்ளாய்! அது கத்திரிக்காய்! நறுக்கிப் போட்டால் வெண்ணெயாய், கல்கண்டாய் இருக்கும். கங்கை ஜலத்துக்குக் கவடமே கிடையாது!"

மூட்டை முடிச்சுக்களுடன் இறங்கிக் குதிரைவண்டியில் ஏறிக்கொண்டு கோதாலியாவிலிருந்து அனுமந்த கட்டத்துக்கு வருகிறார்கள்.

கரை நெடுகச் சில கோயில்களில் வெள்ளம் நிறைந்து தூபிகள் மட்டும் தெரிகின்றன.

அகமும் புறமுமாக விம்மி விரிந்துசெல்வது தெரியாமல் செல்லும் கங்கை, வெள்ளக் குழம்பானாலும் கையிலெடுத்தால் தெளிவாகத் தெரியும் நீராய்க் காட்சியளிக்கிறாள்.

சந்துகள் முதலும் முடிவும் தெரியாமல் தொடர்ந்து போகின்றன. வண்டிக்காரன் கூச்சலிட்டுக்கொண்டு, மக்களின் இடையே, குறுக்கே படுத்திருக்கும் மலையான மாடுகளை விரட்டிக்கொண்டு அந்தப் புதிய உலகில் சுப்பய்யாவைக் கொண்டு விட்டிருக்கிறான். சிவமடத்தின் வாசலில் அத்திம்பேர் நிற்கிறார்.

“நாலு நாளா வண்டிக்கு வந்து பார்த்துண்டே இருந்தேன். இன்னிக்குத்தான் வரல. ஒரே மழை, வெள்ளம், உடைப்புன்னு ரயில் வராம நின்னுடப் போறதோன்னு கவலையா இருந்தது. என்னிக்குப் புறப்பட்டேள்? என்ன சுப்பய்யா? இனிமே பொறுப்பா இருந்து நல்லபடியா முன்னுக்கு வரணும்.”

உள்ளிருந்து அத்தைப்பாட்டி வருகிறாள்.

கண் பொங்கிவர ஒரு அழுகையைக் குரலாக்குகிறாள்... பிறகு உடனே கண்களைத் துடைத்துக்கொள்கிறாள்.

“சுப்பய்யா..! வாடா குழந்தே!”

எதிரே சிவலிங்கம். பார்த்துக்கொண்டே அவன் உள்ளே செல்கையில், மொட்டை மொட்டையாக, வாழ்விலிருந்து கழித்துக்காட்டிய முடமான பெண்களின் எண்ணிக்கையைக் கண்டு, மென்மையான உணர்வுகளில் கூரம்பு பாய்ந்தாற் போல் சற்றுத் துணுக்குறுகிறான்.

இந்த வெறுமைச் சூழலில் ஒரு பூச்சுடர் போல் பார்வதி, செல்லம்மாவின் மூத்த சகோதரி, நாணத்துடன் ஓரமாக நின்று, “வாங்கோ!” என்று வரவேற்பது, மனசுக்கு இதமாக இருக்கிறது.

3

கங்கை ஓடிக்கொண்டிருக்கிறது. அநாதி காலமாக, பழமைக்கும் பழமையாய், புதுமைக்கும் புதுமையாய் ஓடிக்கொண்டிருக்கிறது. கற்றுணர்ந்து, முற்றடங்கிய முனியைப் போல் ஆழங்காணா நீர்ப்பரப்பாய்ப் படிக்கட்டுகளை எல்லாம் தன்னுள் முழுக்கிக்கொண்டு கங்கை ஓடுகிறது.

அவன் வந்த காலத்தில் படிக்கட்டுகள் நாலைந்து வரிகளே தெரிந்தன. இப்போது, இன்னும் ஏழெட்டுப்படிக் கட்டுகள் தெரிய, நீர் நன்கு தெளிந்து ஓடுகிறது. கோடையில் இன்னமும் ஒரு சிலபடிகள் கீழே போனாலும், நீர் வெள்ளம் எப்போதும் அதற்குமேல் குறையாதாம்.

"பனி உருகி வருவதால் எப்போதும் ஜலம் தணுப்பாவே இருக்கும்டாப்பா, ஜாக்கிரதையாக் குளிக்கணும்" என்று பாட்டி அவனுக்கு எப்போதும் அறிவுறுத்துகிறாள்.

மார்கழி போய்த் தை பிறந்துவிட்டது. குளிர்மிகக் கடுமையாக உடலைக் குறுக்குகிறது.

சுப்பய்யாவுக்கு என்ன குளிரானாலும், போர்த்திருக்கும் கம்பளித்துண்டுடன் இந்தக் கங்கைப் படித்துறையில் காலையிலேயே வந்து உட்கார்ந்திருப்பதற்கு மிகவும் பிடித்திருக்கிறது.

அனுமந்த கட்டத்தில் இந்தக் குளிரிலும் அதிகாலையிலே வாழ்வு மறுக்கப்பட்ட பெண்கள், இறப்பதற்கென்றே வந்து தங்கியிருக்கும்

அபலையர், மூதாட்டிகள் நீராட வருகிறார்கள். எங்கிருந்தோ வந்திருக்கிறோம் என்ற உணர்வைப் பற்றி அவனுக்கு, அவனுடைய தமிழ்நாட்டின் நினைவை, அந்த மொழியின் ஒலியால் சிந்தையை நிரப்புகிறார்கள்.

நார்மடிகளும் பழங்கம்பளித்துண்டுகளும் வறுமை வரிசைகளுமாக அந்தக் கரையில் அடைக்கலம் புகுந்திருப் பவர்கள் முணமுணக்கும் கங்காஷ்டக வரிகள். சிவோஹம் சிவோஹம் என்ற நாமாவளிகள் எல்லாம் அவனுக்குப் பழக்கமாகி'விட்டன.

கொயலாக்கரியை உடைத்து, அதைப்பற்ற வைக்கப் புகைபோட்டு வெளியே வைத்துவிடுவார்கள். தூளைப் போட்டுக் கணகணவென்று விசிறிப் பாலைக் காய்ச்சுவார்கள். காசித் தெருக்களில் பசுக்கள் சோம்பேறிகளைப் போல் அசையாமல் நிற்கின்றன. அவன் எழுந்து நடக்கிறான்.

சுப்பய்யாவுக்குக் கங்கையைப் பார்த்துக்கொண்டே யுக யுகமாக நடக்கலாம் என்று தோன்றுகிறது.

அடுத்தது அரிச்சந்திர கட்டம். விறகும் வறட்டிகளும் அடுக்கி வைத்துக்கொண்டு மனித உடலங்களின் இறுதிக் கட்டம் இங்கே என்று காட்டுகின்றன.

ஆடு, மாடு, சிறுகுழந்தைகள், முக்கால்வாசியே எரிந்தும் எரியாததுமான மனித உடலங்கள் எல்லாவற்றையும் இந்தக் கங்கை தனக்குள் இழுத்துக்கொள்கிறது. முன்பு அரிச்சந்திரன் காத்த சுடலை இது.

இந்தக் கரைகளில் புதிது புதிதாக மக்கள் வருகிறார்கள். குடைகளை ஊன்றிவைத்துக்கொண்டு, பாமர மக்களை, வெருட்டி மிரட்டிப் பணம் பறிக்கும் பண்டாக்களைச் சுப்பய்யா பார்க்கிறான்.

சந்தனமும் குங்குமமும் அட்சதையும் வைத்துக்கொண்டு பூசைசெய்ய மக்களைக் கூவி அழைக்கும் பூசாரிகள்.

இங்கே மூழ்கு, அங்கே பணம் வை என்று கொள்ளை யடிப்பவர்கள்தாம்.

கணவனும் மனைவியுமாக முடிந்துகொண்டு மூழ்கும் தம்பதி. முடி கத்தரித்துக் காணிக்கையிடும் பெண்டிர், அழுக்கோ அழுக்கு என்று பல பல காதங்கள் நடந்துவந்து அழுக்கைக் கரைக்கும் கூட்டம், வியாதிக்காரர், சப்பை மூக்கர்... கறுப்பர்...

வரிசையாகப் பித்தளைப் பாத்திரக்கடைகளில், செம்புகள் வாங்கிச் செல்லும் கும்பல்...

மிட்டாய்க்கடைகள், அன்னம் பாலிக்கும் தருமசத்திரங்கள், வேதபாடசாலைகள் ...

அனுமார் கோயில். சிந்தூரம் குழைத்துப் பூசப்பெற்ற சுயம்புவான அனுமார் வடிவம். செதுக்கப்பெற்ற தென்னிந்திய அனுமார் போலில்லை. இந்தக் கோயிலுக்கு முன் சதுரத்தில் பலாட்டியரான இளைஞர் சிலர் கஸரத் செய்கிறார்கள். பளபளவென்று உருண்ட தசைகளைக் காட்டிக்கொண்டு இருவர் மல்யுத்தத்துக்குத் தயாராக நிற்கின்றனர். இளஞ்சூரியன் அவர்கள்மீது விழுகிறது.

சுப்பய்யாவுக்கு இங்கே நின்று இவர்கள் உடற்பயிற்சிகளைப் பார்ப்பதென்றால் நேரம் செல்வது தெரிவதில்லை.

அப்போது அந்தப் பக்கம் விசுவநாதன் கம்பளிச் சால்வையும் கடுக்கனுமாக வருகிறான்.

“சுப்பய்யா! நீ என்ன இங்க வந்து நிக்கறே? பண்டிட்ஜி வந்திருக்கார். அப்பா கோவிச்சுக்கிறார்!”

சுப்பய்யா பதிலொன்றும் பேசவில்லை. இந்துஸ்தானி மொழியும் சமஸ்கிருதமும் அவன் கற்றுக்கொள்கிறான். பாடங்களனைத்தையும் அவன் முடித்துவிட்டான். அமர கோசத்தையும் சப்தம், தாது ரூபாவளிகளையும் உருப்போடச் செய்வது அவனுக்குப் பிடித்தமாக இல்லை. பாலகிருஷ்ண சாஸ்திரிகள் மடத்திலேயே இருப்பவர்தாம். மேலும் விசுவநாத னுக்குச் சுப்பய்யாவை அவ்வளவாகப் பிடிப்பதில்லை.

இவன் எப்போதும் கங்கைக் கரையில் திரிவதுபற்றி அப்போதைக்கப்போது ஏதேனும் சொல்லிக்கொண்டி ருக்கிறான்.

வீட்டுக்கு வந்து, சிறிது நேரம் பாடம் படித்துப் பின் மீண்டும் நல்ல வெயில் வரும் நண்பகலில் கங்கை நீரில் நீராடல். பகலுணவு கொண்ட பின் மீண்டும் கங்கைக்கரைதான்.

அரிச்சந்திர கட்டத்தில் சில சாதுக்கள் நெருப்பைச் சுற்றி அமர்ந்து ஹுக்காவில் புகை பிடிக்கின்றனர்.

இந்தச் சாதுக்கள் நடுங்கும் குளிரிலும் வெற்று மேனியுடனும் சுடலைச் சாம்பலுடனும் சடா முடியுடனும் இருக்கின்றனர். இந்தக் கமண்டல சந்நியாசிகளைப் பார்க்கையில் அவனுக்கு வியப்பு ஏற்படுவதும் உண்டு.

அடுத்து, அங்கே கேதார கட்டப்படித்துறையில் ஒரு சாது, ஏதோ ஓர் இலையில் ஏதோ எழுதிக் கங்கையில் விட்டுக் கொண்டிருக்கிறார். ‘வந்தே’ என்பது புரிகிறது.

சுப்பய்யா அருகில் சென்று நிற்கிறான். முடிந்துவிட்டது.

“சாதுஜீ! அது என்ன?”

“இது ஒரு யக்ஞம். கங்கோத்ரியில் இருந்து, ஒவ்வொரு கட்டமாகப் பூர்ஜபத்ரத்தில் இவ்வாறு செய்வதாகப் பிரதிக்ஞை. இறுதியில் தாரகேசுவரம் செல்வேன்...”

நரைத்த சடாமுடியும் சாந்தமான விழிகளுமாக அவர் அவனுக்கு ஆசிமொழிகிறார். அவர் அவனிடம் இந்துஸ்தானியில் கங்கையைப்பற்றிப் பேசிக்கொண்டே வேகமாக நடக்கிறார். கங்கை என்பது வெளித்தோற்றம் மட்டு மில்லை. நமது உடலின் பிரதான நாடியே கங்கை. அதன் இயக்கத்துக்கு உணவு. அதில் எத்தனை மலினங்கள் சேர்ந்தாலும் ஒட்டாமல் வைத்திருப்பது தவம்...

கங்கைக்கரையோடு செல்லும் சந்தில் ஒரு மிட்டாய்க் கடை. பளபளவென்று துலக்கப் பெற்ற பித்தளைச் சட்டியில் திருநீறும் குங்குமமும் விளங்க, அதில் பால் நிரம்பியிருக்கிறது. அடுப்பில் நெய்யில் மலாயில் செய்த ஜாமூன் பொரிந்து கொண்டிருக்கிறது.

மிட்டாய்க்கடைக்காரன் சாதுவைக் கண்டதும் எழுந்து “வந்தே, சாது மகராஜ் ஆயியே” என்று வணங்கி வரவேற்கிறான்.

பிறகு இலைத் தொன்னையில் சந்தேஷும் பேடாவும் வைத்து அளிக்கிறான்.

சாது சுப்பய்யாவை அழைத்து, தொன்னையை நீட்டுகிறார். “லேலோ!”

அவன் வாங்கி அருந்துகிறான்.

நாட்கள் புதிதுபுதிதாக மலர்ந்து தேய்கின்றன. அவனுள் அவன் புதிதாகக் கற்கும் வடமொழியின் ஒலிகள், அதன் கம்பீரங்கள் புதிய மலர்ச்சியைக் கூட்டுகின்றன. தயங்காமல் அவன் இந்துஸ்தானியைக் கணீரென்று பேசுகிறான்.

அன்று அவன் பகலில் வீடுவந்து மாடிக்குச் செல்கையில் தங்கை லக்ஷ்மி முகம் கன்றத் தேம்பி அழுதுகொண்டிருக்கிறாள்.

சுப்பய்யாவின் நெஞ்சம் கரைகிறது. “லக்ஷ்மி ஏம்மா? ஏம்மா அழறே..?”

“அண்ணா . . . நாம்ப . . . நாம்பல்லாம் ஊருக்குப் போயிடுவோம்! சின்னத்தான் என்ன எப்ப பாத்தாலும் அடிக்கிறா...”

அவளைத் தூக்கிக்கொண்டு கண்களைத் துடைக்கிறான். பால்மணம் மாறாத குழந்தைக்குத் தாலி கட்டி அறியாப் பிள்ளை கேதாரத்துக்கு மனைவியாக்கியிருக்கிறார்கள்.

கேதாரம் இந்தக் குழந்தை மாடிக்கு வந்தாலே அடிக்கிறான். தாயை விட்டுப் பிரிந்து பல நூறு மைல்கள் தனியே இருக்கும் குழந்தை…

“அழாதேம்மா… அவனை நான் அடிக்கிறேன். அழக் கூடாது நீ… நாம அங்கே உட்கார்ந்து பார்க்கலாம் வா..!”

அவளை அழைத்துச் சென்று மாடியில் வைத்துக்கொண்டு அங்கிருந்து கீழே நடமாடும் மனிதர்களைப் பார்க்கிறான்.

காரணம் புரியாத வெறுப்பும் துயரமும் மண்டுகிறது.

“அண்ணா, நாம ஊருக்கு, அம்மாட்ட போகலாம்.”

“போகலாம்.”

“சின்னத்தான் என்னப் பாக்கறப்பல்லாம் குட்டறான். சமயலுள்ளுக்குப் போடி அப்படீங்கறான். நான் வெளியில வரக் கூடாதுங்கறான்.”

“இரு இரு, நான் அத்திம்பேரிட்டச் சொல்லி அவனைக் கவனிக்கச் சொல்றேன். நீ அழக் கூடாது…”

கையில் சிலேட்டுப் பலகையுடன் அப்போது கேதாரம் சுப்பய்யாவைத் தேடி வருகிறான்.

“அம்மாஞ்சி ஏக் கானா காவோ!”

இந்த அம்மான் சேய், பாட்டுப் பாடுவதில் அவனுக்கு மிகவும் விருப்பம். அம்மாஞ்ஜியுடன் மன்னிஜியும் சேர்ந்து பாடுவார்கள். சாயங்காலம் தீபஹாரத்தி முடிந்ததும் அவனுக்கு அப்படிக் கேட்கப் பிரியம் அதிகம்.

“அது சரி. கேதாரம், நீ ஏன் லக்ஷ்மியை அடிக்கறே?”

“அவ எப்பவும் எங்கூடவே ஓடிவரா, நான் விளையாடறப்ப. அப்படித்தான் அடிப்பேன்.”

“அடிக்கக் கூடாது. அவள் உன்னைவிடச் சின்னக் குழந்தை. அம்மாவை விட்டுவிட்டு வந்திருக்கா. அவளை அடிக்கக் கூடாது. நீ அவளை அடிப்பதை விடவில்லையானால் நான் பாட மாட்டேன். மன்னிஜியும் பாட மாட்டாள்!”

கேதாரம், கபடறியாச் சிறுவன். அம்மை வடுக்கள் குழியிட்ட முகத்தில், விருப்பையும் வெறுப்பையும் ஒழிக்கத் தெரியாத இயல்பு துலங்குகிறது.

"இல்லை அம்மாஞ்சி, ஏக் கானா... நான் இனிமேல் லக்ஷ்மியை அடிக்கல."

"பார்வதி, செல்லம்மாளின் மூத்த சகோதரி, அவளுக்கு இனிமையான சாரீர வளம் இருக்கிறது. மாலையில் தீபாராதனை முடிஞ்சதும் பாரதி பாடும்போது, அவளும் இணைந்து அவருடன் பாடுவது கண்டு அத்தையும் கிருஷ்ண சிவனும் மகிழ்ச்சிகொண்டு ஊக்குவிக்கின்றனர்.

"விட்டுப் பாடம்மா! இங்கே என்ன வெட்கம்? சுப்பய்யா அல் – அசலா? ரெண்டு குரலும் மதுரமா இருக்கு!"

இந்த உற்சாகம் அவர்களிருவருக்கும் மேலும் மேலும் பாடல்களைப் பாடுவதற்கு ஊக்கமளித்திருக்கின்றன.

எனவே, கேதாரம் எப்போது நினைத்தாலும் பாடச் சொல்கிறான்.

சுப்பய்யாவுக்குப் பாட்டுப் பாடத் தடையே கிடையாதே?

"ஆனந்தக் கூத்தாடினார்... அம்பலந்தன்னிலே."

கணீரென்று கல்யாணியில் சுநாதமாக அந்தக் குரல் கீழே அமர்ந்திருப்பவர்களையும் வேலை செய்பவர்களையும் ஆட்கொள்கிறது.

கேதாரம் ஓடிச்சென்று பார்வதியையும் கூப்பிடுகிறான்.

பிற்பகல் நேரத்தில், பார்வதி ஒழிந்த பாத்திரங்களைத் துலக்கிக்கொண்டிருக்கிறாள்.

"போம்மா! சுப்பய்யா பாடற பாட்டை நீயும் கத்துண்டா, சேந்து பாடலாம் குழந்தை ஆசைப்படறான்."

பார்வதி மாடி போகும்போது, சுப்பய்யா, நடன பாவத்துடன் ஆடிக்கொண்டு பாடுகிறான்.

"மத்தள தாளமதிர முழங்க,
வளரும் ப்ரமத கணங்களிலங்கத்
தத்திமிதிகிடத் தோமென்றிலங்கச்
சபையுந்துவங்கச் சதங்கை குலுங்க..."

பார்வதியுடன் இந்தப் பாட்டுக் கச்சேரிக்குச் சுப்பிப் பாட்டியும்கூடப் படியேறி வந்துவிடுகிறாள்.

சுப்பய்யாவிடம் அத்தையும் அவள் கணவரும் மிகுந்த அன்பு கொள்வதற்கு இந்தப் பாட்டும் காரணமாகிறது.

இந்த ஆண்டு முடிஞ்சதும் அவனைக் காசியிலேயே பள்ளியில் சேர்த்து குறையான பள்ளிக் கல்வியை நிறைவாக்கி விட வேண்டும் என்று அவர்கள் முடிவு செய்திருக்கின்றனர்.

கோடை சுட்டுப் பொசுங்கத் தொடங்குகிறது.

சுப்பய்யாவின் பொழுது, முக்காலும் கங்கைக்கரைகளிலேயே போகிறது. அரிச்சந்திர கட்டம், மணிகர்ணிகைக்கட்டம், கேதார கட்டம், தசாஸ்வமேத கட்டம் என்று சுற்றியலைகிறான். இவனுக்குச் சாதுக்கள் மட்டுமின்றி, அனுமார் கோயிலின்முன் கஸரத் செய்யும் வாலிபர்கள் பலரும் நண்பர்களாகின்றனர்.

இவனுக்கு அவர்களைப் போன்ற திறந்த மேனியராக இருக்க உடல் வலிமை இல்லையே என்ற குறை இருக்கிறது. அவர்கள் யாரும் இவனைப்போல் தலைமுடியை நீளமாக வைத்துக் கொண்டிருக்கவில்லை. அவர்களில் ஒருவன் அடிக்கடி ஏதோ கவிதை வரிகளை இசைப்பதைச் சுப்பய்யா ஆவலுடன் கேட்டுப் புரிந்துகொள்ளப் பார்க்கிறான்.

அதன் மொழி தெளிவாகப் புரிகிறது இவனுக்கு.

‘ஜாகோ ஜாகோ’ என்று பாடுகிறான்.

விழித்தெழு என்றல்லவா பொருள்?

விக்ரமன், போஜன், ராமன், பலி, கருணன், யுதிஷ்டிரன், சந்திரகுப்தர், சாணக்யன் போன்ற புகழ்வாய்ந்த மன்னர்கள், அறிவாளிகள் எங்கே? க்ஷத்திரியர், வீரர் எல்லோரும் போய்விட்டனரா?...

இவன் செவிகள் கூர்மையாகின்றன.

ஸீகத கோஉ நகலா, உதர பலி ஜீவத கேவல.

ஒரு கலையும் கற்பதில்லை. வயிற்றுக்காக வாழும் வாழ்க்கை...

மிருகங்களும் இரை எடுக்கின்றன. சோறுண்டு கங்கை நீரைக் குடிப்பதுமாக வாழ்வா?

நம் செல்வம் அந்நியர் கொண்டுபோயினர்...

ஓ...

நாம் விதேச வஸ்துக்களை வாங்குகிறாம், நாமே எதுவும் செய்வதில்லை...

இளைஞன் பாரதிக்கு உதடுகள் துடிக்கின்றன, செவி மடல்கள் சிவக்கின்றன.

“நண்பா? இது ஏது கவிதை? என்ன பாட்டு?”

“தெரியாதா? ப்ரபோதினி... ஹரிச்சந்திரரின் பாட்டு.”

“ஓ..? நிறையப் பாடியிருக்கிறாரா?”

“ஆமாம். பெரிய கவி. நாடகக்கர்த்தா. ஆனால் முப்பத்தைந்து வருஷம்தான் வாழ்ந்தார் ... 1885–லேயே மறைந்தார்.”

“என்ன பேர் ...”

“ஹரிச்சந்திரர், பாரதேந்து ஹரிச்சந்திரர். சுக்லாஜி, ராம் லீலா மண்டலியில் இவர் எழுதின நாடகம்கூடப் போடுகிறார்கள் ...”

சுப்பய்யா நிச்சயம் செய்துகொள்கிறான்.

இந்த நண்பர்களுடன் பாரதேந்துவின் பிரபோதினி கவிதைகளைத் தானும் கற்றுக்கொள்கிறான்.

“ஸப தேஸன கீ கலா ஸிமிடீகே இத ஹீ ஆவ!

கர ராஜா நாஹி, லேஇ, பிரஜன பை ஹேத படாவை” என்று முணுமுணுத்து ரசித்துக்கொள்கிறான்.

“எல்லாத் தேசங்களிலிருந்தும் கலைகளை இங்குகொண்டு சேர்ப்பீர்!”

பாரதேந்து இந்தி மொழியை எளிய மக்களும் புரிந்து கொள்ளப் பாடினார். பாரதேந்து வைணவகுடியில் வைதிக மரபில் பிறந்தாலும், பழைய மூடச் சம்பிரதாயங்களை உடைத்தார். கப்பலேறிப் போகலாம்; பால்யவிவாகம் கூடாது; பெண்கள் கல்வி கற்க வேண்டும்...

ஆகா! இளைஞனான சுப்பய்யா பூரித்துப்போகிறான். இந்த இலட்சியங்களை அவனும் கொள்வான்!

அன்று அரிச்சந்திர விழா! நாடக மண்டலியில் பாரதேந்துவின் நாடகம் பார்க்கப் போகும் இளைஞர்களுடன் சுப்பய்யா சேர்ந்துகொள்கிறான்.

“விசுவாமித்திர மகரிஷி, திமிர்பிடித்து அரிச்சந்திரனைப் பாடாய்ப்படுத்துவது... அபாரமாக இருக்கும்!” என்று லால்சந்த் தெரிவிக்கிறான்.

பாரதி சட்டென்று, “மகரிஷியை இவ்வாறு சொல்லாதே; அவர் மகா உத்தமர்!” என்று குறுக்கிடுகிறான்.

மற்றவர்களுக்கு ஒரே வியப்பு. “விசுவாமித்திரர் உத்தமர் என்பது இதுவரை கேள்விப்பட்டிராத சமாசாரம்!”

“நீங்கள் கேள்விப்படவில்லையென்றால் அவர் குற்றவாளியா? அவர் நமக்கு முன்னுதாரணமாகக் கூடியவர். தாமே முயன்று பிரும்மரிஷி பதவியை எய்தியவர். ஒரு

மனிதன் கீழிருந்து மேல்நிலைக்குச் சுயமுயற்சியில் போகலாம் என்பதற்கு விசுவாமித்திரரை விடச் சிறந்த உதாஹரண புருஷர் யார்?"

"வாஹ்வா..!" என்று அமைதியாகக் கேட்டுக் கொண்டிருக்கும் பண்டிட்ஜி புகழுகிறார்.

"பண்டிட்ஜி, இந்தக் கதை வேண்டாம். அரிச்சந்திரனைத் தான் பொய்யாக்க வேண்டும் என்று கொடுமைப்படுத்தினாரா இல்லையா விசுவாமித்திரர்?"

"பாரதி, என்ன பதிலைச் சொல்கிறாய்?"

"நான் கேட்கிறேன், இப்போது சத்தியசந்தர் என்று நீங்கள் புகழும் அரிச்சந்திரன் வாக்கு மாறவில்லையா..?"

"இதென்ன பொய். அபாண்டம்? அரிச்சந்திரன் வாக்கு மாறினான் என்றால் யார் நம்புவார்கள்?"

"கொஞ்சம் சிந்தனை செய்யுங்கள்! சந்திரமதியைக் கல்யாணம் செய்துகொள்ளும்போது, அக்கினி சாட்சியாக இவளைக் கைவிட மாட்டேன் என்ற வாக்குக்கு உட்பட வில்லையா?"

நண்பர் குழாம் பிரமித்துப்போகிறது.

பண்டிட்ஜி, 'வாஹவா' என்று ஆர்ப்பரிக்கிறார்.

"பின் என்ன செய்தான்? காசி நகரில் அவளை விற்கத் தயங்கவில்லை. அவன் பிரமாணம் அப்போது எங்கு போயிற்று? விசுவாமித்திரரிடம் வாக்குத் தவறலாமா? விசுவாமித்திரர் எதற்காக அரிச்சந்திரனைச் சோதனை செய்தார். தெரியுமா?"

கணீரென்ற கேள்வி. மொழிதான் எத்துணை லாவகமாக வருகிறது?

"வசிஷ்டரிடம் சவால் விட்டுத் திண்டாடினார். அதுதான் காரணம்!" ராமலால் வர்மா கேலியாக நகைக்கிறான்.

"அதுதானில்லை. உன்னதமான தவசிரேஷ்டர்களிடம் போட்டியும் பொறாமையும் புகட்டுவது வெறும் புளுகு. விசுவாமித்திரரின் தவவலிமையை அரிச்சந்திரன் போற்றினான்."

"முனிவரே, என்னுள் மும்மூர்த்திகளையும் காண வேண்டும், அருள் தாரும்" என்றான்.

"வாக்கைச் சத்தியமாக்கிக்கொள்ள வேண்டும். அப்பனே நீ சுகபோகங்களில் திளைக்கும் அரசன், உன்னால் அந்தத் தன்மையை அடைய முடியாது. சிரமம்" என்றார்.

ஆனால் அரிச்சந்திரனோ, "முனிவரே, தங்களால் இயலாத காரியம் உண்டா? திரிசங்குவுக்காகச் சொர்க்கமும் படைத்தீர்! எனக்கு வாக்குச் சத்தியம் காக்கத் தாங்கள் அருள் செய்ய லாகாதா" என்று விழைந்தான். அதன் பலன் இந்த வரலாறு!"

"அபாரம்... பாரதி! நீ பாரதேந்துவுக்கு மேல் போகிறாய்!" என்று பண்டிட்ஜி புகழ்ந்துரைக்கிறார்.

பெருமை எல்லை கொள்ளவில்லை.

நாடகம் நடக்குமிடம் சென்று பார்த்துவிட்டுத் திரும்ப வெகுநேரம் ஆகிறது. பிறகுதான் வீட்டு நினைவே வருகிறது.

சிவமடத்துக்குத் திரும்புகையில் இரவின் சந்தடிகள் அடங்கி இருக்கின்றன. ஆனால் அத்திம்பேர் கிருஷ்ணசிவன் முன் வாசலில் அவனுக்காகப் பார்த்துக்கொண்டிருக்கிறார்.

"வாரும் பண்டிதரே! நாழி என்ன ஆயிருக்குன்னு தெரியுமா?"

சுப்பய்யாவின் மகிழ்ச்சி, பொங்கிய பாலில் நீர்த்துளி பட்டாற்போல் அடங்கிப்போகிறது; பதில் எழவில்லை.

"நீர் பெரிய மேதாவி. ஏன் ஓய், பரீட்சை தேறலேன்னா, இந்தக் கல்வியே சரியில்லைன்னு பிரசங்கம் பண்ணுவீர். ஊரில் உமது புலமைத் திறமெல்லாம் கேள்விப்பட்டுத்தான் இங்கே வரட்டும் என்றோம். இங்கே வந்து ஒழுங்காகப் படித்து ஏதேனும் உத்தியோகத்துக்குப் போய் நல்லபடியாகக் குடும்பம் நடத்தணும்னு உத்தேசம் இருக்கான்னே தெரியலியே?"

அத்திம்பேர் கோபம் என்பது பெரிய விஷயம். சுப்பய்யா இப்போதும் ஏதும் பதில் மொழியவில்லை. நின்ற இடத்தை விட்டும் நகரவில்லை.

"உள்ள வாடா குழந்தை..."

அத்தையின் குரல் அவனை உள்ளே நகரச் செய்கிறது.

"சுப்பய்யா! உனது நன்மைக்குத்தானே அத்திம்பேர் சொல்றார்? அஸ்தமிச்சா சந்தி ஜபம் பண்ணிட்டு வந்து படிக்க வேண்டாமா? ஆச்சு, மாசம் பொறந்து பள்ளிக் கூடமோ, எதுவோ சேர்ந்து பரீட்சை கொடுக்க வேண்டாமா? இந்தக் கங்கைக்கரை பைராகி, பாஷாண்டி கூட்டத்தோடு வெட்டிப் பேச்சுப் பேசிண்டு வேடிக்கை பாத்துண்டு நேரம் போதில்லாம காலத்தைக் கழிக்கலாமா? போது ரொம்ப ஆயிடுத்துப் பார்!"

"அப்படி ஒண்ணும் வெட்டியாப் பேசல அத்தை. நான் இந்துஸ்தானியில் தர்க்கம் பண்ணினேன். அனுமான்

மந்திருக்குமுன்ன அங்க ஒரு பண்டிட் இருக்கார். அவர்கூட ரொம்ப நன்னா நான் பேசினேன்னார்…"

"சரி, கைகால் அலம்பிண்டு சாப்பிடவா…"

சுப்பய்யா சமையலறைக்குச் செல்கிறான். கை விளக்கைத் தூண்டிவிட்டு அத்தை தையல் இலையொன்றைப் போட்டு அமுது படைக்கிறார்.

"சுப்பய்யா, விசுவநாதன் சொல்றான், நீ வெறும் அரிச்சந்திர கட்டத்திலும் மணிகாணிகை கட்டத்திலும் பரதேசி பைராகிகளோட திரியறேன்னு. எனக்கு ரொம்பக் கவலையாயிருக்கு. அவா எதானும் குடுத்தா வாங்கித் தின்னுடாதே. உனக்குக் குடும்பம்னு வந்தாச்சு. நீ சர்க்கார் பரீட்சை கொடுத்து பாசானா, அத்திம்பேர் தெரிஞ்சவா மூலம் ஏதோ சொல்லி நல்ல வேலை பண்ணிவைப்பர். நீ கெட்டிக்காரன். உன் அப்பாதான் தான்தோணியா எதையோ விநோதமாச் செய்து முன்பின் தெரியாம காலை விட்டுக் குடும்பத்தை அநாதையாக்கிட்டுப் போயிட்டான். உனக்குக் கருத்து வேணும். நீ சமத்தாயிருக்கணும். நீ படிச்சு நல்ல பேரெடுக்கணும்…"

சுப்பய்யாவுக்குப் போட்ட கவளம் நெஞ்சிலேயே நிற்கிறது; நீரைக் குடித்து விழுங்குகிறான்.

மாடியில் வந்து படுத்துக்கொண்டாலும், அரிச்சந்திரனும் விசுவாமித்திர மகரிஷியும் தெரிகிறார்கள்.

அந்த அரிச்சந்திரன். இந்தச் சுடலையில் இருந்தான். அவன் சத்தியம் காத்தான். அவனுடைய சொந்த மனைவி, ராச்சியம் எதையும் பொருட்டாக்கவில்லை. அப்போது இந்தக் காசி, கங்கை இருந்தது. அப்படிச் சத்தியம் காத்த ராஜா இருந்த நாட்டில், அவன் அப்பா இயந்திரசாலையை ஓட்ட முடிய வில்லை. அவர் கண்மண் தெரியாமல் காலை விட்டாரா? பாரதேந்து அரிச்சந்திரர் இன்னும் என்ன பாடினார்?

கங்கை அன்றும் இன்றும் என்றும் இருக்கிறது; இருந்தது; இருக்கும். கங்கை உன்னுள் ஓடும் சத்தியம்.

வெகுநேரம் அவனுக்கு உறக்கம் வரவில்லை. வித்து முளை விட வேர் மண்ணில் இறங்குகிறது.

4

மழமழவென்றிருக்கும் மோவாயைத் தடவிக்கொண்டு, சுப்பய்யா தன் கைச்சிறு கண்ணாடியில் அழகு பார்த்துக்கொள்கிறான். கருகருவென்ற கட்டுக் குடுமிக்கேசம் நீராடிய ஈரம் உலரவில்லை. அதை உலர்த்திக்கொள்வதற்கில்லை. கல்லூரிக்குச் செல்ல நேரமாகிவிடும். தலையில் ஒரு தொப்பி இல்லாமலும் செல்ல இயலாது.

"அம்மாஞ்சி!" என்று கூப்பிடும் மென்குரல் கேட்கிறது.

பார்வதிதான் நிற்கிறாள்.

"இன்னிக்குச் சுருக்க வந்திடுவேளா?"

"ஏன்? இன்னிக்கு என்ன விசேஷம்?"

"இல்லே, யாரோ பாகவதர் வந்திருக்காராமே? சாயங்கால தீபாராதனை ஆயி பாடப்போறாராம்."

"அதுக்குள்ள நிச்சயமா வந்துடுவேன். அங்க ஒண்ணும் சுவாரசியமா இல்லன்னா, போனதும் வந்துடுவேன்... லக்ஷ்மி என்ன பண்றா?"

"உள்ள விளையாடிண்டிருக்கா..."

"சரி, கேதாரம் அடிக்காம பாத்துக்கோ..."

காலையுணவருந்தி சட்டை, குளோஸ் கோட்டு, கோட்டுப்பையில் நாலைந்து காகிதங்கள், ஒரு பென்சில், இடுப்பில் பஞ்ச கச்சம், பட்டைத்

திருநீறு, குடுமிக்குமேல் தொப்பி என்ற கோலத்துடன் சுப்பய்யா கல்விச் சாலைக்கு இறங்குகிறான்.

அரிச்சந்திரன் பெயரைத் தாங்கிய கடைவீதி, குழுமும் யாத்திரீகக் கும்பல், எக்கா, டாங்கா, சாரட்டு என்ற பல்வேறு வகை வண்டிகள், வியாபாரிகள், மாடுகள் என்ற நெருக்கடிகள் கடந்து செல்கிறான்.

நெல்லையில் முனைமுறிந்த கல்வியின் முழுமையை இங்கே தேடிக்கொள்ளச் சேர்ந்திருக்கிறான். ஜய நாராயணன் கலாசாலையின் ஆங்கிலம், சமஸ்கிருதம், முக்கியமான மொழிப் பாடங்கள், இந்துஸ்தானியும் உண்டு.

சாகுந்தலம், காதம்பரி படிக்கிறான். அன்று முதல் வகுப்பு ஆங்கிலம். ஷெல்லியின் கவிதைகள் அவனுக்கு மிகவும் உகப்பாக இருக்கின்றன.

க்வீன் மாபில் வரும் வரிகள் அவனுக்குப் பாடமாகவே பதிந்துவிட்டன.

But wealth the Curse of man - Blighted the bud of its prosperity; virtue and wisdom, truth and liberty...

எத்தனை பொருள் பொதிந்த உண்மை? பொருள் பெருக்கத்தான் அவன் தந்தை முயற்சிகள் செய்தார். ஆனால் அங்கே அவருக்குச் சுதந்திரமில்லை என்றாகிவிட்டது.

"அரே, பாரதி! என்ன, முகத்தை மழுங்க அடித்துக் கொண்டிருக்கிறாய்? நானும் பார்க்கிறேன். உங்கள் குடும்பத்தில் வாராவாரம் எவரேனும் கைலாசம் போய்ச் சேருகிறார்களா?"

ஜய நாராயண் சர்மா இடிஇடி என்று சிரிக்கிறான்; உடன்படிக்கும் வகுப்புத் தோழன். கங்கைப் பிரதேசத்துப் பிராமணன்; இவன் முறுக்கு மீசையும் வைத்திருக்கிறான். இந்து என்பதற்கடையாளமான நாலைந்து கொத்து முடிகளை விட்டுவிட்டுக் கருகருவென்று தொப்பி போல் கிராப்பாக்கிக் கொண்டிருக்கிறான்.

சுப்பய்யாவுக்கு முதலில் புரியவில்லை. "என்ன, வாராந்தரச் சவரம்தான். நீங்கள் செய்துகொள்வதில்லையா?"

"அதில்லை பாரதி, மீசையைக்கூட அதற்காக மழுங்கச் சிரைத்துவிடுகிறீர்களே? நாங்கள் அப்படிச் செய்ய மாட்டோம். ஏதேனும் துக்கம் நடந்தாலே மீசையையும் எடுப்போம்!"

"ஓ... அப்படியா சங்கதி? தென்னிந்தியாவில் பிராமணர் மீசை வைத்துக்கொள்வது வழக்கமில்லை. அவ்வளவுதான்..."

இதைக்கேட்ட நண்பன் பின்னும் இடிஇடி என்று சிரிக்கிறான்.

"அரே! பிராமணர் பெண்டிருக்குச் சமமானவரா..."

ஆஹா ஹா என்ற சிரிப்பு.

சுப்பய்யாவுக்குச் சிரிக்கத் தோன்றவில்லை; சுருக்கென்று தைக்கிறது.

பிராமணர்..!

உயர் ஒழுக்கம் – வேத அறிவு, ஞான வீரியம் ஆகிய முதன்மைச் சம்பத்துக்களைத் தேடிப் பெறுபவர்... அவர்கள் மீசையை, ஆண்மைக்கு அறிகுறியான மீசையைக் களைந்து விட்டு, ஞான ஒழுக்கம், வீரியம் எதுவுமில்லை என்று கூனிப் போனார்கள்! மடத்தன்மை மிகுந்த ஒழுக்கமற்ற ராஜாவிடம் கைகட்டி நிற்கும் அடிமைகளான ஊர்ப்பிராமணர்களின் உருவங்கள் கண்களில் நிழலாடுகின்றன. ஏன், இந்த அத்திம்பேர்... மடம், எல்லாம் எட்டயபுரம் சிங்கம்பட்டி ஜமீன் ஆதரவில்தான் வாழ்கின்றனர்..!

சே! சீச்சீ..!

அவனுடைய உள்ளத்தில் உயிர்த்துவிட்ட மோதல் எதை எப்படி எதிர்ப்பது என்று திட்டவட்டமாகப் புரிந்திராத எதிர்ப்புணர்வு, வகுப்பில் பொருந்தவில்லை.

கண்கள் அங்குமிங்கும் சலிக்கின்றன.

திடீரென்று ஓர் அறிக்கை அவர்களுக்கு வருகிறது.

எல்லோரும் பொதுக்கூடத்துக்கு வர வேண்டும். மிஸஸ் பெசன்டின் பிரசங்கம் மாணவர்களுக்கு...

மிஸஸ் பெசன்ட்...

இவளைப்பற்றி இங்கே கேள்விப்பட்டிருக்கிறார்கள். இவள் வெள்ளைக்காரி, கிறிஸ்தவத்தை விட்டு இந்து மதத்தைத் தழுவி விட்டாளாம். காசியில் வந்து வீடு வாங்கிக் குடியேறியிருக்கிறாளாம்! அவளைப் பார்க்க வேண்டும் என்ற ஆவலில் சுப்பய்யா பிரசங்கம் நடக்க இருக்கும் கூடத்துக்கு மற்றவர்களுடன் செல்கிறான்.

இவள் இந்து மதத்தின்மீது மிகுந்த ஆர்வமும் இலட்சியமும் கொண்டிருக்கிறாள். இந்தக் கல்விக்கூடம் சிறந்த இந்துக் கல்விக்கு எடுத்துக்காட்டாகச் சகல வசதிகளையும் உயர்வையும் பெற வேண்டுமென்பது அம்மையாரின் குறிக்கோள்.

மாணவர்கள் அனைவரும் சிறந்த இந்துக்களாக வேண்டும் என்று நம் இந்திய தத்துவத்தை உலகின் முன் எடுத்துக்காட்டும் நோக்கத்தோடு வந்திருக்கும் மிஸஸ் பெசன்டை அறிமுகம் செய்துவைக்கிறார் ஆசிரியர்.

தலைவருடன் அந்த அம்மை வருகிறாள்.

சுப்பய்யாவின் நினைவுப்பொறிகள் மின்னுகின்றன, அவன் இவளை, ஒருநாள் கோதாலியாவில் கோச் வண்டியில் பார்த்தானே?

கறுப்பும் வெண்மையுமான கேசம் முன்பக்கம் அலைச் சுருளாகப் படிந்திருக்கிறது. பின்புறம் சுத்தமான கிராப்பு. காசிப்பட்டில் மினுமினுக்கும் நீண்ட அங்கியும் மடிப்பான உத்தரியமும் தரித்திருக்கிறாள். கைவிரலில் ஒரு மோதிரம் அணிந்திருக்கிறாள். அதன் கல் பெரிதாகக் கவர்ச்சியாக இருக்கிறது. முகத்தோற்றம் கம்பீரமாக இருந்தாலும், சுப்பய்யாவின் நெஞ்சத்தில், 'ஹும், இவள் என்ன இருந்தாலும் ஆளும் வர்க்கத்து வெள்ளைக்காரியல்லவா' என்று மூண்ட வெறுப்பில் கனிந்துகொண்டிருக்கிறான்.

அவளை வரவேற்றுத் தலைவர் பேசிய குரல் அவன் சிந்தைவரை படியவே இல்லை.

அவள் எழுந்து பேசும் ஒலி, சரேலென்ற ஒரு மந்திர அலைகளைப் பரப்பினாற்போன்று தோன்றுகிறது. அவள் பேச்சை ஏற்கும் மனப்பாங்கு அவனிடம் இல்லை. என்றாலும் அவன் சிந்தையைத் தேடி வந்து பிணிக்கும் குரலாக அது இருக்கிறது. அவனுடைய எதிர்ப்புச் சக்திக்கு வடிகால் கொடுப்பது போல் பின்வரும் சொற்கள் பதிகின்றன.

> *India in the past was given by the supreme the one great duty among the nations of the world to be the mother of religion to be the cradle of faith, to send out to all other peoples the truth of spiritual life. As gradually she fell away from the position of the mighty imperial mother of the world's faith she lost all else that had made her glorious in the past. Her wealth diminished; her independence was gradually undermined. Lower and lower she sank, until her people welligh cost their place among the nation.*

[உலக நாடுகளுக்குச் சமயங்களின் தாயாய் விளங்கவும், நம்பிக்கையைப் பேணி வளர்க்கும் தாயகமாகத் துலங்கவும், ஆன்மீக வாழ்வின் உண்மைகளை ஏனைய மக்களுக்கெல்லாம் உணர்த்தவும் ஆகிய பெருங்கடமையை இந்தியாவுக்குச் சென்ற

காலங்களில் இறையாற்றல் நல்கியிருந்தது. ஆனால் நாட்கள் செல்லச் செல்ல, இந்தியா அந்த உன்னத நிலையிலிருந்து இழிந்தது. உலகின் எல்லாச் சமயத் தத்துவங்களுக்கும் உன்னதமான தாயாம் அரசபீடத்தை இழந்தது. சென்ற காலங்களின் புகழெல்லாம் போனபின் செல்வங்களும் அழிந்தன. சுதந்திர நிலையும் காலப்போக்கில் மாறிவிட, மேலும் மேலும் தாழ்ந்து, மக்கள் உலக நாடுகளிடையே எந்த மதிப்பும் அற்றவர்களாகச் செல்வாக்கு இழந்தனர்.]

இந்தச் சொற்கள், சுப்பய்யாவின் கொதிக்கும் நெஞ்சில் கனல்களாகப் பாய்ந்து அவன் உணர்ச்சிகளுக்கு மேலும் எரியூட்டுகின்றன.

நிறுத்து என்று கத்துவதற்கு நாத்துடிக்க அவன் எழுந்திருக்கிறான்.

அவன் துடிப்பை உணர்ந்த ஆசிரியரொருவர் அவனை உட்காரச் சொல்லி அடக்குகிறார்.

பேச்சு மேலும் தொடர்ந்துகொண்டிருக்கிறது.

Her dust in not yet on the funeral pyre. India still lives breathing faint and low. India, the ancient mother...

[இந்தியாவின் பெருமைகள் இன்னும் முற்றிலுமாக அழிந்துவிடவில்லை. மிகவும் பலவீனமான நிலையில், அந்தப் பெருமைகள், புராதனமான தாய்க்குரியதாக ஜீவித்துக் கொண்டிருக்கிறாள்.]

இவள் யார், இதைச் சொல்ல? பாலை உறிஞ்சிக்குடித்து விட்டு, எங்கள் மேன்மைகளை வற்ற அடித்துவிட்டு, எங்களிடம் இதைச் சொல்லி குத்துகிறாயோ?

அவன் பரபரக்கிறான். பேச்சு இன்னமும் நீண்டு செல்கிறது.

I will take some of my children's souls... and send them forth to other nations. They will be born among other peoples... Their love shall remain when the love of the children in my land has grown cold. Then I will bring them back to my household...

[எனது மக்களில் சிலரின் ஆன்மாக்களை நான் உலகின் வேறு நாடுகளிடையே கொண்டு செல்வேன். வேறு மக்களிடையே அவர்களை உயிர்பெறச் செய்வேன். அவ்வாறு பிறப்பெடுத்தவர்கள், எனது இந்திய நாட்டின்பால் பேரன்பு கொண்டு ஒளியற்றுப்போன இம்மக்களிடையே அன்பு பாராட்டுபவர்களாக வருவார்கள்.]

சுப்பய்யாவினால் கேட்டுக்கொண்டிருக்க முடியவில்லை; விருட்டென்று எழுந்திருக்கிறான்.

"முடியாது! இது அபத்தமானது..!"

"உட்கார்! உட்கார்! இடையில் குறுக்கிடுவது ஒழுங்கீனம்!"

பெரியவர்கள், பொறுப்பாளர் அவனை அமர்த்துகின்றனர்.

அந்த அம்மை மற்றவரைக் கையமர்த்திப் புன்னகை செய்கிறாள்.

"நான் பேசி முடிக்கிறேன். பிறகு ஐயம் இருந்தால் கேட்கலாம்!"

"இல்லை, இந்த நாட்டுக்கு விமோசனம், இந்த மண்ணில் பிறந்த பெண்களால், ஆண்களாலன்றி எங்கிருந்தோ வருவதா? ஒப்ப முடியாது..!"

"பாரதி! உட்கார்!"

சுப்பய்யா விருட்டென்று எழுந்து கலாசாலையை விட்டே வெளிவருகிறான்,

பூமிதேவியே பூரித்துப் பசுங்கோலம் காட்டும் சரத் காலம். ராம்லீலா உற்சவங்களும் துர்கா பூஜைக் கோலாகலங்களும் வண்ணம்காட்டும் எழில் எங்கும் துலங்குகின்றது. உங்கள் தேசத்தில் என்ன உண்டு? ஒரு கையகலத்தேசம். உலகம் முழுவதும் கால்வைத்து இரத்தம் உறிஞ்சுகிறார்கள்.

மடத்து வாசலிலும் கலகலப்பாக இருக்கிறது. அண்டிப் பிழைக்கும் பிராமணக் கூட்டம் என்று தோன்றுகிறது.

மாடிப்படியில் அவன் ஏறிவிட்டது கண்டு பார்வதி வருகிறாள்.

"அம்மாஞ்சி! நான் சொன்னதுக்காகவா சுருக்க வந்திருக்கேள்?"

லக்ஷ்மி தாவி வருகிறாள். "அண்ணா அண்ணா என் பட்டுச்சட்டை பாரு! ரோஸ், பட்டுச்சட்டை!"

"ஓ, ரொம்ப நன்னாயிருக்கே?"

"நவராத்திரியாச்சே. அத்தை வாங்கித் தச்சா..." என்று மகிழ்ச்சிகொள்ளாமல் தடவிக்கொள்கிறாள்.

அவன் மேல் சட்டையெல்லாம் கழற்றிவிட்டுக் கீழிறங்குகையில் மடத்தில் புதிய புதிய முகங்கள் தென்படுகின்றன.

"சட்டியில் தயிரும் வாழையிலையுமாக வருபவர்களும் அம்மி, உரலில் அறைப்பவர்களுமாகப் பயணிகள் சிவமடத்தில் மொய்த்திருக்கின்றனர்.

உட்புற அறை ஒன்றிலிருந்து ஏதோ உருப் புரியாத மந்திர ஒலி வருகிறது, 'மம'ன்று சொல்றது, ஜலத்தை புரோஷிக்கிறது..." என்ற இடை வார்த்தைகள் அவன் வெறுப்பை மேலும் கிளறிவிடுகின்றன.

"அம்மாஞ்சிக்குக் கோபம்போல இருக்கு! பசியா? இலை போடட்டுமா?"

"பூஜையெல்லாம் ஆயிட்டுதா?"

"நித்தியப்படி பூசை நைவேத்யமாயிடுத்தே?"

இலைபோட்டு நீரெடுத்து வைக்கிறாள்.

"இன்னிக்கு அந்த வெள்ளைக்காரி பெசன்ட் வந்து லெக்சர் அடிச்சா. எனக்கு ஒரே கோபமாக வந்தது. அதான் வந்துட்டேன்!"

"வெள்ளைக்காரி, யாரு..? அவ அப்படி என்ன பேசினா?"

"அதான், அவா ஊர், மதாசாரத்தலேந்து துரத்திட்டான்னு சொல்லிக்கிறா. அவ இந்துவாயிட்டாளாம். இங்க வந்து பேசறா, நம்ம பாரத தேசத்து ஜனங்களெல்லாரும் சுத்தப் பிரயோசனமில்லாத அடிமைகளாயிட்டோம்னு இந்து மாதா அவளை அங்கேருந்து இங்கே வந்து கைத்தூக்கி விடச்சொல்லியிருக்காளாம்! அவ வந்து இங்கே புதிசா உயிர்ப்பிக்கப் போறாளாம்! அபத்தம். நம்ம பெருமை, சுபிட்சம் எல்லாத்தையும் உறிஞ்சினது யார்? இவாதான் குழந்தையையும் கிள்ளித்தொட்டிலையும் ஆட்டறாப்பல பேசினா, எனக்குக் கோபமா வந்தது!"

"நீங்க இப்படி எழுந்துண்டு வந்ததுக்காக உங்க வாத்தியா ரெல்லாம் கோவிச்சிக்க மாட்டாளா?"

"ஆமாம். என்னத்தைக் கோவிக்கறது? கேட்டால் அவள் சொன்னது சரியில்லை என்பேன். ஆனால் அவாள்லாம் இதைக் கேட்டுண்டு சும்மா இருக்காளே? இந்தப் புது வியாக்கியானத்துக்கு ஒருத்தரும் வாய் திறக்க மாட்டாளோ?"

"ஏன்?"

"ஏன்? இந்தத் தேசத்தை அவா ஆளறா. அங்கேருந்து அவ வந்திருக்கா. அவ வாயிலேந்து எதைச் சொன்னாலும் வேதம்ங்கற மாதிரி கேக்கறா. பார்வதி நாமெல்லாரும்

சுதந்திரமான பிரஜைகளா இருக்கணும். அப்பத்தான் நமக்குப் பெருமை..."

அப்போது விசுவநாதன் அங்கு வருகிறான். தந்தையின் செல்வம், மடத்தின் பொறுப்பு எல்லாவற்றுக்கும் அவன் உரியவன். எனவே அவனுக்குக் கல்வி கற்று வயிற்றுப் பிழைப்புக்கு உத்தியோகம் பார்க்க வேண்டும் என்ற அவசியம் இல்லை.

கைகளில் மோதிரங்கள் மின்னுகின்றன. காதுகளில் நெருப்பாய் ஒளிவீசும் கடுக்கன், அவனுடைய கறுத்த மேனிக்கு மிக எடுப்பாக இருக்கிறது.

"மாப்பிள்ளையும் மச்சினியும் என்ன சல்லாபம் பேசிண்டிருக்கேள்?"

பேச்சில் ஒரு குத்தல் இழைகிறது. ஆனால் பதினான்கு வயசான பார்வதிக்கு இன்னும் ஒரு கபடமும் புரியவில்லை. அவள் இயல்பும் பளிங்குதான்.

"அம்மாஞ்சி சொல்றதைக் கேளுங்கோ! நாமெல்லாரும் சுதந்திரமான பிரஜைகளா இருக்கலியாம்!"

"இப்ப இவனுக்கென்ன ஸ்வதந்திரத்துக்குக் குறைச்சலாயிட்டது? எனக்குத்தான் அப்பா அங்கே போ, இங்கே போ, அதைப் பார், இதைப் பார்னு ஆயிரம் காரியம் சொல்கிறார். இப்ப நான் ஸ்டேஷனுக்குப் போகணும். ஜமீன்காரா ஆரோ வராளாம். ரயில் எப்ப வருமோ? இவனுக்கு ஒரு தொல்லையில்லை. படிக்கப்போறேன்னு பேரைப் பண்ணிட்டுக் கங்கைக்கரையில் குஷியா காலந்தள்றான்!"

விசுவநாதனிடம் எதையும் விவரித்துப் புண்ணியமில்லை. அவனுக்கு சுப்பய்யா ஆங்கிலம் பேசுவது, படிப்பது பொறாமை. அவன் சொற்களில் குற்றம் கண்டுபிடிப்பவன்.

"சரி சரி, எனக்கும் இலையைப் போடு!"

சுப்பய்யா சாப்பிட்டுவிட்டு எழுந்துபோகிறான்.

நவராத்திரிக்குச் சண்டி ஹோமம், விசேஷ பூசை எல்லாம் நடக்கின்றன. வெளியே ராம்லீலா உற்சவங்கள்; எங்கு பார்த்தாலும் பஜனை, பாட்டு, நாடகம், கதாப் பிரசங்கங்கள் என்று கோலாகலமாக இருக்கிறது. சரசுவதி பூசையன்று மாலை, பெண்கள் அனைவரும் கூடத்தில் கூடியிருக்கிறார்கள்.

சீதாராம சாஸ்திரிகள் துர்கா – லக்ஷ்மி – சரஸ்வதி வழிபாட்டின் மகிமையைப் பற்றிச் சொற்பொழிவாற்றுகிறார்.

இது முடிந்ததும், சுப்பய்யா சியாமளா தண்டக சுலோகங்களைப் பாடுகிறான்.

பாடி முடிந்ததும் யாரும் எதிர்பாராதவண்ணம், "பெரியவர்களுக்கும் இங்கேயிருக்கும் எல்லாத் தாய்மார்களுக்கும் சகோதரிகளுக்கும் நமஸ்காரம். இப்போது இந்த ஸபையில் சில வார்த்தைகளை நான் சொல்ல நினைக்கிறேன்" என்று தொடங்கி, இந்தப் பாரத நாட்டில் தேவி வழிபாடு பற்றி சீதாராம சாஸ்திரிகள் கூறியதைக் குறிப்பிடுகிறான்.

"நதிகள் நமக்கு மாதா; கல்விக்கு அதிதேவதை சரஸ்வதி. செல்வத்துக்கு அதிதேவதை லக்ஷ்மி, வீரத்துக்கு அதிதேவதை துர்க்கை. ஆனால் நமது ஸ்திரீகள் எந்தவிதமான கல்வி பாக்கியமும் பெறாதவர்களாக இருப்பதுதான் துர்ப்பாக்கியம். ஸ்திரீகள் அறிவு பெற்றால்தான் வீரமும் ஆண்மையுமான மக்களை இந்தத் தேசத்தில் உருவாக்கலாம். அதுவும் நமது தமிழ்நாட்டுப் பெண்களிடையே அறியாமைதான் அதிகம் இருக்கிறது. ஆண்களுக்குச் சமமானவர்களாக அவர்களும் கல்வி கேள்வி சாஸ்திரத் தேர்ச்சி பெற வேண்டும்..."

இவனுடைய தெளிவான கூச்சமில்லாத ஆற்றொழுக்காக வரும் சொற்களில் கிருஷ்ணசிவன் மிகவும் மகிழ்ச்சிகொள்கிறார். அத்தைக்கும் பெருமை. பாகீரதிப் பாட்டியோ 'ஆயுசோடு இருக்கணும்டா குழந்தை' என்று கசிந்த விழிகளைத் துடைத்துக் கொள்கிறாள்.

பார்வதி முகம் மலர, "அம்மாஞ்சி, நீங்க ரொம்ப நன்னா பிரசங்கம் பண்றேள். கல்யாணத்தின்போது, கல்யாண விமரிசையைப் பாட்டுக் கட்டிப் பாடினேள். ஆனால் இப்ப, அழகாப் பேசினேள். நீங்க சொன்ன பிறகு எங்களுக்கெல்லாமும் படிக்கணும்னுதானிருக்கு..." என்று கபடமில்லாமல் உரைக்கிறாள்.

விசுவநாதனுக்கு மட்டும் இவனுக்கு இத்துணை பெருமை கூடுவது உகப்பாக இல்லை; எனினும் பேசவில்லை.

அரிச்சந்திர கட்டத்தில் இருக்கும் டிக்குவிடம்தான் சுப்பய்யா எப்போதும் முகம் மழித்துக்கொள்வது வழக்கம். டிக்குவுக்குச் சுமார் முப்பது வயசிருக்கலாம். அவனுக்கு சுப்பய்யாவைக் கண்டால் உற்சாகம் பிறந்துவிடும். கதைகள் அளப்பதில் மிகக் கெட்டிக்காரன். வழக்கமான பிராமணர்களைப் போலன்றி, இந்த இளைஞன், அவனை 'டிக்கு மகராஜ்' என்று அழைப்பார். அவன் வாயெல்லாம் பல்லாக மகிழ்ந்துபோவான்.

‘டிக்கு மகராஜ்’... க்யா ஆராம்ஸே பைட்தே ஹைம்! என்ன ஓய்வாக உட்கார்ந்திருக்கிறீர்?”

“ஹா... ஆயியே மகராஜ்... பைடீயே!”

சுப்பய்யா வந்து அமருகிறான். குரலை இறக்கி, “டிக்கு மகராஜ்! இன்றைக்கு வழக்கம்போல் இல்லை... யே லம்பி பால் காட் க ரோ. பங்க பாபு கே ஸா ரகே... அவுர் முஜ்கோ மூஞ்ச் அச்சா லக் தா ஹை ஸ...”

[இந்த நீள் முடியை வெட்டி, வங்க பாபுவைப் போல் திருத்திவிடு, எனக்கு மீசை நன்றாக இருக்குமில்லை?]

“அச்சா. பஹுத் அச்ச ஹோகா மகராஜ்!”

இவன் கங்கைக் கரையில் உற்ற தோழனாகச் சுப்பய்யாவின் விருப்பத்தை நிறைவேற்றி வைக்கிறான்.

கதையளந்துகொண்டே, காலத்துக் கொவ்வாத சம்பிரதாயத்தைத் துண்டிப்பது போல் அந்த நீண்ட குடுமியைக் கத்தரித்தும் போடுகிறான்.

“மகாராஜ்... அந்த மாதாஜி... நேத்து... கதம்... ஹோகயா... நான் சொல்லலே? கல்கத்தாவில், அந்த வைத்ய நாத்ஜி, மருந்து கொடுத்து சொஸ்தமாக்குவார். இல்லே, காசிக்குப் போங்கள் என்பார். எத்தனை நாட்களுக்கு அரிசி எடுத்துப் போகணும் என்பதை மிகச் சரியாகச் சொல்வார் மகராஜ்! மிகச் சரியாக. பாவம், முந்தாநாள் மாதாஜி, கங்கையில் ஸ்நானம் பண்ணி தானதருமம் எல்லாம் பண்ணினாள். கடைசி நாள் அரிசியும் செலவானதும், ராத்திரி கதம்... மகராஜ், இந்தத் தேசம் தர்மதேசம். இந்தக் காசிக்கு வருபவர்களெல்லாருக்கும் பாபமெல்லாம் போய்விடுகிறது...”

“டிக்கு, நீ எத்தனை நாளாக இந்தக் கங்கைக் கரையில் சேவை செய்கிறாய்?”

டிக்கு சிரிக்கிறான். “க்யாஜி, மகராஜ்? எனக்கு நினைவு தெரிந்த நாளாகத்தான். கங்கா மாதாதான் எல்லோருக்கும் தாய்!”

“எத்தனை காலமாக. உத்தேசமாக..?”

“என் அப்பா, அப்பாவுக்கப்பா, அவருக்கு அப்பா... அரிச்சந்திரன் காலத்திலும் மூதாதையர் இருந்திருப்பார்கள், எத்தனை காலம்னு கணக்குச் சொல்ல முடியுமா?”

டிக்கு முகத்தை மழித்து அழகாக மீசை திருத்துகிறான். பழைய கண்ணாடி ஒன்றைக் கொடுக்கிறான்.

“மகராஜ்! பஹுத் அச்ச லக்தா ஹைம்! ஸுந்தர் ஹைம்... கம்பீருஹை..!”

இந்தப் புதிய கோலம், டிக்குவின் புகழுரைகள் அவனைப் பூரிக்கச் செய்கின்றன.

உண்மையில் அந்த மீசை அவனை வீரபுருஷனாக்கி விட்டதாகவே தோன்றுகிறது.

எழுந்து வேட்டியை உதறிக்கொண்டு டிக்குவுக்கு இரண்டணாச் சன்மானத்தை வழங்குகிறான்.

“டிக்கு மகராஜ்! நீ உத்தமத் தொழில் செய்கிறாய்” என்று சான்றிதழ் வழங்கியபின் கங்கையில் இறங்குகிறான். வெயில் வந்த பின்னரும் கார்த்திகை மாசத்துக் குளிரில் நீர் கலீரென்று உடலைச் சுருங்கச் செய்கிறது.

அந்தக் குளிரின் தடையைத் தாண்டுவதுடன், தனது பழைய சஞ்சலங்களுக்கும் பலமற்ற மரபுகளுக்கும் சேர்த்து முழுக்குப் போடுகிறான்.

ஆகா! எத்தனை சுகமாக, இலகுவாக இருக்கிறது? வானத்தில் எழும்பிப் பறக்கும் உற்சாகம் தோன்றுகிறது. புதிய மீசையைக் கொஞ்சுவது போல் விரலால் தடவிவிட்டுக் கொள்கிறான். இதற்குச் சிறிது எண்ணெய் தொட்டுத்தடவி உபசாரம் செய்ய வேண்டும். ஆனால் பின்னே பளுவாக இருந்த குடுமிச் சங்கடம் இல்லை. முன்பக்கம் வகிடெடுத்து வாரிக்கொள்ள வேண்டும். கேசவசந்திரன், உபேந்திரநாதன் எல்லோரும் இப்படித்தான் இருக்கிறார்கள்.

ஈரத்தில் குளிர் ஒடுக்குகிறது. அவன் விடுவிடென்று நடந்து சிவ மடத்தினுள் சென்றுவிடுகிறான்.

வாசலில் யாரும் கவனிக்கவில்லை என்று எண்ணினான்.

ஆனால் அத்திம்பேர் பூக்கொண்டுவரும் சிவ சரணனிடம் ஏதோ கணக்குத் தீர்க்கும் நிலையிலிருந்து சட்டென்று அவனைப் பார்த்துவிடுகிறார். ஈரத்துணியால் மேலே போர்த்திருக்கிறான். இடுப்பில் ஈரம். குடுமியில்லை. மீசை...

“ஏண்டா சுப்பய்யா..! நீயா?” கோலம் போட்டுக் கொண்டிருக்கும் சுப்பிப் பாட்டி அதிர்ச்சியுற்று நிமிருகிறாள்.

“உள்ளே கால் வைக்காதே! நில்!”

அந்தக் கர்ச்சனை, சநாதன மரபுகளுக்குச் சொந்தமான எதிர்ப்புக் குரலாக உச்சத்திலிருந்து வெடித்து அவனைத் தூள் தூளாகத் தகர்க்கிறது. டிக்கு சொன்னானே, என் அப்பா,

அவருடைய அப்பா, அவருக்கும் அப்பா என்று, அப்படி ஒரு அழுத்தமாகப் போடப்பட்ட வரையறையை, இந்தச் சிறு புழுக்கைப்பயல் மீறுவதா?

"ஏண்டா? உன் புத்திசாலித்தனமும் படிப்பும் வீண் போகாதுன்னு நினைச்சேனே. சிரைத்துக்கொண்டுவந்து நிற்கிறாய்? வழிவழியாகச் சிவாராதனை செய்யும் பிராமண குலத்தில் வந்து பிறந்துட்டு, இப்படித் தலையை மொட்டச்சி போல் சிரைச்சிண்டு, லாடனைப்போல் மீசையும் வச்சிண்டு நிக்கறே? நீ உருப்படுவேன்னு நினைச்சுத்தான் இங்க வரச் சொன்னேன். நீ உதவாக்கரையாகப் போக நான் இடம் குடுக்க மாட்டேன்! போடா! எம் மூஞ்சிலே நீ இனிமே முழிக்கக் கூடாது! நீ இப்பவே தொலைஞ்சுபோ. நல்லவேளை, இந்த அநாசாரங்களைப் பார்க்காமல் உன் அப்பா போய்ச் சேர்ந்தான்... கர்மம்!"

சற்றுமுன் ஈரக் குளிரில் நடுங்கிய உடல் இதைக் கேட்டதும், வயிர உறுதியாய் நிலைக்கிறது.

அவன் ஏதும் பேசுவதற்கு முன் அத்தை விரைந்து வருகிறாள்.

வந்தவள் இவன் கோலம்கண்டு திடுக்கிட்டாலும், "போடா, போய் ஈரச் சோமனை அவுத்து மாத்திக்கோ!" என்று கனிவு காட்டுகிறாள்.

சுப்பய்யா உள்ளே சென்று பின் கொடியிலிருந்து உலர்ந்த வேட்டியை உடுத்துக்கொண்டு வருகிறான்.

அத்திம்பேர் இன்னமும் அவனது அநாசாரத்துக்கு வசைதான் பாடுகிறார்.

இவனுக்கோ, "இதிலென்ன அநாசாரம் வந்துவிட்டது" என்ற பதில் கேள்வியும் வருகிறது. "பௌருஷமான தோற்றத்துக்கு எடுத்துக்காட்டாக முடியைக் கோலம் செய்துகொள்வது அநாசாரமா? நமது நாகரிகமும் தர்மங்களும் இந்த வெளித் தோற்றத்தில்தானிருக்கிறதா? இந்த வடஇந்தியாவில் நீங்கள் வழிபடும் சிவனுக்கும்கூட மீசை வைத்திருக்கிறீர்களே?" என்றெல்லாம் சொற்கள் மோதிக்கொண்டு வருகின்றன.

ஆனால் அத்திம்பேரை எதிர்த்துப்பேச நா எழவில்லை. அவர் அவனுக்கு ஆதரவாளர். அவனுக்கு அடைக்கலம் தந்தமாதிரியில் இங்கே வரவழைத்துக்கொண்டிருக்கிறார். இந்தக் காசி நகரத்தில் அவன் கால் வைத்திருக்கவில்லையெனில் இந்த மகத்தான வாய்ப்புக்கள் அவனுக்குக் கிடைத்திருக்கப்

போவதில்லை. எட்டயபுரத்து மண்ணில் இச்சகம் பாடும் கூழைப் புலவர்களிடையேதான் அவன் அழுந்திப் போயிருப்பான்!

எனவே அவர் முகத்தை நேருக்கு நேராகவும் பார்க்காமல், சீற்றத்தையும் ஒப்புக்கொள்ளாமல் தயங்கி நிற்கிறான். எங்கோ பார்க்கிறான்.

அத்தைதான் அருகில் வருகிறாள்.

“அய்யா, இப்படிச் சிறுபிள்ளைத்தனமா குலாசாரம் கெட்டுப் போகலாமா? ஏதோ கங்கைக்கரையில் சுத்திண்டிருக்கேன்னுதான் நினைச்சேன். உன் படிப்பும் புத்திசாலித்தனமும் இப்படிக் குலாசாரத்தை விடவா சொல்லித்து?”

“நீ விடு! இனிமேல் அவன் என் முகத்தில் முழிக்கக் கூடாது! ஆமாம். எனக்கு... என்னால் பொறுக்க முடியாது! இந்தக் கோலத்தைவிட்டு அவன் செஞ்சது தப்புன்னு பரிகாரம் பண்ணினா இங்க இந்தக் கூடத்துக்கு வரட்டும். இல்லை... எம் முகத்தில் முழிக்காம போகட்டும்!”

அந்தக் கருச்சனை அத்தையைத் தூக்கி வாரிப்போடச் செய்கிறது. பாட்டியோ கண்களில் நீர் வழிய ஒதுங்குகிறாள்.

சுப்பய்யா முகம் சிவக்க மாடிப்படியேறிச் சென்று மறைகிறான்.

“இவர் கோபம் என்னை என்ன செய்யும்! குலாசாரம்! சுத்தப்போலித்தனம்! இந்தப் பூணூலையும் கங்கையில் போடுவேன்!” என்று அந்த இள நெஞ்சு பொங்கிவருகிறது.

தன் கைக் கண்ணாடியை எடுத்து முகத்தைப் பார்த்துக் கொள்கிறான். வகிடெடுத்து வார இன்னும் கொஞ்சம் முடி வளர வேண்டும். என்றாலும் தனது புதிய மீசையைச் செல்லக் குழந்தையைக் கொஞ்சுவது போல் தடவிக்கொடுக்கிறான். அவனுக்குப் பூரிப்பாக இருக்கிறது. இருபுறங்களிலும் கைகளால் அந்த மீசையை முறுக்கிக்கொள்ளும் பாவனையில் நெஞ்சைத் துருத்திக்கொண்டு குறுக்கும் நெடுக்குமாக நடை பயிலுகிறான். உற்சாகம் பொங்கி வருகிறது.

நான் வீரன், நான் ரஜபுத்ரன். நான் பாஞ்சாலத்துத் திண்டோள் வீரன்: நான் அருச்சுனன்; வீமன்...

“ஓ... ஹ் செல்லம்மா! இப்போது உன் புருஷனைப் பார்..! அடி தேடிக்கிடைக்காத சொன்னமே, உயிர்ச் சித்ரமே...” என்று பாட்டுச் சீழ்க்கையொலியாக வருகிறது

இந்தச் சுயப் பெருமையையும் மகிழ்ச்சியையும் நிகழ் கால நடப்பைப் பற்றிய உணர்வே சிறிதும் இல்லாமல் அனுபவித்த பிறகு, கீழே இறங்கிவருகிறான்.

சாப்பாட்டுக் கூடத்தில் எல்லோருக்கும் பார்வதி இலை போட்டு நீரெடுத்து வைத்திருக்கிறாள்.

அத்திம்பேர் 'மாத்யான்னிகம்' பண்ணிவிட்டுப் பஞ்ச பாத்திர உத்தரிணியுடன் வருகிறார்.

மடத்தில் சாப்பிட்டுக் காலம் கழிக்கும் வேறு சில வெட்டிப் பிராமணர்கள், கேதாரம், விசுவநாதன் எல்லோரும் ஏற்கெனவே இலையின்முன் அமர்ந்திருக்கிறார்கள். இவனைக் கண்டதும் முகத்தைப் பார்க்காமல் கிருஷ்ணசிவன் திருப்பிக்கொள்கிறார்.

"பார்வதி! அவன் இங்கே வந்து என் முகத்தில் முழிக்கக் கூடாதுன்னேன். ஏன் வந்தான்? அவன் செஞ்சது தப்புன்னு மன்னிப்புக் கேட்டுப் பரிகாரம் பண்ணலேன்னா எம்முன்ன இருந்து சாப்பிட வேண்டாம்! எங்கே வேணுமாணும் போகட்டும்!"

பரிமாற வந்த பார்வதிக்குத் துணுக்கென்று நெஞ்சம் குன்றுகிறது; திகைத்து நிற்கிறாள். சுப்பய்யாவோ, இந்தக் கோபம் தன்னை எள்ளளவும் மாற்றிவிடாது என்று திரும்பி மாடியேறுகிறான். இந்தத் தாக்குதல், அவனுக்கொரு புதிய கிளர்ச்சியைத் தோற்றுவித்திருக்கிறது. அதை வெற்றிப் பெருமிதமாகக் கருதுகிறான்.

எட்டயபுரத்தில் அவன் கட்டுண்டு கிடந்தான். இங்கு... அவனுக்கு இந்தப் பரந்த பாரத தேசம் தனக்குச் சொந்தம் என்ற மாதிரியல்லவா உணர்வு பொங்குகிறது? எனவே இவர் முகத்தில் விழிக்கக் கூடாது என்று சொல்லிவிட்டதனால் இவனுக்கு இடமில்லாமல் போய்விட்டதோ..?

இவன் மாடிக்குச் சென்றதும் பாகீரதிப் பாட்டி ஏறி வருகிறாள்! தொடர்ந்து அத்தைப் பாட்டியும் வருகிறாள்.

"ஏண்டா குழந்தை, நீ இப்படிச் செய்யலாமா?" என்று கரைகிறாள்.

"பாட்டி. நான் என்ன அநாசாரம் செஞ்சிருக்கேன்? இது அநாசாரமில்லை. நமது தேசத்தில் இருந்த வீரபுருஷர்களைப் பத்திப் பெருமையாகப் பேசினால் போதுமா? நாம் அப்படி இருக்கணும்னு நினைக்க வேண்டாமா? அப்படி எல்லோரும் ஆண்மை குன்றிப்போனதால்தான் நம் தேசத்தை எங்கிருந்தோ வந்த வெள்ளைக்காரன் கைக்குள் வச்சிண்டிருக்கான்! எனக்கு

இதுதான் புடிச்சிருக்கு. நான் இங்கு இருக்கக் கூடாதுன்னா இப்பவே போறேன்...”

பாட்டி துடித்துப்போகிறாள். ஆனால் பிள்ளையை இழந்து, மருமகனை அண்டியல்லவோ வந்திருக்கிறாள்?

“அப்படியெல்லாம் சொல்லாதேடா குழந்தை! நீ எங்கும் போக வேண்டாம். நீ கீழே வர வேண்டாம். உனக்குச் சாதமோ தூத்தமோ குடுக்க நாங்க இருக்கோம்...”

அத்தையும் அப்போதே அங்கு வந்துவிடுகிறாள்.

“சுப்பய்யா, அத்திம்பேர் சொல்லிட்டாரேன்னு நீ கோவிச்சிண்டு எங்கேனும் போயிடாதேய்யா! இங்கு தண்டச்சோறு தின்னும் கூட்டத்துக்கு உன் பேச்சும், உன் புத்தியும் கண்டா பொறாமையா கரிக்கிறது. நீ படித்து உத்தியோகமாப் பெரிய பதவிக்கு வரப்ப இந்தக் கூட்டமே காலடில நிக்கும். நீ இதுக்காக வருத்தப்பட வேண்டாம். உனக்கு என்ன வேணும்னாலும் ‘லக்ஷ்மி’ன்னு ஒரு குரல் குடுத்தால்போறும். நாங்க உனக்கு எல்லாம் கொண்டு வாரோம்!”

கேதாரம் அங்கு சாப்பிடவில்லை; எழுந்து வந்துவிடுகிறான்.

“அம்மாஞ்ஜி, தும்கோ அச்சா லக்தா ஹை மூஞ்ச்..!”

சுப்பய்யாவின் கையைப் பற்றிக்கொண்டு அந்தச் சிறுவன் ஒரு சுற்றுச் சுற்றி வருகிறான்.

“மகராஜ்! மை ஸேனாபதி ஹூங்கா!”

“அப்படியே ஆகட்டும், சேனாபதி! படைகளைக் கசரத் வாங்கு!”

ஒரே சிரிப்பு.

பாட்டிகள் சாதமும் கறியும் கூட்டும் குழம்பும் இலையும் நீரும் மாடிக்குக் கொண்டு வருகிறார்கள்.

“அம்மாஞ்ஜி, எனக்கும் இங்கதான் சாப்பிடணும்...”

கேதாரம் அவனுக்கு உற்றவனாகிறான்.

இந்தப் பெண்களின் அன்பு துன்பத்தின் சுவடு தெரியாத ரசவாதம் புரிகிறது.

சுப்பய்யா வானவெளியில் பறக்கிறான். பார்வதியும் மெட்டி குலுங்க, கொசுவம் தழைய, அவனுக்கு உணவு கொண்டு வருகிறாள். நீர் கொண்டு வைக்கிறாள். மாலையில் அவன் கல்லூரியிலிருந்து வந்தது தெரிந்தால் போதும் – சிரிப்பும் பாட்டும் களிப்பும்தான்.

சுப்பய்யாவின் ஆர்வங்கள் எங்கெங்கோ எட்டிச் செல்கின்றன. ஷெல்லியின் கவிதையில் வரும் புதுமைகளைப் பற்றிச் சொல்கிறான். அவன் சுதந்திரம், சமத்துவம், சகோதரத்துவம் என்று கோஷித்தானாம். கடவுளின் பெயரைச் சொல்லிப் போலியாக உலவும் மதவாதிகள் என்று எழுதினானாம்.

பார்வதி அவன் பேசுவதைக் கேட்கிறாள்! கேதாரத்துக்கு அவனும் மன்னிஜியும் பாட வேண்டும்.

ஐப்பசி, கார்த்திகை போய் மார்கழி மாதம் வந்துவிட்டது. குளிர் குறுக்கிக் குலுக்குகிறது. சிவமடத்தில் 'பஞ்ச பஞ்ச' உஷத் காலத்திலேயே பூசை, ஆராதனை என்று கலகலப்பு இசைகிறது.

சுப்பய்யா கலாசாலையில் பத்திரிகைகள் படிக்கிறான். ஏஷியாடிக் ஜர்னல், அம்ருதபஜார்பத்ரிகா ஆகிய பத்திரிகைகள் அவனுக்கு உலகச் செய்திகளைக் கிளர்ச்சியுடன் அளிக்கின்றன. பாரதேந்துவின் நாடகங்கள், கவிதைகள் அவனுள் ஏற்படும் விழிப்புணர்வுக்கு ஊக்கம் தருகின்றன.

சுவாமி விவேகானந்தரைப் பற்றிப் பேசுகிறார்கள். இந்தத் தேசத்து அறிவாளிகள் எல்லோரும் சேர்ந்து குரல் கொடுக்கக் கூடியதான காங்கிரஸ் என்ற ஸ்தாபனம் பற்றித் தெரிந்து கொள்கிறான்.

சுப்பய்யா அன்று நீராடிவிட்டுக் கல்லூரிக்குக் கிளம்பும் போது, பார்வதி வெண்பொங்கலும் தாளகக் குழம்பும் கறிவடகமும் கொண்டுவந்து இலையில் வைக்கிறாள்.

"சுருக்க வந்திடுவேளா அம்மாஞ்சி?"

"ஏன்?... இன்னிக்கு என்ன விசேஷம்!"

"என்ன விசேஷம்? நித்தியப்படிதான். நீங்க வந்தா உங்களிடம் பேசினா ஏதோ புதுசா உலக விஷயம் தெரியறது. மத்தப்படி எனக்கு இங்க ஜெயில்தானே அம்மாஞ்சி? இந்த ஊரில வெளில வாசல்ல நம்மூர் மாதிரிப் போக முடியறதா? தலையில துணி போட்டுக்காட்ட இந்த வடகத்திக்காரா 'பிரஷ்டம்'னு நினைக்கறா. குலாசாரசீலம் இல்லாதவாதான் அப்படிப் போவாளாம். அத்தையே ஒரு பட்டுத் துணிய லேசா போட்டுண்டுதான் எப்பவானும் போறா. எனக்கு ஒரொரு சமயம், நீங்களும் இங்கயே படிச்சு உத்தியோகம்னு செல்லம்மாளையும் கூட்டிண்டு வந்து இந்த ஜயில்வாசம் பண்ணணுமான்னு தோணறது..."

சுப்பய்யா துணுக்குற்று அவளைப் பார்க்கிறான். எங்கோ வேற்று நாட்டிலிருந்து வந்த பெசன்ட் அம்மையின் துணிவு… எப்படி வந்தது?

இந்த நாட்டில் மட்டும் பெண்களுக்குத் தீரமும் துணிவும் இல்லையா? இந்தப் பாட்டிகள், இந்த முதிர்ந்த வயசில், இந்தக் கடுங்குளிரில், கங்கையில் சென்று மூழ்குகிறார்கள். இவர்களுக்கு உடல் பற்றிய சுகஉணர்வே கிடையாது. மகாத்தியாகிகள். ஆனால் இவர்கள் சுதந்திரம் முடக்கப்பட்டிருக்கிறது… கல்வி முடக்கப்பட்டிருக்கிறது…

“என்ன அம்மாஞ்சி, பேசாமலிருக்கிறே? சாப்பிட்டுப் போக வேண்டாமா படிக்க?”

“பார்வதி, நிச்சயமா செல்லம்மாளை நான் இங்கக் கூட்டிண்டு வர மாட்டேன். இவா நினைக்கிறாப்போல எனக்கு எண்ணமே கிடையாது. எனக்கு நம்ம தேசத்தைப் பத்தின சங்கல்பம்தான் முதல்ல இருக்கு. இங்கே பீஷ்மனும் வீராதி வீரர்களாகிய அருச்சணனும் பீமனும் இருந்திருக்கிறார்கள். சாவித்திரியும் தமயந்தியும் பாஞ்சாலியும் வாழ்ந்திருக்கிறார்கள். யமனையே எதிர்கொண்டு கேள்வி கேட்டு மடக்கிய சாவித்திரி எல்லாம் வாழ்ந்த தேசமில்லையா இது? இதையெல்லாம் நான் நினைக்கிறப்ப, தேகம் புல்லரிக்கிறது…”

இவனுக்குப் பேச்சு சுவாரசியத்தில் விசுவநாதன் படியேறி வந்ததே தெரியவில்லை.

“என்ன, இவன் இங்கே பிரசங்கம் பண்ணிண்டிருக்கான்? இவ, வேற சாதம் கொண்டு போறேன், தூத்தம் கொண்டு போறேன்னு வீண் வம்படிக்க வந்துடறா. போடி, எனக்கு நாழியாறது. குளிச்சுட்டு வந்தா சோமனைக் காணோம். எனக்கு ஆகாரம் எடுத்து வைக்கணும்ங்கற கவலையே இல்லாம இங்க ஓடிவரா?”

விசுவநாதன் வெளிப்படையாகவே தன் உணர்வுகளை வெளியிட்டு விடுவது பொருட்டாகத் தோன்றவில்லை.

சுப்பய்யாவுக்கு இந்தச் சிறிய விஷயங்களில் இப்போ தெல்லாம் சிந்தையே இல்லை. புதிய புதிய நூல்கள் படிக்கும் ஆசை – புதிய புதிய செய்திகள் தெரியும் ஆசை. பாடப் புத்தகத்தில் வரும் ஷெல்லியின் கவிதை அவனை அந்த மகாகவிஞனின் படைப்புக்களில் மூழ்கத் தூண்டிவிடுகிறது. எல்லாவற்றுக்கும்மேல் தூலமாக ஓடும் கங்கை அவனுக்கு மானசகங்கோத்ரியாகவும் இருக்கிறாள்.

அன்று ஆதிரை நன்னாள். மார்கழிக் குளிர் மிகக் கடுமையாக இருக்கிறது. ஆனால் அந்தக் குளிரில் கங்கைக்குச் சென்று மடத்திலிருக்கும் அபலை மூதாட்டியர் நீராடி வந்து மடத்தின் சூழலைத் தம் கைவண்ணங்களால் பாவனமாக்குகின்றனர்.

மாக்கோலமிடுவதும், மலர்தொடுப்பதும், பாத்திரங்கள் துலக்குவதுமாக விடியவிடியத் தொண்டு செய்கிறார்கள். சுப்பய்யாவும் விடியலில் கீழிறங்கி வருகிறான்.

நார்மடியும் கம்பளித்துண்டுமாகச் சிவோஹம் சிவோஹம் என்று ஜபித்தவண்ணம் கல்லுரலில் குழம்பு கரைக்கும் பாட்டி அவனைக் கண்டதும், "சுப்பய்யா, வெந்நீர் போட்டு வச்சிருக்கேன் குழந்தை! ரொம்பக் குளூரறது. போதோடு இங்கியே குளிச்சுட்டுப் போயிடு. கங்கைக்கு இப்பப் போக வேண்டாம்?" என்று மொழிகிறாள்.

ஒரு கணம் சுப்பய்யா நிற்கிறான். ஆம், கடுங்குளிர்தான். வெந்நீர்தான் இதமாக இருக்கும். ஆனால்... ஆனால், இந்தத் தாய்மார்களின் துணிவு எனக்கு வேண்டாமா? ஓ, இவர்கள் கங்கையில் மூழ்கிவந்து அதற்குள் உடலுழைக்கும் பணி செய்கிறார்கள்...

சுப்பய்யாவுக்குப் பதில் கூறத் தோன்றவில்லை. அவன் விடுவிடென்று போகிறான்.

இவர்கள் துணிவையும் தீரத்தையும் ஊட்டுவதற்குப் பதிலாக மூடப்பாசத்தால் கட்டுகிறார்கள்.

'ஓ என் அம்மா..? நீ எப்படி இருப்பாய்? நீ... நீ தான் இந்தப் பாரத தேசமோ? உன்னைக் கட்டிப் போட்டிருக்கும் மௌட்டீகத்தை, மூடப்பாசங்களைத் துண்டுதுண்டாக்கு வேன். உன்னை அடிமைப்படுத்தியிருக்கும் மிலேச்சர்களை...'

மீசையிருக்குமிடத்துக்குக் கை செல்கிறது.

அதே மிடுக்குடன் கங்கைப்படித்துறைக்குச் செல்கிறான்; சில்லென்று தேளாய்க் கொட்டும் பனிநீரில் மூழ்குகிறான்...

"ஹா! தொடும் வரையிலும்தான். துணிந்துவிட்டால்... கங்கையே! என்னுள் புகுவாயாக!"

மூழ்கியபின், காயத்ரி மந்திரத்தின் புனிதமான வேட்கை அவன் உள்ளத்தோடு கிளர்ந்து அறிவைத் தூண்டிவிட இறைஞ்சுகிறது. பிராமணத்துவம் வெறும் சடங்கல்ல. அது அறியாமையைச் சுட்டெரிப்பது...

நீராடிவிட்டு மேலேறி வந்துவிட்டான்.

கீழே பன்னீரும் சந்தனமும் மணக்கின்றன. குளிரக் குளிர இறைவனுக்கு அபிடேக ஆராதனைகள் நடக்கின்றன. விடியும் முன் பூசைமுடிந்து இறைவனின் திவ்விய தரிசனச் சடங்குகள் நடந்தேற வேண்டும். சந்நிதியில் நூற்றுக்கும் மேற்பட்ட பயணிகளும், வழக்கமானவர்களும் கூடியிருக்கிறார்கள்.

காராம் பசு தரிசனம் என்று மூன்று முறைகள் கூவி, திரை தூக்கி மறைத்து, கனகசபை தரிசனம், கல்யாண தரிசனம், சிற்சபேச தரிசனம் எல்லாம் முறையே நிறைவேறுகிறது. பெரிய தீபாராதனைக்கு முன், திருவெம்பாவைப் பாட ஓதுவார் கூட்டத்திடையே வந்திருப்பார் என்று முன்பே கிருஷ்ணசிவன் கவனிக்காமல் இருந்துவிட்டார்.

திரைதூக்கி, சிற்சபேசனின் கோலத்தை அலங்காரமாகக் காட்டித் தீபாராதனை செய்யும்போது அனைவரும் கன்னங்களில் போட்டுக்கொண்டதும், 'என்னப்பனே. சிற்சபேசா, நடராஜா' என்றெல்லாம் அவரவர் கூவியதும் மாடிப்படியில் இருக்கும் சுப்பய்யாவுக்குச் செவிகளில் விழுகின்றன.

நடராஜர் என்றாலே நந்தன் சரித்திரம் அவன் நினைவில் நிற்கும். அந்தப் பாடல்கள் அனைத்தும் அவனுக்குப் பாடம். விறுவிறென்று மாடிக்குப் போகிறான். நந்தனுக்குச் சுவாமி கிடையாது என்று சொன்ன அதே பிராமணத்துவம்தான் இன்று அவனை மாடியில் ஒதுக்கிவைத்திருக்கிறதன்றோ?

இறைவன், இந்தப் புறத்தோற்றங்களிலா வந்து ஒன்றுகிறான்? நந்தன் சரித்திரத்தைப் பாடுகிறவர்கள், ஆதிரை கொண்டாடுகிறவர்கள் அனைவரும் போலிகள்; பாஷாண்டிகள்; வேடதாரிகள்...

கீழே கூட்டத்தில் ஒரே பரபரப்பு. கிருஷ்ணசிவன் வாயிலுக்குச் சென்று பார்க்கிறார். உள்ளே வருகிறார்; கையைப் பிசைகிறார்.

ஓதுவார் வந்து திருவெம்பாவைப் பாடாமல் இந்த ஆராதனை நிறைவேறுமோ?

"என்னப்பனே என்ன சோதனை இது? உதயத்துக்குள் நடக்க வேண்டிய பூசையல்லவா? ஓதுவாரில்லையே..?"

அத்தை குப்பம்மாளுக்கு இது இறைவனே விதித்த சோதனையாகப்படுகிறது.

"ஓதுவாருக்கு மேல் சுப்பய்யா பாடுவானே..?"

விடுக்கென்று ஒரு பட்டு உத்தரியத்தை எடுத்துக்கொண்டு அத்தை மாடிக்கு வருகிறாள். அவன் தலையில் அந்த

உத்தரியத்தைப் பாகையாகச் சுற்றிக்கொள்ளச்செய்கிறாள். பட்டையாகத் திருநீறணிந்து அத்தை அணிவித்த ருத்ராட்ச கண்டிகையையும் கழுத்தில் போட்டுக்கொள்கிறான்.

அங்கே சந்நிதியில் நின்று,

"ஆதியுமந்தமுமில்லா அரும் பெருஞ்சோதியை..."

என்று அவன்தன் தீங்குரலில், பொய்யறியாப் பக்தியுணர்வை மணிவாசகப் பெருமானின் திருவாசகங்களை இசைக்க, கூடியிருக்கும் கூட்டம் மெய்சிலிர்க்கிறது. ஓர் இழை, ஒரு பிசிறல் உண்டோ? ஒரு சொற்பிழை தடுமாறல் இருக்கிறதோ?

இது என்ன குரல்? மணிவாசகப் பெருமானின் குரலா இது? இந்தப் பிள்ளை யார்? தென்னாட்டு ஓதுவார் பிள்ளையாகத் தெரியவில்லையே? வடக்கத்திப் பையனுக்கு இப்படித் தமிழைத் தேனாகப் பொழிய முடியுமோ?

கிருஷ்ணசிவனுக்கோ, தன்மனசே முள்ளாய்த் தைக்கிறது. ஊனும் எலும்பும் உருகப் பாடும் இவனையா முகத்தில் விழிக்க வேண்டாம் என்றார்..?

அவன் பாடிக்கொண்டே இருக்கிறான். சுற்றுச் சூழலே மறந்து ஒன்றிப் பாடுகிறான்.

"காதார் குழையாட, பைம்பூண் கலனாட..."

என்று, எம்பெருமானின் திரு நடனத்தை அவர்கள் மனத்தில் காட்டும் வண்ணம் அவன் பாடுகிறான். பெரிய ஆராதனை நிறைவேறுகிறது.

"சுப்பய்யா, இந்தச் சிறுவயசில் நீ ஞானம் பெரிசுன்னு நிரூபணமாக்கிட்டே. நீ இங்கேயே எல்லோருடனும் பிரசாதம் எடுத்துக்கலாம். மாடிக்குப்போக வேண்டாம்!"

கூட்டத்தில் யாரோ, "இன்னும் ஏதானும் பாடுவா ரென்றால் நன்றாக இருக்குமே?" என்று விரும்புவது காதில் விழுகிறது.

உடனே, கோபாலகிருஷ்ண பாரதி அங்கே பிரசன்ன மாகிறார்.

காமாஸ் இராகத்தில் பாட்டு தொடருகிறது.

   பார்க்கப் பார்க்கத்தி கட்டுமோ – உந்தன்
   பாத தரிசனம்
   பார்க்கப் பார்க்கத் திகட்டுமோ...

5

காசி நகருக்கு வந்து இரண்டாண்டுகள் ஓடி மூன்றாவதாண்டும் பிறந்துவிட்டது.

பள்ளி இறுதிப் படிப்பை முடித்து சுப்பய்யா தேர்ச்சிபெற்றுவிட்டான்.

ஆனால் அவன் மேற்கொண்டு அங்கே படிப்பைத் தொடருவதற்கு அத்திம்பேர் எந்தக் கருத்தும் கொடுக்கவில்லை.

இப்போது சுப்பய்யா, எட்டயபுரத்திலிருந்து வந்த அந்தத் தமிழ்ப்புலமை மட்டுமிருந்த சுப்பய்யா இல்லை. இவனுக்கு இந்துஸ்தானி, ஸம்ஸ்கிருதம், ஆங்கிலம் ஆகிய மூன்று மொழித் தேர்ச்சியும் இசைந்திருக்கின்றன.

காசி நகரில் சுதந்திரமாகச் செல்லவும் பலருடனும் பேசவும் பழகவும் தெரிந்து கொண்டவன். கலாசாலைப் படிப்பின் வாயிலாக அந்த வட்டத்துத் தோழர்களும், அவனுடைய அறிவுத் தாகத்தை வளரச் செய்திருக்கின்றனர். ஷெல்லியின் கவிதைத் தொகுதி ஒன்று அவன் கைகளை அணிசெய்கிறது. கங்கைக்கரையில் அமர்ந்து அந்த மகா கவிஞனின் கவிதைகளில் மனமொன்றிப் போகிறான்.

Woman and man, in confidence and love.
Equal and free and pure together trod.
The mountain paths of virtue . . .

(பெண்ணும் ஆணும் நம்பிக்கையோடும் காதலோடும் சமத்துவமாகவும் சுதந்திரமாகவும் புனிதமாகவும் தருமத்தின் மலைப்பாதைகளில் இணைந்து நடை போடுவார்கள்.)

புரட்டாசிப் பிற்பகல். குளிருமில்லை, வெப்பமுமில்லை என்று கங்கைக்கரை மிக இதமாக அந்தச் சுதந்திரத்தைப் பறைசாற்றுவது போலிருக்கிறது.

தொலைவில் சிறுபடகொன்று செல்கிறது. படித்துறையில் சிறுபிள்ளைகள் சிலர் நீந்தக் கற்றுக்கொண்டிருக்கின்றனர். பலாட்டியனான ஆசிரியன் அவர்களுக்குக் கற்பிக்கிறான்.

ஆணும் பெண்ணும் நம்பிக்கையோடும் காதலோடும் சமத்துவமாகவும்... சுதந்திரமாகவும் புனிதமாகவும்...

அந்த யுகம் எப்போது வரும்? இந்தக் கவிஞன்தான் எத்துணை அழகாகச் சுதந்திரத்தை வரையறுக்கிறான்!

"...என்ன இந்த நேரத்தில் இங்கு படிக்கிறீர்கள்?"

"நாராயணனா? வாப்பா. ஷெல்லி, ஷெல்லி எத்துணை அற்புதமான கவிஞன்! சுதந்திரத்தையும் சமத்துவத்தையும் இவனைவிட அழகாகச் சொல்ல முடியுமா? நமது பெண்கள், சமத்துவம் என்ற நிலையை அடைய இன்னும் நாம் என்னென்ன முயற்சிசெய்ய வேண்டும்? பார், அவர்களுக்குக் கல்வி இல்லை. உடலுழைப்பதும் ஊழியம் செய்வதுதான் பெண்களுக்கென்று வைத்துவிட்டோம். அது விட்டு, சகல சாஸ்திரங்களும் அவர்கள் பயில, படிக்க ஊக்குவிக்க வேண்டும்..."

"அதிருக்கட்டும் பாரதி, இப்போது இந்திய அரசியலில் காங்கிரஸ் ஒரு புதிய நம்பிக்கையாக வந்திருக்கிறது. தாதாபாய் நவுரோஜி இந்தியாவைப் பிரிட்டிஷ் சர்க்கார் உறிஞ்சுவதைப் பற்றிக் கடுமையாக விமரிசித்திருக்கிறார் பார்த்தீரா?"

பாரதிக்கு இப்போதும் ஷெல்லியின் வரிகளே மின்னுகின்றன.

The king, the wearer of a gilded chain.
that binds his soul to objective ness, the tool...

"பார், மன்னன் அணிந்திருப்பது கேவலம் கில்ட் சங்கிலி. அது அவனது ஆத்மாவையே படுகேவலமாகப் பிணைத்திருக்கிறதாம்... என்ன பொருத்தமான கிண்டல், உண்மை பாருங்கள்!"

"ஷெல்லி ஒரு நாஸ்திகன். நிரீசுவராதி. ஆனால் இந்திய அரசியலில் இன்று புதிய நம்பிக்கையாக உதயமாயிருக்கும்

காங்கிரஸ் – புதிய குரல்கள் – நவுரோஜி, கோகலே இவர்களைப் பற்றி... நீர் படிப்பதொன்றுமில்லையோ?"

"சுதந்திரத்தையும் சமத்துவத்தையும் ஷெல்லியைக் காட்டிலும் யார் சொல்லிவிட முடியும் ஓய்?"

வீட்டுக்கு வரும் நேரத்திலும் அவன் கையிலும் நெஞ்சிலும் ஷெல்லியின் கவிதைகள்தாம்.

அவன் கீழே வந்து உணவு கொண்டான் என்றாலும், அவனுடன் அத்திம்பேரோ விசுவநாதனோ பேசவில்லை. ஒரு நாள் அவனை மீண்டும் திருநெல்வேலி காலேஜில் சேர்ந்து படிக்க முடியுமா என்று கடிதம் எழுதி விசாரிக்கச் சொன்னார்.

அவர் சொன்னாரென்று பழைய ஆசிரியருக்குக் கடிதம் எழுதியிருக்கிறான்.

ஆனால் அவனுக்கு அது அன்றே நினைவை விட்டகன்றது; அத்திம்பேரும் பேசவில்லை.

பார்வதிதான் உணவு பரிமாறுகிறாள்.

"என்ன புஸ்தகம் அம்மாஞ்சி. ஏதோ இராமாயணம் பாகவதம் போல் படிச்சிண்டிருக்கேளே?"

"இதுவா..? ஷெல்லின்னு ஒரு அற்புதக்கவி. அவன் எழுதியிருக்கிறான். பெண்ணை அடிமையாக வைத்தால் சுதந்திரம் எப்படி வருமென்று? நீங்கள் பெண்களெல்லாம் நன்னாப் படிக்கணும்..."

லக்ஷ்மி கண்களைக் கசக்கிக்கொண்டு நிற்கிறாள்.

"அட லக்ஷ்மி எதுக்கு அழறே இப்ப? நீ என்ன சிறு குழந்தையா..?"

லக்ஷ்மி தலையைக் குனிந்துகொண்டு மெள்ள விரலை முறுக்கிக்கொள்கிறாள்.

"நானும் ஊருக்கு வரேண்ணா..."

சுப்பய்யாவுக்குச் சுருக்கென்று உறைக்கிறது.

"இப்ப யாரம்மா ஊருக்குப் போறா? அண்ணா போனான்னா உன்னைக் கூட்டிண்டு போகணும்?"

"பின்ன... சின்னத்தான் சொல்றா. என்னை மட்டும் இங்கே விட்டுட்டு நீங்கள்லாம் ரயில்ல போறேளாம். செல்லம்மா மன்னியக் கூட்டிண்டு வரேளாம்!"

சுப்பய்யாவுக்கு இது புதிய செய்தியாக இருக்கிறது.

“இதெல்லாம் யார் கிளப்பிவிட்டது இப்போது ..? நான் இப்ப ஊருக்கே போகல லக்ஷ்மி!”

கேட்டுக்கொண்டே கேதாரம் அங்கு வந்துவிடுகிறான்.

“அம்மாஞ்சி, இந்த லக்ஷ்மி ஒரே அழுமூஞ்சி. நாம் போகலாம். அவளை இங்கே விட்டுவிட்டு ரயிலில் மன்னிஜி நீங்கள் நான் மூணுபேரும் போகலாம். நீங்கள் இரண்டுபேரும் பாடலாம். நான் தாளம் போடுவேன், ஜோரா ...”

“... அப்புறம் நாம பிச்சைக்காரர்ன்னு நினைச்சுப்ப?”

பார்வதி சிரித்துக்கொண்டு சொல்கிறாள்.

லக்ஷ்மி தேம்பித் தேம்பி அழத் தொடங்குகிறாள்.

“நானும் ஊருக்கு... அம்மாகிட்டப் போகணும், கூட்டிண்டு போண்ணா ...”

பாரதி மனம் கரைந்துபோகிறான். ஆறேழு வயசானாலும், தாயைப் பிரிந்த ஏக்கம் எவ்வளவு ஆழமாக இருக்கிறது ..! என்ன பாவம் இது!

“அழாதேம்மா, லக்ஷ்மி, நாம போகலாம் ...”

“எப்ப ..?”

இவன் பதில் கூறு முன் பாட்டி அங்கு வருகிறாள்.

“எதுக்குடி இப்ப அழுகை? ஊருல என்ன கொட்டி வச்சிருக்கு? அதான் துடைச்சாச்சே? அவனைப் போட்டு வெறும்ம பிடுங்கினா என்ன பண்ணுவன்? அவன் படிச்சு, ஒரு உத்தியோகம்னு ஆயி கலியாணம் பண்ணிருக்கறவள வேச்சுக் குடித்தனம் பண்ணணும். ஊருக்கு இப்ப புறப்படுன்னா, ரூபாய்க்கெங்கே போக? ...”

சுப்பய்யாவின் கண்களில் கரகரவென்று நீர் மல்குகிறது. அவனால் சுதந்திரமாக எதையும் செய்ய முடியாது. அத்திம்பேர் தயவு வேண்டும். அவர்களுடைய கருணையில் அவன் இங்கு ஜீவிக்கிறான் ...

ஒன்றும் பேசாமலே அவன் வெளியேறுகிறான். கங்கைக் கரையில் தனக்கு எதானும் வேலை கிடைத்தால் நன்றாக இருக்கும் என்று தோன்றுகிறது.

ஊருக்குப் போய் வர வேண்டும் என்றாலும் தனக்கொரு தேவையென்றாலும் அத்திம்பேரிடம் இனி தயங்கி நிற்க முடியாது.

அவன் இதற்காக முயற்சி செய்யும்போது, அனுமான் மந்திர் கோஸ்வாமியின் பரிந்துரையால் அங்கே ஒரு பள்ளியில் அடுத்த வாரமே வேலை கிடைக்கிறது.

மாதம் இருபது ரூபாய்ச் சம்பளம் என்று ஒத்துக் கொள்கிறான்.

தலையில் வால்விட்ட பாகை, சட்டைமீது வடஇந்தியரைப் போன்ற கோட்டு, பாதம் மூடிய காலணியும் அணிந்து, ஆங்கிலமும் இந்துஸ்தானியும் போதிக்கும் ஆசிரியராக, கங்கைக்கரையில் விளங்கும் பாடசாலைக்குப் போய்வரத் தொடங்கியபின், அவனுக்கு ஓரளவு தானே நிற்கும் சுதந்திரம் வந்துவிடுகிறது.

அனுமார் கோயில் இளைஞர்களில் பலர் அவனுக்கு இப்போது நெருக்கமான நண்பர்களாகிறார்கள். பள்ளியில்லாத நேரங்களில் சுப்பய்யா இத்தகைய நண்பர்களுடன் தங்கள் தேசத்துக்காக வீறு பெற்று, இடிந்துபோன பெருமைகளை எய்த வேண்டும் என்று இலட்சியம் பேசுவதில் ஆனந்தம் கொள்கிறான்.

மீண்டும் மீண்டும் பாரதேந்துவின் சில கவிதைகளில் ஊன்றிப்போகிறான்.

அன்று ஞாயிற்றுக்கிழமை. சுப்பய்யா, அப்துல்லா என்ற தோழன், ராஜவம்சத்தைச் சேர்ந்த ஒரு ராம்சிங். மூவரும் சிறு படகொன்றை அமர்த்திக்கொண்டு கங்கையில் உல்லாசமாகப் புறப்படுகின்றனர்.

இந்த மாதிரிப் பயணங்களில் பாரதி சுதந்திரத்தைப் பற்றியும் வெள்ளைக்காரரின் ஆளுகையிலிருந்து விடுபடுவது பற்றியும் பேசுவது வழக்கம். சில நாட்களில் ரமேச பாபு என்ற வங்க ஆசிரியரும் சேர்ந்துகொள்கிறார்.

"இன்றைக்குக் கோயில் மணிகள் முழங்குகின்றன. விசேஷப் பிரார்த்தனைகள் நாடெங்கும்!"

ராம்சிங் இச்செய்தியைத் தெரிவிக்கையில் அப்துல்லாவும் ஆமோதிக்கிறான்.

"மாட்சிமை தங்கிய மகாராணிக்கு, இல்லை இல்லை, சக்ரவர்த்தினிக்கு உடம்பு சரியில்லை. அதற்காகப் பிரார்த்தனைகள் நடக்கின்றன…"

சுப்பய்யா வியந்து கேட்கிறான். "உங்கள் கோயிலிலும் கூடவா?"

"ஆமாம். இமாமுக்குத் தந்தி வந்திருக்கிறது. உலக முழுவதும் சூரியன் அஸ்தமிக்காத பிரிட்டிஷ் சாம்ராஜ்ய சக்ரவர்த்தினியல்லவா? இந்த ராணியே வெகுநாட்கள் நம்மை ஆள வேண்டும் என்று எல்லாம் வல்ல எல்லாக் கடவுளரையும் வேண்டிக் கொள்கிறார்களப்பா!"

"ஆகா! ஷெல்லி எவ்வளவு ஏர்வையாகச் சொன்னான்.

The name of God.
Has fenced about all crime and holiness.
Himself the creature of his worshippers.
Whose names and attributes and possions change.
'Seeva – Budda, Foha, Jehovah, God or Lord.

கடவுளின் நாமம் புனிதத்துவத்தின் பெயரால் எல்லாக் குற்றங்களையும் வேலியிட்டுக் காக்கின்றது. அவர் யார்? அவரை வணங்கும் இந்த ஆட்களின் படைப்புத்தானே? சிவா, புத்தன், பாவா, யேகோவா, ஆண்டன் என்று பெயர்களும், அடைமொழிகளும் உணர்ச்சிகளும்தான் மாறுகின்றன...

இந்தக் கவிஞன் இங்கிலாந்தில் பிறந்து வளர்ந்து இதாலியில் செத்துப்போனான். பாரதி, ஆனாலும் நமது நாட்டில் இப்போது சுதந்திரம் வருவதற்கு நாம் ஒன்று சேர, விவேகானந்தரின் போதனைதான் தேவை. நீங்கள் கீதையைப் படித்து நெருங்குவதைக் காட்டிலும் கால்பந்து விளையாட்டின் மூலமே சொர்க்கத்துக்கு மிக அருகில் நெருங்கிச் செல்ல முடியும் என்று சொல்கிறார்.

கங்கையின் பரப்பும், அம்மையின் தலைப்பினால் விசிறுவது போன்ற சுகமான அந்தக் குளிர்ச்சியும் சுதந்திரம் என்ற சொல்லின் ஆனந்த உணர்வைப் பரப்புகிறது. எனினும் இந்தச் சிறுபடகு சுதந்திரமானது அல்ல, சுற்றிலும் ஆழங்காணா கங்கை.

நாம் பிரிட்டிஷ் ஆட்சியின் தளைகளில் கண்ணுக்குப் புலப்படாமல் கட்டுண்டு கிடக்கிறோம். அதன் விளக்கமே தந்தை நொடித்துப்போனதும், மகாராஜாவுக்கு அவன் இறைஞ்சிக் கடிதம் எழுதியும் தொடர்ந்து அங்கு கல்விபெற உதவவில்லை. இப்போது... சுதந்திர நினைவுகளில் அவன் பாவன உணர்வுகளை அனுபவிக்கிறான்...

"நண்பர்களே, பங்கிம் சந்திரரைப் பற்றிக் கேள்விப் பட்டிருக்கிறீர்களா? அவர் 'ஆனந்தமடம்' என்றொரு புதிய கதை எழுதியுள்ளார். ஐந்து வருஷங்களுக்கு முன் கல்கத்தாவில்

காங்கிரஸ் கூட்டம் நடந்தபோது, எங்கள் கவி ரவீந்திரர் அழகிய மெட்டுப்போட்டு அதில் வரும் ஒரு பாடலைப் பாடினாராம். அது எப்படித் தொடங்குகிறது தெரியுமா?"

மெதுவான குரலில் ரமேசு பாடிப் பேசுகிறார்.

"வந்தே மாதரம்' என்று வரும். அந்தக் கூட்டத்துக்குப் போய் வந்த என் சித்தப்பா அதைச் சில அடிகள் பாடி ஒருமுறை கேட்டிருக்கிறேன். அந்தப் பாட்டைப் பற்றி இன்னொரு தகவல்..."

'வந்தே மாதரம்... வந்தே மாதரம்...'

சுப்பய்யாவின் நெஞ்சில் இச்சொல் மிகச் சக்தி வாய்ந்ததாக ஒலிக்கிறது.

"பங்க பாபு மறைந்து ஆறு வருஷங்களாகிவிட்டன. ஆனால் அவர் காலமாவதற்கு முன்னே அவர் மகள் கேட்டபோது, அவர் சொன்னாராம்.

"நானா எழுதினேன் அந்தப் பாட்டை? அப்போது நான் மேசையடியில் உட்கார்ந்து இருந்தேன். அதுதான் நினைவு. ஏதோ ஒரு தெய்வீக சக்தி என் கையில் இருந்து பேனாவை மையில் தோய்த்து எழுதிற்று" என்றாராம். அந்தப் பாட்டு... நம் தேசமாதாவைப் பற்றியது... ஆனந்த மடம் கதைப்புத்தகம் கூட அவரிடம் இருந்தது; அதில் பிரும்மசாரிகளாக இருந்து தாய் நாட்டுக்குத் தொண்டு செய்வதுபற்றி வருகிறது..."

சுப்பய்யாவுக்கு உடனே அதைப் படிக்க வேண்டும் என்ற ஆவல் எழுகிறது.

"அந்தப் புஸ்தகம் வங்காளியில்தான் இருக்கிறதோ?"

"ஆமாம்..."

தான் வங்க பாஷையைக் கற்றுக்கொள்ள வேண்டும் என்று அவா எழுகிறது.

"நண்பர்களே எனக்கு நாளைக்கு ஊருக்குப் போக வேண்டுமே என்றிருக்கிறது. ஊரிலிருந்து அப்பா வரச் சொல்லிக் கடிதத்துக்குமேல் கடிதம் அனுப்பியிருக்கிறார்..." என்று ராம்சிங் தகவல் தெரிவிக்கிறான்.

அப்துல்லா கண்சிமிட்டி "விஷயம் தெரியுமா? ஜனானாவில் அவனுக்குப் பல அனுபவங்கள் காத்துக் கிடக்கின்றன..!" என்று சீண்டுகிறான்.

பாரதி மௌனமாகக் கங்கையைப் பார்க்கிறான்.

வற்றிய வெற்றுமேனியுடன், அந்தப் படகோட்டி வாயில் புகையிலையை அடக்கிக்கொண்டு ஓட்டுகிறான். ஹுஜுர் என்றும் மகராஜ் என்றும் அழைப்பான்.

இக்கரையிலிருந்து அக்கரை செல்ல, அரையணா கூலி. கங்கை நிறைந்துசெல்லும்போதும் இவன் சிறுபடகில் அநாயாசமாக மக்களை ஒவ்வொரு கட்டத்துக்கும் கூட்டிச் செல்கிறான். இவர்களுக்கெல்லாம் வெள்ளைக்காரர் சாஹப் துரைமார். மனிதனுக்கு மனிதன் அடிமையாக இருக்கிறான்.

"பாரதி? உன் விஷயம் என்ன?"

ராம் சிங் இப்போது தன் முறைக்குக் கிண்டுகிறான்.

"என் விஷயம் என்றால்? எனக்கு இப்போது ரமேச பாபு சொன்னாற்போல் அந்தப் புஸ்தகத்தை வாசிக்க ஆவலாக இருக்கிறது..."

"அதைக் கேட்கவில்லை. காதல் அனுபவங்களைப் பற்றி மேகசந்தேசக்கவி வருணனைகளைப் பற்றி..."

பாரதி இப்போதும் மௌனமாகிறான்.

திருமணத்துக்கு முன்பே மதனன் குறும்புகளை உள்ளத்திலே தேக்கியிருக்கிறான். அப்போது, அந்தக் காதலைப் பெரிதாக எண்ணி, அந்த வயசில் சின்னம்மா சித்தியிடம் கல்யாணம் வேண்டாம் என்றும் சொன்னான்.

ஆனால் செல்லம்மாளைப் பார்த்த பிறகு அவனுக்கு இவள்தான் காதலி என்று சந்தோஷமாக இருந்தது. அந்த நூதன உணர்வில், முன்பு போல் கவிகளும் கட்டினான்.

கட்டியணைத்தொரு முத்தமே,
தந்தால் கை தொழுவேன் உனை நித்தமே

என்று அவள் பக்கம் கைபோட்டுக்கொண்டு ஊஞ்சலில் பாடினான். எல்லோரும் கைதட்டிக் கேலிகள் செய்தார்கள். அப்போது பன்னீர் தெளிப்பதுபோலிருந்தது.

இப்போதோ, அதொன்றும் அவனுக்கு ரசிக்கத் தகுந்ததாகத் தோன்றவில்லை.

அவனது மனோரதம் காளிதாசன் வருணிக்கும் இமயத்தில் தாவுகிறது.

உமை தவசிருந்தாள். சிவனின் நெற்றிக்கண் ஒளிர்ந்து பொறிகள் உதிர்ந்து, மதனனைச் சாம்பலாக்கியதாம்...

"ஓ, ஊரிலிருக்கும் சுகங்களுக்குப் போய்விட்டாயா? பேச்சையே காணோம்..?"

“அதில்லை. தோழர்களே, இப்படியே நாம் பெண்டிரோடு சுகித்து, உண்டு, உறங்குவதற்காக எவரிடமேனும் கைகட்டி வேலைசெய்துகொண்டு, ராணி – அல்ல, சக்ரவர்த்தினி நம்மை ஆள வேண்டும் என்று கோயில்கள்தோறும் அவர்கள் ஆக்ஞைப்படி பிரார்த்தனைகள் செய்வதனால் என்ன பயன் என்று யோசிக்கின்றேன்.”

“பயனில்லையென்றால், ராணி செத்துப்போவாள். அவள் மகன் சக்ரவர்த்தியாவான். பிறகு அவன் மகன், பிறகு அவன் மகன் ...”

“அதுதான் கேட்கிறேன்.”

“வேண்டாம். நாம் ஜிலேபியும் பாதுஷாவும் சாப்பிடுவதற்குப் பதிலாக, அவர்கள் தேசத்துப் பண்டங்களைப் புசித்து, அந்த மதுவகைகளை அருந்தி ...”

“தோழர்களே, வீண் பேச்சில்லை. நாமெல்லாரும், இந்தத் தேசத்தின் ஜனங்கள் எல்லோரும் எழுச்சி பெற வேண்டும். இந்தக் கங்கையைப் பாருங்கள்! இமயத்திலிருந்து அநாதி காலமாகப் பெருகி வருகிறது. நமது ரிஷி முனிவர்கள், சாஸ்திர வித்தைகள், உண்மையாகப் பரிபாலிக்கப்பட்ட அந்த அநாதிகாலப் பாரம்பரியம் எல்லாம் இன்றிருக்கிறதா? பண்டாஜியைப் பாருங்கள்? காசு காசு என்று பிடுங்குகிறார்கள். பேராசையே மேற்குலத்தில் விளங்குகிறது. இந்த நாவாய்க்காரன் நந்து, முடிவழித்துச் சேவகம் செய்யும் டிக்கு இவர்கள் இப்படியே நமது சமூகத்திலேயே ஒதுக்கப்பட்டவர்களாக இருக்க அடிமைத்தனம் பேணுகிறோம் ...”

“அதுசரி, இதற்கெல்லாம் நம்மால் மட்டும் என்ன செய்ய முடியும்? பண்டா கேட்பதைக் கொடுக்கவில்லையென்றால், நமது முன்னோர் திருப்தியடையாமல் நமக்கு நரகம் சம்பவிக்கும் என்று பயப்படுகிறோம் ...”

“வழிவழியாகப் பயமும் அடிமைத்தனமுமே நமக்குச் சொத்தாகச் சேர்ந்து இருக்கிறது. இதைத் தூக்கி எறிந்துவிட்டு நாம் நமக்குள் ஒற்றுமையாக ஒன்றுபட வேண்டும். நமக்குள் சண்டை, பகை, சாதி, ஆசாரங்கள் ஒற்றுமை குலைக்க, பயங்காளிகளானோம். இதைப் பாரதேந்து சொல்கிறார். நாம் கவிதை படிப்பதுடன் நிற்காமல் செயலில் இறங்க வேண்டும்.”

“அது சரி, பாரதி, நமது பள்ளிக்கு மானியம் ராஜாவிடமிருந்து வருகிறது. டிக்குவையும் காஜியையும் சேர்த்துக்கொண்டு வெள்ளைக்காரனை ஒழிப்போம் என்றால், நமது பிழைப்பே அந்தரமாகும் ...”

ரமேச பாபுவின் சொல்லை உண்மை உண்மை என்று காற்று மந்திரிக்கிறது.

பாரதி கங்கையையே பார்த்துக்கொண்டிருக்கிறான்.

காஜி, இந்தப் பேச்சுக்களைப் புரிந்துகொள்கிறானோ? இந்தக் கங்கையில் எங்கு ஆழம், எங்கே சுழிப்பு, எங்கே அடியோட்டம் என்பதெல்லாம் தெரிந்துகொண்டிருப்பான். இது தவிர இவனுக்கு என்ன லட்சியம் இருக்கும்?

"காங்கிரஸ் என்பதுதான் இப்போது நமக்கெல்லாம் ஒன்றுபட்டு வர நம்பிக்கை கொடுக்கிறது. அதுமாதிரியான தேசக் கூட்டங்களுக்கு நாமும் நிறையப் பேர் சேரலாம்..."

"ரமேச பாபு, நீங்கள் எப்படியும் அந்தக் கதை புஸ்தகம் வாங்கி வாருங்கள்..."

இத்தகைய பயணங்கள் அவன் சிந்தையில் புதிய வேட்கைகளைக் கொண்டு வருகின்றன.

நெல்லைக் கல்லூரி அவனுடைய அலகாபாத் படிப்புத் தகுதியை ஏற்றுக்கொள்ளாது என்ற தகவலைச் சுமந்து ஊரிலிருந்து கடிதம் வருகிறது. அது அவனுக்குப் பொருட்டாகவே தெரியவில்லை.

"சுப்பய்யாவா? எத்தனை நாழி கழிச்சு வரேடா? இந்தக் குளிரில் ராத்திரி பத்து மணிக்குமேல வரயே..?"

"நாழியாயிடுத்து அத்தை..."

"அதான் தெரியறதே? எனக்கென்னமோப்பா, நீ நல்ல படியா எப்படித் தலையெடுக்கப் போறேங்கறதே கவலையாப் போச்சி..."

"அத்தை, நீங்க கஷ்டப்படாதேங்கோ. எனக்கு இப்பச் சாப்பாடொண்ணும் வேண்டாம். பசியில்லை..."

"ஏன் பசிக்கல..?"

"ஒண்ணுமில்லே. ரமேசபாபு வீட்டில் மிட்டாயெல்லாம் சாப்பிட்டேன். வயிறு நிறைஞ்சு போச்சு. இனிமேல் நீங்க எதுக்கு எனக்காக முழிச்சிண்டிருக்கணும் அத்தை..?"

"அதென்னமோப்பா... உன் அகமுடையாள் கடிதாசெழுதியிருக்கா... பார்வதி எங்க வச்சா? பார்வதி?"

பார்வதியே உள்ளேயிருந்து அதைக் கொண்டுவந்து கொடுக்கிறாள்.

அவன் மாடிக்கு அதைக் கொண்டு போய்ப் படிக்கிறான்.

ஒரு பக்கம் சிரிப்பு; ஒரு பக்கம் அவள் பேதைமைக்கு இரக்கம்.

இவன் தேச விரோதமான காரியங்களில் ஈடுபடுகிறானாம். அவளுக்குப் பயமாக இருக்கிறதாம். விசுவநாத அத்திம்பேர் சொன்னாராம். அப்படியெல்லாம் ஏதேனும் செய்தால் தீவாந்திர சிட்சைக்கு அனுப்பிவிடுவார்களென்று சொல்கிறார்களாம். ஒரே கவலையாக இருக்கிறதாம்...

பெண்கள், தங்கள் கணவர்களைப் பகற்பொழுதில் ஏறிட்டு நோக்கிப் பேசுவதற்கும்கூட அனுமதியாத கட்டுப்பாட்டு வழக்கங்களில் ஊறிய குடும்பத்தினரே அவர்கள் என்றறிருந்திருக்கிறான்.

இந்த பார்வதிக்கு அவன்முன் வந்து பேச, பழக அனுமதித்திருப்பதே மிகப் பெரிய விஷயம். ஆனால் விசுவநாதனுக்குப் பிடிக்காது. இந்த நிலையில், செல்லம்மாள் வலிய தன் புருஷனுக்குக் கடிதம் எழுதுவதை இவ்வாறு அனுமதித்திருப்பார்களா?

செல்லம்மாள் அரிய காவியங்களையும் கதைகளையும் படித்து ரசித்துத் தன் நாயகனுக்கு இதய ஆதுரத்துடன் எழுதியிருக்கும் கடிதமா இது?

இல்லை. அவன் சிறிது நாட்களாக, தேசவிடுதலை, காங்கிரஸ் என்று ஈடுபட்டு நண்பர்களுடன் நாட்டு நடப்பைப் பேசியதைப் பற்றிப் பார்வதியிடம் உற்சாகத்துடன் தெரிவிப்பது ஆகியவை இவர்களை இவ்வாறு செய்யத் தூண்டியிருக்கிறது. செல்லம்மாளை விட்டுக் கடிதம் எழுதச் சொல்லி யிருக்கிறார்கள்.

இங்கேயிருந்துதான் எப்போதும் ஊரிலிருந்து வருபவரும் போகிறவர்களுமாக இருக்கிறார்களே? விசுவநாதன் சொல்லி அனுப்பியிருப்பான்.

பாரதிக்கு இதை ஊகிப்பது ஒன்றும் சிரமமாக இல்லை.

எப்படியும் செல்லம்மா ஒரு கடிதத்தை அவனுக்கு எழுதி யிருக்கிறாளே? இத்துணிவை அவன் பாராட்ட வேண்டும் . . .

6

காலையில் பார்வதி அவனுக்குத் தோசையை இலையில் வைத்துக்கொண்டு, மெல்லச் சிரிக்கிறாள்.

"செல்லம்மா இரகசியமா என்ன எழுதி யிருக்காளோ?"

"ஏன், உனக்குத் தெரியாதோ?"

"எனக்கு எப்படித் தெரியும்? அகமுடையானுக்கு அவள் கடிதாசி எழுதியிருக்கா. நான் பார்க்கலாமோ?..."

அப்போது பாரதி எதுவும் பேசவில்லை. சிறிது நேரம் பொறுத்து, பள்ளிக்குச் செல்லும்முன், "இந்தா!" என்று அந்தக் கடிதத்தை நீட்டுகிறான்.

"நா எதுக்குப் பார்க்கணும்? நீங்க விஷயத்தைச் சொன்னாப் போறும் அம்மாஞ்சி!"

"நீ பிரிச்சுப் படிச்சுப் பாரேன்..!"

அவள் படித்துவிட்டு மடிக்கிறாள்.

"விசுவநாதன் யாரிட்ட என்னைப் பத்தி என்ன சொன்னான்?"

பார்வதி புருஷனை விட்டுக்கொடுப்பாளா?

"இருந்தாலும் அம்மாஞ்சி, நீங்க எப்பவும் தேசம், வெள்ளைக்காரான்னு விரோதமாப் பேசறேளே? அவாளோ ரொம்பப் பவருள்ளவா. ராஜ்யத்தை ஆளறவா. பெரிய ஜமீன், ராஜா

எல்லோருமே தழைஞ்சு போறா. அத்தை சொல்றார், பட்ட காலிலே படும்னு. மேலும் மேலும் எதையேனும் விபரீதத்தை இந்தப் பிள்ளை சம்பாதிக்கக் கூடாதேன்னு. வெள்ளக் காராளுக்குப் போட்டியா மாமா வந்துடக் கூடாதுன்னுதான் அந்தக் காலத்துல மகாராஜா அவா சொல்படி கேட்டார்! இதெல்லாம் தெரிஞ்சும் இந்தப் பிள்ளை குடும்பம், குலம்னு நினைக்காமல் விரோதமாப் போறானேன்னு வருத்தப்பட்டார். எனக்கும் எங்க செல்லம்மா அகத்துக்காரர், கெட்டிக்காரர். பெரிய பதவிக்கு வரணும்னு ஆசையிருக்காதா..! இதைத்தான் அவர் சொல்லி அனுப்பிச்சிருப்பார்...”

“ஓகோ? நீ என்ன, உன் தங்கைக்கு வக்காலத்தா?”

“அதில்லை, அம்மாஞ்சி...”

அவள் தரையைப் பார்க்கிறாள். பிறகு குரலைத் தாழ்த்திக் கொள்கிறாள்.

“நீங்க, குடுமி வச்சிண்டு பூணூலும் இருக்குன்னு சந்தி ஜபம்னு நித்ய கர்மானுஷ்டானம் எல்லாம் பண்ணின்டு, இங்க மடத்துல இருக்கிற பிராமணர்கள் ஒப்புவதுபோல இல்லேன்னா, அத்திம்பேர் நீங்க இங்கேயே இருக்கிறதுக்கு இஷ்டப்பட மாட்டார். அவாளுக்கு உங்க போக்குப் பிடித்தமா இல்ல... மேலும் நானும்கூட நீங்க இங்கே வேலை பண்ணணும், செல்லம்மா கூட வந்து குடித்தனம் பண்ணணும்னு நினைக்கல. எனக்கே இது ஜயிலாட்டம் இருக்கு. ஏதோ உங்ககிட்டப் பேசறேன். செல்லம்மாவும் இப்படி வந்து வெளிவாசல்ல தலையில் துணிபோட்டுக்காம போகக் கூடாதுன்னு வந்து ஜயில் வாசம் பண்ண வேண்டாம். நீங்க யோசிச்சுப் பண்ணுங்கோ!”

பார்வதியின் பேச்சில் அவனுக்குக் குழப்பம் மிகுந்தாலும் சில உண்மைகள் புலப்படாமலில்லை.

எட்டயபுரம், சிங்கம்பட்டி ஜமீன் ஆதரவு கொண்டு இந்தக் காசிமடம் இயங்கி வருகிறது. இவன் தேசம், அதன் சுதந்திரம் என்று போய் மீண்டும் வெள்ளைக்காரர் விரோதத்தைச் சம்பாதித்துக்கொண்டால், என்ன நேரிடுமோ?

பாரதி இப்போது இன்னும் உறுதிகொள்கிறான். அன்று பகல் கங்கைப்படித்துறையில் அமர்ந்து செல்லம்மாளுக்கு ஒரு கடிதம் வரைகிறான்.

ஸ்ரீகாசி – அநுமந்த கட்டம்
1902.

எனதருமைக் காதலி செல்லம்மாளுக்கு

ஆசிர்வாதம்.

உன் அன்பான கடிதம் கிடைத்தது, நீ எனது காரியங்களில் இத்தனை பயப்படும்படியாக நான் ஒன்றும் செய்ய வில்லை. விசுவநாதன் அநாவசியமாக உனக்குப் பயத்தை விளைவித்திருக்கிறான். நான் எப்போதுமே தவறான வழியில் நடப்பவனல்ல. இதைப் பற்றி உன்னைச் சந்திக்கும் சமயங்களில் விவரமாகக் கூறுகிறேன். நீ இந்த மாதிரி கவலைப்படும் நேரங்களில் தமிழை நன்றாகப் படித்து வருவாயானால் நான் ரொம்பச் சந்தோஷமடைவேன். தமிழை நன்றாகப்படி!

உனதன்பன்
சி. சுப்பிரமணிய பாரதி—

ஆம். நம் தாய்மொழியை நன்றாகப் படிக்க வேண்டாமா? அவரவருக்குத் தாய்மொழி! மொழியின் வலிமை எத்தகையது!

கடிதத்தை ஓட்டித் தபாலில் சேர்க்கிறான்.

இளைஞர்கள் சேர்ந்து, புதிய விஷயங்கள் பேசுகிறார்கள். காங்கிரஸ், கூட்டங்கள், தலைவர்கள் பேச்சு எல்லாவற்றையும் விமரிசனம் செய்கிறார்கள். விவேகானந்தரின் பிரசங்கங்களைப் படித்து, அதிலிருந்து பொறுக்குமணிகளான விஷயங்களைத் தொகுக்கிறார்கள்.

விக்டோரியா ராணி காலமாய், அவள் மகன் பட்டத்துக்கு வருவதை ஒட்டி, இராஜப் பிரதிநிதி கர்ஸான் ஒரு தர்பார் நடத்தத் திட்டமிடுகிறார்.

ப்ரோஸ்ஷா மேத்தா – டின்ஷா வாச்சா, சிமன்லால் செதல்வட் என்ற பெயர்கள் பாரதியின் சிந்தையில் இடம் பெறுகின்றன. லோகமான்ய திலகர், கோகலே என்று மனனம் செய்கிறான்.

இந்நாட்களில் வீடு திரும்பும்போதெல்லாம் குடித்தன சமாசாரங்களே காதில் விழுகின்றன. தேசத்துக்காகச் சேவை செய்யும்போது, குடும்பம் என்பது அதற்கு எதிரான அணியில் நின்றால் அது தடையல்லவோ?

அவனுடைய இளம் உள்ளத்தில் கிளர்ச்சிகள் குமிழியிட்டு வருகையில், தான் ஒரு பிரும்மசாரி போல் தேச சேவையில் ஈடுபடுவதுதான் உசிதம் என்று தோன்றுகிறது. தீவாந்தரம் அனுப்பினாலும், சிறையில் இட்டாலும், அதை ஏற்பது மிக மேன்மையாக இருக்காதோ? எல்லோரும் அஞ்சக் கூடியதொரு

செயலில் அவன் துணிகரமாக இறங்குவதுதான் ஆண்மை மிகுந்த செயல் அல்லவோ?

இத்தகைய எண்ணங்களுடன் விவேகானந்தரின் வீறு மிகுந்த உரைகளைத் திருப்பித் திருப்பிப் படிக்கிறான்.

ஆண் மக்கள், ஆண்மையுள்ளவர்கள், அவர்கள்தான் தேவை.

நாம் நம்பிக்கை இழந்துவிட்டோம். நான் சொல்வதை நீங்கள் நம்புவீர்களா? ஓர் ஆங்கிலேய ஆடவனும் மாதும் கொண்டிருப்பதைவிடக் குறைந்த நம்பிக்கையை ஆயிரம் மடங்கு குறைந்த நம்பிக்கையை நாம் கொண்டிருக்கிறோம். இதனால் முப்பத்துமூன்று கோடி மக்களான நாம், நெடுஞ்சாண் கிடையாக விழுந்து கிடக்கும் நமது உடல்களின் மீது நடந்து செல்லத் துணிந்துவிட்ட, விரல்விட்டு எண்ணக் கூடிய எந்தவொரு அந்நியராலும் கடந்த ஓராயிரம் ஆண்டுகளாக ஆளப்பட்டு வந்திருக்கிறோம்.

காரணம் அவர்களுக்குத் தம்மிடம் நம்பிக்கை இருந்தது: நமக்கு அது இல்லை. நமக்குச் சிரத்தை தேவை. நம்மிலேயே நம்பிக்கை தேவை. பலம்தான் வாழ்க்கை...

உனது இல்லறமும் செல்வமும் வாழ்க்கையும் வெறும் புலனின்பத்துக்கானவை அல்ல. உனது சொந்த தனிப்பட்ட மகிழ்ச்சிக்கானவை அல்ல என்பதை மறந்துவிடாதே. மாதாவின் சந்நிதியில் ஒரு பலிப் பொருளாகத்தான் நீ பிறந்திருக்கிறாய் என்பதை மறந்துவிடாதே... மறந்துவிடாதே... மறந்துவிடாதே...

கங்கை அவனுக்கு நினைப்பூட்டிக்கொண்டேயிருக்கிறது.

அப்போது, சிவமடத்தில் காசி கண்ணப்பா வருகிறார் என்று அமர்க்களமாக இருக்கிறது. காசி கண்ணப்பா என்பது எட்டயபுரம் அரண்மனைப் பெண்டிரைக் குறிப்பிடும் பட்டப் பெயர்.

முன்பு அரண்மனைப் பெண்ணொருத்திக்கு இரு கண்களும் பார்வையில்லாமல் இருந்ததாம். அந்நாளில் எட்டயபுரம் ராஜா காசிக்கு வந்தாராம். அப்போது ஒரு பிராமணர், இறக்குந் தருவாயில், கங்கையின் நீர் வேண்டி வழியில் இறைஞ்சினாராம். ராஜா, ஒரு செம்பில் கங்கை நீரைக்கொண்டு சென்று அளித்தாராம்.

இறக்குந்தருவாயில் இருந்த மனிதர், அரசர் தமக்குக் கங்கை நீர் கொண்டுவந்து கொடுத்தது கண்டு மிக மகிழ்ந்து ஆசி மொழிந்தாராம்.

"ஐயனே, என் மகள் பிறவியிலிருந்து பார்வையில்லாமல் இருக்கிறாள். அவளுக்கு அனுக்ரஹம் செய்ய வேண்டும்" என்றாராம் ராஜா.

"இப்போதே அவளுக்கு ஒரு கண் பார்வை வந்திருக்கும். நீ இந்தச் செம்பில் நீரெடுத்துக் கொண்டு அவளிடம் எட்டயபுரத்தில் கொடுக்கும்போது இன்னொரு கண்ணிலும் பார்வை வந்துவிடும்" என்றாராம் அவர்.

அவளுக்கு இரு கண்களிலும் பார்வை வந்ததாம்.

இதனால் காசி கண்ணப்பா என்பது அரண்மனைப் பெண்டிரைக் குறிப்பிடும் பெயராயிற்று.

மூடுபல்லக்குகள் வந்திருக்கின்றன; பரிவாரங்கள் மொய்க்கின்றன.

பட்டு வியாபாரிகளும் மற்றவரும் கடை விரிக்க வருகின்றனர்.

கர்ஸானின் டில்லி தர்பாருக்கு ராஜா வருகிறாராம். அதற்கு விசேஷமான உடைகள் தைத்துக்கொண்டு போகப் போகிறார்களாம்.

பாரதி வீட்டுப் பக்கமே வராமல் இருக்கிறான்.

நம்மை ஆளப்போகும் ராஜாவுக்கு இப்போதே அடிபடியும்... அடிமைச்சாசன விழா!

இந்தப் பொம்மை ராஜாக்கள் பட்டுப் பட்டாடைகள், முத்தாரங்கள் அணிந்து வெறும் வாளை அலங்காரமாகத் தொங்க விட்டுக்கொண்டு...

நினைக்க நினைக்கச் சிரிப்பு ஒருபுறம்: வேதனை ஒருபுறம். கோபமும் எழுகிறது.

இவன் வீட்டுக்கு வராமலிருப்பது கண்ட பாகீரதிப் பாட்டிக்குச் சங்கடம் பிசைகிறது. கேதார கட்டம், மணிகர்ணிகை கட்டம் என்று அலைந்து அவனைக் கண்டுபிடிக்கிறாள்.

"சுப்பய்யா? இப்படி ஆத்துப் பக்கமே வராமலிருக்க லாமாய்யா? காசி கண்ணப்பா வந்திருக்கா. சுப்பய்யா பிரசங்கம் எல்லாம் பண்றான்னா பாக்கணுமே, பாடிக் கேக்கணுமே, அப்பவே ஒரு நாழில காவடிச் சிந்து பாடிண்டு வந்தானேன்னு என்று கேட்டிண்டிருக்காடா?"

"பாட்டி, காசி கண்ணப்பாவை எல்லாம் எனக்குப் பார்க்க வேண்டாம்!"

“அப்படிச் சொல்லாதேய்யா! உனக்கு ஒரு கல்யாணம் பண்ணி, பொண்ணும் வயசுக்கு வந்திருக்கா. நீ குடும்பப் பொறுப்பா நடக்கணும்டா. உங்கப்பாதான் அப்படிப் போனான் –” பாட்டிக்குக் குரல் தளுதளுத்துவிடுகிறது.

பாரதிக்கு எரிச்சல் மூண்டு வருகிறது.

“பாட்டி, இப்ப எதுக்கு அழறே?”

“இல்லேடாய்யா! விசுவநாதன்கிட்ட அந்த நாவி, படகோட்டறவன் சொன்னானாம். சிநேகிதாளைக் கூட்டிண்டு வெள்ளைக்காரனைத் தேசத்தைவிட்டு ஓட்டறதாப் பேசுறயாம். இந்தக் குடும்பம் இப்படிப்போனது போறாதா? நீ நேரும் கூறுமாத் தலையெடுக்கணும்டா பிள்ளாய்!”

“விசுவநாதன் என்ன, வேவு பார்க்கிறானா பிரிட்டிஷ் ராஜாங்கத்துக்கு? நான் எனக்கு அப்பவே கல்யாணம் வேண்டாம்னேன். கேட்டேளா? சின்னா சித்தி அழுது கரைச்சி ஒரு பாவமுமறியாத ஒரு பெண்ணைக் கல்யாணம் பண்ணிக்க வச்சேள். எனக்குக் குடும்பம் அது இதெல்லாம் புடிக்கல, விவேகானந்தர் மாதிரி பிரும்மசாரியா இருந்து இங்கே தேசத்துக்குப் புதிய பிராணன் கொடுக்கும்படி ஜீவனம் நடத்துவதுதான் பெரிசுன்னு படறது. என்னை ஏன் நிர்ப்பந்தப்படுத்தறேள்..?”

பாட்டியின் சுருங்கிய விழிகள் நீரில் மிதக்கின்றன.

“அப்படியெல்லாம் சொல்லப்படாதுடா குழந்தே, பெண்பாவம் பொல்லாது. தெரிஞ்சோ தெரியாமயோ, நீ சிலாக்கியமா இருக்கணும்னுதான் உங்கப்பா உனக்குக் கல்யாணமும் பண்ணிவச்சான். யார் யாரோ மடத்தில் சாப்பிட்டுப் போறா. நித்ய கல்யாணமாயிருக்கு. பாவிப் பிள்ளை, நீ இப்படி கங்கைக் கரையே கதின்னு கிடக்கே. வயத்தை அள்ளிப் பிடுங்கறதுடா பார்க்கறச்சே..! நீ இந்தத் துலுக்க மீசையைச் சிரைச்சிட்டு, நம்ம பிராமண குலத்துக்கேத்தாப்பல இருக்கக் கூடாதா? பதினாறு வயசிலே அத்தனை பண்டிதாளும் மெச்ச கவி பாடி பாரதி பட்டம் வாங்கின குழந்தைன்னு எத்தனை பெருமையிருக்குடா உனக்கு? ஏண்டா இப்படிக் கோலம் பண்ணின்டு நாஸ்திக வேஷம் போட்டுண்டு...”

பாரதிக்கு இதற்குமேல் பொறுமையில்லை.

“பாட்டி, இப்ப எதுக்கு நீங்க அழறேள்? நீங்க அழுதா நிச்சயமா நான் வரப் போறதில்ல. ஆமாம்!”

சுப்பய்யா விடுவிடென்று திரும்புகிறான். காசி கண்ணப்பா இருந்தவரையிலும் அவன் அங்கு தலை நீட்டவில்லை.

ஊரிலிருந்து பாட்டி ராம சுப்பம்மாள் பெயர் வைத்து சுப்பய்யாவுக்குக் கடிதம் வருகிறது. கடயத்திலிருந்து செல்லம்மாளின் தந்தை, முறைப்படியான கடிதம் ஒன்றை எழுதியிருக்கிறார். செல்லம்மா பருவம் எய்தி, அவனுடன் குடும்பம் நடத்தத் தயாராக இருக்கிறாள். இனியும் காசியில் அவனை வைத்துக்கொள்வதில் அத்திம்பேருக்கு உடன்பாடு இல்லை.

கங்கை தெளிந்து செல்லும் காலம். நடுக்கும் குளிரும் பொசுக்கும் வெயிலும் சங்கமமாகும் காலம். காசியையும் பிரயாகையையும் நோக்கி யாத்திரிகர்கள் வரும் காலம்.

சுப்பய்யா எதிர்காலம் இன்னதென்று விளங்காத இருளினூடே புறப்படுபவனாகவே காசி நகருக்கு வந்தான். இந்த நகரை விட்டுப் புறப்படும்போது, தன்னைப் பெரிதும் ஈர்த்து இலட்சிய உலகங்களை எட்ட வேண்டும் என்ற தாகத்தை அளித்த கங்கைத் தாயிடம் மானசீகமாக விடைபெறுகிறான்.

இப்போதும் அவனுடைய எதிர்காலம் இன்னதென்று திட்டமாகத் தெரியவில்லை. ஆனால் இருளில் எங்கோ விடிவெள்ளி கண்டாற் போன்ற இலக்கு மட்டும் நிழலாடுகிறது.

கங்கைக் கரையை விட்டதும், புதிய பெண்ணை நினைத்துக் கிளர்ச்சியுறும் இளைஞனாக அவன் புறப்படுகிறான். அத்தை மகிழ்ந்து அனுப்பும் பட்டுச்சேலை, காசிச் செம்புகள், இனிய கோதுமைப் பண்டம் எல்லாவற்றையும் கட்டிக்கொண்டு ஊர் திரும்புகிறான்.

7

சித்திரை பிறந்தாயிற்று. மல்லிகையும் முல்லையும் மாந்தரின் இணை வேட்கைகளுக்குத் தூண்டுகோலாக மலர்ந்து மணம் வீசுகின்றன. காலைக் காற்றில் சுகந்தக் கலவைகளை ஏற்றி இயற்கையன்னை மெல்லச் சாமரம் வீசுகிறாள். நள்ளிரவுவரை கண்விழித்தாலும், இந்த நேரத்தின் தழுவலில் உறக்கம் கரும்பாக இருக்கிறது.

ஆனால் பல்வேறு நெறிகளாலும் மரபு களாலும் பிணைக்கப் பெற்ற கொழுந்தனைய உணர்வு செல்லம்மாளிடம் இன்னும் பசுமை பெற்றிராததால், அவளுக்கு அந்த விடியலில் ஆழ்ந்து கிடக்க மகிழ்ச்சியோ அமைதியோ கூடவில்லை. கணவனின் அழுத்தமான கைவளையத்துள் சிறை யிருப்பதாகவே தோன்றுகிறது.

சின்னம்மா சித்தி வாசலில் சாணநீர் தெளிக்கும் ஓசை ஏதோ சலங்கையொலி போல் கேட்கிறது. குற்றஉணர்வு அழுத்துகிறது. முறண்டிக் கொண்டு எழுந்து செல்ல முடியாது.

கடயத்தில் வைத்துத்தான் அவளுக்குச் சாந்திக் கல்யாண வைபவம் நடந்தது. கூடவே தமையன் அப்பாதுரை அவன் மனைவி லக்ஷ்மி இருவருக்கும் கூட அந்த வைபவம் நடந்தது. அப்பாத்துரைக்குத் திருநெல்வேலிக்கருகில் இடையன் குடி கிராமத்தில் தபால் வேலையில் உத்தியோகமாகியிருக்கிறது. அவளுடைய இணை பிரியாத் தோழியாக இருந்த லக்ஷ்மி குடித்தனம்

செய்யப் போய்விட்டாள். இங்கோ பாட்டி, பேரனுக்குக் கடிதம் அனுப்பியிருந்தாள்.

"உன் கூடப் படித்த எட்டப்பன் இப்போது பட்டத்துக்கு வந்துவிட்டான். பெருமாள்கோயில் தெருவில் தனி வீடு பார்த்து வைத்திருக்கிறேன். செல்லம்மாளைக் கூட்டிக்கொண்டு வா" என்று எழுதியிருந்தாள்.

எட்டயபுரத்தில் தனிக்குடித்தனம் நடக்கிறது. இந்தக் கணவர், இந்தப் புக்ககம் இரண்டுமே புதுமையாக இருக்கின்றன.

அவர் வந்து இறங்கியதும், அடிக்கொரு முறை 'செல்லம்மா, செல்லம்மா' என்று பெயர் கூவி அழைத்ததும், பேசியதும், பாடியதும், பிள்ளைமார் தெருவிலிருந்து நண்பர்கள் வந்ததும், கூட்டிக் கொண்டு குற்றாலம், பாபநாசம் சென்றதும் ... அந்தக் கிராமத்தில் இந்த மீசை மாப்பிள்ளையைப் பற்றிப் பலரும் காது கேட்க 'லாடன் மாதிரி' என்று வம்பளந்ததும், இப்போது நினைத்தாலும் செல்லம்மாளுக்கு இனிப்பும் புளிப்புமான அனுபவங்களாக இருக்கின்றன.

சாந்திக் கலியாணம் ஆன மறுநாளே புருஷன் வீட்டைச் சேர்ந்த ஒருத்தி வந்து பெண்ணை எழுப்பி, கையில் சாண நீரை எடுக்கச் சொல்வதுதான் வழக்கம். அவள்தான் வாயில் முற்றம் தெளித்துப் பெருக்க வேண்டும். பின்னர் அவள் அந்த வீட்டுக்கே பிறவி பிறவியாய் உழைக்க வேண்டும் என்பதற்காக எள்ளையும் வெல்லத்தையும் கொடுத்துத் தின்னச்செய்வார்கள்.

இந்தப் புக்ககத்தில் எல்லாம் நேர்மாறாக இருக்கிறது. விவரந் தெரியாத அவளுடைய அந்த ஏழுவயசிலேயே – 'மாரன் சிலைமேல் கணை கொலைவேலென வாரி மார்பினில் நடுவே துளை செய்வது கண்டிலையின்னமே' என்று தனது பித்தம் குறித்துப் பாடியவராயிற்றே?

இப்போது அவளுக்கு விடிந்ததும் எழுந்துசென்று எல்லா உலக மருமகள்களையும் போல் வீட்டுவேலைகளைக் கவனிக்க முடியாமலிருப்பது குற்ற உணர்வாய் வதைக்கிறது.

அந்த அணைப்புச் சிறையிலிருந்து அவள் எழுந்து சென்று விடாதவண்ணம் இறுகப் பிணைக்கிறது கை வளையம்.

சின்னம்மா சித்தி, அவளுடைய இறந்துபோன மாமியாரின் தங்கை. பத்து வயசிலேயே மன்னார்குடியில் வாழ்க்கைப்பட்டு, அங்கே அடிவைத்துக் குடித்தனம் செய்யு முன் வாழ்வை இழந்தவள். தாயில்லா சுப்பய்யாவுக்குத் தாயாகிப் பாசத்தையும்

பரிவையும் பொழிந்து சுவீகரித்துக்கொண்டவள். இந்தச் சித்தி சின்னக்குளத்தில் இருந்து நீர்கொண்டுவந்து விடியும்முன் வாசல் தெளித்துப் பெருக்குகிறாள்.

"ஏதுடீ! புது நாட்டுப் பெண் ... சூரியன் உதிச்சு அஞ்சு நாழிக்கு எழுந்து வருவாளோ..?" என்று நாக்கை நீட்டும் ஒலிகள் அவள் செவிகளில் ஒலிப்பது போல் பிரமையாக இருக்கிறது.

விறுக்கென்று எழுந்திருக்க முயலுகிறாள்.

"ஹும் ... போகக் கூடாது ..."

கை இன்னும் அழுந்த, முகம் கூந்தலை வருட, அவளுக்குத் தரும சங்கடமாக இருக்கிறது.

"பாவம், சின்னம்மா சித்தி வாசல் தெளிக்கிறாளே ..."

"சின்னம்மா சித்தி நீ எழுந்திருக்கக் கூடாதுன்னுதான் கதவைத் தட்டல. தெரியுமோ என் ரதியே? அதனால்தான் ... நான் உன்னை இப்ப விட மாட்டேன், நாள் முழுசும் ..."

"ஐயோ ..."

அவளைப் பேச விட்டால்தானே? நாணத்தில் கூசிக் குறுகிப்போகிறாள் செல்லம்மா.

"செல்லம்மா, இதுக்கே நீ இத்தனை வெக்கப்படறியே? அரமணையிலே நான் பேச வேண்டிய விஷயங்களை நீ கேட்டால்..."

"அதெல்லாம் மகாராஜாகிட்ட வச்சுக்குங்களேன். இப்ப நான் எழுந்துபோறேன். சின்னம்மா சித்தி என்ன நினைக்க மாட்டா?"

"ஊஹும். போடி, இப்ப ஏன் வந்தேன்னுதான் சொல்லுவா. சின்னம்மா சித்திக்கு நான் சந்தோஷமா இருக்கணும்னுதான் ஆசை. செல்லம்மா, இந்த ராஜா இருக்கானே ..."

"ராஜாவை நீங்க அவன் இவன்னு சொல்லலாமா?"

"பின்ன ராஜா என்ன பெரிய மேதாவியா? அடி முட்டாள். இவன் இங்கிலீஷ் தெரிந்த முட்டாள். இவன் சித்தப்பன் என்னடா, இந்தப் பயலால நாம் ஆள முடியாம போயிடுத்தேன்னு உள்ள விஷமும் மேல நயமுமாக நடிக்கும் வஞ்சகன். இவனுகளிடம் அல்பத்துக்காக எதையெதையோ போய்ச் சொல்லி வித்தாரம் பேச வேண்டியிருக்கு. மட்டமான விஷயங்களைத்தான் தேடிப் பிடிச்சுப் படிக்கச் சொல்வான்.

ஆனா அதைப் பாடி வச்ச புலவர்களெல்லாம் ஏன் இப்படி ஏதோ நாய்க்கன் காதலையும் தூதையும் பாடினா தெரியுமா?”

செல்லம்மாளுக்கு இதையெல்லாம் கேட்கப் பொறுமை இருந்தால்தானே?

“ஐயோ, விடிஞ்சுடுத்து போல இருக்கே” என்ற உணர்வுதான் குடைகிறது.

“அவாள்லாம் பசியிலும் வாடையிலும் ஒடுங்கிண்டு, இந்தக் கிழட்டு முட்டாள் ராஜாக்களுக்காக என்னதையெல்லாமோ அவன் சந்தோஷப்படப் பாடி வச்சிருக்கா. இவனுக, ராஜ்யம் எப்படி நடத்தறா? எந்த ராஜாவுக்குத் தேஜசும் கம்பீரமும் பௌருஷமும் இருக்கு? எட்டப்பன் இப்பவே நாலுபேரைக் கட்டியாச்சு. இவனிடம் குறையில்லையாம். அவா பேரில குறைகாட்டி மேலே மேலே பெண்கொண்டு வரான்கள்!”

“அவா, ராஜாக்கள். எப்படியேம் போறா. இப்ப சின்னம்மா சித்தி அங்கே ஆத்திலே போய்ச் சொல்ல மாட்டாளா? நான் ஒருத்தி வாசத் தெளிக்கிறேன். கதவே திறக்கலேன்னு. அந்தாத்துல என்ன நினைச்சுப்பா? எனக்கு வெக்கமா இருக்கு...”

செல்லம்மாளுக்கு இந்த இனிமையைக் காட்டிலும் அந்த மரபின் கண் தெரியா ஆதிக்கமே வலுவானதாக அவளைத் தரும சங்கடத்துக்குள்ளாக்குகிறது.

ஒரு வழியாக, சித்தி கோலம் போட்டுச் சென்றபின், வெளிச்சம் பளாரென்று வந்தபின் சின்னம்மா சித்தியே சின்னக்குளத்தில் முழுகிவிட்டுப் பெரிய குளத்து நீரைக் குடத்தில் சுமந்துகொண்டு வந்து கதவைத் தட்டுகிறாள்.

செல்லம்மாளுக்கு விடுதலை கிடைக்கிறது.

ஈரச்சேலை, நெற்றியில் பட்டையான விபூதி – கிருஷ்ணன் கோயிலின் முன் பெரிய குளத்தில் குடிதண்ணீர் மட்டுமே எடுக்கலாம்; குளிக்கலாகாது.

அதை உள்ளே கொண்டு வந்து இறக்கிவிட்டு, அந்த வீட்டுக்கு மடியுடுத்திக்கொள்ளச் செல்கிறாள். தெருத் திரும்பி கோயில் முனை திரும்பினால் மாடவீதியில் பாட்டனார் வீடு.

செல்லம்மாள் கொல்லைக் கிணற்றில் பல் துலக்கிக் கை கால் முகம் சுத்தம்செய்துகொண்டு, சமையலறை அடுப்பு மெழுகி, பத்துப் பாத்திரம் துலக்கி வைக்கிறாள். பின்னர் கூடம் பெருக்கி மெழுகுகையில் அவள் கணவர் எழுந்து வருகிறார்.

மெழுகி இரண்டுதரம் துடைக்கும் வித்தாரப்பணியில் மண்ணிட்ட வீடு பளபளப்பாக இருக்கிறது; கோலமிடுகிறாள்.

"அடி. கட்டியணைத் தொருமுத்தமே..."

என்று பாடிக்கொண்டு அவளைச் சற்றே சீண்டிவிட்டுப் பற்பொடியைக் கையில் போட்டுக்கொண்டு பின்புறம் செல்கிறார் அவர்.

செல்லம்மா உள்ளே அடுப்பை மூட்டித் தோசை வார்க்கிறாள்.

நறுஞ்சுவையூட்டும் கலவையில் மாவு வேகும் மணம் நாசியில் சுவாசத்துடன் இழைகிறது.

சின்னம்மா சித்தி கையில் ஒரு கீரைக்கட்டுடன் உள்ளே நுழைகிறாள்.

'இந்தப் பெண் எது செஞ்சாலும் கைமணம் இருக்கு' என்று சித்தி ஒருவகையான திருப்தியுடன், "சுப்பய்யா எழுந்துட்டானா செல்லம்மா?" என்று வருகிறாள்.

சுப்பய்யா பல் துலக்கிவிட்டு வந்து அங்கணத்தில் தொங்கும் சிறு கண்ணாடியில் முகத்தைப் பார்த்துக்கொள்கிறான். எண்ணெய் தடவி கிராப்வாரல், மீசைநீவல், மோவாயைத் தடவிக்கொண்டு கோணி மாணி அழகுகள் பார்த்தல் என்று கிரமங்கள் ஆனதும் சின்னம்மா சித்தி கீரைக் கட்டைப் பிரிப்பது கண்டு அருகில் அமருகிறான்.

செல்லம்மா ஒரு மணையை எடுத்துப்போடுகிறாள்.

"அரிவாமணையும் பாத்திரமும் கொண்டா செல்லம்மா!"

வெண்கல வட்டியைத் தேய்த்துப் பளபளவென்று அவர் முன் வைத்து, குடிக்க நீரும் வைக்கிறாள். பின்னர் இரண்டு தோசைகளை வைத்துவிட்டுக் கையலம்பிக்கொண்டு, சிறு கிண்ணத்தில் தயிர், நாரத்தங்காய் ஊறுகாய், சுண்டைக்காய் ஊறுகாய், மிளகாய்ப் பொடி, நெய் ஆகிய பரிவாரங்களையும் கொண்டு வந்து நிறைக்கிறாள்.

கீரையை ஆய்ந்துகொண்டே சின்னம்மா சித்தி ஊர்க் கதை பேசுகிறாள்.

கிராம முனிசீபு வீடாதலால் ஊரில் பகை, சண்டை, பெண் விவகாரங்கள் எல்லாம் அங்குதான் வரும். எனவே சித்தி எதையேனும் பேசுவாள்.

செல்லம்மாளின் கணவர் தோசை உண்ணும் அழகே அழகு!

பேசிக்கொண்டே தயிர் மிளகாய்ப் பொடி, சுண்டைக்காய், நார்த்தங்காய் ஊறுகாய், நெய் எல்லாவற்றையும் தோசையின் நடுவே பெய்ய, அது ஒரு கலவையாகிறது.

“என்ன சித்தி? விஷயம் ஒண்ணுமே பேசலியே?”

“ஒண்ணுமில்ல. நேத்து ராத்திரி நீ ஆத்துக்கு வந்தப்புறம் பெரியப்பா ஊரிலேந்து வந்தார். கேக்கணுமா அவர் வந்தால்? நம்மப்பா அவருக்கு உபசாரமான உபசாரம் பண்ணிண்டிருந்தார். அவர் என்னென்னமோ பழம் புராணம் பேசிண்டிருந்தார். அம்மாக்கு ஒரே கோபம். ஆக எல்லோரும் படுத்துண்டு தூங்கறச்சே பாதி ராத்திரியாயிடுத்து...”

நடுவில் ஊறிய தோசைக் கலவையில் இருந்து இரண்டு வாய் பிய்த்துப்போட்டுக்கொள்கிறார்.

‘இப்படியா தோசை தின்பது?’ என்று நினைத்தவண்ணம் செல்லம்மா சமையலறை வாயிற்படிக்குப்பின் நிற்கிறாள்.

“நடுராத்திரியில, யாரோ பரிவாரத்தார் வீட்டுத் தகராறு... குடும்பனை அவன் பொண்டாட்டி அடிச்சுட்டாளாம்...”

“பேஷ் பேஷ்...” என்று ஒரே சிரிப்பு.

“இவன் குடிச்சுட்டு அவளை முடியப் புடிச்சு மொத்திருக்கான். அவ அடிச்சுட்டா. அப்பனும் புள்ளயும் அவளப்பன்கூடச் சண்டை. என்ன ஆயிரம் இருந்தாலும், பொம்பிள தொட்டடிக்கலாமா சாமின்னு கட்சியாடுகிறான்.”

“எம்புள்ளய தாலியக் கழட்டி எறிஞ்சிட்டுக் கூட்டிட்டுப் போயிடுவே. சாமி, நெத்தம் ஒழுவுதுங்கறான் அவப்பன்... கீழ்ச் சாதிச் சண்டைகள்...”

“சின்னம்மா சித்தி, உங்க மேல் சாதி ரொம்ப ஒழுங்கோ?”

“அது கிடக்கட்டும் அய்யா, அரமனையில எதானும் சேதி உண்டா?”

“அரமனையில என்ன சேதி புதிசு? சித்தப்பா மகாராஜா ஆசமனம்; சின்ன மகாராஜா அந்தப்புரம். சின்னம்மா சித்தி, எனக்கு இந்த அரமனை சேவகம் ஒத்துவரும்னு தோணல!”

சின்னம்மா இந்தப் பிள்ளையை விட்டுப் பிடிக்க வேண்டும் என்று அறிந்தவள்.

"ஆமாம். சோமு வந்திருக்கான்போல இருக்கே? நீ போகலியா? முத்தம்மா சொன்னா. நிறையப் புத்தகம் வாங்கி அடுக்கிருக்கானாம். உனக்குத்தான் புஸ்தகம்னா உசிராச்சே? சாயங்காலம்தானே அரமனை ஜோலி?"

முகம் உடனே மலர்ச்சியெய்துகிறது.

"அப்படீயா? சோமு வந்திருக்கிறானா?"

தோசை விவகாரம் தீர்ந்து உடனே புத்தி வேறு திசையில் பாய்ந்துவிடுகிறது.

அடுத்த நிமிஷத்தில் கையலம்பி, வைத்த பாலைக் குடித்து விட்டு வெளியேறுகிறார்.

சின்னம்மா சித்தி பிள்ளை வெளியே சென்ற பிறகு தனது மாமியார் உரிமையை நிலை நாட்டுகிறாள்.

"செல்லம்மா, இந்தப் பிள்ளை என்ன தோசை தின்னுருக்கான்? ஓரமெல்லாம் அப்படியே இருக்கு! அதை வாயில் போட்டுண்டு வட்டியை அலம்பி எச்சிலத்துடை! அப்புறம் குளிச்சுட்டு வந்து பழையதிருக்கே? சாப்பிட்டுக்கோ! இன்னிக்குக் குடும்பன் நல்ல கத்திரிப்பிஞ்சாக் கொண்டு வந்தான். கொஞ்சம் எடுத்து வச்சிருக்கேன். காரப் பொடி போட்டுக் கறி பண்ணு. இந்தக் கீரையை நன்னா அலம்பிக் கச்சட்டியில் போட்டுத் துளி சுண்ணாம்பைத் தேச்சு விடு! உப்பை நிறையப் போட்டுடாதே! மறிச்சுக் குடுத்துக் குமுங்க வெந்ததும் வெண்ணெயாட்டம் மசிச்சி எடு. ஈநாச்சிப் பாட்டியாத்துக் கொல்லையில் வெண்டைக்காய் காச்சுதாம். அஞ்சாறு கொண்டு வந்து அம்மாட்டக் குடுத்தாளாம். அந்தாத்துக்குப் போருமா? பேரனுக்கு வெண்டைக்காய்ப் பருப்புக்குழம்பு புடிக்கும். செல்லம்மாளை வைக்கச் சொல்லுன்னு வச்சிருக்கா. நான் எடுத்துண்டுவரேன். நீ குளிக்கப் போ!"

வக்கணை சொல்லிவிட்டுச் சின்னம்மா எழுந்து செல்ல, செல்லம்மா வாயிற் கதவைத் தாழிட்டுக் கொண்டு வருகிறாள்.

வீட்டு நிர்வாகம் முழுவதும் சின்னம்மா சித்தியின் விருப்பமாகவே இயங்குகிறது. அரண்மனைச் சம்பளம் எத்தனை ரூபாயென்பதைச் செல்லம்மா அறியாள். பத்தோ பன்னிரண்டோ இருக்கும் என்பது ஊகம். அவள் கணவருக்கே அதைப்பற்றி அக்கறை கிடையாது. அதை அப்படியே சின்னம்மா சித்தியிடம் கொடுத்துவிடுகிறார். மற்றப்படி செலவுக்கு

அது போதுமா, குடும்பம் எப்படி நடக்கிறது, பணம் மீதி வைத்திருக்கிறாளா என்ற மாதிரியான சிந்தையே கிடையாது.

மேலரண்மனையிலிருந்து பால், தயிர், மோர் பல சாமான்கள் வருவதைச் செல்லம்மா கண்டுகொள்கிறாள். புக்ககத்து நாட்டுப் பெண் என்றால், கூட்டுக் குடும்பத்தில் காலையிலிருந்து இரவு வரையிலும் ஓடாக உழைத்து இருளில் கணவனின் தேவைகளை நிறைவேற்றுவதுதான் வாழ்க்கை என்பதையே செல்லம்மாவுக்கு அதுகாறும் அறிவுறுத்தப் பட்டிருக்கிறது.

அவளுக்கு மட்டுமென்ன, பெண்கள் வாயிற்படியைத் தாண்டாமல், அதிர்ந்து பேசாமல், எவ்வளவு காரியமானாலும் பாங்காகச் செய்து எல்லோரிடமும் நற்பெயர் எடுக்க வேண்டும் என்பதே பெண்ணாகப் பிறந்தவர்களின் இலட்சியங்கள்.

ஆனால் இங்கோ, இந்தப் புதுமைக் கணவன் மீசையும் கிராப்பும் படிப்பும் பாட்டும் பேச்சும் மட்டுமே புதுமை யென்றில்லாமல், இவளை மலரையும் சந்தனத்தையும் முகருவதுபோல் போற்றி வைத்துக்கொண்டிருக்கிறான்.

அரண்மனைக்குச் சென்று திரும்புங்கால் இரவு பத்து மணிக்கு மேலாகி விடுகிறது. அது மட்டுமே இவளுக்குத் தனிமை அச்சமூட்டுகிறது. மேலும் ஊரில் எட்டுமணிக்குள் இரவுச் சாப்பாடு முடிந்துவிடும். இவள் எட்டரை மணிக்கெல்லாம் உறங்கிவிடுவாள். இங்கோ... கணவர் வரும்வரையிலும் என்ன செய்வாள், பேதை?

சின்னம்மா சித்தி இங்கு மாலை நேரங்களில் வருவதில்லை. கணவர் அரண்மனையில் கழிப்பாரோ அல்லது வேறு நண்பர்களுடன் பல விஷயங்களையும் பேசிக் கழிப்பாரோ பொழுதை, அவளறியாள்.

பெருமாள் கோயில் தெருவிலேயே பிச்சு ஐயங்கார், பாலு என்ற நண்பர்கள் இருக்கிறார்கள். இன்னும் அவர் பெயரிலேயே ஒருத்தர், சிதம்பரம் என்ற பெயரில் ஒருவர் எல்லோரும் நண்பர்கள். முன்பு ஏ.வி. ஸ்கூலில் படித்த ராஜாங்கம் என்ற பிள்ளையும் இருக்கிறான். இவர்கள் எல்லோரும் பேசிச் சிரித்துக் கொண்டு வரும் குரல் ஒலிகள் எப்போது கேட்கும் என்று விழித்துக்கொண்டே இருந்தாலும் உறங்கிவிடுகிறாள்.

ஒருநாள் அப்படி உறங்கிப் போனதும், அவர் கதவை உடையும்படி தட்டியதும் இவளுக்குக் கேட்கவேயில்லை. பிறகு தூக்கிவாரிப்போட எழுந்து வந்து கதவைத் திறக்கிறாள்.

“என்ன தூக்கம் அதற்குள்? நான் வரும் நேரத்தில் கதவை உடைக்கும்படிச் செய்கிறாயே?”

பேதை அதிர்ந்துபோகிறாள். தனது ஷெல்லி ரசனைகளை, மேலான சுதந்திரக் கருத்துகளை, அடிமை வாழ்வறுக்கும் சிந்தனைகளைச் சிறிதும் மதியாத ஒரு பெண்... உண்பதும் உறங்குவதும் பயப்படுவதும் பதுங்குவதும்தானா பெண்?

இந்தக் கோபம் கண்மண் தெரியாமல் வருகிறது.

“சாப்பிட்டாயா?”

இல்லை என்பதற்கடையாளமாகத் தலையசைக்கவும் அஞ்சும் இந்த மனைவியைக் கண்டு உடனே இரக்கமே தோன்றும்.

அவளைக் கொஞ்சி மகிழச் செய்வது அடுத்த அதீதமாகப் போய்விடும்.

செல்லம்மாள் அக்கம்பக்கம் என்று யாருடனும் ஊரில் எவருடனும் வேண்டாத பேச்சுத் தொடர்பு வைத்துக் கொள்வதை கணவர் விரும்ப மாட்டார் என்பதை உணர்ந்திருக்கிறாள். அதுவும், அரண்மனைப் பக்கம் அவள் செல்லக் கூடாது என்பது நெருப்புக்கோடு.

பேதைக்கு அது ஏனென்று புரியவில்லை. நவராத்திரிப் பூசையும் விழாவும் அரண்மனையில் மிகவும் கோலாகலமாக நடக்கும். அங்கே சரஸ்வதி பூசையன்று தங்க சரஸ்வதியை எழுந்தருளச் செய்து, சபையெல்லாம் நடக்குமாம்.

செல்லம்மா ஒரு தீவில் இருக்கிறாள். சின்னம்மா சித்தி, அவள் கணவன் மனமறிந்து தாத்தா வீட்டுக்கு மட்டும் செல்ல அனுமதிப்பதுடன் சரி.

ஐப்பசிக்கார் அந்தக் கரிசல் பூமியிலும் கண் மலர்ந்து அருள் சுரக்கிறது.

எட்டயபுரத்து அரண்மனையைச் சுற்றிய வீடுகளில் இருக்கும் இளம் பெண்கள் ‘பஸவன்’ வைத்துப்பூசை செய்து தெருவெங்கும் கோலாட்டம் போட்டு மகிழ்கிறார்கள்.

பதினான்கு வயசேயான செல்லம்மாளுக்கும் இந்த மகிழ்ச்சியில் பங்குகொள்ளத் தவிக்கும் பருவம்தானே?

பாரதி என்று அவனுக்குப் பட்டம் வழங்கப்பெற்ற நாட்களில் அவனும் இப்படித்தானே ஆடிப்பாடிக் கொண்டிருந்தான்?

சின்னம்மா சித்திக்குச் செல்லம்மாளை அரண்மனைக்கு அழைத்துச் செல்ல வேண்டும் என்று உள்ளூற ஆசையிருந்தாலும், பிள்ளைக்கு அதிகமாகக் கோபம் வரும் என்று கண்டு கொள்ளாமலிருந்தாள்.

அன்று காலையிலேயே சிறுமிகள் கோலாட்டம் போட்டுக்கொண்டு இவர்கள் வீட்டு முற்றத்துக்கு வந்து விடுகிறார்கள்.

கோபியர்கள் அன்னம் போல
கூடியொரு நாள்
கோபாலன் மகிமை தனைக்
கூறத்துணிந்தார்...

"சுப்பய்யாண்ணா! சுப்பய்யா மாமா," என்று சூழ்ந்து கொள்ளும் பெண்கள் ஆடிப் பாடுகின்றனர்.

எட்டாதுறியில் பாலைத்
தட்டிக் கோலாலே –
எஞ்சிய வெண்ணெயைப் பூனைக்
கெறிந்து விட்டான்.

கோலாட்டத் தாளம் சரியாகவில்லை; தவறுகிறது. ஆனால் சுப்பய்யா அண்ணா சும்மா இருப்பாரா? தாமே எழுந்து குதித்துத் தாளந் தட்டிப் பாடுகிறார்.

ஆமடி கோபி உனக்கு
விடிந்தவுடன்
ஆரவாரம் செய்வதற்கு
ஆள் கிடைத்ததோ?
ஆரவாரம் செய்வற்கு
ஆள் கிடைத்ததோ?

செல்லம்மாளின் முகத்துக்கெதிரே கைநீட்டிக் குதித்துத் தாளம் கொட்டுகிறார்.

குழந்தைகளின் சிரிப்பொலி வெள்ளி நாணயங்களாகக் கலகலக்கின்றன.

கட்டப் பிடிபடாண்டி
கபடனடி கண்ணன்
கட்டப்பிடிபடாண்டி...

செல்லம்மாளின் முகம் குங்குமச் சிவப்பாகிறது. ஒரே சந்தோஷம்.

சிறுமிகளுக்கு நாலணா வெள்ளி நாணயத்தைக் கொடுத்து மகிழ்கிறார்.

செல்லம்மாளின் பிறந்த ஊரான கடயத்திலும் கோலாட்ட ஜவந்தரை உண்டு. ஆனால் இந்த ஊரில் ராஜா அரண்மனை இருக்கிறது! மேலும் அவள் கணவர் சமஸ்தானத்தில் மந்திரி போல் கல்வி கற்று, ராஜாவுக்கு உற்ற நண்பராகப் பல்வேறு விஷயங்களைச் சொல்லும் மரியாதை பட்ட உத்தியோகம் பார்ப்பவர்.

இந்த ஊரில் பசவன் பூசை நாளின் கடைசி விழாவன்று கோலாட்ட முடிவை அரண்மனைச் செலவாகக் கோலாகல மாகக் கொண்டாடுவார்களாம்.

ஊர்ப்பெண்கள் அனைவரும் பல்வேறு வட்டங்களாகக் கூடிக் குதித்துப்பாடி ஆடிக்கொண்டு ஊர்வலமாகப் போய், அரண்மனை முன் ஆசாரக்கோட்டம் என்ற முன் மைதானத்தில் கோலாட்டம் போடுவார்களாம்.

மகாராஜாவும் அரண்மனைப் பெண்களும் உட்கார்ந்து பார்ப்பார்களாம். பசவனைக் குளத்தில் விட்ட பிறகு பெண்க ளனைவருக்கும் சர்க்கரைப்பொங்கலும் சித்திரன்னங்களுமாக அவர்கள் வீட்டில் விருந்து நடக்குமாம்.

சின்னம்மா சித்தி பேச்சுவாக்கில் இந்தச் சங்கதிகளைத் தெரிவித்திருக்கிறாள். ஆனால் அவள் அந்த விழாவில் கலந்து கொள்ளலாமா என்பது புரியவில்லை.

அன்று மாலையில் தூற்றலும் நசநசப்புமாக இருக்கிறது. இரவு அவள் கணவர் வெகுநேரமாக வீடு திரும்பவில்லை.

ஷெல்லிக்குத் தாசனாகி, அவனுடைய கவிதைகளில் சாரங்களை, சுதந்திர வேட்கையைத் தன்னைப் போன்ற இளைஞர்களுடன் பேசி அந்த உணர்வை ஊட்டுவதில் வெறியும் வேகமும் கொண்டிருந்தார் என்பதை எல்லாம் அவளறிவாளா?

அந்த இளைஞர்களும் அரண்மனையைச் சார்ந்து சிற்றூழியம் செய்பவர்கள். மாலையில்தான் விடுபட முடியும். இவருக்கோ மாலையில்தான் அரண்மனையில் நிற்க வேண்டும்.

எட்டப்பன் தோழன். ஆங்கிலம் படித்தவன். இவருடைய கவிதை ரசனையைப் புரிந்துகொள்வான். ஆனால் அந்தச் சிற்றப்பா ராஜா, கழுகுக் கண்களுடன் கண்காணிப்பவன். தமிழ் அறிவு ஒன்றுதான் இந்தச் சிறுபயலிடம் அவர் காணும் மேன்மை.

அரச பதவியிலிருக்கும் அறியாப்பயல், என்னவானாலும் இவனுக்குச் சம ஆசனம், மரியாதை தந்துவிடக் கூடாது என்ற கண்காணிப்பில் எப்போதும் அருகில் இருக்கிறான்.

ஆங்கிலம் தெரியாத விஷயமாதலால், தமிழிலுள்ள மட்டமான செய்திகளடங்கிய உலாக்களையும் மடல்களையும் அவர்கள் ரசிக்கச் சொல்லித் தொலைக்க வேண்டும்.

பாரதிக்குக் கோபம் உள்ளூறக் கனன்றுகொண்டிருக்கிறது. வெளியே ஆறுதலாகப் பிச்சு ஐயங்காரைக் காணும்போது, ஷெல்லியின் கவிதைகளை ஏதொன்றேனும் சொல்லிக் குளக்கரையிலோ அல்லது ஏதேனும் திண்ணையிலோ அதை அனுபவிக்க வேண்டும்.

ஆர்ய சமாஜத்தைச் சார்ந்த லக்ஷ்மண் சிங் வீட்டுக்குப் போய் அவருடன் பல விஷயங்களைப் பேசுவதும் அறிவுக்கு விருந்தாகிறது.

இவர் தென்னாப்பிரிக்காவில் போயர் யுத்தத்தைக் கண்டவர்; ரோமாபுரி போன்ற நகரங்களைக் கண்டவர்.

இந்திய நாட்டில் பண்டைய வேதங்கள் நிலை நாட்டிய பெருமையொழிந்து புன்மைக் கருத்துகளும் போலிச் சம்பிரதாயங்களும் மலிந்துவிட்டதைப் பற்றிப் பேசுவார்.

இந்தச் சமுதாயம் பழைய மேன்மைகளை எய்த வேண்டும் என்று இந்துஸ்தானியில் அவர் பேசும்போது உரையாடல் மிக ரசமாக இருக்கிறது.

நேரம் சென்றதே அன்று தெரியவில்லை. பொன்னையா, பிச்சு ஐயங்கார் இருவருடனும் லட்சுமண் சிங் வீட்டிலிருந்து வரும் போது நள்ளிரவு கடந்துபோயிருக்கிறது.

கதவைத் தட்டுகிறார்.

தட்... தட்... தட்... தட்...

கதவு உடையும் வண்ணம் ஓசை கேட்கிறது.

"செல்லம்மா? செல்லம்மா..?"

"கதவு திறக்க ஒரு கவி பாடுங்கள்: அப்போது திறப்பாள்..."

நண்பர்கள் கேலி செய்கின்றனர்.

கோபம் கட்டுக்கடங்கவில்லை.

"செல்லம்மா..!"

தூக்கிவாரிப்போட, உறக்கம் கலைகிறது. விளக்கைத் தூண்டி எடுத்துக்கொண்டு பதைபதைக்க வந்து கதவுத் தாழை நீக்குகிறாள்.

செல்லம்மாளுக்குப் பொழுது மிக அதிகமாயிருப்பதை உணர முடிகிறது.

ஐயோ, வெகுநேரம் இப்படிக் கத்தியது தெரியாமல் தூங்கிவிட்டாளா?

நடுங்கிப்போய் ஓரமாக நிற்கிறாள்.

நண்பர்களை அனுப்பிவிட்டுக் கதவைத் தாழிடுகிறார் கணவர்.

செல்லம்மா முன்னே விளக்கைக் காட்டிக்கொண்டு நிற்கிறாள்.

அவரது விழிகள் கூர்மையாகின்றன.

ஈரம் நசநசத்த மண் முற்றத்தில் காலடிகள் பதிந்திருக்கின்றன. செல்லம்மா, புது ரோஜாவாக மலர்ந்த முகம், கருநாகமாய்க் கூந்தல், அவள் அழகு...

அரண்மனைக் கோலாட்டத்துக்குப் போகலாம் என்று எவளேனும் வந்து அழைத்திருப்பாளோ?

"செல்லம்மா? இங்கே யார் வந்தது?"

பேதை நடுநடுங்கிக் கை விளக்கைக் கீழே வைக்கிறாள்.

"யாரும் வரலியே?"

"பின்னே... அந்த அடி... காலடி, யாருடையது?"

நெஞ்சில் பந்தாக உணர்ச்சி அடைக்கிறது. அழுகை பிதுங்குகிறது. "என் அடிதான். நான்தான் நடந்தபோது விழுந்திருக்கு?"

அவள் கால்களை அந்த அடியில் வைத்து யாரும் வரவில்லை என்பதை நிரூபிக்கிறாள்.

அவளைத் தாவி அணைக்கிறார்.

"செல்லம்மா... என் செல்லம்மா! உனக்குக் கோபமா?"

அவளுக்கு இதுவும் சங்கடமாக இருக்கிறது; மெல்லக் கையால் விலக்குகிறாள்.

"உனக்கு.வாதாபி வில்வலன் கதை தெரியுமா செல்லம்மா?"

"கந்தபுராணக் கதையில் வரும் வில்வலனும் வாதாபியும் சகோதரர்கள்; ராட்சதர்கள். இவர்கள் மனித இரை பிடித்துண்ண ஒரு நாடகம் நடிப்பார்கள்."

வில்வலன் ஒரு முனிவராக மாறுவான். வாதாபி ஆடாக மாறுவான். இந்தப் பொய் முனிவர், எவரேனும் முனிவர் வரும் வழியில் அவரை வரவேற்று உபசரிப்பான். வாதாபியாகிய ஆட்டைக் கறி சமைத்துப்போடுவான்.

விருந்தாளி விருந்துண்டதும், வில்வலன் வெளியிலிருந்து, 'வாதாபி!' என்றழைப்பான். உடனே ஆட்டுக்கறியாக இருக்கும் வாதாபி உயிர்பெற்று விருந்தினரின் வயிற்றைக் கிழித்துக் கொண்டு வருவான்.

இதே போல் அகஸ்திய முனிவரிடம் நடித்தார்கள். முனிவர் வயிற்றைத் தடவிக்கொண்டு, 'வாதாபி, ஜீரணமானான்' என்று அவனை உட்கொண்டுவிட்டார்.

அப்படி, நான் வில்வலனாகவும் முனிவராகவும் இருக்கிறேன். என் கோபம் தாங்காமல் நீ அப்படியே சத்திழந்து போகிறாய், உன்னைப் புத்துயிர் பெறச் செய்வேன். ஆனால்... செல்லம்மா, கோபம் கோரமாக வரும்போது அதைச் சீரணிக்கும் சக்தி எனக்கில்லையே?"

செல்லம்மா மனம் கரைந்துபோகிறாள்.

8

சின்னம்மா சித்தி காய் நறுக்கிவைக்கிறாள்.

சுப்பய்யா காலை உணவருந்தி வெளியே சென்றுவிட்டான்.

செல்லம்மா குளித்துவிட்டு வந்து, அடுப்பைப் புகைய விடுகிறாள்.

"செல்லம்மா, பழையது சாப்பிட்டாயா?"

கனிவுடன் தன்னைச் சின்னம்மா பார்ப்பது கண்டு அவள் நாணத்துடன் தலையசைக்கிறாள்.

"காலம வெறும் வயிறா இருக்காதே. சாப்பிட்டுக்கோ, அப்பறமாச் சமைக்கலாம்."

பின் சிறிது தயக்கம்.

"செல்லம்மா, உனக்குத் தெரியுமோ? அன்னை வந்திருக்கா ஊரிலேந்து. ஆசைப்படறா, உன்னோட புது ஆத்தி வாழப்பூப் புடவையும் நீல வெல்வட்டு ரவிக்கையும் வேணும்ன்னு வாய்விட்டுக் கேக்கறா. ஈருயிராயிருக்கா. உனக்குத்தான் நல்ல ரவிக்கை நிறைய இருக்கே? நாளக்கி ஜோத்ர முடிவு. அரமனையில் விசாலாட்சி காசி கண்ணப்பா பட்டுப்புடவை அஞ்சாறு குடுத்தனுப்பியிருக்கா. பெரிய கோமதி, சின்ன கோமதி, உனக்கு, எல்லோருக்கும், உனக்குப் புடிச்ச கலரைக் கட்டிக்கலாம். நான் மேலரண்மனைக்குப் போய் மோர் வாங்கிண்டு வந்துடறேன். நீ கதவைச் சாத்திக்கோ!"

சித்தி படியிறங்கிச் செல்கிறாள்.

செல்லம்மாளுக்கு அழுகை துருத்திக்கொண்டு வருகிறது.

அந்தப் புடவைதான் அவளுக்கு இருக்கும் ஒரே நல்ல புது மாதிரிப் புடவை. வீரனூர்த் தறியில் நாகரிகமாகப் போட்டதென்று வாங்கினார்கள். வில் வட்டு ரவிக்கையும் அவளுக்கென்று தைத்துக்கொண்டது.

ஊரெல்லாம் கன்னிப்பெண்களும், கல்யாணமான சிறுசுகளும் சித்தாடையை மட்டும் இடுப்பில் சுற்றிக் கொண்டலைந்தாலும் அவர்கள் வீட்டில் பாவாடை சட்டை நாகரிகம் வந்தாயிற்று. அந்த வில்வட்டு ரவிக்கையையும் புடவையையும் மாமியார் கேட்கிறாள்.

அன்னி, அவளுக்குப் பெரிய மாமியாரின் பெண்; நாத்தி. இவள் அரண்மனைப் பக்கமோ கோலாட்டத்துக்கோ போகவும் கூடாது; புடவையையும் கொடுக்க வேண்டும்...

என்ன அடக்கினாலும் அழுகை அடங்கவில்லை.

சமையல் வேலையை அழுதுகொண்டுதான் முடிக்கிறாள். இடையில் மாமியாரோ கணவரோ வந்து பார்க்க நேர்ந்தால், என்ன சொல்வார்களோ என்று அச்சத்தில் முகத்தை மேலும் மேலும் துடைத்துக்கொண்டு குங்குமப் பொட்டை நேராக்கிக் கொள்கிறாள்.

"செல்லம்மா..?"

இவள் துணுக்குற்று விரைந்து கதவைத் திறக்கையில் அவள் கணவர் உல்லாசமாகச் சீட்டியத்துக்கொண்டு உள்ளே வருகிறார்.

> O Happy Earth! reality of Heaven!
> To which those restless souls that ceaslesely
> Throng through human universe aspire;
> Thou consummation of all mortal hope.

"இதுக்கு என்ன அர்த்தம் தெரியுமோ செல்லம்மா..?"

"ஓ, இன்பபூமியே! சொர்க்கத்தின்..."

என்று உற்சாகமாகத் தொடங்கியவர் அவளுடைய விசும்பலைக் கேட்டுத் திடுக்கிட்டு அவளைப் பற்றுகிறார்.

"செல்லம்மா? ஏன்... ஏன் அழறேம்மா? என்ன? ஷ்... எனக்கு அழறவாளக் கண்டாப் பிடிக்காது, என் செல்லம்மாளை யார் என்ன சொன்னா?"

“வந்து ... அரமனையில நாளக்கி ஆசாரக் கொட்டத்தில கோலாட்டம் போடுறப்ப, என் ஆத்தி வாழப்பூப் புடவையையும் வில்வட் ரவிக்கையையும் அன்னைக்குக் குடுத்துடணுமாம். அரமனைலேந்து பட்டுப்புடவை குடுத்தனுப்பியிருக்காளாம். அதுல ஒண்ணை நான் . . .”

வார்த்தைகளை அவள் முடிக்கவில்லை.

“நான்சென்ஸ் . . . நான் சொன்னேன்னு சொல்லிடு! நீ உன் புடவையை ஒருத்தருக்கும் குடுக்க வேண்டாம்! குடுக்கவும் கூடாது. யார், சின்னம்மா சித்திதானே சொன்னா? நான் இதுவிஷயம் அவகிட்ட கண்டிப்பாப் பேசிடறேன்! நீ அரமனைப் புடவையைத் தொடவும் கூடாது. அரமனைப் பக்கம் போகவும் கூடாது! கோலாட்டம் வாசலில் போடலாம், இங்கே. ஆசாரக் கொட்டத்துக்கு நீ போகக் கூடாது!”

நெருப்புக் கோடு கிழிக்கப்படுகிறது. செல்லம்மாளுக்கு ஒருவாறு ஆறுதல் கிடைக்கிறது. அந்த ஆறுதலில் தான் எல்லோருடனும் அரண்மனைப் பக்கம் போகாமல் தனியே எப்போதும் போல் இருக்க வேண்டும் என்று கிழித்த கோடு அவ்வளவாக உறுத்தவில்லை.

செல்லம்மாவுக்கும் மாமியாருக்கும் இடையே ஏற்பட்ட இந்தச் சிறு பிரிசல் இழை அமுங்கிப் போகிறது. ஆனால் அவருக்கோ?

தாத்தா வீட்டில், தெருவில், வழக்கமாகத் தொடரும் சமுதாய நடப்பில், அரண்மனையில் முரண்பாடுகள் உராயத் தொடங்குகின்றன.

திண்ணையில் அமர்ந்து, ஷெல்லியின் நிரீசுவர வாதத்தை வியாக்கியானம் செய்யும் பிள்ளையின் மீது தாத்தா அப்பாசாமி சிவனுக்குக் கோபம் வருகிறது.

“என்னடா சுப்பய்யா? நீ என்ன பேசிண்டிருக்கே? நாஸ்திகமாயிருக்கே?”

பெருமாள்கோயில் மாடவீதியில் வசித்தாலும் இந்தத் தாத்தா பெருமானின் பெயரையே உச்சரிக்காத வீரசைவம். இளைஞனான பேரனுக்குச் சிரிப்பு வருகிறது.

“தாத்தா, இங்கிலீஷ்கார தேசத்தில் பிறந்த ஷெல்லிங்கற கவி சொல்றான். அதைத்தான் சொன்னேன். மனிதனது கர்வம், தனது அறியாமையை மூடிமறைப்பதற்காகவே கடவுளின் திருநாமங்களைக் கண்டு பிடித்திருக்கிறதென்கிறான்.”

“புனிதத்துவத்தின் பேரால் குற்றங்களை வேலி போல் பாதுகாத்துக்கொள்கிறான் என்கிறான். கடவுள், நரகம் சொர்க்கம் எல்லாம் இந்த மாய்மாலக்காரரின் படைப்பு என்று சொல்கிறான்... இப்ப நீங்கள் சொல்லுங்கள். வைஷ்ணவப் பிரம்மத்தை நீங்கள் வெறுக்கிறீர்கள். உங்கள் பிரும்மம் சைவம். பிறகு, பிரும்மம் அநாதி, அதற்கு மூஞ்சி முகம் நிறம் அது இது ஒன்றும் கிடையாது என்றும் சொல்கிறீர்கள். அப்ப, என்னதான் அர்த்தம் அதற்கு?”

தாத்தாவுக்குச் சொல்லொணாக் கோபம் வருகிறது.

“வழிவழியா சிவாகமக் குடும்பத்திலே பிறந்துட்டு இந்த நாஸ்திகம் எப்படிடா பேசறே? இங்கிலிஷ்காரனை நீ புலையன்னு சொல்லுவே, இப்ப அவா நிரீசுவர வாதத்தைக் கொண்டாடறியா? இதுதானா நீ ஷெல்லி சபைன்னு சொல்லிண்டு இந்த விடலைகளோடு பேசறதெல்லாம்? இந்த அநாசாரமெல்லாம் விட்டுடுடாய்யா..!”

பாட்டனாரைக் கிண்டிவிட்டுச் சிரித்துக்கொண்டே இறங்கிப்போகிறான் பேரன்.

கிறிஸ்துமஸுக்கு இளைய மகாராஜா பட்டணம் போகிறார். போகும்போது சுப்பய்யாவையும் அழைத்துச் செல்கிறார். செல்லம்மாளுக்கு ஒரே சந்தோஷம்.

இவள்மீது எத்தனை ஆசையாக இருக்கிறார் கணவர்?

பட்டணத்திலிருந்து வரும்போது என்னென்ன புதுமையான சாமான்கள் வாங்கிவருவாரோ? மணக்கும் வாசனை சோப்பு, தைலம், விதவிதமான ரவிக்கைத்துணிகள், நாகரிகமாக... புடவைகள்கூட வாங்கி வருவாரோ?

மகாராஜாகூடப் போயிருப்பதனால்... வீட்டுக்குப் புதிய மாதிரி சாமான்கள், நல்ல பவர்லைட் ஒன்று இருந்தால் எப்படி உபயோகமாக இருக்கும்?

அவர் ஊர் திரும்பும்போது வண்டிவரும் சத்தம் கேட்டுப் பெருமகிழ்ச்சி கொள்கிறாள். வண்டியிலிருந்து குதித்து, உள்ளே வருகையில், வண்டியோட்டியும் அவருமாக ஐந்தாறு மூட்டைகளை உள்ளே கொண்டுவந்து இறக்குகிறார்கள்.

வண்டிக்காரனுக்குப் பணம் கொடுத்து அனுப்புவதற்குள் செல்லம்மாளின் பரபரப்பு சொல்லுக்கடங்காமல் குதிபோடுகிறது.

அத்தனையும் புடைவையா? துணியா? பாத்திரம் பண்டமா? இல்லையேல்... நான்கு வீசை பட்டண மஞ்சளும்

ஒரு வீசை பெருங்காயமுமாக இருக்குமோ? அப்படி வாங்கி வந்தாலும் வரக் கூடியவர்தாம்!

"செல்லம்மா! மகாராஜா என்னிடம் ஐநூறு ரூபாய் கொடுத்தார். நீ என்ன வேணுன்னாலும் வாங்கிக்கோன்னு. நான்... இதெல்லாம் வாங்கிட்டேன்..."

மூட்டைகளை அளவிறந்த மகிழ்ச்சியுடன் பிரிக்கிறார்.

புத்தகங்கள்! ஆம்... அவளுக்குப் புரியாத ஆங்கிலம், தமிழ், இந்துஸ்தானியிலும்கூட நூல்கள்!

"எல்லாம் புஸ்தகங்கள்தானா..?"

விசும்பலை அடக்கிக்கொள்ளும் செல்லம்மா தூணைப் பற்றிக்கொள்கிறாள்.

இதோ உன்னை மறப்பேனா..?

ஒரு சுங்கடிப் புடவையை அவளுக்கு எடுத்துக் கொடுக்கிறார்.

"இந்தச் சுங்கடிப் புடவையைத்தான் பட்டணத்திலிருந்து வாங்கி வந்தீர்களா?"

இந்த ஏமாற்றக் குரலைச் செவியுற்றதும் அவருக்கும் சில விநாடிகள் எதுவும் தோன்றவில்லை.

பின் ஆதரவாக அவள் தோளைப் பற்றி மகிழ்ச்சி யூட்டுகிறார்.

"செல்லம்மா! இத்தனையும் புஸ்தகங்களான்னு அசிரத்தையா கேக்கறியா? இதுதான் வற்றாத செல்வம். நமக்கு அறிவை விருத்தி செய்துகொள்ளும் புஸ்தகங்களுக்கு மேலான செல்வம் என்ன இருக்கிறது? நீயும் படிக்கணும். இதிலே தமிழ்ப் புஸ்தகங்கள். நல்லதெல்லாம் வாங்கிண்டு வந்திருக்கேன். வெறுமே இந்தக் கிழியும் அழியும் பொருள்களை வாங்குவதில் என்ன லாபம்? நீ அதிலெல்லாம் ஆசை வைக்கக் கூடாது செல்லம்மா!"

செல்லம்மா என்ன செய்வாள்?

சின்னம்மா சித்தி மறுநாள் பிள்ளை வெளியேறிய பின், 'அசடாயிருக்கிறான்' இந்தப் பிள்ளை. என்ன செய்யலாம்! இவனோடுதான் அந்த வெங்குவும் பட்டணம் போனான். ராஜா அவனுக்கும் ரூவா குடுத்தாராம். வருஷத்துக்கு வீட்டு சாமான் வாங்கியாச்சு. முந்நூறு ரூபா மிச்சமும் புடிச்சிருக்கானாம்..." என்று தனது ஆற்றாமையை வெளியிட்டுக்கொள்கிறாள்.

புத்தகங்கள் வந்த பிறகு, புத்தகத்துடன் வெளியே செல்கிறார்! இல்லையேல் வீட்டிலேயே, குளிப்பு, சாப்பாடு என்ற உணர்வின்றி அதில் மூழ்கிப்போகிறார்.

இடையிடையே. "ஆகா! என்ன அற்புதம்..!" என்ற பாராட்டுரைகள். சிரிப்பு, தனக்குள் ரசிப்பு.

அன்று அவர் அரண்மனைக்குச் செல்லும் நேரம் வந்தாயிற்று. பொழுது தெரியாமல் புத்தகத்தில் ஆழ்ந்திருக்கிறார்.

கற்சட்டி கரிப்பாத்திரம் துலக்கி, அரப்புப் பொடி போட்டுக் கை கால் முகம் அலம்பித் துடைத்துப் பொட்டிட்டுக்கொண்டு செல்லம்மா வந்து பார்க்கும்போதும் இவர் நிலை கலையவில்லை.

"உங்களுக்கு இன்னிக்கு... அரமனைக்குப் போக வேண்டாமா?"

"ஆகா..! செல்லம்மா, இப்படி உட்கார். உனக்கும் இதைச் சொல்றேன். புறநானூறு... தெரியுமோ? ஆயிரமாயிரம் வருஷம் முன்னே நம் தமிழ் மக்கள் எப்படி வீரமாக இருந்தார்கள்னு சொல்லும் பாடல்கள் இதில இருக்கு. இதுல பாரு..."

செல்லம்மாளுக்கு இதில் ரசனை தோன்றத்தானில்லை.

"வந்து... சின்னம்மா சித்தி வந்து... என்ன சொல்றா தெரியுமா?"

"என்ன சொல்றா?"

"...நீங்கதா இப்படி இருக்கிறீர்கள்னா, நானும் அசடா இருக்கேனாம். உனக்கானும் தெரிய வாண்டாமாங்கறா..."

புடவைத் தலைப்பை நெருடிக்கொண்டு எப்படியோ சொல்லிவிடுகிறாள்.

கோபம் வெடிப்பதை ஏற்றுக்கொள்ளத் தயாராகக் கண்ணீரும் வந்துவிடும்.

"நீ அதெல்லாம் காதுல போட்டுக்காதே செல்லம்மா. இத பாரு, ஒரு வீரத்தாய் பற்றி இதுல எழுதியிருக்கு, இவள் எப்படி இருக்கா பாரு. யுத்தம் வந்திருக்கு. நாட்டைப் பகைவர் வளைக்கிறார்கள். முதல் நாள் யுத்தத்துக்கு இவள் புருஷன் போனான். திரும்பிவரவில்லை. அடுத்தநாள் இவளுடைய தகப்பன் கிழவன் இருந்தானே அவன் போனான். அவனும் அம்பு பட்டு இறந்தான். அதற்கடுத்த நாள் இவள் என்ன பண்ணுகிறாள்? இவள் பிள்ளைக்கு அஞ்சு வயசாகல, அவனுக்குக் கச்சைகட்டி, கையில் வேலைக் கொடுத்து, "குழந்தாய், பகைவர்களோடு

சண்டையிட்டு வா!" என்று ஆசி கூறி அனுப்புகிறாள்... என்ன மாதிரியான வீரம் பாரு! உங்களுக்கெல்லாம் இந்த மாதிரியான வீரம் வர வேண்டாமா?"

செல்லம்மாளுக்கு இப்போது வீரம் எதுவும் ஏற்றுக் கொள்ளும்படியாக இல்லை. ஆனால் அவரோ தொடருகிறார்,

"இங்கே அடிமைச் சேவகம் பண்ண வேண்டியிருக்கு. நம்ம தேசமோ, அடிமைப்பட்டுக் கிடக்கிறது... என்ன ராஜா, என்ன அரமனை? மடையர்கள்!"

"இந்தச் சின்னராஜா இங்கிலீஷ் பள்ளிக்கூடத்தில் படிச்சிருக்கார், உங்ககிட்ட ரொம்ப சிநேகம்னு சொல்றாளே? உங்களுக்கு இப்ப ஏன் புடிக்கல?"

"மடத்தனமா நீயும் கேட்காதே செல்லம்மா! உனக்குத் தெரியாது என் மனசுபடும் சங்கடம். நித்தநித்தம் துயின்றெழுந்து, பொழுதனைத்தும் புத்தியில்லாப் புல்லருடன் போக்கிக் கொண்டிருக்கேன். என் கோபத்தைக் கிளப்பாதே!"

சொல்லிவிட்டு அவர் மேல்வேட்டியைப் போட்டுக் கொண்டு போகிறார். சட்டையைத்தான் கழட்டுவதே இல்லை. இப்போது எங்கே போகிறார் என்பதை அவள் எப்படி அறிவாள்?

ஊரில் பிரம்மோற்சவம் வரும் நாட்கள் வறண்ட அந்தப் பூமியிலும் வசந்தம் களைகட்டத் தொடங்கியிருக்கிறது. ராஜா 'கச்சேரி' முடிந்து பவனி கிளம்பியிருக்கிறார் போலும்! எனவே இந்தப் பவனிக்குப் பிறகுதான் இவர் அந்த மட ராஜாவிடம் போய் எதையேனும் பேசித் தொலைக்க வேண்டும். சீ! என்ன பணி இது?

சோதிடர் வீட்டுத் திண்ணையில் வந்தமருகிறார் பாரதி. சோதிடர் இவரைப் பார்த்துவிட்டு வெளியே வந்து பேசுகிறார்.

"கச்சேரிக்குப் புறப்பட்டுட்டியளா?"

அவர் பதில் கூறுமுன், 'வாங்கா' ஊதிக்கொண்டு அவருணத்தான் குடல் தெறிக்க ஓடுகிறான்.

"இந்த அரை நாழிகை பவனிக்குப் பன்னண்டு இடத்திலே அவன் கட்டியம் ஊத வேணும்! மகாராஜாவாம், மகாராஜா!"

ஆனால் இந்த ஜனங்கள் ஏன் இப்படி இருக்கிறார்கள்? இவனும் ஒரு மனுஷன், அதிலும் கீழுக்கும் கீழான மடயன். இவனைப்போய் தேவாம்சம்னு வழிபடலாமா என்று ஏன் உறைக்கவில்லை? படி அளக்கும்போதுகூட, 'எட்டு' என்ற பேரைச் சொல்லக் கூடாதென்ற பயபக்தி! எட்டுக்குப் பதில்

'மகாராஜா' என்று அந்த எட்டின் இடத்தில் இந்த மடயனை உட்கார்த்துகிறார்கள்!

வாங்கா ஊதுவது எதற்காக! இந்த நேர்த்தியான மகாராஜா பவனியைக் காண ஆண்கள் வாசலில் நிற்க வேண்டும்; பெண்கள் உள்ளே சன்னல் மறைவிலோ, வாசல் படியிலோ நின்று இவன்...

கோபம் வசைகளாக வெடித்து வருகிறது. வாங்கா ஊதிச் சென்றதும் பல்லக்கு செல்கிறது. ஆனால் பாரதி எழுந்திருக்க வில்லை. பல்லக்குச் சென்றபின் எழுந்து வெறுப்பைத் துப்புகிறார்.

Proclamation of Stupidity!

(மூட சிகாமணி பறையடிப்பு!)

கட்டயனின் அப்பன் மணியகாரன் குளோப் விளக்கை ஏற்றி மண்டபத்தில் வெளிச்சம் பரவச் செய்கிறான். ஒரு முட்டாள் ராஜா பன்றி போல் சுகிக்க, ஓர் ஊரே ஏவல் ஊழியம் செய்கிறது! உழைக்கிற மக்கள் எல்லோரும் இவனுக்குச் சொந்தம்!

இதில் இவனும் ஒருவனாக..! பாரதி? நீயும், நீயுமா? கங்கையும் பரப்பும், தாம் அங்கே பெற்ற உயரிய உணர்வாம் அனுபவங்களும் ஒரு கணம் அவருள் நிரையேறிச் சிலிர்க்கச் செய்கிறது.

கட்டுரைகளும் கவிதையும் பேனா முனையிலிருந்து புறப்படும் தருணம் வந்துவிட்டது.

கட்டுரை விறுவிறென்று போகிறது. ஜமீன் செல்வம், ஆடம்பரம், போலித்தனங்கள் என்று விளாசுகிறான். இறுதியில் கவிதை முத்தாய்ப்பாகிறது.

    நித்தநித்தம் துயின்றெழுந்து
    பொழுதனைத்தும் புத்தியில்லாப்
    புல்லருடன் போக்கி
    அத்தமித்தவுடன் வெறுங்கல்லை,
    மண்ணை விழுபிணத்தைத்
    தொழுதற்கோ யான் பிறந்தேன்?...

முத்திரை – ஷெல்லிதாசன் என்ற பெயரைத் தாங்குகிறது.

சபாஷ்..!

"செல்லம்மா!"

செல்லம்மா வருகிறாள். அவளுக்குப் படித்துக் காட்டி மகிழ்கிறார். பிறகு நண்பர்களுக்குப் படித்துக் காட்டி மகிழ்கிறார். கட்டுரை சர்வஜன மித்திரன் இதழுக்குச் செல்கிறது. அடுத்த

சில நாட்களில் பத்திரிகையில் கட்டுரை வந்துவிடுகிறது. அரண்மனையில் மகாராஜாவுக்குச் சாதாரணமாகப் பத்திரிகை படிக்கையில் இதை அவர் படிக்கவில்லை. ஆனால் சில நாட்களுக்குப் பிறகு அன்று –

மகாராஜா, உள்மண்டபத்துக்கு வந்தாயிற்று. சிற்றப்பனும் கழுகாகத் தொடர்ந்து வந்து அமருகிறான்.

ஆர்ப்பரிப்பு, வணக்கம் எல்லா மண்டகப் படிகளும் முடிகின்றன. பாரதிக்கு உட்கார ஆசனம் கிடையாது, நின்று கொண்டே பேச வேண்டும்.

"சுப்பய்யா?... இது, நீதான் எழுதினாயா? ஷெல்லிதாசன்... நீதானா?"

பாரதிக்குத் துணுக்குற்றாலும், நேராக விழிகளை நிறுத்துகிறார்.

"ஆம்."

எட்டப்பன் முகத்தில் புன்னகை தவழுகிறது.

"ஸோ... நீ ஷெல்லிதாசன்?"

"இது அப்படியானால் நிந்தாஸ்துதியா?"

இது சிற்றப்பன்.

"நிந்தாஸ்துதி என்று எழுதவில்லை. கவிதை உள்ளத்து உணர்ச்சிதானே?"

சிற்றப்பனுக்கு அளவிலாச் சினம் பொங்கி வருகிறது.

ஆனால் பாரதி அங்கு நிற்கவில்லை.

9

முழுநிலாவைக் கிரகணம் பற்றியது போல் செல்லம்மாவுக்குத் தோன்றுகிறது.

"ஐயா, ஏதோ சின்னப்பிள்ளை தெரியாம எழுதிட்டே மகாராஜாகிட்ட..."

"சின்னம்மா சித்தி!"

அந்தக் குரலில் பாத்திரம் பண்டங்கள்கூட அதிர்வது போல் செல்லம்மா நடுங்குகிறாள்.

அடுத்து அவர் மதுரைக்குப் போவதாகச் சொல்லிவிட்டுப் போகிறார்.

செல்லம்மாவைச் சின்னம்மா சித்தி தாத்தா வீட்டுக்கு வரச் சொல்கிறாள்.

இவள் காலையில் சென்றபோது, பாட்டியைக் காணவில்லை, கூடத்து ஓரமாக நிற்கிறாள்.

மாமிகளான இருவரும் பெரிய குடும்பத்து மருமகள்களாக உழலுபவர்கள். இவளோ தனிக்குடும்பம் செய்யும் தனிச்சிறப்புப் பெற்றவள். யாரிடமும் எதுவும் கேட்கத் தோன்றவில்லை. அப்போது அப்பாசாமித் தாத்தா, பெரியவர் வருகிறார்.

இவருக்கு வித்தாரமான அன்றாட சிவபூசை நடத்த வேண்டும்.

"யாரடி பொண்ணே? சுப்பய்யா அகமுடையாளா? எதுக்கு வெறும நிக்கற? பூசை பாத்திரம் தேய்க்கல, உள்ள மொழுகல ஒரு

காரியம் பண்ணல, நீ வந்து ஏன் நிக்கற? இந்த வீட்டில ஒரு மனுஷா வெறும நிக்கறது எனக்குப் புடிக்காது... அவன்தான் நாஸ்திகனாப் போயிட்டான், மீசையும் கீசையும் வச்சிண்டு. அநாசாரம்...”

செல்லம்மாள் இதற்கு அஞ்சியே இங்கே தனியே வர மாட்டாள்.

“என்னடி செஞ்சுண்டிருக்கான், உன்னாமடையான்?”

இவளுக்கு அழுகை வந்துவிடுகிறது. நல்லவேளையாக இதற்குள் சின்னம்மா வந்துவிடுகிறாள்.

“விசாலாட்சி காலம கிணத்தடில வழுக்கி விழுந்துட்டா. நரம்பு பிசகியிருக்கு. அவளை மொள்ளச் சுளுக்கு மந்திரிக்கக் கூட்டிண்டு போனேன்.”

“செல்லம்மா, வந்துட்டியா?”

பூசைப்பாத்திரம் தேய்த்து, மீண்டும் மீண்டும் பெருக்கித் துடைத்து ஏவின வேலைகளையெல்லாம் செய்கிறாள்.

சின்னம்மா சித்தி சமையலறையில் கொத்தவரைக்காய் நறுக்கிக்கொண்டு ஏதேதோ பேசுகிறாள். அன்னிக்கு வளைகாப்புச் சீமந்தம், இங்கேதான் நடக்கப்போகிறது. பொன்காப்பு, வெள்ளிக்காப்பு, புடவை, வேட்டி என்று சீர்வரிசை அடுக்குகிறார்கள்.

“மேலரமனைக்குப் போனேனா? விசாலாட்சி கண்ணப்பா சித்த பேசிண்டிருந்தா. சுப்பய்யா சம்சாரத்தைக் கூட்டிட்டு வரக் கூடாதாம்மா? எங்களுக்குப் பார்க்கணும்னு ரொம்ப ஆசை. நவராத்திரிக்கும் வரல, கோலாட்டத்துக்கும் வரலியேன்னு கேட்டா. நான் என்னதைச் சொல்றது? இந்தப் புள்ளையானா இப்படி முகத்தை முறைச்சிண்டாப்பல, வந்துட்டான்... குளிதப்பிருக்கு. பொறந்தாத்துக்கு எழுதிப் போடணும். அவாளும் வந்து அழச்சிண்டு போகணும். மசக்கைப் பிறந்ததான்னு ஒண்ணும் புரியல... இந்தப் பிள்ளைகிட்ட எதைப் பேசவும் பயமாயிருக்கு. ஆ, ஊன்னா, இந்தத் தேசம் அடிமையாயிருக்குங்கறான். நேருங்கூறுமாக் குடித்தனம் பண்ணணுமேன்னு பொறுப்பு வரல ...”

செல்லம்மா கண்ணீரை விழுங்கிக்கொள்கிறாள்.

அன்னை இவளுக்குப் பெரிய மாமியார் பெண். அவளுக்கு இவ்வளவு சீர்வரிசை அடுக்குகிறார்கள். அவளுக்கு அவள் வீட்டில் எப்படியெல்லாம் செய்வார்கள்?

அப்பாத்துரைக்குத் தபாலாபீசில் வேலை என்று குடும்பம் இடையன் குடியில் வைத்திருக்கிறார்கள். சம்சாரம் பொன் வெள்ளி வாங்கிச் சீர் செய்ய கையில் காசு கிடைக்குமோ?

பொழுது இறங்கியதும் படுத்துக்கொள்ள சின்னம்மா சித்தியுடன் தனிவீட்டுக்கு வந்துவிடுகிறாள்.

நாலைந்து நாட்கள் செல்கின்றன.

சந்தி விளக்கேற்றிவிட்டு செல்லம்மாள் தூணருகில் நிற்கிறாள்.

ஏற்கெனவே பெண் நல்ல நிறம், அழகு. மேலும் மெருகிட்டு அழகு துலங்குகிறது.

முற்றப்படியில் உட்கார்ந்திருக்கும் சின்னம்மா சித்தி பெருமூச்செறிகிறாள்.

"உம் பொறந்தாத்துக்கு எழுதிப் போட்டாச்சு. போட்டுத் தான் என்ன வரிசையை நிமித்திடப் போறா? ஆடி, ஆறாமாசம், தீவாளி, சங்கிராந்தின்னு ஒண்ணுமில்ல, எம்புள்ளைக்கு, அவன் படிப்புக்கு, திவான் வீட்டுப் பொண்வரும், டிப்டி கலெட்டர் வீட்டுப் பொண்வரும், சீரும் செனத்தியுமா நிறைச்சுத் தாங்குவான்னு இருந்தேன். ஒண்ணுக்கும் வக்கில்லாத இடம் தான் வாச்சிருக்கு. ஒரு ராப்பட்டினிப் பொறந்தாம். ராப்பட்டினி, பகல் கொட்டாவி. ராத்திரி செத்தால் விளக்கெண்ணெய்க்கு வழியில்லை. பகல் செத்தால் வாய்க்கரிசிக்கு வழியில்லை..."

இவள் பேசும்போது கேட்டுக்கொண்டே பாரதி வந்து விடுகிறார்.

செல்லம்மாளுக்கோ துயரம் பிதுங்க, மலமலவென்று கண்ணீர் பொங்கிக் கன்னங்களில் வழிகிறது. அவருக்கே உரித்தான கலகலப்பான ஒலி சூழ்நிலையையே மாற்றிவிடுகிறது.

"அப்ப ஒண்ணு செய்யலாமே சின்னம்மா? சாவதாக இருந்தால் சாயங்கால வேளையைத் தேர்ந்துகொள்வோம். நீ அந்த வேளையிலேதான் ஒண்ணும் செய்யக் கூடாது, அசுர சந்திகாலம்பியே?"

சித்தி திடுக்கிட்டுத் தலைத் துணியை இறுக்கமாக இழுத்துக்கொள்கிறாள்.

"போருண்டாய்யா! வந்ததும் வராததுமா என்னத்தை யானும் பேசாதே! அன்னைக்குச் சீமந்தம் இல்லியா..? நம்மாத்தில எல்லாம் செய்யறமே, நம்மபுள்ளைக்கும் இப்படி

குறையில்லாம அவா வரிசையாச் செய்யணுமேன்னு ஆசை அடிச்சுக்கறது ...”

“சின்னம்மா சித்தி, இதைத்தான் அஞ்ஞானம் என்பது. பிரஹ்லாதனைக் கர்ப்பமாக இருந்தபோது, தாயார் நல்ல நல்ல விஷயங்களைக் கேட்டாள். அதனால் அசுர வித்தும் கூடத் தேவாம்சமாக மாறிப்போய் அவன் பிறந்தான்னு கதை கேட்கறேள். ஆனால் உங்களுக்குன்னு வரப்ப, நகை, சீர், பாத்திரம் பண்டம்னும், அவளுக்கு அது போட்டா இவளுக்கு இது செய்யலேன்னு தாழ்த்தியும் குத்தியும் ஓதிண்டிருக்கலாமா? வேறு எத்தனையோ உயர்ந்த விஷயங்களிருக்குப் புதிசான அறிவு வளரணும்னு ஆசைப்படக் கூடாதா..?”

“எதையோ சொன்னால் எதையோ சொல்றயே அய்யா! இதெல்லாம் பெண்ணாப் பிறந்தவா காரியம். நீ இதிலெல்லாம் எதுக்குத் தலையிடறே? உன் காரியமே உனக்குப் பெரிசா யிருக்கே? இப்பக்கூட வெங்கு சொன்னானாம். ராஜா...”

“சின்னம்மா சித்தி! என் கோபத்தைக் கிளப்ப வேண்டாம். இந்த மகாராஜா சுண்டைக்காய் பூமியை வச்சிண்டிருக்கான். உலகம் இந்தச் சுண்டைக்காயில்லை. ரொம்பப் பெரிசு! அதில எனக்கு இடமிருக்குன்னு சொல்லு. ஒத்தரும் எனக்காகப் பிரலாபிக்க வேண்டாம்!”

அன்றிரவு செல்லம்மா மனம் கரைந்து, தாத்தா வீட்டில் பேசியதையெல்லாம் தெரிவிக்கிறாள்.

“நல்லவேளையா நீங்க வந்துட்டேள். இல்லேன்னா... நான் என்ன செய்வேன்? எங்க பிறந்தகம் ஏழைன்னு தெரிஞ்சு தானே கல்யாணம் பண்ணிண்டேள்? சொல்லிக் காட்டலாமா? அன்னிக்குச் சீரொண்ணும் இவா செய்யலியாம். அவளை இளையாளாத்தானே குடுத்திருக்கா? அந்தக் குறை தெரியாம லிருக்க மாப்பிள்ளையே ரகசியமாப் பணம் குடுத்திருக்கான்னு கோமதி சொன்னா...”

அவள் கணவருக்கு எரிச்சல் மண்டிவருகிறது.

“பேதையே? அடி முட்டாளே? நான் பெரிய விஷயங்களை நினைக்கச் சொன்னால் இது மாதிரி விஷயங்களிலேயே உழண்டுண்டிருக்கியே ...!”

அவளுக்குக் கன்னம் எரிகிறது. கண்ணீர் பெருகுகிறது.

ஆனால் அடுத்த கணமே அந்தக் கோபம் கட்டுக்கடங்காப் பரிவாக மாறுகிறது.

"என் கண்ணே, நீ இப்படியெல்லாம் இருக்கக் கூடாதுன்னு கோபம் வந்துடறது. நீ என்னை அடிச்சுடு... நான்... உன்னை எவ்வளவு உயரமா வைக்கணும்னு நினைக்கிறேன் தெரியுமா? ஆகா! ஷெல்லி, எந்த மாதிரியான பெண்ணையும் ஆணையும் பற்றிச் சொல்லிருக்கிறான்? அப்படியெல்லாம் நீ இருக்கணும். நான் இருக்கணும். நமக்குப் பிறக்கும் பெண்ணும் இருக்கணும்னு..."

அவள் அவர் வாயைப் பொத்துகிறாள்.

"போதுமே, பொண்ணுன்னு சொல்லாதேங்கோ பிள்ளைக் குழந்தை பிறக்கணும்னுதா எல்லோரும் ஆசீர்வாதம் பண்ணுவா. அதுதான் உசத்தி."

"இல்லை, பெண்ணில்லையானால் உலகமில்லை. அசடு மறுபடி மறுபடி இந்த முட்டாள் சம்பிரதாயத்திலேயே உழலாதே, அதெல்லாம் தூக்கியெறி!"

மதுரையில் ரா. இராகவையங்கார், மு. இராகவையங்கார், நாராயண ஐயங்கார், கந்தசாமி கவிராயர், நேடிவ் காலேஜ் கோபாலகிருஷ்ண ஐயர் எல்லோருடைய தொடர்பையும் பெற்றிருக்கிறார்.

வாழ்க்கையை வேறுவிதமாக அமைத்துக்கொள்ள முடியும் என்ற நம்பிக்கையைக் கொண்டு எழுதுவதும் படிப்பதும் என்று வீட்டுக்குள் அவர் இருப்பது செல்லம்மாளுக்கு ஆறுதலாக இருக்கிறது. மாசக் கடைசியில் அன்னிக்குச் சீமந்தம் நடக்கும் போது, அவர் மறுபடியும் மதுரைக்குச் சென்றுவிடுகிறார்.

அதிகாலையிலேயே வளையல் அடுக்குகிறார்கள். தாய்மை நிலையிலிருக்கும் பெண்ணுக்கு வளையலடுக்கியதும் தொடர்ந்து வீட்டுப் பெண்கள், ஊர்ப்பெண்கள் எல்லோருக்கும் வளையலடுக்குவது வழக்கமாயிற்றே? வளையலிலும் பூவிலும் ஆசைவைக்காத பெண்கள் இருப்பார்களா?

சின்னம்மா சித்தி, செல்லம்மாளை அந்த மனையில் உட்காரச் செய்கிறாள். செல்லம்மாளுக்கு ஒரே சந்தோஷம். மனையிலமர்ந்து அவள் கையை நீட்ட வளையல்காரர் சந்தனத் திரளாக மொழு மொழு வென்று முடிச்சு முழியில்லாத அவள் கைகள் இரண்டிலும் வண்ண வண்ணமாகக் கண்ணாடி வளையல்களை அடுக்குகிறார்.

பெரிய கோமதி, சிறிய கோமதி இருவருக்கும் முழிக்கைகள், ஒரு வளை ஏறும்முன் எட்டு வளைகள் உடைகின்றன.

தனது பிறந்தகத்தைப் பற்றிக் குறை சொல்லாமல் அழகிய வளைகள் அடுக்கிவிட்டிருப்பதனால் செல்லம்மா மிகச் சந்தோஷமாக இருக்கிறாள்.

வளை குலுங்க விருந்துண்டு, மாலையில் கும்மி அடித்து, பாட்டுப் பாடிச் சோபனங்கள் செய்த பிறகு, முன்னிரவில் வீடு திரும்பும்போதே அவள் கணவர் ஊர்திரும்பிவிடுகிறார்.

செல்லம்மா பெருமிதத்துடனும் பூரிப்புடனும் நாணம் விளங்க ஓரமாக நிற்கிறாள்.

அவர் கண்கள் அவள் கை வளையல்களில் பதிகின்றன.

"செல்லம்மா? வளை... யடுக்கிண்டியா?"

"ஆமாம். காலம்பற இன்னிக்கு அன்னி வளைகாப்பில்லையா?... பாருங்கோ, எல்லோருக்கும் முழிக்கை. எனக்கு ஒரு வளைகூட உடையாமல் பதியப்பதில் ஏறித்து, அவனுக்கு ரொம்ப சந்தோஷம்... நன்னாருக்கா..."

பேதை கைகளை அவரிடம் சேர்ந்தாற்போல் காட்டுகிறாள்.

அவர் முகம் சுருங்குகிறது. முரட்டுக் கோபம் கைகளில் வந்து அந்த வளைக்கரங்களைப்பற்றி அழுத்துகின்றன. அந்த வளையல்கள் படீரென்று நொறுங்க, கண்ணாடிச்சில் ஒன்று அவள் கையில் குத்த இரத்தம் கசிகிறது.

செல்லம்மாள் விக்கித்துப் போகிறாள்.

சில விநாடிகள் ஒன்றும் புரியவில்லை.

வில்வலன் ஆடாக மாறும் கதையாகக் கோபம் வரும்போது, மாறித்தான் போகிறார்.

நான் என்னென்னவோ கனவுகாணும்போது, நீங்கள் இந்தப் படியை விட்டு ஏறவே மாட்டீர்களா? எவனோ கையைத் தொட்டு வளையலடுக்கினானாம்; சந்தோஷப்பட்டானாம்! அரண்மனையில் போய்க் கும்மி அடியுங்கள்! செல்லம்மா! இதெல்லாம் எனக்குப் பிடிக்காது! மேலே மேலே நான் செல்லணும்னு நினைக்கிறேன். நீங்கள் தேசத்தின் விலங்குகளை உடைக்க வேண்டும். இதென்ன மடத்தனமான வழக்கங்கள்! வளையல் வேணும்னா, இரண்டு வளை வாங்கி நீயே அடுக்கிக்கிறது? இதென்ன இத்தனை வளை அலங்காரம்?..! சீ"

செல்லம்மாளோ, அடுக்கிய வளையை உடைத்துவிட்டாரே என்று விம்மி விம்மி அழுகிறாள். இப்படி ஒரு கோபமா?

பாரதி செல்லம்மா

சின்னம்மா சித்தி வருகிறாள். சொல்லாமலே நடந்ததை ஊகிக்கிறாள்.

"எதுக்குடி அழறே? அழப்படாது, கண்ணைத்துடைச்சிண்டு போ..."

துண்டுகளைப் பொறுக்கி எறிகிறாள்.

உள்ளே வந்து ஆறுதலாக அவளிடம், "இப்படித்தான் கோபம் கண்மண் தெரியாமல் வருமோ? அழுதா பின்னியும் கோபம் வரப்போகிறது. சித்தப்போனா சரியாயிடும். பசிக்கிறதோ என்னவோ? சொல்லத் தெரியாது. மெய் பொய்யினு இருக்கிற சமயத்தில நாமளா வளையடுக்கப்படாதுன்னு சொல்லுவா. என்னவோ, இதெல்லாம் அச்சான்யப் படக் கூடாது. நான் அந்தாத்திலேந்து சாதமும் குழம்பும் கொண்டு வரேன். சாதத்தைப்போடு..."

செல்லம்மாளுக்கு இலை போட்டுச் சாதத்தைப் பரிமாறக்கூடப் பயமாக இருக்கிறது.

அவள் சுருங்கிய அச்சம் மேலிட்ட முகத்தைப் பார்க்கும் போது சின்னம்மா சித்தி சொன்னாற்போல கோபம் போன இடம் தெரியவில்லை.

"செல்லம்மா... கோபம்மாம்மா? சீச்சீ! நான் இப்ப கும்பமுனி. வில்வலனை ஜீரணம் செய்தாச்சு... செல்லம்மா, நீ சந்தோஷமாயிருக்கணும். இந்த ஊரைவிட்டு நாம மதுரைக்குப் போயிடுவோம். அங்கே நல்ல தமிழ்ப் புலவர்களெல்லாம் இருக்கா. நேடிவ் காலேஜ் கோபாலகிருஷ்ணையர் ரொம்ப நல்ல மாதிரி. நான்... கவிதை எழுதிக் குடுத்திருக்கேன். இங்கிலீஷ் கவிகளெல்லாம் எழுதுற மாதிரி ஒண்ணு. முதல்ல... செல்லம்மா, இந்த ஊர் சமாசாரம் உனக்குத் தெரியாது... ராஜா எதைச் செஞ்சாலும் அது புனிதம்னு நினைக்கிறவா. அவன் அந்தப்புரத்திலே நினைச்சான்னா எந்தப் பொண்ணையும் கொண்டு போயிடறவன்..."

செல்லம்மா ஆறுதல் கொள்கிறாள்.

காலையில் வழக்கம் போல் சின்னம்மா சித்தி வாசல் தெளித்துக் கோலம் போட்டுவிட்டுச் செல்லும்போதே செல்லம்மா கதவு திறந்துவிடுகிறாள். பாரதி எழுந்து வருகிறார்.

"சுப்பய்யா?... உனக்குச் சமாசாரம் தெரியுமா?"

"அரமனைப் பக்கம் வீடு தீப்பத்திண்டுடுத்து... எல்லோருமா ஓடினா... தாசி வீட்டிலிருந்தவன்கூடத்

தலைதெறிக்க ஓடிவந்தானாம்! உனக்குத் தெரியுமோன்னு கேட்டேன். எங்கே இந்தப் பொண்ணை உள்ளே அகாலத்தில் விட்டுட்டுப் போயிட்டியோன்னு கேட்டேன்...”

“அப்படியா சின்னம்மா? எனக்கு இப்பதான் தெரியும்... ஒரு விஷயம் இப்ப ஞாபகத்துக்கு வரது. அன்னிக்கு இலங்கையில் ஒரு கவியைத் துன்புறுத்தினான் இராவணன். இங்கே எனக்குத் துன்பம் கொடுக்க நினைச்சா. தீப்பத்திண்டிருக்கு!”

சிரித்துவிட்டுப் பற்பொடியை எடுத்துக்கொண்டு பின்பக்கம் போகிறார்.

ஆனி ஆடி சென்றதும் ஒரு நாள் அப்பாத்துரை தங்கையைப் பார்க்க வருகிறான்.

இனிப்புப் பண்டமும் பூவும் வாங்கிக்கொண்டு அவன் வந்த நேரத்தில், பாரதி வீட்டிலில்லை.

“அண்ணா, வா, வா... லக்ஷ்மி எப்படி இருக்கா? அப்பாம்மா எல்லோரும் சௌக்கியமா?...”

தங்கையின் தோற்றம் கண்டு மிக மகிழ்ச்சி கொள்கிறான் அப்பாதுரை.

“ஆமாம். அந்தாத்துக்குத்தான் போனேன். சுப்பய்யா இல்லையா?...”

“இதோ வந்துடுவர். இங்கே... லட்சுமண்சிங்னு ஒரு ஹிந்துஸ்தானிக்காரர் இருக்கார். அங்கேயோ, இல்லாட்டா வேற எங்காணும் ஸ்நேகிதாகிட்டப் பேசிண்டிருப்பார். இத்தனை நாழி இங்கத்தான் புஸ்தகம் படிச்சிண்டும் எழுதிண்டும் இருந்தார்...”

அப்பாத்துரை அவர் இருக்கும் அறையைப் பார்க்கிறான். எத்தனை புத்தங்கள்?கள்ளிப்பெட்டியில், கீழே... பத்திரிகைகள், செந்தமிழ்ச் செல்வி, விவேகபானு...

விவேகபானு பத்திரிகை புதிதாக வந்தாற்போலிருக்கிறது. அப்பாத்துரை தபால் அலுவலகக்காரன்தான். சுப்பய்யாவுக்கு நாவில் சரசுவதியாய் தமிழ் வாசம் செய்கிறாள் என்று பெருமையுண்டு. பத்திரிகையை எடுத்துப் பிரிக்கிறான்.

அட...? தனிமை இரக்கம் என்ற தலைப்பில் ஒரு கவிதை அச்சாகியிருக்கிறது.

‘குயிலனாய்! நின்னொடு குலவியின் கலவி...’

படிக்கப் பொறுமையில்லை. ஆனால் கீழே எட்டயபுரம் ஸி. சுப்பிரமணிய பாரதி என்று அச்சில் பெயர் வந்திருக்கிறது.

"செல்லம்மா... செல்லம்மா, நீ என்னிடம் சொல்லவில்லையே?"

செல்லம்மா அடுப்புப் புகைய விட்டுக்கொண்டிருக்கிறாள்.

"என்னன்னா? என்ன வேணும்? தோசை வாக்கறேனே இப்ப..!"

"அதில்ல செல்லம்மா? சுப்பய்யா எழுதிய கவிதை... இத பாக்கலியா? நீ சொல்லலியே?"

அவள் புகை கண்ணைக் கரிக்க, அடுப்பை ஊதிவிட்டு வருகிறாள்.

"என்னது?..."

"இதோ பாரு, எட்டயபுரம், ஸி. சுப்பிரமணிய பாரதி!..."

முகம் சிவக்கிறது.

"ஆமாம். படிக்கிறதும் எழுதறதும்தான். மகாராஜா ஐநூறு ரூபாய் குடுத்தார்னு புஸ்தகமே வாங்கிண்டு வந்தவர் தானே..? அவர் ரொம்பப் பிரியமாத்தான் இருந்தார். எவனோ பொறாமைக்காரன் சொல்லிக் கொடுத்துத்தான் மகாராஜா வேலையையே இவர் வேண்டான்னு வந்துட்டார்."

அப்பாத்துரை இதெல்லாம் காதில் போட்டுக் கொள்ளவில்லை.

"சுப்பய்யா... சாதாரணமானவனில்ல. சரசுவதி கடாட்சம் சாதாரணமா இவ்வளவு சின்ன வயசில் வராது. அவன் வரகவி..."

"அதான் அண்ணா. இவர் மதுரையில் எங்கயோ ஜோலி தேடிண்டிருக்கார்போல இருக்கு. அதனால என்னை முன்னாடி கூட்டிண்டு போக நீங்க வரணுமேன்னிருந்தேன்..."

இதற்குள் பாரதியே வந்துவிடுகிறார். சட்டைமேல் வேட்டி, முறுக்குமீசை. அழகிய வாரிவிடப்பட்ட கிராப்பு...

"டேய், தபாலாபீஸ்! எப்படா வந்தே?"

அவன் கையில் இருக்கும் விவேகபானு கருத்தைக் கவருகிறது.

"நீ பெரிய ஆளாப் போயிட்டியே சுப்பய்யா! கவி எல்லாம் கட்டி, அச்சில வரதுன்னு எனக்குத் தெரியவே தெரியாதே?"

அவர் கலகலவென்று சிரிக்கிறார்.

“ஆமாம்பா, ஸானெட் மாதிரி எழுதிப் பார்த்தேன். மதுரைக்குப் போனேன். மகாராஜாவை விட்டுட்டேன், தெரியுமில்லையா?... உலகம் பெரிசு. எனக்கு இடமில்லாமல் போகுமா?”

“ஆமாம். இந்தச் சுண்டைக்காய் ஊரில நீ எதுக்கு அடைஞ்சு கிடக்கணும்? இப்பதா செல்லம்மா சொல்லிண்டிருந்தா. அப்பா என்னைப் பார்த்துட்டு வான்னுதா அனுப்பிச்சார். வளைகாப்பு சீமந்தம் ரெண்டும் ஒண்ணாய் பண்ணிடலாமான்னு கேட்டுண்டுவரச் சொன்னார்...”

“ஆமாம். நானென்னமோ இங்க இருக்கப்போறதில்லன்னு தீர்மானிச்சுட்டேன். சீக்கிரமா செல்லம்மாவை அழச்சிண்டு போவதுதான் உசிதம்...”

10

காலையில் இரயிலை விட்டிறங்கியதும் கோபால கிருஷ்ணயர் வீட்டுக்குத்தான் செல்கிறார்.

அவர் வீட்டில்தான் இருக்கிறார்.

"வாப்பா, பாரதி, விவேகபானுவில் கவிதையைப் பார்த்தேன், இங்கிலீஷ் 'ஸானெட்' போல் செய்திருக்கிறாய். மகாராஜாவிடம் வேலை ஏத்துண்டிருக்கியா?"

"இல்லை. ஒப்புக்கொள்ளும் உத்தேசம் இருந்தால் நான் இங்கே வருவேனா?"

"இருக்கட்டும். ஊஞ்சல்ல இப்படி உட்காரு..."

உள்ளே சென்று திரும்பி வருகிறார்.

"நீ குளிச்சு, ஆகாரம் பண்ணிக்கோ. சேதுபதி ஹைஸ்கூலில் அரசஞ்சண்முகனார் லீவு எடுக்கப் போறதாச் சொன்னார். நான் காகிதம் தர்ரேன் அவரைப்போய்ப் பாரேன்..."

எதிர்கால நம்பிக்கை ஒளிமயமாகத் தெரிகிறது.

கோபாலகிருஷ்ண ஐயர் கடிதம் எழுதித் தருவது மட்டுமில்லை, அங்கே இன்னொரு தமிழாசிரியராக இருந்த அய்யாசாமி ஐயரையும் கூட அனுப்பிவைக்கிறார்.

ஒரு கொம்பை விட்டதும் இன்னொரு கொம்பு கைக்கு எட்டுகிறது; எட்டியதைப் பற்றிக் கொள்கிறார். அரசஞ்சண்முகனாருக்கு உடல்

நலமில்லை. மூன்றுமாத ஓய்வு கேட்டிருக்கிறார். அந்த நாட்களில் இவர் தமிழாசிரியராக வேலை ஒப்புக்கொள்ளலாம்; பதினேழரை ரூபாய் சம்பளம்.

நம்பிக்கையுடன் ஆகஸ்ட் முதல் தேதி வேலைக்குச் சேருகிறார்.

இலக்கணத் தமிழ் வகுப்பு, பிள்ளைகளுக்குக் கசப்பை ஊட்டுவதற்கு மாறாக, இலக்கியத் தமிழ் வகுப்பாக இனிமையாக நகைச்சுவை செறிந்ததாக மகிழ்ச்சியூட்டுகிறது. இந்த வேலை நிரந்தரமன்று.

அய்யாசாமி ஐயர் இப்போது நண்பர். அவருக்குத் தாய்மாமன் இராஜாராமையர் என்பவர். சென்னைப் பத்திரிகைகளுக்கு நிருபராகப் பணியாற்றுகிறார். அம்மாதிரி யான பத்திரிகைகளில் பணி கிடைத்தால் எவ்வளவு நன்றாக இருக்கும்?

ஆனால் இராஜாராமையர் கண்டிப்பானவர், ஒரு ஈ காக்கைக்குச் சிபாரிசு செய்ய மாட்டாராம். தெரிந்து மரியாதை கெட பாரதிக்கு விருப்பமில்லை.

சென்னை சைதாப்பேட்டை ஆசிரியக் கல்லூரியில் ஒன்றுவிட்ட அத்தை கணவர் லட்சுமண ஐயர் வேலையாக இருக்கிறார். அவருக்கும் பாரதி ஒரு கடிதம் எழுதித் தனக்கந்த வேலைக்கு முயற்சி செய்யுமாறு கோருகிறார்.

வேலையில் நிலைப்பதற்கில்லை என்பதனால் உற்சாகமும் ஆர்வமும் குன்றிவிடவில்லை.

எட்டயபுரம் ராஜாவைச் சுற்றியுள்ள புலவர் சிலரைத் தேர்ந்து, ‘மூடசிகாமணிகள் நட்சத்திரமாலை’ என்று குறும்பாக ஒரு மாலை புனைகிறார்.

கந்தசாமிக் கவிராயரும் மற்றவர்களும் அதைப் படித்து விட்டு ரசித்துப் பாராட்டுகிறார்கள். மதுரைத் தமிழ்ச் சங்கத்துப் புலவர்களில் இளையவர்கள் இதன் அங்கதச் சுவையைப் பாராட்டினாலும், வயது முதிர்ந்த சங்கப்பா என்ற புலவர் இந்த இளங்கவிஞரின் எதிர்காலத்தைத் தீர்க்கதரிசனமாகப் பார்க்கிறார்.

“பாரதி, உங்கள் பாக்கள் அனைத்தும் மிக நன்று. நீங்கள் எழுதியிருப்பதெல்லாம் உண்மையே, ராஜா என்பவன் வெறும் பொம்மையாகக் கீழாசாரங்களின் பிரதிநிதியாக இருப்பதும், அவனைத் துதிபாடும் இச்சகக் கூட்டம், வயிறு வளர்ப்பதை மட்டுமே கருத்தாகக் கொண்டிருப்பதும் மெய்தான். ஆனால்

உம்முடைய ஆற்றல் இளவயதிலேயே வெளியாகியிருக்கிறது. இது முழுமையாக ஒளியும் சக்தியும் பெற வேண்டும். இம்மாதிரி யான படைப்புக்களில் நீங்கள் நின்று விடலாகாது. உங்கள் எதிர்காலத்துக்கு இதனால் இடைஞ்சல் ஏற்படலாம். அதனால் என்னால் இந்த முயற்சியைப் பாராட்ட முடியவில்லை ...”

பாரதி உடனே அதைக் கிழித்துப் போட்டுவிடுகிறார்.

கார்த்திகை பிறக்கவில்லை. இரண்டு சம்பளங்களே வாங்கியிருக்கிறார்.

அப்போதுதான் சுதேசமித்திரன் பத்திரிகையைத் தொடங்கியிருந்த ஜி. சுப்பிரமணிய ஐயர் மதுரைக்கு வருகிறார்.

சுவாமி விவேகானந்தரை அமெரிக்கா அனுப்பிய பாஸ்கர சேதுபதி ராஜாவுடன் சுவாமிகளைப் பாம்பன்சென்று வரவேற்ற கோபாலகிருஷ்ணய்யர், ஆங்கிலத்தில் சுவாமிகள் யாத்த, துறவிப்பாட்டை இனிய தமிழிலும் ஆக்கியிருக்கிறார் என்று அவரிடம் மிகுந்த ஆர்வம் கொண்டிருந்தார் சுப்பிரமணிய ஐயர். எனவே தமது பத்திரிகையில் ஆங்கிலமும் தமிழும் உணர்ந்து பணியாற்றத் தகுந்த இளைஞர்களைப் பற்றி அவரிடம் விசாரிக்கிறார்.

“ஓ, பழம் நழுவிப்பாலில் விழுந்தது. சேதுபதி ஹைஸ் கூலில் தமிழ்ப்பண்டிதராக இருக்கிறானே, சுப்பிரமணிய பாரதி! நல்ல கவிபாடும் திறமை, எழுதும் திறமை இரண்டும் இருக்கிறது ... இங்கிலீஷும் அறிவான் ...”

“புதுமையும் பழமையும் சேர்ந்து எழுதக் கூடிய திறமை இருக்குமோ?”

உடனே பாரதிக்குச் சொல்லி அனுப்பிகிறார் கோபால கிருஷ்ண ஐயர்.

பாரதி பள்ளிக்குப் புறப்படும் நேரத்தில் அழைப்பு வருகிறது.

தலைவாரிக்கொண்டு, வழக்கமான சட்டை கோட் அணிந்து, கோட்டுப்பையில் நாலைந்து தாள், பென்சில் ஆகியவற்றுடன் தன்னம்பிக்கை சுடர்விடும் கண்களுடன் அவர் வருகிறார்.

ஊஞ்சற்பலகையில் இருவரும் அமர்ந்திருக்கின்றனர்.

“நமஸ்காரம். கூப்பிட்டனுப்பியதாகச் சொன்னான் ...”

“உட்காருங்கள் ...” என்று ஐயர் சொல்லும்முன், ஜி. சுப்பிரமணிய ஐயர் ஊஞ்சலில் நகர்ந்து அவனுக்கு இடம் விடுகிறார்.

பாரதிக்கு ஒரே மகிழ்ச்சி.

உட்காருகிறார்.

"சுதேசமித்திரன் பத்திரிகை ஆசிரியர் இவர்தாம். ஜி. சுப்பிரமணிய ஐயர். நீ அங்கே... வேலைக்குச் சேருகிறாயா என்று கேட்கத்தான் கூப்பிட்டு அனுப்பினேன்..."

பொல்லென்று மகரந்தங்கள் கட்டவிழும் பூரிப்பு.

"எப்ப வரணும்?"

"இப்பவே வந்தாலும் சரிதான்..."

ஜி. சுப்பிரமணிய ஐயருக்கு, விட்ட குறை தொட்ட குறை என்றாற்போல் இளைஞனைப் பார்க்கையில் மிகுந்த மகிழ்ச்சி உண்டாகிறது.

பாரதி உடனே பள்ளிக்குச் சென்று தலைமை ஆசிரியர் நாராயணசாமி ஐயரிடம் தன் கணக்கைத் தீர்த்துக்கொண்டு நன்றி சொல்கிறார்.

நூற்றிரண்டு நாட்கள் பள்ளியில் வேலை பார்த்திருக்கிறார். கையில் இறுதிச் சம்பளமாகச் சுமார் இருபது ரூபாய் ரொக்கமாகக் கிடைக்கிறது.

வண்டியில் உட்கார்ந்திருக்கும்போது பாரதியின் மனம் ஆனந்த வெளியின் அனுபவத்தில் திளைக்கிறது. சென்னைக்குப் பயணமாகிறார்.

கோட்டைக்கு வெளியே உயர்நீதிமன்றம், அதை அடுத்த பகுதி கறுப்பர் பட்டினமாக இருக்கிறது. ரயில் கடற்கரை வரையிலும் வருகிறது.

சுதேசமித்திரன் அலுவலகம், 'அர்மீனியன் ஸ்ட்ரீட்' என்ற பெயர் பெற்ற தெருவில் இருக்கிறது. இதை அரமனைக்காரத் தெரு என்று சொல்லுகிறார்கள்.

முதல் நாள் வேலையில் சேர்ந்ததுமே, பத்திரிகைத் தொழிலில் தனக்கு ஒரு நெருங்கிய தொடர்பு இருப்பதாக மிகவும் பிடித்துப்போகிறது.

ஆங்கிலத்தில் செய்திகள் வந்த வண்ணமிருக்கின்றன. அவற்றைத் தமிழில் ஆக்குவதுதான் முக்கியமான வேலை, தம்புச் செட்டித் தெருவில் தமக்கு ஒரு வீடும் பார்த்துக்கொள்கிறார்.

சுதேசமித்திரன் அலுவலகத்தில் அப்போது இன்னொரு சுப்பிரமணிய பாரதியும் வேலை பார்க்கிறார். இவரும் வரகவி என்று பெயர் பெற்றவர். இவர் நாடகம், புனைகதை ஆகியவற்றை

எழுதுவதிலேயே நாட்டமுள்ளவராக இருப்பதால், செய்திப் பத்திரிகையில் இந்த சுப்பிரமணிய பாரதி பணியாற்ற வந்ததும் அவர் தமக்குப் பிடித்த வேறு கதைப் பத்திரிகையில் பணியாற்றப் போகிறார்.

பாரதிக்கு நாளின் முழுநேரமும் இந்த வேலை செய்தாலும் மனம் சோர்ந்து விடாத உற்சாகமும் ஆர்வமும் தோன்றுகின்றன.

பத்திரிகைக்குப் பல்வேறு இடங்களிலிருந்து குவியும் தந்திச்செய்திகள், இன்னும் உலகத்துச் செய்திகளையெல்லாம் உணரக்கூடிய வகையில் ஆங்கில மொழியில் வெளியாகும் பல நாளேடுகள், சஞ்சிகைகள், நூல்கள் ஆகியவற்றுடன் தொடர்பு கொள்ளும் வாய்ப்பு உண்டாகிறது.

எட்டயபுரம் அரண்மனையிலும் செய்தி வாசிப்பவன்தான் என்றாலும், அதற்கும் இதற்கும் எத்தனை வித்தியாசம். ஒரு குறுகிய மனப்பான்மையுடைய குறுநிலத்துக்கு அதிபதியாக நினைக்கும் அடிமைப் புத்தியுடைய அரசன் எங்கே, ஆயிரமாயிரமாய் மக்களுக்கு ஆர்வத்தைத் தூண்டி, அரசியல் அறிவையும் உணர்வையும் புகட்டி விழிப்பூட்டும் பத்திரிகை எங்கே?

இந்த இருபதாம் நூற்றாண்டின் இணையற்ற சாதன மல்லவா பத்திரிகை?

இடையன் குடிக்கிராமம், கிறிஸ்துவர் குடியிருப்பே நிறைந்த கிராமம். செல்லம்மாளுக்கு இங்கே இணைபிரியாத் தோழியாக விளங்கும் லட்சுமியுடன் பொழுது மிக இனிமையாகப் போகிறது.

அப்பாத்துரையின் மனைவி லக்ஷ்மிக்கும், இரண்டு வயசு இளையவளான செல்லம்மாளிடம் மிகுந்த அன்பு உண்டு. கடைக்குட்டித் தங்கை சுவர்ணத்துக்கு நான்கு வயசு நிரம்பி யிருக்கிறது. அவளுடன் விளையாடும்போது இவளும் குழந்தையாகிறாள்.

அன்பு நிறைந்த சூழலில் நாட்கள் பறந்துபோகின்றன.

ஒருநாள் 'ரன்னர்' கொண்டுவரும் மூட்டைக்குள்ளிருந்து செல்லம்மாளுக்குப் பழக்கமான மேல் விலாசத்துடன் ஒரு கடிதம் குதித்துவருகிறது.

சென்னைப் பட்டினத்து முத்திரை. அப்பாத்துரைக்கும் ஒரு கடிதம் அதில் இருக்கிறது. விவரங்கள் தந்தி வாசகங்களைப் போல் இருக்கின்றன.

"சுதேசமித்திரனில் உதவி ஆசிரியர். மிகவும் பிடித்தமான, பொறுப்பான வேலை. உலக முழுவதும் இருந்து செய்திகள்

வருகின்றன. தமிழ்ப்படுத்தித் தர வேண்டும். தம்புச் செட்டித் தெருவில் வீடு வைத்துக்கொண்டு, கிளப்பில் சாப்பிடுகிறார். செல்லம்மாளைக் கவனமாகப் பார்த்துக்கொள்ள வேண்டும். பிரசவம் நல்லபடியாக நடக்க வேண்டும். அவர் சந்தோஷமாக இருக்கிறார்...”

செல்லம்மாளின் மனசின் ஒரு மூலையில் உறுத்திக் கொண்டிருந்த கவலை மறைந்துபோகிறது.

“அவருக்கே எப்போதும் படிப்பதும் எழுதுவதும்தான் பிடிக்கும்... பத்திரிகை ஆபீசில் வேலை பார்க்கிறார்! அவர் எழுதுவது உலகமெல்லாம் போகும்!”

சுதேசமித்திரன் பத்திரிகையொன்றும் வந்திருக்கிறது. பிரித்துப் பார்த்து அவள் மகிழ்ந்துபோகிறாள்.

அப்பாத்துரையோ, சுப்பய்யா எழுதிவிட்டான். இந்தக் குக்கிராமத்தைவிட்டு திருநெல்வேலி டவுனில் ஒரு வீடு பார்த்து, செல்லம்மா பிரசவத்தை வைத்துக்கொள்ளலாம். அங்கே அவசரத்துக்குத் தெரிந்த மனிதர்கள், மருத்துவம் பார்க்க உதவுபவர்கள் இருக்கிறார்கள் என்று முடிவு செய்கிறான்.

மாலை நேரங்களில் அலுவலுகம் முடியும் நேரத்தில் பாரதிக்கு நண்பர்களுடன் கடற்கரை மணலில் அமர்ந்து பேசுவதற்கு மிகவும் பிடித்தமாக இருக்கிறது.

பாரதி வந்த சில நாட்களுக்குள் பல நண்பர்கள் ஏற்பட்டு விடுகிறார்கள். சட்டம் பயிலும் மாணவர்கள், மருத்துவம் பயிலும் மாணவர்கள், படித்து முடித்துத் தொழில் புரியும் வழக்குரைஞர் ஆகியோர் புழங்கும் அக்கடற்கரையில் பாரதியின் சரளமான இயல்பு, பல நண்பர்களைத் தன்பால் இழுத்துக்கொள்கிறது.

மண்ணடி ராமசாமி தெருவில் தொழில்புரியும் வக்கீல் துரைசாமி ஐயர், பாரதியின் முக ஒளியிலும் உரையாடும் இயல்பிலும் சிரிப்பிலும் உற்சாகத்திலும் மட்டுமின்றி, அவர் இனிய குரலெடுத்துப்பாடும்போது தன்னை மறந்துபோகிறார்.

சர்க்கரை செட்டி, இந்துவாக இருந்த முன் தலைமுறையினர் கிறிஸ்தவத்தைத் தழுவியதால் கிறிஸ்தவனாக இருக்கும் இளம் வக்கீல். ஜயராம் நாயுடு, மருத்துவம் பயின்ற டாக்டர். ரகுநாத ராவ் என்றொரு இளைஞர் இவரும் மாணவர்.

காபிக்கொட்டை வியாபாரம், புத்தகப் பிரசுரம் இரண்டை யும் மேற்கொண்டிருந்த கணேஷ் கம்பெனி ராமசேஷய்யர்,

இவர்களுக்கெல்லாம் கூடிப் பேச இடம் அளிக்கும் ஆதரவாளர். அங்கிருந்து பேசிக்கொண்டே கடற்கரைக்கு வருகின்றனர்.

கோடையின் வெம்மைக்கு மாற்றாகக் கடற்கரையின் குளிர்ந்த காற்று மிகவும் இதமாக இருக்கிறது.

மணலில் வந்தமர்ந்ததுமே துரைசாமி ஐயர், "பாரதி, ஒரு பாட்டுப் பாடுங்கள்" என்று பணித்துவிடுகிறார்.

உற்சாகம் கொப்புளிக்கும் பொழுதுகளில் தாயுமானவர் பாடல்களோ, நந்தன் சரித்திரக் கீர்த்தனைகளோ இவருக்கு நாதமாகக் கிளம்பி வந்து நாவில் படியும்.

தன்னை மறந்த நிலையில் பாடுகிறார் என்பதைக் கேட்பவர்கள் பரவசமாக உணருவார்கள். பாரதி பார்த்துக் கொண்டே இருக்கிறார். கடற்கரையோரம் சில காகங்கள் அமர்ந்திருக்கின்றன.

> காகம் உறவு கலந்துண்ணக்
> கண்டீர்; அகண்டா காரசிவ
> போகம் எனும் பேரின்ப வெள்ளம்
> பொங்கித்ததும்பும் பூரணமாய்...
> ஏக உருவாகக் கிடக்குது, ஐயோ!
> இன்புற்றிட நாம் இனி எடுத்த
> தேகம் விடுமுன் புசிப்பதற்குச்
> சேரவாரும் ஜகத்தீரே...!

கேதார கௌள இராகத்தில் மிகவும் கம்பீரமாக, மகிழ்ச்சியாக அந்தக் குரல் எல்லோரையும் கூவி அழைக்கிறது.

"பாரதி? இது யார் பாடல்?

ஐயராம் நாயுடுவின் கேள்விக்கு, "தாயுமானவர்" என்று பதிலைச் சொல்கிறார் பாரதி.

"தாயுமானவர் பாடல்கள் மிகச் சுகமானவை. நினைவில் வைத்துக்கொள்ளும் வகையில் சந்தங்களும் எதுகை மோனைகளும் மிக நன்றாக அமைந்தவை..."

"ஏன் பொருளும் மிக நயமாக இருக்கிறது. பாரதி, நந்தன் சரித்திர கீர்த்தனை ஒன்று பாடுமே!"

பாரதி சிறிது நேரம் கடலைப் பார்த்துக்கொண்டிக்கிறார். பிறகு பாட்டு எழுதுகிறது.

> "வருகலாமோ – ஐயா உந்தன்
> அருகினில் நின்று கொண்டாடவும் பாடவும்
> நான் வருகலாமோ?"

'ஆகா... ஆகா...' என்று நண்பர்கள் சொக்கிப்போகிறார்கள்.

“தமிழ்ப்பாட்டு, தமிழ்ப்பாட்டுத்தான்,” என்று தோன்றுகிறது.

சந்நிதிக்கப்பால் நின்று கரைந்து உருகும் குரலை அவர்கள் கேட்கிறார்கள்.

பூமியில் புலையனாய் பிறந்தேனே – நான்
புண்ணியஞ் செய்யாமல் இருந்தேனே – என்
சாமியின் சந்நிதி வந்தேனே – பவ
சாகரம் தன்னையும் கடந்தேனே –

இவருடைய குரல், சற்றுத் தள்ளிச் செல்லும் ஓரிருவரைக் கூடத் திரும்பிப் பார்க்க, நின்று கேட்கக் கரைகிறது.

“பாரதி, இது கோபாலகிருஷ்ண பாரதியின் பாடல் அல்லவா?”

“ஆமாம்...”

“அவர் உங்களுக்குச் சொந்தமா பாரதி?”

இளைஞர் சர்க்கரை வியந்துபோகிறார்.

பாரதி சிரிக்கிறார். “சொந்தம்தான். ஏன்னுகேட்டா, அவர் ஒருத்தர்தான் இப்படி மனிதனை மனிதனாக நடத்தாத கொடுமையைப் பாட்டிலே கொண்டுவந்திருக்கிறார். சேரிப் பறையருக்குச் சுவாமியே வந்து நீதி செய்தும்கூட, இன்னும் இந்த விஷயத்தில் நாம் திரும்பாமல் இருக்கிறோம் பார்த்தீர்களா?”

“ஆமாம். திருப்பாணாழ்வாரைச் சுமந்துகொண்டு கோயிலுக்குள் செல்கிறார்கள். அதே சாதியாரை உள்ளே செல்ல அனுமதிக்கிறார்களா?”

ஜயராம் நாயுடு கேட்கிறார்.

“ஏன், நமக்குள்ளேயே இப்போது ஜாதி வித்தியாசம் பாராட்டக் கூடாது என்பதற்கு நாமே உதாரணம் காட்டக் கூடாதா?”

“நிச்சயமாக நாம் வெறுமே பேசுவதுடன் நின்று விடக் கூடாது. இந்தத் தேசத்தை ஆங்கிலேயன் ஆளுவதற்கு ஒரு முக்கியமான காரணம் நம்மிடையே ஆயிரமாய்ச் சாதிப்பிளவுகள் இருப்பதுதான். அதைப் போக்க நாம் தீவிரமாக முயற்சிகளை மேற்கொள்ள வேண்டும்.”

“ஸோஷியல் ரிஃபார்ம் அஸோஸியேஷன் இப்படித்தான் கூறுகிறது. ‘இந்த நாட்டின் முன்னேற்றத்தை முன்னிட்டுப் பல ஜாதிகளைச் சேர்ந்தவர்கள், ஒன்றாக உட்கார்ந்து சமபந்தி போஜனம் செய்வதில் தீமையில்லை’ என்று நீட்டி முழக்கு கிறார்கள். ஆனால் அந்தத் தீர்மானங்களே சீர்திருத்தமாயிடுமா சுவாமி?” என்று கேட்கிறார் சர்க்கரை.

“அப்படியானால் நாம் தீர்மானம் நிறைவேற்றாமல் செயலில் இறங்கிவிடுவோம்.”

“நாம் சமபந்தி போஜனம் செய்வோம். வழக்கம் போல் இல்லாமல், பிராமணர் அல்லாத ஒருவர், எல்லோரும் உண்ணக் கூடிய சைவ சமையல் செய்து பரிமாற, நாம் உறவுடன் கூடி உண்போம்...”

“அத்துடன் நிற்கக் கூடாது. தீவிரமான இந்தச் சமூக சீர்திருத்த நடவடிக்கைகளை எல்லோருக்கும் கொண்டு செல்ல, நமக்கு ஒரு சிறுபத்திரிகையும் இதற்கென்றே தேவை. அந்த *ஸோஷியல் ரிஃபார்ம்* பத்திரிகை போலில்லாமல், செயல் விவரம் கொடுக்க வேண்டும்.”

இளைஞன் ரகுநாத ராவ், இப்படிச் சொல்லிவிட்டு நின்றுவிடவில்லை –

டாக்டர் ஐயராம் நாயுடு சமையல் செய்து பரிமாற, இந்த இளம் நண்பர்கள் ஒன்றாக இருந்து உணவுகொள்கிறார்கள்.

‘ராடிகல் ஸோஷியல் ரிஃபார்ம்’ என்ற (தீவிரமான சமூக சீர்திருத்தம்) நான்கு பக்க இதழ் ரகுநாத ராவை ஆசிரியராகக் கொண்டு வெளிவரலாயிற்று.

மண்ணடியில் ராமசாமித் தெருவில் இருந்த வக்கீல் துரைசாமி ஐயர் இல்லம்தான் சங்கத்தின் மையம்.

பாரதியின் சிந்தைக்கு ஓயாமல் விருந்துதான். அவருடைய அறிவுப்பசிக்கும், செயல் துருதுருப்புக்கும், இளமை ஆர்வத்துக்கும் இந்தச் சூழல் மிக அருமையாக இசைகிறது.

இந்நாட்கள் செல்வது தெரியாமலே ஓடுகின்றன.

டிசம்பர் மாதத்தில் காங்கிரஸ் கூட்டம் பம்பாயில் நடைபெறுகிறது. ஜி. சுப்பிரமணிய ஐயர், அதற்குப் புறப்பட்டுப் போகிறார்.

புதிய வருடம் பிறக்கிறது. தை பிறந்த பின் பரணி நட்சத்திரத்தில், பெண் குழந்தை பிறந்து, செல்லம்மாவும் மகளும் சுகம் என்ற தந்திச்சேதி, பாரதியை மகிழ்ச்சிக் கடலில் திளைக்கச் செய்கிறது.

செய்தியை அறிந்து மனசுக்குள்ளே சிரித்துக்கொள்கிறார். செல்லம்மா ... பிள்ளை என்று சொன்னாளே? ... அவர் விருப்பமே விளைவாயிருக்கிறது.

எட்டையபுரத்திலிருந்து சின்னம்மா சித்திப் பெயர் வைத்துக் கடிதம் ஒன்றும் வருகிறது.

"நீ பட்டணம்போய் வேலைக்குச் சேர்ந்து கடிதமே எழுதவில்லையே? உடம்பு சௌக்கியமாக இருக்கிறாயா? கிளப்பில்தான் சாப்பிடுகிறாயா? செல்லம்மாளின் பிரசவத்துக்காகத் திருநெல்வேலி டவுனில் குடித்தனம் போட்டிருக்கிறார்கள். பெண்குழந்தை பிறந்திருப்பாகக் கடிதம் வந்தது. குழந்தையைத் தங்கம்மா என்று பேர்வைத்துக் கூப்பிடச் சொல்லியிருக்கிறது. லக்ஷ்மின்னு பேர் வைத்தாலும் கூப்பிடறது இப்படி இருக்கட்டுமென்று. இருபத்திரண்டு நாளானதும் மறுபடி இடையன் குடிக்கே ஜாகை மாத்திப் போய்விடுவதாகத் தெரிகிறது. உன் உடம்பைக் கவனமாகப் பார்த்துக்கொள். எண்ணெய் தேய்த்துக் குளி. கடிதாசிபோடு... வேணும் ஆசீர்வாதம்..."

அலுவலகத்துக்கு வந்தால் வீட்டு நினைவே மறந்து போகிறது.

"கர்ஸானின் யூனிவர்ஸிட்டி பிரசங்கத்தில் எப்படி அபாண்டம் பேசியிருக்கிறான் பார்த்தீர்களோ?"

கொதித்துப்போகிறார்.

பட்டம் பெறும் இளைஞர்களுக்கு, கல்கத்தா யூனிவர் சிட்டியில் பிரசங்கம் செய்யும்போது, ஹிந்துக்களிடத்திலும் அவர்களது பிரதான கிரந்தங்களிடத்திலும் உண்மையான ஒழுக்கம் மேலைநாடுகளிலிருந்துதான் வந்தது என்று பிதற்றியிருக்கின்றானே?

I say that the highest ideal of truth is to a large extent a western conception...

அபத்தம்..?

காரசாரமாகத் தலையங்கங்கள் இவர் எழுத, ஆசிரியர் ஜி. சுப்பிரமணிய ஐயர் அனுமதிப்பதில்லை. முழுசும் அவர் கொடுக்கும் தகவல்கள், மொழிபெயர்ப்புக்களைத்தான் செய்ய வேண்டியிருக்கிறது.

அடுத்தநாள் பத்திரிகை அலுவலகத்தில் தபாலில் வந்து சேரும் ஸ்டேட்ஸ்மன், அம்ருதபஜார் பத்திரிகைகளில் இதே விஷயம் குடையப்பட்டிருக்கிறது.

ஆகா! யாரோ இந்த கர்ஸானின் வண்டவாளத்தை வெளியிட்டிருக்கிறார்கள்!

ஜார்ஜ் நெதானியால் கர்ஸான் அவர்கள் எழுதிய 'தொலை கிழக்கின்' பிரச்சினைகள் என்ற நூலைப் படித்திருக்கிறீர்களா?

இல்லையெனின் அதைப் பிரித்துப் பக்கம் 155–65 ஏடுகளில் பார்க்க வேண்டுகிறோம் –

“அரச சந்நிதானத்துக்குச் செல்லும்முன் கொரியா வெளி விவகார அலுவலகத் தலைவருக்கு ஒரு பேட்டியளிக்கும் அனுபவம் கிடைத்தது.

அவருடைய சில கேள்விகளும், எனது பதிலும் எனக்கு நினைவிருக்கின்றன. என்னை அங்கு அனுப்பும்போது, எனக்கு வயது முப்பத்திரண்டுதானாகிறது என்பதை அவர்களுக்குத் தெரிவிக்கக் கூடாதென்று எச்சரித்திருந்தார்கள். ஏனெனில் கீழைநாடுகளில் இளம்வயசுக்கு மதிப்பு இருககாது எனறு அறிந்திருந்தேன்.

எனவே முதலில் எனக்கு என்ன வயதாகிறது என்ற கேள்விக்கு, நான் நாற்பது வயதென்று கூறினேன்.

“அப்படியா? உம்மைப் பார்த்தால் மிகவும் இளையவராக இருக்கிறீர்களே?” என்று கூறினார்.

“ஆமாம். இருக்கலாம். மாட்சிமை தங்கிய மன்னர்பிரானின் சந்நிதானத்தின் உன்னதமான சீதோஷ்ண நிலை இந்த இளமைக்குக் காரணமாக இருக்கலாம் அல்லவா” என்றேன்.

கர்ஸானின் குட்டை உடைத்திருப்பது யாரோ?

ஆகா! வங்காளிகள் மகாதுணிச்சல்காரர்கள்?

மாலையில் இளைஞர்கள் இதையெல்லாம் பற்றிப் பேசிக் கொண்டும், செயலாற்ற வேண்டிய காரியங்களைத் திட்டமிட்டும் மேலும் மேலும் தேச உணர்வையும் சமூக உணர்வையும் பிணைத்துக்கொள்கிறார்கள். மற்றவர்களுக்கு எப்படியோ?

பாரதிக்கு, இதுவே முழுச் சிந்தனையாக வாழ்வைத் தனதாக்கிக்கொள்கிறது.

கர்ஸானின் டில்லி தர்பார் நினைவுக்கு வருகிறது. கங்கைப் படகில் தாம் நண்பர்களுடன் பயணம் செய்யும் காலை, ரமேச பாபுவுடன் பேசிய விஷயங்களெல்லாம் உயிர்க்கின்றன.

இந்திய மக்கள் அரைவயிற்றுக் கஞ்சிக்கில்லாமல் செத்துக் கொண்டிருந்தபோது, அவர்களைக் கேலி செய்வது போல் இந்தப் பொம்மை மன்னர்களை அலங்காரம் செய்ய வைத்து அடிபணியச் செய்தான்.

இதே கர்ஸான், வங்காளத்தை இரு கூறாகப் பிரிக்க முடிவு செய்கிறான். நமது பாரத தேசம் என்ற ஒற்றுமை உணர்வை

அந்நியனுக்கு எதிராக ஒருமைப்படுத்த ஒரு வேள்வித் தீயாகவே அது மாறுகிறது.

1905, ஜூலை இருபதாம் தேதி, வங்கம் துண்டாடப்படும் அறிக்கை வெளியாகிறது.

இது உறங்கிக்கிடந்த மக்களின் முதுகில் ஓங்கியறைந்தாற் போன்று உடனே நாட்டு மக்களின் தேசீய உணர்ச்சியைத் தூண்டிவிட்டது.

ஆகஸ்ட் ஏழாந்தேதி, கல்கத்தா நகரின் பல பகுதி மக்களும் கல்லூரித் திடலில் கூடி நண்பகலில் வரலாற்றுப் புகழ்பெற்ற டவுன் ஹாலுக்கு ஊர்வலமாகச் சென்றனர். 'வந்தே மாதர கீதம்' தாரக மந்திரமாகிறது.

11

சென்னையிலே சுதேசமித்திரனில் பணிபுரியும் பாரதியும், அவரை ஒத்த இளம் நண்பர்களும், இந்த எழுச்சியினால் கிளர்ச்சி யுறாமல் எப்படி இருப்பார்கள்?

இவர்களுடைய 'ராடிகல் ஸோஷியல் ரிஃபார்ம்' ஒருபுறம் தீவிரமாகவே இயங்கி, பேச்சளவு எழுத்தளவு என்று சமூக சீர்திருத்தத் தீர்மானங்களுடன் நின்ற பெரிய மனிதர்களின் சங்கங்களுக்கு அறைகூவல் விடுக்கிறது.

இந்நிலையில் பாரதி, பெண்கல்வி என்ற நோக்கில் முழு மூச்சுடன் வாய்ப்புக்களைத் தேடுகிறார்; வாய்ப்புக் கிடைக்கிறது.

திருவல்லிக்கேணி வீரராகவ முதலி தெருவில் பி. வைத்தியநாத ஐயர், ஒரு மாதப் பத்திரிகையை மாதர் அபிவிருத்திக்காக வெளியிடலாம் என்ற யோசனையைத் தெரிவிக்கிறார்.

இது பாரதிக்கு மிக உகந்ததாக இருக்கிறது; பெண்கள் கல்வி பயில வேண்டும்; பாலிய விவாகம் ஒழிந்து, கைம் பெண்களும் வாழ வேண்டும் என்று முன்னேற்றக் கருத்து கொண்டிருக்கும் ஜி. சுப்பிரமணிய ஐயர், பாரதியை இந்த முயற்சியில் பொறுப்பேற்க வேண்டாம் என்று தடுப்பாரா?

மிக உற்சாகத்துடன் சக்கரவர்த்தினி என்ற பெயரில் வெளிவரும் மாதர் பத்திரிகைக்கு ஆசிரியப் பொறுப்பேற்கிறார்.

லிங்கி செட்டித் தெருவில் வீடு, அரமனைக்காரத் தெருவில் சுதேசமித்திரன் காரியாலயம். மாலை நேரங்களில், ஓய்விருக்கும் பொழுதில், கடற்கரையோரமாக நடந்து வந்து வீரராகவ முதலி தெருவிலும் தம் அலுவல்களைக் கவனிக்கிறார்.

இந்த மும்முரமான அலுவல்களில் ஓயாது உழைக்கும் பாரதிக்குக் குடும்பம் என்ற பொறுப்பும் இசைய, செல்லம்மாளையும் குழந்தையையும் கூட்டிக்கொண்டு, உதவிக்கு செல்லம்மாளின் ஏழு வயசுத் தங்கை ராஜமும் உடன் வர, செல்லம்மாளின் தந்தை செல்லப்பா ஐயர் வருகிறார்.

இளந்தாய்க்கும் கைக்குழந்தைக்கும் வேண்டிய மருந்து, தயிலம், அப்பளம், வற்றல் என்று மூட்டை முடிச்சுக்களுடன் வீட்டிலே செல்லம்மாள் வந்தது பெரும் ஆசுவாசமாக இருக்கிறது. லிங்கி செட்டித் தெருவில் ஒரு சுற்றுக்குள் தனியாக இருக்கும் சிறு வீடு: பொதுக்கிணறு.

அடுத்து உள்ள வீட்டில் ருக்மணி அம்மாள் என்ற நடுத்தர வயதுப் பெண்மணி, செல்லம்மாளையும் கைக்குழந்தையையும் பார்த்து, அழைத்து வந்த அன்றிலிருந்தே வாஞ்சையுடன் பழகுகிறாள். இந்தத் தம்பதிக்குக் குழந்தைகள் இல்லை.

செல்லப்பா ஐயர் மகளைக் கொண்டுவந்துவிட்டபிறகு, கலிகாம்பா கோயில், கச்சாலீசுவரர் கோயில், கந்தசாமி கோயில் என்று தரிசனம் செய்துவிட்டு வருகிறார். மருமகனுக்கு நேரமே இருப்பதில்லை. காலை எட்டு மணிக்கே தம் அலுவல்களைத் தொடங்கிவிடுகிறார். இரவு வெகுநேரம் சென்றுவருகிறார்.

“மாமா, பார்த்தசாரதியைப் பார்த்தீர்களா? மீசையை முறுக்கிக்கொண்டு நிற்பாரே... செல்லம்மா? இது எட்டயபுரம் மாதிரி இல்லை. ஸ்திரீகள் தாராளமாக வெளியே நடமாடலாம். படிக்கவும் பேசவும் பயப்பட வேண்டாம்” என்று கூடார்த்தமாகச் சொல்லிவிட்டு இங்கிலீஷ் மெட்டொன்றைச் சீட்டி அடித்துக்கொண்டு பாப்பாவைக் கொஞ்சுகிறார்.

அன்று மாலை, துரைசாமி ஐயர், சர்க்கரை செட்டி ஜயராம் நாயுடு எல்லோரையும் அழைத்து வர, குழந்தையைக் கொஞ்சி மகிழ்கின்றனர்.

செல்லம்மா உட்பக்கமாக நின்று, ஊரிலிருந்துகொண்டு வந்த முறுக்கு, திரட்டுப்பால், தண்ணீர்ச் செம்பு ஆகியவற்றையும் வெற்றிலைத் தட்டையும் எடுத்து வைக்கிறாள்.

கர்சானின் அக்கிரமம், வங்கப்பிரிவினை, சுரேந்திரநாதர் என்று அரசியல் விஷயங்கள் பேசியான பிறகு, சக்ரவர்த்தினிப்

பத்திரிகையில் தாம் எழுதியிருக்கும் தாதாபாய் நவுரோஜி பாடலைப் பாடிக்காட்டுகிறார்.

"பாரதி, நம் ராடிகல் கிளப்புக்கு, நமது குடும்பப் பெண்களையும் அழைத்து அறிமுகப்படுத்த வேண்டும் இல்லையா?"

"ஆமாம். அவர்கள் இப்போதே சமபந்தி உணவு என்று வற்புறுத்தாமல் நமது விஷயங்கள், சமூகம், ராஜீயச் செய்திகள் என்று தெரிந்துகொள்ள அது வசதியாக இருக்கும்..."

செல்லப்பா ஐயர் இரண்டு நாட்கள் இருந்துவிட்டு ஊருக்குப் போய்விடுகிறார்.

வங்கப் பிரிவினையைக் கண்டிக்கும் கூட்டம், மிகப் பெரிய அளவில் கிறிஸ்துவக் கல்லூரி கால் பந்தாட்ட மைதானத்தில் நடக்கிறது. ஜி. சுப்பிரமணிய ஐயர் தலைமை. கூட்டத்தில் 'வங்கமே வாழிய' என்ற, தாம் புதிதாகப் புனைந்த பாடலைப் பாடுகிறார் பாரதி.

தன் கணவருக்கு நிற்கக்கூட நேரமில்லாமல் பணியும், அதனால் புகழும் இசைந்திருப்பது பற்றிச் செல்லம்மா மிகவும் பெருமைகொள்கிறாள். ஆனாலும் உள்ளூற ஒருவித அச்சம் அவளுக்கு இல்லாமலில்லை. வீட்டிலே அவர் உணவுகொள்ளும் நேரத்திலும்கூடச் சிந்தனை எங்கோ போய்விடுகிறது.

கலத்தில் இட்டது என்னவென்று தெரியாமல் ஏதோ சாப்பாடு என்ற பாவனை. இரவோ, வெகுநேரம்வரையிலும் எழுத்தோ படிப்போ தொடருகிறது. சிறு விளக்கின் ஒளியில் கண்கள் பூக்க, கழுத்து வலி எடுக்காதோ என்று செல்லம்மாள் இரங்க, அது தொடருகிறது.

"வீட்டிலே சமைத்துச் சாப்பிடுவதா? எங்கியோ கிளப்பில தான் சாப்பாடு. நாலஞ்சுபேரா வருவா, பேசுவா, உன் யஜமானர் நன்னாப் பாடுகிறார். நீயும் பாடுவியோ?" என்று ருக்மிணி அம்மாள் செல்லம்மாளிடம் பேசும்போது கேட்டாள்.

"அவருக்குப் பிறவிலேயே பாட்டு, சங்கீதம், கவி, இதெல்லாம் கூடப் பிறந்ததும்மா. திடுதிடுன்னு கோபமும் வரும். "ராஜாவானாலும் சரி, வேற யாரானாலும் சரி. உள்ள ஒண்ணு, வெளிய ஒண்ணு கிடையாது... இங்க தினம் கீரை கிடைக்குமா மாமி?"

"வருமே? கொண்டு வருவா. ஆனா காசு குடுத்துத்தான் இங்க வியாபாரம் எல்லாம் நடக்கும். கிராமத்தில் நெல்லோ அரிசியோ குடுப்போம். இங்க தம்பிடியோ காலணாவோ

குடுத்தத்தான் எல்லாம் ஆகணும்... உன் யஜமானர் நன்னா ஹிந்துஸ்தானி பேசறார். குதிரை வண்டிக்காரன் ஒருநாள் இங்கே திருவல்லிக்கேணிக்குப் போயிட்டு வந்தப்ப தர்க்கம் பண்ணினான். அவர் இந்துஸ்தானில அவங்கிட்டப் பேசிச் சமாதானம் பண்ணிட்டார்..."

"அவர் காசியிலதானே அஞ்சாறு வருஷம் படிச்சார். எங்கக்காவைத்தான் இவர் அத்தை பிள்ளைக்குக் கொடுத்திருக்கு. எல்லோரும் அங்கதானிருக்கா."

பாரதி வரும்போதே செல்லம்மா என்று கூப்பிட்டுக் கொண்டுவருகிறார்.

அந்த அம்மாள் உடனே எழுந்துபோக முயன்றாள் –

"எதுக்கம்மா இப்படி அவசரம்?..." என்று ஒதுங்குகிறார்.

"தங்கம்மாவைப் பாத்து ரொம்ப ஆசையா இருக்கா. மெல்லின்ஸ். பேபிஃபுட் டின்னில வர பேபி மாதிரி இருக்காளாம். நீ எங்கேயானும் வெளில உன் யஜமானரோட போகணும்னா குழந்தையை எங்கிட்டுவிட்டுட்டுப் போங்கறா. ராஜமும் அங்கேயே போயி விளையாடறது..."

விளக்கைத் தூண்டிவிட்டு, அவருக்கு இலையைப் போடுகிறாள்.

"செல்லம்மா, எங்க பத்திரிகாதிபர் ஜி. சுப்ரமணிய ஐயர் பத்தித் தெரியுமா?..."

"என்னமோ சொன்னா. வீணாப் போன பொண்ணுக்குக் கல்யாணம் பண்ணிக் குடுத்தாராம். பொண்ணும் போயி உடனே அகமுடையானும் போயிட்டான்னு பேசிக்கிறான்னு அப்பா சொன்னார்..."

"அவர் ஆசார சீர்திருத்தத்தில ரொம்ப அக்கறையுள்ளவர் செல்லம்மா. பொண் குடுத்து வைக்கல, கல்யாணம், பண்ணினதால போயிட்டாங்காதே. நம்ம சமூகம் ஒத்துமைப் படணும். முக்கியமா நாளைக்கு உன்னை ராடிகல் கிளப்புக்கு அழச்சிண்டு போகப்போகிறேன். சக்கரவர்த்தினி பத்திரிகை படிச்சியா?"

"அங்கே... எல்லோரும், உங்க ஸ்நேகிதா வீடுகள்லேந்து வருவாளா?"

"வருவா. நான் சாயங்காலம் அஞ்சுமணிக்கு வரப்போ தயாராக இரு..."

சொன்னால் சொன்னபடி மாலையில் ஐந்தடிக்கையில் வந்துவிடுகிறார்.

குழந்தையைக் குளிப்பாட்டி புதிய சட்டை போட்டு, மையிட்டு, பொட்டிட்டுப் பால் கொடுத்து ருக்மணி அம்மாளிடம் விடுகிறாள். ராஜமும் அவர்களிடமே இருக்கிறாள்.

செல்லம்மாளுக்கு மிகவும் வெட்கமாக இருக்கிறது. தோளைப் போர்த்துக்கொண்டு அவர் பின்னே நடக்கிறாள். அவரது வேகமும் நடையும் அவளுக்குப் பின்பற்றக் கூடியதாகவே இல்லை. வெகுதூரம் சென்றபின் திரும்பி நிற்கிறார்.

மண்ணடி ராமசாமி தெரு வீட்டின் மாடியில் ஏற்கெனவே நண்பர்கள் வந்திருக்கிறார்கள். நெற்றியில் ஸ்ரீ சரணம் போட்டுக்கொண்டு ஒரு அம்மாள் லாங்செயினும் புரூச்சுமணிந்து, ஒரு கிறிஸ்துவப் பெண், துரைசாமி ஐயரின் சகோதரி, எல்லோரும் இருக்கின்றனர்.

“வாம்மா! குழந்தையை யாரிட்ட விட்டுட்டு வந்தே?”

“அடுத்த வீட்டம்மா பார்த்துக்கறேன்னா...”

அவர்கள் அங்கு உட்கார்ந்திருக்கையில், பாரதி பெண்கள் கல்வி பயில வேண்டியதன் அவசியத்தைப் பேசுகிறார்.

சாதிமத வித்தியாசங்கள் ஒழிந்து, இந்துக்கள் தம் வேற்றுமைகளைக் களைந்து ஒன்றுபட்டாலே தேசம் புனர்வாழ்வு பெற முடியும்.

பண்டைய காலத்தில் பெண்கள் கல்விகற்று, அறிவாளிகளாக விளங்கியிருக்கிறார்கள். கல்வியினால்தான் அறியாமையும் மூடத்தனங்களும் போகும், தேசம் மேன்மையை எய்த முடியும் என்றெல்லாம் பாரதி பேசுகிறார்.

வெள்ளைக்காரனிடமிருந்து தேசத்தை மீட்டுப் பெற பெண்களும் சாதி, மத வித்தியாசம் பாராட்டாமல், ஒன்றாகச் சேர வேண்டும் என்று சர்க்கரை பேச அவருடைய உறவினளான அந்தக் கிறிஸ்துவ வாத்தியாரம்மாவும் பெண்கள் படிப்பதனால எத்தனையோ பயன்களைப் பெறலாம் என்று எடுத்துரைக்கிறாள்.

பெண்கள் வந்திருப்பதால், வெற்றிலை பாக்குப்பழம் என்று கூட்டம் முடிகிறது. செல்லம்மாவுக்குப் பெருமையாகவே இருக்கிறது.

“அந்த வாத்தியாரம்மா, நம்பாத்துக்கு நாளைக்கு வரன்னிருக்கா!”

“சர்க்கரைக்கு உறவுக்காரா. செல்லம்மா, தமிழை நன்னாப் படி. அவகிட்ட இங்கிலீஷும் நீ கத்துக்கலாம்...”

வெறுமே பேசினால் போதாது; செய்து காட்ட வேண்டும். செல்லம்மா கல்வி கேள்விகளில் திறமை பெற்று, முன் மாதிரியாகத் திகழ வேண்டும்.

மறுநாள் மாலையில் நாலரை மணிக்கே அந்த வாத்தியாரம்மா வந்துவிடுகிறாள். அவள் ஆங்கிலரீடர் ஒன்றும், பூநூல் வேலை செய்யும் வளைந்த ஊசியும் மாதிரியும் கொண்டு வந்திருக்கிறாள். தங்கம்மாளைக் கண்டதும் அவளுக்கும் பிடித்துப்போகிறது.

“அட, பேபீ... பேபிக்கு நல்ல தினுசில லேஸ் பின்னிச் சட்டை தைக்கலாமே?”

“உல்லன் நூலில போடலாமோ?”

“போடலாமே? பேபிக்கு நல்லாயிருக்கும்...”

குரோஷே ஊசியில் கொக்கிபோடச் சொல்லிக் கொடுக்கிறாள். ஆங்கிலப் புத்தகத்தைப் பிரித்து, ராசம்மா வுக்கும் அவளுக்கும் சேர்த்து எழுத்து கற்பிக்கிறாள்.

செல்லம்மாவும் தட்டையும் தீர்த்தமும் கொடுத்து அவளை உபசரிக்கிறாள்.

“இது நல்லாயிருக்கே? எப்படிச் செய்வீங்க? தேங்காப் பால் ஊத்துவீங்களா?”

“இல்லே. வெறும துருவிப் போடுறதுதான்...”

இவள் பக்குவம் சொல்லிக்கொண்டிருக்கும் நேரத்தில், கணவர் திரும்பிவிடுகிறார்.

அவருக்குச் சந்தோஷமாகவே இருக்கிறது என்றாலும் கணவர் மீண்டும் வெளியே சென்றதும், ராஜத்தைவிட்டுக் குழந்தையின் சட்டையைக் கழற்றச் செய்கிறாள். வாத்தியாரம்மா தொட்ட டம்ளரை நீர் ஊற்றி அலம்பி வைக்கிறாள்.

இரவில் எட்டயபுரத்துச் சமாசாரமாகவேதான் விழிக்க வேண்டியிருக்கிறது. வந்தபிறகும் உடனே சாப்பிட்டுவிட்டு விளக்கணைத்துவிட முடியவில்லை.

சிறு கைவிளக்கை வைத்துக்கொண்டு எழுதுகிறார்.

செல்லம்மாவுக்கோ உடல் அயர்ந்தாலும், அவர் கண்விழித்து எழுதும்போதுதான் உறங்கலாமோ என்று மனது உறுத்துகிறது. எப்படியோ உறங்கிப்போகிறாள்.

திடீரென்று கழுதை பெருங்குரலெடுத்துக் கத்தும் ஒலி கேட்கிறது.

கடயத்தில் அவர்கள் தெருவில், கீழ்ச்சாதிக்காரர் எவரும் வர மாட்டார்கள். ஆனால் கழுதை நடமாடும். திடீரென்று முன்பின் சம்பந்தமில்லாமல் பெருங்குரலெடுத்து ஓலமிடுவது போல் விட்டுவிட்டுக் கத்தும்.

"இந்தக் கத்தலில் குழந்தை எழுந்துவிடப் போகிறாளே" என்று அஞ்சிய செல்லம்மா, சன்னல் கதவைச் சாத்தப் போகிறாள்.

"கதவைச் சாத்தாதே செல்லம்மா! காத்தும் வெளிச்சமும் வரட்டும்."

"அதற்காக? கழுதை நாராசமாக் கத்தறதே? அதை எப்படிச் சகிக்கிறது?"

"கழுதை கத்துவது அதன் இயல்பு. அதற்காக வெளிச்சத்தையும் காற்றையும் வரவிடாமல் தடுப்பது தப்பு. கழுதை கத்திவிட்டுச் சிறிது நேரத்தில் ஓய்ந்து போகும். ஆனால் வெளிச்சமும் காத்தும் வரலேன்னா, எல்லோரும் நோயாளிகளாவார்கள். ஏற்கெனவே அதனால்தான் பாரத தேசம் அடிமைப்பட்டுக் கிடக்கிறது."

"ஆமாம், கழுதை கத்துவதிலிருந்து பாரத தேசம் அடிமைப் பட்டுக்கிடக்கிறதுன்னு வாதம் பண்ணுவேள்...!"

இவளால் அந்த நாராசத்தையும் செவியேற்க முடியவில்லை; இவரையும் மீற முடியவில்லை.

கழுதை... கழுதைக்குப் போய், கத்தாதே என்று சொன்னால் கேட்குமா?

குழந்தை விழித்து அழுகிறாள்.

டக்கென்று மாலை பொட்டினாற் போன்று இறுக்கம் அவிழ்ந்துவிடுகிறது.

விழித்துக்கொள்கிறாள். கழுதை... கழுதையா?...

இல்லை. தங்கம்மா அழுகிறது... குழந்தை... அங்கே ஓரமாகச் சிறு விளக்கில் பாரதி ஏதோ எழுதிக்கொண்டிருக்கிறார்.

கழுதை... வெறுங் கனவு என்று நினைத்ததும் வெட்கமாக இருக்கிறது.

எழுந்து உட்கார்ந்து குழந்தைக்குப் பால் கொடுக்கிறாள்.

"நாழி ரொம்ப ஆறதே?..."

"ஆகட்டும். இதோ முடிச்சாச்சு. ஆபீசை விட்டுக் கிளம்பறப்ப, சீமையில் இந்திய மந்திரி பேசினதைத் தமிழ்ப்படுத்தணும், நீர் வீட்டில் கொண்டு போயின்னாலும் பண்ணலாம்னு சொன்னார் ஐயர். முடிச்சுட்டேன் செல்லம்மா!"

அந்தக் கனவைச் சொல்லலாமா என்று செல்லம்மா வாயெடுக்கிறாள். பிறகு வெட்கமாக இருக்கிறது.

இருந்தாலும், "இங்கே துணி வெளுக்கறவா இல்லையோ?" என்று கேட்டு வைக்கிறாள்.

"இருக்கானே? எப்போதோ மாசம் ஒரு தடவை வருவான். திடீர்னு இப்ப என்ன வெளுக்கற கவலை வந்துடுத்து செல்லம்மா?"

"இல்லை நினப்பு வந்தது கேட்டேன்" என்று விழுங்கிக் கொள்கிறாள்.

12

ஐப்பசிக் கார் வானில் குவியும் நாளொன்றில், சின்னம்மா சித்தி வந்திறங்குகிறாள்.

அவளை அழைத்து வர பாரதி எழும்பூருக்குச் செல்கிறார்.

பிள்ளையைக் கண்டதுமே அவள் ஆற்றாமை இராகமாகிறது.

"ஏதுடாய்யா? நாரா இளச்சு, கருத்துப் போயிட்டியே? நீ காகிதம் எழுதலேன்னாலும் மனசு கேக்கல. வண்டி ஏத்திவிடச் சொல்லி வந்துட்டேன்."

"ரொம்ப சரி. நீ இப்ப புலம்ப வேண்டாம் சின்னம்மா சித்தி…"

ஜட்காவில் வந்திறங்கும் மாமியார் முரண்பாடுகளைத் தூண்டிவிடுவாள் என்பது செல்லம்மா எதிர்பாராதது அல்ல.

அவள் பிள்ளைக்கேனும் நாசுக்கு, மழுப்பல் என்று ஏதேனும் தெரியுமா? உள்ளொன்று புறமொன்று அகராதியே தெரியாதே?

"செல்லம்மா, தங்கம்மாவைப் பாத்துக்க ஆரும் இல்லையேன்னு நினைக்க வேண்டாம். சின்னம்மா சித்தி வந்தாச்சு…" என்று சொல்லி விட்டு அலுவலகத்துக்குச் செல்கிறார்.

ஊர்ச்சமாசாரம் பேசிக்கொண்டு, வீட்டின் தலைமை நிர்வாகியாக இருக்கும் கௌரவத்தில், பிள்ளையின் பொழுதில் சிறப்பான பங்கை ஏற்கக்

கனவு கண்டிருந்த சித்திக்கு ஏமாற்றமே மேலிடுகிறது. இங்கு ஊராவது, உறவாவது?

காலையில் அவன் என்ன சாப்பிட்டுப் போகிறான்? பரக்கப் பரக்க ஒரு சோறு.

மதியம் வருவதில்லை. ஆற அமர உட்கார்ந்தாலே பிள்ளைக்கு வயிறு நிறையச் சாப்பிடத் தெரியாது. சிந்தை எங்கோ செயல் எங்கோ போய் விடுகிறது இப்போது.

இதெல்லாமேனும் தொலையட்டும். ஆசார சீர்திருத்தமாம், சங்கமாம்... செல்லம்மாளையும் அல்லவோ அழைத்துப் போகிறான்?

ஆனால் பிள்ளையிடம் நேராக எதையும் சொல்லப் பயமாக இருக்கிறதே? அந்த ஆற்றாமைக்குச் செல்லம்மாளே இலக்காகிறாள்.

"ஏண்டி செல்லம்மா, பட்டணத்துக்கு வந்தா இப்படி எல்லா ஆசாரத்தையும் விட்டுடணுமா? அவன்தான் சொன்னான்னா, இதான் சாக்குன்னு சகலத்தையும் துடைச்சுடணுமா?"

செல்லம்மா தனக்குச் சோதனைக் காலம் வந்துவிட்ட தென்று புரிந்துகொள்கிறாள்.

அன்று மாலையில் கிறிஸ்தவ வாத்தியாரம்மா வேறு வந்து விடுகிறாள்.

இவளுடைய உல்லன் பூ நூல் குல்லாயைப் பார்த்து அவள் சொல்லிக் கொடுக்கும்போது, சின்னம்மா சித்திக்கு "இப்படி இடிச்சிக்கறாப்பல போறாளே செல்லம்மா, இன்னும் என்னென்ன கூத்திருக்கோ தெரியலியே" என்று கொதிக்கிறது.

வாத்தியாரம்மா, வழக்கம் போல் குழந்தையைக் கொஞ்சுகிறாள், தீர்த்தம் வாங்கிக் குடிக்கிறாள், போகிறாள்.

"அடி ராசம்? இந்த டம்ளரை எடுத்துண்டு போய் அலம்பி வைடீ! அவ எந்தப் பறக் கிறிஸ்தவச்சியோ? குழந்தையை வந்து தொட்டுக் கொஞ்சறா. அப்படியே அது உன்னையும் வந்து தொடறது? கர்மமடீம்மா?"

ஊரோடு நாட்டோடு இருந்தா இப்படிக் குலாசாரம் விடணுமா? அவன் போக்குத்தான் தெரியும். பொண்ணு கண்ணுக்கழகாச் சொன்னதைக் கேட்டுண்டு இருக்கான்னு நினைச்சா, அவன் போறவழிக்கே நீயும் விட்டுண்டிருந்தா என்ன அர்த்தம்? சொல்றவிதத்தில சொல்ல வாண்டாமா? இந்தப் படிப்பு கிடிப்பெல்லாம் யார் ஏற்பாடு?"

செல்லம்மா என்ன பேசுவாள்?

இரவு அவர் நேரமாகி வரும்போதும் ஏதேனும் புத்தகமோ, அலுவலக வேலையோ கொண்டு வருகிறார். சித்தி இப்படியெல்லாம் சொல்லுகிறாள் என்று சொல்ல முடியுமா?

"அய்யா! நித்தியம் இப்படிப் போதாகித்தான் வருவியா? ஆபீஸ் கிட்டக்கத்தானே இருக்குன்னா?"

"சித்தி, பேப்பராபீஸ்னா என்னன்னு நினச்சே? உலகம் முழுவதிலுமிருந்து தந்தியும் தபாலுமாச் சேதி வந்து குவியும். எங்க பத்திராதிபருக்கு, நான் எழுதினால்தான் திருப்தியாகும். சாயங்காலம் காபி வரும். குடிச்சதும் உடனே அவரும் வருவார். பாரதி இதைப் பார்த்தியா? நீதானே இதைத் தரிஜமா பண்ணணும்பார், ஆபிஸ்லதான் பண்ணணும்னு கட்டாயமில்லை. வீட்டுக்கு எடுத்துண்டு போயேன்பார்..."

"சம்பளமானும் நிறையக்குடுக்கிறானா? என்ன ஏதுன்னு நீ விவரம் எழுதவேயில்லையே?"

"விவரம் என்ன விவரம்? தமிழ்ப் பத்திரிகைகளெல்லாம் இன்னும் இங்கிலீஷைப் போல பிரபலமடையல. ஐயர் சொல்வார். பாரதி, நீ எழுதறதுக்கு அட்சரலக்ஷம் குடுக்கலாம். நீ காளிதாசன்தான். ஆனால் நான் போஜனில்லையேங்கறார். சித்தி, தொழிலில் மேன்மையும் கீர்த்தியும் இன்னொண்ணும் தானா வரும். நாம சித்த சுத்தியோடு உழைக்கணும். இப்ப தேசத்துக்கு நாம உழைப்பைக் கொடுக்கணும்."

பத்திரிகைக் கட்டை வைத்துவிட்டு, கைகால் அலம்பிக் கொள்கிறார்.

ராஜம் சிலேட்டை எடுத்து வந்து வாத்தியாரம்மா சொல்லிக் கொடுத்து எழுதிய ஆங்கிலப் பதங்களைக் காட்டுகிறாள்.

"இவளுக்கு இங்கிலீஷ் படிப்பிக்கதான் அந்த வாத்திச்சி வராளா, ஏண்டாய்யா?"

செல்லம்மாளும் படிக்கட்டும்னு சொன்னேன். சின்னம்மா சித்தி! ஸ்தீரீகள் வேத கவிதை யாத்த நாடு இது, அவா நாலு விஷயம் படிக்கணும், தெரிஞ்சுக்கணும். தமிழ் படிக்கணும்; ஸம்ஸ்கிருதம் படிக்கணும். இங்கிலீஷில எத்தனையோ கவிகள், சாஸ்திரங்கள் எல்லாம் இருக்கு. அதெல்லாம் படிக்கணும். கிணத்துத் தவளையாகவே இருந்தா விமோசனமேயில்ல. சித்தி, சக்ரவர்த்தினின்னு மாதர் அபிவிருத்திக்காக ஒரு பத்திரிகையே நடக்கறது. உன் பிள்ளைதான் அதைப் பொறுப்பா

வச்சிண்டிருக்கிறான். எல்லாம் ஊருக்கு உபதேசம் பண்ணிட்டு என் வீட்டில், ஒண்ணுமறியாமல் வச்சுக்கலாமா?”

சித்திக்குப் பேச்சின் போக்கை மாற்றத் தெரியாதா?

“அய்யா ஊருல கண்டி ஓமம் பண்ணினா. விசாலாட்சி கண்ணப்பா ரொம்ப வருத்தப்பட்டா...”

“சின்னம்மா சித்தி, நீ என்ன தூது வந்திருக்கியா?”

“இல்லேடா பிள்ளே, நடந்ததைச் சொன்னேன். நீ கத்திரிச்சீண்டாச்சுன்னா எனக்கு என்ன கரிசனம்?”

சித்தி தலைத் துணியை இழுத்து இறுக்கமாக்கிக் கொள்கிறாள்.

செல்லம்மா இரவுக்குச் சமைத்து வைத்திருக்கிறாள். ராஜம் பொழுதுடன் சாப்பிட்டதும் எட்டுமணிக்குள் தூங்கிவிடுவாள்.

பாரதி அலுவலகத்தில் இருந்து வந்த பின் சிறிது நேரம் வெளியே மறுபடியும் போய்விட்டு, எட்டு அடித்த பின்னரே வருவது வழக்கமாக இருக்கிறது.

மாமியாருக்கும் இலையைப் போட்டுவிட்டுத் தோசை வார்க்கிறாள்.

“அவனுக்கும் தோசை போடு..!”

செல்லம்மா ஊறுகாய், எண்ணெய், மிளகாய்ப் பொடி எல்லாம் கொண்டு வந்து, வைக்கிறாள். அரிக்கன் விளக்கு பக்பக்கென்று குதிக்கிறது.

“ஆச்சு, மழைக்காலம், இனிமே போதோடு எல்லாம் ஆச்சுண்ணு பண்ணிடனும்... அய்யா? நான் ஒண்ணு கேள்விப்பட்டேன். கேக்கறேனேன்னு நினைச்சுக்காதே. நீங்கள்லாம் என்னமோ விருந்து கூட்டாஞ்சோறு சமச்சு, சாதி ஆசாரமில்லாம சாப்பிடறேளாமே? என்னால நம்ப முடியல. சரசுவதி வாக்கில உனக்கிருக்கான்னா, இப்படிப் பொறாமைப்பட்டு ‘அபாண்டம் சொல்லலாமா? பட்டணத்தில இப்படில்லாம் மனுஷா இருக்காளே, கிராமத்துலதான் இருப்பான்னு நினச்சேன்...”

“சின்னம்மா சித்தி, அது பொய்யில்லை, நிசந்தான். நாம் நமக்குள் ஆயிரம் சாதி கொண்டாடிக்கொண்டு முப்பது கோடியும் துண்டாகிப் போனதால்தான் வெள்ளைக்காரன் இஷ்டப்படி நம் சொத்தைக் கொள்ளையடிக்கிறான்; அவா தேசத்தில் சூரிய வெளிச்சம் கூடப் பஞ்சம். நம் தேசத்தைப்

போல் கீறினால் நிலத்தில பச்சை செழிக்காது. கங்கை, யமுனை போல் நதிகள் கிடையாது. விஸ்தாரமில்லாத தேசம். ஆனால் அந்தக் கையகல தேசத்தில் இருந்து கொண்டு ஆறாயிரம் மைலுக்கப்பால் இமயம் முதல் குமரிவரையிலும் ஆளறான். இது வெட்கமில்லை? நமக்கு அவமானமில்லை? இதுக்கெல்லாம் ஆதிகாரணம் என்ன? நம்மை நாமே மனுஷாள்னு பாவிக்காமல் வேற்றுமைப்படுத்துவதுதான் ...”

சின்னம்மா சித்திக்கு ரசிக்கவில்லை.

“அதுக்காகப் பகடையும் கிறிஸ்தவனும் நாமும் ஒண்ணுன்னு சொல்றயாய்யா?”

“ஆமாம், நான் ஒண்ணு சொல்றேன். நீங்க பிராமணர், உசந்தகுலம்னு சொல்றீர். ஆனா அந்த மடராஜாகிட்டக் கைகட்டிச் சேவகம் பண்றது உசந்ததா? அது என்ன ஒழுக்கம்? பொருளாசைக்காக ஒழுக்கம் கெட்டவனிடம் இச்சகம் பேசுவது தான் உசந்த ஆசாரமா? ... சின்னம்மா சித்தி, உன்னையே நினைச்சுப் பாரு!”

“போறும்டாபிள்ளே, எதையோ சொன்னா, எதையோ சொல்ற!...”

சித்திக்கும் பிள்ளைக்கும் இந்த மாதிரித் தொடரும் உரையாடல்கள் எங்கோ போய் முட்டுவது போல் ஓய்ந்து போவது வழக்கமாகிவிடுகிறது.

சில நாட்களில் சித்தியின் கோபம், வேறுவிதமாக முடிகிறது. இரவுப்பட்டினியாகப் படுத்தாலும், பாரதிக்கு அவளைச் சமாதானப்படுத்தத் தோன்றவில்லை. உயரத்துக்கு மேசை போல் பத்திரிகைக் கட்டை வைத்துக்கொண்டு, எழுதத் தொடங்கி விடுகிறார்.

கார்த்திகை மாசம் வரும்போதே, காசியில் காங்கிரஸ் கூடப் போவதாகச் செய்தி அடிபடுகிறது. வங்கப் பிரிவினையை எதிர்த்துக் குரல் கொடுக்கும் முக்கியத்துவம் வாய்ந்த காங்கிரஸாக இருக்கும். மிக முக்கியமான தீர்மானங்களை, முடிவுகளை இந்தக் கூட்டத்தில் நிறைவேற்றிச் செயலாற்றப் போகிறார்கள்.

இந்தக் காங்கிரஸ் மகா சபைக்கூட்டத்துக்குப் பாரதி சுதேசமித்திரன் பிரதிநிதி என்ற முறையில், ஜி. சுப்பிரமணிய ஐயருடன் செல்லப்போகிறார். அதற்கு முன்பிருந்தே வந்தே மாதர கீதத்தைப் பாரதி தமிழாக்கம் செய்யும் முயற்சியில் ஒன்றிவிடுகிறார்.

காசி காங்கிரசுக்குச் செல்லும்முன் சக்கரவர்த்தினியில் ‘இனிய நீர்ப்பெருக்கினை! இன் கனி வளத்தினை!’ என்று வந்தே மாதரம் சுஜலாம், ஸுபலாம் என்று தொடங்கும் கீதம் வெளியாகிறது.

பங்கிம் சந்திரர் தன் கீதத்தில், ‘ஸப்த கோடி கண்ட கல கல நீநாத . . . ராலே’ என்று குறித்திருக்கிறார். ஏழு கோடி மக்களின் குரல் என்று வங்கத்தை மட்டுமே அவர் குறிப்பாக்குகிறார். ஆனால் பாரதியோ, முழு இந்தியாவையும் பாரத மாதாவாக்கி...

முப்பது கோடி வாய் நின்னிசை முழங்கவும்
அறுபது கோடி தோளுயர்ந்துனக் காற்றவும்
திறனிலாள் என்றுனை யாவனே செப்புவன்?
அருந்திறனுடையாய்! அருளினை போற்றி

என்று திருத்தமாக, ஐயத்துக் கிடமின்றி முப்பது கோடியும் பாரதம் என்று எழுதுகிறார். துரைசாமி ஐயர், மண்டயம் ஆசார்யா ஆகிய நண்பர்கள் இவர் பாடலைப் பாடிக் காட்டியதும் வியந்து பாராட்டுகிறார்கள்.

வீட்டிலும் இந்த வந்தே மாதரம் அவர் குளிக்கும்போதும் நடக்கும்போதும் நாவில் நடமிடுகிறது. சின்னம்மா சித்தி மருண்டுபோகிறாள். காசிக்குப் போய்த்தான் பிள்ளை இப்படித் தேசபக்தி வலையில் வீழந்தான் என்பது ஏற்கெனவே அவளுடைய கருத்தாகியிருக்கிறது. பிள்ளையை இந்தப் பெண்டாட்டி மயக்கத்திலாழ்த்தி, ஊரோடு ஒன்றச் செய்து கட்டிப்போடலாம் என்று நினைத்தாள்.

ஆனால் அவளையே முட்டாளாக்கிவிட்டு இந்தப் பிள்ளை கட்டறுத்துக்கொண்டு வந்திருக்கிறான். இங்கோ, வெட்ட வெளிச்சமாக வந்தே மாதரம் என்று புலம்பிக்கொண்டு மீண்டும் அதே காசிக்குப்போகிறான்.

கலிகாம்பா கோயிலில் சென்று, “அம்பிகே என் பிள்ளைக்கு நல்லபுத்தியைக் கொடு. அவன் குடும்பம் நன்றாக விளங்கட்டும்டீ!” என்று வேண்டிக்கொள்கிறாள்.

கலிகாம்பாளோ அவள் மைந்தனுக்கு வேறுவிதமாக அருள்பாலிக்கக் காத்திருக்கிறாள்!

டிசம்பர் 27இலிருந்து 30ஆம் தேதிவரையிலும் காங்கிரஸ் மாநாடு நடைபெறுந்தருணத்தில், மாட்சிமை பொருந்திய சக்கரவர்த்தினியின் திருக்குமாரன், (பட்டத்து) வேல்ஸ் இளவரசன் தன் மனைவியுடன் இந்திய நாட்டில் சுற்றுப் பயணம் செய்ய வந்திருக்கிறான்.

வரப்போகும் மன்னனையும் அவன் மனைவியையும் விசுவாசமுள்ள மக்களும், அவர்களை ஆளும் பிரதிநிதிகளும் வரவேற்க வேண்டாமா, தக்கவிதத்தில்?

ஆனால் வங்கத்தைத் துண்டாடித் தன் ஆணவத்தை மெய்ப்பித்திருக்கும் இராஜப் பிரதிநிதியிடம் அடிபணிந்து போவதோ முப்பது கோடி மக்களுக்கும் தருமமாகும்?

காசி காங்கிரஸுக்குத் தலைமை வகிப்பவர் கோபால கிருஷ்ண கோகலே. பாரதி இந்தப் பெருமகனின் வாழ்க்கை வரலாற்றை ஊன்றிப் பார்த்து பாரத மாதாவின் உத்தமப் புதல்வரென்றே பாராட்டிப் போற்றியிருக்கிறார்.

ஆனால் இவருடைய அரசியல் கோட்பாடுகள் அவருடைய இளம் வேகமும் துடிப்புமுடைய உள்ளத்துக்கு உகந்ததாக இருந்தனவோ?

1. நமது தேசம் பலவாறாகச் சின்னமுற்று, நலிந்துபோயிருந்த நிலையில் பிரிட்டிஷார் தெய்வீக வசமாக இங்கு வந்தார்கள், நல்லாட்சி செய்துபாலிக்கிறார்கள்.
2. எனவே பிரிட்டிஷ் சக்ரவர்த்தினியிடம் மாறாத ராஜபக்தி கொண்டிருத்தல் நமது கடமையும் காரணமுமாகும்.
3. ஆனால் பிரிட்டிஷ் அதிகாரிகளே இங்கு வந்து, நம்மவரிடம் அன்பும் அனுதாபமுமின்றி நமது அபிப்பிராயத்தைக் கவனியாமல் அவர்களது இச்சைப்படியே நம்மை ஆட்சி புரிவதனால், நம்மவர்க்குச் சுயமதிப்பு, தேசகர்வம், காரியத் திறமை முதலிய யாவுமின்றி, நாமெல்லோரும் ஆண்மைகெட்ட அடிமைகளாகிப் பிறர் வசப்பட்ட பொம்மைகள் போல் ஆடிக்கொண்டிருத்தல் அநியாயமும் அமானுஷீகமுமாதலால் பிரிட்டிஷ் அதிகாரத்துக்குக் கீழ்ப்பட்ட பல குடியேற்ற நாடுகளிலிருப்பது போலவே இத்தேசத்திலும் சுயஆட்சி முறை ஏற்பட வேண்டும்.
4. இந்தச் சுயஆட்சி ஒரே நாளில் கிடைக்கக் கூடிய தன்றாகையால் நம்மவர் பொது நலத்துக் குழைத்தல், தேசாபிமானம் என்ற பெருங்குணங்களைக் கைக்கொண்டு இரவு பகல் ஓயாமல் அப்பெருங்காரியம் சித்தியாகும்வரை பாடுபட வேண்டும்.

இதற்காகவே 'பரதகண்ட ஸேவகர் சங்கம்' என்ற ஒரு *(Servants of India Society)* ஸ்தாபனம் கண்டிருக்கிறார்...

இவ்வரிகளை எழுதி சக்ரவர்த்தினி அதிபரிடம் காட்டிய பின்னரே, அது ஒத்துக்கொள்ளப்படுமென்று பாரதி

அறிந்திருக்கிறார். ஆனால் காங்கிரசுக்குப் புறப்படும்போது இந்த முரண்பாடுகள் அதிகமாக உராயவில்லை.

எந்த நிலைமையிலும் அரசுடன் ஒத்துப்போக வேண்டும், இராஜ விசுவாசம் காட்டி சுயஆட்சி பெற வேண்டும் என்பதை ஒத்துக்கொள்ள முடியவில்லை.

சுதந்திரம், ஆம், சுதந்திரம், எழுத்து சுதந்திரம், பேச்சுச் சுதந்திரம் என்று சிந்தை கூர்மையாகி ஆர்வத்தீயைத் தூண்டிக் கொண்டிருக்கிறது.

காசி மகாநாட்டில் அதற்கேற்ற வகையில் நடவடிக்கை களும் தீர்மானங்களும் நிறைவேறுகின்றன.

திலகரும் லாலா லஜபதிராயும் அந்தக் கூட்டத்தில் வந்திருக்கக் காண்கிறார். விபின் சந்திரபாலரும் அரவிந்தரும் அந்தக் காங்கிரஸில் கலந்துகொள்ள வந்திருக்கின்றனர்.

பாரதி இவர்களையெல்லாம் பார்த்துப் பரவசமடைகிறார். ஏனெனில் வங்கத்தலைநகர், கல்கத்தாவின் தெருக்களில், தேசீயம் என்ற இராணுவ உடை அணிந்துகொண்டு வந்தே மாதரம் கீதத்தைப் பாடிச் செல்லும் இளைஞர்கள் என்று குறிப்பிடப்பட்ட பலரை பாரதி பார்க்கிறார்.

சரளாதேவி என்ற பெண்மணியைப் பற்றிக் கேள்விப் படுகிறார். பெண்கள் கூட்டத்தில் அவளைப் பார்க்கிறார். அங்கே வந்து அசையாப் பதுமை போல் அமர்ந்திருக்கும் விவேகானந்தரின் தருமபுத்திரியையும் காண்கிறார்.

முதல்நாளே கூட்டத்தில் சிறு சலசலப்பு ஏற்படுகிறது.

'இந்தக் கூட்டத்தில் வந்தே மாதரம் கீதம் பாடப்பட வேண்டும்' என்று ஓர் இளைஞர் வந்து முன்மொழிகிறார்.

அதை வழிமொழிய யாரும் வரவில்லை.

'அது அரசால் வங்கத்தில் தடை செய்யப்பட்டிருப்பது உண்மைதான். நாம், தேசீயக் குரல் கொடுக்கும் இங்கே பாடவில்லை என்றால், பிறகு வேறெங்குதான் பாட முடியும்? இங்குதான் பாட வேண்டும்' என்று அவரே தொடர்ந்து மொழிய சலசலப்பு கூட்டத்தில் முணமுணப்பாகவே பரவுகிறது.

"நமது கூட்டம் எந்தவொரு விபரீதத்துக்கும் இடம் கொடுக்கக் கூடாது என்பதே கருத்து. அதனால் அவசரப்பட்டு எதிலும் நிதானம் இழந்து உள்ள நன்மையையும் இழந்துவிடக் கூடாது..."

இது வேறொருவர் சொல்லும் மறுமொழியாகிறது.

"சரளாதேவி வந்து கீதத்தை இசைக்கட்டும்..!"

தலைவர் அந்த இளைஞரை அழைக்கிறார்...

மறுபடியும் கூட்டத்தில் முணமுணப்பு...

"கூடாது. முதலடி கடைசிச்சரணம் மட்டுமின்றி, முக்கியமானது இரண்டாவது மூன்றாவது சரணங்கள் எல்லாம் பாட வேண்டும்..."

சிறிது நேரக் கசமுசவுக்குப்பிறகு, இரண்டு அடிகள் மட்டும் பாடலாம் என்று தலைவர் அனுமதி அளிக்கிறார்.

பாரதி அந்த வங்கப் பெண்மணியைப் பார்க்கிறார்.

"வந்தே மாதரம்..." என்று கணீரென்று குரலெழுப்பும் போது—

"ஆகா, நீயல்லவோ அம்மா பாரதாம்பிகையின் குமாரியாகிறாய்!" என்று விம்மிதமடைகிறது உள்ளம்.

அவளை நிறுத்து என்று சொல்ல யாருக்கும் மனம் வரவில்லை.

என்ன கம்பீரம்! என்ன தெளிவு! என்ன துணிவு!

பாடலின் எல்லா அடிகளையும் பாடிவிட்டுத்தான் சரளாதேவி மேடையைவிட்டு இறங்குகிறாள்!

சரளாதேவியைப் பற்றி பாரதி அங்கு மேலும் மேலும் கேள்விப்படுகிறார். அந்த அம்மை, இளைஞர்களுக்கு உடற்பயிற்சி, வாள், கம்பு முதலியவை சுழற்றும் வீர விளையாட்டுக்கள் பழகுதல் ஆகியவற்றுக்கானதொரு அமைப்பையும் நிர்வகிக்கிறாராம்.

விவேகானந்தரின் தருமபுத்திரியாகிய ஆங்கில மாதையும் இவர்களுடன் சம்பந்தமாக்குகின்றனர். இவரால் ஏற்றுக்கொள்ள இயலவில்லை. எனினும் செவிகளும் கண்களும் ஒரே நோக்காக நடவடிக்கைகளுடன் ஒன்றிப்போகிறார்.

மாநாட்டின் வழி நடந்தும் குழு *(Subject Committee)*வில், வங்கப்பிரிவினை, அந்நிய பஹிஷ்காரம், சுதேசிய இயக்கம் தவிர வேறு எந்தத் தீர்மானத்தையும் பாரதி எதிர் நோக்கியிருக்க வில்லை.

திடுமென்று ஜி. சுப்பிரமணிய ஐயர், வேல்ஸ் இளவரசருக்கு வரவேற்பு அளிக்கும் தீர்மானமொன்றை முன்மொழிகிறார்.

திடுக்கிட்டாற் போல் திலகரும் லஜபதிராயும் இதனை எதிர்க்கின்றனர்.

திரை மறைவில் நிகழ்ந்த இந்த நிகழ்ச்சிகளைப் பாரதி அறிகிறார். சபையில் இது நிறைவேற்றப்படுகையில், பல பிரதிநிதிகள் அங்கு இல்லை.

"மேன்மை தங்கிய ஆங்கிலப் பேரரசின் அங்கமான இந்தியாவின் பல்வேறு மதப்பிரிவுகளையும் சாதிகளையும் சார்ந்த இந்தியக் குடிமக்களைக் கொண்ட இம்மகாசபை, ராஜவிசுவாசத்தோடும் கடமை உணர்வோடும், மேன்மை தங்கிய வேல்ஸ் கோமகனாரைப் பணிவன்புடன் வரவேற்கிறது..."

பாரதிக்கு இந்தப் பணிவு எப்படி ரசிக்கும்?

இந்த கோகலே... இந்த மாதிரியான வழவழத் தலைவர் தாமா?

காசி காங்கிரஸ் அவருக்குத் தம் பத்திராதிபர் ஜி. எஸ். ஐயர் மீது மனத்தாங்கலை அதிகமாக்கும் வண்ணம் முடிகிறது. ஆனால் வேறொரு வகையில் அவர் மகிழ்ச்சிகொள்கிறார். காசியிலிருந்து கல்கத்தா திரும்பிவரும்போது, இவரும் துரைசாமி ஐயரும் காங்கிரசின் முக்கிய தலைவர்களில் ஒருவராகிய ஆனந்த மோஹனவசுவின் வீட்டில் தங்குகிறார்கள். ஆனந்தமோஹன் வசுவுக்குச் சில நாட்களாக உடல் நலம் குன்றியிருக்கிறது.

1898ஆம் ஆண்டில் சென்னைக் காங்கிரஸ் தலைவராக வந்திருந்தபோது, 'தாய் நாடும், கடவுளும்' என்ற விஷயம் பற்றிப் பேசினாராம். கேட்டவர்களுக்கெல்லாம் கண்களில் நீர் துளித்ததாம்.

இங்கிலாந்து சென்று பாரிஸ்டர் தொழிலுக்குப் படித்துத் தொழில்செய்யவந்த ஆனந்த மோகனின் மாளிகை டம்டம் என்ற பகுதியில் இருக்கிறது, எத்துணை பெரிய மாளிகை! ஓ, மாளிகையைச் சுற்றித்தான் எத்தனை பெரிய தோட்டம்!

பாரதி, தம் நண்பர் துரைசாமி ஐயருடன் வங்கத்தலை நகரில், மிகச் சிறந்த தேசபக்தரின் வீட்டில் தாம் வந்து நிற்கும்போது அனுபவிக்கும் மகிழ்ச்சி கரை காணாமலிருக்கிறது. "இங்கு நீங்கள் சில நாட்கள் தங்கிச் செல்லலாமே?" என்று வங்க நண்பர்கள் இவர்களை உபசரிக்கின்றனர்.

மாளிகையின் மிகப் பெரிய தோட்டத்தில் கொடி வீடுகளும், செய்குளங்களும், கண்களையும் கருத்தையும் கவரும் வண்ணக்குவியல்களாக மலர்ச்செடிகளும், ஒரு தனி உலகைப்

படைத்திருக்கின்றன. அங்கே... ஓர் ஆலமரம். விழுதுகள் விட்டுப் பூமியைத் தழுவி மீண்டும் வானோக்கிப் பசுமை பூரிக்க...

பாரதி இயற்கைக் காட்சிகளில் மனம் ஒன்றுபவராயிற்றே? இந்த ஆலமரத்தடியில் அமர்ந்து அவ்வழகிய காட்சிகளைத் தேக்கும் கவிதைகளைப் புனைவதில் மனம் ஈடுபடுகிறது.

அப்போதுதான், துரைசாமி ஐயர் அவரைத் தேடி வந்து தெரிவிக்கிறார்.

"நாளை மாலையில், இங்கே முக்கியமான சில தேசபக்தர்களுடனும் ஊழியர்களுடனும் நாம் கலந்து கொள்ளும் வகையில் ஒரு வாய்ப்பு வருகிறது பாரதி. இங்கு ஒரு சிறு கூட்டத்துக்கு ஏற்பாடு செய்கிறார்கள். நம்மையும் இருக்கச் சொல்கிறார் வசு..."

பாரதி நிமிர்ந்து பார்க்கிறார்... இதென்ன இரகசியமாக இருக்கிறதே..?

கேட்கவில்லை. மனசுக்கு மட்டும் தோன்றுகிறது.

அது அவர் வாழ்நாளையே மாற்றிவிடும் ஓர் இரகசிய மாகவே பேராற்றலைக் கூட்டுகிறது.

13

சின்னம்மா சித்தி கலிகாம்பா கோயிலி லிருந்து வரும்போதே பாரதி ஊர் திரும்பியதைப் புரிந்துகொள்கிறாள். குதிரை வண்டி எதிரே போகிறது.

வீட்டு முற்றத்தில் அழுக்கு வேட்டி, சட்டை எல்லாம் கிடக்கிறது. விளக்கு வைக்கும் நேரம், மார்கழிப் பனிக் குளிர் புடவையை இழுத்துத் தோளைப் போர்த்துக்கொள்ளும்படி இருக்கிறது.

தங்கம்மாவை மடியில் வைத்துக்கொண்டு பிள்ளை ஏதோ பேசிக்கொண்டிருக்கிறான். ஒரு காசிப்பட்டுத் துணி, கங்கைச் செம்பு இரண்டும் புதிதாக வந்த சாமான் என்று தெரிகிறது.

"அய்யா! எப்ப வந்தே? எல்லாம் சௌகரியமா யிருந்ததா?"

"ஆகா, சின்னம்மா சித்தி! இந்தக் காங்கிரசுக்கு நீயும்கூட வந்திருக்கணும். நம் தேசத்துக்கு நல்ல காலம் வரப்போறது. வங்காளத்துப் பெண்கள்... ஆகா! அவர்கள் பாரதாம்பிகை பெருமைப்படும் குமாரிகள். கோகலே தலைமை, ஆளும் சர்க்காரைத் திருப்திப்படுத்தணும், விசுவாசமாயிருந்துதான் உரிமையைக் கேட்டுப் பெறணும்ங்கறார். வந்தே மாதரம் பாடறதால சிக்கல் வரும்ங்கறார். அரவிந்த கோஷ், விபின்சந்திரர் இவாள்ளாம், வந்தே மாதரம்னு நாம இங்க பாடாம வேற எங்கே பாடறது, இந்தக் காங்கிரஸில, நமது தாரகமந்திரத்தைச் சொல்லாம எங்கே போய்ச்

சொல்லறதுன்னு கேட்டா. ஒரே கசமுசா, ஆனா அந்தப் பெண் ரத்தினம் என்ன செய்தாள்? மேடையில் ஏறினாள். வந்தே மாதரம்..! இவர் பாடத் தொடங்குகிறார்!

தாயே கலிகாம்பா! இதுதானா உன்னை வேண்டியதன் பலன்!

வந்தே மாதரம் பாட்டை அல்லவோ இப்போது ஆவேசமாகப் பாடுகிறார்?

"நீ காசில ஆத்துக்குப் போகலியா?குப்பம்மாளைப் பாக்கவேயில்லையா?"

"சின்னம்மா சித்தி, காங்கிரசுக்கு வந்திருக்கிற பிள்ளை அங்கே போனால் பேய் புடிச்சிண்டுட்டாப்பலப் பயப்படுவாளே? அந்தத் தமாஷுக்காகப் போனேன். கேதாரம் பேசினான். பார்வதியப் பார்த்தேன். தங்கம்மா எப்படி இருக்குன்னு விசாரிச்சா. அத்தை உடம்பு முடியாம கம்பளியப் போத்திண்டு இருந்தா. 'என்ன மோப்பா, காங்கிரசுக்குன்னு வந்திருக்கே...'ன்னு முனகினா. 'விச்சாருக்கியா'ன்னா. பார்வதி தங்கம்மாக்குன்னு இந்தத் துண்டையும் கங்கைச் சொம்பையும் குடுத்தா. வாங்கிண்டு வந்தேன்...

குத்துவிளக்கை ஏற்றிவைத்துவிட்டு, கை விளக்கைச் செல்லம்மா கொண்டுவந்து வைக்கிறாள்.

"வெந்நீர் போட்டிருக்கேன். இந்தத் துணியெல்லாம் காலம்பற தோச்சுப் போடறேன். அடி, ராசம், இதெல்லாம் ஓரமா எடுத்துச் சுருட்டி வை!"

வெந்நீர் இதமாக இருக்கிறது. நீராடித் துவைத்து உலர்த்திய வேட்டி அணிந்த பின் சாப்பிட்டாயிற்று. ஆனால் இரண்டு நாட்கள் பயணம் செய்த சோர்வு எதுவும் கிடையாதா? விளக்கை வைத்துக்கொண்டு தாளும் பேனாவுமாக உட்கார்ந்துவிடுகிறார்.

செல்லம்மா தூங்கும் குழந்தையைச் சேலைத் துணியை விரித்து மெத்தென்று போட்டுவிட்டு, அவருக்கும் படுக்கை விரிக்கிறாள்.

"போது ரொம்ப ஆறதே? ரெண்டு நாள் ரயில்ல வந்திருக்கிற அலுப்பு இல்லையா..?"

அந்த மங்கலான ஒளியில் அவருடைய கண்கள் அவள் மீதே ஒன்றிப்போகிறது. அந்த விழிகளின் கூர்மை... அசையாத அவர் முகம், எங்கோ இலயிக்கும் பாவம்... செல்லம்மாளுக்கு உடலில் சிலிர்ப்போடுகிறது.

உடனே ஆனந்தக் களிப்பாகப் பாட்டொன்று பிறக்கிறது.

சொன்ன சொல் ஏதென்று சொல்வேன்? – எனைச்
சூதாய்த் தனிக்கவே சும்மாயிருத்தி
முன்னையேதுமில்லாதே – அக
முற்றச் செய்தேயெனைப் பற்றிக் கொண்டார்.
பற்றிய பற்றற ஒன்றே – தன்னைப்
பற்றச் சொன்னார்; பற்றிப் பார்த்தவிடத்தே
பெற்றதை யேதென்று சொல்வேன்? – சற்றும்
பேசாத காரியம் பேசினார் தோழி!

"செல்லம்மா!... நீ என்னில் பாதி. சதி பதி ஒரே முழுமை. ஒருவரறியாதது மற்றவருக்கில்லைன்னு நம் தத்துவம் சொல்றது. செல்லம்மா, எனக்குக் குரு உபதேசமாச்சு. எனக்குக் குருமணி உபதேசம் செய்தார். இந்தப் பாரத தேவியின் விசுவரூபம் கண்டேன். ஸ்ரீ கிருஷ்ண பகவான் அருச்சுனனுக்கு என்ன உபதேசம் செய்தார்? 'பார்த்தா! மனசில் இருக்கும் துர்ப்பலங்களை விட்டொழி. அங்கே நிற்பவர் உன் சொந்தமானவரும் பந்தமானவரும் ஆசாரியரும் என்றெல்லாம் மயங்காதே. வில்லை எடுத்து நாணேற்றி அந்தப் புல்லியர் கூட்டத்தைப் புழுதி செய்" என்று சொன்னாரில்லையா? அதே மாதிரி உபதேசம். இந்தப் பாரத தேசத்தில் புதிய வீரியமும் புதிய தேஜஸும் உண்டாகி, இந்த முப்பது கோடி ஜனங்களும், அப்படி அருச்சுனனைப் போல் ஆயுத பாணிகளாகிவிட்டால், இந்த வெள்ளைக்காரர் எம்மாத்திரம் என்ற குஹ்யமான உபதேசமாச்சு செல்லம்மா! சொன்ன சொல் ஏதென்று சொல்வேன்?"

செல்லம்மா நடுநடுங்கிப்போகிறாள்; அவளுக்குப் பேச்செழ வில்லை; நா ஒட்டிக்கொள்கிறது.

"என் குருமணி யார் தெரியுமோ? விவேகானந்த சுவாமிகளின் தருமபுத்திரி. அவர் பூர்வாசிரமப் பேர் மார்கரட் நோபிள். நாங்கள் காசியிலிருந்து திரும்பினோமா? ஆனந்த மோஹன் வசுவின் மாளிகை விஸ்தாரமான தோட்டத்தில் இருக்கிறது. இரண்டு நாட்கள் தங்க வேணும்னு கேட்டுக் கொண்டதன் பேரில் துரைசாமி ஐயரும் நானும் தங்கினோம்.

அந்தத் தோட்டத்தில் மிகப் பெரியதொரு ஆலமரம் இருந்தது. அங்கே அதனடியில் உட்கார்ந்து சில பாட்டுக்களைக் கவனம் செய்யும்படி அவ்வளவு இயற்கையழகுள்ளதாக இருந்தது. அப்போதுதான், அன்றைக்குச் சாயங்காலம் மாளிகையில் ஒரு சிறு கூட்டம் ஏற்பாடு செய்திருப்பதாகத் துரைசாமி ஐயர் சொன்னார்.

செல்லம்மா அந்தக் கூட்டத்துக்கு நிவேதிதா தேவி, என் குருமணி வந்திருந்தார். காசியிலேயே நான் ரொம்பக் கேள்விப்பட்டேன் அவர் சக்திபற்றி. ஆனால் மனசுக்குள் ஒரு மூலையில் என்ன இருந்தாலும் இவள் வெள்ளைக்காரிதானே என்ற எண்ணம் இருந்தது...

கூட்டத்துக்கு வந்திருந்தவர்கள் யார்?... எல்லோரும் இளையவர்கள். அரவிந்த கோஷ், பரிந்திர கோஷ்,... குஞ்சு பானர்ஜி . . . இப்படி ஒரு பதினைந்து இருபது பேருக்கு மேலில்லை. இந்தத் தேசம், விடுதலையடைய இளம் [illegible] எல்லோரும், எந்தப் புனித ஆஹுதிக்கும் தயாராக இருக்க வேண்டும். உள்ளவலிமை, உடல் வலிமை இல்லாதவர்கள் எந்தக் காரியத்தையும் செய்ய முடியாது என்பதாக அவர் எங்கள் எல்லோருக்கும் பொதுவாகப் பேசிவிட்டு, எங்கள் எல்லோரையும் சிறிது பேச ஊக்கம் காட்டினார், ஆர்வமூட்டினார்.

நான் என்னை, தமிழ்நாட்டுக் கவி என்று அறிமுகப் படுத்திக்கொண்டேன்,

அப்போது கூட்டம் முடிந்துவிட்டதாகக் கொள்ளலாம். எனது கவிகளை, தமிழ்ப்படுத்திய வந்தே மாதர கீதத்தையும் வங்கமே வாழிய பாடலையும் பாடினேன். அவர் அப்போது எப்படி என்னையே பார்த்துக்கொண்டிருந்தார், செல்லம்மா? நான் நடக்கப் போவது என்ன என்று எண்ணிப் பார்க்க வில்லை.

திடீரென்று என் கையைப் பற்றி இழுத்துக்கொண்டு வீட்டுக்கு வெளியே தோட்டத்துக்குக் கூட்டிப்போனார். அந்த ஆலமரத்தடிக்குத்தான் என்னைக் கூட்டி வந்தார். ஆகா, அப்போது அந்தப் பரவசமான நேரத்தின் இயற்கை அழகை எப்படி வருணிப்பேன்? சந்தியா கால அழகு பொன்னாய்ப் பொலிந்தது.

தேவியின் முகம், ஒரு தெய்வீகக் காட்சியாக அருள் பொழிவதாகத் தோன்றியது.

"மகனே, உனக்குத் திருமணமாயிருக்கிறதா?"

"ஆம் தேவி! எனக்கு ஒரு பெண் குழந்தையும் இருக்கிறாள்."

"உன் மனைவியை நீ ஏன் காங்கிரஸுக்கு அழைத்து வரவில்லை, மகனே?"

"தாயே, அவளுக்கு இந்த அரசியல் எல்லாம் தெரியாது. எங்களில் யாருக்கும் அவ்விதம் அழைத்து வர வேண்டும் என்று தோன்றவில்லை..."

"ஓ, அது தவறு. பெண்களும் எல்லாக் காரியங்களிலும் சரிசமமாகப் பங்கேற்க வேண்டாமா? இந்தப் பாரத மக்கள் அனைவரும் ஒன்றாக வேண்டும். மேல், கீழ், தாழ்ந்தது உயர்ந்தது என்று எண்ணுவதுகூடத் தவறாகும்... மகனே, நீ கவியாக இருக்கிறாய். இந்தப் பாரதத்தாய் விலங்குகளோடு கண்முன் நிற்பதாக நீ காணும் உணர்ச்சியைப் பெற வேண்டும். அப்படிக் காணும்போதுதான், விலங்குகளைத் தகர்த்தெறியும் ஆவேசம் பொங்கிவரும்... அதோபார்..!"

அவர் சுட்டிக்காட்டும் இடத்தைப் பார்க்க வேண்டும் என்று தோன்றவில்லை. அவர் முகத்தையே, அவரையே பார்க்கிறேன். அருச்சுனன் கண்டாற்போல் நான் பாரத மாதாவைக் காண்கிறேன்.

கல்கத்தா, காசி ஆலமரம், கங்கை, அடிமைச்சேவக ராஜாக்கள், புன்மைச்சிறு தொழில் பார்ப்பார், கூனிக் குறுகிய பள்ளர், பகடை, சின்னம்மா சித்தி, அபலைகள், குழந்தைகள், என் செல்லம்மா, ஐயோ, என் பாரத தேவி, என் மாதா, கைகளில் விலங்குடன் நிற்கிறாள். தனது பொலிவு குன்றி நிற்கிறாள்.

அந்த வெள்ளை... அந்த வெள்ளைத்தோல், என்னைப் பொங்கியெழச் செய்கிறது. அவர்கள்... அவர்களை அந்த விலங்கினைத் துணிக்க எழுகிறேன். ஒரே கணம்... என் கண்கள் சிவந்து, முகத்தில் பொங்கிவிட்ட சீற்றம் கனவு நிகழ்ந்தாற்போல் அற்புதமாக மாறுகிறது. அவர்... அவர் என் குருமணி, அருளும் அன்பும் ததும்பும் விழிகளுடன் நிற்கிறார். நான் கண்ட காட்சியின் பரவச நிலையிலிருந்து மீள வெகுநேரம் ஆகிறது.

"மகனே, பாரத தேவியைப் பார்த்தாயா? உன் கவித் திறமை, உனது சக்தி அனைத்தும் பாரத தேவிக்கு உரித்தாக வேண்டும். உனது சஞ்சலங்களும் பலவீனங்களும் சந்தேகங்களும் ஒழிந்து விடும்..."

மெய்சிலிர்த்து நான் நிற்கையில், அந்த ஆலமரத்திலிருந்து ஓர் இலையைப் பறித்து என்னிடம் தந்தார். "இது குருப்பிரசாதம்..."

தனது பெட்டியைத் திறந்து, அதில் புதிதாக வாங்கிய சிறிய கீதைப் புத்தகத்தின் நடுவே வைத்து இருக்கும் ஆலிலையை அவளிடம் காட்டுகிறார்.

செல்லம்மாளுக்கு அந்தக் கணத்தில் ஒன்றும் தோன்ற வில்லை. இப்படியெல்லாம் நடக்குமோ?... தன் கணவரை, எவரேனும் யக்ஷி, மோஹினி என்று சொல்லக் கூடிய ஆவிகள் வசப்படுத்தியிருக்குமோ?... சின்னம்மா சித்திக்கு இவர்

சொல்வதெல்லாம் காதில் விழுந்திருக்குமோ? நல்லவேளையாக எதையும் பட்பட்டென்று போட்டு உடைப்பதைப் போல் இந்தத் தகவல்களைச் சொல்லவில்லை.

"அடிதாயே, நித்ய கல்யாணி! இவருக்கு ஒன்றும் வராமல் நீதான் காப்பாற்ற வேண்டும்" என்று அடிவயிற்றில் உயிர் சுருளுவது போல் திகில் உணர்த்த அவள் மனசுக்குள் வேண்டிக்கொள்கிறாள்.

பாரதியோ, கண்களின் அதே ஒளி கூர்மையாக அந்த நினைவின் பரவசத்திலேயே ஒன்றியிருக்கிறார்.

பிறகு திடீரென்று, "செல்லம்மா, இந்தத் தரிசனம் என்னைப் புதியவனாக்கியிருக்கிறது. எனது உடல், பொருள், ஆவியெல்லாம் பாரத தேவிக்கு என்று அர்ப்பணம் செய்யும் வலிமை ஓங்கியிருக்கிறது. செல்லம்மா, நீ இதை மறக்க வேண்டாம். குருமணி உணர்த்தியதை மறக்க முடியாது. ஆயுள் பரியந்தம், விவாகமானவர், ஒருவரைவிட்டு மற்றவரில்லை என்பதுதான் நமது தர்மமாக இருக்கிறது. எனவே தேசோத்தாரணத்துக்காக நான் செய்யும் எல்லாக்காரியங்களிலும் நீயும் இருக்கிறாய். நாமாகத்தான் எல்லாம் செய்கிறோம், நீ இதைப் புரிந்துகொள் செல்லம்மா..."

இதைக் கூறிவிட்டு மெல்லிய குரலில், குருமணியின்மீது இயற்றிய பாடலைப் பாடுகிறார்.

அருளுக்கு நிவே தனமாய் அன்பினுக்கோர்
  கோயிலாய் அடியேன் நெஞ்சில்
இருளுக்கு ஞாயிறாயெமதுயிர் நாடாம்
  பயிருக்கு மழையாயிங்கு
பொருளுக்கு வழியறியா வறிஞர்க்குப்
  பெரும் பொருளாய்ப் புன்மைத்தாதச்
சுருளுக்கு நெருப்பாகி விளங்கியதாய்
  நிவேதிதையைத் தொழுது நிற்பேன்.

அடுக்களையில் கண் விழிக்கும் பேதைச் சிறுமிக்கு உப்புக்கும் புளிக்கும் பூவுக்கும் பொன்னுக்கும் ஆன தராதரங்களே அறிவுக்குப் பொருளாகின்றன. அவள் அறிவாளோ, அடிமைச் சுருளெரிக்கும் மெய்த் தத்துவ போதம்பற்றி?

ஆனால் அவரும் தானும் ஒன்று, சதிபதிகள் என்ற உணர்வு மட்டும் அவளுள் வேரூன்றியிருக்கிறது.

14

தை பிறந்தாயிற்று. குழந்தைக்கு ஆண்டு நிறைவு 'கொண்டாடி ஓர் ஓமம் வளர்த்து, சாஸ்திரப்படி நிறைவேற்ற வேண்டும் என்ற ஆசை சின்னம்மா சித்திக்கும் செல்லம்மாவுக்கும் இல்லாமலிருக்குமா? ஆனால் இவருக்கு அதைப் பற்றிப் பேசக்கூட நேரமில்லையே!

செல்லம்மா சாடையாக நினைவூட்டாம லில்லை.

அடித்து அடித்து அன்றிரவு வெகுநேரம் எழுதிக்கொண்டிருந்தார். அது முடிந்து நகர்த்தி வைத்துவிட்டுப் படுக்கும்வரையிலும் செல்லம்மா உறங்காமலிருக்கிறாள்.

"இப்படி ஓய்வு ஒழிச்சலில்லாமல் எழுதறேளே? அது என்ன பாட்டா?"

"ஆமாம், செல்லம்மா, வேல்ஸ் இளவரசனுக்கு வாழ்த்துப் பா பாடணும்னு ஐயர் சொல்லிட்டார். ஐயர் ரொம்ப நல்லவர்தான். நைச்சியமா வேலை வாங்குவார். தேச பக்தர்தான். இல்லைங்கல. ஆனா அவா வழிக்கும் இப்ப நம்ம நோக்கத்துக்கும் ஒத்து வரல. இங்கிலாந்து ராஜகுமாரனுக்கு வாழ்த்து எழுதறது எனக்குச் சரியாப்படல, மனச்சாட்சி ஒரு பக்கம், அவர் ஒரு பக்கம்னு தர்மசங்கடமாயிருக்கு. எழுதினேன், சக்ரவர்த்தினியிலும் நான் விவேகானந்தர், கோகலே, நவுரோஜி சரிதங்களை எழுதறேன். ஆனா அதிலும் வேற ஒண்ணும் எழுதச் சுதந்திரம் கிடையாது."

“அதுக்கில்ல, நம்ம தங்கம்மா பிறந்த நாளைக்கு ஒண்ணும் பண்ண வேண்டாமா? வர வர உங்ககிட்ட எதுவுமே பேச முடியல. பிறந்த நாள்னு நாம கடிதாசி எழுதினாத்தானே, அப்பாவோ அண்ணாவோ ஏதோ வாங்கிண்டு வருவா?”

“இத பாரு செல்லம்மா! எனக்குத் தேச விஷயம் வேற வீட்டு விஷயம் வேறன்னு தோணல, இப்பக்கூட. பவுத்த மார்க்கத்தில் பெண்கள் எப்படியெல்லாம் இருக்க சுதந்திரம் இருக்குன்னு சிலாக்கியமானதை நினைச்சிண்டு, அதை எழுதணும்னு யோசிச்சுண்டு வந்தேன். சுயாதீனம்னா ராஜாங்க சுயாதீனம்தானா? அறிவுச் சுயாதீனம் வேணும்...”

செல்லம்மாள் என்ன மறுமொழியைக் கூறுவாள்?

ஜனவரி 29ஆம் தேதி இதழில் வேல்ஸ் இளவரசர் வாழ்த்துப் பா வெளியாகிறது.

ஆனால் மனச்சாட்சிக்குச் சமாதானமாக – “பாரத மாது தானே பணித்ததன்று” என்று குறிப்பிட்டுக் கோடிட்டுக் காட்டுகிறார்.

‘சக்கரவர்த்தினி’ என்ற பேரே, அந்த மகாராணியைக் குறிப்பிடும் ராஜ விசுவாச வெளியீட்டுப் பத்திரிகை. அங்கும் இளவரசருக்கு வரவேற்பு உண்டு. அசலாம்பிகை அம்மையாரின் வாழ்த்துப் பாடலைப் பிரசுரம் செய்கிறார்.

இருந்தாலும் பிப்ரவரி மாத முதலில் சுதேசமித்திரன் பத்திரிகையில், ‘தமிழ்ப் புலமையிற் சான்று விளங்கும் பெருமக்கள் புதியனவாகத் தேசப் பக்திப் பாடல்களைப் புனைந்து அனுப்புவாராயின் நன்றியுடன் ஏற்றுக்கொள்ளப் படும்’ என்று தம் பெயரைப் போட்டே அறிவிப்பு செய்கிறார்.

பிறகு தாமே பிப்ரவரி இரண்டு இதழ்களில் வந்தே மாதரப் பெருமைகளை உரைக்கும் செய்யுள்களை வெளியிடுகிறார்.

குழந்தை தளர் நடை நடக்கிறது; முதல் மொழி ஒலிகளைத் தேன் பிலிற்றுகிறது; என்றாலும் வீடு சுமூகமற்ற சூழலாகப் பொலிவு குன்றிப்போகிறது. வாத்தியாரம்மா வருகை சின்னம்மா சித்தியின் முகக் குறிப்பின் ஒப்புதலில்லாமையால் செல்லம்மாளாலேயே நிறுத்தப்படுகிறது.

பாரதிக்கோ இதெல்லாம் கவனிக்கவே நேரமில்லை.

மண்டயம் குடும்பத்தார் புதிய இதழ் ஒன்றைத் தொடங்குவது பற்றி யோசிக்கிறார்கள்.

பாரதியோ, தமக்குச் சம்மதம் என்று மகிழ்ச்சி தெரிவிக்கிறார்.

ஆனால் வீட்டிலோ, செல்லம்மா சோர்ந்த முகத்துடன் இருக்கிறாள்.

பெண் குழந்தை சட்டையை நனைத்துக்கொண்டு விட்டாள். வேறு சட்டை போட்டால், மடி விழுப்பு என்ற கொந்தல். சட்டை போடாமல்விட்டாள்.

“அரைப் பவுனுக்கு ஓர் அரசிலை அடித்துக் கட்ட பொறந்தாத்தில் வழியில்லை. ஒரு சோமனா, துணியா ஒண்ணு மில்லை. என்னமோ பாவி, போறான், வரான், நிக்க தேசால மில்லை. முத்து முத்தா மூணு பெத்துப் போட்டுட்டுப் போனா மகராசி. இவன் ஒருத்தனே தங்கினவன். அவளுக்குத்தான் என்ன குறை? கண் பார்த்தது கை செய்யும். ஒரு பாட்டை ஒருத்தர் பாடி, ஒரு தடவை கேட்டாப் போரும். உடனே மனப்பாடம் ஆகும்படி பாடிடுவ. அவ கண் மூடாம இருந்தா இப்படி ஏகாதசியும் சிவராத்திரியுமாவா பொண் வந்திருக்கும்? நான் ஒருத்தி இருந்து இதெல்லாம் பார்க்கறேன் ...” என்று சின்னம்மா சித்தி பிரலாபிக்கிறாள்.

இந்தக் குத்தல்களில் செல்லம்மா மனம் குன்றிப் போகிறாள். இவளால் எதிர்த்து எதுவும் பேச வகையில்லை. புருஷனிடம் இதையெல்லாம் எப்படித்தான் சொல்வாள்?

சின்னம்மா சித்தியோ, செல்லம்மாளைச் சொல்ல வேண்டும் என்று கருதவில்லை. ஆனால் வீடு வரும்போதும், பரபரப்பாக எதையோ நினைத்துக்கொண்டு நடப்பதும் பேசுவதுமாக இருக்கிறானே என்ற அச்சம் திகிற் புள்ளியாக நெஞ்சு ஓரம் சில்லிட்டிருக்கிறது.

‘சின்னம்மா சித்தி! பலகாரம் பண்ணினியா, கோவிலுக்குப் போனியா’ என்றுகூடக் கேட்காமல் மாறிவிட்டானே என்று அவனை இழுக்க வகைதெரியாமல் இவளைக் குத்துகிறாள்.

அன்று வீட்டுக்கு வந்ததும் ஒரு புதிய பாட்டை இசைக்கிறார்.

“சின்னம்மா சித்தி? காங்கிரசுக்குப் போயிருந்தபோது, இரண்டு ரஜபுத்திர வீரர்கள் கத்திச் சண்டை போட்டார்கள். அதைப்பற்றி அப்போதே ஒரு கவிதை செய்தேன். ஆனால் பிறகு அது மறந்துபோச்சு. இன்னிக்கு அது அப்படியே நினைவுக்கு வந்தது.”

...மல்லார் திண்டோட் பாஞ்சாலன்
மகள் பொற்கரத்தின் மாலுற்ற
வில்லால் விஜயன் அன்றிழைத்த
விந்தைத் தொழிலை மறந்திலிரால்,

பொல்லா விதியால் நீ வீரவன்
போர் முன்னிழைத்த பெருந் தொழில்கள்
எல்லா மறந்தீ ரெம்பவர் காள்
என்னே கொடுமையிங்கிதுவே!

பாட்டாக இல்லை; பிரலாபமாக, சோகமாக நெஞ்சில் வந்து தொடுகிறது.

"அய்யா, சந்தோஷமாக இருக்கிறேன், இந்த மாதிரி எழுதவும் படிக்கவும்னு சொன்னே. பாட்டாக இல்லையே, துக்கமாப் பாடறயே அய்யா?"

"சின்னம்மா சித்தி, பாரததேவியின் கைகளும் வாயும் பிணிக்கப்பட்டிருக்கும்போது, அவள் புதல்வன் எப்படிச் சந்தோஷமாகப் பாடுவான்? இந்தத் துக்கம் போய் ராஜசம் வரணும், ரௌத்ரம் வரணும். அதுக்கும் வாயும் கையும் கட்டிட்டா..?"

இவ்வாறு குறுக்கும் நெடுக்குமாக இரவில் உலவும் போதும், இன்னொரு புலம்பல்தான் பிறக்கிறது.

புன்னகையுமின் னிசையுமிமெங் கொளித்துப் போயினவோ –
இன்னலொடு கண்ணீருப்பாகி விட்டனவே!
ஆணெலாம் பெண்ணாய் அரிவைய ரெலாம் விலங்காய்
மாணெலாம் பாழாகி மங்கிவிட்டதிந்நாடோ...

இந்த மனிதர் எல்லோரையும் போல் சாதாரணமாக இருக்கக் கூடாதா?

காலையில் ஆபீசுக்குப் போய் மதியம் வீடு வந்து சாப்பிட்டுப் பின் சென்று மாலை திரும்பிவந்து, வீட்டுச் சாமான் வாங்கிப்போட்டு, சமைத்துப் போட்டதை ரசித்துச் சாப்பிட்டு, அன்றாடச் சிறு விஷயம் பேசிக்குலவி, ஊரோடு உலகோடு ஒத்து இருக்க மாட்டாரா?

வாழ்க்கை ஓட்டம் இருவருக்கும் அவரவர் நோக்கில் அறிவோட்டம், உணர்வோட்டங்கள் தனித்தனியாக இருக்குமானால் குடும்பம்..?

செல்லம்மாளுக்கு இனம் பிரிக்கத் தெரியவில்லை. ஆனால் காசிக்குப் போய்விட்டு வந்ததிலிருந்து அவர் எல்லாமே தேச உணர்வு என்ற வீச்சிலகப்பட்டு அதன் இழுப்பில்தான் நடமாடுகிறார், பேசுகிறார், சிந்திக்கிறார், எழுதுகிறார்.

திருவல்லிக்கேணி மண்டயம் குடும்பத்தார், டாக்டர் நஞ்சுண்ட ராவ் ஆகியோர்களுடன் நெருக்கமான தொடர்பு உண்டாகிறது.

“செல்லம்மா! சுதேசமித்திரனை விட்டு விலகப்போகிறேன், முன்பே சொன்னேனில்லையா?”

அவளுக்கென்ன தெரிகிறது?

சித்திரை முதல் புதிய பத்திரிகைக்கு ஆசிரியராகிறார். மண்டயம் குடும்பத்தைச் சேர்ந்த எம்.பி. திருமலாச்சாரி என்ற இளைஞர் காரியாலய நிர்வாகி. பிராட்வேயில் அலுவலகம்.

இந்தப் புதிய பத்திரிகை வந்த பிறகு, புதிய உத்வேகங்கள் வண்ணச் சுவாலைகளாக அவரிடம் தோன்றுவதைச் செல்லம்மா உணருகிறாள். இந்தியா பத்திரிகை.

ஒட்டப்பிடாரம் சிதம்பரம் பிள்ளை தூத்துக்குடியிலிருந்து வருகிறார். சுதேசியம் என்று தம்மை முழுதும் தேசத் தொண்டராக்கிக்கொண்ட பிள்ளை, தூத்துக்குடியைச் சுதேச இயக்க நகரமாகவே மாற்றியிருக்கிறார். சுதேசத் தொழில், சுதேசக் கைப்பொருள் எல்லாம் நமதாக வேண்டும். அந்நியர் நம்மைச் சுரண்டுவதை நிறுத்த அதுவே வழி என்று உயிர்மூச்சாக, சுதேசக் கப்பல் போக்குவரத்துக் கம்பெனியைத் தோற்றுவிக்க வேண்டும்.

அவர் திருவல்லிக்கேணியில் நண்பர் வீட்டில் தங்கியிருக்கிறாராம். ஆனால் இந்தியா பத்திரிகை ஆபீஸ், அல்லது மண்டயத்தார் வீடு, கடற்கரை என்று கூடிப் பல விஷயங்களும் பேசுகிறார்கள்.

“செல்லம்மா! பிள்ளையவர்களைச் சாப்பிடக் கூப்பிட்டிருக்கிறேன். எல்லாம் தயாராக இருக்கட்டும்” என்று சொல்லிவிட்டுப் போகிறார் அன்று.

கோடை காலம். சின்னம்மா சித்திக்கு இரவு உணவு கிடையாது. மாலையிலேயே அற்ப உண்டியை முடித்துக் கொள்கிறாள். என்றாலும் இவ்வளவு துணிகரமாக, கணவர் சாதாரணமாகச் சொல்வது போல் அல்லவோ சொல்கிறார்?

செல்லம்மா அஞ்சிக்கொண்டே சமைத்துவைக்கிறாள்; விளக்கை வைத்துக்கொண்டு பரிமாறுகிறாள்.

சாப்பிடும்போதும் சட்டை கழற்றும் வழக்கம்தான் இவருக்கு இல்லையே?

கங்கைக் கரையிலேயே பூணூலை எடுத்துப் பரீட்சைப் பார்த்திருப்பவர். ஒளிவு மறைவே கிடையாதே?

“மாப்பிள்ளை, நான் முதன்முதல் காசிக்குப் போனபோது, அங்கு ஒரு கூட்டம் வங்காளிகள் கோரமான காட்டுமிராண்டி பொம்மைகளை வைத்துப் பூசை போட்டதைப் பார்த்தேன்.

பேய்ப் பற்கள்... நாக்கு ஒன்றரை முழ நீளம் – காளிப் பொம்மை என்றார்கள். வட நாட்டெருமைகள் மலைமலையாக யம வாகனம் போல்? நூற்றுக்கணக்கான எருமைகளைப் பலி கொடுத்து, ஒரே இரத்த மயமாக இருந்தது. அதனாலதான் விபின் சந்திரரின் பேச்சு, மிக அபாரம்னேன்."

"இதையெல்லாம் ஜனங்களுக்குச் சொல்லணும். சுதேச இயக்கத்துக்கு இதுபோல எத்தனையோ சமாசாரங்கள் நாகரிகமாகணும்..."

"இந்தியா முழு மூச்சுடன் இறங்கும். மாப்பிள்ளை நமக்கினி யாரடா ஈடு? சிவாஜி ஜன்ம தினம் கொண்டாடணும். நம் தேசத்தின் பாஷைகளைத் தவிர வேறு மொழிகளில் நமது ஊக்கத்தைக் காட்டத் தேவையில்லை. திலகர் ஜன்ம நாள் ஐம்பதாவது, அதையும் கொண்டாடுவதை வியாஜமாக்கிக் கொள்ளலாம்..."

ஆற்றோட்டம் புது வெள்ளப் பெருக்காக இருக்கிறது.

ஆனி மாசக் கடைசி நாள். புதன்கிழமை. பவானி படம் ஒன்றை வாங்கி வந்திருக்கிறார்.

காலையில் துரைசாமி ஐயர், சர்க்கரை செட்டி, யதிராஜுலு என்ற பையன், (இவன் பேரை ஆர்யா என்று சேர்த்துக் கொண்டிருக்கிறான்). எல்லோரும் கூடியிருக்கிறார்கள்.

செல்லம்மா சர்க்கரைப் பொங்கலும் வடையும் தயிர் அன்னமும் சமைத்துவைத்திருக்கிறாள்.

வடமொழியில் ஒரு பண்டிதர் வந்து பரத கண்டத்தின் வீர சக்தி உபாசனை குறித்து ஓர் உபந்நியாசம் செய்கிறார். பிறகு பாரதி, வீரபூஜை ஒரு தேசத்துக்கு அவசியமானதென்று எடுத்துரைத்து, சுதேச தர்மத்துக்குப் பிரதம குரு திலகரே என்று வலியுறுத்துகிறார்.

யதிராஜ ஆர்யா வீராவேசமாகப் பேசுகிறான். ஆங்கிலத் திலும் உரையாற்றுகிறான் சர்க்கரை. இறுதியில் வந்தே மாதரம் என்ற ஒலி கூரையை முட்டிக்கொண்டு போகிறது. தங்கம்மாவும் கூடச் சேர்ந்து ஏதோ கத்துகிறது, திலகர் நாமம் வாழ்கவே – வந்தே மாதரம் எல்லாப் பாடல்களையும் பாடுகிறார்கள்.

உண்டு முடிந்தபின் பலப்பல தீர்மானங்களை உறுதி யாக்கிக் கொண்டு பிரிகின்றனர்.

பாரதியும் அலுவலகத்துக்குச் சென்றுவிடுகிறார்.

சுதேசியம், கப்பல் கம்பெனி, பத்திரிகை, பல்வேறு உலகச் செய்திகளில் ருஷ்ய ராஜாங்கப் புரட்சி, பேச்சு, எழுத்து, பாட்டு, என்று ஓய்வேது?

ஒருநாள் சின்னம்மா சித்தி மெதுவாக அருகில் வந்து உட்காருகிறாள்.

கையெழுத்துப்பிரதி ஒன்றைப் பார்த்துக்கொண் டிருக்கிறார்.

"அய்யா..."

"என்ன சின்னம்மா?"

"...எனக்கு எப்படிச் சொல்றதுன்னே தெரியலடா. கிறிஸ்தவன், பிராமணன், சாயபு எல்லோரும் சேர்ந்து சாப்பிடறதும்கூட ஏதோ சிறுபிள்ளைத்தனம்னு நினச்சுப் பொறுத்துக்கறேன்... ஆனா... ஆனா... ராஜாங்கத்துக்கு..."

சித்திக்குக் குபுக்கென்று கண்ணீர் ததும்பிக் குரல் நெகிழ்ந்து போகிறது.

"சித்தி..?"

பரிவாக அவள் கண்களைத் துடைக்கிறார்.

"இது கோழைத்தனம். சித்தி, உன் பிள்ளையைத் தைரிய மூட்டுவதற்கிருக்க, சே..! மனச்சாட்சிக்கு உகந்த வழியில் உன் பிள்ளை நடக்கிறான். அந்தச் சர்வேசுவரனே வந்து தடுத்தாலும் நான் எனக்குப்பட்ட நியாயத்தில்தான் நடப்பேன். வெள்ளைக்காரனுக்கு நான் பயப்படணுமா? இந்த அஞ்ஞானத்தை விடு சித்தி!"

"இல்லேடாய்யா, எட்டயாபுரம் ஜமீன்தாரப் பத்தி நீ எழுதியிருக்கியாமே?"

"செல்லம்மா சொன்னாளா? ச... பாஷ்! சித்தி, எட்டய புரம் ராஜாவுக்குப் பின்ன என்ன வந்தது? தையக்காரன் கடைவாசலில் வந்தே மாதரம் எழுதி ஒட்டினானாம். உடனே ஊரெல்லாம் ஆக்ஞை போட்டானாம், யாரும் தாயை வணங்கக் கூடாதுன்னு! இந்தியா மந்திரியையே என் பேனா சும்மா விடாதபோது, சுண்டைக்காய் எட்டயபுரம் ராஜாவைத் திருத்த வேண்டாமா? சின்னம்மா சித்தி, நீயும் வந்தே மாதரம் சொல்லிக்கொண்டு எங்க முன்னே போனால் சந்தோஷப் படுவேன்!"

பால பாரத ஆங்கில இதழ் வேறு தொடங்கப்போகிறாராம். சக்ரவர்த்தினியைவிட்டுவிட்டார். டாக்டர் நஞ்சுண்ட ராவ், இந்தப் பத்திரிகைக்கு ஆதரவாளர்.

அர்பத் நாட் கம்பெனி முழுகிப்போகிறது; டிசம்பரில் கல்கத்தாவில் காங்கிரஸ் கூடுவதற்கு முன்பாகப் பல்வேறு விஷயங்கள் சிந்தையை முற்றுகையிடுகின்றன.

தமிழ்ச் சங்கத்துக் கூட்டத்திலிருந்து ஆச்சாரத் திருத்த சங்கம் வரையிலும், பல்வேறு பிரச்சினைகள். சில சமயங்களில் பொது நடவடிக்கைகளில் கோபம் வருகிறது.

ஆனால் அதற்கு வடிகாலாக இப்போது பத்திரிகை இருக்கிறதே?

சென்னை பிரஸிடென்ஸி தமிழ்ச் சங்கத்தின் ஆண்டு விழாவில் பாண்டித்துரைத் தேவர் சபைக்கு வந்து ஆதரவு பாராட்டும் ஐரோப்பியர்களுக்கு வந்தனம் செலுத்துவதைக் கேட்கப் பொறுக்கவில்லை.

இதை 'ஐரோப்பிய பூசை' நடந்தேறியதாகக் குறிப்பிட்டுக் கொடுக்கிறார். யாரையும் எதற்கும் விட்டு வைக்க வேண்டிய தில்லை. நவம்பர் கடைசியில் சுப்பராம தீட்சிதர் இறந்து போனதாகச் செய்தி வருகிறது.

குருமணிக்கு உடல்நலமில்லை என்ற செய்தி துணுக்குறச் செய்கிறது. அச்செய்தியைப் பிரார்த்தனையுடன் எழுதிக் கொடுக்கிறார். வீட்டுக்கு வருகிறார்.

சொல்லத் தெரியாமல் துயரம் கரைகிறது.

"சின்னம்மா சித்தி..."

நெஞ்சு தழுதழுத்துப்போகிறது.

"என்னய்யா?..."

"சுப்பராம தீட்சிதர் போய்விட்டாராம்..."

தழுதழுப்பை விழுங்கிக்கொள்கிறார்.

"இனிமேல் அந்தக் குரலை, அந்தப் பாட்டைக் கேட்க முடியுமோ?"

மன்னனையும் பொய்ஞ்ஞான மதக்குரவர்
  தங்களையும் வணங்கலாகாதேன்
தன்னனைய புகழுடையாய், நினைக் கண்ட பொழுது
  தலைதாழ்ந்து வந்தேன்...

இரங்கற் கவிதையாகக் கரைந்துருகுகிறார்.

“சித்தி! உண்மையான கலை தோன்ற வேண்டுமானால் அது இரண்டுவகையாகத் தோன்றும் என்று மாஜினி என்ற இத்தாலிய ஞானி சொல்கிறார். ஒரு காலகட்டம் முடிவுபெறும்போதும், ஒரு காலகட்டம் தோன்றும்போதும்தான் கலையெழுச்சி ஏற்படுகிறது. அழிவுக் காலங்களில் இடையிடையே ஜனங்களின் தாழ்நிலையைச் சபிக்கும் பொருட்டு மகான்கள் தோன்றுவார்கள். ஆனால் கலை... அது எப்படி வளரும்? நமக்குள்ளே ஆண்மையில்லை, தேசம் இல்லை... சுயாதீனம் இல்லை...”

செல்லம்மாவுக்கு இந்தப் பேச்சே புளித்துப்போயினவே? அருகிருந்தால் எங்கேனும் ஊருக்கேனும் போகலாம்.

கல்கத்தா காங்கிரஸுக்குச் செல்வதற்குமுன் சிவாஜி தன் சைந்நியத்துக்குக் கூறிய எழுச்சிமிக்க சொற்களைக் கூறுவதாக எழுதித் தன் உணர்ச்சிகளை வெளியிட்டுக்கொள்கிறார்.

மார்கழி மாசத்தின் காலைப் பொழுது –

பாரதி அந்த வீட்டின் முற்றத்தில் குறுக்கும் நெடுக்குமாக நடந்துகொண்டு, “பாரத நாடு, பழம்பெரும் நாடு... நீரதன் புதல்வர், இந்நினைவகற்றாதீர்...” என்று பாடிக் கொண்டிருக்கிறார்.

உள்ளே செல்லம்மா குழந்தைக்கு உடம்பு சுடுவதையும், சற்றே மூச்சுக்குச் சிரமப்படுவதையும் கவலையுடன் பார்க்கிறாள்.

“சித்தி, குழந்தை உடம்பைத் தொட்டுப் பாருங்கோ, சித்த...”

சின்னம்மா சித்தி தொட்டுப் பார்க்கிறாள்.

“ஆமாம், பனி. ஜலதோஷம் முட்டியிருக்கு. ஜன்னக் கதவைச் சாத்தி வை...”

குழந்தைக்கு உடல்நலமில்லாத சேதியை அவர் கவனிக்கவேயில்லை.

புதிய பாடல், புதிய வேள்வி என்று தனி உலகில் மூழ்கியிருப்பவர் குழந்தையைப் பற்றியே விசாரிக்கவில்லை.

காங்கிரஸ் இப்போது தீவிரவாதம், மிதவாதம் என்ற இரண்டு கிளைகளாகப் பிரிந்துவிட்டது. பாரதியோ சுப்பிரமணிய ஐயரின் பக்கமிருந்து பிரிந்து தீவிரவாதக் கிளையைப்பற்றிக் கொண்டிருக்கிறார். திலகர், விபின்சந்திரர், திலகரின் உயிர்த் துணையாகிய காபர்தே ஆகியோர் தென்னகத்தில் இவர்கள் பிரதிநிதியாகப் பாரதியையே

உறுதியாக்குகிறார்கள். பாலபாரதப் பத்திரிகை இரண்டு இதழ்கள் வந்திருக்கின்றன.

காங்கிரசுக்கு நவுரோஜி தலைமை ஏற்கிறார்.

பாரதி, புதுக் கட்சிப் பிரதிநிதிகளாக இன்னும் மூவருடனும், மண்டயம் ஆசாரியருடனும் காங்கிரசுக்குப் புறப்பட்டுச் செல்கிறார். காங்கிரசில் இவர்களுக்குப் பெருமையும் உற்சாகமும் பொங்கும்படி எதுவும் நடக்கவில்லை.

பிரிட்டிஷ்காரர்களின் உட்கருத்தை அறியாமல், காங்கிரஸ் பொருட்காட்சியைத் திறந்துவைக்க லார்டு மின்டோ – இராஜப் பிரதிநிதியையே அழைக்கிறார்கள்.

இதைத் தீவிர இளைஞர்கள் எவ்வாறு அனுமதிப்பார்கள்?

தடை செய்தனர். ஆனால் அந்த இராஜ விசுவாசமுடைய மிதவாதத் தலைவர்கள், சுதேசியத்துக்காக இரவு பகலாகப் பாடுபடும் இளைஞர்கள் வம்பு செய்கிறார்கள் என்று, 'வாலன்டியர்களாகக்'கூட ஏற்காமல் விலக்குகின்றனர்.

குருமணியோ, கடுங்காய்ச்சலால் பீடிக்கப் பெற்று டம் டம் மாளிகையில் ஓய்வெடுத்துக்கொண்டிருக்கிறார். விபின்சந்திரரின் வீட்டில் பாரதி ஒருநாள் விருந்துண்டு, பின்னர் நிவேதிதா தேவியாரைப் பார்க்கச் செல்கிறார்.

இளைஞர்கள் எத்துணை பேர் அவருடைய அறிவுரைகளைக் கேட்க ஆவலாக உள்ளனர்?

ஆனால் பூரண ஓய்விலிருப்பதால் அதிகம் பேசுவதற் கில்லை. பாரதி தாம் புதிதாகத் தொடங்கியிருக்கும் 'பால பாரத' பத்திரிகையின் பிரதி ஒன்றை அம்மையிடம் அளித்துவிட்டு வணங்கி நிற்கிறார்.

விழிகளில் அன்பும் அருளும் தேங்கப் புன்னகை செய்கிறார் நிவேதிதா.

"இந்தப் பத்திரிகைக்குத் தேவி அவ்வப்போது எழுத வேண்டும்..." என்று பாரதி கேட்டுக்கொள்கிறார்.

அதிகமாகப் பேச இயலவில்லை.

பின்னரே பொருட்காட்சியில் அம்மை உருவாக்கி வைத்திருந்த பாரத தேவியின் சுதேச மணிக்கொடியைப் பற்றிச் சொல்கிறார்கள். இந்திரனின் வச்சிராயுதத்தை நமது சின்னமாக, வந்தே மாதரம் எனும் தாரக மந்திரம் பொறிக்கப்பெற்ற செம்பட்டுக் கொடி...

கிளர்ச்சிகளும் குழப்பங்களும் வேற்றுமைகளும் உட்பூசல்களும் கிளம்பும்போது சக்திகளை ஒருங்கே இணைப்பது எப்படி என்ற சிந்தனையே அவரை ஆட்கொள்கிறது.

திரும்பி வருகையில், வீட்டில் குழந்தையின் காய்ச்சல் குறையவேயில்லை.

இவர்கள் கஷாயம், சாம்பிராணி, குங்கும மஞ்சள் பற்று, ஒத்தடம் எதற்கும் குழந்தையின் காய்ச்சலும் மூச்சுத்திணறலும் விடவில்லை.

"சாயங்காலமாக டாக்டரைப் பார்த்து மருந்து கேட்டுக் கொண்டு வருகிறேன்" என்று செல்கிறார்.

வருடம் முடிந்து கிறிஸ்துமஸ், 'பார்க்ஃபேர்' என்ற வேடிக்கைக் காட்சிகள் கலகலக்கும் நாட்கள். புத்தாண்டு பிறக்கப்போகிறது. இவர்களுடைய கறுப்பர் பட்டினப் பகுதி வேல்ஸ் இளவரசர் வரவுக்குப் பிறகு ஜார்ஜ் டவுனாக மாறியிருக்கிறது.

பாரதி இந்தியா பத்திரிகை அலுவலகத்தில் அவசர அவசரமாகத் தலையங்கங்கள், புதிய கார்ட்டூன் சித்திரங்கள் காங்கிரசின் சிறப்புக் கட்டுரைகள் எல்லாவற்றையும் முடித்து விட்டு, டிராம் ஏறித் திருவல்லிக்கேணிக்குச் செல்கிறார்.

வீரராகவ முதலி தெரு மாடியறையில் பால பாரத சங்கக் கூட்டம். புதிய காங்கிரஸ் அணிக்குத் தென்னாடெங்கும் உறுப்பினர்களைச் சேர்க்க வேண்டும். எதிராஜும் மிக உற்சாகமாகப் பொறுப்பேற்கிறான். பாரதி பத்திரிகைப் பொறுப்பேற்க, நம்பகமான இளைஞர் பலரை நினைத்த வண்ணம் வீடு திரும்புகையில் மணி பத்தடித்திருக்கும்.

லிங்கி செட்டித் தெருவில், இவர் சுற்றுக்குள் பிரதானமான பங்களாவில் அதன் சொந்தக்காரர்கள் வீட்டில் மாடியில் மட்டுமே வெளிச்சம் தெரிகிறது.

உள்ளே நுழைந்து பின்பக்கத்தில் செல்கையில் சிறு சிம்னியை வைத்துக்கொண்டு மூச்சுக்குப் போராடும் குழந்தையைப் பார்த்துக்கொண்டு சித்தியும் செல்லம்மாளும் தெய்வமே என்று உட்கார்ந்திருக்கின்றனர்.

இவருக்குத் துணுக்கென்று மனச்சாட்சி குத்துகிறது.

"அட... குழந்தை ஞாபகமே இல்லையே!... செல்லம்மா! குழந்தைக்கு எப்படி இருக்கு?"

"பாருங்களேன்..."

பாரதி செல்லம்மா

அவளுக்குக் குரல் விசும்பலாக வருகிறது.

"அய்யா! டாக்டர்ட்ட கேட்டு மருந்து வாங்கிண்டு வந்தியா?"

"மறந்தே போனேன் சித்தி... இதோ இப்பப் போய் டாக்டரையே கூட்டிண்டு வரேன்."

பாரதி தன்னை மறந்து ஓடுகிறார். டாக்டர் நஞ்சுண்ட ராவ் மயிலாப்பூரில் இருக்கிறார். இப்போது அவருடைய இலட்சியம், டாக்டரைக் கொண்டு வருவதுதான். வேறு எதுவும் நினைவில்லை. எந்த வழியே, எப்படிப் போனார், யாரைப் பார்த்தார், எதுவும் கருத்தில் இல்லை. அவர் வீட்டில் சென்று நிற்கையில், கதவைத் தட்டுகையில், நள்ளிரவாகிவிடுகிறது.

"பாரதியா? என்னய்யா? என்ன சமாசாரம்?"

கண்ணீர் மல்குகிறது.

"குழந்தை... தங்கம்மா... ஜுரம். மூச்சுக்குப் போராடுகிறது..."

டாக்டர் உடனே கோச் வண்டிக்காரனை எழுப்பி, மருந்துப் பெட்டியையும் எடுத்துக்கொண்டு புறப்படுகிறார்.

15

கிணற்றடியில் செல்லம்மா குழந்தைத் துணிகளை நனைத்துத் தோய்த்துக்கொண்டிருக்கிறாள். சின்னம்மா சித்தி, குழந்தைக்கு உடம்புக்கு வந்த பிறகே அதிகமாகப் பேசுவதில்லை. இப்போதுதான் பால் கொடுத்து விட்டுவிட்டு வந்திருக்கிறாள்.

சித்தி அருகில் இருக்கிறாள். ராஜத்தைச் சமையலறை பெருக்கித் துடைக்கச் சொன்னாள்.

பாரதி வீட்டின் பின்புறம் வெட்ட வெளியில் சிலநாட்களாகத் தேகாப்யாசம் செய்வதென்று கைகளை நீட்டி மடக்கி, உட்கார்ந்து எழுந்து பயிற்சிகளைத் தொடங்கியிருக்கிறார்.

வாசலில் குதிரை வண்டி நிற்கிறது. யார் வீட்டுக்கு யார் வருகிறார்களோ?

“செல்லம்மா..!”

லட்சுமி... கையில் கூசாவும் மதுரைக் கதம்பமுமாக அப்பாத்துரை மனைவி, லட்சுமி.

“அடீ? எப்படீ வந்தே?”

செல்லம்மா துணியை அப்படியே அரிக்கஞ் சட்டியில் போட்டுவிட்டு விரைந்து வருகிறாள்.

அப்பாத்துரை... பாரதியைப் போலவே வில்விட்ட தலைப்பாகை, மூலைக்கச்ச வேட்டி கோட்டு என்று வந்திருக்கிறான்.

பாரதி மீசையை முறுக்கிக்கொண்டு செல்லம்மாளைப் பார்த்துக் கண்ணடிக்கிறார்.

லட்சுமியும் செல்லம்மாளும் இணைபிரியாத் தோழிகளாக இருந்தவர்களாயிற்றே? லட்சுமி, செல்லம்மாளைவிட இரண்டு வயசு பெரியவள். கடயத்தில் இவர்கள் தெருவிலேயே பத்து வீடு போட்டு அப்பால் அவர்கள் வீடு.

திருமணமென்றால் பட்டு வேட்டி வாங்குவார்கள் என்று தெரிந்துகொண்டு அறியாப்பருவத்தில் அப்பாத்துரை ஒரு நாள், 'எனக்கும் பட்டுச் சோமன் வேணும், நானும் கல்யாணம் பண்ணிக்கிறேன்' என்று அழுதானாம்.

அதையே சாக்காக்கி, பால்மணம் மாறாத லட்சுமியைப் பிடித்து, இவனுக்குப் பெரியவர்கள் கட்டிவிட்டார்கள்! 'பட்டுச் சோமனுக்'காகக் கல்யாணம் பண்ணிக்கொண்ட அண்ணன், அவளுக்கு நினைவு தெரியும் நாளிலேயே தோழியைக் கொண்டு வந்துவிட்டான்.

"பட்டணத்துக்காரியாயிட்டியே செல்லம்மா!... அடீ, தங்கம்மா எப்படி இப்படியாயிடுத்துடீ!..."

மதுரைப்பழுக்காய்ச் செப்புப் பெட்டியொன்று குழந்தைக்காக வாங்கி வந்திருக்கின்றனர்.

சின்னம்மா சித்தி குழந்தையை மடியில்போட்டுக் கொண்டிருக்கிறார். குழந்தைக்குச் சட்டைமேல் சட்டை போட்டிருக்கிறார்கள். வாரியிராத தலை சடை பிடித்தாற் போலிருக்கிறது.

"இது பிழைச்சதே பெரிசு. ராவோடு ஓடி டாக்டர் நஞ்சுண்ட ராவைக் கூட்டிண்டு வந்தாரே! அவர்தான் உசிர் கொடுத்தார் அன்னிக்கு. இப்பத்தான் நாலு நாளா சித்தத் தேவல... பட்டணம் பாக்கலாம்னு வந்தேளாக்கும்!"

அப்பாத்துரை ஒன்றும் பேசவில்லை. ஓரமாக வைத்திருக்கும் இந்தியா பத்திரிகைக் கட்டிலிருந்து பிரித்துப் பார்த்துக்கொண்டிருக்கிறான்.

"பிள்ளையாண்டானுக்கு எங்கே நின்னு நிதானிக்கப் போதிருக்கு? ஓட்டமும் சாட்டமும், எழுத்தும் பிரசங்கமும் தான். அவனுக்கு வீட்டு நினைவே இருக்கிறதில்ல. இப்ப போஸ்டாபீஸுக்கு லீவா?"

"சின்னம்மா சித்தி! போஸ்டாபீஸுக்கு எப்படி லீவு கொடுக்க முடியும்? அதெல்லாம் மூடினா, எப்படி ராஜாங்கம் நடக்கும்? நீயும் நானும் பேசறதும் பேசாததும்கூட நடக்காதே!"

"நான் என்னதையப்பா கண்டேன்? ரெண்டு பேருமா வந்திருக்காளே, கிஸ்மஸ்னு பட்டணம் பார்க்கத்தான்

வந்திருக்காளாக்கும். போஸ்டாபீஸ்ல வேலையாயிருக்கான்னு சொன்னாளேன்னு கேட்டேன்."

"சித்தி! இனிமேல் அவனுக்குப் போஸ்டாபீஸில்லை. அவனுக்கும் என்னைப்போல் பேப்பராபீஸ்தான்."

சின்னம்மா சித்தி ஊசி பட்டாற்போல் முகத்தைச் சுருக்கிக் கொள்கிறாள்.

கிணற்றடியில் துணிதுவைத்துக் குளித்தபின் சமையல் அறையில் பேசிக்கொண்டே தோழிகள் இருவரும் சமையலில் ஈடுபடுகிறார்கள்.

"லட்சுமி! நல்ல வேளை நீ வந்தாய், வீடே எனக்குப் பாரமாய்ப் போயிடுத்து. கைபட்டா குத்தம், கால்பட்டா தோஷம். இவரானால் சாதியில்லை, விழுப்பு மடியெல்லாம் போலி ஆசாரம்ங்கறார். ஓட்டப்பிடாரம் வக்கீல் பிள்ளை வருவார். சேந்து சாப்பிடுவா, போவா. சின்னம்மா சித்தியோ, அவா போனப்பறம் எங்கிட்ட அந்தக் கோபத்தைக் காட்டுவா. நான் எப்படி எச்சில் எடுக்கலாம்? எல்லாம் தீட்டு. மறுபடி ஸ்நானம் பண்ணுன்னு கத்துவா. அவருக்குத் தெரிஞ்சாலோ, அம்மாடி... அந்தக் கோபந்தான் உனக்குத் தெரியுமே? கண்மண் தெரியாது. லட்சுமி! உரலுக்கு ஒரு பக்கம் இடி, மத்தளத்துக்கு ரெண்டு பக்கமும் இடி!"

"அது கிடக்கட்டும்டீ! தேடக் கிடைக்காத சொர்ணத்தை அத்திம்பேர் எப்படி வச்சிண்டிருக்கார்? அதைப் பாக்கணுமே?"

"போடி லட்சுமி! உனக்கு எல்லாம் கேலிதான்!"

முகம் சிவந்துபோகிறது. இந்தக் கணவரைப் பற்றி என்ன சொல்ல?

'செல்லம்மா! உன்னையே என் தேசமா நினைச்சுண்டு அப்பப் பாடினேன். புன்னகையும் இன்னிசையும் எங்கோ ஒளித்துப் போயினவோன்னு துக்கம் பொங்கிண்டு வந்தது' என்று சொன்ன பெருமையை எப்படி விள்ளுவாள்?

தன் கணவருக்குத்தான் உயிராகிய ஓர் உடமை. தேசம் அவர் உயிர்மூச்சு. அந்த உயிர் மூச்சு, சுதந்திரமாக இயங்க முடியாமல் இந்த வெள்ளைக்காரர் கபமாக இறுக்கிக்கொண்டிருக்கிறார்கள். அதைப் போக்க வேணும் என்று துடிக்கிறார்.

இதையெல்லாம் லட்சுமியிடம் சொல்ல முடியுமா? அவள் புரிந்துகொள்வாளா? இருந்து பார்க்கப் போகிறாளே?

"லட்சுமி, அண்ணாக்கு வரச் சொல்லி இவர் காகிதம் எழுதியிருந்தாரா?... சொல்லவேயில்லை பாருடீ!"

"மறந்து போயிருப்பார்... இவர்தான் இந்தியா பத்திரிகைக்குச் சந்தா சேர்க்கிற காரியத்தில் இருக்காரே? தினமும் 'மாப்பிள்ளை எழுதியிருக்கார் பாரு'ன்னு பத்திரிகை வந்ததும் உற்சாகத்தில் குதிப்பார். ஒருநாள் போலீஸ்காரன் ஏதோ வந்து விசாரிச்சாப்பல ..."

"அப்படியா லக்ஷ்மி?... உங்களைத் தேடிண்டா?"

"அவன் எதுக்கு வந்தானோ. ஊருல விசாரிச்சா. இவர் வந்து போடா சுண்டைக்காய், நானே வேலையை விட்டுடறேண்டான்னு, இடயன்குடி குடித்தனத்தைக் கலைச்சுட்டுக் கடயம் போயாச்சு. இவர் கடிதாசும் கிடைச்சிது. ஏதோ இங்கிலீஷ் பேப்பர், அதுக்குக் கையாளில்லை, நீ வந்தால் சௌகரியமாயிருக்கும்னு எழுதினார் போல. உடனே வந்தாச்சு..."

அப்பாத்துரைக்குச் சுப்பய்யாவின் பெருமையும் புகழும், அதில் தாம் பங்கு பெறுவதும், இந்திர பதவி கிடைத்துவிட்டாற் போலிருக்கிறது. தம் பாலபாரத சங்கம், இளைஞர்களிடத்தில் தேசவெறி யூட்டுவதற்கான பிரசாரங்கள், நாடுமுழுதும் கிளர்ச்சியூட்டுவதற்கான பல உபாயங்களை அவர் சொல்வதற்கு அப்பாத்துரை இருக்கிறான். அவர் ஏவுவதற்கும் மேலே அவன் செயல்புரியக் கூடியவன்.

"சுப்பய்யா, வீட்டு நிர்வாகம், செலவு இதெல்லாம் நீ கவலையே படக் கூடாது. உன் சக்தி தேசத்துக்கே உரித்தாகட்டும். மற்றதை என்னிடம் விட்டுவிடு!"

தங்கம்மாவுக்கும் சுரம் குறைந்து வருகிறது.

நஞ்சுண்ட ராவ் அன்று மாலையில் குழந்தையை வந்து பார்க்கிறார்.

"பாரதி, குழந்தைக்கு உடம்பு குணமாயிருக்கிறது. என்றாலும் வந்திருப்பது நியுமோனியா காய்ச்சல். முற்றிலும் குணமடைந்தாலும் திரும்பி வராமல் கவனமாகப் பார்த்துக்கொள்ள வேண்டும். எனக்கும் மயிலாப்பூரில் இருந்து அடிக்கடி லிங்கிசெட்டி தெருவுக்கு வந்து கவனிப்பது கஷ்டமாக இருக்கிறது. நீங்கள் ஏன் மயிலாப்பூரிலேயே ஒரு வீடு பார்த்துக்கொண்டு வரக் கூடாது?"

அப்பாத்துரை உடனேயே செயலில் இறங்குகிறான்.

சித்திரைக் குளம் கீழவீதியும் தெற்குவீதியும் சேரும் இடத்திலிருந்து தெற்கே செல்லும் ஒடுக்கமான தெருவொன்றில்

ஒரு பெரிய வீட்டைப் பார்க்கப் பாரதியைக் கூட்டிச் செல்கிறான்.

வீடு பிடித்துவிட்டது. இடம் மாறுகிறார்கள்.

குழந்தை நன்றாகத் தேறி வருகிறாள்.

பாரதி முழுமூச்சுடன் அரசியலில் இறங்கிவிடுகிறார்.

பாலபாரத இளைஞர் பாட, 'வந்தே மாதரம் ஜய வந்தே மாதரம்' தமிழ்ப்பாட்டு பிறக்கிறது.

ஆரிய பூமியில் நாரியரும் நர சூரியரும் சொல்லும் வீரிய வாசகமென்று வந்தே மாதர வாசகத்தைத் தேசியக் கனலெழுப்பும் பொறிகளாக்குகிறார். தொடர்ந்து, கவிதைக் கனல் தேசாவேசப் பாடல்களாய்க் கிளர்ந்தெழ அவருடைய ஆற்றல்கள் குவிகின்றன.

விபின் சந்திரபாலரைச் சென்னைக்கு அழைக்கப் போகிறார். அவருடைய சிறப்புக்களைக் கை ஓயாமல் இந்தியா பத்திரிகையில் எழுதுகிறார்.

மக்களிடையே தேச உணர்வு எழுச்சியைத் தோற்றுவிக்கையில், பலதரப்பட்டவர்களையும் பயன்படுத்திக்கொள்ள வேண்டும் என்பதைப் பாரதி தெரிந்துகொள்கிறார்.

எந்தக் கஷ்டத்தையும் ஏற்கக் கூடிய உணர்ச்சித் துடிப்பு இளைஞரிடத்தே காணலாம். அந்தப் பருவம் கடந்தவர் அறிவு பூர்வமாக உரைத்துப் பார்ப்பார்கள்.

எனவே தமிழ் நாடெங்கிலும் ஆந்திரத்திலும் பால பாரத சங்கம் அல்லது பால பாரத சமிதி என்று கிளைகளை உருவாக்கச் செயல்படுகிறார்.

மயிலாப்பூருக்குக் குடிபெயர்ந்ததும், ஊரிலிருந்து தம்பி விசுவநாதனைப் படிக்கக்கொண்டு வைத்துக்கொள்ள வேண்டியிருக்கிறது. அவன் வந்து பி. எஸ். உயர்நிலைப் பள்ளியில் ஏழாம் வகுப்பில் சேருகிறான்.

பாரதிக்கு வீட்டுப் பொறுப்பு எதையும் கொடுக்கக் கூடாது என்பது அப்பாத்துரையின் எண்ணம்.

மார்ச் இரண்டாம் நாள் பிரசிடென்ஸி கல்லூரிக்கு முன்பாகக் கடற்கரை மணலில், பஞ்சாபி பத்திரிகைமீது அரசு நடவடிக்கை எடுத்ததற்காக மாபெரும் கண்டனக் கூட்டம் போடுகிறார்கள். ஜி. சுப்பிரமணிய ஐயர் தலைமை தாங்க, புதிய தீவிரவாதக் கட்சிப் பிரதிநிதிகளாக பாரதியும் சர்க்கரை செட்டியும் பேசுகிறார்கள்.

சுதேசியம் சூடுபிடிக்க, சுதேசி ஸ்டீம் நாவிகேஷன் கம்பெனியின் இரண்டு கப்பல்கள் விரைவில் வரப் போகின்றன. சிதம்பரம் பிள்ளை விரைவாகச் செயல்பட்டுக்கொண் டிருக்கிறார். சென்னை வந்து செல்கிறார்.

விபின் சந்திரபாலரை வரவேற்க இந்தியா பத்திரிகையின் வாயிலாக நிதி திரட்டுகிறார் பாரதி. ஒரு சிறந்த தேசத் தொண்டர், மக்கள் தலைவராக வரவேற்கப்பட வேண்டுமே?

பிறகு, ஏப்ரல் முதல் வாரத்தில் பாரதி கல்கத்தாவுக்குச் செல்லும் வண்டியில் ஏறுகிறார்.

அப்பாத்துரைக்குத் தெரியும். ஆயிரம் பல்லாயிரம், கோடானு கோடி மக்களைக் கொண்ட இந்த இந்திய நாடு வறுமையிலும் மிடிமையிலும் அழுந்திக்கொண்டிருக்கிறது. அது மீண்டும் தன் பெருமையைப் பெறுவதே இவர்கள் இலட்சியமாக வேண்டும். வெள்ளையன் பிடியிலிருந்து விடுதலை...

சுப்பய்யா, இம்மக்களைத் துடிப்பேற்றிக்கொண்டு செல்லும் ஆற்றல் வாய்ந்த மகாபுருஷன் – பாரதி என்று அவன் இப்போது நன்றாகக் கண்டுகொண்டிருக்கிறான்.

இந்த மக்களனைவரும் அந்நிய ஆதிக்கத்தை எதிர்க்க எல்லாச் சாத்தியவழிகளிலும் ஒன்றுகூட வேண்டும். இவர்கள் அனைவரும் வெறும் மந்தைகளல்ல – வீரியமும் ஆண்மையும் எய்தி எல்லா வகைகளிலும் போராட்டத்தில் இறங்கிச் செயல் படக் கூடிய வீரர்களாக வேண்டும். பாரதி கல்கத்தாவுக்குப் போகிறார்.

அங்கே தமது நடவடிக்கைகள், தென் தமிழ்நாட்டில் இளைஞர்களின் சக்தியைத் திரட்டுவதுபற்றிய நிலைகள், சாத்தியா சாத்திரங்கள் எல்லாம் பற்றி, இவர்கள் தலைமைக் கேந்திரம் போல் விளங்கும் வங்கத் தலைநகரில், செயல்படும் தலைவர்களிடம் கலந்தாலோசிக்கச் செல்வதாகக் கூறியிருக்கிறார். அதுவே உள்ளார்ந்த நோக்கம்.

அப்பாத்துரை, பாரதிக்கு எல்லா நடவடிக்கைகளிலும் வலது கரமாக விளங்கும் உள்ளார்ந்த தொண்டன்.

அவரை வழியனுப்பிவிட்டு அப்பாத்துரை சங்கத்து அலுவலகத்தில் வந்து பத்திரிகை வேலைகளை முடித்துவிட்டு மயிலாப்பூருக்கு வீடு திரும்புகையில் வெகுநேரமாகிவிடுகிறது.

பள்ளிக்கூடத்தில் படிக்கும் பிள்ளை, சிறுமி ராஜம், குழந்தை மூவரும் உறங்கிவிட்டார்கள்.

சின்னம்மா சித்தி ஒருபுறம் சுருண்டு படுத்திருக்கிறாள். லட்சுமியும் செல்லம்மாவும் எதையோ மெல்லிய குரலில் பேசிக்கொண்டு உட்கார்ந்திருக்கிறார்கள்.

பிறகு சமையலறையில் செல்லம்மா அவர் வசதியாக உட்கார்ந்து செல்கிறாரா, எங்கெல்லாம் போவார் என்பது குறித்துப் பேசுவது சின்னம்மா சித்திக்குக் காதில் விழுகிறது. தன் பிள்ளை தன்னிடம்கூட ஊருக்குப் போவது பற்றிக் கூற வில்லை. அவன் எப்படி மாறிவிட்டான்? அவன் இப்போது அவள் வளர்த்த சுப்பய்யாவா?

அவள் கையிலிருந்து நழுவி, எங்கே போகக் கூடாது என்று அந்த எட்டயபுரம் கூண்டுக்குள் கொண்டு சென்று இவளையும் துணையாக்கி வைத்தாளோ, அதே இடத்துக்கு இந்தக் காதகி அனுப்பி வைக்கிறாள்!

இதற்கு இவள் பிறந்த வீட்டுச் சேனை வேறு இங்கே கொட்டம் அடிக்க, அவனுக்கு என்ன சம்பளம் வருகிறதென்று அவளுக்குத் தெரியுமா? அவன் இப்போது எதற்காக வடக்கே போகிறான்?

'அட பாவிகளா!... ஆனானப்பட்ட ஜமீன், ராஜாக்க ளெல்லாரும்கூடத் துணியவில்லை, வெள்ளைக்காரனுக்கு எதிர்க்கொடி பிடிக்க! ஐயோ, கண்முன் உன் அப்பன் இடறி விழுந்துதானே மாண்டான்?'

நினைக்கவே அடிவயிற்றில் சில்லிடுகிறது; புரண்டு புரண்டு படுக்கிறாள்.

இவளுடைய அறியாமை நிறைந்த மனசில், இந்தப் பிறந்தகத்து ஆதிக்கத்தை எப்படியேனும் விரட்டினால், தன் மைந்தனைத் தன் வசம் இருக்க மீட்டுவிடலாம் என்று தோன்றுகிறது.

அப்பாத்துரை, சுப்பய்யாவைப் போன்றவனல்ல. அவன் கண்டிப்பாக இருக்கக்கூடியவன். அவன் இவள் குரலை உயர்த்தினால் மரியாதை தகர்த்துவிடுவான் என்ற அச்சம் இருக்கிறது. எனவே அவள் ஓர் உபாயத்தை இப்போது கையாளுகிறாள்.

லட்சுமி வந்த பிறகு, செல்லம்மாள் செய்ய வேண்டிய அடுப்பு வேலைகளனைத்தும் பிடுங்கிக்கொள்கிறாள்; என்றாலும் இருவரும் எப்போதும் ஒன்றாகவே இருக்கின்றனர். லட்சுமிக்குப் பட்டணத்தில் வெளியே போக வேண்டும், நாலையும் பார்க்க வேண்டும் என்ற இயல்பான ஆசை உண்டு.

வந்த புதிதில் இருந்த லிங்கி செட்டி தெரு வீட்டுக்கு முன்பக்கம் வீட்டுக்காரரின் பெரிய பங்களாவாக இருந்ததால் சுற்றிக்கொண்டு சென்றால்தான் தெருவாயிலைப் பார்க்கலாம்.

லட்சுமி இளவயசுக்குரிய ஆசையில் வாயிலில் போய் நிற்பது கண்டு அவள் புருஷன் கோபித்திருக்கிறான்.

இப்போது இவளைச் செல்லம்மாளிடமிருந்து பிரித்து, வெளியே வாயிலில் கூட்டிச் சென்று, தன் பக்கம் சேர்த்து இருவருக்குள் பிரிவை ஏற்படுத்தினால்...?

சித்தி தனக்கே உரிய வகையில், அன்று மாலையில், "லட்சுமி! கோவிலுக்குப் போகலாம் வாயேன்! உள்ளே அடைந்தே கிடக்கிறாயே? போகலாம் வா" என்றழைக்கிறாள்.

லட்சுமி தங்கம்மாவுக்குப் பொட்டிட்டு மையிட்டுக் கொஞ்சிக் கொண்டிருக்கிறாள்.

"அதுக்கென்ன சித்தி? போகலாமே! காரியமெல்லாம் ஆயிடுத்து, ராசம்! நீயும் வாயேண்டி!"

"அவ என்னத்துக்கு? குழந்தையைப் பாத்துக்கட்டும். அதுக்கு இப்பதா உடம்பு தேவலை. இருக்கட்டும். நாம போவோம். வா!"

எண்ணெய்க் கிண்ணத்துடன் கபாலி கோயிலுக்குக் கிளம்புகின்றனர்.

எதையெதையோ பேசிவிட்டு மெல்ல ஊசி செருகுகிறாள்.

"என்னவோ, நாத்தனாருக்கு ஒருகைக் காரியம் வைக்காமல் உழைக்கிறாய். அவாத்தில லட்சுமிக்கு ஒண்ணும் வகையாச் செய்யறதுக்கில்ல. பாவம், எங்கண்ணா ஒரு பட்டுச்சோமனுக்கு ஆசைப்பட்டுக் கல்யாணம் பண்ணின்டுட்டான்னா. நீ அப்பாவியா இருக்கே. என் புள்ளயப்போல அவன் எப்படியிருப்பான்? நான் உக்காராம சாப்பிட மாட்டான். அவனை எங்கக்கா பெத்துப் போட்டுட்டுப் போனா, நான்தான் வளர்த்தேன். அந்தச் சுப்பய்யா, அவள் சந்தோஷமாயிருக்கணும்னு நான் ஊரில தனிக்குடித்தனம் வச்சேன். சின்னம்மா சித்தின்னா உருகிடுவன். அவன் இப்ப... வேப்பங்காயாப் போயிட்டான். ஊருக்குப் போறானே, எங்கிட்டச் சொல்லிண்டு போகல. உனக்கும் அவ சுபாவம் தெரியல, வெகுளியாயிருக்கே..."

லட்சுமி புன்னகையுடன் கேட்டுக்கொண்டே வருகிறாள்; எந்தப் பதிலையும் கூறவில்லை.

வீட்டுக்குத் திரும்பி வருகையில், உள்ளே அப்பாத்துரையின் குரல் செவிகளில் விழுகிறது.

"அது எனக்குத் தெரியறது செல்லம்மா! உன் புருஷனை நினைச்சு நீ பெருமைப் படணும். இருப்பு இல்லாமை அது எதுவும் அவர் காதுகளில் படக் கூடாது... சித்தியப் பத்தியெல்லாம் பெரிசா நினைக்காதே, அவள் கிடக்கிறாள்!"

இந்தக் கடைசி வார்த்தை சித்தியின் செவிகளில் விழுந்து விடுகிறது.

"ஏண்டாப்பா? சித்தி மண்டையை உருட்டறேள், அண்ணாவும் தங்கையுமாக?"

"ஓ, ஒண்ணுமில்ல மாமி? இந்தத் தங்கம்மாவும் ராசமும் தான்... இதுக்குள் சண்டை புகார். எங்கே மாமி? கோவிலுக்குப் போனேளா, லட்சுமியைக் கூட்டிண்டு?"

"ஆமாம். போதோடு வந்துட்டியே இன்னிக்கு?"

"இல்ல, இங்க ஒத்தரைப் பாக்க வேண்டியிருந்தது. இப்ப வந்து சாப்பிட்டுட்டுப் போயிட்டேன்னா, ராத்திரிக்கு நீங்க எனக்காகக் காத்துண்டு இருக்க வேண்டாம்!"

"ஏண்டாப்பா, திருவல்லிக்கேணிக்குத் தினம் தினம் ஆபீசுக்குப் போறே. ஒருநா பார்த்தசாரதி கோயிலுக்கு அழச்சிண்டு போயேன்?"

"போனாப் போச்சு, திவ்யமா அழச்சிண்டு போறேன்!"

"எத்தனை தரம் விக்ரகம் பாத்தாலும் பார்த்தசாரதி முகத்திலே அம்பு பட்ட வடுவா குத்துக்குத்தா இருக்குமாமே?"

"ஆமாம் மாமி. நானும்தான் யோசனை பண்ணிண்டிருக்கேன். தங்கம்மாக்கு உடம்பு தேவலை. இந்த மயிலாப்பூர் ரொம்ப தூரக்க இருக்கு, நம்ம காரியங்களுக்குத் திருவல்லிக்கேணிதான் தேவலைன்னு படறது. ஒவ்வொரு தரமும் டிராம் சார்ச்சு குதிரை வண்டிக்கூலி குடுக்க முடியுமா? அங்கியே வீடு பக்கத்தில பாத்திண்டிருக்கேன்."

சித்திக்குக் கோபப்பட இலக்கே அகப்படவில்லை.

16

ரயில் வண்டி நகரத் தொடங்கியதும் எத்துணை உற்சாகமாக இருக்கிறது? இதற்கு முன் துரைசாமி ஐயரோ, வேறு உறவினரோ இல்லாமல் வடக்கே பாரதி தனியே பயணம் சென்றிருக்கவில்லை. இப்போதோ, கூரியதான தொரு நோக்கம் அவரை ஓர் அம்பின் வேகத்துடன் செயல்படச் செய்கிறது.

அங்கே குருமணி... அவருடைய சந்நிதானத் தில் தோன்றும் உணர்வுகள்... இந்தத் தேசம்..!

எத்தனை நதிகள்! எத்தனை விசாலமான இந்துஸ்தானம்! தென்குமரியிலிருந்து இமயம் வரையிலும் பரந்த தேசம். இந்தத் தேசத்தின் மக்கள் எத்தனை மொழிகளைப் பேசினாலும், எத்தனை வகைப்பட்டவராயினும், எல்லோருக்கும் பொதுவானதாய்...ரயில் ஓட்டத்தின் பரவசத்திலே பாட்டொன்று பிறக்கிறது.

வந்தே மாதரம் என்போம்! எங்கள் மாநிலத் தாயை வணங்குது மென்போம்? ஜாதி மதங்களைப் பாரோம்! உயர் ஜன்மமித் தேசத்தில் எய்தினராயின்...

அன்னையாம் குருமணியிடம் காணிக்கை யாக்க ஓர் அற்புதமான பாடல்... மகிழ்ச்சி பூப்பூவாக வானில் அலை பரப்புகிறது. மீசையை முறுக்குகிறார்.

பெரிய நிலையங்களைக் கண்டு கீழிறங்கி மேடையில் நான் ஒரு பாரத வீரன் – என்று நடை போடுகிறார்.

‘கரம் சா, கரம் சா!’ என்று கோப்பைப் பானத்தையும் வாங்கி அருந்துகிறார்.

‘இந்து கரம் சா!’ என்று முத்திரைப் போட்டுக் கொண்டு வரும் உச்சிக்குடுமிக்காரனிடமும் மட்கோப்பைத் தேநீர் வாங்கி அருந்துகிறார்.

வெள்ளையர் எவரேனும் ரயிலடிகளில் தென்பட்டாலோ முகம் சுளிக்கிறார்.

ஹவுராப் பாலம் தெரியும்போது நெஞ்சம் துள்ளுகிறது.

உலகத்தின் அதிசயத்தை உள்ளடக்கும் வங்கத் தலைநகரே! நீ வரலாறு படைத்துக்கொண்டிருக்கிறாய்!

அன்னை மாகாளி... உனது அசுரர்களை அழிக்கும் வெறியை உனது மைந்தர்களிடமும் ஊட்டுவாயாக! நீயே இத்தருணம் இந்தியத் தாயின் ஒரு கோலமாவாய்!

சொற்களும் கோவைகளும் உணர்ச்சியில் கனிகின்றன.

நிலையத்தில் இறங்கி வெளிவருகிறார். ஒரு குதிரை வண்டியை அமர்த்திக்கொண்டு, “சாம்பஜார்...” என்று உத்தர விடுகிறார்.

கல்கத்தா நகரின் தெருக்கள், மின் விசையில் செல்லும் டிராம் வண்டிகள், கட்டடங்கள் எல்லாமே பரவச மூட்டுகின்றன.

விபின் சந்திரர் ஆரத் தழுவி வரவேற்கிறார். விருந்துண்டு மகிழ்ந்த பின் பாரதி, சென்னைக் கிளைகள் மற்றும் துடிப்பான இளைஞரைத் தேர்ந்து சுத்த வீரர்களாக்குவதற்கான பல செயல் முறைகளைப்பற்றிப் பேசுவதற்கு முன்பாக குருமணியைப் பார்க்கத் துடிக்கிறார்.

“பாரதி, அப்படியானால் ஒன்று செய்யுங்கள். நீங்கள் மாயாவதி சென்று வாருங்கள்! நானும் என்னுடன் அங்கே வருவதற்கு யாரைத் தேர்ந்துகொள்ளலாம் என்ற காரியங் களைப் பார்க்கிறேன்!”

“மாயாவதியா?”

“ஆம். தேவிஜி, கல்கத்தாவில் இல்லை. மாயாவதி ஆசிரமத்துக்குச் சென்றிருக்கிறார். உடல் நலமில்லாமல் இருந்தது அல்லவா? மேலும் சுவாமிஜியின் உரைகளை நூல்வடிவில் கொண்டுவரும் முயற்சியிலும் ஈடுபட்டிருக்கிறார். தோழியான சகோதரி கிருஸ்டினாவும் சென்றிருக்கிறார்.”

பாரதி உற்சாகத்துடன் இமயத்தின் மேலேறிச் செல்ல ஒரு முரட்டுக் கம்பளி சகிதம் கிளம்பிவிடுகிறார். கல்கத்தாவிலிருந்து மொகல்சராயில் வண்டி மாறி, பெரில்லி நிலையத்தில் இறங்குகிறார். அங்கிருந்து இன்னொரு சிறுவண்டி. கத்கோதாம் வருகிறது. இமயத்தில் அடிவரை.

இமயம்... இந்நாட்டின் அரணாக உள்ள இமயம். இமயம் சென்று அன்னையைக் காணப்போகிறார். புன்மைத்தாதச் சுருளுக்கு நெருப்பாம் அன்னை.

கத்கோதாம்... மரங்களின் செறிவு. மலைத்தொடர் வா வா என்று அன்பு மகனை அழைக்கும் அருள் தாயின் முகமாகக் காட்சியளிக்கிறது.

பெரிய பெரிய தேக்கு மரங்களை வெட்டிக் குவித்திருக்கும் கிடங்குகள் சூழ்ந்த ரயில் நிலையத்தை விட்டு வந்ததுமே கம்பளி போர்த்த மலை நாட்டவர், இந்துஸ்தானத்து மல்லரைப் போன்ற பலாட்டியர் தென்படுகின்றனர்.

அது அதிகாலை நேரம், மெல்ல மெல்ல வெளிச்சம் பரவும் அழகை அங்கு நின்று பார்க்கிறார்.

"ஹே பாரத தேவி! உன் துயில் எழுப்பும் தொண்டன்யான்! உனது சேனையின் வீரன் யான்!"

உணர்ச்சிவசப்பட்டு நிற்கிறார்.

"ஆயியே மகராஜ்! கஹாம் ஜாயேங்கே?"

"அல்மோரா? தாரி?"

கேட்டுக்கொண்டு நிற்பவன் ஒரு மட்டக் குதிரையைப் பற்றிக் கொண்டிருக்கிறான்.

"பாய்ஜி! நான் மாயாவதிக்குப் போக வேண்டுமே?"

"மாயாவதி? ஆசிரமத்துக்குப் போக வேண்டுமா?"

"ஆமாம், விவேகானந்த சுவாமியின் தருமபுத்ரி, நிவேதிதா அன்னை இருக்கிறாரல்லவா?"

"அச்சாஜி! போகலாம்... ஆயியே!"

அங்கே ஒரு தேநீர்க் கடைக்குக் கூட்டிச் செல்கிறான். பாரதி முகம் கழுவிப் புதுமை பெறுகிறார். தேநீரும், தேக்கிலைத் தொன்னையில் இனிப்புப் பண்டமும் கொடுக்கிறான் கடைக்காரன்.

வாங்கி உண்ணுகிறார்.

பாரதிக்குக் குதிரையில் ஏறப் பிடிக்கவில்லை. அதுசோனிக் குதிரையாக நடக்கும். நிகுநிகுவென்ற குதிரையில் ஏறி நாற்கால் பாய்ச்சல் சவாரி செய்யும் வீரனின் பிம்பத்தை மனத்தில் கொண்டு, இதில் ஏறி அதற்குச் சுமையாவதா?

"பாய்ஜி! நீ மட்டும் வழி சொன்னால் போதும். குதிரை வேண்டாம்..."

"அப்படியானால் இருங்கள். தபால் கொண்டுசெல்லும் ஆள் வருவான். உடன் செல்லுங்கள்."

ஆம்! அத்வைத ஆசிரமத்துக்கு, அல்மோராவுக்குத் தபால் கொண்டு செல்பவன் வருகிறான்.

அவருக்கு வழித்துணை, அவன் பல செய்திகளைச் சொல்கிறான்.

சுவாமி விவேகானந்தரை அவன் பார்த்திருப்பது மட்டு மில்லை, அவருடன் பயணம் செய்திருக்கிறான். அவர் பனிக் குளிரில் இந்தப் பாதையில் வந்திருக்கிறாராம்.

வண்ணங்கள் கொலுவிருக்கும் இந்தப் பசுமைகள் பனி நாட்களில் வெண்மைத் தூள் படிந்து மோனத்தின் கோலமாய்த் திகழுமாம்.

இப்போதோ, வசந்தத்தின் எழில் கொஞ்சும் காட்சிகள். மலையன்னை பசுமை போர்த்துக்கொண்டிருக்கிறாள். ஆங்காங்கே பொல்லென்று பூத்திருக்கும் நீலமும் மஞ்சளும் சிவப்புமான குவியல்கள். ஒளியிழைகளாகப் பனி உருகிவரும் தாரைகள்...

வெகுதொலைவில் தெரியும் அடுக்குத் தொடர்களும், கிடுகிடு பள்ளங்களும், அவற்றில் ஏறியும் இறங்கியும் செல்லும் ஒற்றையடித்தடங்களும், வானுலகில் கால் படாமல் நடந்து செல்லும் பரவசத்தை அளிக்கின்றன.

மானுடர் காலடிகள் என்று புரிந்துகொண்டாற்போல் கும்பலாகப் புதர்களிலிருந்து பல்வேறு இன்குரல்களால் ஒலித்துக் கொண்டு ஓடிச்செல்லும் எத்தனை வகைப் பட்சிகள்!

இலைக் கடலாகத் தோன்றும் மரம் செடி கொடிகள். உள்ளே நுழைந்தால் சூரியன் வர அஞ்சும் தனிமை அச்சம் மேலிடுகிறது.

"இங்கு காட்டு விலங்குகள் வாராவோ?"

"இங்கே இந்த வழியில் வாரா. வந்தாலும் பயமில்லை மகராஜ்! இங்கே அவை எதுவும் செய்யா..."

கங்கையாற்றின் கரைகளிலே காசியில் வாழ்ந்த நாட்களில், மரங்களில் செக்கச் செவேலென்ற பட்டிலவம் பூக்கள் பூத்துப் பொலியும்.

சிவராத்திரி நாட்களில் கங்கையின் பரப்பில் அவை பாவாடை விரிக்கக் கரைகளில் உதிரும். கதம்ப விருட்சம்... தேவதாரு இனங்கள்...

இடையே கருமுகில்கள், ஆங்காங்கு மலை உச்சிகளில் யானைக்கூட்டம் போல் நகர்ந்து செல்கின்றன.

இந்த இமயம் எங்கள் மலை! இந்த கங்கை எங்கள் ஆறு!

பாரதி ஓர் அருவியின் கரையில் அமர்ந்து கோதுமை ரொட்டியும் இனிப்பும் உண்டு, அருவி நீரை மாந்தி இன்புறுகிறார். அது புத்தமுதுமாக இருக்கிறது.

தாரி வந்தடையும்போது மாலையாகிறது. பரண்களைப் போல் மலையிடையே அமைந்த வீடுகள், கோவேறு கழுதைகள், மட்டக் குதிரைகள்...

ஹூக்கா குடிக்கும் ஆண்கள்; பொன்னகரத்துத் தேவியரைப் போல் பெண்கள்...

இங்கே சத்திரம் இருக்கிறது. சட்டி... எனப்படும் விடுதி. பாலும் சப்பாத்தியும் உட்கொண்டு இரவு தங்கி அதிகாலையில் நடக்கத் தொடங்குகிறார்.

பூவுலகின் கவலைகள், துன்பங்கள் எல்லாவற்றிலிருந்தும் விடுபட்டுக் கந்தருவ உலகுக்குச் செல்வதைப் போல் உள்ளம் துள்ள, கவிக்குயில் சிறகடித்துப் பறக்கிறது.

பிற்பகலில் பௌராபானி... இரவு பௌர்னல்லாவில் தங்கல். மீண்டும் நடந்து, தேவிதுர, துணகட் ஆகிய இடங்களைக் கடந்து... மாயாவதி!

ஓ... அற்புதம்! வேகத்துடன் ஓடி வரும் தெள்ளிய கங்கையின் கரையில் அமைந்த ஆசிரமத்தின் அழகு அவரைத் தன்னுள் இழுத்துக்கொள்கிறது.

சற்றே உயர்ந்த இடத்தில் கொலுவீற்றிருப்பது போல் ஆசிரமம் அமர்ந்திருக்கிறது.

சுற்றுமுற்றும் பார்க்கையில் உள்ளம் கொள்ளை கொள்ளும் இமயத்தின் காட்சிகள்... இமயத்தின் மடியிலே அன்னை;

பர்ணகுடியின் தோற்றமாக இருக்கும் ஆசிரம வீட்டின் ஒற்றையடிப்பாதையில் பாரதி நடந்து செல்கையில் மாலை உலகுக்குப் பொன் முலாம் பூசும் நேரம். வானில் இருளும்

கருமையும், பொன்னின் புன்னகையுமாக அன்னை ஜாலம் காட்டுகிறாள்.

அவர் வாயிலில் வந்து நிற்கையில், ஒரு வெள்ளைப் பெண்மணி அவரைப் பார்க்கிறாள். சற்றே கடுகடுப்பான முகத்துடன் வினவுகிறாள்.

"நீங்கள் யார்?"

"அம்மையே! நிவேதிதா தேவியாரைத் தேடி வந்திருக்கிறேன் நான்."

"நீர் யார்? உம்மைப் பார்த்தால் வெகுதொலைவிலிருந்து வந்திருப்பதாகத் தெரிகிறது?"

"ஆம் அம்மா, நான் தமிழ்நாட்டிலிருந்து வந்திருக்கிறேன். கவி, சுப்ரமணிய பாரதி..."

அந்த அம்மையார் முகம் சுளிக்கிறாள்.

"இவளைப் பார்க்க அத்தனை தொலைவிலிருந்து வந்திருக்கிறீர்... ஹும், நடந்து வந்திருப்பீர் இங்கே..."

ஓர் ஏளனப் புன்னகையுடன் அவள் மேலும் கீழும் பார்க்கிறாள்.

"இவள் ஒரு சுத்தக் கருமி, தொலைவிலிருந்து வந்திருக்கும் உமக்கு ஒரு வேளை உணவு கொடுக்கக்கூடக் கணக்குப் பார்க்கும் கஞ்சப்பிரபு. தெரியாமல் வந்திருக்கிறீரே?"

"தேவியார் இருக்கிறாரல்லவா?..."

அவர் தனது சட்டைப்பையிலிருந்து தனது பெயர் முகவரி அடங்கிய சீட்டொன்றை அவளிடம் கொடுக்கும் நேரத்தில், சற்றே உயரமாக இருந்த ஆசிரமப்படிகளில் தேவியார் வந்து பாரதியைப் பார்த்துவிடுகிறார்.

உடனே விரைந்து வருகிறாள்.

"ஓ, மகனே! நீ வந்துவிட்டாயா?"

கேட்டுக்கொண்டே அவர் கையைப் பற்றி அழைத்துச் செல்கிறாள்.

பாரதிக்கு உடல் புளக முறுகிறது. அகத்தின் பொல்லென்ற மலர்ச்சியை முகத்தில் பரவசமாக உணருகிறார்.

தூய வெண்மையான உடை: முடியை உயரே குவித்துச் சேர்த்த நிலை. கழுத்தில் தவழும் உருத்திராட்சம்... கண்களிலே வெள்ளமெனப் பாயும் கருணை...

ஓ... இதற்குமுன் இத்தகைய பெற்றியை உணர்ந்திருக்கிறாரோ?

இதுவே குருதரிசனம் என்ற ஆன்ம மலர்ச்சியோ?

அன்னை தன் அறைக்கு அவரைக் கூட்டிச்செல்கிறாள்.

புத்தகங்கள் நிறைந்திருக்கின்றன. எழுதும் மேசைக்கருகில் தாழ்ந்த ஆசனம் ஒன்றில் அமரச் செய்கிறாள்.

பணியாட்டியை அழைத்து, அவருக்கு வேண்டிய உபசாரங்களைச் செய்யச் சொல்கிறாள்.

"உங்கள் மனைவி, குழந்தை சுகமா?"

"ஆம், தேவி... பாலபாரத சங்கம் தோற்றுவித்திருக்கிறோம். நான் விபின் சந்திர பாலரை அழைத்துச் செல்ல வந்தேன்... பாலபாரதவுக்குத் தாங்கள் எழுதும் கட்டுரைகள் மிகவும் ஊக்கமளிக்கின்றன தாயே!"

அவள் அவரைப் பார்த்துக்கொண்டு பேசுகிறாள்.

"விபின் சந்திரர் எல்லாம் விரிவாகச் சொல்வார். இந்நாடு, மதம் இனம், எல்லாம் கடந்து ஒன்றாகி நிற்கும் சக்தியைத் திரட்ட வேண்டும். இந்த இலட்சியத்துக்குப் பல வழிகளிலும் செயல்பட வேண்டும். வேறுபடுத்த இயலாத ஜன தேச தர்மம் – என்ற ஒருமைப்பாடு வருவதற்கு ஒரு பதாகை அவசியம். காங்கிரஸ் பொருட்காட்சியில் அதன் அமைப்பைப் பார்த்தாயா மகனே?"

"இந்திரனாரின் வச்சிராயுதச் சின்னம் பொறித்திருந்ததாக அறிந்தேன்..."

"ஆம், இந்திரனின் வச்சிராயுதச் சின்னம் வந்தே மாதர வாசகம்..."

அலமாரியிலிருந்து ஒரு பட்டுச்சுருளை எடுத்துப் பிரித்துக் காட்டுகிறாள். உடலில் சிலிர்ப்போடுகிறது. வச்சிராயுதச் சின்னம்... நடுவில் மழுவைப்போலும் இரண்டு பக்கங்களிலும் வளைந்த வாள் போலும் தோன்றும் ஓராயுதம், வச்சிராயுதம்!

செம்பட்டுத் துணியில் மஞ்சள் பட்டில் மிக நேர்த்தியாகத் தைக்கப் பெற்று, வட்டமான சுற்றில், 'வந்தே மாதரம்' என்ற எழுத்துகளும், யதோ தர்மஸ் ததோ ஜய என்ற சொற்களும் விளங்கும் கொடி..!

"மகனே! இந்திரனின் வச்சிராயுதத்தைவிட மிகப் பொருத்தமாக இளைஞர்களிடையே நமக்குத் தேவையான எழுச்சியையும் வேகத்தையும் தூண்டிவிடக்கூடிய ஒரு சாதனம் இருக்கிறதா?..."

வச்சிரம்... இது இடிமுழக்கத்துக்குரிய அதிர்வு தரும் ஆற்றல்...

வாட்டும் வெம்மையையும் வறுமையையும் மிடிமையையும் ஒழிக்கும் அமுத தாரகையின் மங்கலக் கொடியன்றோ இடிமுழக்கம்?

"மேலும் இது விருத்திராசுரன் என்ற கொடியனை அழிக்க, தேவர்கள் பெற்ற தெய்வீக ஆயுதம்... ஆம்... ஆயுதம் இளங்கவிஞரே, இது ஆயுதம்..."

பாரதி உடல் சிலிர்க்க அந்தச் சொல்லின் மகிமையை உணருகிறார்.

இதன் மேன்மை, நமக்கு எதை உணர்த்துகிறது?

இது ஒரே சமயத்தில் மங்களம் பொருந்தியது; அச்சுறுத்தலுக்கும் உரியது. சமர்ப்பணத்துக்குரியது; அணி முழக்கத்துக்குரிய புனிதச் சின்னம்; பலிபீடம் என்றும் ஆகிறது. தற்காப்பானாலும் எழுச்சித் தாக்குதலானாலும், இதனடியில் பல்லாயிரம் இளைஞர் தம்முயிரை, மனமுவந்த மலர்க் காணிக்கையென உவந்தளிக்கத் திடங்கொள்ள வேண்டும்.

இந்த வச்சிராயுதத்தின் தத்துவம் யாது?

கொடிய தீமையை அழிக்க ஓராயுதம் அது. ஒரு மனிதர் தாமாக உவந்தளித்த முதுகெலும்பைக் கொண்டே இது உருவாக்கப் பெற்றது.

மனிதன் தனக்குரிய செல்வம், புகழ் எதையும் தானமாக அளிப்பான். ஆனால் தன் உயிரை விட்டு, முதுகெலும்பை அளிப்பானா?

மாமுனிவர் ததீசி அவ்வாயுதத்துக்காகத் தம் முதுகெலும்பை ஈந்தார். தீமைகளை அழிக்க, எத்தகைய தியாகத்தையும் உறுதியையும் மேற்கொள்ள வேண்டும் என்று புகட்டுவதே இந்த வச்சிராயுதக் கொடி...

அவளுடைய சொற்கள் அமுததாரை போன்றும் வச்சிராயுதத்தின் ஆற்றலைப் போன்றும் தம்முள் பாய்வதாகத் தோன்றுகிறது.

அவள் பேசும் மொழி ஆங்கிலம். ஆனால் அன்னையிடம் பிள்ளை கற்கும் முதல் மொழிக்கு உணர்ச்சிப் பொருளன்றி வேறு பொருளுண்டோ?

சுவாமிஜி சொன்னார் ஒரு சமயம்:

“நோன்பு, விரதம் போன்ற நெறிகள் ஒருபுறம் ஒழுக்கத்துக்கு அரணாக இருக்கட்டும். ஆனால் இதெல்லாவற்றுக்கும்மேல் செயல்... செயல்படு! அருச்சுனனின் குழப்பத்தைப்போக்க, கண்ணன் செயல்படச் சொன்னான்.

இத்தேசத்தின் மக்களைத் தன்னுணர்வு பெறத் தூண்ட வேண்டும். பின்னர் செயல்பட இயக்க வேண்டும். . . சியவன மகரிஷி கதை... மகரிஷி கால உணர்வு அற்ற சமாதி நிலையில் இருக்கிறார். செதில் செதிலாகப் புற்று அவரை மூடிவிட்டது. வந்த அரசன், முனிவரின் மேன்மையறியாமல், கழுத்தில் செத்த பாம்பை மாலையாகப் போடுகிறான். அப்போது முனிகுமாரன் வருகிறான்.

இந்த அவமானத்தைப் பார்க்கிறான். எனது தந்தை பெருமைக்கும் புகழுக்கும் உரிய மாமுனி. இவரை நான் பேணிப் பெருமை செய்யவிருக்க, எந்தக் கசடனோ இப்படி இவரை அவமதித்திருப்பதைக் காண்கிறேனே என்று நினைத்த மாத்திரத்தில் அவனுள் பொங்கிப்பீறி வெடிக்கும் உணர்ச்சிப் பிரளயத்தை எண்ணிப் பாருங்கள்! தந்தைக் கிழைத்தான் அவமானம்? ஆவேசம் பீரிச் சாபமாக அழிவாக மன்னனைச் சூழ்கிறதன்றோ?

இந்தப் பாரத நாடு சியவன பாரதமாக இருக்கிறது. இனி இது முனிகுமாரன் சிருங்கியைப் போல் உணர்ச்சிப் பிழம்பாகி வெடிக்கும் பாரதியாக வேண்டும்...

அந்த மாமலைச் சூழலின் தனித்த இடத்தில் நடக்கும் போதும் காற்றை நுகரும்போதும், புன்மைகளைச் சுட்டெரிக்கும் கனலும், அதே சமயம் கசியும் அருளுமாக ஆட்கொள்ளும் ஒலிகளை ஏற்கும் போதும் பாரதி அன்னை விரும்பும் நவபாரதம் தோற்றுவிக்கும் இளைஞராக மாறிவிடுகிறார்.

ஓயாது அன்னையின் அருளாற்றலில் நனையும் இந்த இளைஞரை, அங்கு வதியும் ஓர் ஐரோப்பியப் பெண்மணி பார்க்கிறாள்.

முதல் நாள் சந்தித்த அந்தத் தோழியில்லை; இந்த அம்மை வயதானவர்; கடுகடுப்பும் இல்லை.

ஆற்றின் கரையோரம் இவர் உலவும் அந்தப் பிற்பகல் நேரத்தில், அந்த அம்மை இவரைக் கண்டு, முகமன் கூறுகிறாள்.

“...இளைஞனே, உனக்குச் சில வார்த்தைகள் கூற ஆசைப்படுகிறேன்...”

“கூறுங்கள் தாயே!”

“நீ இங்கு வந்த இந்த இரண்டு நாட்களாக நான் கவனிக்கிறேன். எனக்கு இதைச் சொல்ல வேண்டும் என்று படுகிறது. உன் போன்ற இளைஞர்கள், ஆயுதம், போராட்டம் ஆகிய எண்ணங்களிலிருந்து விடுபட வேண்டும்...”

பாரதி இதை எதிர்பார்த்திருக்கவில்லை.

“அதெப்படியம்மா சாத்தியமாகும்?”

“சாத்தியமாகத்தான் வேண்டும். ஏனெனில் இத்தகைய வன்முறைகளினால் உலகில் அமைதி சாத்தியமாகாது. உலகில் அமைதி வேண்டும்...”

“ஆமாம். போராட்டம் இன்றி அமைதி எப்படிச் சாத்திய மாகும்? உலகில் ஒரு நாடு இன்னொரு நாட்டை அடிமைப் படுத்தும் அநீதத்தைப்போராட்டமின்றி எப்படிப் போக்க முடியும்? போராடாமல் நீதியை நிலை நாட்ட முடியாது...”

“தவறு. போர் ஒருநாளும் நன்மை பயக்காது. ஒரு போர், மீண்டும் இன்னொரு போருக்கு நியாயமாகிறது. தோல்வி கண்டவர், வெற்றிகொண்டவர்மீது வருமம் பாராட்டுவர். போரில்லாத அன்பு வழியே, உலகில் அமைதி கூட்டும். உலக நாடுகள் அனைத்தும் இப்படி ஓர் உடன்படிக்கைச் சங்கம் கூட்டி, அஹிம்சையும் அன்புமே அமைதிக்கு உகந்தவை என்று வலியுறுத்தப் பாடுபட வேண்டும்...”

பாரதியின் போராடுங் குணம் இப்போது தூண்டிவிடப் படுகிறது.

குரலை உயர்த்துகிறார். இவள்... வெள்ளைக்காரி. சொல்ல மாட்டாளோ, பின்னே?

“அழுத்துபவரும் அழுத்தப்படுபவரும் இருக்கும்போது உலக அமைதி, அஹிம்சை இதெல்லாம் பொய்யே! மனிதர் சமமாக உடல்வலி, படைவலி, ஆன்மவலி என்று உயர்ந்து வந்தாலொழிய, போராட்டம் தவிர்க்க முடியாது. எங்கள் நாட்டவர் அடிமை நிலையில் உழன்றுகொண்டிருப்பதால் நான் இந்த அவசியத்தை உணருகிறேன்...”

“நிறுத்தும்!”

நெருப்புக்கோடு கிழிப்பவர் யார்?

பாரதிக்குத் தூக்கிவாரிப் போடுகிறது. அங்கே அந்த ஐரோப்பியப் பெண்மணிக்குப் பின்னால் குருமணி நிற்கிறாள்.

இந்த நெருப்பு ஆணை அவள் திருவாயினின்று புறப்பட்டு வந்ததுதானா?

பாரதி திகைத்துத் தடுமாறுகிறார். தமது ஆவேசத்தை வேறுயாராலும் தடுத்து நிறுத்தியிருக்க முடியாது. ஆனால் குருமணி...

அவள் புன்னகை புரிகிறாள்...

"அன்பும் அஹிம்சையும் தவிர, பொங்கெழுச்சியும் போரும் அமைதிக்கு வழியில்லை!" என்று முடித்துவிட்டு அந்த ஐரோப்பியப் பெண்மணி, ஊர் பேர் தெரிவிக்காமல் இவர்கள் போக்கில் அதிருப்தி காட்டிவிட்டு அங்கிருந்து அகலுகிறாள்.

பாரதிக்கு ஒன்றும் புரியவில்லை.

கங்கை எப்போதும் போல் ஒரே பாய்ச்சலாக ஓடிக் கொண்டிருக்கிறது.

இவர் மறுநாட்காலையில் புறப்படப் போகிறார்... அதற்குமுன், இப்படி ஓர் அனுபவமா?

குருமணி இரட்டை வேடம் தாங்குவாரோ? இதென்ன சூழ்ச்சி? ஒருகால் சோதனையோ அவருக்கு?

மக்கள் விலங்குகளாக இருக்கும்போது, அன்பும் அஹிம்சையுமா?

விவேகானந்தரின் இளவல் பூபேந்திரர் நடத்தும் யுகாந்தர் பத்திரிகையின் இதழ்களில் அவர் கண்டது, அம்மைக்குச் சம்மதமில்லையா?

வீரர்கள் சொட்டும் ரத்தத்தில்தான் சமய தத்துவம் அடங்கியுள்ளது.

கொள்கைக்கான உயிர்த் தியாகமே இன்று நம் சமயம் என்று எழுதியிருக்கிறார்களே?

அம்மை அவருக்கு உபதேசமாக உணர்த்தியது, இந்த இரகசிய தத்துவமில்லையா?

குழப்ப நிலையில் விழிக்கும்போது, அன்னை அங்கு வருவது தெரிகிறது.

மாலையின் இனிய சாயலில், அக்காட்சி கனவுலகு போல் இருக்கிறது.

தேவதாரு மரத்தின்கீழ் ஓர் ஆசனம் இருக்கிறது. அதில் அமர்ந்து அவரை அருகே வரப் பணிக்கிறாள்.

அப்போது, அவள் முகம் எங்கோ ஓர்புறம் வானில் திரண்டு வரும் கருமேகங்களிடையே நிலைக்கிறது.

ஒரு மின்வெட்டு கண்களைப் பறிப்பது போல் அவள் முகமண்டலத்தில் தேசு விளங்கி மறைகிறது. கோடைக் காலத்துக் கரிய மேகங்கள் மோதிக்கொள்ளும் இடி முழக்கம் மலை முகடுகளில் மோதி எதிரொலிக்கிறது.

"அன்பனே!... காளி அன்னையின் ஆற்றல் மிகு முழக்கம் கேட்டாயா?"

அவர் பார்வையில் ஓர் ஒளித்திரள் குளிர்ந்து உருகுகிறது.

"இடி முழக்கம் கேட்டாயா? உன் போன்ற இளைஞர் பொங்கெழுச்சி கொள்வீர்! அடிமைத்தனத்தையும் குழப்பத்தையும் விட்டொழித்துச் செயல்படுவீர்! அந்தத் தாயிடம் நீ வீணாக உன் ஆற்றலைச் செலவிடக் கூடாதென்று உன்னை நிறுத்தச் சொன்னேன். அவள் போரில் தன் கணவனை, மகனை இழந்து துயரம் மாற இங்கு ஆசிரமத்துக்கு வந்து தங்கியிருக்கிறாள். அவள் அந்தப் போர் வேண்டா நெறியைப் பற்றியது இயல்பு. ஆனால் அந்தத் தத்துவம் உனக்கும், உன் போன்ற கோடானு கோடி பாரத வீரர்களுக்கும் உதவாது. உன் எழுச்சி நியாயம். வீறு கொண்டு செயல்படுவீர்..!"

பாரதி அதிகாலையிலே கிளம்பிவிடுகிறார். வரும்போது, அவருடைய பொங்கெழுச்சி அதுகாறும் இல்லாப் புதுமைக் கவிதைகளாய் வடிகிறது.

மன்னும் இமயமலை எங்கள் மலையே...!
மானில மீதிது போல் பிறிதில்லையே...
இன்னரும் நீர்க்கங்கையா றெங்கள் ஆறே
இங்கிதன் மாண்பிற் கெதிரேது வேறே!
பன்னருமுபநிட நூலெங்கள் நூலே
பார்மிசையே தொருநூலிது போலே!
பொன்னொளிர் பாரத நாடெங்கள் நாடே!
போற்று வமிஃதையெமக்கிலையீடே...

17

இரவுக்கிரவாகச் சிவப்புப்பட்டில் தைக்கப் பெற்ற கொடியை அப்பாத்துரை கொண்டுவந்து காட்டுகிறான். துரைசாமி ஐயர், மண்டயம் ஆசாரியா சகோதரர்கள், சர்க்கரை செட்டியார் எல்லோரும் பார்க்கின்றனர்.

"இதென்ன, சூரிய சந்திரர்களா?"

"இல்லை, வச்சிரம் என்று சொன்னார். வயிரம் என்று நான் இப்படித் திட்டமிட்டேன். இன்னொன்று பிறை... வச்சிராயுதச் சின்னம் இந்துக்களுக்கும் பிறைச்சின்னம் முகமதியர்களுக்கும் என்று. மேலே வந்தே மாதர வாசகம்..."

ஊர் முழுவதும் விபின் சந்திரரின் வரவை அறிவிக்கும் துண்டுப் பிரசுரங்களை விசிறியெறிந்து மக்களிடையே பரப்புகின்றனர்.

பாலபாரத சங்கத்தின் இளைஞர்களாகிய உறுப்பினர்கள் மாபெரும் ஊர்வலத்துக்கும் கடற்கரைக் கூட்டத்துக்கும் வேண்டிய ஏற்பாடுகளைச் செய்கின்றனர்.

ஒவ்வொவரும் வந்தே மாதர வாசகம் தாங்கிய பாட்ஜுகளை அணிந்துகொள்ளப்போகிறார்கள்.

அந்த நாள் வந்துவிடுகிறது! ஏப்ரல் இருபத்தேழாம் தேதி விபின் சந்திரபாலர், சென்னைக்கு வருகிறார்!

அவரை அழைத்துவரும் ஊர்வலம், வரலாறு காணாத அளவில் இருக்கிறது. அலங்கரிக்கப் பட்ட வண்டியைக் குதிரைகளை அவிழ்த்துவிட்டு, அப்பாத்துரை, யதிராஜன் போன்ற ஆர்வமுடைய

இளைஞர்கள் தாமே தாங்கிவரும் உற்சாகம் அங்கே பொங்குகிறது.

வட சென்னையில் தொடங்கிய இந்த ஊர்வலம், சுமார் ஒன்றரை மைல் நீளம் அல்லவா வந்துகொண்டே இருக்கிறது.

புதிய கொடியை உயர்த்திப் பிடித்துக்கொண்டு செவ்வரளி மாலைகளைப் போட்டுக் கொண்டுவரும் இளைஞர்களிடையே பாரதி நடுநாயகமாக அந்தத் தலைப்பாகையுடன் விளங்குகிறார்.

வந்தே மாதரம்! அல்லாஹோ அக்பர்!...

பிற்பகல் தொடங்கிய ஊர்வலம், கடற்கரைக்கு மாலையில் வந்து சேருகிறது. ஜி. சுப்பிரமணிய ஐயர் தலைமை வகிக்கிறார்.

சுதந்திர முறுக்கேற்ற, பாரதியின் பாடல்கள் துணை புரிகின்றன.

> "வந்தே மாதரம் என்போம்! எங்கள்
> மாநிலத்தாயை வணங்குது மென்போம்!
> ஆயிரம் உண்டிங்கு ஜாதி! எனில்
> அந்நியர் வந்து புகல் என்ன நீதி!"

என்று கேட்கும் குரலைக் காற்றின் அலைகள் சுமந்து கூடியிருக்கும் பல்லாயிரக்கணக்கான மக்களின் செவிகளில் ஓதுகின்றன.

> எந்தையும் தாயும் மகிழ்ந்து குலாவி
> இருந்ததும் இந்நாடே – அதன்
> முந்தையராயிரம் ஆண்டுகள் வாழ்ந்து
> முடிந்ததும் இந்நாடே–...

என்று முழக்குகிறார்.

இந்த முழக்கம் கேட்டுக் கடலலைகளும் அசைவை மறந்து போயினவோ என்று தோன்றுகிறது.

மாடர்ன் ரெவ்யூ ஆசிரியர் ஜி.ஏ. நடேசன் இந்தப் பாடல்களைச் செவி மடுத்துப் பெருவியப்பெய்துகிறார். எத்தகைய கவி?

இந்தக் கவிமுழக்கத்தைத் தொடர்ந்து பாலரின் ஆவேசப் பிரசங்கம், மக்களை உடனே செயலாற்றத் தூண்டுகிறது. சுதேசியம் – அந்நியப் பொருள் விலக்கல்... அனல் மாரிபொழியும் சொல்லாவேசம் மக்களிடையே அப்போதே அணிந்திருக்கும் விதேசியத் துணிகளைக் கழற்றியெறியும் செயலூக்கமாகிறது.

பாலருடன் வந்திருக்கும் இளைஞர் பானர்ஜி மயிலே மயிலே இறகுபோடு என்றால் போடுமோ? இழுத்துவைத்துப் பிடுங்க வேண்டும்.

வெள்ளை அதிகாரிகளை எமனுக்கு விருந்தாக்கி, வீறு காட்டி, சுயராச்சியம் பெறுவோம் என்று கர்ச்சிக்கும்போது, அருகில் வீற்றிருக்கும் இளைஞர் குழுவில் இருக்கும் நீலகண்டன் குதித்து எழுந்து ஆமோதிக்கிறான்.

சென்னை நகரில் அதுகாறும் காங்கிரஸ் என்ற அமைப்பைக் குறித்தும், அதில் ஈடுபட்டிருக்கும் பெரிய பதவிக்காரர்கள், வக்கீல்கள் குறித்தும் மிக மதிப்பாக நினைத்தவர் கருத்தெல்லாம் தவிடுபொடியாகிறது. அத்தகைய பெருமதிப்புக்காரர்கள் பேச்சு மூச்சற்று ஒடுங்கும் வண்ணம் இந்தப் பேரலை மக்களைத் தன் வயமாக்கிக்கொள்கிறது.

விபின் சந்திரர் பீடர்ஸ் சாலையில் சேத் கோவிந்தாஸ் மாளிகையில் தங்கியிருக்கிறார். கடற்கரையில் ஆறு நாட்கள் பிரசங்க மாரி பொழிகிறார்.

ஏழாம் நாள் அவர் மேற்கொண்ட எந்த முயற்சியும் தொடருவதற்கில்லை.

லாலா லஜபதி ராயை, அரசு நாடுகடத்த ஆணை பிறப்பித்துவிடுகிறது. விபின் சந்திரர் புறப்பட்டுவிடுகிறார். உடனே பாரதி, வீரராகவ முதலி தெருவில் பாலபாரத அலுவலகத்தில் வந்தமருகிறார். துயரம் அலையலையாய் முட்டுகிறது.

நாடிழந்து மக்களையும் நல்லாளையும் பிரிந்து
வீடிழந்திங்குற்றேன் விதியினையென் சொல்கேனே...

புலம்பல் கவிதையாகச் சோகம் பெருக்குகிறது.

புலம்பிக்கொண்டே மேசைமீது தலைசாய்த்து அயர்ந்து போகிறார்.

காலையில், பாரதியைத்தேடி அங்கு ஜி. சுப்பிரமணிய ஐயர் வருகிறார்.

"பாரதி, இங்கேயே தூங்கிவிட்டாயா?... வீட்டுக்கே போகவில்லையா?"

"இல்லை..."

"...நீ... அந்தப் பாடலை எழுதிவிட்டாயா? லாலாவின் பிரலாபமாய்ப் பாடினாய்? என்னாலேயே அந்தச் சோகம் தாங்கவில்லை!"

"அப்படியா?"...

விழிகள் எரிச்சலூட்ட, உடல் அசதியாக இறுக்குகிறது. பாடினார்; ஆனால் பாடிய சொற்கள் அனைத்தும் அப்போது நினைவில் இல்லை.

"நீ பாட்டை நினைவுபடுத்தி எழுதிவிடு, கண்டனக் கூட்டம் போட வேண்டுமே!"

அப்பாத்துரை காபியும் இட்லியும் கொண்டுவருகிறான்.

வீரராகவ முதலி தெருவிலேயே ஒரு வீட்டைப் பார்த்தால் நலமென்று தோன்றுகிறது.

தேசியக் கொந்தளிப்புக்குக் கொடி காட்டி அவர் முழங்கிக் கொண்டிருக்கும் இந்த நாட்களில், செல்லம்மாளும் லட்சுமியும், ஆரவாரங்களில் பெருமைகொண்டவர்களாய்ப் பயமறியா இளங்கன்றுகளைப் போல் உற்சாகமாக இயங்குகிறார்கள். ஆனால் சின்னம்மா சித்தியோ?

புலம்பித் தீர்க்கிறாள்.

அடி பாவி! இப்படிப் பிறந்தகத்திலிருந்து இவனையும் கொண்டு வைத்துக்கொண்டு பச்சைப் பாவமாகக் கவடு தெரியாமல் பாயும் என் பிள்ளையைத் தூண்டிக் கெடுக்கிறீர்களே?... என்ன ஆகுமோ தெரியலியே என்று நெருப்பைக் கட்டிக்கொண்டு பாரதி வீடு வரும்போதெல்லாம் கண்கள் பொங்க நிற்கிறாள்; பேச்சே எழவில்லை.

அன்று மாலை சற்று வழக்கத்துக்கு முன்பாக வீடு வந்தவர், அப்போதுதான் கைகால் முகம் கழுவிக்கொண்டு அமருகிறார்.

சித்திரை முடிந்து வைகாசி பிறந்துவிட்டது. பள்ளிக் கச்சேரிகள் விடுமுறை தொடங்கிடும் நாட்கள். இவர் ஓய்வாக உட்காரும் போதே, ஜி.ஏ. நடேசன் பின்னால் தொடர்ந்து வந்தாற்போல் வந்துவிடுகிறார்.

"...வாருங்கள்...உட்காருங்கள். என்ன விஷயம்?"

"உங்களை நான் அன்றே பார்த்து இவ்விஷயம் சொல்ல வேண்டும் என்று ஆவல்கொண்டேன். அன்று பாடினீர்கள், கடற்கரையில், அற்புதமான பாடல்கள். அருமையான பாடல்கள், எல்லோருக்கும் கிடைக்க வேண்டாமா?"

"ஆமாம் ஸ்வாமி. புத்தகம் போட வேண்டும். எப்படிப் போடுவது? அன்றாட காலட்சேபமே பெரிய விவகாரமாக இருக்கிறதே?"

"நான் ஒரு யோசனையுடன் வந்திருக்கிறேன். ஒரு நண்பர் இருக்கிறார். தேசபக்தர். செல்வர். இந்தப் பாடல்களைக் கேட்டால் அவர் உடனே அவற்றைப் புத்தகமாகப் போடச் செய்துவிடுவார்..."

பாரதி புருவங்களைச் சுருக்குகிறார். நடேசன் அப்பழுக்கற்ற மனிதர். இவருக்குத் தேசபக்தர்கள் தொடர்புடன் ஆங்கிலேய அரசு, அரசு உத்தியோகம் பார்க்கும் பிரமுகர்களிடமும் தொடர்பு கொண்டிருப்பவர்; பத்திரிகையாளர். இவர் சொல்லும் செல்வரான அந்தத் தேசபக்தர் யாராக இருக்க முடியும்...?

"யாரோ அந்தச் செல்வரான தேசபக்தர்?"

"எனக்கு மிகுந்த நம்பிக்கை உண்டு. நீங்கள் தயங்க வேண்டாம். அரசியல் நோக்கில் அவர் நிலையை நீங்கள் ஆதரிக்கவில்லை என்பது சரிதான். ஆனால் வி. கிருஷ்ணசாமி ஐயரின் தேச பக்த உள்ளத்தையும் மொழி அபிமானத்தையும் நீங்கள் உண்மையாக அறிந்திருக்கவில்லை. இது ஒரு நல்ல தருணம். என்னுடன் இன்று அவர் வீட்டுக்கு வாருங்கள்..!"

செல்வரைக்காணவே கூசும் தன்மையான ஒரு தயக்கம் அவரை மறுக்கச் செய்கிறது. "இந்த யோசனையை விடும்!"

"அப்படியில்லை பாரதி! நீங்கள் அவரை அறியவில்லை. இந்தச் சந்திப்பு உங்களுக்கு மட்டுமில்லை. தமிழ் உலகுக்குப் பாக்கியமாக இருக்கும். தயங்காமல் கொஞ்சம் இப்போது என்னுடன் வாருங்கள்."

யோசனைக்குப் பிறகு, "சரி, வருகிறேன். ஆனால் நான் இன்னாரென்று அவரிடம் சொல்லக் கூடாது?" என்று நிபந்தனை இடுகிறார்.

மாலையில் நீதிமன்றத்திலிருந்து திரும்பி வாயில் தோட்டத்தில் பிரம்பு நாற்காலியில் கிருஷ்ணசாமி ஐயர் அமர்ந்திருக்கிறார்.

நண்பர்கள் சிலரும் அங்கே அமர்ந்து உரையாடிக் கொண்டிருக்கின்றனர்.

"வாருங்கள்! நடேசய்யர், வாருங்கள்", என்று நடேசய்யரைக் கண்டவுடன் முகம்மலர்ந்து வரவேற்கையிலேயே பின்னால் தயக்கத்தில் இருந்து விடுபடாமல் நிற்கும் பாரதியின்மீது அவர் பார்வை படிகிறது.

"யார் இவர்...?"

"இவர் அசாதாரணமானதொரு தமிழ்க்கவி, அற்புதமான பாடல்களை இயற்றியிருக்கிறார். உங்களுக்குத் தமிழ்க் கவிதை, பாடல்கள் ரொம்ப ஈடுபாடாயிற்றே என்று கூட்டி வந்தேன்..."

"ஓ... உட்காருங்கள்! உட்காருமே...?"

அவர்கள் அங்கிருக்கும் நாற்காலிகளில் அமருகிறார்கள்.

"பாடலாமே?... அப்ப, பாடட்டும்!"

ஏதோ ஒரு பொருள் விளங்காப்பாட்டு செவியில் வந்து விழும் என்று அவர் எதிர்பார்த்திருந்த நேரத்தில், செவிகளில் கணீரென்று 'வந்தே மாதரம் என்போம்!' என்று வீரியமாய்ப் பாய்கிறது.

சூழல் முழுவதும் அந்த ஒலிக்குக் கட்டுப்பட்டாற்போல் நிச்சலனமாகிறது...

ஜாதி மதங்களைப் பாரோம்...
எம்முள் சண்டை செய்தாலும் சகோதரரன்றோ!...

தாயுமானவர் ஆனந்தக்களிப்பு மெட்டு. ஆகா... ஆகா என்று மனம் விம்முகிறது.

தேவி நம் பாரத பூமி – எங்கள்
  தீமைகள் யாவையுந் தீர்த்தருள் செய்வாள்
ஆவியுடல் பொருள் மூன்றும் – அந்த
  அன்னை பொற்றாளினுக்கர்ப்பிதமாக்கி
வந்தே மாதரம் என்போம்..!

சற்றே நிறுத்திவிட்டு, அடுத்த பாட்டைத் தொடருகிறார் பூபாளத்தில்.

மன்னும் இமய மலை எங்கள் மலையே...
மாநில மீதிது போல் பிறிதில்லையே...

என்ற பாடல் சுருளவிழ்கிறது.

மூன்றாவது பாடல் –

எந்தையும் தாயும் மகிழ்ந்து குலாவி
இருந்ததும் இந்நாடே...

காம்போதியில் எடுப்பாக இசைக்கிறார்.

ஒவ்வொரு பெருமையையும் சொல்லி, வந்தே மாதரம் வந்தே மாதரம் என்று வணங்கேனோ என்று முத்தாய்ப்பு வைக்கையில் மெய்சிலிர்க்கிறது.

இந்தக் குரல் ஒரு சுத்த இதயத்தின் அஞ்சலியாக வருகிறது. இந்தப் பாடல்கள் ஒவ்வொரு பாரதவாசியும் தோள் நிமிர நடப்பதற்குரிய பெருமையுணர்வைத் தருகின்றன...

"அற்புதம்! புத்தம் புதிய தமிழ். அழகு எளிமை எல்லாமாக இருக்கின்றன. இந்த இளைஞர் யாரென்று சொல்லவில்லையே நீங்கள்?"

கிருஷ்ணசாமி ஐயர் வியந்து பாராட்டி வினவுகிறார்.

தொடர்ந்து பதிலுக்குக் காத்திராமலே, "இந்தப் பாடல்கள் இப்படி வெளியுலகம் அறியாமல் இருக்கலாமா? இந்த அற்புதப் பாட்டுக்களை அச்சிட்டு, ஊரறிய உலகறிய, நமது தேசத்துக் குழந்தைகள் அனைவரும் கற்றுப் பாட வேண்டுமே?"

ஜி.ஏ. நடேசன் நிமிர்ந்துகொள்கிறார்.

"ஆமாம், அதற்காகவே இப்போது உங்களை நாடி வந்திருக்கிறோம், அருமையான கவித்துவத்தை சரஸ்வதி அளிக்கிறாள். ஆனால் புலவர்களின் – கவிஞர்களின் பொருள் நிலை உலகப்பிரசித்தம். உங்களுக்குத் தெரியாததல்ல. . ."

தயக்கம் வேண்டுவதைக் கோரிவிடுகிறது.

"ஓ, சரி. உடனே பத்தாயிரம் பிரதிகளை அச்சிட்டு இம்மூன்று பாடல்களையும் இலவசமாக வழங்க இப்போதே ஏற்பாடு செய்யலாமே?"

உடனே அவர் பின்புறம் நோக்க, எழுத்தர் குறிப்பறிந்து ஓடி வருகிறார்.

"...இப்போதைக்கு உடனே நூறு ரூபாய் கொண்டு வந்து அவரிடம் கொடுங்கள்" என்று மெல்லத் தெரிவிக்கிறார்.

பின்னர், கிருஷ்ணசாமி ஐயர் பாரதியை நோக்கி, "உங்கள் பெயரை நான் அறியலாமா?" என்று வினவுகிறார்.

வெலவெலத்துப் போவது போல் ஒரு பலவீனம் மேவுகிறது. ஆனால் ஜி. ஏ. நடேசனோ, உடுக்கையிழந்தவன் கைபோல் நண்பருக்குத் தாமே முன்னின்று பதிலளிக்கிறார்.

"ஐயர்வாள், இவர் யாரென்று தெரியாதா? இந்தியா பத்திரிகை தெரியுமோ? அதன் பத்திகளில் அரசியல் விளக்கங்களும் விவகாரங்களும் வெளியாவதைப் பார்த்திருப்பீர்களே? மிதவாதிகளுக்குத் தைக்கும் வகையில், தங்களுக்கும் கூடத்தான் காரசாரமாக விமரிசனம் வெளியாகுமே? அவற்றையெல்லாம் எழுதும் ஸி. சுப்ரமணிய பாரதிதான் இவர், நான்தான் இவரை இங்கு இழுத்து வந்தேன்!"

ஐயர் புன்னகை செய்கிறார்.

"ஓ, அப்படியா? அரசியல் கிடக்கட்டும்! அதைப்பற்றி எனக்கு அக்கறை இல்லை. இவரைப் பார்த்து, இவருடைய அற்புதக் கவித் திறமையைப் போற்றுவதற்கு ரொம்ப சந்தோஷப்படுகிறேன்."

18

சில நாட்களில் பாரதியின் மூன்று பாடல்கள் அச்சேறித் தமிழுலகமெங்கும் தங்கள் செல்வாக்கை நிலைநாட்டப் புறப்படுகின்றன.

ஆனால் இதற்கிடையே அரசியல் அரங்கில் ஆட்சியாளரின் வெறித்தனம் நாடெங்கும் எத்தகைய எதிராற்றல்களை உசுப்பிவிடுகின்றன!

அரவிந்தரின் இளவல் பரீந்திரனும், விவேகானந்தரின் இளவல் பூபேந்திரநாதரும், அவினாஷ் என்ற மற்றொரு இளைஞரும் கூட்டாகப் பொறுப்பேற்று நடத்திய யுகாந்தர் பத்திரிகை அலுவலகம் சோதனையிடப்பெறுகிறது.

"அன்னையின் விலங்குகளை முறித்தெறிய நாம் செய்யும் முயற்சி பயங்கரப் போரில் முடியலாம். லட்சக்கணக்கான மக்கள் வடிக்கும் ரத்தக் கடலைக் கடந்தபின் அரசாளப் போகும் தேவிக்குத் தங்கச் சிம்மாசனம் ஒன்றைத் தயார் செய்யுங்கள்!" என்று கூவியழைக்கும் வாசகங்கள் பல்லாயிரம் பல்லாயிரம் இளைஞர்களுக்குத் தேசாவேசத்தை ஊட்டுபவையன்றோ?

பூபேந்திரர் கைது செய்யப்படுகிறார்.

அன்னை நிவேதிதா, அவரை ஜாமீனில் அழைத்து வருகிறார்.

பாரதியின் ஆவேசம் அற்புதக் கவிதைகளாக வடிகின்றன.

பாவேந்திரியம் செலுத்த எங்கள்
விவேகானந்தப் பரமன் ஞான
ரூபேந்திரன் தனக்குப் பின்வந்தோன்
....

> பாழ்த்த கலியுகம் சென்று மற்றொருயுகம்
> அருகில்வரும் பான்மைதோன்றக்
> காழ்த்த மனவீரமுடன் யுகாந்தரத்தின்
> நிலையினிது காட்டி நின்றான்.

என்று உணர்ச்சிவசப்பட்டுப் பாடுகிறார்.

இந்த நாட்களில் தேசக் கிளர்ச்சியில் தோன்றும் பாடல்கள் பல, தாயின் மணிக்கொடி பாடல் நிவேதிதா அன்னையின் தேசிய நோக்கில் மலருகிறது.

'வீரசுதந்திரம் வேண்டி நின்றார், பின்னர் வேறொன்று கொள்வாரோ' என்று வழிநடைச்சிந்து மெட்டில் திடீரென்று ஒருநாள் பாடல் பிறக்கிறது.

யுகாந்தரின் ஆசிரியரின்மீது வழக்குத் தொடரப்பட்டதுடன், இதே சோதனை, ராஜத்துரோகக் குற்றம், பொங்கி எழுந்து அடக்குமுறையைக் கண்டித்த சந்தியா, வந்தே மாதரம் பத்திரிகைகளின் மீதும் விழுகிறது.

விபின் சந்திரர் நீதிமன்றத்தை அவமதித்த குற்றத்துக்காக ஆறுமாதக் காவல் தண்டனை பெறுகிறார்.

பாரதி காலையில் அலுவலகம் செல்லும்முன் வீட்டிலிருந்து புறப்பட்டாலும், சிந்தை வீட்டில் இருப்பதில்லை. பத்திரிகைகள் அடக்குமுறை எதிர்த்து அனல் கக்கும்போது, அரசின் கூரிய நோக்கு அவற்றைக் கொத்திக் கிழிக்க முனைப்படுகின்றது.

இந்தியா..? பாலபாரதவை மாத இதழாக மறைமுகமாகத் தேசஉணர்வை ஊட்டும் வகையில் கொண்டு வருகிறார்கள். என்றாலும்?

பழைய புராண இதிகாசங்களுக்குள் பொதிந்துவைக்கும் புதிய கங்குகளையும் துருவ மாட்டார்களோ?

"சாப்பிடும்போது, எங்கோ யோசனை இருந்தால் எப்படி?"

"...உம்?"

"அய்யா?... இப்படி ராப்பகல் தெரியாமல் அலைஞ்சால் உடம்புக்காகுமா? எனக்குக் கவலையாயிருக்கு சுப்பய்யா!"

"சின்னம்மா சித்தி, உனக்கு என்ன வேணும் சொல்லு? வெறுமே நீ கவலைப்படுவதற்காக, நான் என்ன பண்ண முடியும்?"

"நீ என்ன பண்ணணும்டாய்யா! தலையாச்சுத்தறது, நிமிந்து பாக்க முடியல. நீயோ ராவிலயும் பகல்லயுமா ஓட்டசாட்டமா யிருக்கே. எனக்கென்னமோ பயமாயிருக்குடாய்யா?"

"பயத்தைவிட்டொழிக்கணும் சித்தி, உன்பிள்ளைக்கு ஒண்ணும் வராது. சுதேசக்கப்பல் வந்தாச்சு. சுதந்திரதேவி முழுப்பிரகாசத்துடன் வருவதைப் பார்க்கப் போறே. ஒரு கவலையும் பட வேண்டாம்!"

"நீ சொல்றது எல்லாம் சரிதான். போதோடு வரலேன்னா, புளிகரைக்கிறது. என்னதைச் சொல்றது? நீ இப்ப அவசரமாக் கிளம்பற. போதோடு வந்து எனக்கு வைத்தியர்ட்ட எதானும் மருந்து வாங்கிண்டுவந்துதாய்யா, தலைசுத்தி விழுந்திடுவேன் போல இருக்கு!"

"சரி. அப்படியே வந்துடறேன்..."

வெளியே இறங்கினால், வீட்டு நினைவே வருவதில்லையே!

புதுக் கட்சியார், நிதானக் கட்சியார் –

பாரிஸாலில் போலீஸ் அவமதிப்பு, கப்பல் கம்பெனிக்குப் பங்குகள் சேகரிப்பு –

பாரதபந்தர் என்ற சுதேசப் பண்டங்களின் விற்பனைக் கூடம் பற்றிய முயற்சிகள், இன்னும் இதுதொடர்பான பல சந்திப்புக்கள், பேச்சுக்களில் நேரம் போவதொன்றும் தெரிய வில்லை.

கடற்கரையோடு நடந்துவந்துகொண்டிருக்கிறார். விபின் சந்திரர் கூட்டமும் கோஷங்களும் சிந்தையைத் தாக்குகின்றன.

செஞ்சுருட்டியில், 'ஆண்டைக்கடிமைக்காரனலாவே – யான்...' என்ற பாடல் மெட்டை முனகுகிறார்.

பாடலொன்று பிறக்கும் சொற்களின் கோவை...

அந்நியர் தமக்கடிமை இல்லையே – நான்
அந்நியர் தமக்கடிமை இல்லையே ...

பிறகு கடற்கரையிலேயே அமர்ந்து அந்தப் பாடலுக்கான மெட்டை மீண்டும் மீண்டும் பாடிக்கொள்கிறார். கடற்கரையில் மாலை குறுகி இருள் பரவிவருகிறது.

நிலாக்காலமில்லை. பிரசிடென்ஸி கல்லூரியைத் தாண்டி மண்டயம் ஆச்சாரியா வீட்டை நோக்கி நடக்கிறார்.

பாட்டு உள்ளேயே உருவாகிக்கொண்டிருக்கிறது.

அப்பாத்துரை, வீரராகவ முதலி தெருவிலேயே ஒரு வீடு பார்த்திருப்பதாக வந்து கூறுகிறான்.

வீட்டைப் பார்த்துவிட்டு எப்படி இருந்தாலும் திருவல்லிக்கேணிக்கு வந்துவிட வேண்டும் என்று வீடு திரும்புகின்றனர்.

இரவில் அமர்ந்து பாட்டை முடிக்கிறார்.

சித்தியின் தலைசுற்றல் சமாசாரம் மறந்தே போகிறது.

உபசாரமாக, "சித்தி, தலைசுற்றல் எப்படியிருக்கு? நான் மறந்தே போயிட்டேன்" என்று கூடச் சொல்ல நினைப்பில்லை.

சின்னம்மா சித்தி பிள்ளை முன்பாகத் தலையைப் பிடித்துக் கொண்டு போயும்கூட அந்த விஷயமே நினைவில் இல்லை.

மறுநாட்காலை. அப்பாத்துரை வீட்டுப் பின்பக்கம் கிணற்றடியில் இருக்கிறான்.

சின்னம்மா சித்திக்கு, அடுப்படியில் மெழுகிக்கொண் டிருக்கும் செல்லம்மாளைப் பார்க்கும்போதே ஆத்திரம் பொங்கிவருகிறது.

தன் பிள்ளை எப்படி உயிராயிருந்தான்? கண்முன் பார்த்தும்கூட ஒரு வார்த்தை கேட்கவில்லையே? எப்படி இப்படியானான்? அடுத்தாற்போல் செல்லம்மா என்று கூப்பிட்டுப் பேசவில்லை, கேட்கவில்லை?

"என் பிள்ளை, மகாபுத்திசாலியான பிள்ளை, இப்படி மண்ணாக மரமாக, என் பக்கம் திரும்பிப் பார்க்காமல், போறானே? அவ இட்ட மருந்தில் ஈடழிஞ்சு, வச்ச மருந்தில்தான் மாயமா மறந்துபோயிட்டானா?"

செல்லம்மாவின் செவிகளில் இந்தப் பொறுமல் நாராசமாக விழுகிறது.

லட்சுமி, இன்னொரு பக்கம் சமையலறையில் குழந்தைக்குப் பால் காய்ச்சுகிறாள்.

செல்லம்மா எத்தனையோ குத்தல்களை இந்நாட்களில் பொறுத்திருக்கிறாள்.

அவளுக்கு மட்டும் கணவர் வீட்டில் தங்காமல் பொது வாழ்வென்று செல்வதில் கவலையில்லையா? இருப்பு இல்லாமை எல்லாம் அப்பாத்துரை பார்த்துக்கொள்கிறானோ, பிழைக்கிறாள். தன் கணவர் நல்வாழ்வில் அவளுக்கு இல்லாத அக்கறையா?

எனவே 'மருந்து வச்ச' என்ற குற்றச்சாட்டில் அவள் குமுறலும் வெடித்து வருகிறது. அழுகை அடக்க முடியாமல் வருகிறது.

"நாங்கள் யாருக்கும் மருந்திடவும் இல்லை, எங்காத்துல யாருக்கும் பயித்தியமும் இல்ல!"

இந்த எதிர்ச்சொல்லைச் சின்னம்மா சித்தி எப்படிப் பொறுப்பாள்?

பிள்ளை மாடியிலிருந்து இறங்கி வந்ததும் வராததுமாக, "ஐயா, என்னை ஊருக்கனுப்பிச்சுடு. நான் என் அகமுடையானுக்கு மருந்திட்டேனாம். அவர் பயித்தியம் புடிச்சு செத்தாராம். இந்த நொடலி அதைப் பார்த்தாளாம்?" என்று அழுகையும் கண்ணீருமாகக் கொட்டுகிறாள்.

பாரதிக்குக் கோபம் கண் தலை தெரியாமல் ஏறிவிடுகிறது.

"என்னது? செல்லம்மா ... செல்லம்மாவா சொன்னாள்? எத்தனை தடவை இவர்களை இந்த அசங்கியமான அறியாமையி லிருந்து விடுபட வேண்டும் என்று சொல்லுகிறேன்? ஏன் புரிந்து கொள்ளவில்லை அவள்?" கையில் அகப்படுகிறது, கட்டைமணை. உள்ளே அடுப்படியில் இருக்கும் செல்லம்மாளை நோக்கிப் பாய்கிறது.

அது முதுகில் தாக்க, அவள் அப்படியே கீழே சாய்கிறாள்.

எல்லாம் மின்னல் வேகத்தில் கண்சிமிட்டும் நேரத்தில் நடந்துவிடுகின்றன.

லட்சுமி 'ஐயோ' என்று கத்திக்கொண்டே செல்லம்மாளை வந்து தூக்குகிறாள்.

பாரதியின் படபடப்பு அப்படியே நின்றுவிட்டாற்போல் சிலையாகிறார்.

"நீங்க ஏன் பேசாம நிக்கறேள்? செல்லம்மாவ வந்து புடிச்சு வெளியே கொண்டுபோவோம்!"

லட்சுமி சாதாரணமாக நாத்தி கணவரிடம் பேசுவதில்லை.

சின்னம்மா விக்கித்துப்போகிறாள்.

"அடப்பாவி, பேச்சு மூச்சில்லையே? உன்முன் கோபத்தில் கொன்னுட்டியாடா? கோபம், பாவம், சண்டாளமாச்சே?"

பாரதியின் உள்ளுணர்வை அச்சொற்கள் துளைக்கின்றன.

"என் செல்லம்மா!"

ஓடிச்சென்று அவளை எடுத்து மடியில் தலையைக் கிடத்திக் கொள்கிறார்.

லட்சுமி முகத்தில் நீரை அடிக்கிறாள்.

இதற்குள் அப்பாத்துரை அங்கு வந்துவிடுகிறான்.

லட்சுமி அவரிடம் மெதுவான குரலில், “செல்லம்மா மயக்கமாயிட்டா, போய் டாக்டரை அழைச்சிண்டு வாங்கோ!” என்று தெரிவிக்கிறாள்.

பாரதிக்குக் கண்கள் கசிகின்றன.

“அப்பாதுரை, நான்தான் கோபத்தால் இதைத் தூக்கி எறிந்தேன். அவள் மயங்கி விழுந்துவிட்டாளடா..!”

அவன் திகைத்துவிட்டு உடனே ஓடுகிறான்.

“செல்லம்மா... செல்லம்மா..!” என்று கரைகிறார்.

அவளுடைய கபடறியாத பேதைமை நிறந்த வெளுத்த முகத்தைப் பார்க்கப் பார்க்கத் துயரம் நெஞ்சடைக்கிறது.

உள்ளத்தில் ஆறுகள் பொங்கி மலைகள் மோதுவதுபோல் சங்கடம் தாளவில்லை.

“மகனே! என்ன காரியம் செய்துவிட்டாய்! இதுதான் நீ அவர்களைப் பேணி, மேன்மைப்படுத்தும் லட்சணமா?”...

“தாயே! நான் என்ன செய்வேன்? இவள் என் மனைவியாக இருந்துகொண்டு இவ்வளவு மௌட்டீகத்தைப் பற்றிக் கொண்டிருக்கலாமா? அறியாமையில் உழலும் அபாக்கிய வதிகள் மட்டமான முறையில் தங்கள் புழுக்கங்களை வெளியிடலாம். என் செல்லம்மா எந்த நிலையிலும் அவ்வாறு பேசலாமா?”

அப்பாதுரை அந்தக் காலை வேளையில் வைத்தியரைக் கூட்டி வருகிறான்.

அவள் அதிர்ச்சியடைந்ததற்கு ஏதோ காரணம் சொன்னதும், அவர் ஏதோ உப்பைக் காட்டி முகரச் சொன்னதும் பாரதியின் பிரக்ஞையில் உறைக்கவில்லை. கனவுபோல் இருக்கிறது. செல்லம்மா கண்விழிக்கிறாள்.

நாணத்துடன் சட்டென்று எழுந்திருக்க முயலுகிறாள்.

லட்சுமி வந்து அருகிலமர்ந்து பாலோ ஏதோ பருகக் கொடுக்கிறாள். செல்லம்மா, மிகவும் நாணமடைந்து விலகி அமருகிறாள்.

“முதுகில் அடிபட்டிருக்கிறதா...?”

“இல்ல...”

அப்பாதுரை, தன்னையே கொன்றுகொள்ளும் கழிவிரக்கத் துடன் அமர்ந்திருக்கும் பாரதியைச் சற்றே கடுமையுடன் நோக்குகிறான்.

“எதற்காக அப்படி அடித்தாய் சுப்பய்யா?”

பாரதியின் நாவிலிருந்து சொல் தெறிக்கவில்லை.

சின்னம்மா சித்தி ஏதோ சொல்கிறாள்.

“நீங்கள் நடுவில் பேசாதீர்கள் மாமி. நான் விசாரிக்கிறேன். சுப்பய்யா! நீ தீர விசாரித்தாயா, யார் யார் என்ன பேசுகிறார்கள், பேசினார்கள் என்று?”

இப்போதும் பாரதி பேசவில்லை.

ஆனால் உள்ளத்தின் ஆழத்தில் ‘என் செல்லம்மா, எனக்கு உயிரனையவள் இல்லையா? ஆனால் சின்னம்மா சித்தி கண்மூடிய அஞ்ஞானி; அனுதாபத்துக்குரியவள். திக்கற்றவள், அவள் பேச்சை நான் ஒருபோதும் ஆமோதிப்பவன் இல்லை என்பதைச் செல்லம்மா தெரிந்துகொள்ள வேண்டாமா? அவளுக்குச் சமமாக இத்தகைய அருவருக்கத்தக்கக் குற்றச்சாட்டுக்களால் தாக்கிக்கொள்கிறார்கள் என்றால், என்னால் பொறுக்க இயலவில்லையே, என்று நியாயம் கூறிக்கொள்கிறார்.

அப்பாதுரை ஆங்கிலத்தில் அதே கடுமையுடன் பேசுகிறான்.

“நீ விசாரிக்காமல் அடித்ததில் என் தங்கை இறந்து போயிருந்தாலும் நான் உன்னை ஒன்றும் செய்ய மாட்டேன்; ஏன் தெரியுமா? நீ வெறும் சுப்பய்யா, எழுதுபவன், பேசுபவன் மட்டுமில்லை. நீ ஓர் ஆவேசம் மிகுந்த கவி. உன்னால் இந்தத் தேசத்துக்கு மிக உயர்ந்த சேவை செய்ய முடிகிறது. நீ பெரிய காரியங்களில் ஈடுபட்டிருக்கிறாய். அதனால் நான் உன்னை ஒன்றும் செய்ய மாட்டேன். ஆனால் நீ மட்டும் சாதாரண மனிதனாக இருந்திருந்தால் நான் இக்கணமே உன்னைக் கொலையே செய்திருப்பேன். ஏனென்றால் இந்தத் தலைகால் புரியாத கோபமும் ஆத்திரமுமாகச் செய்யும் செயல்கள் மன்னிப்புக்குரியவை அல்ல. இதற்காக நீ என்றேனும் அவமானப்பட நேரிடும்!”

பாரதி எதுவும் பேசவில்லை; தலைகுனிந்திருக்கிறார்.

ஆனால் அப்பாத்துரை மறுநாளே தன் மனைவியையும் அழைத்துக்கொண்டு ஊருக்குச் செல்கிறான். ராஜத்தை விட்டுவிட்டுக் கடைக்குட்டி சொர்ணத்தை மட்டும் அழைத்துக் கொண்டு திரும்பிவருகிறான்.

19

சூரத்தில் காங்கிரஸ் நடக்கப்போகிறது!

இதற்குமுன் எத்தனை நெருக்கடிகள்! சிதம்பரம் பிள்ளை டிசம்பர் முதலிலேயே வந்து விடுகிறார். தினமும் கூட்டங்கள்! நிதானக்கட்சியார் இவர்களைப் பழித்தல், பாட்டுக்கள், ஆவேசப் பேச்சுக்கள் என்று நாட்கள் இறக்கைக் கட்டிக் கொண்டு பறக்கின்றன,

இவர்கள் தீவிரக்கட்சிப் பிரதிநிதிகளைத் தேர்ந்தெடுக்கும் முன் வாதப்பிரதிவாதங்கள் கொஞ்சமா? திலகர் தலைவராக இருக்க வேண்டு மென்று இவர்கள் எண்ணியது முன்பே நடக்க வில்லையே?

பிரதிநிதிகள், கோரிக்கைக் குழுவில் ஜி. சுப்பிரமணிய ஐயரைக்கூடச் சேர்த்துக்கொள்ள பாரதி இசையவில்லை. மாணவர்களிடையே பாலபாரத சங்கமும் பாரதியின் செல்வாக்கும் கொடிகட்டிப் பறக்கிறது.

கடற்கரை அல்லது கங்கைகொண்டான் மண்டபத்தில் மாணவர்கள் கூடுவதும், பாரதி தேசியக்கல்வி, சுதேசியம், உடற்பயிற்சியின் அவசியங்களை வற்புறுத்துவதும் திட்டங்கள் தீட்டுவதுமாக உற்சாகச் செயல்களை வகுக்கிறார். 87 தெளிசிங்கப் பெருமாள் தெருவில், 'பாரபந்தர்' சுதேசி பண்டகசாலை ஒன்று தொடங்கப் பெறுகிறது.

நெஞ்சில் உரமுமின்றி நேர்மைத் திறமுமின்றி வஞ்சனை செய்யும் வாய் சொல் வீரர்களை ஏசித் தள்ளுகிறார்கள் இளைஞர்கள்.

இடையே ஓயாத உழைப்பும், வீட்டு வசதியின்மையும் பொருள் நெருக்கமும், எல்லோரையும் பாதிக்கிறது. காங்கிரசுக்கு உற்சாகமாகவே செல்கிறார்கள்.

காங்கிரசில் என்ன நடந்தது? அந்த உற்சாகம் இப்போது என்னவாயிற்று? சூறாவளியே நடந்ததாகச் சொல்கிறார். அடிதடி குழப்பத்தில் பந்தலே ஆடி விழுந்ததாகச் செல்லம்மாளும் சித்தியும் கேட்டுத் திகில்கொள்கின்றனர்.

பொதுவாழ்வில் அவருடன் யார் யார் சம்பந்தப் படுகிறார்கள் என்று செல்லம்மாளால் அனுமானம் செய்து கொள்ள முடியாத அளவுக்கு அவர்களிடையே இடைவெளி அகன்றுபோகிறது.

ஜனவரி பிறந்து புதிய வருஷத்தில் 'ஸ்வதேச கீதங்கள்' என்று பாட்டுக்களை அச்சிட்ட புத்தகத்தை வெளியிடுகிறார்.

இதில் வந்தே மாதரம், எந்தையும் தாயும், மன்னும் இமயமலை, வீரசுதந்திரம், தொண்டு செய்யுமடிமை, ஓய் திலகரே நம் ஜாதிக்கடுக்குமோ, நெஞ்சிலுரமுமின்றி, பூபேந்திரர் விஜயம், லஜபதி, லஜபதியின் பிரலாபம், சிதம்பரம் பிள்ளை சொன்னாரென்று ஒரே மூச்சில் யௌவன இதாலி குறித்து மாவீரன் மாஜினி செய்த சபதத்தைத் தமிழில் யாத்த மாஜினி சபதம், எல்லாமுமாகப் பதினான்கு பாடல்கள் இடம் பெற்றிருக்கின்றன. வாழிய செந்தமிழ் என்று புது வருடத்தை ஒட்டிப் பாடிய பாடலும் இருக்கிறது.

"ஸ்ரீ கிருஷ்ணன் அர்ச்சுனனுக்கு விசுவரூபம் காட்டி ஆத்ம நிலை விளக்கியதுக்கொப்ப எனக்குப் பாரததேவியின் ஸம்பூரண ரூபத்தைக் காட்டி ஸ்வதேச பக்தி யுபதேசம் புரிந்தருளிய குருவின் சரண மலர்களில் இச்சிறு நூலை ஸமர்ப்பிக்கிறேன்" என்று நிவேதிதாதேவிக்கு ஸமர்ப்பணம் செய்கிறார்.

திருவல்லிக்கேணி வீரராகவ முதலித் தெருவுக்கு வீடு மாறி வருகிறார்கள். இங்கே மயிலாப்பூரைவிட, பாரதிக்கு வீடு வருவதற்கு வசதியாகத்தான் இருக்கிறது. மண்டயத்தார் இல்லம், பாலபாரத சங்கம் எல்லாம் அருகில் இருக்கிறது. டிராம் ஏறி அலுவலகம் செல்லலாம்; மாலையில் நடந்தே வரலாம்.

ஆனால் வாசலில் காலையில் கோலம்போட வரும்போது கூட, எதிர்வீட்டுத் திண்ணையில் நின்று ஒருவன் எப்போதும் இவர்கள் வீட்டைக் கண்காணிக்கிறான்.

குழந்தை சொர்ணாவிடமும் பள்ளிக்குச் செல்லும் தம்பியிடமும் தவறாமல் மீசைக்காரர் பற்றிய விவரங்களைக் கேட்கிறான்.

போலீஸ் உளவாளி என்று செல்லம்மாவுக்கும் தெரிகிறது. சின்னம்மா சித்தியோ, சில்லிட்டுப் போனாற்போல் உணருகிறாள். பிள்ளையிடம் எப்படி எதைப் பேசுவது?

சித்தி இப்போதெல்லாம் பேசுவதேயில்லை. சில சமயங்களில் பாரதி வீடு திரும்ப இரவு வெகுநேரம் ஆகிறது. அத்தகைய நேரங்களில் சிறுமியாகிய தங்கை, குழந்தை, தம்பி எல்லோரும் உறங்கிவிடுகிறார்கள். சின்னம்மா சித்தி ஏதேனும் கணவரைக் கேட்கக் கூடாதா என்று நினைக்கிறாள் பேதை.

கடுமையாகப் பேசிச் சண்டை போட்டால்கூடத் தேவலை போலிருக்கிறது.

எப்போதும் போலீஸ் உளவாளி எதிர்த்திண்ணையிலேயே நிற்பதால், மீண்டும் நல்ல தம்பி முதலித் தெருவுக்குச் சட்டி தூக்குகிறார்கள்.

இது மிகப்பழைய வீடு. காரையும் மண்ணும் பெயர்ந்து உதிருகிறது. முன்கட்டில் ராயரும் அவர் ஆறு குழந்தைகளும் மனைவியும் தாயும் இருக்கின்றனர். பின்னே சமையலறை முற்றம் கூடம் கிணறு, மாடியில் ஓர் அறை எல்லாம் இவர்கள் பகுதி. இங்கும் போலீஸ் உளவாளி வராமலில்லை.

சின்னம்மா சித்தி ஊருக்குச் செல்கிறாள். அப்பாதுரை தன் தாயாரை அழைத்துவருகிறான்.

1908ஆம் ஆண்டு மார்ச் எட்டாந்தேதி, வழக்காடு மன்றத்தை அவமதித்த குற்றத்துக்காகச் சிறைத்தண்டனை பெற்ற விபின் சந்திரபாலர் விடுதலையாகி வருகிறார்.

அந்த நாளை சுயராச்சிய நாளாகக் கொண்டாடுவதென்று இந்தத் தீவிரவாதிகள் உறுதிகொண்டு செயல்படுகிறார்கள். ஏற்கெனவே, சென்னை ஜன சங்கம் என்ற ஒரு சங்கம் தொடங்கி யிருக்கிறார். அதில் இந்தி படிப்பு கற்றுக் கொடுக்கப்படுகிறது.

எதிராஜுலு, நீலகண்டன், ராமசாமி என்ற இளைஞர்கள் நாள்தோறும் சுதேசிய கூட்டம் என்று பாரதியைக் கூட்டிச் செல்கின்றனர்.

மெய் பொய்யாக இயங்கும் பல இரகசிய அமைப்புக்களை அப்பாதுரை மூலமாக உணர்ந்து செல்லம்மா திகிலைச் சுமக்கிறாள். நீலகண்டன் தென்பாண்டிச்சீமையில் பாரத மாதா சைந்நியத்துக்குப் படை சேர்க்கக் கிளம்பிப்போகிறான்.

போலீஸ்காரர்கள் மாறுவேடத்தில் பாரதியைத் தொடருவதும் வாயிலில் நின்று அறியாக் குழந்தையிடம் உளவு விசாரிப்பதும், ராயர் மனைவி முன்கட்டில் கத்துவதும் நெருக்கடியுமாக நாட்கள் நகருகின்றன.

சுயராச்சிய நாள்..!

அன்று இரவு அவர் செல்லம்மாவை எழுப்புகிறார்.

"செல்லம்மா! சுயராச்சியம் நாளைக்கு வரப்போகிறது. இப்ப ஒரு பாட்டுப் பாடறேன் பார்!"

நின்று விம்மிதமாக மீசையைத் திருகிக்கொண்டு, நடக்கிறார். பிறகு ஆடுகிறார்.

ஆடுவோமே பள்ளுப்பாடுவோமே,
ஆனந்த சுதந்திரம் அடைந்துவிட்டோம் என்று

எங்கும் சுதந்திரம் என்பதே பேச்சு.
நாம் எல்லோரும் சம மென்பதுறுதியாச்சு

சங்குகொண்டே வெற்றி ஊதுவோமே...

செல்லம்மா நெஞ்சுகட்டிக்கொள்ள சிலையாக நிற்கிறாள்.

அப்பாதுரை எட்டிப் பார்க்கிறான். கண்கள் கசிகிறது "சுப்பய்யா... சுப்பய்யா? நீ... சாமானியனா? நீதான் வரகவி!..."

நெஞ்சு விம்ம பாட்டைக் கேட்கிறான்.

'சங்கு கொண்டு வெற்றி ஊதுவோம்! ஆடிப் பாடுவோம்...'

சுதேசியத் திருநாளுக்கு ஏற்பாடுசெய்யும் பொறுப்பு அவனுக்கு ஒதுக்கப்பட்டிருக்கிறது. மேளதாளங்கள், பாண்டு – ஊதல்கள், யாரும் வர இசையவில்லை. ஊர்வலம் என்றால் போலீசு லைசென்ஸ் வாங்க வேண்டுமே?

காலையில் அப்பாத்துரை பாரதியிடம் இதைச் சொல்கிறார்.

குளிக்க இறங்கி நீரைக்கொட்டிக் கொண்டிருக்கிறார். உடனே சரேலென்று –

"சலோ, நான் வந்து சொல்கிறேன்!" என்று ஏறிவிடுகிறான்.

ஈரம் ஒட்ட வேட்டியுடுத்து, பாண்டு வாத்தியக்காரன் இருப்பிடம் தேடிச்செல்கிறார்.

“என்னப்பா..?”

சாடைதான்.

“ஐயரே, லைசென்சு...”

புளிகரைக்கும் திகில் கவ்வ அக்கம்பக்கம் பார்க்கிறான் அந்த ஏழை.

“உங்களுக்கு எந்தக் கவலையும் வேண்டாம். ஏண்டா ஊதினீங்கன்னா இந்த ஆள் ஊதச் சொன்னான்னு கைகாட்டு அது போதும். நான் ஏத்துக்கறேன்!”

விடுவிடென்று வெற்றிக்களிப்புடன் வீடு திரும்புகிறார்.

ராயர் மனைவி. பால் கணக்குக்காக அவளுக்கே உரித்தான தமிழில் தன் கணக்கைப் பால்காரியிடம் நிலைநாட்டும் களேபரம்.

உள் கட்டில் செல்லம்மா கீரை ஆய்ந்துகொண்டிருக்கிறாள்.

“செல்லம்மா?”

“இன்னிக்கு, ஊர்வலம், மகாநாடு எல்லாம் நடக்கப் போறது நடந்தேதீரும். இது நடக்கக் கூடாதுன்னு சர்க்கார் கங்கணங் கட்டிண்டுருக்குத் தெரியுமா?”

“பசிக்கிறவனைக் கூப்பிட்டு, இதோ பார், பானையில் ஒண்ணுமில்லை’ன்னு சொல்வதுபோல் இதென்ன சேதி சொல்ல என்று செல்லம்மா உள்ளூற எரிச்சல் பட்டாலும், மேலுக்குப் பேசாமல் இருக்கிறாள்.

அவரோ,‘இதன் கடுமை தெரியுமா உனக்கு’ என்பதைப்போல் ஊடுருவப் பார்க்கிறார்.

“நானென்ன பண்ணணுங்கறேள்?”

“அப்படிக்கேள்! அதைச் சொல்லத்தான் இப்பக் கூப்பிட்டேன். இன்னிக்குச் சாயங்காலம் நான் வெளில போனால் திரும்பி வருவது நிச்சயமில்லை.”

“இப்படி உங்கள் வாயாலேயே சொல்லலாமா” என்று நெஞ்சு பதைபதைக்கிறது.

“அநேகமாக, சர்க்கார் விருந்தாளியாக, அப்படியென்றால், கைதியாக, நம் ஊர் ஜெயிலுக்கோ இல்லை, அந்தமான் தீவுக்கோ, என்னைக்கொண்டு சேர்க்கலாம். அதுவும் இல்லையென்றால், தடியடிபட்டோ துப்பாக்கிக் குண்டுபட்டோ நான் வீர சுவர்க்கம் செல்லக்கூடும். ஹதோ வா ப்ராப்யஸிஸ்வர்க்கம், ஜித்வா வா யோக்ஷ்ய ஸே ம ஹிம்... (கொல்லப்பட்டால் வானுலகம்;

வென்றேனானால் மண்ணுலகம்) அப்படி ஒரு சந்தர்ப்பம் நேர்ந்தால் வெட்டுப்பட்ட என் தலையையோ உடலையோ என் சீடர்கள் கொண்டுவருவார்கள். நீ அப்போது என்ன செய்ய வேணும் தெரியுமா?"

"ஐயோ இப்படி அபசகுனமாகப் பேசிக்கேட்கிறீர்களே" என்று துடித்துக் கண்ணீர் மல்கப் பார்க்கிறாள் செல்லம்மா.

"நீ அப்போது, எல்லாப் பெண்களையும்போல் ஒப்பாரி வைத்துக்கொண்டிருக்கக் கூடாது. நீ அப்போது முகத்தில் புன்னகையுடன் என் சீடர்களின் முன்சென்று ஊர்வலத்தை நடத்த வேண்டும். நம்மக்களுக்கு நாட்டின் நிலையை, சுதந்திரத்தின் அவசியத்தை எடுத்துச் சொல்ல வேண்டும். சுதந்திரதேவிக்கு உடல் பொருள் ஆவியெல்லாம் அர்ப்பணம் செய்யும் தியாகத்துக்குமேல் எதுவுமில்லை என்று சொல்லி ஊக்குவிக்க வேண்டும்..."

அவள் உள்ளத்தினுள்ளே கொஞ்ச நஞ்ச ஆசை நம்பிக்கையும் இடிந்து கரிகிறது.

இந்த மனிதர் இன்னும் எங்கெங்கே தன்னை இழுக்கடிக்கப் போகிறாரோ என்று திகில் கவ்வச் சிலையாக இருக்கிறாள்.

"ஆகட்டும் என்று சொல் செல்லம்மா..."

"சரி..."

மாப்பிள்ளைக்கு முன் பரமசாதுவான மாமியார் குரலையே காட்ட மாட்டாள்.

வீரபவானி படத்துக்கு மாலை சாத்தி, பூஜை நடத்திய பின் இவர்கள் கிளம்புகிறார்கள். கிளாரினெட், தவில் மேளம், பாண்ட் மத்தளம் எல்லாம் முழங்க, அவர்கள் பாலபாரத சங்கத்திலிருந்து பவனி போகிறார்கள்.

கழுத்தில் மாலைகளைப் போட்டுக்கொண்டு வந்தே மாதர கோஷம் இசைத்துக்கொண்டு செல்கிறார்கள். கிளை கிளை யாகப் பலரும் வந்து சேர, எல்லோரும் பவனி செல்வதைச் செல்லம்மா பார்க்கப்போவதில்லை.

ஆயிரம் உண்டிங்கு ஜாதி
எனில் அந்நியர் வந்து புகல் என்ன நீதி?
....
புல்லடிமைத் தொழில் பேணிப் பண்டு
போயின நாட்களுக்கின் மனம் நாணித்
தொல்லையி கழ்ச்சிகள் தீர – இந்தத்
தொண்டு நிலைமையைத் தூவென்று தள்ளி...

என்றெல்லாம் அவர் குதித்துப் பாட கூட்டமும் பயமறியாதபடி பாய்ந்தோடுமோ?

வாசலில், ராயர் வீட்டில்கூட எந்த அரவமும் அவள் செவிக்குத் தெம்பூட்டவில்லை.

சந்தியா காலத்தில் விளக்கேற்றி வைக்கிறாள்.

பவானி சக்தி, பூமாலைக்கிடையே விழித்துப் பார்க்கிறாள்.

ஊர்த் தெய்வங்களையெல்லாம் பேதை மனம் பற்றிக் கொள்கிறது.

நித்யகல்யாணி! எதுவும் ஆகாமல் இருக்கட்டும் குலதெய்வங்களே, நல்லபடியாகப் போனவர்கள் வீடு வந்து சேரட்டும்!

சிவராத்திரி இன்றைக்குத்தானா... காலம் என்ற தேரே அசையாமல் நின்றுவிட்டதா?

மொத்தையிருளாகத் திகில் கரையவே மறுக்கிறது.

சீடப்பிள்ளைகள்... அப்பாத்துரை, ஓடித் தடதடவென்று வருவது போல் தூக்கி வாரிப் போடுகிறது, லட்சுமியிருந்தாலேனும் ஏதேனும் பேசி இந்தத் திகிலை விரட்டியடிப்பாள்.

பொழுது எப்படி ஊர்ந்து விலகுகிறது என்று தெரிய வில்லை.

கம்பு, கொடி, அட்டையெல்லாம் தூக்கிக்கொண்டு வருகிறார்கள்.

"செல்லம்மா," என்ற குரல் செவிகளில் பாயும்போதுதான் உயிர்ப்பு வந்தாற்போல் நிமிருகிறாள். கனவோ, நினைவோ என்று பார்க்கிறாள்.

என்னுடனொத்த தருமத்தை யேற்றார்
இயைந்த இவ்வாலிபர் சபைக்கே,
தன்னுடல் பொருளும் ஆவியுமெல்லாம்
தத்தமா வழங்கினேன் — எங்கள்
பொன்னுயர் நாட்டையொற்றுமை யுடைத்தாய்ச்
சுதந்திரம் பூண்டது வாகி...

விருத்தமாகப் பாட்டு ஒலிக்கிறது மாஜினி சபதம்...

காலையில் செல்லம்மா எழுந்திருக்கும் முன் எழுந்து மொட்டை மாடியில் நிற்கிறார். இருள் பிரியவில்லை.

விரித்த படுக்கையில் காணாததால் திடுக்கிட்டு அவள் வெளியே பார்க்கிறாள்.

குறுக்கும் நெடுக்குமாக உலவுகிறார்.

இவரிடம் போய் வாயில் புண், கண்ணெரிச்சல், நெய் வாங்கி வரக் கையில் 'கால்துட்டும்' இல்லை என்று எப்படிச் சொல்வது? அப்பாத்துரை மட்டும் எங்கிருந்து கொண்டு வருவான்?

இந்த ஊர்வலம் கூட்டம், பாண்டுமேளம் என்று இதெல்லாம் தான் இப்போது பெரிதாக இருக்கிறது! வீட்டுக்கு என்று பொருள் கொண்டு வந்து, செலவழித்து ஒரு கட்டோடு இருந்தாலல்லவா, அன்றாடம் திண்டாட்டமில்லாமல் இருக்கலாம்...?

20

சுயராட்சியக் கொண்டாட்ட நாளின் கனற்பொறிகள் சென்னையில் புகையை மட்டுமே கிளப்பியிருக்கிறது, ஆனால் தென்பாண்டிச் சீமையில் அது பற்றிக்கொள்கிறது. தூத்துக்குடியில் ஏற்கெனவே சுதேசிக் கப்பல் கம்பெனி, கோரல் மில் தொழிலாளர் வேலை நிறுத்தம் என்று அது புகைந்து கொண்டிருக்கிறது.

இந்தச் சுயராச்சிய நாளை விடக் கூடாது என்று அடக்கு முறை அரசாங்கம், புகையை அணைப்பதாக எண்ணி விசிறிவிடுகிறது. சுப்பிரமணிய சிவாவையும் வி.ஓ. சிதம்பரம் பிள்ளையையும் திருநெல்வேலிச் சிறைக்குக் கொண்டுசென்றதைத் தொடர்ந்து, தீ பெருங்கலகமாக மக்களிடையே கட்டவிழப் பற்றிக்கொள்கிறது.

நந்தன் சரித்திரக் கீர்த்தனை மெட்டுக்களுக்கு இப்போது புதிய வரலாற்றை எடுத்தியம்ப, பாரதியின் ஆவேசம் அதில் வடிக்கப்பெறுகிறது.

சிதம்பரம் பிள்ளைக்கும் வெள்ளையனான கலெக்டர் விஞ்ச்சுக்கும் ஏற்படும் சொற்போரைத் தீட்டுகிறார்.

நாட்டி லெங்கும் ஸ்வதந்திர வாஞ்சையை
நாட்டினாய் – கனல் – மூட்டினாய்
வாட்டியுன்னை மடக்கிச் சிறைக்குள்ளே
மாட்டுவேன் வலி காட்டுவேன்...

....

சுட்டு வீழ்த்தியே புத்தி வருத்திடச்
சொல்லுவேன் குத்திக் கொல்லுவேன்
தட்டிப் பேசு வாருண்டோ – சிறைக்குள்ளே
தள்ளுவேன் பழி – கொள்ளுவேன்

சிதம்பரம் பிள்ளையின் மறுமொழியோ,

சொந்த நாட்டிற் பிறர்க்கடிமை செய்தே
துஞ்சிடோம் – இனி – அஞ்சிடோம்
எந்த நாட்டினுமிந்த அநீதிகள்
ஏற்குமோ தெய்வம் பார்க்குமோ ?
வந்தே மாதரம் என்றுயுயிர்போம் வரை
வாழ்த்துவோம் முடி தாழ்த்துவோம்!

....

நாங்கள் முப்பது கோடி ஜனங்களும்
நாய்களோ – பன்றிச் சேய்களோ ?

....

சதையைத் துண்டுதுண்டாக்கினு முன்னெண்ணம்
சாயுமோ – ஜீவன் ஓயுமோ!

பாட்டு முடியும்வரை ஒரு ஈ எறும்புகூட அசையாமல் இருந்து பின்னர் துடித்துப் பறக்கும் ஆவேசமாய்ப் பரவுவதாக அப்பாத்துரை சொக்கிப்போகிறான்.

சித்திரைக்கோடை, வைகாசிப் புழுதி புதிய சோதனை களாக வாட்டும் வெம்மையைக் கூட்டுகின்றன. நீலகண்டன் தெற்கே இளைஞர்களை ஆயிரமாயிரமாக ஆவேசங்கொள்ளக் கூட்டும் பிரசாரத்தைச் செய்யப்போயிருக்கிறான்.

சிதம்பரம் பிள்ளை – சிவா ராஜத்துரோகச் சதிவழக்கில் சாட்சியம் சொல்ல நிலைமை அறிய பாரதியும் புறப்பட்டுப் போகிறார். நண்பர் ஆவுடையப்ப பிள்ளை வீட்டுக்குச் செல்கிறார்.

ஊரா ?...

மரணபுரமாக இருக்கிறது.

அடுத்த நாட்காலையில் பாளையங்கோட்டைச் சிறையில் சிதம்பரம் பிள்ளையைக் காணச் செல்கிறார் நண்பருடன்.

சிறை..! கல்லாலும் சாந்தாலும் கட்டி, மேலே கண்ணாடிச்சில் பதிக்கப் பெற்று, நெடிதுயர்ந்த மதில்...!

இந்தத் தேசத்துப் பக்தர்களைப் பூட்டி வைக்கும் மதில்கள் ! பாரததேசத்தின் புனித யாத்திரைத் தலங்களாகின்றன.

பாரதி சிறைக்கப்பால் பிள்ளையைப் பார்க்கிறார்.

கண்களில் நீர் மல்குகிறது. 'மெய்த்திருப்பதமே' என்று தொடங்கும் கம்ப இராமாயணப் பாடல் நினைவுக்கு வருகிறது. 'காட்டுக்குப் போ' என்று சிற்றன்னை மொழிந்த போதிலும் இராமனின் முகம் இப்படித்தானிருந்ததோ?

தாவித் தழுவ முற்படுகிறார்.

"என்ன காரியம் செய்துவிட்டார்கள் பார்த்தீரா. மாப்பிள்ளை?"

"ஓ... சிவா..? தாடி மீசையை எடுத்துவிட்டார்களா?"

'வந்தே மாதரம்' என்ற குரலொலி சிலிர்ப்பூட்டுகிறது.

இந்த மூன்றாவது ஆள் யார்? தெரிந்தாற்போல் குரல்..?

பாரதி விழித்துப் பார்க்கிறார்.

"போலீஸ் குருநாதய்யர்..."

அப்பனே! உன்னைப் போல் அத்தனைபேரும் தேசபக்தர்க ளானால், தேவியின் விலங்குகள் தெறித்துப் போகாவோ?

"இந்தாருங்கள், ஒரு புதுப்பாட்டு!"

என்று சொல்லாமல் கொடுத்தாயிற்று.

சதையைத் துண்டுதுண்டாக்கினுமுன்
எண்ணம் சாயுமோ? ஜீவன் ஓயுமோ?
இதயத்துள்ளேயிலங்கு மகாசக்தி போகுமோ

சாட்சிக்கு இவர்களை அழைக்கவில்லை.

வழுக்கு மரத்தில் விளையாட்டுக்கு ஏறுபவன் கூடத் தண்ணீரடிக்கு அஞ்ச மாட்டானே? இது மகா யக்ஞமன்றோ?

ஜூலை ஏழாந்தேதி சுதேசிக்கப்பல் கம்பெனி நடத்திய குற்றத்திற்காக சிதம்பரம் பிள்ளைக்கும், தேசஉணர்வை மக்களிடையே எழுப்பியதற்காக சிவாவுக்கும், இடியாக அடிவிழுகிறது, இரட்டை ஆயுள் தண்டனை!

இளைஞர்கள் கொதித்து எழுகின்றனர். இந்தியா பத்திரிகை மட்டுமல்ல, நாட்டிலுள்ள சுதேசபத்திரிகைகள் அனைத்தும் இந்த இரட்டை ஆயுள் தண்டனை மனிதத் தன்மை சிறிதுமற்ற கொடூரம் என்றே கருத்துரைக்கின்றன.

ஜனசங்கம் இந்தக் கொடிய தண்டனையைக் கண்டனம் செய்து கூட்டம் கூட்டுகிறது.

கங்கைகொண்டான் மண்டபத்தில் யதிராஜ ஆர்யா, மக்களின் உறக்க உணர்வைக் கோல் கொண்டு குத்துவது போல் சொற்களால் குத்துகிறான்.

சாதாரணமாக, "உங்களுக்கு மீசை இருந்து என்ன பயன்? வரால் மீனுக்கும்தான் மீசை இருக்கிறது" என்று ஏளனத்தில் இறங்குவான்.

இல்லையேல், "நீங்கள் அனைவரும் உரத்து மூச்சுவிட்டால் இத்தனை பேருடைய மூச்சுக்காற்றில், அந்தச் சிறு கூட்டம் எகிறிப்போகும்; அவ்வளவு பேர்களே இருக்கிறார்கள்" என்று அறிவுறுத்துவான்.

இன்று அவனுக்கு அங்கு நிற்கும் போலீஸ் அதிகாரிகள் கண்களில் பட்டு எரிச்சலைக் கிளப்பிவிடுகிறார்கள்.

"சிதம்பரம் பிள்ளை பிறப்பில் ஐயரில்லை. ஆனால் நாட்டுக்காகத் தம்மைத் தியாகம் செய்துகொண்டுள்ள அவர் உண்மைப் பிராமணர்... எருமைத்தோல் பெல்ட்டணிந்து தலையாரி வேலை செய்யும் ஐயர்கள், பறையர்கள்..."

இப்படிப் பேசலாமா?

ஆர்யா கைதாகிறான். ஐந்தாண்டு சிறைத் தண்டனை.

வீட்டிலோ செல்லம்மா வெளுத்து இரத்தம் சுண்டிய சோகை போல் இருக்கிறாள். சோர்ந்து சோர்ந்து படுக்கிறாள். வயிற்றில் அன்னாகாரம் கூடத் தங்காமல் குமட்டிக்கொண்டு வருகிறது. ஆனால் அவள் கணவர் காலையில் அலுவலகம் சென்று மாலை திரும்பிவரும்வரையிலும் அதையும் மீறி ஒரு மனச்சஞ்சலம் உள்ளூற உலுக்குகிறது.

மீனு அம்மாள் மகளைப் பார்ப்பாளா, மருமகனைப் பார்ப்பாளா? அவளால் அடுப்படி வேலை மட்டுமே செய்ய முடியும். அவள் குடும்பத்திலும் எத்தனை பிரச்சினைகள்! சிக்கல்கள்.

இந்த நிச்சயமற்ற சஞ்சல நாட்களில், செல்லம்மாளின் வேதனைகளுக்குச் சிகரம் வைத்தாற்போன்று ஊரிலிருந்து அப்பாத்துரையை உடனே புறப்பட்டு வரச் சொல்லித் தந்தி வருகிறது.

"அண்ணா, நீயும் புறப்பட்டுப் போனால் நான் என்ன செய்வேன்..?"

"கவலைப்படாதே, எல்லாம் நல்லபடியாக ஆகும். தெம்பாக இரு" என்று தாயிடமும் தேறுதல் கூறிவிட்டு அவன் குடும்பப்

பிரச்சினைகளைத் தீர்க்க ஆடி மாசக் கடைசியில் ஊருக்குச் செல்கிறான்.

ஆங்கில அரசாங்கத்துக்கு, இந்திய நாடே சுதந்திரக் கனலில் ஆங்காங்கு கொந்தளித்துத் தீப்பற்றிக்கொள்வது கிலியூட்டுவதாக இருக்கிறது. வங்கத்தில் முதல் வெடிகுண்டு வெடிக்கிறது. அரவிந்தரும் அவர் இளவல் பரீந்திரரும் மே மாதத் தொடக்கத்திலேயே கைது செய்யப்பட்டிருக்கின்றனர். ஜூன் மாதத்தில் கைதுசெய்யப்பட்ட திலகருக்கு, அடுத்த மாதத்தில் ஆறாண்டுச் சிறைத் தண்டனை விதிக்கப்படுகிறது.

ஆடி வெள்ளிக்கிழமை. காலையிலேயே பாரதி அலுவலகத்துக்குச் சென்றிருக்கிறார். அவர் மாடியேறி அலுவலக மேசையின் முன் வந்தமருகையிலே தொடர்ந்து போலீசு அதிகாரியும், காவலரும் வருகின்றனர். இந்தியா பத்திரிகையில் வெளிவந்த இராஜத்துரோகக் கட்டுரைகள் சந்தேகத்துக்கு இடமளிக்கின்றனவாம். சோதனை ...

பாரதி கலங்கவில்லை. மீசையை முறுக்கிக்கொண்டு மேற்கொண்டு செய்வதைப் பற்றியே மும்முரமாக யோசனை செய்கிறார்.

அப்போது, மண்டயம் குடும்பத்து ஸ்ரீஸ்ரீ ஆசார்யாவும் பத்திரிகை அதிபராகிய திருமலாசாரியும் கூடிப் பேசுகின்றனர்; பேசிக்கொண்டே மாலையில் கடற்கரைப் பக்கம் செல்கின்றனர்.

ஆசார்யா, "பாரதி, இது அவ்வளவு எளிதாக விட்டு விடும்படி இல்லை..." என்று அழுத்தமாகக் குறிப்பிடுகிறார்.

"மிஞ்சி மிஞ்சி என்ன ஆகும் அண்ணா? சிறைகள் புனிதமாகட்டும்!"

"அப்படியா? பாரதி? நீங்கள் சிறை சென்றால் பத்திரிகையின் கதி என்ன? இப்போதுதான் பத்திரிகை முழு வண்ணம் பெற வேண்டும். எப்படியாயினும் அது வெளிவர வேண்டும்."

செல்லம்மாளிடம் உன் புருஷன் தலையைக் கொண்டு வந்தாலோ உடலைக் கொண்டு வந்தாலோ நீ முன்னின்று ஊர்வலம் நடத்த வேண்டும் என்று சொன்னார். ஓருயிர் ஈருடல் சதிபதி. அவள் இப்போது, இன்னோர் உயிரையும் தாங்கும் முதல்நிலை... கப்பல் கம்பெனி என்ன ஆகும்?

"நீங்கள் சிறைக்குப் போகும்படி வந்துவிடக் கூடாது பாரதி! தற்காப்பாக இருக்க வேண்டும்" என்று வலியுறுத்துகிறார்கள்.

பாரதி வீட்டுக்கு வருகிறார்; எதுவும் பேசவில்லை.

செல்லம்மா துவண்டு படுத்திருக்கிறாள். குழந்தை... அஞ்சி அஞ்சிச் சாகும் மாமியார். பெண் பத்து வயசாகும்முன் திருமணம் செய்ய வேண்டுமே என்ற பிரச்சினையே இவர்களுக்குப் பெரிது...

"ஏனிப்படி முகம் எப்படியோ இருக்கு? ஊருக்குப்போய் அப்பாத்துரை விவரமாக எழுதறேன்னான். ஒண்ணும் வரல, ஊரிலே என்ன தகராறுன்னு தெரியலே. வெள்ளிக்கிழமை சந்தியா காலம் படுத்துக்கப்படாதுன்னு நினைச்சாலும் முடியல. ஆபிஸ்ல... ஒண்ணுமில்லியே?"

"ஒண்ணுமில்லை செல்லம்மா! புல்லர்கள் வந்து சோதனை போட்டார்கள்! என்மீது வாரண்டு வந்திடுமோன்னு மத்தவா பயப்படறா..."

இதைச் சொல்லிவிட்டு அவர் பாடத் தொடங்குகிறார்.

ஜய ஜயபவானி ஜயஜய பாரதம்
ஜயமாதா ஜயஜய துர்க்கா!
கடல் மடுப்பினு மனங்கலங்கவருதுவுமின்?
வம்மினோ துணைவீர்! மருட்சி கொள்ளாதீர்?

பசுமைவற்றிய இலை, சிறு காற்றுக்கும் நடுங்கித் துடிக்காதோ?

"செல்லம்மா? ஏனிப்படிப் பதறுகிறாய்? நிமிர்ந்து நில் புற நானூற்றுத்தாய், ஜான்ஸியின் வீரராணி, இவர்களையெல்லாம் நினை. உன் புருஷன் தீரன், பாரதமாதாவின் படை நடத்தும் வீரன். அடிமை விலங்கொடிக்கப்போகிறான் என்று கர்வங்கொள்!"

அவள் அழுவாளா, சிரிப்பாளா?

பத்திரிகைக்கும் எழுத்துக்கும் புத்திசாதுரியங்களை வைத்துக்கொண்டு, வீட்டுக்கும் உலகுக்கும் ஒப்ப ஒரு சாமானிய நடைமுறை வைத்துக்கொள்ளத் தெரியாத புருஷன்...

மறுநாட் பிற்பகலே மண்டயம் வீட்டுக்கு வருகிறார்.

அங்கே நஞ்சுண்ட ராவ் வந்திருக்கிறார். ஸ்ரீநிவாசாசாரியா, திருமலாசாரியர், இன்னொரு சகோதரன் எஸ். திருமலாசாரியர் எல்லோரும் இருக்கிறார்கள்.

"கிருஷ்ணசாமி ஐயர், போலீஸ் அதிகாரி மூலமாக வரும் செய்தி. அதனால் நாம் விஷயம் தீவிரமாக யோசிக்கணும். அவருக்குப் பாரதியின்மீது அசாத்திய ஈடுபாடு, கவி என்பதால்.

வெளியே அதிகார உடுப்போடு கூட்டம் கண்காணிக்க வந்தாலும் இதயம், இவர் பாட்டிலும் எழுத்திலும் சுத்தமான வேகத்திலும் ஒட்டிக்கொண்டிருப்பதால், வாரண்ட் வரும் என்று சூசகமாகச் சேதி அனுப்பியிருக்கிறார்..."

பாரதி எதுவும் பேசாமல் வெற்றிலைத் தட்டை எடுத்துக் கொண்டு வெற்றிலை போடுகிறார்.

"பாரதி. நீங்கள் புதுச்சேரிக்குப் போய்விடுங்கள்!"

வெற்றிலையைக் காம்பு கிள்ளிக்கொண்டிருக்கும் பாரதி நிமிர்ந்து பார்க்கிறார்.

"புதுச்சேரியா? அங்கே கடன்காரன் போவான்! நமக்கென்ன ஜோலி?"

ஸ்ரீஸ்ரீ ஆசாரியா அமைதியாக, "நீங்கள் அங்கே போய்ப் புதிய சரித்திரம் பண்ணுங்கள்!" என்று கூறுகிறார்.

மண்டயம் குடும்பத்தினர் புதுச்சேரியில் வாழ்ந்திருந்தனர். ஆசாரியா அங்கே புத்தாண்டுகளுக்குமுன் இருந்து படித்தவர். பொருளும் அருளும் புதியவை செய்யும் ஆர்வமும் அன்றே அவர் தந்தையை, ரிபப்ளிகன் என்ற பத்திரிகையைத் தோற்றுவித்து நடத்தச் செய்திருக்கின்றன.

சுதந்திரம், சமத்துவம், சகோதரத்துவம் என்ற தாரக மந்திரங்களை அன்றே அப்பத்திரிகை வாயிலாக உலகுக் குணர்த்தியவர் தந்தை. அதன் தொடர்பாகவே இந்தியா வீறுகொண்டு பாரதியை நாயகனாக்கிக்கொள்ளும் கருவியாக வந்திருக்கிறது.

"யோசனை வேண்டாம் பாரதி!... அதுதான் உசிதம்...!"

பாரதி வீட்டுக்கு வந்து செல்லம்மாளிடம் செல்லவில்லை. அப்படி ஒரு நிலைமை வருமென்று எதிர்பார்ப்பின் அமைதி யில்லை, பல்வேறு சிந்தனைகள், லட்சியங்கள், ஆவல்கள் மட்டுமே வண்ணம் காட்டுகின்றன. நீலகண்டன் ஊரில் வந்திருக்கிறான் என்று தெரியும். அப்பாத்துரை இல்லாமல் கையாள் இல்லாமலிருக்கிறார்.

காலையில் திங்கள். ஜூலை 25ஆம்நாள் இவர் அலுவலகம் செல்கிறார்.

சட்டென்று, வீதியில் ஏதோ அரவங்கள் கேட்பது உணர்ந்து படியில் இறங்கி வருகிறார். ஒரு போலீஸ்காரன் படியேறி வருகிறான்.

“வாரண்ட்..!”

“யாருக்கு?...”

அவன் சுப்பிரமணிய பாரதிக்கு என்று சொல்லவில்லை.

“இந்தியா பத்திரிகை ஆசிரியருக்கு!”

பாரதி சற்றே மூச்சுவிட நிதானமாகிறார்.

“ஆசிரியருக்குத்தானே? நான் ஆசிரியரில்லை!”

மடமடவென்றிரங்கி ஒரு குதிரைவண்டியை அமர்த்திக் கொண்டு திருவல்லிக்கேணி பார்த்தசாரதி கோயிலுக்கருகில் மண்டயம் வீட்டுக்கு ஓட்டச் சொல்கிறார்.

“பாரதியா? என்ன?”

“இந்தியா பத்திரிகை ஆசிரியருக்கு வாரண்ட் என்றான் போலீஸ்காரன். நான் ஆசிரியரில்லை என்று வந்துவிட்டேன்...”

இந்தியா பத்திரிகை ஆசிரியராகப் பதிவுசெய்யப்பட்ட பெயருக்குரியவர் ஸ்ரீ நிவாசன் என்ற ஒரு பாவமுமறியாத சாதாரண எழுத்தர். அவர் இப்போது பழியேற்க வேண்டும்...

“அப்படியானால், பாரதி, நீங்கள் இப்போதே ஊரை விட்டுச் செல்வது நல்லது. இன்றிரவே புதுச்சேரிக்குச் சென்று விடுங்கள்!”

“அவர்கள், ஆசிரியர் பொம்மையைத்தான் பிடித்தோம், உண்மையான கோபுரம் வேறு ஆள் என்று விழித்துக்கொள்ளு முன் தப்பிவிடுங்கள்!”

“நீங்கள் முதலில் போங்கள், பத்திரிகையையும் அங்கே கொண்டு செல்வோம்!” என்று இளையவன் திருமலாசாரி கூறுகிறான்.

பாரதிக்கு அம்பு தம்மை நோக்கித்தான் எய்யப்பட்ட தென்று நன்றாகப் புரிந்திருக்கிறது.

போலீசுக்காரன் வார்த்தைப் பிசகாக இவர் விலக ஒரு சந்து விட்டுவிட்டான்.

இப்போது தான் தப்பிச் செல்வதே முறை என்று படுகிறது. அங்கிருந்து வீடு அருகில் இருந்தாலும் செல்வதற்கு மனமில்லை. செல்லம்மாளிடம் என்ன சொல்லிச் சமாதானம் செய்யலாம்? வேண்டாம். வீணான மனக் கலக்கம் வரவழைப்பானேன்?

பாரததேவி – பராசக்தி.

எழும்பூர் பக்கம் செல்வதற்கும்கூட அவருக்குத் துணிவில்லை; மின்னலாக யோசனை தோன்றுகிறது.

"அண்ணா, அப்படியானால் சைதாப்பேட்டையில் லட்சுமண அத்திம்பேர் வீட்டுக்குப் போகிறேன். இரவு அங்கிருந்து வண்டியேறுகிறேன்..."

"உத்தமம்..."

"நான் பாண்டிச்சேரியில், சிட்டிகுப்புசுவாமி ஐயங்காருக்கு ஒரு கடிதம் தருகிறேன். நீங்கள் அங்கு இருங்கள் இப்போதைக்கு. பின்னே நானும் வருகிறேன்..."

கடிதத்தை வாங்கிச் சட்டை மடிப்பில் வைத்துக் கொள்கிறார்.

குதிரைவண்டி, அவரைச் சைதாப்பேட்டை காரணீசுவரர் கோயிலுக்குப் பின் தெருவில் லட்சுமண ஐயர் வீட்டில் கொண்டு விடுகிறது.

பையன் சங்கரன் அவரைக் கண்டு முகமலருகிறான். சற்றே திக்குவாய்.

"...மாமா..!..."

"அப்பாவைக் கூட்டிண்டுவா, அவசரம்..!"

லட்சுமண ஐயரிடம் எல்லாச் செய்திகளையும் சொல்லுகிறார்.

"எல்லாம் உசிதமே! ஆனால் எதற்கும் வேடம் மாறிவிடுவது நலம்..."

இரகசியமாக ஆளைக் கூட்டிவந்து, முடியை முன்பின் எடுத்துக்கொள்கிறார்; மீசையும் இல்லை.

மாற்று வேட்டி, சட்டை ஒரு சிறு பெட்டியில் வைத்து அத்திம்பேர் கொடுக்கிறார். இரவு வண்டிக்கு இவர் கிளம்பும் முன், எப்படியோ சேதி கேள்விப்பட்டுக் கிருஷ்ணாபுரத்துச் சங்கர கிருஷ்ணன் அங்கு வந்துவிடுகிறான்.

"கிருஷ்ணா, நீலகண்டனிடம் நான் சொன்னேன் என்று சொல். இந்தியா பத்திரிகை நின்றுவிடக் கூடாது. இரவோடிர வாகப் பத்திரிகையைக் கொண்டுவர ஏற்பாடு செய்யுங்கள்!"

சேதியும் அனுப்பியாயிற்று. சங்கரனும் ஸ்டேஷனுக்கு வருகிறான்.

வேட்டியைத் தட்டுச் சுற்றாக மடித்துக்கட்டிக்கொண்டு. வெறும் சட்டையுடன், கைப்பெட்டி, குடுமிக்கோலத்துடன் இரவில் பாரதி விழுப்புரம் கொண்டு செல்லும் வண்டியில் ஏறுகிறார்.

"செல்லம்மாளைப் பற்றிக் கவலைப்பட வேண்டாம்! நான் உடனே உன் மாமியார் பேர் வைத்து அப்பாதுரைக்கு ஒரு தந்தி கொடுத்துவிடுகிறேன். நாங்கள் இருக்கையில் எந்தக் கவலையும் வேண்டாம்" என்று அவர்கள் எல்லோரும் சொல்லியிருக்கிறார்கள்.

பாரததேவி! ஆவியுடல் பொருள் உனக்கர்ப்பித மாக்குவேன்..!

வண்டி, அவரை அந்த எல்லையை விட்டுக் கொண்டோடிச் செல்கிறது.

21

வண்டி கடக் கடக்கென்று கொண்டு செல்கிறது.

தன் தொழில், பழகிய நண்பர்கள், பேச்சு, மூச்சு... தன் ஆருயிர் மனைவி, சுற்றம் வீடு எல்லாம் விட்டு எங்கோ புரியாத இருளில் கொண்டு செல்கிறது.

பிரிட்டிஷ் சாம்ராஜ்ய எல்லையை விட்டு இரவுக்கிரவாக, முகத்து ஆண்மைக்கு அடையாள மான சின்னங்களை மறைத்துக்கொண்டு...

வண்டியில் உட்கார்ந்திருப்பவர் தம்மையே பார்ப்பதாகத் தோன்றுகிறது.

வாசலில் எப்போதும் போலீசு உளவாளி நின்றிருந்தான். அப்படி ஓர் உளவாளி இந்த வண்டியில் வருவானோ?

சிறு பெட்டியில் இரவல் வேட்டி, சட்டை இருக்கின்றன. கையில் பதினைந்து ரூபாய் பணமும் இருக்கிறது. நண்பர் கடிதம் இருக்கிறது. ஆனால்...

வண்டி ஒவ்வொரு நிலையத்தில் நிற்கும் போதெல்லாம் திடுக்திடுக்கென்று மனம் உளவாளி வருகிறானோ என்று பதைபதைக்கிறது.

ஓ! இவ்வளவு கோழையா அவர்?

மனசை வேறு திசைகளில் திருப்பப் பார்க்கிறார்.

இமாலயம்... இல்லை. அந்த ஆலமரம்... இல்லை... கங்கையாறு...

பல்வேறு அழகிய காட்சிகளை நினைவுத் திரையில் கொண்டுவர முயலுகிறார்.

ஓ! நான் குழப்பமடைந்துள்ளேன்! என் சுற்றம் பழகிய இடங்களெல்லாம் விட்டு எப்படிப் போவேன்? என் செல்லம்மா எப்படித் துடிப்பாள்? அவள் கருவுற்றிருக்கும் இந்த நிலையில் விட்டு தன் விடுதலையே பெரிதென்று கருதி ஓடுவது சரியோ பாரததேவி...

குன்றத்தின்மீது, ஆலமரத்தடியில் ஒரு சோதிச்சுடராய் அமைதியும் அருளும் வெள்ளமாய்ப் பொழியும் முகம் தோன்றுகிறது... புத்தர் பெருமானோ?

ஆலமரத்தடியில் ஞானம் போதிக்க மெய்ஞ்ஞானம் உணர்ந்த அருள்வள்ளலோ?

அந்தச் சுடர்த் தரிசனம் அவர் நாடி நரம்புகளிலெல்லாம் புத்துணர்வைப் பாய்ச்சுகிறது. காண்டீப வில்லினைக் கீழே நழுவ விட்ட அருச்சுனனுக்கு ஞானம் நல்கிய ஸ்ரீ கிருஷ்ணனுக்குரிய சோதியோ?

மாதாவின் மெய்த்தொண்டினை அவருக்கு ஆலின் கீழிருந்து உணர்த்திய... அந்த அருள் முகமன்றோ?

வில்லினை எடடா! கையில்
வில்லினை எடடா! அந்தப்
புல்லியர் கூட்டத்தைப்
புழுதி செய்திடடா!
வாடி நில்லாதே; மனம்
வாடி நில்லாதே!...

எழுந்து நிமிர்ந்து உட்காருகிறார்.

வில்லினை எடடா... கையில்
வில்லினை எடடா!

உடம்பினுள், உயிரில் மின்னலாய் அருள் பாய்கிறது! துணிவு அவர் சஞ்சலங்களைக் கொன்று வெல்கிறது. விழுப்புரத்தில் இறங்கி வண்டி மாறுகிறார்.

செய்தலுன் கடனே – அறஞ்
செய்தலுன் கடனே - அதில்
எய்துறும் விளைவினிலெண்ணம் வைக்காதே...

கிட்டிகுப்புசாமி ஐயங்கார் வீடு... பெருமாள் கோயில் தெரு...

புலர்ந்த பொழுதில், வீட்டுக்கரசி வாசல் தெளித்துக் கோலமிட்டுக்கொண்டிருக்கும்போது, இந்தப் பிராமணர் தட்டுச்சுற்று சட்டை, அங்கவஸ்திரம், கைப்பெட்டியுடன்

நின்று, “சிட்டிகுப்புசாமி ஐயங்கார் வீடு இதுதானா?” என்று வினவுகிறார்.

பெரிய திண்ணைகள் உள்ள அந்த வீட்டின் முகப்பில் வைணவ சம்பிரதாயச் சின்னங்கள் விளங்குகின்றன.

“ஆமாம்... நீங்க...”

இவருக்குச் சட்டென்று பதில் கூறத் தெரியவில்லை. அம்மாள் உள்ளே செல்கிறாள்.

அடுத்த நிமிஷம் ஐயங்காரே வெளியில் வருகிறார்.

“உள்ளே வாங்கோ... சுவாமின்... யார்னு தெரியலியே?”

பாரதி சட்டைப் பையில் வைத்துக்கொண்டிருக்கும் கடிதத்தை உடனே எடுத்துக்கொடுக்கிறார்.

“மண்டயம் ஸ்ரீநிவாசாரியர் கொடுத்தார்...”

“உள்ளே வாருங்கள்...”

பெட்டியை உள்ளே ரேழித்திண்ணையில் வைக்கிறார். கிணற்றடியில் சென்று காலைக்கடன்கள் கழித்து நீராடிச் சிற்றுண்டியருந்துகிறார். குப்புசாமி ஐயங்கார் தம் அலுவலைக் கவனிக்கச் செல்கிறார்.

பாரதிக்குக் களைப்பு, இரவின் சஞ்சலங்கள் மாற, தூக்கம் கண்களை அயர்த்துகிறது. திண்ணையில் துண்டை விரித்துப் படுக்கிறார். பகலுணவு கொள்ள ஐயங்கார் வந்தழைக்கும்வரை உறங்கிப்போகிறார். பிறகு சாப்பாடு மீண்டும் உறக்கம். முழுநாள் கழிகிறது.

அடுத்த நாளில் வாசலில் அமர்ந்து போகும் வரும் மக்களைப் பார்க்கிறார், பிறகு காலாற நடக்கிறார். தம்மை யாரும் கவனிக்கவில்லை என்ற விடுதலையுணர்வுடன் மாலையில் கடற்கரைப் பக்கம் செல்கிறார். அங்கு ஒரு பெஞ்சியில் யாரோ ஒருவர் அமர்ந்திருக்கிறார்.

பாரதிக்கு, நாள் முழுதும் யாருடனும் பேச்சுத் தொடர்பு கூட இல்லாமல் கத்திரித்துவிடப்பட்ட அனுபவம் எப்போதும் கிடையாது. ஏதேதோ சம்பவங்களை நினைத்துப் பார்க்கிறார்.

காசியிலிருந்து நான்காண்டுகள் கழித்துத் திரும்பி வருகையில்கூட நாராயண ஐயங்கார் ரயிலில் உடன் வந்தார்... எத்தனை எத்தனை விஷயங்கள் பேசுவதற்கு இருக்கின்றன? இப்போது...

இவர் பெஞ்சியில் அமர்ந்ததும் ஏற்கெனவே அமர்ந்திருந்தவர் எழுந்து செல்கிறார்.

பாரதிக்கு வாலறுந்த பட்டமாக மனசு அலைகிறது.

குப்புசாமி ஐயங்கார் இவரிடம் எதுவுமே பேசுவதில்லை. கடிதத்துக்காக முக தாட்சணியம் பாராட்டி, இரண்டு நாட்களாகச் சாப்பாடு போடுகிறார்.

இந்தப் புதிய இடத்தில் யாருடனும் சிநேகம் கொள்ளவும் வலியச்செல்வதற்கும்கூட இடமில்லாமல் இவரைக் கண்டால் எட்டிப் போகிறார்களே?

இது என்ன சங்கடம்?

ஸ்ரீநிவாசாசாரி என்று வரப்போகிறார்?

பிரெஞ்சு போலீசுக்காரன் ஒருவன் போகிறான். தம்மையே அவன் பார்த்துக்கொண்டு போவதாகக் குறுகுறுக்கிறது உணர்வு.

இவ்வாறு நாலைந்து நாட்கள், குளத்திலிருந்து செம்பில் போட்ட மீனைப்போல் சுழன்று சுழன்று சித்திரவதை அனுபவிக்கிறார்.

அன்று மாலையில் அவர் வீட்டுக்குள் வந்ததும், குப்புசாமி ஐயங்கார் அவரைப் பார்த்தும் பாராமலும் மென்று விழுங்கிச் சங்கடப்படுகிறார்.

“சுவாமி, நீங்க இந்த இடத்திலிருந்து நாளைக்குள்ள போயிட்டா தேவலை. நான் ஏதோ இராஜாங்கத்துக்குக் கட்டுப்பட்டுப் பிழைப்பு நடத்தறேன் ...”

கூரம்பு மனநோவைப் பதம் பார்க்கிறது ... ஓ பிரிட்டிஷ் அரசு உளவறிய இங்கும் ஆளனுப்பிவிட்டதா அதற்குள்?

“நீங்கள் பயப்படாதீர்கள். இன்னும் ஓர் இரண்டு தினங்கள் பொறுங்கள், கொஞ்சம் பெரிய மனசு பண்ணி. நான் அதற்குள் வேறு எங்கேனும் இடம் பார்த்துவிடுகிறேன்!”

இரவெல்லாம் உறக்கம் பிடிக்கவில்லை. ஸ்ரீநிவாசா ஆசாரி அதற்குள் வரவில்லை என்றால் எங்கே போவார்? உலகம் பரந்தது என்று பேசும்போது எளிமையாக இருக்கிறது. மனிதத் தொடர்பும் அபிமானமும் இன்றி, அஞ்சி வந்து அடைக்கலம் புகுந்தவன் வாழ முடியுமோ?

அவர் சொன்னார், உடனே புறப்பட்டு வந்தார். வரும்போது, எந்த முன்னேற்பாடும் செய்துகொண்டாரோ? இந்தியா பத்திரிகைக்குப் புதுவை எல்லைக்குள் எத்தனையோ சந்தாதார்

இருப்பார்கள். அந்த விலாசங்களையேனும் குறித்துக்கொண்டு வந்தாரா?

ஓ, ஈசுவரா? என்ன சோதனை? வீட்டை விட்டுப் போங்கள் என்று சொன்ன பிறகும் தன்மானத்தை இழக்க லாமோ? தம்மால் பிறருக்குத் துன்பம் வருவதை எப்படிப் பார்த்துக்கொண்டிருப்பார்?

பொழுது விடிகிறது. திண்ணையில் அமர்ந்து போகிறவர்களைப் பார்த்துக்கொண்டு எதிலும் நிலைக்காது அலையும் மனதுடன் உழலுகிறார்.

ஓர் இளைஞர், நெற்றியில் வைணவச் சின்னங்கள் துலங்க இவருடைய முகத்தை உற்றுப் பார்க்கிறார். அருகில் வருகிறார்.

"...சுவாமின் ரெண்டு நாளாப் பார்க்கிறேன், ஊருக்குப் புதுசா?"

அப்பாடா!... எவ்வளவு ஆறுதல் அந்த விசாரணையில்!

"ஆமாம், இந்த ஊரில், இந்தியா பத்திரிகை வரவழைச்சுப் படிக்கிறவா யாரையேனும் தெரியுமா உங்களுக்கு?"

"ஓ தெரியுமே!"

"அவாளை நான் பார்க்கணுமே?"

"அதுக்கென்ன, அழைச்சிண்டு போறேன், இப்பவே வரேளா?"

திண்ணையிலிருந்து குதித்து அவருடன் நடக்கத் தயாராகிறார்.

வேறு ஒரு தெருவில் நுழைந்து விசாலமான சுற்றுச் சுவர் தோட்டம் தெரியும் பங்களாவுக்குள் நுழைந்து பின்புறம் ஒரு வீட்டின் முன் நிற்கிறார்.

"சுந்தரேசய்யர்வாள்? சுந்தரேசய்யர்?"

உள்ளிருந்து வருபவரை பாரதி ஆவலுடன் பார்க்கிறார்.

"வாங்கோ" என்ற சொல் அவரிடமிருந்து பிறக்கும்போதே கண்கள் புதியவரிடம் நிலைக்கின்றன.

"இந்தியா பத்திரிகை சந்தாதார்னு கேட்டேளே, இவா..."

"'அப்படியா?... ரொம்ப சந்தோஷம். நான்தான் ஸி. ஸுப்ரமண்ய பாரதி"...

கண்கள் ஒளிர்கின்றன! கை குவிக்கிறார்.

"வந்தே மாதரம். வரணும்"...

ஆகா! இந்த நிமிடத்திற்கு ஈடு இணையுண்டோ?

“வந்தே மாதரம்!”

கூட்டிவந்த இளைஞர் கிருஷ்ணமாசாரி மந்திரத்தாற் கட்டுண்டாற் போல் நிற்கிறான்.

மணிலாக்கொட்டைக் கிடங்கில் வேலை பார்ப்பவர் சுந்தரேசய்யர். தம்முடன் கிடங்கில் வேலை பார்க்கும் ஸத்யவாகீசுவரய்யரும் சேர்ந்து, ‘ஜாதீய ஜீவன் ரக்ஷா ஸமிதி’ என்ற சங்கம் நடத்துகிறார்கள்.

அதில் இந்தியா, பாலபாரத, கல்கத்தாவிலிருந்து வரும் வந்தே மாதரம் ஆகிய பத்திரிகைகளைத் தருவித்து எல்லோரும் படிக்க வகைசெய்திருக்கிறார்கள்.

மக்களிடையே சுதந்திர ஆர்வத்தை வளர்க்கவும் சிந்தனைகளைத் தூண்டவும் இந்த முயற்சிகளைச் செய்து கொண்டிருக்கிறார்கள். இதைக் காட்டிலும் ஓர் அரிய சந்தர்ப்பம் வாய்க்குமோ? மகிழ்ச்சியை அளவிட முடியவில்லை.

கலவை பங்களாவுக்குப் பின் ஒரு சிறு குளம்! குளத்தை ஒட்டி ஒரு கட்டடம் இருக்கிறது. அதன் மேல்தளத்தில் சிறு கீற்றுக் கொட்டகை, இதுவே சங்கம்.

குளத்திலே குளித்துப் புதுமை பெறுகிறார். சுந்தரேசய்யர் அவரைத் தம்முடன் அழைத்துச் செல்கிறார். தெலுங்கைத் தாய் மொழியாகக் கொண்ட குடும்பத்தினர் என்று பிறகே தெரிகிறது. அவரை வாராதுவந்த மாமணியாகப் போற்றுகிறார்.

மாலையில் காலையில் அழைத்துவந்த குவளை கிருஷ்ணமாசாரி வருகிறார். அவர் கல்வே கல்லூரியில் படித்த இளைஞர்.

புதுவையில் தொடங்கப்போகும் வரலாற்றுப் புகழ் பெறப் போகும் புதிய அத்தியாயங்களுக்கு இரு நண்பர்களும் நட்புக் கொடியேற்றி வைக்கின்றனர். அவருடைய தேசீய உணர்வுகளுக்கு வடிகாலாய் வழிவகுக்கிறார்கள்.

ஒருவாரம் சென்றபின் அப்பாத்துரை அவரை வந்து பார்க்கிறான்.

வீட்டைக் காலி செய்துவிட்டார்கள்; வாடகை பாக்கி யில்லை. செல்லம்மாளைக் கடயத்துக்குக் கூட்டிச்சென்று விட்டுவிட்டு உடனே வந்திருக்கிறான்.

ஊரில் குடும்பப் பிரச்சினைகள் பல தீர்ந்திருக்கின்றன. ரத்னசாமி–செல்லம்மாளின் இளைய சகோதரன் சுவீகாரம்

போகிறான். ராஜத்தைத் திருமணம்செய்துகொடுக்கவும் ஏற்பாடாயிருக்கிறது. சுப்பய்யா எந்தக் கவலைக்கும் மனசில் இடம்கொடுக்க வேண்டாம்...

நண்பர்கள் ஒருவருக்கொருவர் சொல்லி, பாரதியின் காந்தசக்தியினால் கவரப்படும் நண்பர்கள் வட்டம் தோன்றி விட்டது.

மண்டயம் ஸ்ரீ நிவாசாசாரியர், எஸ்.என். திருமலாசாரியர் இருவரும் புதுவைக்கு வருகின்றனர்.

அச்சகத்தைப் புதுவைக்குக் கொண்டுவந்து இந்தியா பத்திரிகையைப் புதுவையிலிருந்து வெளியிடலாம் என்ற கருத்துடன், கூடவே ஓர் எண்ணமும் திருமலாசாரிக்குத் தோன்றுகிறது.

"இந்த மூலையில், இத்தனை கட்டுக்களை வைத்துக் கொண்டு நாம் எதைச் சாதிக்க முடியும்? நாம் ஐரோப்பாவுக்குப் போனால் புதிய எழுச்சிகளைப் பற்றி அறிய முடியும்? நமக்குச் சுதந்திரத்துக்கான வழிமுறைகளில் பயிற்சி பெறவும் வாய்ப்பு உண்டு. இந்த முடக்கப்பட்ட இடத்தில் எதையும் தைரியமாகச் செய்து ஈடேற முடியாது!"

உண்மை. ச்யாஜி கிருஷ்ண வர்மா, மேடம் காமா ஆகியோர் அங்கு இருந்துதான் பல செயல்முறைகளில் ஈடுபடுகிறார்கள். அப்படி நாமும் சென்றுவிடுவதா?

அங்கிருந்து ஒரு சக்தி மிகுந்த இயக்கத்தைத் தோற்றுவித்து, இங்கே அரசைக் கவிழ்க்கச் சாதனைகளேதும் செய்ய இயலுமா?

ஆனால் செல்லம்மா. . ? அவள் ஓர் உயிரைத் தாங்கும் இந்த நேரத்தில் அவளை விட்டுச் சென்றால், அவளுக்கு ஆதரவே இல்லையே! அப்பாத்துரை தன் குடும்பத்தைக் காப்பாற்றியாக வேண்டும். மிகவும் அற்ப சொற்பமான நில வருவாய் இருந்தது. அதையும் கொடுத்துத்தான் ராஜத்துக்குக் கல்யாணம் செய்யப் போகிறார்கள்.

செல்லம்மாவை நிராதரவாக் விட்டு இவர் ஐரோப்பா வுக்குச் செல்வது சரியா? இங்கிருந்தால், அவள் தாயும் சேயுமாக ஆனதும் கூட்டிக்கொள்ளலாம். அங்கு போனால் இயலுமோ?

மனம் துணியவில்லை.

இதற்குள் பத்திரிகை அச்சகத்தைப் புதுவையில் கொண்டு வந்து பூட்டுகிறார்கள். எத்ரான்ழேரி தெருவில் ஒரு வீட்டில் அச்சகம் நிறுவி, எஸ். லட்சுமி நாராயண ஐயர் என்பவரைப்

பத்திரிகை வெளியிடுபவராகப் பதிவுசெய்துகொள்கின்றனர். அக்டோபர் இருபதாந் தேதியில் இருந்து இந்தியா புதுவையி லிருந்து வெளிவருகிறது.

இதற்குள், சென்னையிலிருந்து நீலகண்டன் வருகிறான். சங்கரகிருஷ்ணனும் வருகிறான். எட்டயபுரத்துப் பள்ளியில் படித்த இளையவன் நாகசாமி, அவனிலும் இளைய ராஜாங்கம் ஆகியோருக்குக் கடிதம் எழுதி வரவழைத்துக்கொள்கிறார். இவர்கள் எல்லோரும் ஈசுவரன் தர்மராஜா கோயில் தெருவில் ஒரு வீட்டைப் பார்த்துக்கொண்டு குடிபேறுகிறார்கள்.

சபாபதி செட்டியாருக்குச் சொந்தமான அந்த வீட்டைப் பழுது பார்த்து வெள்ளையடித்துக்கொண்டு வந்திருக்கும் அவர்களுக்கு எல்லா வகைகளிலும் வாழ்க்கை எளிமையாகவும் நிறைவுடனும் இருக்கிறது. வந்தே மாதரம் சுப்பிரமணியம் என்று ஊரில் இதற்குள் பெயர் பெற்றுவிட்ட சுப்பய்யாவும் வந்து சேர, எழுவர் ஆகின்றனர்.

காலையில் ஐந்துமணிக்கே எழுந்து உடற்பயிற்சி செய்கிறார்கள். பிஃஸர் கிணற்றிலிருந்து தண்ணீர் இறைத்துக் குளித்துத் துணி துவைத்து உலர்த்துவதுடன், மூன்றுபேர் காலையுணவைத் தயாரித்துவிடுகின்றனர்.

காலை உணவு கொண்டு மூவர் பாரதியுடன் எரித்ரான் ழேரி தெருவில் உள்ள இந்தியா அலுவலகம் செல்கின்றனர். மூவர் காலைச் சமையல் பொறுப்பேற்கிறார்கள். மதியம் சேர்ந்து உணவுகொண்டு ஒன்றாக மீண்டும் பணிகளைப் பங்கிட்டுக் கொள்கின்றனர்.

மண்சட்டிகளே சமையல் பாத்திரங்கள். பத்திரிகைக் கட்டுக்களே படுக்கை, தலையணை – தாய்நாட்டுத் தொண்டு!

பாரதி இந்த இளைஞர்களின் கூட்டு வாழ்வில், காலையில் உடற்பயிற்சி செய்யவும் பழகுகிறார். மாலையானால், எதிரே பொன்னு முருகேசம் பிள்ளையின் மகன் ராஜாபகதூர், குவளை கிருஷ்ணமாசாரி, சுந்தரேசய்யர் என்று சங்கத்து நண்பர்கள் சூழ்ந்துகொள்கின்றனர்.

கேட்க வேண்டுமா? புதிய புதிய பாடல்களைப் பாரத தேவிக்குப் பாமாலைகளாக்கி மகிழ்கிறார்.

> முன்னை இலங்கை அரக்கர்
> அழிய முடித்தது யாருடை வில்!
> எங்கள் அன்னை பயங்கரி
> பாரத தேவி நல்லாரிய ராணியின் வில்!

என்று பாடும்போது இளைஞர் அனைவரும் மார்பை முன்னிறுத்தி வீறுகொள்கின்றனர்.

பேயவள் காணெங்களன்னை – பெரும்
  பித்துடையவளெங்களன்னை.
காயழலேந்திய பித்தன் தனைக்
  காதலிப்பா ளெங்க ளன்னை –

என்று பாரத தேவியை வெறிகொண்ட தாயாக்கி உணர்வூட்டுகிறார்.

நெல்லையப்பர் வருகிறார். சிதம்பரம் பிள்ளையைப் பற்றிய சேதியெல்லாம் தெரிகிறது.

ஆயுள் தண்டனை விதிக்கப்பட்ட உத்தம தியாகி சிதம்பரம் பிள்ளை கடும் வெயிலில் நாளெல்லாம் எண்ணெய்ச் செக்கை இழுக்கிறார். அவர் தலையை முண்டிதம் செய்து இலகுவாக நடக்க இயலாதபடி கால்களில் ஒரு பெரிய கனமான சங்கிலியைப் பிணைத்திருக்கிறார்கள். அவருக்கு அசைவ உணவை உண்ணக் கட்டாயப்படுத்துகின்றனர்.

சிவா... சிவா, சுண்ணாம்புக் குழியிலே காரை அரைக்கிறார்.

பாரததேவி ..! உனது சுதந்திரத்துக்காக, இதந்தரு மனையினீங்கி எத்துணை இடர்ப்படுகிறார்கள்?

என்று தணியுமிந்த சுதந்திர தாகம் –
என்று மடியுமிந்த அடிமையின் மோகம் –

என்று ஆத்திரமாக உணர்ச்சிகள் வெடிக்கின்றன.

தண்ணீர் விட்டோ வளர்த்தோம் சர்வேசா
கண்ணீர் விட்டே வளர்த்தோம்
கருகத் திருவுளமோ

என்று சர்வேசனை நோக்கி உருகுகிறார்.

இந்தத் தொல்லைகளை மறந்து ஞானரதத்திலேறிக் கந்தருவக் கனவுகளை வண்ண மாளிகையாக வடிக்கையிலும் மண்ணுலகத்து வெறுமையும் நிராசைச் சூழலும் திடீர் திடீரென்று தோன்றாமலில்லை.

1909ஆம் புத்தாண்டு பிறக்கிறது. இளைஞர்கள், நண்பர்கள், சங்கம் என்று சுதேசப் பாடல்களைப் பாடியும் பேசியும் சிந்தனையைத் தூண்டும் திருநாளாக, புதிய செயல் திட்டங்களை உருவாக்கும் நன்னாளாகக் கொண்டாடுகிறார்.

முகப்பில் சிறுகுருவிகள் இரண்டு கூடுகட்டுவதைப் பார்த்துக்கொண்டிருக்கும் நண்பர் பொன்னு ராஜ மாணிக்கம்,

“பாரதி, அந்தக் குருவிகளைப் பற்றி ஒரு பாடல் பாடுங்களேன்” என்று மாறுதலாகக் கேட்கும்போதுகூட இந்தச் சமுதாயத்தின் அவலமே உறுத்துகிறது.

கேளா மானிடவா, எம்மில்
கீழோர் மேலோர் இல்லை,
மீளா அடிமையில்லை எல்லோரும்
வேந்தரெனத் திரிவோம்–

என்ற அந்தச் சமத்துவ வாழ்க்கைக் கனவே பாடலில் உந்தி வருகிறது.

ஸ்வதேச கீதங்கள் இரண்டாம் பாகம் – ஜன்மபூமி என்ற தலைப்பில் வெளியாகிறது.

இதையும் எனக்கு ஒரு கடிகையிலே மாதாவினது மெய்த்தொண்டின் தன்மையையும் துறவும் பெருமையையும் சொல்லாமலுணர்த்திய குருமணியும் பகவான் விவேகானந்தரின் தருமபுத்திரியும் ஆகிய ஸ்ரீமதி நிவேதிதா தேவிக்கு இந்நூலைச் சமர்ப்பிக்கிறேன்... என்று சமர்ப்பணம் செய்கிறார்.

இதில் பாரத மாதா திருத்தசாங்கம் என்ற சிறப்பாக நாமம், நாடு, நகர்(காசி), ஆறு (கங்கை), மலை – ஊர்தி (பாரனைத்தும் அஞ்சும் அரி) படை, முரசு, தார், கொடி என்று அவள் பெருமையை வெண்பாக்களாக விரித்துத் தொடுத்திருக்கும் மாலையும் இடம்பெறுகிறது.

ஜயபாரத, எங்கள் தாய், தாயின் மணிக்கொடி, வந்தே மாதரம், (ஜஹீய கீதம்) சுதந்திரப்பெருமை, சுதந்திரப் பயிர், சுதந்திர தாகம், சுதந்திர தேவியின் துதி, சுதந்திரப் பள்ளு எனப் பதினாறு பாடல்கள் வெளியாகின்றன.

இந்தியா பத்திரிகை மிக ஆர்வமும் உற்சாகமுமாக, லண்டன் கடிதம், கரிபால்டி சரித்திரத்தொடர், விவசாயக் குறிப்புகள், ஞானரதத் தொடர், சர்வதேச அரசியல் நிலைமை ஆகிய எல்லாவற்றையும் அடக்கிக்கொண்டு மக்களிடையே செல்வாக்கையும் புகழையும் நிலைநாட்டுகிறது.

ஆனால் பிரிட்டிஷ் அரசின் உளவாளிகள், இந்தப் பத்திரிகையின் வாயை அடைக்கப் பெரு முயற்சி செய்கின்றனர்.

1909ஆம் ஆண்டு கும்பகோணத்தில் மகாமகம் நடக்க இருக்கிறது.

பாரதி காளிதாசனின் சாகுந்தல நூலொன்றைப் பெறுகிறார். அன்று பத்திரிகை வேலைகள் முடிந்து மாலை

கடற்கரையோரம் சென்று அந்த நூலைப் பிரித்துக்கொண்டு, வனத்தின் அந்த ஆசிரமச் சூழலை மனக்கண்களில் கண்டு ஒன்றியிருக்கிறார்.

அவரிடம் தந்திச் செய்தியை முருகேசன் கொண்டுவந்து தருகிறான்.

"செல்லம்மாவுக்குப் பெண் குழந்தை பிறந்திருக்கிறது. தாயும் சேயும் சுகம்... அப்பாத்துரை..."

மகிழ்ச்சி கரை காணாமல் பொங்குகிறது.

"முருகேசா! கல்கண்டு வாங்கி வா!" என்று பையிலிருந்து காசெடுத்துக் கொடுக்கிறார்.

"குழந்தைக்குச் சகுந்தலை என்று பெயர் வை! எங்கள் சகுந்தலை, ஆரியராணி, பரதனை ஈன்ற தாய் ஆரியராணி!... சகுந்தலை...!"

மகிழ்ச்சியுடன் செய்தியனுப்ப விரைந்து வருகிறார்.

22

இந்தியா பத்திரிகையை நிர்வகித்துவந்த எம்.பி. திருமலாச்சாரியார், மண்டயம் ஸ்ரீநிவாசா சாரியாரின் சிற்றன்னை புதல்வர். ஐரோப்பாவுக்குச் சென்று, ஆயுதப் புரட்சிக்கான செயல்முறைகளில் பயிற்சி பெற வேண்டும் என்ற பேரவா இந்த இளைஞரை உந்தித் தள்ளுகிறது. தம்மைவிட்டு மற்றவர் ஐரோப்பா செல்லும் யோசனையில் இருப்பதை உணர்ந்திருந்த இவர், ஒருநாள் திடுமென்று கிளம்பிச் சென்றுவிடுகிறார்.

"அடுத்த கப்பலில் நான் லண்டன் செல்கிறேன்!"

செய்தியை அறிந்து ஸ்ரீநிவாசாசாரியார் பத்திரிகைப் பொறுப்பை வந்து ஏற்றுக்கொள்கிறார். இந்தியா பத்திரிகை வாரப் பத்திரிகையாக வெளியாகிறது. *பாலபாரத* மாசத்துக் கொன்றாக ஆங்கிலத்தில் வெளிவருகிறது.

பாலபாரத முழுதும் அரசியல் பத்திரிகையு மல்ல. எனவே, ஒரு நாளேட்டைத் தொடங்க வேண்டும்; அது அப்போதைக்கப்போது செய்திகளைச் சூடாகக் கொடுக்க வேண்டும் என்று தீர்மானிக்கின்றனர்.

விஜயா நாளேட்டைச் சித்திரையிலிருந்து தொடங்கலாம் என்று விளம்பரம்கூடக் கொடுத்த தும், ஸ்ரீநிவாசாசாரியார் முக்கியமாக, சிதம்பரம் பிள்ளையின் கப்பல் கம்பெனிக்கான பங்குகளைச் சேகரித்து, அதை நிலைநிறுத்தும் பொருட்டு, சென்னைக்குச் செல்ல வேண்டியதாகிறது.

பத்திரிகையைத் தற்காலிகமாக நிர்வகிக்க, அவரது சகோதரி கணவர் ரங்காசாரியார் வருகிறார்.

அதுவரையிலும் இளைஞர்களனைவரும், பாரதியும் உண்மையான தேசத்தொண்டின் ஆர்வத்துடன், ஒரு நாளின் பதினாறு மணிநேரம் பத்திரிகைக்குக் கடமையாற்றினார்கள். இடையே உளவாளிகள் தொல்லைகளைச் சமாளித்து, இரவுக்கிரவே பத்திரிகையைக் கட்டி வெளியூர் சந்தாதார், ஆர்வலருக்கு அனுப்பித் தேச உணர்வைப் பரப்பினார்கள்.

ரங்காசாரி வந்ததும், சிக்கனத்தைத் தொழிலாளியிடம் காட்டினார். காலையில் எட்டுமணிக்கு அலுவலகத்துக்கு வர வேண்டும் என்றார். இதுநாள்வரை இவர்கள் யாவரும் சம்பளம் என்று எடுத்துக்கொண்டு தனித்தனியாகச் செலவும் சேமிப்பும் செய்திருக்கவில்லை. ஆனால் இவர் சம்பளம் என்றும் பேசாமல் தமது நிர்வாகச் செலவை அதிகரித்துக்கொண்டு மற்றவரைக் கட்டுப்படுத்தவே, பி.பி. சுப்பய்யா, கைப்பெட்டியைத் தூக்கிக் கொண்டு ஊரைப் பார்க்கக் கிளம்பிவிடுகிறான்.

ராஜாங்கமாகிய ஹரிஹரசர்மாவும் பரோடாவுக்குச் செல்கிறான். ஒவ்வொருவராக வேறுவேறு காரியங்களை எண்ணிப் பிரிந்துசெல்ல, நாகசாமியும் பாரதியும் மட்டுமே இந்தியா அலுவலத்தில் எஞ்சி நிற்கின்றனர்.

தேச ஆர்வமே தீயாகச் சுடர்க் கொழுந்தாக உணர்வுகளில் பரந்து பொங்கி எழுத்தில், பாட்டில் வடியும் ஒரு கவிஞனின் அன்றாட இயக்கங்களில் காலவரையறை செய்வது விலங்கிடுவது போலன்றோ? பாரதியின் இயக்கங்களுக்கு நேரம், பொழுது என்ற வரையறை ஏது? கவிதை பிறப்பதற்கும் கனல் சிதறுவதற்கும் அலுவலக நேரம் என்ற கோடுகளைப் போடலாமா? ரங்காசாரி அதைச் செய்கிறார்.

பாரதியோ, "அவ்வாறாயின் எனக்கு மாதச் சம்பளம் என்று இத்தனை ரூபாய் கணக்காகக் கொடுங்கள்" என்று தம் வேலைக்குக் கணக்குக்கு ஊதியம் கேட்கிறார்.

"பத்திரிகை இலாபம் கருதி நடக்கிறதோ? அதற்கு எவ்வாறு சம்மதிக்க முடியும்?"

ரங்காசாரியின் இந்த வாதம், பாரதியின் சினத்தைத் தூண்டிவிடுகிறது.

குரல் வலுத்து நிர்வாகி இழிஞனென்ற சொற்களால் கடித்துத்துப்பும் நிலைக்குக் கொண்டு செல்கிறது.

ரங்காசாரி, கையை ஓங்கிக்கொண்டு பாரதியை அடிக்க முற்படுகிறார்.

நாகசாமி பதைபதைத்துக் குறுக்கே பாய்ந்து ஓங்கிய கையைப் பற்றித் தள்ளிவிட்டு பாரதியை வெளியே கூட்டி வருகிறான்.

"சீச்சி! சிறியர் செய்கை! நாகசாமி! இப்படியும் நேர்மை யற்ற மனிதன், இவனிடம் வேலை செய்வதா..?"

நடை தடுமாறுகிறது.

சில நாட்களில் செல்லம்மாளையும் குழந்தைகளையும் கூட்டிவரச் சொல்ல வேண்டும் என்று இருக்கிறார். ஒரு துளி விரிசல் கண்டபிறகு, இனி அங்கே வேலை செய்ய முடியுமோ? புலம்பித் தீர்க்கிறார்.

"கிடக்கிறார் விட்டுத் தள்ளுங்கள். நமக்கு இது ஒன்றுதான் சாசுவதமில்லை..."

ஆறுதல் கூறி நாகசாமி தேற்றுகிறார். நடேசய்யர் ஓட்டலுக்குச் சென்று உணவுகொள்கின்றனர்.

யோசனைசெய்துகொண்டிருக்கையில், சூரியோதயம் வாரப் பத்திரிகை ஓட்டல்காரர் மேசைமீது கண்களில் படுகிறது.

அது உள்ளூரில் வெளியாகும் ஒரு பத்திரிகை. சைகோன் பழனி சின்னய்யா நாயுடு புதுவை அரசியலில் ஈடுபட்ட முக்கியமான புள்ளி. அவர் முதல்தரமான அச்சுக்கூடம் வைத்து நடத்துகிறார். நாகசாமி பல்வேறு சந்தர்ப்பங்களில் நாயுடுவைச் சந்தித்திருக்கிறான். பாரதியின் பாடல்களை, பத்திரிகை எழுத்துகளை மனம்திறந்து பாராட்டியிருக்கிறார்.

"பாரதி! நாம் சின்னய்யா நாயுடுவைப் பார்க்கப் போவோம், வாருங்கள்!"

மிக உற்சாகமாக இருக்கிறது. நாயுடுவுக்கு அளவற்ற மகிழ்ச்சி.

பலன், கேட்க வேண்டுமா?

சூரியோதயம் சுப்பிரமணிய பாரதியின் சக்திப் பார்வையில் புதிய ஆற்றல் பெற்று புதுவைக்கு வெளியே வீரிய வாசகங்களையும், எழுச்சிக்கான பல்வேறு கூறுகளையும் கொண்டு பரப்புகிறது.

நீலகண்டன், நெல்லையப்பன் ஆகியோர் மீண்டும் வருகின்றனர். ஈசுவரன் தர்மராஜா தெருவில் இவர்கள்

இல்லத்தின் எதிர்ப்புறத்தில் ஒரு வீட்டில் வர்த்தகர் ஆறுமுகம் செட்டியார் இருக்கிறார். அங்கு இரவோடிரவாக ஓர் இளைஞன் வந்து அடைக்கலம் புகுகிறான். ஆறுமுகம் செட்டியார் செல்வமும் செல்வாக்கும் உடையவர். ஆனால் அரசியல்பற்றி எதுவும் அறியாதவர்.

அங்கே அடைக்கலம் புகுந்திருப்பவன், திருநெல்வேலி கலக வழக்குக்குத் தப்பி மறைந்த மாடசாமி என்று பாரதி புரிந்து கொள்கிறார்.

ஓ, தர்மராஜா தெருவே, நீ அடைக்கல வீதியாகப் புகழ் பெறுகிறாய்!

கடற்கரையில் ஒருநாள் மாலையில் கவிதைத் தேவியின் கூட்டுறவில் தம்மை மறந்து ஆழ்ந்துபோகிறார். குருகோவிந்தர் தம் சீடர்களைத் தாயின் தாகம் தணிக்க ஒவ்வொருவராகப் பலிகேட்பதும், இளைஞர் ஒவ்வொருவராகத் தம்மைப் பலி கொடுக்க முன்வருவதுமான காட்சிகள் விரிகின்றன.

கால்சா சங்கம். . . தருமம், கடவுள், சத்தியம், சுதந்திரம்... இவை போற்ற எழுந்திடும் வீரச்சாதி, அநீதியும் கொடுமையும் அழித்திடுஞ் சாதி: மழித்திடலறியாவன் முகச்சாதி... கடற்கரை மணலில் தம் முகத்தைக் கையால் தடவிக்கொண்டு துள்ளிக் குதிக்கிறார். இரும்பு முத்திரையும் இறுகிய கச்சையும் கையினில் வாளுங் கழற்றிடாச் சாதி...

எட்டயபுரத்து லட்சுமண சிங் தேவோவிடம் கேட்ட இந்தச் சீக்கியக் குருவைப் பற்றிய வரலாற்று நூலை அண்மையில் தான் படித்திருக்கிறார்.

இந்தக் கவிதைக் கிளர்ச்சியுடன் வீடு திரும்புகிறார்.

அமாவாசை நெருங்கும் இருட்டு.

வீட்டின் உட்புறம் தாழிடப்பட்டிருக்கிறது.

எவரேனும் உளவாளிகள் எந்த நேரத்திலும் மோப்பம் பிடித்து வருவார்கள்.

பாரதி தமக்கே உரிய சங்கேதத்தைத் தட்டுவாயிலாகத் தெரிவிக்கிறார்.

தாழ் திறக்கப்படுகிறது. திறந்தவன் ... யார்?

அவன் திரும்பி உள்ளே செல்லாமல் வெளியேறுகிறான்.

'உளவாளியோ' என்று துணுக்குற்று பாரதி கதவைச் சாத்துகிறார். உள்ளே மெழுகுவத்தி வெளிச்சத்தில் நாகசாமி, நெல்லையப்பன் இருவருமே தெரிகின்றனர்.

பாரதியின் முகம் கேள்விக்குறியாகிறது.

"மாடசாமி..."

பாரதியின் கண்களில் நீர் வழிகிறது.

மேலோர்கள் வெஞ்சிறையில் வீழ்ந்து கிடப்பதுவும்
நூலோர்கள் செக்கடியில் நோவதுவும் காண்கிலையோ?...

"பாரதி, நெல்லையப்பன் கோவை சென்று பிள்ளையைப் பார்த்துவருகிறேன் என்கிறான்..."

"ராஜபாளையம் சுப்பய்யா முதலியார் என்பவர் மாடசாமியைச் சந்தித்தாராம்... அந்தக் கலெக்டர் ஆஷைத் தீர்த்துக் கட்டுபவருக்கு ஆயிரம் ரூபாய் தருவதாகச் சொன்னாராம்..."

நெஞ்சு துடிக்கிறது.

'ஓ... ஆயிரம் ரூபாய்..!'

இந்தக் காளி தேவியும் பாரதத் தேவியும் – கனக நன்னாட்டுத் தேவியும் ஒன்றெனத் தேர்வீர்... கால்சா சங்கம், கால்சா எனு மொழிமுத்தர் தம் சங்க முறையெனும் பொருள்...

இரத்தமே தந்து காளியின் தாகம் கழித்திடத் துணிவோன் யாருளன் என்று அந்தக் குருமணி வினவினார்.

அன்றிரவே அமர்ந்து குருகோவிந்த சிம்ஹ விஜயம் என்ற நெடிய பாடலைப் பாரதி உருவாக்குகிறார்.

பின்னர், நெல்லையப்பன் மீண்டும் கோவைக்குச் செல்கையில் சிதம்பரம் பிள்ளைக்கு மூன்று சரண வாழ்த்துப் பாடல் ஒன்றைப் பாடிச் செய்தியாக அனுப்புகிறார்.

கேளாத கதை விரைவில் கேட்பாய் நீ,
வருந்தலை என் கேண் மைக் கோவே!
தாளாண்மை சிறிது கொலோ யாம் புரிவோம்!
நீ இறைக்குத் தவங்கள் ஆற்றி,
வாளாண்மை நின் துணைவர் பெறுகெனவே
வாழ்த்துதி நீ வாழ்தி – வாழ்தி!

சூரியோதயம் பத்திரிகை மளமளவென்று ஐயாயிரம், ஆறாயிரம் என்று சந்தாதார் எண்ணிக்கை உயர்ந்து செல்கையில், மண்டயம் ஸ்ரீநிவாசாசாரி புதுவை திரும்பி, விஜயா நாளேட்டையும் தொடங்கிவிடுகிறார்.

மே மாதம் அலிபூர் சிறையிலிருந்து அரவிந்தர் வெளி வருகிறார். புரட்சி இயக்கத்துக்கும் பலாத்கார நடவடிக்கை களுக்கும் பேராதரவாக, தூண்டு சக்தியாக இருந்த அரவிந்தர்,

கற்றுணர்ந்த மேதை, அறிவாளி என ஒளிர்ந்த அரவிந்தர், விடுதலையானதும், முதன்முதலில் உத்தர்பாரா எனுமிடத்தில் 'தர்மரக்ஷினி' சபையில் தமது வரலாற்றுப் பிரசித்திப் பெறப் போகும் உரையை ஆற்றுகிறார்.

அதோடு, ஜூனிலேயே அவர் *கர்மயோகி* என்ற ஆங்கில மாத இதழைத் தொடங்குகிறார்.

உத்தர்பாரா சொற்பொழிவைப் படிக்கும் பாரதிக்கு, அப்போது ஒரே குழப்பமாக இருக்கிறது ... அரவிந்தர், இந்த அரவிந்தர் என்ன சொல்கிறார்?

...எங்கும் நாராயணன்... எங்கும்... சிறைக் காவலாளிகள் திருடர்கள், கொலையாளிகள், நீதிபதி, பப்ளிக் பிராசிக்யூட்டர், வாதி வக்கீல், பிரதிவாதி வக்கீல், சாட்சிகள், நான், நீ...

இது என்ன திருப்பம்? சிப்பாய்க் கலகத்தில் சாதுவைச் சுடவந்த வெள்ளையனை அவர் விழித்துப் பார்த்து நீயும் பிரும்மம், நானும் பிரும்மம் என்று பேதம் கடந்த சொல்லை உதிர்த்த ஞானி குண்டுக்கிரையான கதை போல்...

இந்த நாட்டின் அடிமை மக்களுக்கு இந்தப் பேதாபேதம் கடந்த ஞானத்தினால் பயனுண்டோ?

அரவிந்தர் இப்படிப் பேசுகிறாரா?...

திலகர்... திலகர் என்ன சொல்வார்?

வாள் வித்தையும் சிலம்பமும் குத்துச்சண்டையும் பயிற்றுவித்தோம், இந்த இளைஞரில் சிலர் வழிப்பறிக் கொள்ளையை மேற்கொண்டுவிட்டனரே. தேசீயநிதிக்கு இப்படிப் பொருள் சேர்ப்பது நியாயமா என்று சரளாதேவி திலகர் பெருமானிடம் வந்து கேட்டபோதுகூட அவர் என்ன சொன்னார்?

கர்சானும் மெகாலேயும் இந்த இளைஞரை அடிமைக் கோழைகள் என்று ஆக்கிடைத்த நிலையிலிருந்து இளைஞரைச் சிலிர்த்தெழச் செய்கையில் இவ்வாறு திரும்புவது மனித இயல்புக்கப்பாற்பட்டதில்லை. இந்த மாதிரி முறைதவறும் சில ஒன்றிரண்டு மாதிரிகளுக்காக அதை வெளிப்படையாகக் கண்டிக்க வேண்டாம் என்று சொல்லவில்லையா?

அடிமையாக, பூச்சிகளாகச் செயலிழந்த ஒரு மனிதத் தொகுதியை, எழுச்சியுறச் செய்து தன்மான உணர்வையும் பேராற்றலையும் பெருக்கும் ஒரு பரிணாமத்தை எய்துவது இலட்சியமாக இருக்கையில், இவ்வித அத்துமீறல்கள்

அனுமதிக்கக் கூடியவை, பெரிதுபடுத்த வேண்டாம் என்று திலகர் சொல்லவில்லையா?

மனித இயல்பின் பல்வேறு குணாம்சங்களைப் பொறுத்து, இந்த வன்முறைக் கிளர்ச்சிகள் தோன்றுவதில் ஒன்றிரண்டு இப்படியாவதை அறுதியாகக் கண்டனம் செய்ய வேண்டிய தில்லை என்று கருத்துரைத்தாரே?

அரவிந்தரின் இந்த மாறுதலான உத்தர்பார ஞானப் பிரசங்கம், பாரதிக்குக் குழப்பத்தை உண்டாக்குகிறது.

ஆனால் *சூரியோதயம்* அதிபர் சின்னையா நாயுடுவோ, இந்தப் பிரசங்கத்தைச் சிறு புத்தகமாக்கி வெளியிட வேண்டும் என்று பாரதியிடம் கோருகிறார்.

"இது நமது ஜனங்களுக்கு இப்போது தேவையற்ற ஞானம்."

"இல்லை, புத்தகமாகப் பிரசுரிக்க வேண்டும்..."

பாரதிக்கு அந்த நிமிடமே சைகோன் சின்னய்யா நாயுடுவின் ஊதியத்துக்காக வேலை செய்வது பிடிக்காமல் போகிறது.

அவர் வீடு திரும்புகிறார்.

இத்தகைய சந்தர்ப்பத்துக்காகவே காத்திருக்கும் மண்டயம் ஸ்ரீநிவாசாசாரி, உடனே பாரதியை வந்து பார்க்கிறார்.

"பாரதி! '*விஜயா*' தினசரி உங்களுக்காகக் காத்திருக்கிறது. பொறுப்பேற்றுக்கொள்ளுங்கள்!"

ஆனி மாசத்தில் மீண்டும் *விஜயா, இந்தியா* என்று ஸ்ரீ நிவாசாசாரியின் கூட்டுறவில் தமது கருத்துரைகள், ஆவேசப் பொழிவுகளுக்கு நாளேடு, வார இதழ் என்று பத்திரிகைள் இடமளிக்கின்றன.

அத்துடன் மக்கள் சமுதாயத்தின் பல்வேறு நிலைகளுக் குகந்த வகையில் 'தேசீய' உணர்வின்பால் வழி திரும்பலுக்கும் சாதகமாக அரவிந்தர் வெளியிடும் *கருமயோகி* ஆங்கில மாத இதழை, ஒட்டி அதே பெயருடைய இதழைக்கொண்டு வருவதற்கும் உடன்படுகிறார்.

இத்தகைய உற்சாகமான நாட்களில் செல்லம்மா, குழந்தை களை அழைத்துக்கொண்டு புதுவைக்கு வந்துவிடுகிறாள்.

எல்லோருமாக இருக்கும் சபாபதி செட்டியாரின் வீட்டுக்கு எதிரே ஒரு சிறிய வீட்டை பாரதி தமக்காக வாடகைக்கு ஏற்பாடு செய்துகொள்கிறார். செல்லம்மாவையும் அவள் தாயாரையும் குழந்தை சுவர்ணாவையும் புதுவையில் விட்டுவிட்டு அவள்

தந்தை திரும்பிச்செல்கிறார். அப்பாத்துரை, கப்பல் கம்பெனிக்குப் பங்குகள் சேர்த்து, அதை மீட்க, உதவி கோரி கல்கத்தா, ரங்கூன் என்று போயிருக்கிறான்.

பாரதி சூரியோதயம் பத்திரிகையை விட்டு வந்ததும் நீலகண்டனும் நாகசாமியும் அதை ஏற்று நடத்துகின்றனர். ஆனால் பத்திரிகையின் மீது ஆங்கிலேய அரசின் 'பார்வை' விழுந்துவிடுகிறது. பிரிட்டிஷ் எல்லைக்குள் வந்தால் பறிமுதல் செய்யப்படும் என்று அறிவித்துவிடுகிறது. 'சூரியோதயம்' புதுவைக்குள் ஒடுங்கிவிடுகிறது.

சில நாட்களில், சைகோன் சின்னய்யா நாயுடு சைகோனுக்கே செல்ல வேண்டியதாகிறது.

"அச்சுக்கூடத்தை நீங்களே நடத்திக்கொள்ளுங்கள். வரவு செலவுக் கணக்கு மட்டும் காட்டினால் போதும். உங்களுக்கு வேண்டிய பணம் எடுத்துக்கொள்ளலாம்..."

இவர்கள் பொருள் சம்பாதிக்கவா புதுவைக்கு வந்தார்கள்?

சின்னய்ய நாயுடு இவர்களை அப்படியும் விடவில்லை. கணிசமான தொகையை நாகசாமியிடம் கொடுக்கிறார்.

"பாரதி, நாயுடு பணம் கொடுத்திருக்கிறார். என்ன செய்யலாம்?"

சபாபதி செட்டியார் வீட்டில் இருந்துகொண்டு இந்த இளைஞர்கள் என்ன செய்ய முடியும்? பத்திரிகை முயற்சிகளுக்குப் பிரிட்டிஷ் அரசு தடை விதித்தே தீருகிறது. இதைவிட அங்கேயே சென்று கிராமங்களில், ஒதுக்குப்புறங்களில் இளைஞரின் சக்தியை மறைமுகமாக இரகசியமாகத் திரட்டும் முயற்சிக்கு இப்பொருளைச் செலவழிக்கலாமே?

நாகசாமி பணத்துடன் புதுவையை விட்டுச்செல்கிறான்.

இந்த அகலக் குறைவான சிறுவீடு அவருக்கு அறவே பிடிக்கவில்லை. இரண்டே மாதங்களுக்குப் பிறகு பாரதி குடும்பத்துடன் சபாபதி செட்டியார் வீட்டில் குடியேறுகிறார்.

மார்கழி பிறக்கும் முன்பே காங்கிரஸ், காங்கிரஸ் என்று அமர்க்களப்படுமே? இங்கே அந்த ஓட்ட சாட்டங்களை முடக்கி விட்டார்கள். ஆனாலும் துடிப்பும் பரபரப்பும் வேறு வகைகளில் வெளியாகாமலே இல்லை. உள்ளூரிலேயே சங்கம் தமிழ் வளர்ப்பு என்று மக்களை ஒன்றுபடுத்தும் அமைப்புக்களைத் தோற்றுவிக்கிறார்.

குவளை கிருஷ்ணமாசாரி மட்டுமின்றி, ஒரே தெருவில் பல நண்பர்கள் இவர் பாட்டுக்கு அடிமையாகிவிடுகின்றனர். ஆறுமுகம் செட்டியார், செல்வர் பொன்னு முருகேசம் பிள்ளை ஆகியோர் எதிர்ச்சாரி வீடுகளில் இருப்பவர்கள்.

பொன்னு முருகேசம் பிள்ளையின் மூத்த மகன் ராஜா பாதர், பாரதியின் முகவிலாசத்தில் மனம் கொடுத்த முதல் இளைஞன். இவன் அந்த மாதத்தில்தான் மேற்படிப்புக்கு ஃபிரான்ஸ் புறப்பட்டுச் சென்றிருக்கிறான்.

இவர் வீட்டுச் சாரியிலேயே வலம் இடமான வீடுகளில் வதியும் வாத்தியார் சுப்பிரமணிய ஐயர், அவர் தம்பி சங்கீத வித்வான் சாமிநாதய்யர், கல்வே கல்லூரியில் பணிபுரியும் சாமிநாதே தீட்சிதர், நாகை ராஜாராமய்யர் என்று பல நண்பர்கள் பாரதிக்கு நெருக்கமாகின்றனர்.

பாரதி செல்லம்மா

23

புதிய வருஷம், 1910 பிறந்துவிட்டது.

வாசலில் வண்டி வந்து நிற்கிறது. தங்கம்மாவும் எட்டு வயசுச் சொர்ணாவும் நீண்ட வெளித் திண்ணையில் விளையாடிக் கொண்டிருப்பதைப் பார்த்துக்கொண்டே வண்டியிலிருந்து இறங்கும் பார்வதி ஆவலுடன் தங்கம்மாவைத் தூக்கிக் கொள்கிறாள். விசுவநாதன் பின்னர் மூட்டை, பெட்டிகளை இறக்குகிறார்.

சொர்ணா ஓடிச்சென்று செல்லம்மாவிடம் சேதி சொல்ல, செல்லம்மா கை வேலையைப் போட்டுவிட்டு ஆவலே வடிவாக வாயிலுக்கு வருகிறாள்.

"வாக்கா! அத்திம்பேர், வாங்கோ ..."

அப்போது முற்றத்துப் பக்கம் பாரதி குருவிகளைப் பார்த்துக்கொண்டு நிற்பது பார்வதிக்குப் புலனாகிறது.

'இதென்ன கோலம்டி செல்லம்மா! தாடியும் மீசையுமாக?'

அவள் வாய்திறந்து கேட்காமலே இடுப்புக் குழந்தையுடன் கூடத்துக்கு வந்து பார்க்கிறாள். செல்லம்மா சாமான்களைக் கொண்டுவந்து வைத்தபடியே, மகிழ்ச்சி பொங்கக் கூறுகிறாள்.

"ஆரு வந்திருக்கா பாருங்கோ?..."

"பார்வதி! விசுவம்..! வாங்கோ, வாங்கோ!... பார்வதி இப்ப நிறையப் பாட்டுக் கட்டிருக்கேன்!"

"அதெல்லாம் கேக்கத்தானே வந்திருக்கோம்!"

பாரதியின் முகத்தில் முன்பு அவள் கண்டிருந்த அந்தக் குழந்தைப் பரபரப்பு, இப்போது ஆழ்ந்து நிலைப்பட்டிருக்கிறது. ஆனாலும் கண்கள்... சிவந்து நெருப்புக் கங்குகள் போல் தோன்றுவதாகப் பிரமித்து நிற்கிறாள்.

அவர் நினைவு எங்கே சென்று ஒன்றியிருக்கிறது?

இதந்தரு மனையினீங்கி, இடர்மிகு சிறைப்பட்டாலும்
பதந்திரு விரண்டு மாறிப் பழி முகித்திழிவுற்றாலும்
விதந்தரு கோடியின்னல் விளைத்தெனை அழித்திட்டாலும்,
சுதந்திரத் தேவி! நின்னைத் தொழுதிடல் மறக் கிலேனே..!

பிலஹரி இராகத்தில் எழும்பிச் செல்லும் இந்த ஒலித் தாரை வெள்ளமாகப் பரவிப் பார்வதியைக் கட்டிப்போடுகிறது.

காசியில் இருக்கையில் தினமும் தீபாராதனை முடிந்த பின் அவளும் அவருடன் சேர்ந்து பாடுவாளே? இப்போது அந்த அம்மான் சேய், எங்கோ மலைச்சிகரத்துக்குப் போய்விட்டார்...

காலையில் இவர்கள் நீராடி, சிற்றுணவு அருந்தியதும், பாரதி அலுவலகம் சென்றதும் செல்லம்மா தன் தமக்கையிடம் இந்தக் குடித்தனத்தின் நிலையில்லாத அடியாதாரத்தைக் குறிப்பாக்குகிறாள்.

"நான் என்ன சொல்லட்டும் அக்கா? இந்தியா, சூரியோதயம், விஜயான்னு பத்திரிகை சளைக்காமல் போட்டுண்டிருக்கா, ஆனாக்க, அங்கேருந்து பணம் ஒண்ணும் உருப்படியா வரதுக்கில்ல, என்னமோ குடும்பம் ஓடறது. எனக்கு ரெண்டு குழந்தைகளையும் வச்சிண்டு எப்படி இந்த மனுஷாளில்லாத நாட்டில ஓட்டப் போறோம்னு நினச்சா ஒவ்வொரு சமயம் ஒண்ணும் தோணாம நிக்கறேன்..."

பார்வதி சந்தனச்சிலை போல் நிற்கும் தங்கையைப் பார்த்து மனம் கரைகிறாள்.

"செல்லம்மா, நீ ஒண்ணுக்கும் வருத்தப்படாதே... நானிப்ப எதுக்கு வந்தேன்னு நினைக்கிறாய்?... வருஷம் பன்னண்டாகப் போறது. ராமேசுரம் போயாச்சு, சாந்தி எல்லாம் பண்ணியாச்சு. ஈசுவரன் கண் திறக்கல. யாரும் ஒண்ணும் சொல்லலன்னு எப்படி நினைக்க முடியும்? எனக்கே அப்பப்ப மனசு பைத்தியம் புடிக்கும்போல இருக்கு. உனக்கோ ரெண்டு குழந்தைகளாயாச்சு, சகுந்தலாவை நீ வச்சுக்கோ, தங்கம்மாவை நான் வச்சுக்கரேண்டி! அழச்சிண்டு போகணும்னு வந்திருக்கேன். ஆனா... அம்மாஞ்சிகிட்ட எப்படி வாயெடுக்க..?"

செல்லம்மாவுக்கு உணர்ச்சி பாறையாகக் கனத்து, பனி கரைவதுபோல் இலோசகிறது.

“அழச்சிண்டு போ அக்கா. நான் சம்மதம் கொடுத்திடறேன் இப்பவே. இங்க, பயந்து பயந்துதான் நடமாட்டம். வாசல்ல எப்பபாரு உளவாளி, போலீசு. வெளில எறங்கினா கூடவே வருவன். அஸ்தமிச்சப்புறம்தான் தயிரியமா வெளில எறங்கறார். ஒரு வெத்தலை வாங்கப் போகக்கூடத் துணிஞ்சு தாராளமா போயிடறதுக் கில்லாம இருக்கு. சொர்ணத்தை அழச்சிண்டு வந்தேனோ பிழைச்சேன்...”

செல்லம்மா சொல்லிக்கொண்டே சமையலறைப்பிரையில் வைத்திருக்கும் ஒரு கடிதத்தைத் தமக்கையிடம் காட்டுகிறாள்.

“அப்பாத்துரை வடக்கேருந்து இந்தக் கடிதாசி எழுதிருக்கான். இதபாரு, சர்க்கார் உடச்சிப் பாத்துட்டுத்தான் அனுப்பியிருக்கா. நான் என்ன செய்யட்டும்? நீ பாரு!”

பார்வதி கடிதத்தை வாங்கிப் பார்க்கிறாள்.

“...உன் புருஷன் தேசத்துக்கு ஒரு சொத்து, செல்லம்மா! அவன் கவி. சாதாரணமான நம்மைப் போன்ற ஆட்கள் லட்சம் கோடியாக இருக்கலாம். ஆனால் தேசத்துக்கு அவரைப் போல் ஒருவர் பிறப்பது ரொம்ப அபூர்வம். அதனால் என்ன கஷ்டம் வந்தாலும் நீ தாங்கிண்டு அவருக்கு ஆதரவா இருக்கணும்...”

“நித்திய கண்டம் பூரணாயிசா பத்திரிகை போடறா. அவர்கிட்ட என்ன பேசறது? ஆபீசுக்குத்தான் போயிருக்கார்னு நினக்கிறதுக்கில்ல. கால் போனபடி, சித்தாந்தசாமி மடம்னு இருக்கே, அங்கே தோப்பில போல் உக்காந்துடுவராம். ஞான ரதத்திலே போறதா கதை எழுதிண்டுருக்கார். தேசம், தேசம், தேசம்தான். சங்கரகிருஷ்ணன், நீலகண்டன்னு இவருக்கேத்த மாதிரி பிள்ளைகள் கர்லாக் கட்டை சொழட்டறேன், கத்திசொழட்டறேன்னு மச்சில அவா கூத்தடிக்கறப்ப எனக்கு நெஞ்சைக் கலக்கறது. நீ தங்கம்மாவை அழச்சிண்டு போ அக்கா! எனக்குப் பெரிய ஆறுதலாயிருக்கும்...”

பாரதி அன்று விரைவிலேயே வீடு திரும்பிவிடுகிறார். சுதேசகீதங்கள் இரண்டு பகுதிகளையும் பார்வதியிடம் கொடுத்துவிட்டு, பாடல்களையெல்லாம் தன்னை மறந்த இலயத்துடன் பாடத் தொடங்குகிறார்.

தேவி! நின்னொளிபெறாத தேயமோர் தேயாமாமோ?
ஆவியங்குண்டோ? செம்மை
அறிவுண்டோ? ஆக்கமுண்டோ?
காவிய நூல்கள், ஞானக்
கலைகள் வேதங்களுண்டோ?

‘சுதந்திரம் வேண்டும் என்று தேசத்துக்காகக் கனிந்துருகும் இவர் சாதாரண மனிதரோ? இது என்ன அனுபவம் அம்மா! செல்லம்மா, இந்தச் சம்பத்து யாருக்குடி கிடைக்கும்? சொல்லும் வார்த்தைகள், ராகம், குரல் எல்லாம் இப்படி யாருக்கு ஒத்துக் கைக்கட்டிக்கொண்டு இழைந்து போகும்?’

‘எங்கோ நாடு அடிமைப்பட்டுக் கிடக்கிறதாம், இவன் உருகிக்கரைகிறான்’ என்று பார்வதியின் கணவன் விசுவத்துக்குக் கூடத் தோன்றவில்லை. பேசாமல் உட்கார்ந்திருக்கிறான். முடிந்தபிறகுதான் நினைவு வருகிறது.

“இந்த ஊரில் பாதாள கங்கைன்னிருக்காமே? ஸ்நானம் பண்ணலாமோ?”

“ஆகா! பொங்குபுனல் வரும். உடம்புக்கு நல்லது. . . ஆனால் விசுவம், தியாகராஜசுவாமிகள் சொன்னாப்போல, சந்து பொந்தில நுழைய வேண்டாம், ராஜமார்க்கம் இருக்கு” என்று நமட்டுச் சிரிப்புச் சிரிக்கிறார் பாரதி.

மறுநாள் விடியற்காலையில், பாரதியை வீட்டில் குழந்தை சகுந்தலாவைப் பார்த்துக்கொள்ள வைத்துவிட்டு அவர்கள் எல்லோரும் பொங்குபுனலில் சென்று நீராடுகிறார்கள். மிகச் சுகமாக இருக்கிறது.

பூமியிலிருந்து ஊற்றாய்ப் பீறிடும் புனல்; தங்கமாக இரண்டு குழந்தைகள்... அருகில் சம்பத்தாகக் கவிபாடும் புருஷர்...

ஆனால் இவர்களுடன் தொடர்ந்து வரும் அந்த உளவாளிகள்?

“அவள்லாம் போலீசுக்காராக்கா இவரைப் புடிச்சுக் குடுத்தால் வெகுமானம் கிடைக்குமாம். நாங்கள் சுவாமியை நம்பிண்டிருக்கோம்...” என்று செல்லம்மா கூறும்போதுதான் கருமை மெல்லிய கூரிழையாக அந்தச் சம்பந்துக்களைப் பதம் பார்க்கிறது.

நாட்கள் நாலைந்து சென்றுவிடுகின்றன.

செல்லம்மா மகிழ்வுடன் அக்காவை, அண்ணியம்மாள் வீட்டுக்குக் கூட்டிச்செல்கிறாள். பொன்னுமுருகேசப் பிள்ளை ஜமீனுக்குமேல் செல்வம் படைத்தவர் என்று செல்லம்மா சொல்லியிருந்தாலும், பார்வதி தானியத்தைக் கட்டுவது போல், நாணயங்களையும் இவர்கள் வீட்டில் கட்டிவைத்திருப்பதையும் எந்தப் படாடோபமும் இல்லாமல் அண்ணியம்மாள் பழகுவதையும் அன்பு பாராட்டுவதையும் கண்டு வியக்கிறாள்.

"சிவராத்திரிக்குள் நாங்க காசிக்குப் போயிடணும். செல்லம்மாவை நீங்கல்லாம்தான் பாத்துக்கணும்!"

பார்வதிக்குக் குரல் தழுதழுக்கிறது.

புறப்படுவதற்கு முதல்நாள் பார்வதி தானே விருந்து சமைக்கிறாள்.

தேங்காயைப் பால் பிழிந்து பாயசம் வைத்து, அப்பளம், அவியல், சாம்பார் என்று பரிமாறுகிறாள்.

"பாயாசம் எப்படி இருக்குன்னு சொல்லுங்கோ அம்மாஞ்சி!"

"இன்னிக்கு என்ன பாயாசம் வச்சிருக்கு?"

"அக்கா நாளைக்கு ஊருக்குப் போறா இல்லையா?" என்று செல்லம்மா கோடி காட்டுகிறாள்.

பாயாசத்தை ருசித்துப் பருகுகிறார்.

"அமிர்தமா இருக்கு, பார்வதி! செட்டியாரைச் சாப்பிடச் சொல்லியிருக்கலாமே? முருகேசனுக்கு வச்சிரு. நான் ஆபீஸ் போனதும் வரச் சொல்றேன்!"

செல்லம்மாளுக்கு முகம் சுண்டிப்போகிறது.

"ஆமாம், உங்களுக்கு இன்னொரு கரண்டி விடட்டுமான்னு கேட்டால், அமிர்தம், அவாளுக்குக் குடு, இவாளுக்குக் கொடும்பேள்!"

"செல்லம்மா! யான் பெற்ற இன்பம் பெறுக இவ் வையகம். எல்லோருக்கும் எல்லாம் கிடைக்கணும். நீ என்ன சொல்றே பார்வதி?"

"ரொம்ப சரி, அம்மாஞ்சி, நான் உங்ககிட்டக் கேக்கறேன்னு தப்பா நினைச்சக்காதேங்கோ! தங்கம்மாவை நாங்க அழைச்சிண்டு போறோமே? உங்களுக்கு சகுந்தலா பாப்பா இருக்கே?"

தங்கம்மா சிறுவிரல்களால் பாயாசத்தைத் தொட்டு ருசித்துக்கொண்டிருக்கிறாள்.

ஐந்து வயசு... செல்லக்கிளி.

"தங்கம்மாவைக் காசிக்கு அழைச்சிண்டு போறியா?... தங்கக்கிளி! பெரியம்மா உன்னைக் காசிக்கு அழைச்சிண்டு போறேங்கறா, போறியா?"

"பெரியம்மாவோட, நானும் ரயில்லப் போப்போறேன்."

வந்த நாட்களாகக் கற்பித்துவைத்திருக்கும் பாடம்தானே?

"சரி, பராசக்தி விருப்பம் அப்படீன்னா அழைச்சிண்டு போ!"

இதற்குப் பிறகு இலைச்சாப்பாடு மறந்துபோகிறது; எழுந்து கையலம்பப் போகிறார்.

"என்னது செல்லம்மா? மோருக்குச் சாதம் போடல, எழுந்துட்டாரே?"

"இன்னிக்கு லபிதம் அவ்வளவுதான்!"

தங்கம்மாவை அழைத்துக்கொண்டு அவர்கள் இருவரும் புறப்பட்டுச் செல்கின்றனர்.

நாகசாமி கிராமங்களில் இருந்து எந்தச் சேவையும் செய்ய இயலாது என்று கண்டுகொள்கிறான்.

"புதுச்சேரிக்கே வந்துவிடு! இங்கேயிருந்து கொண்டே சேவை செய்ய முடியும்!" என்று பாரதி எழுதிப் போடுகிறார்.

நாகசாமி வந்ததும் விறுவிறென்று வேலை நடக்கிறது. ஈசுவரன் தர்மராஜா கோயில் தெருவிலேயே ஒரு வீட்டை வசதியாக எடுத்துக்கொள்கிறார்கள்.

தருமம் என்றொரு மாத இதழைக் கொண்டுவரத் தொடங்குகின்றனர்.

இந்து தருமம் – கலாச்சாரம், பரம்பரை என்று, பண்டையத் தருமங்களிலே, புதுமையைக் காட்டி, அந்நிய ஆதிக்க இழிவிலிருந்தும் விடுபெறும் விழிப்புணர்வைத் தோற்றுவிக்க இப்படி ஒரு முயற்சி.

'தருமாலயம்' இளைஞர் தேச விடுதலைக்கான பயிற்சிகளைப் பெறும் விடுதியாகிறது.

பிரிட்டிஷ் இந்தியாவில் தடைசெய்யப்பெறும் நூல்கள், பத்திரிகைகள், சிறுபிரசுரங்கள், அறிக்கைகள் எல்லாம் இந்த இடத்தில் ஏற்கப் பெற்று இரகசியமாக இரவோடு இரவாக இந்திய எல்லைக்குள் கொண்டு செல்லப்பட வேண்டும்.

...தேசப்பயிற்சி, தேசபக்தி, சதையைத் துண்டு துண்டாக்கி னும் சாயாத நெஞ்சுரம்...

மாசி தேய்ந்து பங்குனியும் குறுகிக்கொண்டு வரும் நாட்கள்.

காலை நேரத்தில் மேல்மச்சில் அமர்ந்து கீழ்த்திசைப் பரிதிக்கோளத்தைப் பார்க்கும்போது, மனம் பரவசமாய்

அப்பெருஞ்சோதியில் ஒட்டிக்கொள்கிறது. வேம்பின் இனிய மலர்மணம், எங்கிருந்தோ வந்து இழையும் மெல்லிய பூங்காற்று எல்லாம் உலகத்து இன்பங்களை, மண்ணுலகத்துச் சத்தியங்களை ஊனோடும் உயிரோடும் உணர்வாய் இசைக்கின்றன.

இதோ, கேள் மகனே! கேட்டாயா? பாரதமாதாவின் குரல்!

உன்கவிச்சக்தி அனைத்தும் தா என்று கேட்கிறாள்... பராசக்தி. சக்தியின் வடிவம்... அவளுக்கு நீ அர்ப்பணம்...

பொங்கிப் பெருகுகிறது ஊற்றுப்பெருக்கு, பரவசம் துகள் பொடிந்து அகண்டமாய்ப் பரவுகிறது.

இந்தமெய்யும் கரணமும் பொறியும்
இருபத்தேழு வருடங்கள் காத்தேன்...
வந்தனம்மடி பேரருளன்னாய்!...
பைரவி, திரள் சாமுண்டி! காளி...

செல்லம்மா கிணற்றில் நீரிறைத்துக்கொண்டிருக்கிறாள்.

புதிய பாட்டு... புதிய பாட்டு எழுதுகிறாராக இருக்கும். ஆனால்... என்ன பயன்?

பத்திரிகையில் அச்சாகி, ஐம்பதும் நூறுமாக வரும்படி வருமோ?

எண்ணெய் இல்லாமல் சத்தமிடும் ராட்டினத்தின் ஓசை நெஞ்சை நெருடி வலியைத் தோற்றுவிக்கிறது.

வாசல் நடையில் யாரோ 'பாரதி' என்று குரல் கொடுக்கிறார்கள்.

மண்டயம் ஸ்ரீநிவாசாசாரியும் நாகசாமியும்தான் வந்திருக்கிறார்கள்.

செல்லம்மா மேலே கைகாட்டி விட்டு உள்ளே நடை வாசலில் நின்று பார்க்கிறாள். யாரோ ஒரு மூன்றாவது இளைஞனும்... வங்காளி போல் வேட்டியும் சட்டையும் தரித்தவனும் படியேறக் காண்கிறாள்.

சற்றைக்கெல்லாம் பாரதி இறங்கி வருகிறார்.

மெல்லிய குரலில், "செல்லம்மா! அரவிந்த பாபு இங்கே... நம்மைப் போல் வருகிறாராம்!" என்று தெரிவிக்கையில், அவர் உணர்ச்சிவசப்பட்டிருப்பது தெரிகிறது.

24

1910ஆம் ஆண்டு. ஏப்ரல் நான்காம் தேதி.

"செல்லம்மா! அரவிந்த பாபு வருகிறார். மாலையில்தான் கப்பல் வருமாம், சந்திரநாகோரிலிருந்து வரும் மெயில் கப்பல். கலவை சங்கர செட்டியார் வீட்டு மாடியில் எல்லா ஏற்பாடுகளும் செய்து நான் காத்திருப்பேன். நாகசாமியும் ஸ்ரீநிவாசாசாரியும் அவரைக் கப்பலிலிருந்து கூட்டிவரப் போகிறார்கள். இரவுக்கு நம் வீட்டு விருந்தாக இருக்கட்டுமே?"

பாரதியின் பேச்சுக்கு செல்லம்மா எதிர்ப் பேச்சுப் பேசியறியாள். அதுவும் சமையல் சாப்பாடு விருந்தினர் என்றால் அவளுக்கு முழு மனசும் பொருந்திவிடும்.

"செய்தால் போச்சு. என்ன செய்யணும் சொல்லுங்கோ?"

பாரதி தாடியைத் தடவி மீசையை முறுக்கிக் கொண்டு குறுக்கும் நெடுக்குமாகப் பறக்கிறார்.

"வங்காளிகள் மீன் சாப்பிடுவார்கள். ஆனால் நீ நம் சமையலாக அவியல், சாம்பார், அப்பளம் எல்லாம் சமைத்துவிடு... பின், அவர்கள் மிட்டாய்ப் பிரியர்கள், இனிப்பும் செய்கிறாயா?"

"சொஜ்ஜி கிளறட்டுமா?"

"என் செல்லம்மா! உனக்கு ஈடு இணையுள்ளவர் யார் எனக்கு?"

“போருமே!”

நாணிக்கொண்டு செல்லம்மா உள்ளே செல்கிறாள்.

இருப்பு, இல்லாமை எதுவும் அவர் செவிகளுக்கு இத்தகைய நேரங்களில் எட்டக் கூடாது. செல்லம்மா சமையலறையுள் சென்று என்னென்ன சாமான் இருக்கிறதென்று பார்க்கிறாள். ரவை, சர்க்கரை, நெய், பருப்பு என்று பட்டியல் நீளுகிறது.

அம்மாக்கண்ணு வெறும் வேலைக்காரி மட்டுமல்ல. அவள் பார்க்க எடுப்பாக இல்லாத மூதாட்டி. செவிச் செல்வம் மெய்யோ, பொய்யோ என்ற நிலையிலுள்ள ஏழை. ஆனால் அவளும் அவளுடைய பிள்ளைகளும் இந்தக் குடும்பத்துடன் உயிராய் ஒட்டியிருப்பவர்கள்.

செல்லம்மா பட்டியலைக் கொடுத்தால், அம்மாக்கண்ணு நிலைமையறிந்து சமாளிக்க வழிசெய்வாள்.

மாலை ஆறுமணிக்கெல்லாம் செல்லம்மாளின் கைமணம் வாயிலில் வருபவர்களுக்கெல்லாம் கட்டியம் கூறுகிறது.

ஏழுமணி சுமாருக்கு நாகசாமி உள்ளே வருகிறான்.

“எல்லாம் தயார்போல இருக்கே?”

“அவர் பாபு வந்துவிட்டாரா?”

“ஆமாம் . . . கூட இன்னொருவர் வந்திருக்கிறார். அவரைச் சாமான்களுடன் இன்னொரு புஷ்வண்டியில் ஏற்றிக்கொண்டு வந்தேன் ...”

“தாராளமாகச் சாப்பிடலாம். அப்பளம் பொரிச்சிருக்கிறதைத்தான் எப்படிக் கொண்டு போவீரோ?”

“அதொண்ணும் கஷ்டமில்லை. எடுத்துண்டு போயிடறேன்...”

சிறுகூடையொன்றில் வைத்து எடுத்துக்கொண்டு நாகசாமி ஒரு நடைக்கு மறுநடையாகப் போகிறான்!

நள்ளிரவைக் கடந்து கணவர்வரும்வரையிலும் செல்லம்மா விழித்துக்கொண்டிருக்கிறாள். அந்த பாபுவுக்குக் கல்யாணமாகி மனைவி, பிள்ளை என்று இருக்க மாட்டார்களோ? பெரிய படிப்பெல்லாம் படித்து, சீமைப்பட்டம் பெற்று, இவர் தேசத்துக்காகச் சிறை சென்று வந்திருப்பவர்... ஒருவருக்கு மற்றவர் என்ற தெம்பு மனசில் சஞ்சலம் போக்குகிறது.

“நீ தூங்காமலே இருக்கிறாயா செல்லம்மா?... எட்டயபுரத்து நினைவு வந்தது. எங்கே நீ தூங்கிப்போய் நான் எட்டூருக்குக் கேட்க கதவை இடிக்கணுமோன்னு!”

“சமையலெல்லாம் நன்னாயிருந்ததா? அவருக்குப் புடிச்சதா?”

“என் செல்லம்மா கைத்திறம் கேட்கணுமா? பாபுவுக்கு அப்பளம் ரொம்பப் பிடிக்கிறது. உன் அவியல், சாம்பார் எல்லாமே ரசித்துச் சாப்பிட்டார்...”

“அதுக்கென்ன, கொஞ்சம் பிரண்டை கொண்டுவரச் சொல்லி, அப்பளம் இட்டாப் போச்சு!...”

அவர்கள் மெல்லிய குரலில் பேசும்போது, வாயில் நடையில் அடியரவம் கேட்கிறது, கதவை யாரோ தட்டும் ஒலி.

“யாரு..?”

பாரதி சென்று கதவைத் திறக்கிறார்.

தலையில் முண்டாசுபோல் துணி கட்டிக்கொண்டு...

“யாரு?”

உள்ளே வந்து தலைத்துணியை மெல்ல எடுப்பவர், “நான்தான் சுந்தரேசய்யர்” என்று சொல்லிக்கொண்டு அந்தத் துணிமடிப்பிலிருந்து ஒரு காகிதப் பொட்டலத்தை வெளியாக்குகிறார்.

“ஸ்வாமி, நீங்கள் ரிஷிபோல இங்க வந்திருக்கிறீர்கள். நீங்கள் இதைக் காணிக்கையா, பிரியமா நினைச்சுக்கணும். நேத்திக்கும் இன்னிக்கும் பூரா உங்களைப் பார்க்க முடியல. கல்கத்தாவிலேருந்து பாபு வரதாச் சேதி வந்தது வந்தாச்சோ?”

பாரதி அந்தக் கையிலிருந்த காகிதப் பொட்டலத்தை எடுத்துக் கொள்கிறார்.

“சுந்தரேசய்யர். பராசக்தி ஒருகுறையும் வைக்க மாட்டாள். எல்லாப் பொறுப்பையும் அவளிடம் போட்டபிறகு, நாம் கவலைப்படுவானேன்? நாம் முழுமனசாகக் கருமத்தைச் செய்தால் போதும். ஆனால் இந்த ஆங்கில சர்க்கார் அதையும் தடுக்கிறது. அக்கினிக் குஞ்சைப் பொத்திவைக்க முடியுமோ?”

அக்கினிக் குஞ்சொன்று கண்டேன்... ஆங்கோர்
காட்டினில் பொந்திடை வைத்தேன்.
வெந்து தணிந்தது காடு;
வீரத்தில் குஞ்சென்றும் மூப்பென்றும் உண்டோ?
தாம் தரிகிட தாம் தரிகிட... தாம் தரிகிட...

இந்த நர்த்தனத்தைக் கண்டு மெய்சிலிர்க்கிறார் சுந்தரேசய்யர்.

இந்தக் காணருங்காட்சிக்கு, மெய்ஞ்ஞானப் போதனைக்கு, சில்லறை திரட்டிப் பொதிகொண்டு வந்திருக்கிறார். என்னப்பனே, உன்னை வறுமை தீண்டலாமோ? தீண்டவிட மாட்டோம்!

அவர் இருளில் மறைந்து சென்றபின், கதவைச் சாத்துகிறாள் செல்லம்மா.

பொட்டலத்தில் சில்லறையாக ஐந்து ரூபாய் இருக்கிறது.

செல்லம்மா அதை எண்ணிப் பார்த்து மனசில் கணக்குப் போடுகிறாள்.

பால்பாக்கி நிற்கிறது. அம்மாக்கண்ணுவுக்கு இதில் ஒரு ரூபாயேனும் கொடுக்க வேண்டும்... மளிகை சாமான்... எண்ணெய்...

ஒரே சட்டையைப் போட்டுக்கொண்டிருக்கிறார். சொர்ணத்திடம் ஒரு ரூபாயைக் கொடுத்து, இரண்டு கஜம் டுவில் வாங்கி அங்கேயே உட்கார்ந்து அவருக்கு ஒரு சட்டை தைத்துக்கொண்டு வரச் சொல்லணுமே..!

இப்படியே நிரந்தரமில்லாமல் ஒளிந்து ஒளிந்து வாழும் வாழ்வு... எத்தனை காலம்..!

பெருமூச்சு இதயச்சுமைகளை வகிர்ந்துகொண்டு இழைகிறது.

"செல்லம்மா..?"

அவள் திரும்பிப் பார்க்கிறாள்.

மங்கலான விளக்கொளி அவள் முகத்தில் பரவுகையில் இதயத்துக்கு இதயமாய் அவள் தாபங்கள் புலனாகின்றன.

"செல்லம்மா! நீ ஏன் கவலைப்படுகிறாய்?... கவலைப் படாதே..."

தன்னை மறந்து ஸகல உலகினையும்
மன்னை நிதங்காக்கும் மஹாசக்தி – அன்னை
அவளே துணையென்றன வரதம்
நெஞ்சந்துவளாதிருத்தல் சுகம்...
நெஞ்சிற் கவலைநிதமும் பயிராக்கி
அஞ்சி உயிர் வாழ்த லறியாமை...

"செல்லம்மா! நீ என் உயிர், என் அமுதம். கவலைப் படலாகாது..."

"புதுச்சேரிக்கு வந்தால் எல்லாம் சரியாகும்னு சொன்னோம். ஒரு குழந்தையையும் அக்காவிடம் விட்டோம். பயந்து பயந்து நமக்கு ஒத்தாசை செய்பவரை நம்பி எத்தனை காலம் கடத்துவோம்னு தெரியல. ஸ்வாமி என்ன நினைக்கிறாரோ?"

"செல்லம்மா, பாபு வந்திருக்கிறார். அவர் மனைவி இப்போது வரவில்லை. உடம்பு சரியில்லை, இங்கே கடுமையான வாழ்க்கை தாங்க மாட்டாள் – வரவில்லை. ஆனால் நீயோ, இந்தத் தேசத்துக்கான மகாயக்ஞத்தில்கூடப் பங்கு பெறும் செல்லம்மா. இந்த நினைப்பே போதுமம்மா! பராசக்தி நம்மைக் கைவிட மாட்டாள்..."

'என்னைப் போல் இன்னொருவர்' என்ற உணர்வில், பாரதி புதிய தெம்பு கொள்கிறார். தினந்தோறும் மாலை மங்கியதும் அரவிந்தரைப் பார்க்கச் செல்வதும், பல பல கருத்துகளைப் பேசி வருவதுமாக நாட்கள் ஓடுகின்றன. இந்தியா நின்றது வருத்தமாக உறுத்தவில்லை. கருமயோகி, தருமம் என்று எழுத்துத்துறையின் வாயிலாக மக்களின் மனங்களில் இந்திய உணர்வைத் தூண்டி விடுவதற்கும் பின் வாங்கவில்லை.

கோடை, காற்றுக்காலம் போய் சாரல் மழையில் மாவிலைகள் துளிர்விட்டுப் புதிய ஆடைகள் அணிய, மண் அன்னை பசும் பட்டாடையுடன் கோலாகலமாய்ப் புதிய மணங்களைப் பரவவிடும் நாட்கள் வருகின்றன.

எந்த நாளிலும் பொன்னு முருகேசப் பிள்ளையின் வீட்டில் பிச்சைக்காரர், காவிச் சந்நியாசிகளின் கூட்டத்துக்குக் குறைவே காண முடியாது. காலையிலும் நண்பகலிலும் தானியமோ சமைத்த சோறோ அங்கே வழங்கப் பெறும். பொன்னு முருகேசப் பிள்ளையின் மனைவி, அண்ணியம்மாள், இல்லையென்பவர்களுக்கு மகாலட்சுமி.

காவடியில் போசியைத் தேய்த்துத் திருநீறும் குங்குமமும் இட்டுவைத்துக்கொண்டு மணியடித்துக்கொண்டு வரும் பிச்சைக்காரரிலிருந்து ராமாரி, கிருஷ்ணாரி பாட்டுப் பாடிக் கொண்டு இடுப்புக் குழந்தையுடன் வரும் பெண்கள்வரையிலும் அங்கே மொய்க்கிறார்கள், புரட்டாசி சனிக்கிழமையென்று.

காலையில் நீராடி, சிற்றுண்டி அருந்தி, வெற்றிலை – புகையிலை போட்டுக்கொண்டு பாரதி மேல் மாடியில் உட்கார்ந்து பார்க்கிறார். உள்ளே குவளைக்கண்ணன் திருவாய் மொழியா, எதையோ பாடுகிறார். அவர் இராகம் கர்ண கடூரமாக இருக்கிறது.

பாரதி தன் சிந்தையைக் கீழே திருப்ப முயலுகிறார்.

கோபமாக வருகிறது. இந்த நாட்டில் சோம்பேறிக் கும்பலுக்குக் குறைவில்லை. ஆண்டிப்பண்டாரம், பரதேசி எல்லாம் பிச்சை; உழைப்பில்லாமல் செல்வம் குவித்திருப்பவன், தன்னை நியாயப்படுத்திக்கொள்ள, 'தருமம்' என்ற போர்வையில் மறைகிறான். எது தருமம்? அன்னாத் பவந்தி பூதானி...

மின்னல் வேகத்தில் சிந்தனைகள் 'யக்ஞம்' என்ற சொல்லின் உட்பொருளில் ஒன்றச் செல்கின்றன.

ஆனால் இந்த அபசுர ராகம்...

"கிருஷ்ணா! உன் பாட்டை நிறுத்து சற்று!"

இவர் குரல் செவியில் விழவில்லையோ? அந்த நாராச 'ராகம்' நிற்கவில்லை. பாரதிக்குக் கோபம் வருகிறது.

எழுந்து சென்று அவன் கைப்புத்தகத்தைப் பிடித்திழுக்க, அவன் இழுக்க, புத்தகம் ஏடு ஏடாக உதிர்ந்து கொட்டுகிறது.

"புத்திகெட்டவனே! உன்னைத் திருத்த நினைத்தும் நீ திருந்தும் வழியில்லை. இப்படி அபசுரமாகப் பாடாதே என்றால் கேட்கிறாயா?..."

குவளைக்கண்ணன், பட்டை நாமத்தில் வேர்வை பொடிய, கண்கள் மின்ன நிற்கிறான். கண்ணன்...

"ஸ்வாமி? தங்களைத் தாங்கள் திருத்திக்கொண்டீர்களோ?"

பொட்டில் மின்னற் பொறிகளாய் அக்கேள்வி உதிர்கிறது.

தம்மைத்தாம் திருத்திக்கொண்டாரோ? இந்த முன் கோபம்... கீழே திருவாய் மொழிப்புத்தம் ஏடு ஏடாக... கோபத்தின் விளைவாக...

அவற்றைச் சேர்த்துக்கொண்டு நிமிர்ந்து பார்க்கிறார்.

"கிருஷ்ணா! தோற்றேன். நீயே ஜயித்தாய்..."

"ஸ்வாமி, நீங்கள் தோற்றேனென்று உணர்ந்தபோதே வெற்றியடைந்துவிட்டீர்கள்"

"என் அகந்தையினால் அருமையான திருமொழி கிழிந்து விட்டதே?... இந்த அகந்தை அழிய, ஒரு நாள் உபவாசம் இருக்கலாம்..."

"ஸ்வாமி, நீங்கள் இருக்க வேண்டாம். நான்தான் தவறாக நடந்தேன். ஒரு வாரம் உபவாசம் இருப்பேன்..!"

ஆனால் செல்லம்மாவா உபவாசம் இருக்க விடுவாள்?

மனசுக்குள், 'உபவாசம் இருக்கும்படி நேரும்போது வேறுவழியில்லை. இப்போது நீங்களாக எதற்குப் பட்டினி கிடக்க வேண்டும்' என்று எண்ணிக்கொள்கிறாள்.

நவராத்திரி விழா நடக்கும். இந்த நாட்களில் கருகருவென்று மீசையும் தாடியும் விளங்க, முகமதியக்கனவானைப் போல் ஒருவரை அழைத்துக்கொண்டு ஸ்ரீநிவாசாசாரி வருகிறார்.

"சுப்ரமணிய பாரதியா?"

தலைத் தொப்பியை எடுத்து வணக்கம் தெரிவிக்கும் இவர் யார்?

"வந்ததும் 'தாந்தேயின் டினாவன் காமடியும், இதாலிய அகராதியும் வந்ததா' என்று கேட்டார். எனக்கு உடனே புரிந்து விட்டது, என் அம்மாவோ, இந்த வீடு ரொம்பக் கெட்டுப்போய் விட்டது. துருக்கனைப் பக்கத்தில் வைத்துக்கொண்டு அமுது பரிமாறச் சொல்றான்னு ஒரே கடுமையாயிருக்கா ..."

ஸ்ரீநிவாசாசாரி சிரிக்கும்போது, பாரதியின் கண்கள் மகிழ்ச்சிப்பூக்களைக் கொட்டுகின்றன. பாய்ந்து புதியவரைத் தழுவிக்கொள்கிறார்.

"ஓ, வரகனேரி ஸுப்ரமணிய ஐயர் ... இந்தியாவுக்கு லண்டன் கடிதம் எழுதும் நிருபர்... ஆறாயிரம் மைலுக்கப்பால் இருப்பதாக நினைத்தோம். எப்படி வந்தீர்?"

"அது சாகசம் பாரதி! பிரிட்டிஷ் உளவாளிகளின் கண்களில் மண்ணைத்தூவி... வீர விக்ரம் ஸிங்காக, பார்ஸியாக, ருஸ்தம் ஸேட்டாக ... ஹஜ்யாத்திரை முடிந்து, ஐந்து நேரம் தொழுகை செய்யும் முகமதிய பக்தரத்தினமாக, கப்பலில் வந்து இறங்கியிருக்கிறார் ..."

ஆகா! இனி நமக்கு ஒரு குறையும் இல்லை. அரவிந்த பாபு, ஐயர் ... ஸ்ரீநிவாசாரி ...

ஆனந்தக் கூத்தாடுகிறார். பாட்டும் எழுத்தும் உற்சாகமாக வருகிறது.

தர்மாலயத்தில் ஹரிஹர சர்மா, பாலு, தோத்தாதிரி எல்லோரும் வந்து சேருகின்றனர். நீலகண்டரும் சங்கர கிருஷ்ணனும் புதிய செய்திகளைப் பாரெங்கும் அனுப்பும் வகையில் இரகசிய சங்கங்களை அமைக்கப் புறப்பட்டுச் செல்கின்றனர்.

சோகையாகிக் கிடந்த தருமாலயத்தில் புதிய இரத்தம் பாய்கிறது.

சில நாட்களுக்குள் பங்களூரிலிருந்து ஐயரின் மனைவி பாக்கியலட்சுமி வந்து சேருகிறாள். செல்லம்மாளுக்கு நல்ல துணையாகிறது.

நாலைந்து வீடுகளுக்கு அப்பால் இருந்தாலும், 'சுதேசிகள்' என்ற பந்தம் உற்ற தோழியாக்குகிறது.

செல்லம்மாளுக்கு அவள் துணிவும் தைரியமும் வியப்பளிக்கிறது; பிரமிப்பாகவும் இருக்கிறது.

உண்மையில் சுதந்திர வீரரின் மனைவி – பாக்கியலட்சுமி.

நான்கு வயசில் ஒரு பெண் குழந்தை இருந்ததாம். ஐயர் லண்டனிலிருந்து கடிதம் எழுதுவாராம். குழந்தை பேசத் தொடங்கியதும் அவளுக்கு வந்தே மாதரம் சொல்லிக் கொடு என்று எழுதினாராம். பிறகு அவரே கடிதம் எழுதுவாராம்.

"பிரியமுள்ள பட்டு! தினமும் காலையில் வந்தே மாதரம் என்று சொல்லு! நான் உன்னைப் பார்க்க விரைந்துவருவேன்" என்று எழுதிய கடிதத்தைத் தினமும் வைத்துக்கொண்டு, 'அப்பா என்னிக்கும்மா வருவார்!' என்று கேட்குமாம். பாக்கியமும் கணவர் பாரிஸ்டர் பரீட்சை கொடுத்துவிட்டுச் சீரும் சிறப்புமாகத் தாய் நாடு திரும்புவதைப் பற்றித்தான் கனவு கண்டிருந்தாள். ஆனால் ...

பாரிஸ்டர் பட்டத்தை உதறித்தள்ளிவிட்டு, வாரண்ட்டுக்குத் தப்பித் தலைமறைவாக இந்தப் புதுச்சேரிக்கு அவர் வர, அவள் குழந்தையில்லாமல் அவரைப் பார்க்கப் போவதாக நினைத்தாளோ?

காலையில் வந்தே மாதரம் சொல் என்று தந்தை சொல்லி யிருந்தார். ஆனால் குழந்தையோ, காலை மட்டுமின்றி மாலை எப்போதும் அந்தத் தாரக மந்திரத்தையே சொன்னாளே!

"அடீ! சொல்லாதேடீ! போலீசில் புடிச்சிண்டு போயிடுவான்!" என்று பாட்டனார் அதட்டியும் கேட்கவில்லை. அங்கிருந்து, அஞ்சி, பங்களூரில் ஒன்றுவிட்ட தமையன் வீட்டுக்குச் சென்றாள். குழந்தைக்குச் சீதபேதி கண்டது.

எந்த வைத்தியன் பார்ப்பான்? தேசபக்தர் தேசபக்தர் என்று மதிக்கும் காலமா அது? புருஷன்மீது வாரண்ட் இருக்கையில், இவள் அங்கே பதுங்கியிருப்பது தெரிந்தாலே போலீசார் கேள்விமேல் கேள்வி கேட்டுத் துளைப்பார்களே? டாக்டர் ஒருவரும் குழந்தையை வந்து பார்க்கவில்லை.

அந்தக் கண்ணான பெண் குழந்தை பட்டு என்று சீராட்டி மகிழ்ந்த குழந்தை வந்தே மாதரம் என்று சொல்லிக்கொண்டே, தகப்பனைப் பாராமலே உயிரைவிட்டது.

செல்லம்மாவால் இந்தத் துயரத்தைத் தாங்க முடியவில்லை.

இதந்தருமனையின் நீங்கி... என்ற பாடல்... அவர் எப்படிப் பாடினார்.

பாரத தேவி! இவர்களையெல்லாம், கரைகாணாக் கடலில் மிதக்கத்தான் இந்தக் கப்பல், சுதேசக் கப்பலில் ஏற்றியிருக்கிறாயா?

பாக்கியலட்சுமி, செல்லம்மாளுக்கு உற்ற தோழியாகிறாள். புதுச்சேரி வாழ்க்கை அன்றாடம் ஒரு புதுமையையும் நட்பையும் திகிலையும் கவலையையும் பரவசத்தையும் நெருக்கித்தள்ளிக் கொண்டு வரும்படி நாட்கள் மலர்ந்து தேய்கின்றன.

அரவிந்தர் கலவை செட்டியார் வீட்டு மாடியில் இருந்து வேறு இடம் பார்த்துக் குடிவருகிறார். இந்தத் தெருவில் பிரிட்டிஷ் கவுன்சில் ஜெனரல் வசிக்கிறான்.

இருள் மங்கியதும், ஐயரும் பாரதியும் தாடிவைத்துக் கொண்ட இரு சுதேசிகளும், அரவிந்தரை நாடி வருகிறார்கள். பல்வேறு விஷயங்களைப் பற்றிப் பேசுவதும் சிந்திப்பதும் ஆராய்வதுமாக இரவெல்லாம் நீண்டு செல்கிறது. ஐயர் தருமாலயத்து இளைஞருக்கு மல்வித்தை, உடற்பயிற்சி என்று கற்பிக்கிறார். மாலையிலும் பல உடற்பயிற்சி சங்கங்களில் இளைஞரைத் திரட்டச் செல்கிறார். எனவே சில நாட்களில் அவர் அரவிந்தரைச் சந்திக்க வருவதில்லை. பாரதியோ?

அரவிந்தரின் அறிவாற்றலை, ஒரு தூண்டு சக்திபோல் உட்கொண்டுவிடுகிறார். வேதக்கருத்துகளை, விளங்கா வித்துக்களை, மின்னற்கதிராம் ஞான உணர்வினால் தெள்ளு தமிழில், தீஞ்சுவைப்பாலின் எளிமையுடன் விண்டுரைக்கப் புரிந்துகொள்கிறார். சுதேசியம் – விடுதலை பெற்ற பாரதத்தின் உன்னதமான சமுதாயம் பற்றிய கனவுகள் அவருடைய மனக்கண்களில் வண்ணமும் உயிருமாகத் தெளிவாகின்றன.

நவமான கவிதைகளுடன், ஆறிலொரு பங்கு போன்ற கதைகளும் உருவாகின்றன. ஆனால் உளவாளிகளோ, இவர்களைச் சுற்றிக் கண்ணிவைத்துக் கண்ணாமூச்சி ஆடுகிறார்கள்.

25

தென்னகத்தில் க்ஷத்திரியன் என்ற பிரிவே தெரிவதில்லை. இங்கே வீரரசமே மிஞ்சாதபடி அந்த வருணம் அழிந்துவிட்டது...

இது உண்மைதானோ?

சரேலென்று புருஷஸூக்தத்திலிருந்து ஆராயும் வரிகள் நினைவோடையில் மின்னுகின்றன. திரும்பத் திரும்பச் சொல்லிக்கொள்கிறார்.

"ஸஹஸ்ரஸீர்ஷாபுருஷ: ஸஹஸ்ராக்ஷ: ஸஹ்ஸ்ர பாத்ஸ: பூமிம் ஸர்வத: ஸ்ப்ருத்வா அபி அதிஷ்டத் தசாங்குலம்."

...ஜன சமூகம் ஆயிரமாயிரம் தலைகளையும் கால் கைகளையும் கண்களையும் கொண்டதாக, புருஷன் என்ற நாயகனாக... தலையாக ஒரு சமுதாயம் காலாக, கைகளாக, மற்ற சமுதாயங்கள் என்று வைக்கும்போது... முப்பது கோடி முகமுடையாள்... மொய்ப்புறம் ஒன்றுடையாள்...

இந்தச் சமூகத்துக்கு இன்றைய இந்திய அடிமை மக்களின் சமூகத்துக்குத் தலை சரியில்லை; கைகள்... புஜபல பராக்கிரம க்ஷத்திரிய தருமத்தை நிறைவேற்றும் மேன்மைகளில்லை...

அரவிந்தரின் இல்லத்திலிருந்து வந்ததிலிருந்து சிந்தனைகள் மொய்க்கின்றன. ஆழ்ந்த சோகக் கவிதை, பிரலாபப் பாட்டாக வருகிறது.

மண்வெட்டிக் கூலி தின்னலாச்சே...

எங்கள் வாள்வலியும் தோள்வலியும் போச்சே..!

பாரதி இந்தப் பாட்டைப் பாடிக்கொண்டிருக்கையில், காவேரிதீரத்து பாலு மேல்மச்சில் வேர்க்க விறுவிறுக்க உடற்பயிற்சி செய்துகொண்டிருக்கிறான். பாட்டு அவனைச் சுண்டியிழுக்கிறது. அத்துடன் வாசலில் ஒரு புஷ்வண்டி வந்து நிற்பதும் அவன் கவனத்தைக் கவருகிறது.

அப்பாத்துரை வந்துவிட்டானா?

யாரோ 'பாரதியார் வீடு இதுதானே' என்று விசாரிக்கும் குரல்...

பாலு மாடியிலிருந்து இறங்கிவருகிறான்.

ஓர் இளைஞன் கிராப்பை வலப்புறம் வகிடெடுத்து வாரி இருக்கிறான்.

"யார் வேண்டும்?"

"பாரதியாரைப் பார்க்க வேண்டும்..."

இளைஞன் ஆங்கிலத்தில் பேசுகிறான்.

மாடியேறிச் செல்கின்றனர். தோள் வலி கொண்டு நாடுகாக்கும் படைமரபு, கூலியாக மண்தோண்டும் நிலைக்கு இழிந்துபோன சோகம் பிரலாபமாகிக்கொண்டிருக்கையில், சமுதாயத்தின் தலை, ஞானம் வேட்பதை மறந்து ஈன எண்ணங்களுக்கும் ஆசைகளுக்கும் அடிமையாகிப் போனதை விரித்து ஓலமாகக் குரல்கொடுக்கும் நேரத்தில் இளைஞன் பாரதியின் கால்களில் நெடுஞ்சாண்கிடையாக விழுகிறான்.

பாரதியின் முகம் வெறுப்பைக் காட்டுகிறது; அவனைப் பரபரத்துத் தூக்குகிறார்.

"இந்த நமஸ்காரமெல்லாம் வேண்டாம்! நீர் யார்?"

இளைஞன் ஆங்கில மொழியில் தன்னை அறிமுகம் செய்து கொள்கிறான்.

திருப்பயணம் ராமசாமி ஐயங்கார் – கொடியாலம் ரங்கசாமி ஐயங்கார் அனுப்பிவைத்திருக்கிறார் – சுதேச பக்தர்களைக் கண்டுவ...

பாரதியின் முகம் வெறுப்பைக் கொட்டுகிறது.

சொற்களைக் கடித்துத் துப்புகிறார்.

"டேய், பாலு! இவன் இங்கிலீஷ் பேசுகிறான்! உனக்குத் தோது!... பேசு!"

பாரதி அறையினுள் சென்றுவிடுகிறார்.

இளைஞன் கடுகிலும் கடுகாகக் குன்றி நிற்கிறான்.

உள்ளே சென்றவர் திரும்பிவந்து பார்க்கிறார்.

"ஒரு தமிழன் மற்றொரு தமிழனோடு இன்னும் எவ்வளவு காலம் ஆங்கிலத்தில் பேச வேண்டும்?"

இளைஞனுக்கு அழுகையே வந்துவிடுகிறது.

மீண்டும் மறவன் பாட்டு தொடருகிறது.

முன்னாளில் ஐயரெல்லாம் வேதம் – சொல்வார்,
மூன்று மழை பெய்யுமடா மாதம் –
இந்நாளில் பொய்மைப் பார்ப்பார் – இவர்
ஏது செய்தும் காசு பெறப் பார்ப்பார்...

. . . .

சோரந் தொழிலாக் கொள்வோமோ? – முந்தை
சூரர் பெயரை அழிப்போமோ...?

கேள்விகள் ஒவ்வொருவர் நெஞ்சையும் தாக்குகிறது, இதில் இந்தச் சாதி, அந்தச் சாதி என்ற பேதம் அடிப்பட்டுப் போகும் உணர்வு. மொத்தமாகத் தலைகுன்றி ஞானப்படியிலிருந்து இறங்கிப் போயிற்று. தலை இறங்கியபின் காலுக்கு வலிமை யுண்டோ? கைகள் தீரம் என்ற சொல்லின் பொருளாக இயங்க முடியுமோ...?

சொல்லும் பொருளும் குரலும் இத்துணை அருமையாக இசைவதுதான் யோகம் போலும்!

இளைஞன் பூரிப்பும் பரவசமுமாக நிற்பதைப் பாரதி காண்கிறார்.

"நாட்டின் விடுதலைக்கு முன் நரம்பின் விடுதலை வேண்டும்; நாவுக்கு விடுதலை வேண்டும்; பாவுக்கு விடுதலை வேண்டும்; பாஷைக்கு விடுதலை வேண்டும்."

செல்லம்மாவுக்குப் பாட்டைக் கேட்க அவகாசம் ஏது? காலையிலெழுந்து சமையலறை சுத்தமாக்கி, குழந்தைக்குப் பால் கொடுத்துவிட்டு, கிணற்றில் அவளே நீரிறைத்துவிட்டு நீராடுவாள். பிறகு காலையுணவு தயாரிக்க வேண்டும். இன்று புதிய இளைஞன் ஒருவன் வந்திருப்பது தெரிகிறது...

நாமம் போட்டுக்கொண்டிருக்கிறான். இவள் தோசை கொண்டுவந்து பரிமாறுகிறாள்.

சமுதாயத்துக்கு ஞான உணர்வை ஊட்ட வேண்டிய பார்ப்பான், வெள்ளைக்கார அரசின் போலீசுக்காரனாக உளவு

பார்க்கும் இழிவைக் கடித்துத் துப்பிக்கொண்டு தோசையை விண்டு விண்டு முற்றத்துக் காக்கைக்குப் போடுகிறார், இதைச் சொல்ல முடியுமா?

ஏற்கெனவே பூணூல் இல்லை, குலாசாரம் இல்லை என்று சாமிநாத தீட்சிதர் வீட்டில் அவளிடம் மறைமுகமாகச் சொல்லியிருக்கிறார்கள்... இவர் மட்டுமே இப்படி. அடுத்தாற் போல்... ஐயர் இப்படி இருக்கிறாரோ?

ஸ்ரீநிவாசாசாரி வீட்டில் அவர் தமக்கை வேதவல்லி படித்திருப்பவள், பேசுபவள் என்றால்கூட, குலாசாரம் விட்டிருக்கிறார்களோ, அவர்கள் வீட்டுச் சமையலறையைப் பிராமணர்களான இவர்களே பார்க்க முடியாது.

சாதியில்லாத சமுதாயத்தைக் கனவுகாணும் கணவருக்கு உள்ளொன்று புறமொன்று சமாசாரமே தெரியாது. வேணு நாய்க்கரும் ஒன்று, முருகேசனும் ஒன்று. சங்கர கிருஷ்ணனும் நீலகண்டனும் எல்லோரும் எல்லோரும் மனிதர்கள்.

முன்பும் ராடிகல் கிளப் என்று செய்கையில் இறங்காம லில்லை. ஆனால் இப்போது இதுவே அன்றாடமானால் என்ன செய்ய?

பாரத மாதா சிலை வேண்டும் என்று குயவர் பாளையம் செல்கிறார்கள். போய்விட்டு வந்தபின் ஒரே விவாதம். குயவர்கள் பிரமனின் சந்ததிகளாம்... குயவன் தீயை மிதித்தாற்போல் திடுக்கிட்டு, ஏழை எளிய எங்களைப் பிரும்மாவின் சந்ததிகள் என்கிறீரே என்றானாம்.

பிரமன் என்னும் குயவன் பஞ்ச பூதங்களை எடுத்துக் கொண்டு உயிரும் உருவமும் கொடுத்து மனிதரை சிருஷ்டி செய்கிறான். உயிரில்லாத சரீரம் எப்படிப் பிரயோசன மில்லையோ, அதுபோல் அறிவில்லாத மனிதனும் பயன்பட மாட்டான். நீங்கள் சிருஷ்டி செய்கிறீர்கள், உயிர்களையும் உருவத்தையும் இசைக்கிறீர்கள். உயிரை அதில் இசைக்கும் நீங்கள் பிரம்ம சந்ததிகளே. அந்த உயிர்த்துவத்தைக் கொண்டுவரும் அறிவும் ஞானமும் இல்லையெனில் அந்தச் சிற்பம் சிறப்பாகுமா?...

இந்த விவாதங்களைச் செல்லம்மா கேட்கிறாள். ஆனால் இவர் தமது வாதத்துக்காகக் காலம்காலமாகக் கொண்டாடி வரும் ஆசார சித்தார்த்தங்களை உடைப்பதாகவே அஞ்சுகிறாள்.

இந்த நிலையில் ஊரிலிருந்து தாத்தா அப்பாசாமி சிவன், பாட்டி, சின்னம்மா சித்தி எல்லோரும் வந்து இறங்குகிறார்கள்!

திருநெல்வேலிக்கப்பால் அடிவைக்காத பாட்டனார், மூன்று நேரம் சிவபூசை செய்யும் ஆசாரக்காரர். முழுவதும் மிலேச்ச ஆசாரம் பரவிக்கிடக்கும் புதுச்சேரிக்கு வந்திருக்கிறார்... ஏன்?

பாரதிக்குச் சொல்லியா தெரிய வேண்டும்?

"அய்யா! இதென்னடா, மீசையும் தாடியுமாய்க் கண்கொண்டு பார்க்கச் சகிக்கலியே? இளைத்துத் துரும்பாகிப் போனாயே!"

சின்னம்மா சித்தியின் பிரலாபத்துக்குக் கேட்க வேண்டுமா?

தாத்தாவோ, பேரன் பெரிய பத்திரிகை, பத்திராதிபர் என்ற நினைப்பில் வந்தமருகிறார்.

சீடப்பிள்ளைகள், பாலு, ராமசாமி, தோத்தாதிரி எல்லோரும் எட்ட நிற்கிறார்கள்.

"அய்யா? அந்தச் சமையற்காரனை வரச்சொல்லு, அவனிடம் மடியாகச் செய்ய வேண்டியதைச் செய்யச் சொல்கிறேன்!"

ராமசாமி முகத்தைத் திருப்பிக்கொண்டு சிரிக்கிறான்.

பாரதி சிரிக்கவில்லை, பாட்டனாரின் அறியாமைக்கு இரங்குகிறார்.

"தாத்தா, இங்கே சமையற்காரர் கிடையாது. எல்லாம் செல்லம்மாதான். சொல்லுங்கள் எல்லாம் செய்வாள்!"

தாத்தாவின் முகத்தில் ஒரு தொய்வு தெரிகிறது.

"பத்திராதிபர் வீடென்றால் சமையற்காரர், கை வேலைக்கு ஆள் என்று கிடையாதாய்யா?"

"தாத்தா, அதைப் பார்க்கத்தான் நீங்கள் கிளம்பி வருகிறீர்களென்று எனக்குத் தெரியாமல் போயிற்றே! உங்களைத் தகுந்தபடி வரவேற்றிருப்பேனே?"

பாட்டனார் சிறிது நேரம் யோசனை செய்கிறார்...

"அப்படீன்னா...இங்கயும் சுகமாயில்லன்னாறது. பேப்பர் இப்ப வரதோ இல்லையோ?"

"இந்தியா, விஜயா ஒண்ணும் வரல..."

"பின்ன நீ எதுக்கய்யா இங்கே ஒளிஞ்சிண்டிருக்கணும்? மகாராஜா இப்ப முன்னப்போல இல்லை. உன்னை நல்ல

மாதிரியா கவுரவிப்பன். தக்க மரியாதை செய்வன். பேசாம எங்கூடப் புறப்பட்டு வந்துடய்யா!"

கலகலவென்று சிரிப்பு தொடர்ந்து செவிகளில் ஒலி மலர்களைக் கொட்டுகின்றன ... 'அதானே பார்த்தேன்! சாத்தூரைத் தாண்டாத பாட்டன், இங்கு வந்த மர்மம்!' என்று புதிரை அவிழ்த்துக் கொட்டுகிறது.

மீசையில் கை செல்கிறது.

"பாஞ்சாலங்குறிச்சியை முன்பு காட்டிக் கொடுத்துப் பரிசு வாங்கின மாதிரி இப்போதும் பரிசு வாங்கலாம் என்ற நினைப்பு ஜமீன்தாருக்கு... தாத்தா, ஜமீன்தாரை ஞாபகமாக இருக்கச் சொல்லுங்கள்!"

பாவம், சங்கடப்படுகிறார் பெரியவர்.

ஆனால் பேரப்பிள்ளை பாட்டனாரின் சங்கடத்தைக் கண்டானந்திக்கும் சிறுமதியுடையவரல்லவே?

"ஆனாலும், வெள்ளைக்காரனின் கரிசனம் கண்டு மகிழ்ச்சிதான். உங்களையெல்லாம், இவ்வளவு தூரம் ஊர் விட்டு வரச் செய்தானே! ரொம்ப சந்தோஷம் தாத்தா. நீங்கள் சந்தோஷமாக இங்கே தங்கலாம்..."

பாட்டனாரும் சமாளித்துக்கொள்கிறார்.

"சரி அய்யா, எனக்கு ஸ்நானத்துக்கும் பூஜைக்கும் நாழியாகிறது" என்று எழுந்திருக்கிறார்.

"ஏண்டாப்பா, நீ இப்படி வா..."

நாமமில்லாமல் நிற்கும் ராமசாமியின் மீது பாட்டனின் பார்வை பதிகிறது.

"என் பூஜா பாத்திரங்களையெல்லாம் எடுத்து வைக்கிறேன். சுத்தமாய்த் தேய்த்துப் பூஜைக்குச் சித்தமாக்கணும். செல்லம்மாளிடம் சொல்லி இடத்தைச் சுத்தப்படுத்தறேன்..."

ராமசாமி தருமசங்கடமடைகிறான்; பாரத மாதாவின் வீரப்புதல்வர்களாகப் பயிற்சி பெறும் வாலிபர்களிடம் புளியும் சாம்பலும் போட்டுப் பாத்திரம் துலக்கச் சொல்கிறாரே. ஜமீன்தார் சொல் கேட்டுப் பேரனைக்கூட்டிச் செல்ல வந்திருக்கும் தாத்தா?

பாரதி உடனே தாத்தாவிடம் சென்று குனிந்து அந்த இரகசியத்தைக் கூறுகிறார்.

“தாத்தா, அவன் வைஷ்ணவப் பிள்ளை. உங்கள் சிவ பூசைப் பாத்திரங்களைத் தொடலாமா?”

தாத்தாவுக்கு முகம் வெளுக்கிறது.

“சிவ சிவா! அப்படியா? நல்லவேளை..!”

அவர் இறங்கிச் சென்றதும் பாரதியும் இந்த அநாசாரச் சீடர்களும் விழுந்து விழுந்து சிரிக்கிறார்கள்!

பாரதியின் இந்த வீச்சுப்பார்வை. தாத்தாவின் துருவேறிப் பிடித்த சம்பிரதாயங்களைப் பதம்பார்ப்பதுடன் நின்றுவிடவில்லை. செல்லம்மாள் கட்டிக் காக்கும் சமையலறை எல்லையிலும் புகுகிறது.

வந்தவர்கள் ஆசாரமாக, அமிழ்ந்து நீராடக்குளம். தேடிப் போயிருக்கையில் இவர் உட்புகுந்துவிடுகிறார்.

“இன்று என்ன சமையல் செல்லம்மா?”

அறைக்குள் அடுப்பின் கீழ் ஒவ்வொரு பாத்திரமாகத் திறந்து ஆராயும்போது, குடிமுழுகிவிடும் பரபரப்பில் செல்லம்மா அவரை அப்புறப்படுத்துகிறாள்.

“உங்களுக்கு எத்தனை சொன்னாலும் தெரியலியே? எல்லா விழுப்போடும் இங்கே வந்து தொடலாமா? இந்தத் தாத்தா பூசைக்குப் பண்ணினத்தனையும் நைவேத்யமாகணும். உங்களுக்குப் புண்ணியமுண்டு, சித்த எட்டிப் போங்கோ!”

மெல்லியகுரல்... வெளியே கிணற்றடியில் மூக்கைப் பிடித்துக்கொண்டிருக்கும் பெரியவருக்குத் தெரிந்தால்..? குளத்துக்குப் போயிருக்கும் சின்னம்மா சித்தியும் பாட்டியும் வந்துவிட்டால்...?

“அட மௌட்டீகமே? நான் தொட்டதும் தீட்டு ஒட்டிக் கொள்ளுமா?”

“ஆமாம். உங்களுக்கு என்ன விவரம் தெரிகிறது? கரியடுப்பில் பால் வைத்திருக்கும் பாத்திரத்தையும் தொட்டு, அப்படியே குழம்புக் கச்சட்டி மூடியையும் தொட்டுத் திறக்கிறீரே? நான் எங்கேபோய்ச் சொல்லியழ?”

சிரிப்பு அடக்க முடியவில்லை அவருக்கு.

“பாத்திரத்தைத் திறந்து என்ன என்று பார்த்தேன். பாலைக்கொண்டு குழம்பில் விட்டேனா? செல்லம்மா, இந்த மூடத்தனங்களைப் பெண்களாகிய நீங்கள் விட்டொழிக்கணும். சுத்தமாக இருக்க வேண்டும். தூய்மை, சமையலறைக்கு

மிக அவசியம்தான். ஆனால் என்றோ உடுத்திய பட்டை, நார்மடியைத் திருப்பித் திருப்பிச் சுத்தம் பார்க்காமல் உடுத்தால் அதுமடி நான் சுத்தமாக ஸ்நானம் செய்து, நல்ல உடை தரித்தாலும் அநாசாரம் என்பது தப்பு...”

“உங்களைக் கெஞ்சிக்கேக்கறேன். நாம் மட்டும் இருக்கிற போது, உங்கள் வாக்கை நான் எடுத்துக்கறேன். சின்னம்மா சித்தி ஏற்கெனவே நொந்து போயிருக்கா. நீங்க பள்ளு, பறை, துலுக்கன், கிறிஸ்தவன், நாயுடு, பிராமணன் எல்லோரும் சமம்னு சொல்லறதை, அவாளையும் தொட்டுண்டு இங்க வந்து கலக்கிறதை ஆசாரமா இருக்கிறவா ஒப்புக்கணும்னா முடியுமா? வீணாக் கலகம் எதுக்கு இப்ப?”

“செல்லம்மா, நீ அவாபக்கம் நின்று வக்காலத்து வாங்கறியே? மனுஷனாப் பிறந்தவா எல்லாம் ஒரே மாதிரிதான் இருக்காங்கறதை ஏன் ஏத்துக்க மாட்டேங்கறே?”

“நான் ஏத்துக்கறேன்... நீங்க இப்ப போங்களேன்...”

“நீ எதுக்கு இவ்வளவு பயப்படறே செல்லம்மா?”

செல்லம்மாவுக்கு அழுகையே வந்துவிடுகிறது,

“நீங்கள் என் சங்கடத்தை ஒருநாளும் புரிஞ்சுக்கல. உலகம் பூரா ஒரு வழி போனால், நீங்க அதைத் தப்புன்னு தனிவழி போறேள். என்னையும் கட்டி இழுக்கறேள். உங்களுக்குத் தேசம் தேசம் இதுதான். எனக்கு அக்கம் பக்கம், மக்க மனுஷா, பந்து, உறவு எல்லாமிருக்கு...”

குரல் தழுதழுக்க அழுகை பிதுங்கிவருகிறது.

அம்மாக்கண்ணு எதற்கோ வெளியில் குரல் கொடுக்கிறாள்.

பாரதி இந்தப் பெண்களை எப்படி இருட்டிலிருந்து வெளியேற்றுவது என்ற தீவிரமான சிந்தையில் இறங்குபவராக வெளிவருகிறார்.

26

தாத்தா, பாட்டி, சின்னம்மா சித்தி, எல்லோரும் சென்று பத்து நாட்களுக்கெல்லாம் அப்பாத்துரை தாயை அழைத்துக்கொண்டு வருகிறான்.

வானம் கறுத்த மழை பெய்யும் காலம். காலையில் கிணற்றில் நீரிறைத்துத் தவலையை நிரப்பி, அடுப்பை மூட்டுகிறாள் செல்லம்மா. சமையலறை மூலையிலிருந்த கற்சட்டியைத் தேய்த்து அலம்பிவிட்டு, துவைக்கும் துணிகளைச் சேர்க்கிறாள்.

முதல்நாள் வெளியே சென்று நனைந்து கொண்டே வந்தார்கள். இரண்டு வேட்டிகள் ஈரமாக மூலையில் கிடக்கின்றன. பாப்பாவின் சட்டை...

பாப்பா தூங்கியெழுந்து பால் குடித்தாயிற்று. அப்பாவிடம் உட்கார்ந்து கதை கேட்கிறது.

செல்லம்மா துணி துவைத்துப் பிழிந்துவிட்டுக் குளிக்கிறாள். உள்ளே சென்று மடி உடுத்திக் கொண்டு வரும்முன் அவள் கணவர் குளிக்கும் அறையில் பாடும் குரல் கேட்கிறது.

ஜயதர்மராஜாய ஜயயமாய ஜய வைஸ்வதாய, ஜய ஸுர்ய தேவஸ்யாய. ஜயமஹோக்ராய ஜயமஹா சாந்தாய.

இது என்ன கூத்து? இப்போது எதற்கு இவளைச் சொல்கிறார் என்று உள்ளூற ஓர் உதறல் எடுக்கிறது. குளியலறையில் எட்டிப் பார்க்கிறாள்.

நீரை வேட்டியெல்லாம் நனைய வழிய விட்டுக் கொண்டிருக்கிறார்.

அப்போதுதான் அவளுக்கு நினைவுச் சுரீலென்ற உண்மை எட்டுகிறது. முதல் நாள் ஈரத்தை இப்போது தானே அலசி உலர்த்தப் போட்டிருக்கிறாள்? இடுப்பு வேட்டி ஒன்றுதானே இருப்பு? அதையும் நனைத்துக்கொண்டு விட்டாரே?

“இப்படி இடுப்புத் துணியை நனச்சிண்டு நிக்கறேளே? இருக்கறது ரெண்டு. நல்லதா சோமன் இருந்தா உடனே அரையிலிருப்பதை எடுத்து புஷ்வண்டிக்காரனுக்கும் அவனுக்கும் இவனுக்கும் குடுத்துடறேள்...”

செல்லம்மா படபடவென்று ஆற்றாமையைக் கொட்டுகிறாள்.

நல்லவேளை. யாரோ உள்ளேவரும் காலடியோசை கேட்டு, முற்றம் கடந்து உள்ளே செல்கிறாள். முற்றத்தில் கிணற்றை ஒட்டிய சார்பித்தான் குளியலறை.

“ஆரது?...”

“நான்தான் மாமா... அம்பி...”

“தீட்சிதராத்து அம்பியா?”

“ஆமாம் மாமா!”

“நல்லகாலம். ஆத்துக்குப் போய் ஒரு ஆமதாபாத் சோமன் இருந்தாக் கொண்டு வாயேன்? ஒரே சோமன் தானிருக்காம். ஸ்நானம் பண்ணிண்டிருக்கேன், செல்லம்மா சொல்றா!”

அம்பி போகிறான்.

‘தேவி, பாரசக்தி!’ என்று கூவிக்கொண்டு செம்பு நீரை மடமடவென்று ஊற்றிக்கொள்கிறார்.

இப்படி ஒரு பாட்டு, இப்படி ஒரு தன் நினைவு மறக்கும் சிந்தனை, செயல்... குளியல்.

அம்பி, மெல்லிய சிவப்புக் கீற்றுக்கரை போட்ட புதிய அகமதாபாத் வேட்டி ஒன்றைக்கொண்டு விரைந்து வருகிறான்.

துடைத்துக்கொண்டு வேட்டியை உடுத்துக்கொண்டு உடனே சட்டையும் போட்டாயிற்று. சட்டை கூடப் புதிது ஒன்று தானிருக்கிறது.

வெளியே வந்தபின் தலைவாரல் சந்தனம், குங்குமம் பொட்டு இட்டுக்கொள்ளும் முன் ஏதோ வைத்ததை எடுக்க மறந்தாற் போன்ற பரபரப்பு.

துள்ளிக் குதித்துச்சாடிக்கொண்டு பாடும் பாட்டில் மனம் எங்கே இருந்தது என்பது புலனாகிறது.

இந்து பேப்பரும் கையுமாக வரும் பிள்ளைக்கும் சூழல் மறக்கும் ஆவேசம் வந்துவிடும்!

கனகலிங்கம், சுப்புரத்தினம், தேவசிகாமணி எல்லோரும் வியந்து நிற்க பாட்டும் கூத்தும் முடிகிறது.

அம்மாக்கண்ணு இளசாக வாழைத்தண்டும் கச்சல் வாழைக்காயும் கொண்டு வருகிறாள்.

காத்து மழையில் எங்கேனும் விழுந்திருக்கும். கச்சலைப் புளியைக் குத்திக் கூட்டாக்கலாம்...

"தேங்கா வேணுமா?"

அம்மாக்கண்ணு சாடை காட்டுகிறாள்.

"ஆமாம். தேங்காய் வாங்கிண்டு, எண்ணெக்காரிட்ட எண்ணெய் கொண்டுவரச் சொல்லு!"

பாட்டும் கூத்தும் கூட்டமும் மாடிக்கு இடம்பெயர்ந்து விட்டார்கள்.

செல்லம்மாவின் தாய் வெளியே வந்து, "புளிக்குழம்பா வைக்கணும்?" என்று கேட்டு, பருப்பு இல்லையென்பதை நினைவூட்டுகிறாள்.

வெறும் புளிக்குழம்பு... அன்றன்று சாமான் வாங்கும் நிலைதான் என்றுமா?

மேலே சென்று, பருப்பில்லை, நெய்யில்லை என்று சொல்ல முடியுமா?

ஆனால் அவர் கையில் இருந்தால் வஞ்சனையா?

வாழைத் தண்டையும் கச்சலையும் சமைத்து, புளிக்குழம்பு வைத்து...

இவருக்கு வாழ்க்கைப்பட்டதன் பலன்... பெண் குழந்தைக்கு ஒரு கால் பவுன் நகைபோட வழியில்லாமல், என்ன வாழ்க்கை? அவருக்காகவே கரிசனம் இருந்தால் இப்படித் தாம்தூமென்று கையில் பணம் வரும்முன் கண்டவருக்கும் தூக்கிக் கொடுப்பாரா?

கண்களைத் துடைத்துக்கொண்டு ஆத்திரத்தை வாழைத் தண்டில் காட்டுபவளாகக் கறுகறுக்கென்று நறுக்கி நூலை விரலில் சுற்றிக்கொள்கிறாள்.

சொர்ணத்தை அனுப்பி அண்ணியம்மாள் வீட்டிலிருந்து உழக்குப் பருப்பு வாங்கிவரச் செய்கிறாள்.

வீட்டுக் கவலை எதுவும் கொடுக்கக் கூடாது என்று அப்பாத்துரை சொல்லியிருப்பது அவளுள் வேரோடிப் போனாலும், அவளால் பிறர் நடுவே தலைநிமிர்ந்து பேச முடிய வில்லையே? கையில் தாராளமாகக் காசிருந்து சுதந்திரமாக வெளியே சென்று பிறர் மதிக்க உலகத்தோடு ஒட்ட, வாழாத வாழ்க்கையின் கொடுமையை அவளன்றோ அனுபவிக்கிறாள்?

எண்ணெய்க்காரிக்குச் சொல்லி அனுப்பினாள். எண்ணெய்க்காரி வரவில்லை. கார்த்திகை இருட்டு, மைக் கொத்தாய் அப்ப வருகிறது.

செல்லம்மா உள்ளே அறையில் நின்று சன்னல்வழி பார்க்கிறாள். அண்ணியம்மாள் வீட்டில் வரிசையாக ஜகஜ் ஜோதியாக விளக்கு வரிசை. அண்ணாமலைத் தீபம் இன்னும் இரண்டு நாட்கள் இருக்கின்றன.

அந்தப் பக்கம் செட்டியார் வீட்டில் மேலே, கீழே அகல் விளக்குகள். தீட்சிதர் வீட்டில் வைத்திருப்பார்கள். வாத்தியார் வீட்டில் வைத்திருப்பார்கள். பாப்பா மழலையில் ஏதேதோ சொல்லிக் கை தட்டிப் பூரிக்கிறது. அண்ணியம்மாவின் வீட்டை விட்டு வர மாட்டாள்.

அந்தக் குழந்தை மகிழ, நம் வீட்டிலும் நான்கு விளக்கேனும் வைக்க வேண்டாமா? கார்த்திகை மாசத்தில் முதல் நாள் இரண்டு விளக்கு என்று ஆரம்பித்துச் சக்திக்குத் தகுந்தபடி கூட்டிக் கொண்டு செல்வார்கள்.

இந்த எண்ணெய்க்காரி இப்போதேனும் வர மாட்டாளா? வெள்ளிக்கிழமை சாயங்கால வேளையில், லட்சுமி வர, எண்ணெய் விட்டு அகல் வைக்காமல், என்ன வீடு?

செல்லம்மா பரபரக்கிறாள்; புறுபுறுக்கிறாள். யாரோ வருகிறாப் போலிருக்கிறதே?

அப்பாடி, யாரடி? எண்ணெய்க்காரியா?

செல்லம்மாளின் ஆற்றாமை தக்கைத் திறந்த குப்பியில் அடைபட்ட வாயுவாக ஆவேசத்துடன் வெளிப்படுகிறது.

"என்னடீ? வெள்ளிக்கிழமை, விளக்கு வச்சப்புறம் வரே? எண்ணெய்ச் செம்பைக் காணம்?"

"பொறுத்துக்கோம்மா, செக்கு மேட்டில எடம் கிடைக்கல. ஆடல. சொல்லிட்டுப் போக வந்தேன்..."

“என்னடி இப்படிக் கல்லைத் தூக்கிப் போடற? நான் படிச்சுப் படிச்சுச் சொன்னேன். சந்தியாகாலம் ஆகி, விளக்கு வச்சப்புறம் யார் வீட்டில் கடனுக்குப் போக? பொட்டு எண்ணெய் வீட்டிலில்லை!”

“நான் என்னம்மா செய்யட்டும்? செக்குமேட்டில் இந்நேரம் காத்துக்கிடந்தேன். பொழுது போயிடவே, நீ காத்துக் கிடப்பியேன்னு ஓடியாந்தேன்.”

“வெறுங்கையோட ஓடி வந்தே..! அண்ணியம்மா வீட்டி லேந்து அந்த வேலைக்காரக் குட்டியக் கூப்பிடு, கடையிலேந் தாலும் உழக்கெண்ணெய் வாங்கி வரச் சொல்றேன்?”

“செல்லம்மா! நீ அவளை இப்ப விரட்டாதே, மழை வரும்போல இருக்கு. விளக்குக்கு எண்ணெய் இல்லாவிட்டால் என்ன? இரண்டு மெழுகுவத்தியை ஏத்தி வை!”

இவள் பொருமலை, புலம்பலைக் கேட்டுக்கொண்டே வரும் பாரதியின் யோசனையில் அவளுக்கு மேலும் கோபம் வருகிறது.

“அநாசாரம்! அது மீன்கொழுப்போ, மாமிசக் கொழுப்போ! அதை ஏத்தினால் முழுத்தீட்டு. லட்சுமி எப்படி வருவாள்?”

“செல்லம்மா, நம் வீட்டு வாசலில் காந்த விளக்கு எரியறது. நாம் வேற வாசல்ல விளக்கு வைக்கணுமா? அந்த வெளிச்சத்துக்கே லக்ஷ்மி வருவாள். வேலைக்காரப் பெண்ணை இப்ப கடைக்கு அனுப்ப வேண்டாம்.”

“அவகிட்ட என்ன கருமசிரத்தை? அவ போயிட்டு வரதுக்குள்ள மழை கொட்டிடாது!...”

“சரி, மெழுகுவத்தி தீண்டல்னா, கைச் சிம்னி விளக்கை வாசலில் வை!”

“எதற்கெடுத்தாலும் கோணல் வழக்கா? மண்ணெண்ணெய் விளக்கு ஆசாரமா? அது நம்வழக்கமில்லை. ஆடின எண்ணெய் சுபம். புகைப்பிடிக்காது. முத்துப்போல எரியும். எதற்கெடுத்தா லும் கோணல் கட்சி பேசுவதே இங்கே வழக்கமாயிடுத்து! போடிம்மா, நீ வீட்டுக்கு! மழையில் நீ நனைஞ்சா ஐயருக்குக் குளிருமாம்!”

அப்போது தத்தம் வீடுகளில் விளக்கேற்றி விட்டுப் பெண்கள் தெருவில் வருகிறார்கள். ஸ்ரீநிவாசாசாரியின் மகள் யதுகிரி, தீட்சிதரின் பெண் மீனா, சங்கர செட்டியாரின் மகள் பத்மாவதி, எல்லோரும் வருகிறார்கள்.

யதுகிரிக்கு பாரதியிடம் தனியானதோர் அபிமானம்,

"செல்லம்மா, எதுக்குச் சண்டை போடுகிறீர்?"

"பின்னென்னம்மா, எண்ணெய்க்காரி வரவில்லை. கடைக்குப்போய் மாகாணி எண்ணெய் வாங்கிண்டுவான்னு வேலைக்காரக்குட்டியை அனுப்பக் கூடாதாம்!"

"பார் யதுகிரி, விளக்குத்தானே வைக்கணும்! மெழுகு வத்தியை ஏத்திவை. இல்லாட்ட மண்ணெண்ணெய்ச் சிம்னியை வைன்னேன். அதெல்லாம் தீட்டாம்! என்ன மௌட்டீகம்? ஒளியிலும் தீண்டாமையா?"

"பழைய வழக்கங்களில் நம்பிக்கை, நீர் புதிதாக மாற்றணும்னா எப்படி?"

"அப்படிச் சொல்லம்மா யதுகிரி. நாலுபேர் நடுவில் குடியிருக்கறப்ப, நாமும் அவர்களுக்கு ஒப்பச் செய்ய வேண்டாமா? அண்ணியம்மா, வீட்டில் இருபது விளக்கு வச்சிருக்கா, சகுந்தலா பாப்பா அங்கேயே இருக்கா. நாம ஒரு ரெண்டு விளக்கானும் வைக்கணும்னு ஆசையிருக்காதா எனக்கு?"

இந்த அற்ப மகிழ்ச்சிக்குக் கூடப் பொருளில்லா வறுமையா என்று செல்லம்மாவுக்குத் துக்கம் பொங்குகிறது.

"செல்லம்மா! நீ பொழுது போக இப்ப ஒரு சண்டைக்குக் கொடிகட்டி இருக்கே!"

"எனக்கொண்ணும் போது போகாமல் இல்லை. அந்த மாசங்களில் சக்தி, அம்பாள், லக்ஷ்மி, கங்கை எல்லோரும் ஊர்வலம் வருவார்களாம். சாயங்கால வேளைகளில் யார் வீட்டில் சுத்தமாக ஆசாரமாகத் துப்புரவாக இருக்கோ அங்க வந்து தங்குவார்களாம்!"

"ஆமாம். எங்க பாட்டிகூடச் சொல்லுவா. வருஷம் முழுவதும் ஏற்ற முடியாவிட்டாலும் தீபாவளிலேந்து கார்த்திகை மாசம் முழுசும் ஆசாரமாக விளக்கேற்றினால் லக்ஷ்மி, சரஸ்வதி எல்லோரும் வருவாளாம்!"

"எல்லாத்தையும் கண்ணை மூடிண்டு பின்பத்தணும் னில்லை. எதுக்கு விளக்கு வைக்கிறான்னு யோசிக்கணும். முன் காலங்களில் தெருவில் விளக்குக் கிடையாது. கார்த்திகை மழைக்கார் உள்ள காலம், இருட்டாக இருக்கும். எல்லோருடைய வீடுகளிலும் வரிசையாக வாசலில் விளக்குவச்சா, தெருவில் வழிப்போக்கருக்கு வெளிச்சம் காட்டும். ஊரும் வெளிச்சமாகும். நீங்கள் காரணம் தேடும் அறிவு வெளிச்சத்துக்கே வர மாட்டேன் என்கிறீர்கள்! எங்கள் தாத்தா இருட்டில் தேடினார், நாங்களும்

வெளிச்சத்தில் கண்களை மூடிக்கொண்டு தேடுவோம் என்றால் நியாயமா? லட்சுமிக்கு எண்ணெய் விளக்கு, அழுக்கு மடி, கள்ள யோசனையுடைய பொய் பக்தி, வெளிவேஷம் இதெல்லாம் வேண்டாம். முதலில் அன்பு வேண்டும். உண்மையான பக்தி, உறுதியான மனசு, இவைதான் முக்கியம். வெற்று ஆடம்பரத்தில் லட்சுமி மயங்க மாட்டாள்!... குழந்தைகளா, எல்லோரும் உள்ளே வாருங்கள்!"

பாரதி அவர்களை உள்ளே அழைக்கிறார்.

நாற்காலியில் லட்சுமி படத்தை எடுத்துவைக்கிறார். இரண்டு மெழுகுவத்திகளைத் தேடி இரு பக்கங்களிலும் ஏற்றிவைக்கிறார்.

'வந்தே மாதரம்!' என்று பாடத் தொடங்குகிறார். குழந்தைகளும் சேர்ந்து பாடுகிறார்கள்.

மெழுகுவத்தி ஒளி, குழந்தைகளின் வருகை, பாட்டு, எல்லாம் முரணான கருத்துகளைத் துடைத்தெறிந்து விடுகின்றன.

புதிய பாட்டொன்றை அப்போதே முறை வைக்கிறார்.

"ஆதிப்பரம் பொருளின் ஊக்கம் –
அதை அன்னையெனப் பணிதல் ஆக்கம்..."

இவர் பாட்டை எடுப்பதும், குழந்தைகள் சேர்ந்து இசைப்பதும், வீட்டு வாயிலைத் தாண்டி அண்ணியம்மாளை அழைக்கிறது.

சகுந்தலாவும் உடன் வர, தன் அண்ணன் மகளையும் கூட்டிக்கொண்டு இந்த வீட்டுக்கு வருகிறாள்.

"எல்லோரும் பாடவே, கும்மியடிக்கிறாங்களோன்னு வந்தேன்."

"வாங்கோம்மா!... செல்லம்மா லக்ஷ்மி வீட்டுக்கு வந்திருக்கிறார் பார்!"

செல்லம்மா மகிழ்ந்து பாயை விரிக்கிறாள்.

பாட்டுக்கள் பாடி முடிந்ததும், மஞ்சள் குங்குமம் கொடுக்கிறாள்.

"மழைவரும் என்றீர்கள். மழை ஓடிவிட்டது."

"இல்லை செல்லம்மா! மழை கட்டாயமாக வரும். குழந்தைகளைச் சீக்கிரமாக வீட்டுக்கனுப்பு...!"

பழமையிலே புதுமை காணும் இந்த மாப்பிள்ளையையும் பெண்ணையும் பார்த்து மீனு அம்மாள் வாயடைத்து நிற்கிறாள்.

27

1911ஆம் ஆண்டு பிறக்கும்போது தேசீயம் வளர்க்கும் பத்திரிகை என்ற சாதனங்களின் உயிர் நாடியைப் பிரிட்டிஷ் அரசு துண்டித்து இனி வேறு வழியில்லை என்று தீர்த்துவிட்டிருக்கிறது. அத்துடன் டில்லியில் முடிசூட்டு விழா தர்பார் நடக்கப்போகிறது.

ஆனால் கவிஞரின் உணர்ச்சிகளை அடைக்க முடியுமா? அதுவும், அழுக்கும் சுயநலமும் சிறிதும் ஒட்டாத பளிங்கு மனமுடைய பாரதியின் எழுச்சி வடிகால்களை அடைப்பது சாத்தியமா?

நீராடச் செல்கையில் குவளைக்கண்ணனின் தாய் 'திருப்பள்ளியெழுச்சி பாடுவீரா?' என்று கேட்டதும், பாரத மாதாவுக்கே திருப்பள்ளி யெழுச்சி பாடிப் புகழ்த் தொண்டராகிறார். தொடர்ந்து, 'உமது நாலாயிர திவ்யப் பிரபந்தத்தை மிஞ்சும் ஆறாயிரம் பாடுவேன்' என்று இலட்சியத்தை மனசில் நிலைநிறுத்துகிறார். தை பிறந்தால் புதிய நம்பிக்கைகள் வருமே?

தர்மாலயத்தில் புதிய புதிய இளைஞர்கள் வருகிறார்கள். வாஞ்சியும் சங்கர கிருஷ்ணனும் வருகின்றனர்.

இரவுக்கு இரவாக பாரத மாதா சங்கத்தின் செயல் திட்டங்களை, ஐயர் முன்னின்று நிறைவேற்றுகிறார். காலை இளம்வெயிலில் கண்மூடித் தவம் இருப்பதுபோல் பாரதி அந்த நடவடிக்கைகளைக் கண்டும் காணாமலும் அமர்ந்திருக்கிறார். திடீரென்று மீசையை முறுக்குகிறார்,

நெஞ்சுக்கு நீதியும் தோளுக்கு வாளும்
நிறைந்த சுடர்மணிப் பூண்...
பஞ்சுக்கு நேர் பல துன்பங்களாம்
அவள் பார்வைக்கு நேர் பெருந்தீ!

'தீ' என்று குரல் உச்சத்தை எட்டுகையில், துன்பங்களை அத்தீ விழுங்குவது போல் உணர்ச்சி பொங்குகிறது.

காமா அம்மையார் பிரான்ஸ் நாட்டில் நடத்திய *வந்தே மாதரம்* ஆங்கிலப் பத்திரிகையும், ஜெர்மனியில் ஓர் இரகசிய நிறுவனம் நடத்திய இந்திய சுதந்திரத்துக்கான *தல்வார்* (வாள்) என்ற ஆங்கிலப் பத்திரிகையும், ஸ்விட்ஜர்லந்தில் சியாம்ஜி கிருஷ்ண வர்மா நடத்திவந்த *இந்தியன் ஸோஷியாலஜிஸ்ட்* பத்திரிகையும், அமெரிக்க நாட்டில் அயர்லாந்து சுதந்திரத்துக்காகக் குரல் கொடுத்த *கெய்லிக் அமெரிக்கன்* என்ற பத்திரிகையும் ஆங்கில அரசின் எல்லைக்குள் தடை செய்யப் பெற்ற இதழ்கள்.

இவையனைத்தும் நூறு நூறாய்ப் புதுவை எல்லைக்குள் தருமாலயத்துக்கு வருகின்றன. 1857ஆம் ஆண்டு எழுந்த கிளர்ச்சியைச் சிப்பாய்க் கலகம் என்றல்லவோ ஆங்கில அரசு விவரித்தது? தேசீயப் புரட்சியாளராக அருஞ்சாதனைகளை ஐரோப்பிய மண்ணிலிருந்து நிகழ்த்திக்கொண்டிருக்கும் வி.டி. சவர்க்கார், அந்தக் கிளர்ச்சியே முதல் இந்திய சுதந்திர யுத்தம் என்று உண்மையை விண்டு ஓர் ஆங்கில நூலை எழுதியுள்ளார். அதுவும் தருமாலயத்துக்குக் கட்டுக்கட்டாக வந்து சேர்ந்திருக்கிறது.

இவையனைத்தும் இரவுக்கிரவே இளைஞர்களால் கால்நடையாகக் கொண்டு செல்லப்பட்டு, வில்லியனூர், பாகூர் ஆற்றைக் கடந்து மஞ்சக்குப்பத்தை எட்டுகின்றன.

நீலகண்டனும் சங்கரகிருஷ்ணனும் தென்னாடு முழுவதிலும் அமைத்திருக்கும் சங்கங்களுக்கு இப்பத்திரிகைகளும் வேறு துண்டுப் பிரசுரங்களும், சுதேச வெறியைத் தூண்டி விடும் எழுச்சிக் கோல்களாகச் சென்றெட்டுகின்றன.

வாஞ்சி...

குயவர்பாளையம் சென்று ஐயரும் பாரதியுமாக மாதிரிப் படம் கொடுத்துத் திட்டமிட்டு உருவாக்கச் சொன்ன பாரத மாதாவின் படிமம், பார்க்கும்தோறும் உள்ளம் பொங்கச் செய்கிறது.

பாக்கிய லட்சுமி அம்மாள் பகல் நேரங்களில் செல்லம்மாளிடம் உற்ற தோழியாகப் பேச வருகிறாள்.

வழக்கமான சமையல் சாப்பாட்டில் தொடங்கினாலும் பேச்சு சுதேசியப் பிரச்சினைகளில் வரும்படியாகவே முட்டி நிற்கிறது.

"ஓட்டப்பிடாரம் வக்கீல், மாமா மாமான்னு கூப்பிட்டுண்டு வருவார். அவரைச் செக்கில் மாட்டுக்குப் பதிலா வச்சு, ஓட்டறாளாம். அதைக்கேட்டு இவரும் பாட்டெழுதினார். கலிமுத்தி அக்கிரமம் நடக்கும்னு சொல்றது சரியாயிருக்கு..."

பாக்கியலக்ஷ்மியின் முகத்தில் ஈயாடவில்லை.

"சின்னச் சின்ன வயசுக்காரா. கல்யாணமாயிருந்தா, விவரம் தெரியாத பெண்ணாயிருக்கும். இல்லேன்னா பெத்தவா கிடந்து துடிப்பா. எல்லோரும் பயத்தைத் துடைச்சிட்டுச் செயல் புரியணும்னு எறங்கியிருக்கா, செல்லம்மா? நான் ரொம்பத் தைரியமாத்தான் இருந்திருக்கேன். நம்மைப் போல இருக்கறவா எல்லோரும் தைரியமாத்தான் இருக்கணும்..."

செல்லம்மாளுக்கு அவள் மனசுக்குள் பொதிந்துகிடக்கும் கனம் யாதென்று ஊகமில்லை. அவள் நோக்கும் போக்கும் மிகச் சாதாரணமானவை. அன்றாடம் உப்புக்கும் புளிக்கும் துன்பப்படும் நிலையை பாக்கியம் அறிவாளோ? அன்றன்று கால் மாகாணி, அரை மாகாணி வாங்குவதைப் பற்றி அவளுக்குத் தெரியுமோ? ஐயர் கெட்டிக்காரர். இல்லாதபோனால் ஆறாயிரம் மைல் அத்தனை போலீசுக்கும் கடுக்காய் கொடுத்துவிட்டு இந்த மண்ணில் வந்து குதித்திருப்பாரா?

"செல்லம்மா! சைதாப்பேட்டையில் வண்டியேறிய நான் துடித்த துடிப்பைச் சொல்ல முடியாது..." என்று அவள் கணவரே கூறியிருக்கிறார்.

உள்ளத்தில் எந்த விஷயத்தையும் மறைத்துக்கொண்டு இயங்கத் தெரியாதே? அதனால்தானே, கையில் ஏதேனும் நாலு இரண்டு அகப்பட்டால், உடனே முதல் தேவை என்று யாருக்கு அவசியமானாலும் கொடுத்துவிடுகிறார்? நான், எனது என்ற எண்ணமே இல்லையே? 'நாளைக்கு வேண்டுமே' என்ற கவலை ஒரு இரேகையும் ஒட்டுவதில்லையே?

"செல்லம்மா ... பெண்களிடம் இரகசியம் தங்காது என்பார்கள். நானும் தைரியமாக இருக்கப் பார்க்கிறேன்."

"என்ன செய்யறது? போலீசுக்காரக் கூட வரது பழக்க மாயிடுத்து, ஸ்வாமி இருக்கார்னு நினைச்சுக்க வேண்டியது தான்..."

பாக்கியலட்சுமி அக்கம் பக்கம் பார்த்துக்கொள்கிறாள்.

குரல் மிக மெல்லியதாக இழைகிறது.

"செல்லம்மா, உங்களவருக்கு, ஒரு மாதிரி... இவர்... தினம் தினம் ராத்திரி அந்தப் பிள்ளையை அழைச்சிண்டு இரவோடிரவா எங்கோ போயிட்டு வரார், பிஸ்டல் கத்தி எல்லாம் இங்கே பாடம். எனக்குச் சொல்ல முடியுமா?"

செல்லம்மாளுக்கு இதன் முழுப் பொருளும் புரியத் தானில்லை.

பாரதியும்கூடத்தான் மாலையில் வெளிச் சென்று நள்ளிரவிலும்கூட வருகிறார். அரவிந்தருடன் பேசிவிட்டு வருகிறார் என்பது உண்மையே. ஏனெனில் அவர் எத்தகைய எண்ணங்களைச் சிந்தையில் கொண்டு வருகிறார் என்பதை அவர் வாயாலேயே அறிந்துவிடலாம்.

"செல்லம்மா, திருப்பள்ளி எழுச்சி பாடியிருக்கிறேன் கேள். செல்லம்மா! கனவுன்னு ஒரு நீண்ட கவி செய்திருக்கிறேன். நீ கேட்கணும்..."

அவளை உட்கார்த்திவைத்து அதைப் பாடினார். சொந்தக் கதையை அதில் செய்திருக்கிறார். பள்ளிக்கூடத்தில் படித்ததும், பக்கத்து வீட்டுப் பெண்ணைப் பத்துப் பிராயத்தில் பார்த்து ஆசைகொண்டதும் திருமணமானதும், மூன்று வயசுத் தங்கையைத் தாய்மடியிலிருந்து எடுத்துத் தாலிகட்ட மணையிலிருத்தியதும் எல்லாம் பாடியிருந்தார். ஒளிவுமறைவே தெரியாத அந்தக் கணவனின்மீது செல்லம்மாவுக்குப் பெருமை மட்டுல்ல; பச்சைக் குழந்தைபோன்ற உள்ளம் கண்டு பரிவும் உண்டு.

ஆனால் பாக்கியலட்சுமி அம்மாள் எதைக் கனமாகச் சொல்கிறாள் என்று புரியவில்லைதான். இருந்தாலும் தேசம், பாரத மாதா விடுதலை. சாதிகள் கிடையாது என்றெல்லாம் வரும்போது, வெளிக்குத் தெரியாமல் இரகசியங்களை அடக்கி வைத்திருப்பது என்ற ஓர் உணர்வும் அவளுக்குச் சிறிதளவு எட்டுகிறது.

மனசுக்குள் ஒன்று வைத்திருப்பது தெரியாமல் நடமாடுவது...

சங்கர கிருஷ்ணன் தருமாலயத்திலிருந்தாலும் அவள் தாயைப் பார்க்க வருவான்.

"ஏண்டா பிள்ளை, கேப்பைக்களியையும் ஊற வைத்த கடலையையும் சாப்பிடுவாயோ இப்படி?" என்பாள்.

“மாமி, உங்களுக்குத் தெரியாதா? பாரத மாதா சேவைன்னா, ஜெயிலுக்குப்போக வேண்டுமே! அங்கே கேப்பைக்களிதான் கொடுப்பா. இந்தக் கடலையைப் பச்சையாகச் சாப்பிடுவதில் உடம்பு பலம் பாருங்கள். தேசபக்தன் காட்டிலே மேட்டிலே ஓட வேண்டும், கடினமான வாழ்க்கைக்குப் பழக்கிக்கொள்ள வேண்டும்...”

“போதும்டா பிள்ளை, ஜெயில் ஜெயில்னு சொல்லாதே!”

ஒரு சிரிப்பு சிரிப்பது அவனுக்குப் பழக்கம்.

சித்திரை ஓடி வைகாசியும் பிறந்துவிட்டது. சுதந்திரப் போராட்ட நாளைக் கொண்டாடுகிறார்களாம். பவானி பூஜைக்கு ராத்திரி போய்விட்டு பாரதி குங்குமமும் நெற்றியுமாக வருகிறார்.

“தேவி, பராசக்தி!...”

எல்லாமாகிக் கலந்து நிறைந்தபின்
ஏழைமை யுண்டோடா! – மனமே?
பொல்லாப் புழுவினைக் கொல்ல நினைத்தபின்
புத்தி மயக்க முண்டோ?
உள்ள தெலாமோருயிரென்று தேர்ந்தபின்
உள்ளங் குலைவதுண்டோ? மனமே!
வெள்ளமெனப் பொழி தண்ணருளாழ்ந்தபின்
வேதனையுண்டோடா?

புதிய பாட்டில்லை. இது முன்பே பாடியிருப்பதுதான். என்றாலும் அந்தக் குரலில் நூதனமாக ஒரு தனிப்பொருள் இருப்பதுபோல் தோன்றுகிறது. இவருக்கு ஒளிவு மறைவு கிடையாது...

படுக்கையில் படுத்தவர் உறக்கம் பிடிக்காமல் எழுந்து உட்காருகிறார்.

“செல்லம்மா...”

“ஏனிப்படி எதையோ மனசுல வச்சிண்டு தவிக்கிறாப்பல?”

“செல்லம்மா. அப்பாதுரை ஊருக்குப் போறேன்னான்... அம்மாவையும் சொர்ணாவையும் அழைச்சிண்டு...”

“ஆமாம். அவனுக்கு இந்தக் குடும்பம் மட்டுமா? அங்கயும் பொறுப்பு இருக்கு. சொர்ணத்துக்கும் பத்து வயசாயிட்டது. ஊரில் இருந்தால்தான் ஏதோ கல்யாணம்னு பார்க்க முடியும்...”

இரண்டு வருஷங்களாகச் சுற்றிச்சுற்றி வந்த சொர்ணம் ஊருக்குப்போகிறாள்.

தம்பிடிக்கு வெற்றிலை வாங்கி வர வேண்டுமா? அத்திம்பேருக்கு 'ட்வில்' துணி வாங்கி அளவு கொடுத்து அங்கேயே உட்கார்ந்திருந்து தைத்து வர வேண்டுமா? மண்டயத்தார் வீட்டுக்குச் சென்று பேப்பர் வாங்கி வர வேண்டுமா? சீட்டெழுதிக் கொடுத்தால் கொண்டு சேர்ப்பவரிடம் சேர்க்க வேண்டுமா? 'ஸ்வர்ண குமாரி... தங்கச்சிப் பெண்ணே!' என்பார்.

மழை பெய்து வாயிலில் வடிகால் குளமாகிவிடும். வழுக்கைத்தலையும் கூனல் முதுகுமாக வீட்டுக்காரச் சபாபதி செட்டியார் குடையுடன் வந்துவிடுவார்.

சதி – பதி இருவருக்குமே, அவருக்கு வாடகைப் பணம் முழுதும் கொடுபடாமல் துண்டு நிற்கிறதே என்ற குற்ற உணர்வு மேலிடும்.

"சொர்ணம்... நான் ஒண்ணு சொல்றேன், கேக்கறியா?"

"என்னத்திம்பேரே?"

"பேசாமல் இந்த வீட்டுக்காரச் செட்டியாரைக் கல்யாணம் பண்ணிண்டுடு. வாடகை பாக்கி எதுவும் கொடுக்க வேண்டாமே."

அத்திம்பேர் சிரிக்க மாட்டார்; செட்டியார் சிரிப்பார்; சொர்ணத்துக்குக் கோபமாக வரும்.

"நானொண்ணும் இந்த மாதிரி ஆளையெல்லாம் கல்யாணம் பண்ணிக்க மாட்டேன்!" என்று வெடிப்பாள்.

"இல்லை, செட்டியார் மாப்பிள்ளைபோல இருக்கிறார். அவரைத்தான் பண்ணிக்கணும்!"

அவள் மாட்டவே மாட்டேன் என்பாள்.

இந்தச் சீண்டல் சிறிது நேரம் நீடிக்கும்.

"சொர்ணம், நீ கெட்டிக்காரி தைரியமாயிருக்கணும்!" என்பார்.

இவர்களுடன் செல்லம்மாளும் மாறுதலாக ஊருக்குச் செல்ல விரும்புகிறாள்.

அதுவும் சரிதான். அவரைப் பார்த்துக்கொள்ள நண்பர்கள், சீடர்கள் கூட்டமே இருக்கிறது.

அப்பாத்துரை எல்லோரையும் அழைத்துச் செல்கிறான்.

வீடு விறிச்சென்றாகிறது. இவர் பொன்னு முருகேசம் பிள்ளை வீட்டு மாடிக்குப்போகிறார்.

ஒரு வாரம்தானாயிருக்கும்.

வானிலே கருமேகங்கள் சூழ்ந்தாற் போல் காகங்கள். ஆனால் துளி இரைச்சலில்லை.

ஈசுவரன் தருமராஜா தெருவில் பட்டாளமாக ஆங்கிலேய சர்க்காரால் அனுப்பப்பெற்ற போலீசுப் படை வந்து இறங்குகிறது.

1911 ஜூன் மாதம் 11ஆம் தேதி மணியாச்சி ரயில் நிலையத்தில் வாஞ்சி என்ற இளைஞன் மனைவியுடன் மலைவாசம் செல்ல இருந்த கலெக்டர் ஆஷ் துரையை வண்டியிலேயே சுட்டுக் கொன்று தானும் வீழச் சுட்டுக்கொள்கிறான்.

28

வெளிவரவும் வழியின்றி உள்நிற்கவும் இயலாமல் சிறு முள்ளாய் வருத்தும் வாதனையை அனுபவிப்பது போல் அவர் பேச்சும் பரபரப்பும் அடங்கியும் அமுங்காமலும் தவிக்கிறார்.

இந்த விதமாகவா தேச விடுதலை வரும்? அவன் யாரானால் என்ன? மனைவியோடு சந்தோஷமாகக் கொடைக்கானல் போகிறான். பெண் பக்கத்தில் இருக்கிறாள். சுட்டுக் கொல்லும் குருட்டுத்தனமா வீரம், ஆண்மை? சிவமும் சக்தியும் – ஆணும் பெண்ணும் துணையாக இணைந்திருக்கையில் அன்பே ஒளியாக உலகனைத்தும் பிரமை வீசுமே! இது... இதுவா பாரத மாதாவின் வீரப் பிள்ளைகளுக்குரிய செயல்?...

வெற்றிலை போடத் தோன்றவில்லை. அரும்பாடுபட்டு உருவாக்கும் சிற்பத்தில், முரடன் கை உளி கண்ணில் பட்டுப் பொக்கையாக்கி விட்டாற்போல் தோன்றுகிறது. வீரம், எழுச்சி, சாகசம், சரிதான்... கர்சான் விலி... பெண்ணைக் கொன்றார்கள். இங்கோ... இப்படி.

பொன்னு முருகேசம் பிள்ளை வீட்டு மேல்மாடியில் சுப்புரத்தினம், கனகராஜா, ராஜமாணிக்கம் பிள்ளை எல்லோரும் இவருடன் இருக்கிறார்கள்.

“இந்தத் தெருவுலே ஒருநூறு போலீசுக்காரன் இருப்பான்...”

கோவிந்தன் தகவல் தெரிவிக்கிறான்.

"சுதேசி ஐயிரு, பாட்டுப் பாடுறவக, தருமாலயம் ஐயிருங்க, எல்லாரையும் புடிச்சிட்டுப் போகத்தான் எறங்கியிருக்காங்களாம். கலட்டர் கொலை எங்கோ நடந்திச்சின்னா, இங்க வந்து..."

"மெதுவாப் பேசுங்கப்பா! சுட்ட ஆளுக இங்கதா ஒளிஞ்சிண்டிருந்தாங்க, இங்கதா எல்லாம் நடந்திச்சிங்கறாங்க..."

"சுப்புரத்தினம்! நீ ஒரு பாட்டுப் பாடு இப்ப, நாம் எப்போதும்போல இருப்போம்."

வீர சுதந்திரத்தைப் பாடுகிறான் சுப்புரத்தினம்,

மானுட ஜன்மம் பெறுவதற்கரிதெனும்
வாய்மையை உணர்ந்தாரேல் – அவர்
ஊனுடல் தீயினும் உண்மை நிலை தவற
உடன்படு மாறுளதோ...

வீர சுதந்திரம் என்று வரும்போது கண்கள் சுழல, நீர் ததும்புகிறது.

"பராசக்தி இப்படியா ஆணையிட்டாள்? இது ஆரிய தர்மத்துக்குகந்ததாடா? அதர்மமாக யாரும் கொலைத் தொழில் புரிவதற்குத் தர்மம் இடம் கொடுக்காது. இது அராஜகம், இது நமக்குகந்ததல்ல, வில்லை எடுக்கத் துணியாத கோழைத்தனத்துக்கு மாற்று அராஜக அநாகரிகக் கொலையல்ல!"

"ஆனா, வெள்ளைக்காரனை நாம் எதிர்க்கக் கூடாதா சாமி? செக்கிழுக்க வச்சான் சிதம்பரம் பிள்ளையை, அந்தப் பாதகனிடமா இரக்கம் காட்டுவது?"

"நீங்கதானே பாடினீங்க ஐயா, நாங்க முப்பது கோடி ஜனங்களும் நாய்களோ, பன்றிச் சேய்களோன்னு!"

கனகராஜா கேட்கிறான்.

"ஆமாம். பாடினோம். நேருக்கு நேராக, யுத்தம் என்று கொட்டி, தரும யுத்தத்துக்கு அழைப்போம். மனைவியுடன் குற்றாலச் சாரல் அனுபவிக்கச் செல்பவனைத் திடுமென்று சென்று கொல்வது ஒத்துக்கொள்ளும் வீரமோ தருமமோ இல்லை. அதர்மச் செயல், மேலும் மேலும் தருமங்களை அழிக்கவே தூண்டும். சகுனி சூதினால் தருமத்தை வீழ்த்தினான். பெண் அவமானத்துக்குள்ளானாள். அதனால்... துரியோதனனைப் பீமன் தொடைக்குக்கீழ் அடித்து உயிர் குடித்தான்!"

"அப்ப சரிதானே?"

"சரியா?... சரியா?"

அவர் கண்கள் எங்கோ நிலைக்கின்றன.

ஆமாம்... தருமத்தின் வாழ்வைச் சூது கவ்வுகிறது சூது...

ஆனால் தருமம் மறுபடி வெல்லும்... வெல்ல வேண்டுமல்லவா?

வெற்றிலைத் தட்டு எங்கே?

கனகராஜா, வெற்றிலையும் பாக்கும் சுண்ணாம்பும் புகையிலையும் உள்ள தட்டை எடுத்து வைக்கிறான். குளிர்ந்த நீர் செம்பில் இருக்கிறது.

ஆனி பிறந்தாலும், காற்றெடுக்காத புழுக்கமாக இருக்கிறது.

வெற்றிலையைத் துடைத்துக் கிள்ளிக் கிள்ளிப் போடுகிறார். சுண்ணாம்பு தடவும்போதும் எங்கோ சிந்தனை!

வெற்றிலையைப் போட்டுக்கொண்டு மௌனமாக இரண்டு மூன்று தடவைகள் மூலைச்சாலகத்தின் பக்கம் சென்று விழத் துப்புகிறார்.

"இருந்தாலும் துரௌபதையை மானபங்கம் செய்தது எக்காலத்தும் மன்னிக்க முடியாத செயல். எக்காலத்தும்..."

"மாபாரதம் அதனாலதானே வந்ததையா?"

"ஆமாம்... தேவி பராசக்தி சூளுரைத்தாள். பாஞ்சாலி சூளுரைத்தாள், தருமத்தைச் சூது கவ்வியதும் தேவி வீர சொரூபம் கொண்டாள். அந்தப் பாவி துச்சாதனன், பாழ்த் துரியோதனன் ஆக்கை இரத்தம் கொண்டு குழல்பூசிக் குளிப்பதற்கு முன் முடியேன் என்று விண்ணதிர மண்ணதிர ஆணையிட்டாள். ஓம் சக்தி..."

இளைஞனாக, திருநெல்வேலியில் காந்திமதிநாதன், ஆவுடையப்பன் ஆகியோருடன் கலியாணராமய்யர் செட் நடித்த துரௌபதை வஸ்திரா பஹரணம்! நாடகம் பார்த்த நினைவு வருகிறது. துரௌபதை வஸ்திரா பஹரணம்!

பாரதத்துப் பாஞ்சாலியை, ஹரிகதை பண்ணுபவர்கள் நாவினால் தீண்ட மாட்டார்கள். கற்புக்கரசி சீதை, ருக்மினி, பாமா, பத்மாவதி பரிணயங்களை நடத்துபவர்கள், பாஞ்சாலியை நினைக்க மாட்டார்கள்.

ஐந்து நாயகர்களிருந்தும், தன்மானம் காத்துக்கொள்ள அவள் தன்னுள்ளே நிலைபெற்று, பக்தியின் கால் நின்று கண்ணனைக் கூவி அழைக்க வேண்டியிருந்தது.

கோயில்களில், பஞ்சம் வரும்போது, பாரதக் கதைகளைச் சொல்லித் தஞ்சம் அடைவார்கள். ஆனால் ராமையா செட், கல்யாண ராமையர் செட்... துரௌபதை வஸ்த்ரா பஹரணம் பிரசித்தம்.

என்ன இழிவான நோக்கடா, இந்த அடிமை மக்களுக்கு!

'வேள்விப் பொருளினை–புலை நாயின் முன்மென்றிட வைப்பவர்போல்' என்ற அடி மின்னலாகத் தோன்றுகிறது.

தரையை உதைத்துக்கொண்டு எழும்பும் வேகம்...

பாஞ்சாலியின் சபதம் அது... பாஞ்சாலி... எம்பாரத தேவி... பாஞ்சாலியின் சபதம், அதை நான் பாடுவேன். நல்ல தமிழிலே, எளியபதம், நடை, சந்தம் எல்லோரும் பாடும் மெட்டு... அதை எழுதுவேன் – பாடுவேன்.

துருபதன் மகளைப் புல்லர்கள் மானபங்கம் செய்ததையே முன்னிறுத்திக் காட்சியாக்கி மகிழ்கின்றனரே. அதை எழுச்சிக் காவியமாக்குவேன்!

முகத்திலே மின்னற்கோடுகள் விளையாடுகின்றன. குறுக்கும் நெடுக்கும் அந்த அறையிலே நடைபோடுகிறார்.

வீமனல்லவா அந்தக் கடைபட்ட துரியோதனனையும் துச்சாதனனையும் கொன்றான்? வீமன் வாயுகுமாரன்... பின்னர் பார்த்தன்...

அந்தப் பாவியர் சபையையும், ஆணையிடும் பாரத புத்திரர்களையும், ஆங்காரத் தேவியையும் எங்கோ நிலைக்கும் கண்கள் காண்கின்றன.

பாண்டிச்சேரி பொன்னு முருகேசம் பிள்ளையின் வீட்டு மாடியறை, பளிங்குத்தரை, கட்டில் சாய்வு நாற்காலி, சமக்காளம், வெற்றிலைத்தட்டு, செம்பு, குடிநீர் எதுவும் இல்லை.

பாஞ்சாலி... கூந்தல் அவிழ நிற்கிறாள். பெருந்திருவாக, சேலைக்குவியல் கடல் அலைகள் சலசலப்பதுபோல், பேரருளாளருக்குக் குவியும் செல்வம்போல்...

வியாச பாரதத்தின் கருத்துகளைப் புதிய வடிவில் ஒப்பற்ற எளிய தமிழ்க்காவியமாக்குவேன்...

மாலை மங்கிய நேரத்தில் அவர் விடுவிடென்று கீழிறங்கித் தன் வீட்டுக்கு வருகிறார்.

வாயிற்பூட்டு, தொட்டதும் திறக்க உடைபட்டிருக்கிறது.

இதென்ன..? உள்ளே காகிதங்கள் இரைபட்டிருக்கின்றன.

ஐயோ... இது அவர் எழுதிவைத்திருந்த கதையல்லவா?

மறவன் பாட்டுப்பிரதி படியில் மிதிபட்ட தாளாகக் கிடக்கிறது.

'ஆறில் ஒரு பங்கு கதை'யைக் காணவில்லை. இன்னும் என்ன இருக்கிறது, இல்லை என்பதை ராமசாமியும் குவளைக்கண்ணனும் தேடுகிறார்கள்.

போலீசார் குடைந்து எடுத்துச் சென்ற காகிதங்களில் செல்லம்மாவுக்கு அப்பாத்துரை எழுதியிருந்த காகிதமொன்றும் இருந்திருக்கிறது.

அந்தத் தடயத்தை வைத்துக்கொண்டு, கடயத்தில் இருந்த அப்பாத்துரையைக் காவலில் கொண்டு வைத்தனர் போலீசார். இதே தொடர்பாக, பம்பாயில் இருந்த செல்லம்மாளின் தங்கை ராசத்தின் கணவனையும் போலீசார் விட்டுவிடவில்லை.

காசியில் இருந்த நீலகண்டன், இந்த ஆஷ் கொலைச் சதியின் முக்கிய குற்றவாளியாகக் காவலில் கொண்டு வரப்படுகிறான். ஜெயிலுக்குச் செல்வதற்குத் தன்னைத் தயார்செய்துகொண்ட சங்கரகிருஷ்ணன் அடுத்த முக்கிய குற்றவாளியாகிறான். வந்தே மாதரம் சுப்பய்யாவும் ஒரு குற்றவாளியாகிறான்.

அவரைப் பிடித்தார்கள், இங்கே இவரைப் பிடித்திருக்கிறார்கள் என்று பிரிட்டிஷ் எல்லைக்குள் அரசு கண்ட இடங்களிலும் புகுந்து சோதனை செய்கிறது. எட்டயப்புரத்து வீடுகளில், கடயத்தில், திருநெல்வேலியில், சீப்புப் போட்டு வாருவது போல் போலீசார் குற்றமற்றவர்களையும் சேர்த்துக் கலக்குகிறார்கள்.

செல்லம்மா... தவித்துப்போகிறாள். ஊரார் கண்களுக்கு மதிப்பிழந்து பெருமை குன்றி, வறுமையிலும் சிறுமையிலும் அடங்கும் குடும்பமாகிப் போனார்களே?

அல்லோல கல்லோலமாக இருக்கும் இந்த நேரத்தில் அவள் தனியாக எப்படி அவரை விட்டிருப்பாள்? தந்தையை அழைத்துக்கொண்டு, குழந்தை சகுந்தலாவுடன் புதுவைக்கு வருகிறாள். விழுப்புரம் எல்லையில் சோதனைகள் பின்தொடரும் போலீசார்...

ஒடுங்கிக் கிடக்கின்றனர் மக்கள். ஐயரையும் நாகசாமியையும் பாரதியையும் பிரிட்டிஷ் எல்லைக்கப்பால் கொண்டு செல்லப் பல திட்டங்கள், சூழ்ச்சிகள் ... அரவிந்தரின் இருக்கையையும் பிரெஞ்சு போலீசைச் சோதனை செய்ய வைக்கின்றனர்.

பிரெஞ்சு போலீஸ் அதிகாரி அங்கே கிரேக்க, லத்தின், சமஸ்கிருத மொழி நூல்கள் மிகுந்திருந்ததைப் பார்க்கிறான்.

"இத்தகைய உயர்ந்த நூல்களைப் படிக்கும் அறிஞர்களா, இவர்கள் சொல்லும் குற்றங்களைச் செய்யக் கூடியவர்கள்" என்று திரும்பிப்போகிறான்.

அச்சமில்லை, அச்சமில்லை அச்சமென்பதில்லையே!
உச்சிமீது வானிடிந்து வீழுகின்ற போதிலும்!

என்று பாரதி நெஞ்சு நிமிர்ந்து பாடுகிறார்.

சுதேசிகள் மிகவும் நெருக்கமாகிறார்கள். மண்டயம் ஸ்ரீநிவாசாசாரியின் புதல்விகள் யதுகிரியும் ஆண்டாளும் ரங்காவும் சகுந்தலா பாப்பாவுடன் விளையாட வருவதும், இவள் அங்கே செல்வதும் அன்றாட நிகழ்ச்சிகள். ரங்காவும் சகுந்தலாவும் ஒரே ஜோடியாயிற்றே? யதுகிரி பெரியவள்.

அவளுக்குப் பாரதியின் பாட்டென்றால் உயிர். பாடும் போது பார்த்துக்கொண்டே இருக்கிறாள்; பாட்டெழுதிய தாளை வாங்கி நோட்டுப்புத்தகத்தில் எழுதி மனப்பாடம் செய்கிறாள்.

"எங்கியாவது உச்சியில் வானம் இடிஞ்சு விழுமோ?"

"விழாது யதுகிரி. ஆனால் விழுந்தாலும்கூட நமக்கு அச்சமில்லை. அச்சம்தான் எல்லாச் சிறுமைகளுக்கும் மூலாதாரம். அதைத் தொலைத்து விட வேண்டும். அச்சமில்லை... அச்சமில்லை... அச்சமென்பதில்லையே!"

29

கார்காலத்து வானம் கனத்துக் கிடக்கிறது.

இரவு அரவிந்தரின் இல்லத்திலிருந்து வரும்போது, வெகுநேரமாயிருக்கும்.

ஈசாவாஸ்ய உபநிஷதத்தை அன்று ஆராய்ந்து கொண்டிருந்தார்கள்.

அந்தம் தம: ப்ரவிசந்தி யே(அ)வித்யாமுபாஸதே

ததோ பூய இவ தே தமோ ய உ வித்யாயாம் ரதா:

அவித்யை, வித்யை என்ற சொற்கள் குறிக்கும் பொருளைப் பற்றியே ஆராய்ந்தார்கள். அவித்யை, அறியாமை இருள். ஆனால் வித்யை என்ற சொல்லை ஆராயும்போது, அறிவு என்று கொண்டால் அதற்கும் மேலான கனத்த இருள் என்பது சரியாமோ?

அதிகாலையில் விழிப்பு வந்தால் வெற்றிலை போடுவது வழக்கம்தான். வெற்றிலைபோடத் தோன்றவில்லை. இருள் . . . கனத்த இருள். அவித்தைய இருள்; வித்யையும் கனத்த இருள்எ அவித்யை, சுயநலம் – வித்யை, பொது நலம் . . . சரியா?

வெளியே வந்து வானைப் பார்க்கிறார். இலை அசங்காத ஓர் அமைதி. வேதனை செறிந்ததாக இருக்கிறது.

புரட்டாசி மாதக்கடைசி. சரத்ருதுவில் இயற்கையம்மை பூரித்து, எல்லா ஜீவராசிகளுக்கும் துயரம் தெரியாத நிறைவைக் கொடுக்கிறாள் . . .

மனம் சரியாக இல்லையெனின் பாடவும் எழுதவும் கூடப் பொருந்தாது, கடற்கரையோரம் நடக்கச் செல்லலாம் என்று தோன்றுகிறது.

ஆனால் கூடவே அப்பாசாமியோ, ஐயங்காரோ, எவனோ காத்துக் கிடக்கும் போலீசுக்காரன் பின்தொடர்வான்.

இதென்னடா தொல்லை! எனக்கு எப்போது விடுதலை வரும்?

விடுதலை... வீடு அந்த மோட்ச வீடில்லை – இந்தப் பாரதத் தாய் வீட்டில் சுதந்திரமாக நடமாட, பாட, ஓட, களிக்க, இன்புற்றிருக்க, மனைவி மக்களைச் சந்தோஷப்படுத்த, மக்களை மக்களாக வாழச் செய்ய... விடுதலை...

சகுந்தலா பாப்பா, காலையில் எழுந்து பால்குடித்துவிட்டுத் தந்தையிடம் வந்து மடியில் உட்காருகிறது.

"அப்பா, ஒரு கதை சொல்லு..!"

குழந்தையின் கள்ளமற்ற முகத்தில் தெய்வீகச் சாயை இருக்கிறது. இதற்குச் சஞ்சலங்கள் இல்லை. ஓயாமல் வருத்தும் உலகக் கவலைகள் இல்லை.

"பாப்பாக்கண்ணு, இப்ப நான் பாட்டுப் பாடறேன். கதை அப்புறம், சரிதானே?"

உம்..."

ஓம்... சக்தி சக்தி சக்தி யென்று சொல்லு – கெட்ட
சஞ்சலங்கள் யாவினையுங் கொல்லு.
சக்தி சக்தி சக்தி யென்று சொல்லி அவள்
சந்நிதியிலே தொழுது நில்லு...

குழந்தை மழலையில் அந்தப் பாடலை இசைக்க முயலுகிறாள்.

இந்த மழலை இன்பத்துக்கு ஈடுஇணை உண்டோ கட்டியணைத்து உச்சிமோந்து அடுத்த அடியைத் தொடருகிறார்.

பாடல் முடிந்து மனசு சற்றே ஆறுதலடையும்போது முற்பகல் தொடங்கியிருக்கிறது. நாகசாமி, அன்றைய ஹிந்து பேப்பரைக் கொண்டு வந்திருக்கிறான்.

பிரித்துப் பார்க்கிறார்... ஆம். ஒளிச்சுடர், அருட்சுடர், ஞானச்சுடர்...

துயரம் கொள்ளாமல் இறுகிப்போகிறது. சகோதரி நிவேதிதா தேவியார், விவேகானந்தரின் ஞானப் புதல்வி, இன்று டார்ஜிலிங் நகரில், சிறிது நாட்கள் நோய்வாய்ப்பட்டிருந்து, இறுதியை எய்தினார்...

அதாவது அக்டோபர் பதின்மூன்றாம் நாள்...

இந்த 1911 இத்துணை சோகங்களை உள்ளடக்கியதா?

'ஓ, என் தாயே!... குருமணியே! மெய்ஞ்ஞானச் சுடரே! அருட்கடலே! அன்று சைதாப்பேட்டையில் வண்டியேறியதும் மனச்சஞ்சலங்களை நீக்கு என்று ஒளியாய்த் தோன்றி மனசில் ஆறுதலளிக்கக் கவிதையாய் வந்த தாயே!'

அருள் பொங்கும் விழியும்... தெய்வ அருள்பொங்கும் விழியும் – காணில் இருள் பொங்கு நெஞ்சினர் வெருள் பொங்குந்திரியும்...

மனம் பொங்கி வருகிறது; துயர்தாளவில்லை.

"செல்லம்மா! குருமணி... குருமணி என்தாய்... என் அன்னை..."

தேம்பித் தேம்பி அழுகிறார்; செல்லம்மா சிலையாக நிற்கிறாள்.

இவர் நீராடி, உபவாசமிருக்கிறார்.

விவேகானந்தரின் ராஜயோகம், நூலைப் பிரித்து வைத்துக் கொண்டு ஒன்றிப்போகிறார்.

தினமும் ஹிந்து பேப்பர் படித்துவிட்டு, மாலையில் தந்தையிடம் பேச வரும் பாரதி இன்று ஏன் வரவில்லை என்று தீட்சிதர் மகன் அம்பி உள்ளே வந்து எட்டிப் பார்க்கிறான்.

"அம்பியா?..."

"உங்களுக்கு உடம்பு சரியில்லையா என்ன?"

"அம்பி, இன்று உபவாசம். என் குருமணி தேகவியோகமான செய்தியை நீ பேப்பரில் பார்க்கவில்லையா?"...

அம்பிக்கு அந்தச் சோகத்துக்கு எவ்வாறு ஆறுதல் கூற முடியும் என்று புரியவில்லை.

"புறப்படு. வெளியே போவோம்..."

பெருமாள் கோயிலுக்குச் செல்கின்றனர், அந்தி நேரம். ஒவ்வொரு சந்நிதியிலும் தீபச்சுடர் பொலிகிறது. அமைதியும் கம்பீரமுமான சூழ்நிலை. வெளிச்சுற்றில் ஒருபுறம் அமர்ந்து தியானத்தில் ஆழ்ந்துபோகிறார்.

குன்றத்தின் மீது, மரத்தடிப்பீடத்தில் அருள் வடிவேயான அந்த முகம்... நேரம், காலம், இடம் எல்லாம் எல்லையில்லாப் பெருவெளியில் கலந்துபோய் விட்ட உணர்வு தெரியாத நிலை.

இரவு வழக்கம் போல் அரவிந்தருடன் வேத ஆராய்ச்சிக்குச் செல்கிறார். அந்தக் கடலில் மூழ்கிவிட்டால், நேரத்துக்குப் பொருளேது? கை நிறைய மனம் நிறைய முத்துக்கள், இரத்தினங்கள் ... சிந்தையின் ஒவ்வோர் அணுவும் முகிழ்த்து ஞான மணம் இன்னதென்று உணர்த்தும் அரிய அனுபவங்கள்...

அரவிந்தரின் மொழியாற்றலும் புலமையும் இவருடைய மேதைமைக்கு இன்னும் வீரியம் நல்குகின்றன. இவர் கற்பிக்கும் தமிழ்மொழியின் வாயிலாக, தெய்வீகத் திருமொழிப் பாசுரங்களின் மேன்மையை அவர் உணர்ந்து வியக்கிறார்.

இடையே நாள் முழுதும் மகாபாரத நூலை வைத்துக் கொண்டு வியாசரின் காவிய மேன்மைகளை நுணுக்கமாகப் பயிலும் ஆர்வமும் இசைகிறது. சிலநாட்களில் நுட்பமான பொருளுணர ஆராய்ந்துகொண்டிருக்கையில் பொழுது ஓடி விடுகிறது, கவிஞனுக்கு நேரம் காலம் ஏது?

தன்னிச்சையாக மலரும் பூக்கள் ஒவ்வொன்றும் தனித் தன்மையுடையதாகிறது. எந்த ஒரு செயற்கைப் புலவனும் இயற்கையின் எல்லா அம்சங்களையும் அப்படியே கொண்டு வர இயலாது. உணர்ச்சிப் பீறல்களாகக் கவிதைகள் மலர்ந்து விழ, அவற்றைக் கவனமாகப் பிரதிசெய்து தொகுப்பதும் ஒன்றியதொரு பணியாகிறது.

தேச சேவை, பத்திரிகை என்ற முயற்சிகளை ஆங்கில அரசு அடியோடு கெல்லியெறிந்தாலும் அந்த ஆர்வத் தீ அவிந்து விடுமோ?

இரவு எட்டு மணி சுமாருக்கு, அரவிந்தர் இல்லத்திலிருந்து நாகசாமி வருகிறான்.

மார்கழி மாதத்து வாடைக் காற்று உடலைச் சிலிர்க்கச் செய்கிறது.

சாம்பாரும் பொரித்த அப்பளமும் கொடுத்தனுப்ப வேண்டும்.

செல்லம்மாள் இதை எதிர்பார்த்திருப்பவள்தான். சிறிதளவே எண்ணெய் இருக்கிறது. ஓலையைக் கொளுத்திப் போட்டு, அப்பளத்தைப் பாதிப் பாதியாக விண்டுவைத்துக் கொண்டு சட்டி அடியில் பட்டுவிடாமல், சிவக்காமல் கவனமாகப் பொரித்தெடுக்கிறாள்; தூக்குக் கூடையில் வைத்துக்கொடுக்கிறாள்.

குழந்தை எட்டுமணிக்கே உறங்கிவிடுகிறாள்.

சற்றுப் போனால் அம்மாக்கண்ணு வந்து துணைக்குப் படுத்துக்கொள்வாள்.

செல்லம்மாளுக்கு இப்போது சாப்பிடக்கூடப் பிடிக்க வில்லை.

பணம் ஏதேனும் வருமா என்பதே கவலையாக இருக்கிறது. திருப்பயணம் ராமசாமி, ஏதோ வியாபாரம் செய்கிறான். பிரிட்டிஷ் எல்லைக்குள்ளிருந்து புத்தக அட்டைக்குள் பணம் வைத்து அனுப்புவார்களாம். நெய் வியாபாரமாம். நெய் டின்னுக்குள் ரூபாயைப் போட்டு அனுப்புகிறார்களாம். அவ்வப்போது நாலு ஐந்து என்று கொடுக்கிறான்.

இதெல்லாம் எப்போதும் இட்டு நிரப்பக்கூடிய வருவாயாகுமா?

ஐயர் வீட்டிலும் இவர்களைப்போல் வருவாயில்லாத நிலைதான்.

ஆனால் கையில் சிறிது பொருள் தங்க வைத்துக்கொள்ள வேண்டும் என்ற உணர்வே இல்லாமலிருப்பார்களா இவரைப் போல்?

யதுகிரி சொன்னாள் அன்று, 'செல்லம்மா, சமுத்திர ஸ்நானம் செய்யப் போனபோது, காலணா சமுத்திரத்தில் போட வேண்டும் என்று அம்மா கொடுத்திருந்தாரா? சமுத்திரத்தில் போட்டால் வீண் என்று பாம்பாட்டிக் கையில் கொடுக்கச் சொன்னார். திரும்பி வரும்போது ஐயா கொடுத்த நல்ல வேட்டியையும் அவனிடம் கொடுத்துவிட்டார்' என்றாள்.

மறுபடியும் ஒற்றை வேட்டி, மாற்று வேட்டி தவிர உடு துணி இல்லாத நிலைமை. இவளுக்கும் எப்போதும் அரையில் ஒரு புடவையும், கொடியில் ஒரு புடவையும்தான் இருப்பு.

அம்மாக்கண்ணுவும் பிள்ளை தெய்வசிகாமணியும் வருகிறார்கள்.

"அம்மா..."

"வா அம்மாக்கண்ணு, ஐயா இன்னும் வரல..."

அவளுக்கு இந்தக் குரல் செவிகளில் தெளிவாக விழாது என்றாலும் இருட்டிலே ஆள்புரிவதுபோல் அவளுக்குக் கேளா ஒலியிலும் பொருள்கொள்ளப் பழக்கமுண்டு!

தெய்வசிகாமணி போகிறான். அம்மாக்கண்ணு எதை யேனும் பேசிக்கொண்டிருப்பாள், தூக்கம் வராமலிருக்க. செல்லம்மாவுக்கு மனக்குடைச்சலில் உறக்கம் வரவில்லை.

இந்தத் தேச விடுதலைப் பொறி, இவர் ஒருவருடைய ஈடுபாடு, சுற்றும் சூழப்புகையாய்க் கவிந்திருக்கிறது. ஊரான ஊரில், சொந்த பந்தம் என்றில்லாமல் எப்போதும் பயந்து கொண்டு, ஒரு வாழ்க்கை. உண்மையில் இதற்கெல்லாம் என்ன பிரயோசனம் இருக்கப்போகிறது?

வாஞ்சி... சங்கர கிருஷ்ணனின் தங்கை புருஷன். இளம் பிள்ளைகள். மஞ்சள் கயிற்றின் பசுமை மாறவில்லை பெண்ணுக்கு. நினைத்தால் பகீர் பகீரென்று சங்கடம் பறிக்கிறது. பர்சை மண்ணை வெட்டுவது போல்... அதன் வாழ்க்கையைப் பறித்துப் போட்டாயிற்று.

சிதம்பரம் பிள்ளை, அந்தப் பிள்ளை யதிராஜன்... அப்பாத்துரை..? இந்த மாப்பிள்ளை, அந்த மாப்பிள்ளை, பிள்ளை, எல்லோரும் போயாச்சு, அந்தமானுக்கு அனுப்பு வார்கள் என்று ஊரிலே அத்தனை நாவும் இவர்கள் குடும்பத்தைத் துவைக்கிறது.

'ஸ்வாமி! வெங்கடாசலபதி! நித்யகல்யாணி!' என்று அலைகடலில் கைக்குக் கிடைக்கும் தும்பைப்பற்றுவது போல் நா அந்த நாமங்களில் தஞ்சமடைகிறது.

இரவுக்குப் போயிருப்பவர் வரும்வரை நெருப்பாய்த் திகில். கட்டிப்பிடித்து எல்லைக்கு அப்பால் கொண்டு போக மாட்டார்கள் என்பது என்ன நிச்சயம்? ஆயிரம் ரூபாய் வெகுமானமென்றால் செய்யத்துணிய மாட்டார்களா?...

நாகசாமியின் முன்பு போலீசுக்காரன் பெண்களைக் காட்டிக்கூட மயக்கப் பார்த்தானாம். தீவட்டிக் கொள்ளைக் காரனைப் பிடிக்க அவன் ஆசைநாயகியைப் போலீசுகாரர் குறிவைத்துச் சாப்பாட்டில், வெற்றிலையில் விஷம் வைக்கத் தூண்டுவான் என்று அவள் சித்தப்பா சொல்லுவார்.

...அவள் புருஷன்... பரப்பிரும்மம். ஒரு சூது தெரியாது.

'நித்யகல்யாணி! நீதான் காப்பாற்ற வேணும்!'

கண்ணீர்க் கரையிட, அவள் புரண்டு புரண்டு படுக்கிறாள்.

செக்கில் வைத்துத் திரிக்கும் இந்த வேதனைக்கு விடிவு காலமாக அடியோசை கேட்கிறது. அந்த அடியோசையிலேயே தனியானதொரு பரபரப்பும் கபடமற்ற மனமும் புலப்படுகிறது.

இவள் மெள்ளச் சென்று கதவைத் திறக்கிறாள்.

"நீங்க ராத்திரி வராம அங்கேயே நின்னுடுவேளான்னு நினச்சுட்டேன். எத்தனை நாழின்னு தெரியறதா? எனக்கு

ஒரே பயம் திகிலாயிருந்தது. யாரேனும் புடிச்சிண்டு போயிடுவாளோன்னு ...”

“அடி அசடு, எம்மை யாரும் பிடிச்சிண்டு போக முடியாது. செல்லம்மா, நானிப்ப என்ன நினச்சிண்டு வந்தேன் தெரியுமா ?”

“எனக்கெப்படித் தெரியும் ?”

“நீங்களெல்லாரும் தெரிந்துகொள்ள வேண்டிய உண்மை மகாபாரதம் படிக்கிறேள் இல்லையா? செல்லம்மா, வியாச பகவான் அந்த வேதகாலப் பெண்களை எப்படிச் சொல்லி யிருக்கிறார், நுணுக்கமான அறிவோடு? ஆதி மறைக்கீதம் அரிவையர்கள் சொன்ன காலம். அந்தக் காலத்தில் இப்படிப் பாலருந்தும் பச்சைக் குழந்தையை இழுத்துவைத்து, பொன்னுருக்கும் நேரமுமில்லாமல் இருக்கிறதென்று கூடப் பின் வாங்காமல் எவளோ கிழவி கழுத்தில் இருக்கும் இரண்டு மாங்கலியத்தில் ஒன்றை எடுத்துக் கோத்து, பந்தற்காலைச்சுற்றி விளையாடும் பிள்ளையிடம் கொடுத்துக் கட்டினதில்லை...”

செல்லம்மாவுக்குக் கேட்கும் மனநிலை இல்லைதான். தம் தங்கை லட்சுமிக்கு, அவர்கள் கல்யாணத்தின்போது, இரண்டோடு மூன்றென்று அப்படித்தான் திருமணம் செய்தார்கள். அடுத்த வருஷத்திலேயேதான் தகப்பனார் இறந்து விட்டாரே? ‘எல்லாம் கடவுள் சித்தம்’ என்று நினைப்பவள் செல்லம்மாள். எனவே பேசவில்லை எதுவும்.

“கேள், செல்லம்மா ! சதிபதி என்றால் வயசு வந்து, அறிந்து தெரிந்து ஒருவருக்கொருவர் என்று மனமொத்த அன்பு கொண்டு கட்டுப்படுவதாகும். வேத இதிகாச காலத்தில் இப்படித்தான் நடந்தது. துரௌபதை இதை எப்படி உணர்த்துகிறாள் ?

துரௌபதையைச் சூதில் பணயம் வைத்துத் தருமன் இழக்கிறானல்லவா ? அப்போது, துரியோதனன் தேர்ப்பாகனை அழைத்து, அந்தப்புரத்திலிருந்து துரௌபதையைக் கூட்டி வரச் சொல்கிறான். பிரதிகாமி போகிறான். துரௌபதை அவன் நடந்ததைச் சொன்னதும் விழுந்து அழுது புலம்பவில்லை.

மாறாக, “அங்கே என்ன நடந்தது? எம் நாயகர் முதலில் என்னைப் பணயம் கூறி இழந்தாரா ? அல்லது முன்னே தம்மை இழந்த பின் என்னை வைத்துத் தோற்றாரா ?” என்று கேட்கிறாள், இதன் உட்பொருள் தெரிகிறதா செல்லம்மா ?

செல்லம்மா கொட்டாவி விடுகிறாள். இன்னும் அரை நாழிகை போனால், வாசலில் திருப்பாவை பஜனைக்காரர்கள் புறப்பட்டுவிடுவார்கள். மகாபாரதக் கதை சொல்கிறாரே என்ற அலுப்பு.

“செல்லம்மா, சதிபதி என்றால் பிரிக்க முடியாத முழுமை என்று ஆகிறது. பதியானவன் எதைச் செய்தாலும் சதியின் சம்மதமின்றிச் செய்யலாகாது. எனவே துரௌபதையைக் கேட்காமல் அவளைப் பணயம் வைக்க அவள் அடிமையில்லை. அப்படியில்லாமல் அவன் தன்னைவைத்துத் தோற்று இன்னொருவருக்கு அடிமையான பின், அவளை மதியாததால் வேறுபட்டுப்போகிறான். அப்போதும் அவள் பணயம் வைக்கத் தக்கவளில்லை; அடிமையாக மாட்டாள். எவ்வளவு நுட்பமான கூரிய மதியைத் துரௌபதியிடம் வைக்கிறார் வியாசர்?”

வேதகாலத்துப் பெண் சர்வ சுதந்திரமுள்ளவள் செல்லம்மா! யஜுர் வேத மந்தரம், ‘புரந்தி’ன்னு குறிப்பிடுகிறது. புரம் என்றால் நகரம். பெரிய ஊர். அந்த நகரத்தின் க்ஷேமங்களுக்கு அதிகாரியாக இருப்பவள், பெண்களெல்லாரும் சமுதாயத்தில் இப்படி இருக்கட்டும் என்று வருகிறது. ‘யத்ர நார்யேஷு பூஜ்யந்தே ரமந்தே தத்ர தேவதா –’ ஒரு சமுதாய நாகரிகத்தை ஸ்திரியானவள்தான் நிர்ணயிக்கிறாள்… இதைப் பாரதத்துத் துரௌபதியிடம் காண முடியும்…”

“ஏற்கெனவே தூக்க முழிச்சிருக்கிறேள். அரை நாழி தூங்க வேண்டாமா? நீங்க பாட்டுக்கு எந்தக் கவலையுமில்லாமல் புராண காலத்துத் துரௌபதியைப் பத்திப் பேசலாம். விடிஞ்சால் தாளிக்க எண்ணெயில்லை. நான் எண் சாணை அரைச்சாணாய் குறுக்கிண்டு. உழக்குப்பருப்பு, மாகாணி எண்ணெய்னு இட்டு ரொப்ப வேண்டியிருக்கு. வேதகாலத்துப் பெண்ணை நினைச்சிண்டிருந்தாப் போருமா? ஏதுடா வீட்டிலிருப்பவள் என்ன செய்வாள்னு நினைப்பிருக்கா? ஆளனுப்பிடறேள், அப்பளத்தைப் பொறிச்சிண்டுவான்னு…”

செல்லம்மா இரையவில்லை; முணமுணக்கிறாள்.

“ஓ… ஓ… சே… சே! எப்பப் பார்த்தாலும் இந்தப் பெட்டைப் புலம்பலா? இந்தப் பெண்களைக் கை தூக்கவே முடியாதா…”

‘ஆகா! அப்படியா! பெண்கள் அந்த உயரத்திலா இருந்தோம் என்று விழிப்பும் எழுச்சியும் இவளே பெறவில்லையென்றால், அவளைப் பஞ்சுத் தலையணை என்று நினைக்கும் சராசரி ஆண்பிள்ளையிடம் வாழும் பெண் எப்படி மலர்ச்சி பெறுவாள்? விதியே விதியே…’

கோபமும் ஆத்திரமும் மிஞ்சுகின்றன.

30

இரவு பகலாக எழுதுகிறார். மாலை வெளிச்சம் வேண்டி, கடற்கரை மணலில் சென்று தனியே அமர்ந்து பாரத நூலை ஒப்பிட்டுப் பார்க்கிறார்; உழைப்போ உழைப்பு.

பாடல்கள் எளிய சந்தமுடையனவாய், பொருளும் அழகும் ஒருங்கே ஓசையின்பம் கூட்டும் செறிவுடன் கவியின் முழு ஆற்றலையும் உட்கொண்டு மலர்ந்திருக்கின்றன. பாடல்களைத் தொடர்ச்சியாகப் பாடுவது என்று அவர் கோத்துச் செல்லவில்லை.

கவியின் உணர்வுகள், அந்தந்தப் பாவ நிலைக்கேற்ப உயிர்ப்புடன் முட்டைக் குஞ்சாய்ப் பொரிகின்றன. தமது படைப்பை, அறிவாளர், கல்வியாளர் என்ற நிலையில் தீட்சிதரிடமோ சுப்பிரமணிய ஐயரிடமோ பாடிக் காட்டுகிறார்.

> ஆதிப்பரம் பொருள் நாராணன் – தெளி
> வாகிய பாற்கடல் மீதிலே, – நல்ல
> சோதிப்பணாமுடியாயிரம் – கொண்ட
> தொல்லறிவென்னு மோர் பாம்பின்மேல் – ஒரு

கண்ணில் நீர்த்துளி தோன்ற உருக்கமாக அவர் பாடும் குரல் அந்த வீட்டுக் கூடத்தில் கேட்பவர் அனைவரையும் மந்தரக்கயிறு கொண்டு பிணிக்கிறது.

> மாயிரு ஞாலம் அவர்தமைத் – தெய்வ
> மாண்புடையாரென்று போற்றுங்காள்! ஒரு
> பேயினை வேதம் உணர்த்தல் போல் –
> கண்ணன்
> பெற்றி உனக் கெவர் பேசுவார்?

அவர் நிறுத்துகிறார்.

“பாரதத்தில் இது யார் யாருக்குச் சொல்லுமிடம் பாரதி?”

இந்த இடம் பாரதக் கதை அறிந்த அவர்களுக்குப் புரியத்தானில்லை.

“திருதராட்டிரன், தன் மகனுக்குப் புத்தி புகட்டுகிறான். திருதராட்டிரனே கண்ணனின் மகிமையைச் சகுனிக்கு உரைக்கிறான்...”

“இதென்ன புதிதாக இருக்கிறது.”

கண்கள் மின்னக் குறுநகை இலங்குகிறது.

“ஆமாம், புதுமைதான். மூலத்திலிருந்தும்கூடச் சில சொந்தச் சரக்கும் இதில் கலந்திருக்கிறேன். திருதராட்டிரனை நல்லவனாக்கி, கண்ணன் புகழ்பாட வைத்தேன்... தீட்சதரே! ஒப்பும் உயர்வுமற்ற பரிபூரணன் கண்ணன். அவனே என் காப்பியத் தலைவன். அவனை நான் நேரிடையாக எப்படி இக்காவியத்தில் கொண்டு வர இயலும்? ஆனாலும் கண்ணன் புகழ் பாடாத காப்பியம் காப்பியமாமோ? விளைவு, திருதராட்டிரன் பாத்திரத்தை, அவனது குணச்சித்திரத்தை எனக்குத் தகுந்த ஏற்புடைய வகையில் மாற்றினேன். அவன் வாயிலாகக் கண்ணனின் பெற்றியை உரைத்தேன்.”

யாரும் பேசவில்லை.

கண்ணா! நீ எப்படி அவருள் புகுந்தாய்?

அருச்சுனனுக்கு விசுவரூபம் காட்டியதற்கொப்ப, அன்னையின் முன் எந்த உணர்வினால் அவர் ஆட்கொள்ளப் பட்டாரோ, குருமணியே ஞானக்கண்ணன் போன்றும், தாமே அந்த மானுடனாகவும்... தம்மை இப்படி ஒவ்வொரு கணத்திலும் உணர்ந்திருப்பதாலே அந்தக் கண்ணனின் பெற்றியே ஒவ்வொரு காட்சியிலும், சந்தர்ப்பத்திலும் நெருக்கடியிலும் விளக்கமாகிறது.

யச்ரேய: ச்யான் நிச்சிதம் ப்ரூஹி தன்மே, சிஷ்யஸ்தே அஹம் ச்வாதிமாம் த்வாம் ப்ரபன்னம்...

எனக்கு எது மேன்மையோ அதைச் செய்பவன். நீயாக என்னுள் நின்று இயக்குபவன். கண்ணா...

வேதப் பொருளிலும் திருமொழிகளிலும் ஆராய்ச்சி நடத்தும்போதெல்லாம் உள்ளம் பல நிலைகளிலும் அந்தக் கண்ணனையே காண்கிறது. புற உலகில் காணும் காட்சிகள், தொடர்புகொள்ளும் மானுடர் எல்லோரும் அந்தந்த நிலைக்கேற்ப, கண்ணன் எனும் மெய்ப்பொருளின் வடிவாக அவருடன் உறவாடுகின்றனர்.

குவளைக்கண்ணன் திருவாய்மொழியைப் பாடும்போது, "ஏன் கண்ணா, திருவாய்மொழி அழுகிறாயா?" என்று கேட்கிறார்; கோபிக்கிறார்; சண்டை போடுகிறார்.

கண்ணன்... கண்ணன் தோழனாகிறான், கண்ணன் சீடனாகிறான்,

> கோபத்திலே யொருசொல்லிற் சிரித்துக்
> குலுங்கிடச் செய்திடுவான்...
> ஆபத்தினில் வந்து பக்கத்திலே நின்று
> அதனை விலக்கிடுவான்...

என்றும் தோழனாக்கி மகிழ்வதும், சீடனாகி வந்து பல தொல்லைப்பட்டதையும் பின்னர் தோற்றேனென்று நீ உரைத்திடும் போதில் வென்றாய், உலகில் வேண்டிய தொழிலெலாம் ஆசையும் தாபமும் அகற்றியே புரிந்து வாழ்க நீ என்றான் என்றும் சீடனாக்கி ஒப்பரிய கவிதையால் தமிழ் அன்னைக்கு மணிகளிழைக்கிறார்.

ராமசாமியும் குவளை கிருஷ்ணமாசாரியும் இந்தக் காலங்களில் அவருடன் இருந்து கவிதைகள் பிறக்கும் வேதனை களையும் ஆனந்தங்களையும் பரவசங்களையும் நுகர்ந்து புத்துணர்ச்சிபெற்றுக் கொண்டிருக்கும் நேரத்தில், காவலும் கெடுபிடியும் சிறிதும் தளராமல் கண்ணி வைப்பதிலேயே கண்ணாக இருக்கிறது.

பாப்பாவும் ரங்காவும் மரப்பாச்சிக் கல்யாணம் செய்வதைப் பார்த்துக்கொண்டும், உள்ளே செல்லும் நபர்களைப் பற்றி விவரம் சேகரித்துக்கொண்டும், நடமாட்டத்தை வேவு பார்க்கத் தயாராக எல்லாச் சந்திகளிலும் கண்காணித்துக்கொண்டும் அவர்கள் தோன்றியதையெல்லாம் குறிப்பேடுகளில் எழுதிக்கொள்கிறார்களே?

'பாஞ்சாலி சபதம்' முதல் பாகம் பிரதியெடுத்து அச்சுக்குக் கொடுத்தாயிற்று. அன்று காலையில் மனம் மிக இலேசாக இருக்கிறது. வெற்றிலை போட்டுக்கொண்டு, கூரையில் உட்கார்ந்திருக்கும் காக்கைகளைப் பார்த்துக்கொண்டு இருக்கிறார். காலை நேரம்.

ராமசாமி வருகிறான்.

"என்ன ஓய்..?"

நிமிர்ந்து பார்க்கும்முன் –

"பாரதி!..." என்ற குரலுடன் தாவிவந்து தழுவுபவன்... யதிராஜுலு... சுரேந்திரநாத ஆர்யா!

“வங்கத்துக்குச் சென்று சுரேந்திரநாதரின் உரையில் மனம்பறிகொடுத்து சுரேந்திரநாதன் என்ற பெயரைச் சேர்த்துக்கொண்டான். பின்னர், ஆரிய சமாஜத்தில் சேர்ந்து ஆர்யா என்றும் பெயரை வைத்துக்கொண்டான், யதிராஜ சுரேந்திரநாத ஆர்யா எனது சென்னைத் தோழன் – தீரன்...”

ராமசாமிக்கு அறிமுகம்செய்துவைக்கிறார்.

“பாரதி, உங்களைப் பார்ப்பேனோ என்று தவித்துப் போனேன். விடுதலையானபின் சில காலம் எங்கெல்லாமோ அலைந்துவிட்டு வந்திருக்கிறேன்...”

பாரதி துணுக்குற்றுப் போகிறார். கட்டைகுட்டையாகத் தானிருப்பான். ஆனால் இவன் தீரமும் களிதுள்ளும் உற்சாகமும் எங்குபோயின? இவனைப் பார்த்துச் சில வருடங்களானதால் இவன் அடையாளம் தெரியாமலாகிவிட்டானா? இல்லை, சிறைவாசமா?

உடலில் சிலிர்ப்பேறுகிறது. ‘தாயே, பராசக்தி!’

“சிறை மிகக் கொடுமையாக இருந்ததா அப்பா? வயிரம் பாய்ந்த உரம் கொண்ட ஆர்யாவா நீ?”

கண்களில் கண்ணீர் மல்குகிறது. கிடுகிடென்று இறங்கிச் சமையலறையில் அடுப்புமூட்டிக்கொண்டிருந்த செல்லம்மாவை அழைக்கிறார்.

“செல்லம்மா! ஆர்யா வந்திருக்கிறான். ஐயோ, அவன் எப்படிப் போய்விட்டான்!”

செல்லம்மா சில விநாடிகள் மௌனமாக இருந்துவிட்டு கற்சட்டித் தோசைமாவைப் பார்த்துக்கொண்டு, “தோசை வார்க்கிறேன். கூட்டி வாருங்கள்!” என்று மறுமொழி அளிக்கிறாள்.

ஆர்யா கீழே வந்து, கிணற்றடியில் பல் துலக்கி முகம் கழுவுகிறான்.

இரண்டு இலைக்கிழிசல்களைப் போட்டு, செல்லம்மா தோசை வைக்கிறாள்.

கூடத்தின் மேலே பவானி படம் இருக்கிறது. பிரையில், அவர் சூரத்துக்குச் சென்றபோது வழியில் வாங்கிய தத்தாத்ரேயர் விக்கிரகம் அவன் கண்களில் படுகிறது.

பொல பொலவென்று கண்கள் நீரைச் சொரிகின்றன.

‘...சே, ஆர்யா? நீ சுத்த வீரனல்லவா? கண்கலங்கலாமா?”

அவனால் சிறிதுநேரம் பேசவே இயலவில்லை.

சிறையில் தனக்கேற்பட்ட சோதனைகளைப்பற்றி அவன் எப்படிச் சொல்வான்? ஐயோ! அந்தரங்கம் என்ற நட்போ, அன்புணர்வோ இல்லாத வெறுமையிலும் அச்சத்திலும் அவன் எவ்வாறு வாடித் துவண்டான்?

ஜி. சுப்பிரமணிய ஐயர், சிவா... இவர்களைப் பற்றியிருந்த நோய் தன்னையும் பற்றியது கண்டு எப்படித் துடித்தான்? கல்லுடைக்கவும் காரை அரைக்கவும் கைதியாக அவன் நின்றபோது, அவன் துடித்த துடிப்பை அளவிட இயலுமோ?

முதலில் ஆர்யா சென்னையில் வைக்கப்பட்டிருந்தான். சிவா நெல்லையில் சிறையிலிருந்தார். பிறகு இருவரையும் சேலத்துக்குக் கொண்டுசென்றனர்... இருவரும் தொழுநோயால் பீடிக்கப்பெற்றவரென்று தனியே அறையில் அடைக்கப்பட்டிருந்தனர். ஆர்யாவுக்குக் கிலியே பைத்தியம் பிடித்தாற் போலாயிற்று. தற்கொலைசெய்துகொள்ளவும் முயன்றார்... பின்னர் பெல்லாரிச் சிறைக்கு மாற்றினார்கள்.

குத்தி கேசவ பிள்ளை முயற்சி எடுத்துக்கொண்டு ஆர்யா மிகவும் வேண்டிக்கொண்டதற்கேற்ப, ஆறுதலாக எவரேனும் சமய – ஆன்மீக அன்பரை அனுப்ப ஏற்பாடு செய்யப்பட்டது. ஆனால்... ஆனால்...

இந்து சமயம்சார்ந்த எவரும் இப்படி மனமுடைந்த, உடல் நலிந்த ஒரு தொண்டனின் ஆறுதலுக்கு உவந்து உரையாட வர ஒப்பவில்லை.

"என்ன கொடுமை!"

டேனிஷ் மிஷனைச் சார்ந்த கிறிஸ்தவப் பாதிரியார் ஒருவர் சிறைக்குள் வந்தார்.

அவனது நோய் வெறும் கிலி – பலவீனம் – இயேசுநாதர், நோயாளிகளுக்கும் பலவீனருக்கும் புதிய ஜீவனையருளுவார்!

அவனுக்கு ஆறுதல் கிடைத்தது, சிறையிலேயே அவன் கிறிஸ்தவ மதம் தழுவிவிட்டான்.

பாரதி..!

பாரதிக்கு மீசை துடிக்கிறது; நெஞ்சம் பொங்குகிறது.

"உயிரற்ற ஜனசமூகம். இந்த இந்து சமூகத்தின் நிலையை நாம் என்னவென்று சொல்ல? இதில் ஸாரம் இல்லை, ஸத்து இல்லை. வெறும் கூடு. பூச்சியரித்த கூடாகிவிட்டது."

வேதனை சொல்லத் தரமில்லை.

“பாரதி அந்த ஆங்கிலேயன் பரிகாசக்குறிப்புப் போட்டானாம். இந்த நோய்க்கும் ராஜத்துரோகத்துக்கும் சம்பந்தம் ஏதோ இருக்கும்போல, மூன்று ஆசாமிகளுக்கும் இது இருக்கிறதா என்று... என்னைக் காண்பவர் பயப்படுவார்கள்... கருணை காட்டினவர்கள் பாதிரிமார்தான்...”

பாரதி தனது மதமாற்றத்தைக் குறித்து எதுவும் சொல்லவில்லையே என்று ஆர்யா சங்கடமடைகிறான். பாரதிக்கு இது புரிகிறது.

என்ன கருத்தைச் சொல்வது? ஓட்டைக் கப்பலிலிருந்து கொண்டு, புயல் அலைமோதும்போது, தாயே நீயே கதி என்று சொல்வதா?

எல்லாம் கடந்த நிலையில் எல்லா மதமும் ஒன்றே.

ஆனால் அதற்காக மனக்கசப்பு, அற்ப விஷயங்களில் ஊழல் நலிவுகளைப் பொறுக்க முடியாமல் பற்றி வளர்ந்த நிழலை விட்டுவிடுவதும் சரியா? கணவன் செய்த தவறுக்காக மனைவி தற்கொலைசெய்துகொள்வதும், மனைவி செய்த தவறுக்காக புருஷன் சந்நியாசம் வாங்கிக்கொள்வதுமாக ஆனால் குடும்ப வாழ்க்கை என்று இருக்க முடியுமா? பேச முடியுமா?

“ஆர்யா? நீ இனி பாதிரிமார்களின் ஆளுகைக்குட்பட்டவனாகிவிட்டாய், உன்னுடைய தீவிர தேசபக்தியை, அவர்கள் கிறிஸ்தவ மதப்பிரசாரத்துக்குப் பயன்படுத்திக்கொள்ளும் படியாகிவிட்டது. . .”

இதைச் சொல்லும்போது, பாரதியின் கண்களில் நீர் பெருகிவழிகிறது.

பாரதி... மத்தகஜம் என்று நினைக்கக்கூடிய அளவுக்குச் சொல்வலிமை பெற்றவர் – சக்திமைந்தன் – கண்ணீர் பெருக்குகிறாரே என்று ராமசாமியே நெகிழ்ந்துபோகிறான்.

ஆர்யாவும் கண்ணீர் விட்டுக்கொண்டு சிறிதுநேரம் மௌனமாக இருக்கிறான்.

“பாரதி, நான் உங்களைப்போல் உயர்ந்த கவி இல்லை. எந்தச் சக்தியும் இல்லாமல் நான் நாட்டுக்கு என்ன செய்ய முடியும்? முதலில் எனது நோய் என்ற கிலியைப் போக்கிக் கொள்ள வேண்டும். பாதிரியார் எனக்கு உதவிசெய்வதாகச் சொல்லியிருக்கிறார், நான் அமெரிக்கா செல்வதாகத்

தீர்மானித்துவிட்டேன். வீண்மண்மொந்தையாக இந்தத் தேசத்துக்கு இன்னும் சிறுமை கூட்டிக்கொண்டு இருக்க மனமில்லை..."

எத்தகைய உற்சாகி, மனமொடிந்துபோனான்! தாயே! பராசக்தி! இந்தத் தேசத்தை நீ என்ன செய்யக் காத்திருக்கிறாய்?

"ஆர்யா, நம் இந்து மக்களிடம் நமக்கு ஆத்திரம் வரலாம். அதற்காக உன்னைப் போன்றவர்கள் நமது பரம்பரையை ஏளனம் செய்து அவமதித்துக்கொண்டு தமது மதத்தைப் பரப்பும் ஒரு கூட்டத்தாருடன் சேர்ந்ததனால் விமோசனம் வந்துவிடாது. இப்போது நமது தேசம் இருக்கும் நிலையில் உன் போன்றவர்கள் நாட்டுக்கு விமோசனம் இல்லையென்று நம்பிக்கை இழப்பது எனக்குப் பிடிக்கவில்லை. நான் உபதேசம் செய்வதாக நினைக்காதே. என் மனதுக்கு உண்மை என்று பட்டதைச் சொன்னேன். உனக்கு ஆயாசமே வரக் கூடாது. நீ அமெரிக்கா போ. என்ன வேண்டுமானாலும் செய்; நமது பாரத தேசத்தை மறந்துவிடாதே ஒருநாளும்!"

மனம் ஆறுதலடைய வெகுநேரம் ஆகிறது.

சுதேசிகள் விஷயத்தில் பிரஞ்சு அரசு கடுமைகாட்டாமல், கவிதை எழுதுபவரும், லத்தீன் மொழி அறிந்தவரும் எந்தக் குற்றமும் செய்ய மாட்டார்கள் என்றுவிட்ட நிலை அண்மையில் மாறிவிட்டது. சர்வதேச அரங்கில் – ஐரோப்பாவில் அச்சுறுத்தல்களும் நெருக்கடிகளும் தோன்றியிருக்கின்றன.

ஜர்மானியின் அதிக்கிரமத்தைச் சமாளிக்க, இங்கிலாந்தின் உதவியைப் பெற வேண்டும் என்று பிரஞ்சு அரசியலார் பழைய பகைமை மறந்து இங்கிலாந்திடம் உறவாடத் தொடங்கியிருக்கிறார்கள்.

எனவே பிரஞ்சு எல்லைக்குள்ளிருக்கும் 'சுதேசி'களுக்கு நிலைமை சாதகமாக இல்லை என்ற உண்மை வேறு உறுத்திக் கொண்டிருக்கிறது.

ஆர்யா அமெரிக்காவோ எங்கோ போகட்டும்; தாய்நாட்டை மறக்காமல் இருந்தால் சரி.

புறப்பட்டுப்போக வேண்டும்.

ஆனால்... கையைப் பிசைகிறான்; தயங்குகிறான்.

வண்டிக்குக் கொடுக்கப் பணம் இல்லையே?

பாரதி செல்லம்மாவிடம் வருகிறார்.

"செல்லம்மா, ஆர்யா... அவனுக்குப் பட்டணம்வரை செல்லக்கூடக் காசில்லை, பாவம்..."

செல்லம்மா மறுமொழியின்றி, காதிலே கிடக்கும் புதுச்சிவப்புத் தோட்டைக் கழற்றுகிறாள். அது ஒன்றுதான் உருப்படியான நகை.

அம்மாக்கண்ணு அதை வாங்கிக்கொண்டு சென்று, எங்கோ வைத்து ஏழு ரூபாய் வாங்கிவருகிறாள்.

ஆர்யா ஊருக்குச் செல்கிறான்.

31

1913ஆம் ஆண்டு பிறப்பதற்குள் பாரதி அதிகமான பாடல்களைப் பாடிவிட்டார்.

பிரிட்டிஷ் அரசு, ஓராயிரம் வழிகளைக் கொண்டுவந்து 'சுதேசிகளை'ப் பாண்டிச்சேரி எல்லையை விட்டுக் கடத்தப் பார்த்தது. புதுச்சேரியில் இந்த அந்நியர்களுக்குக் குடியிருப்பு உரிமை இல்லாமல் அடித்துவிட்டால்?

பிரெஞ்சு இந்திய சட்டசபையில், அந்நியர் சட்டம் என்று ஒரு புதிய சட்டத்தைக் கொண்டு வந்து அமுலாக்குவதற்கு பிரிட்டிஷ் அதிகாரம் தூண்டியது.

அப்போதைய நிலையில் பிரெஞ்சு கவர்னர் அதற்குச் சம்மதித்துவிட்டார்; என்றாலும் புதுச்சேரி சட்டசபை உறுப்பினர்கள், சுதேசிகளை அடியோடு வீழ்த்தும் குழியைப் பறிக்க மனம் கெட்டுவிடவில்லை. சட்டத்துக்குள் வராமலிருக்க ஒரு விதியையும் புகுத்தி வைத்தார்கள்.

சட்டம் அமுலுக்கு வரும் தேதிக்கு முன்னால் இவர்கள் ஐந்து கௌரவ மாஜிஸ்ட்ரேட்டுகளிடம் கையெழுத்துப் பெற்றுப் பிரெஞ்சு போலீசாரிடம் பதிவு செய்துகொண்டால் குடியிருக்க உரிமை யுண்டென்று செய்துவைத்தார்கள்.

இந்தத் திருத்தத்தைப் பிரிட்டிஷ் போலீசார் பெரிதாக மதிக்கவில்லை. இவர்கள் ஐந்து கௌரவ மாஜிஸ்ட்ரேட்களை எப்படித் தேடிப் பிடிப்பார்கள்? எனவே வலைக்குள் பெரிய

மீன்களெல்லாம் வந்து தானாக வேண்டும் என்று கணக்குப் போட்டார்கள்.

சுதேசிகள் திகைக்கின்றனர். இந்த விதி ஒன்றே கடைசி அடைக்கலம்.

யார் யார் ஐந்து மாஜிஸ்ட்ரேட் நிலையில் உள்ளவர்கள் என்பதையே இந்தப் பஞ்சைச் சுதேசிகள் அறிய மாட்டார்களே?

அரவிந்தர், ஐயர், ஸ்ரீநிவாசாசாரியா, பாரதி எல்லோரும் அரவிந்தர் குடியிருக்கும் இடத்தில் கூடிப் பேசுகிறார்கள். யோசனை எதுவும் புலப்படவில்லை. இரவு ஒன்பதுமணிக்கு மேலாகிறது.

பாரதி சரேலென்று எழுந்திருக்கிறார். ராமசாமியைப் பார்த்து, "ஓய், நாளைக் காலை எட்டுமணிக்கு வாரும்!" என்று ஓர் உத்தரவைப் போட்டுவிட்டு வீட்டுக்குப் போகிறார்.

காலையில் எழுந்து காலைக் கடன்களை முடித்துவிட்டு வெற்றிலை போட்டுக்கொண்டு உற்சாகமாக இருக்கிறார். அவரைக் காணும் ராமசாமிக்கு வியப்பாக இருக்கிறது.

"புறப்படுவோமா?"

"எங்கே..?" என்று சற்றுத் திகைப்புடன் வினவுகிறான் அவன்.

"கேள்வி கேட்காமல் வாரும்!"

இருவரும் கலவை சங்கர செட்டியார் வீட்டுக்குச் செல்கின்றனர்.

செட்டியார் நடுக்கூடத்து ஊஞ்சலில் உட்கார்ந்திருக்கிறார்.

பாரதியைக் கண்டதும் எழுந்து நின்று, "சுவாமி! வர வேண்டும்..." என்று வணங்கி வரவேற்கிறார்.

"நீங்கள் எல்லோரும் இருந்தும் நாங்கள் புதுச்சேரியை விட்டுப்போக வேண்டுமா? புதுச்சட்டம் கொண்டு வந்திருக்கிறார்களே?"

"சுவாமி, நான் சென்னைக்குப் போயிருந்தேன், நேற்றுத் தான் வந்தேன். எனக்கு இன்னும் ஒரு தகவலும் தெரியாது... புதுச்சட்டமா?"

பாரதி அதன் விளைவுகளை விளக்குகிறார். தாங்கள் பற்றிக்கொண்டு சட்டத்தின் பிடியிலிருந்து தப்புவதற்கான கைக்கோலை அவர்கள் தாம் கொடுக்க வேண்டும் என்பதையும் தெளிவாக்குகிறார்...

“இவ்வளவுதானே, சுவாமி! ஐந்துபேர் கையெழுத்து களையும் வாங்கித் தருகிறேன். நானே ஒரு கௌரவ மாஜிஸ்ட்ரேட்தான்.”

“இன்றே முடியுமா?”

“இரண்டுமணிநேரத்துக்குள் முடியும். கையெழுத்து வாங்க வேண்டிய பத்திரங்களைக் கொடுங்கள் போதும். நானே உங்கள் வீட்டில் அதை இரண்டுமணிநேரத்துக்குள் கொண்டுவந்து உங்களைப் பார்க்கிறேன்...”

விஷயத்தை முடித்துவிட்டு, செட்டியார் சற்றே தயங்குகிறார்.

“புதிய பாட்டு ஏதேனும் கட்டியிருப்பதைப் பாடுகிறீர்களா சுவாமி?”

ஊஞ்சற் பலகையில் அமர்ந்திருப்பவர், இந்தச் சட்டம் வரும்போது ஏற்பட்ட கவலையை மறக்க பராசக்தியைத் தஞ்ச மடைந்த பாட்டொன்றைப் பாடுகிறார்.

ஜய முண்டு பயமில்லை மனமே! இந்த
ஜன்மத்திலே விடுதலை யுண்டு நிலையுண்டு...

உண்மையிலேயே துன்பந் தீர்ந்த உற்சாகத்தில் நன்றிப் பெருக்குப் பரவசமாய்க் கரை புரளுகிறது. கமாஸ் இராகத்தில் சரணம் தொடருகிறது.

அலைபட்ட கடலுக்கு மேலே – சக்தி
அருளென்னுந் தோணியினாலே
தொலை யெட்டிக் கரையுற்றுத்
துயரற்று விடுபட்டுத் துணிவுற்ற குலசக்தி
சரணத்தில் முடிதொட்டு(ஜ)

ஆகா! இத்தகைய கவியை, இங்கே வைத்திருக்க நாங்கள் எதையும் கொடுக்கலாமே!

போன காரியம் என்ன ஆயிற்றோ என்று கவலையுடன் எந்த வேலையும் செய்யத் தோன்றாமல் உட்கார்ந்திருக்கும் செல்லம்மா உற்சாகத்துடன் அவர் நுழைவது கண்டு மகிழ்ச்சி கொள்கிறாள்.

அப்பாடா! கவலை இறங்குகிறது.

வீட்டுவாசலில் காத்திருக்கிறான் அரிசன கனகலிங்கம். முத்துமாரி அம்மன் கோயிலில் இவன் வழிபாடு செய்கையில் பாரதி உருகிப்போகிறார். பாரதியிடம் அவனது உள்ளார்ந்த பக்தி அவர் நெஞ்சத்தில் மிகவும் பெருமையும் ஆனந்தமுமாக

ஒட்டிக்கொண்டு காணும்போதெல்லாம் பரிவாகப் பெருகுகிறது. இவர் கூப்பிட்டதும் வந்து பத்திரிகைகளைப் பார்த்துக் கொண்டிருப்பான். கல்வே கல்லூரியில் படிக்கவும் செல்கிறான்.

இன்று அவனைக் கண்டதும் மனசுக்கு ஒரு யோசனை தோன்றுகிறது.

இதழ்க்கடைச் சிரிப்போடு பாடத் தொடங்குகிறார்.

காட்டு வழிதனிலே – அண்ணே!
கள்ளர் பயமிருந்தால்?... எங்கள்
வீட்டுக் குல தெய்வம் – தம்பி
வீரம்மை காக்குமடா!
நிறுத்து வண்டியென்றே – கள்ளர்
நெருங்கிக் கேட் கையிலே – எங்கள்

கறுத்த மாரியின் பேர் – சொன்னால்
காலனும் அஞ்சுமடா!

சுதேசிகள் ஏதேனும் ஒரு கண்ணியிலிருந்து தப்பிவிடுகிறார்களே என்று போலீசார் கண்டாலும் பாரதியை எந்த வகையிலேனும் மாட்டிவிடலாம் என்று கருதியிருக்கின்றனர்.

அரவிந்தரைப் போல் ஒடுங்கியவரல்ல! ஐயரைப் போன்று சமார்த்திய தந்திரங்களும் தெரியாது.

எனவே இரண்டு நாட்கள் சென்றதும் அவருக்கு ஒரு அநாமதேயக் கடிதம் வருகிறது.

“ஹே கவிச்சக்கரவர்த்தி! தங்களுடைய திவ்விய முக மண்டல ஜோதியைக் கண்டும் தங்களுடைய அமிர்த வர்ஷ தாரைகளான பாடல்களைக் கேட்டும் ஆனந்தப்படுவதற்காக, புதுச்சேரி வந்து சேர்ந்தேன். இப்போது ஓரிடத்தில் மறைந்து கொண்டிருக்கிறேன். இரவு ஏழு மணிக்குத் தங்கள் வீட்டுக்கு வருகிறேன். வெளிச்சம் அதிகம் வேண்டாம். விளக்குச் சிறிதாக இருக்கட்டும்.

இப்படிக்கு,
தங்கள் – இலக்கியப்பிரியன்.
திருநெல்வேலி.”

யாரடா இது? அநாமதேயக் கடிதம், விளக்கைப் பெரிது பண்ண வேண்டாமாமே?

பாரதி வீட்டுக்குள் இருக்கிறார். சிறு விளக்கொன்று மாடத்தில் முணுக்முணுக்கென்று வெளிச்சம் காட்டுகிறது.

பகற்பொழுது குறுகியிருக்கும் காலம் வேறு.

கூடத்திலும் முற்றத்திலும் நின்று வாயிலில் பார்த்துக் கொண்டே பாடுகிறார்.

கன்னங்கரிய இருள் நேரம் – அதில்
காற்றும் பெருமழையும் சேரும் –
சின்னக்கரிய துணியாலே – இந்தத்
தீயவுடல் மூடி நரி போல...

என்று மிகத் தெளிவாகப் பாடி அபிநயிக்கிறார்.

நாயும் பிழைக்கும் இந்தப் பிழைப்பு... ஐயோ...
நாயும் பிழைக்கும்... ஒருநாயும்... ஒருநாயும்...

என்று திருப்பித் திருப்பி அதையே சொல்கிறாரே...

செல்லம்மாளுக்குப் புரியவில்லை. அந்தச் சந்தி நேரத்தில் இப்படியா ஒரு பாட்டைப் பாடணும்?

அப்போது நிழல் தட்டுகிறது.

வருபவர், விவேகானந்தரைப் போல் காவிச் சட்டை தலைப்பாகையணிந்திருக்கிறார்.

செல்லம்மா சற்றே துணுக்குற்றுப் பின் வாங்கி அறை வாயிற்படிக்குச் செல்ல, பாரதி வந்தவரை நேராகப் பார்க்கிறார்.

யதீந்திரராகத் தோற்றுபவர் கைகளைக் குவிக்கிறார்.

"நமஸ்காரம், நமஸ்காரம்!"

சட்டென்று பாட்டு நிற்கிறது.

"ஆகா? தர்மம் நாசமாய்ப் போகிறதே? இல்லறத்தான் வீட்டுக்கு எழுந்தருளும் யதீந்திரரைக் காலில் விழுந்து பணிந்து 'நமஸ்காரம்' சொல்லி வரவேற்க வேண்டும் – சந்நியாசி ஆசீர்வாதம் பண்ணணும். இங்கு தலைகீழ்ப் பாடமாக இருக்கு!"

கபட சந்நியாசியின் முகம் வெளுத்துப்போகிறது.

"சரி, என்னைப் பார்த்தாச்சில்லையா? போய்விடலாமே?"

வந்தவர், ஆங்கிலத்தில் பேசிச் சமாளிக்கிறார்.

"அரவிந்தரை எப்ப பார்க்கலாம்...?"

பாரதி மீசை முறுக்கிக் கபடச் சிரிப்புச் சிரிக்கிறார்.

"ஐயரைப் பார்த்தாச்சோ!"

சந்நியாசி முகத்தில் அசடு வழிகிறது. அவர் திரும்பும்முன் பாரதி தடுத்து நிறுத்துகிறார்.

“ஓய் கபட சந்நியாசி! உசிதமாய் வாரும்! உயரமாய் வாரும்! மட்டத்தில் ஆசை வைக்காதீர்!”

நாயும்... ஒரு நாயும் பிழைக்கு மிந்தப்பிழைப்பு..!

பாட்டுத் தொடரவும் அவன் திரும்பிப் பாராமல் செல்கிறான்.

போலீசுக்காரனின் இந்த அசட்டுத்தனங்களும் சிரிப்பும் இல்லாமல் இந்தப் புதுச்சேரி வாழ்க்கை, சுவாரசியமாக இருக்காது...

ஆஹா... ஹா..!

சிரிப்பு கலகலவென்று வெளியில் செல்பவரையும் கவர்ந்திழுக்கிறது.

“ஊருல, தினமும் அம்மாவைப் பாத்து, நீங்க எங்கியானும் போகப் போறேளோ பாட்டிம்மான்னு கேப்பான். நமக்குத்தான் நீங்க சொன்னாப்பல, காசு கொடுக்காம ஆள் – துணைக்கு எப்பவும் வரான்!”

இதற்குப்பின் இரண்டு மூன்று நாட்களே ஆகியிருக்கும். பாரதி காலையில் பாப்பாவுக்கு ரோஜாப்பூக் கதை சொல்லிக் கொண்டிருக்கிறார்.

வாயிலில் ஒரு வண்டி வந்து நிற்கிறது.

குட்டையாகத் தலையோடு கால் போர்த்துக்கொண்டு ஒருவரும், ஒரு அம்மையாரும் இறங்கி வருகின்றனர்.

“பாரதி!... சுப்ரமண்ய பாரதி..!”

“வந்தே மாதரம்..!”

அம்மாள் ஒரு கொடி கையில் வைத்திருக்கிறாள். அதைப் பிரிக்கிறார். வந்தே மாதரம்..!

கண்கள் குளமாகின்றன. கால்கள் முன்னுக்கு நகராமல் தயங்கி நிற்கின்றன.

சிவா... சுப்ரமணிய சிவாவும் தாயாரும்!

நெஞ்சு முட்டுகிறது. ஆர்யா... அவன் கிருஸ்தவனானான்.

இதென்னடா, கோலம்... சிறை தந்த பரிசா? பொறுக்க முடியவில்லையே!

பாரத தேவி, உன் அடியார்களை இப்படிச் சோதிப்பது தகுமா?

செல்லம்மா அந்தத் தாயாரை உள்ளே அழைத்துச் செல்கிறாள்.

உணவு கொள்ளுமுன்னும் பின்னும் சிறையில் நிகழ்ந்தவை, முன்னே இருக்கும் திட்டங்கள் ஆகியவற்றைப் பேசுகிறார்கள். பாரதி புதிய பாடல்களைப் பாடுகிறார்.

சிவா சென்னை சென்று உடனே பத்திரிகை ஒன்று நடத்தப் போகிறார். அது, இந்திய ஞான வாவியின் செல்வங்களை வாரி அளிக்கும். அதை வளப்படுத்த பாரதியின் ஆற்றல் பயன்பட வேண்டும். தமிழ் வளர்க்க வேண்டும், தமிழின் செல்வாக்குப் பரந்து எல்லை கடந்ததாகச் செல்ல வேண்டும். பேசும்போது, பாப்பாவை சிவா மடியிலிருத்திக்கொள்கிறார். நேரம் செல்வது தெரியவில்லை.

பாரதிக்கு நெஞ்சு தவிக்கிறது. பட்டுப் பாப்பாவைத் தொட்டு வைத்திருக்கிறானே... நண்பன், ஆருயிர்த் தொண்டன், அவனைத் தொடாதே என்று சொல்ல முடியுமோ?... ஐயோ, பாப்பா, உனக்கு அந்த நோய் ஒட்டினால்?

கையும் மெய்யும் பரபரக்கிறது.

மாலை இருட்டானதும், அரவிந்தரிடம் அவர்களை ராம சாமி கூட்டிச்செல்கிறான்.

பாரதி, செல்லம்மாளை வெந்நீர் போடச் செய்து, பாப்பாவின் உடல் முழுவதும் மண்ணெண்ணெய் தடவிக் குளிப்பாட்டிப் பின்னர் தேங்காயெண்ணெய் தொட்டு அரப்புத்தூள் போட்டுத் தேய்த்துக் குளிப்பாட்டுகிறார்.

செல்லம்மாளினால் இவருடைய பாசத்தையும் உறுதியையும் தயையையும், கடுமையையும் புரிந்துகொள்ள முடியவில்லை.

சிவாவும் தாயாரும் அரவிந்தர் ஆசிரமத்திலிருந்து திரும்புகையில் இரவு மணி பன்னிரண்டாகி விடுகிறது. ஸ்ரீநிவாசாசாரியின் வீட்டுக்குள் செல்லவில்லையாம். வாசலில் நின்றே பேசிவிட்டு, ஒரு வண்டியை வைத்துக்கொண்டு இரவே ஊருக்குச் செல்கிறார்கள்.

ஆர்யா செல்லம்மாளின் பெயருக்கு ஐநூறு ரூபாய் அனுப்பிவைக்கிறான்.

"சகோதரி! நீங்கள் செய்த உபகாரம், காட்டிய அன்பு ஆகியவற்றுக்கு இது ஈடில்லை. எனினும் என் போன்றோருக்குச் சமயத்தில் உதவுவீர்கள், இன்னமும். எனவே நகைசெய்து போட்டுக்கொள்ளுங்கள்" என்று எழுதியிருக்கிறான்.

வாடகை, மளிகைபாக்கி எல்லாம் கொடுக்கிறார்கள்.

செல்லம்மா வீட்டுச் சாமான்களை வாங்குகிறாள். நெல் வாங்கிப்போடுகிறாள். துவரை, பயறு என்று வாங்குகிறாள். பாரதி வாயிலில் போகும் சீனத்துப் பட்டு வியாபாரியை அழைத்து ஐம்பது ரூபாய்க்குத் துணி வாங்குகிறார் – கலவை சங்கர செட்டியாருக்குத் தைத்துக் கொடுக்கும் தையல்காரனை அழைத்து வரச் சொல்கிறார்.

கோட்டு, சட்டை ஆகியவற்றுக்கு அளவு கொடுத்துவிட்டு, "ஒரு தலைப்பாகைபோல் நூதனமான குல்லாய் தை" என்று கூறியதும் தையல்காரருக்குப் புரியத்தானில்லை.

"குல்லாயா?"

"ஆமாமப்பா! கிரீடம் மாதிரி இருக்க வேண்டும். வெள்ளை ஸாடினில், கோட்டு நீளமாக, இந்தத் தலைப்பாகை... மகாராஜாக்கள் அணியும் உடை என்று நினைத்துக்கொண்டு புதுமாதிரியாகத் தை!"

தையல்காரன் என்ன நினைத்தானோ? 'சரி' என்று தலையாட்டிவிட்டுப் போகிறான்.

சில நாட்கள் கழித்ததும் துணிகள் உடுப்பாக மாறி வருகின்றன.

கோட்டு சட்டை, பாவம், மகாராஜா என்று அவர் வருணித்ததற்கொப்ப, இரண்டு பாரதிகளைச் சுற்றிக்கொள்ளப் போதுமான அளவில் இருக்கின்றன.

குல்லாயோ சர்க்கஸ், நாடகங்களில் கோமாளி வேடம் பூணுபவர் அணியத்தக்க விதமாக இருக்கின்றன.

அவற்றை அணிந்து பார்த்துவிட்டுச் சிரிக்கிறார்.

பாவம், அவன் மகாராஜாவைக் கண்டானா? செட்டியார்களின தொந்தியும் தொப்பையும்தான் தெரியும். இதை அணிவதற்கு எனக்கு இந்த ஜன்மத்தில் தொந்தி போடப் போவதில்லை!

வாசலில் வரும் பிச்சைக்காரனுக்குச் சட்டையும் கோட்டும் கிடைக்கின்றன.

வறுமை தீர இவ்வாறு பணம் கிடைக்கும்போது அது தங்குவதேயில்லை. அது விரைவில் கரைந்து வறுமையை மீண்டும் கொண்டுவந்துவிடுகிறது. ஆனால் வறுமை அவருடைய இனிய இயல்பு எதையும் பாதிப்பதில்லை.

வீட்டில் நண்பர்கள் இடையே பாடுவதும் பேசுவதும், மாலையானால் கடற்கரைக்குச் செல்வதும், குழந்தைகளுடன் உற்சாகமாகப் பலவாறு பேசி மகிழ்வதுமாக நகரும் நாட்கள் பல.

அப்போது மாசி மாதம், முன் நிலாக்காலம், மாலையில் தீட்சிதரின் மகள் மீனா, சங்கர செட்டியாரின் மகள் பத்மாவதி, யதுகிரி, செல்லம்மா, எல்லோருமாகக் கடற்கரைக்குச் சென்று மணலில் அமர்ந்திருக்கின்றனர். பாரதி அரவிந்தர் வீட்டிலிருந்து வருகிறார். இந்தப் பெண்கள் அனைவரையும் காணும்போதும் பேசும்போதும் பாரதிக்குப் பரிவு பாலாய்ப் பெருகுகிறது.

"அய்யாவுக்கு உடம்பு சரியில்லையா யதுகிரி?... எப்படியோ இருந்தாரே?"

"ஆமாம். மார்வலி என்று நேற்றிலிருந்து சொன்னார். தயிலம் தடவிக்கொண்டு படுத்திருந்தார். அதனால் கடற்கரைக்கு வரவில்லை."

"உன்னைக்கூட முன் போல் அடிக்கடி பார்க்க முடிய வில்லை யதுகிரி! அப்படியே பார்த்தாலும், நழுவி, பின் கட்டுக்குள் போய்விடுகிறாய்!"

"அது தெரியாதா உங்களுக்கு?"

செல்லம்மா யதுகிரியை ஓரக்கண்ணால் பார்த்துக் கொண்டே விஷயத்தை விள்ளுகிறாள்.

"அவளுக்குச் சித்திரையில் கல்யாணம்... கல்யாணமாகி விட்டால் புருஷர்களுடன் பழகிப் பேச முடியுமா? இப்போ திருந்தே அப்படி ஒதுங்கப் பழகிக்கொள்கிறாளாக்கும்!"

பாரதியின் முகத்தில் ஈயாடவில்லை... மலர்ச்சியுடன் வரவேற்காத ஆழ்மையில் இறுகிப்போகிறார்.

"ஸ்ரீநிவாசாசாரியார் பழைய காலத்திலேயே இருக்கிறார். உலகந் தெரியாத குழந்தைக்குப் பொம்மைக் கல்யாணம் செய்கிறார். எப்போதம்மா கல்யாணம்?"

"பாட்டிதான் எல்லா ஏற்பாடும் செய்கிறார்..."

"பிராமணர்கள் ஒன்பது வயசுக்குள் பெண்களைக் கன்யாதானம் செய்துகொடுத்துவிட வேண்டும் என்பதுதான் சாஸ்திரம். இப்போது அதெல்லாம் எங்கே முடிகிறது? நம் தங்கம்மாவுக்கே ஒன்பதாகப்போகிறது!"

"செல்லம்மா? சாஸ்திரம் அப்படிச் சொல்லவில்லை. பொய்ச் சாத்திரக்காரர் புகுத்திவிட்ட மூடப்பழக்கம்

அது! யதுகிரி! நீ இதுவரையில் ஒரு பிரபஞ்சத்தையே பார்த்திருக்கிறாய். ஆனால் நீ கல்யாணமாகிப் போகிற வீடு... வேறு. அங்கே நூறு வருஷங்களுக்கு முந்தைய ஆசாரத்தைக் கடைப்பிடிப்பார்கள். நம் வீட்டுச் சுதந்திரம் அங்கே இருக்காது. அதற்காகவே நாங்கள் ஊரை வாசலை விட்டு இங்கே வந்திருக்கிறோம். இந்த மனம் வரவே குறைந்தபட்சம் முப்பது வருஷங்கள் பிடிக்கலாம். அதுவரை நீ பழைய கொள்கைகளில் புகுந்துவிட வேண்டும்..."

செல்லம்மா குறுக்கிடுகிறாள். "கல்யாணமாகும் பெண்ணை, ஜெயிலுக்குப் போக இருப்பவருக்குச் சொல்வது போல் பயமுறுத்துகிறீர்களே?"

"செல்லம்மா, உலகத்துக் கஷ்டம், அடிமைத்தனம், மூடவழக்கங்கள் பற்றிய சமாசாரமே அவளுக்குத் தெரியாதே?... யதுகிரி? உனக்கு இப்போது கல்யாணம் பண்ணிக்கொள்ள இஷ்டமா?"

"அய்யா, அம்மாவே பாட்டி சொல் கேட்டு நடக்கும்போது, நான் என்ன இஷ்டம் தனியாகச் சொல்ல?"

"பிள்ளையை நீ பார்த்தாயா?"

"நான் யாரையும் பார்க்கவில்லை. நாலைந்து வரன்கள் பார்த்திருக்கிறார்கள். பாட்டி அய்யா அம்மாவிடம் சொல்லி நிச்சயமாக ஒரு வரனைத் தேர்ந்துகொள்வார்கள்..."

"ஹும்... எங்கள் தலைமுறையிலும் இப்படித்தான் நடந்தது. யதுகிரி? நீ உன் மன விருப்பத்தை மறக்காதே! அதில் நன்மை உண்டு! உன்னை அவர்கள் விலைகொடுத்து வாங்கவில்லை. அவர்கள் வீட்டை விளங்கச் செய்யப்போகிறாய். அதனால் புகுந்த வீட்டில் நீ அடிமை போலிருக்கக் கூடாது. உனக்குப் பூரண உரிமை உண்டு... நீ படிப்பை விடக் கூடாது... நான் ஐயரைப்போல் துறவு போதிக்க மாட்டேன். உலகத்தில் பிறந்து எல்லாச் சுகங்களையும் அனுபவித்து உலகுக்கு உபசாரியாக வாழ வேண்டும். அதுவே வாழ்க்கை, கொள்கை, தத்துவம்.

நீ இரண்டு வீட்டுக்கும் விளக்காக இருக்க வேண்டும். இரண்டு குடும்ப வாழ்க்கை கலப்பது முதலில் கஷ்டம்தான். கேவலம் அடிமைத்தனத்துக்கு ஒத்துக்கொள்ளாதே. உனக்கு உரிமை உண்டு, புத்தி உண்டு; ஸ்வதந்தரம் உண்டு. தலை நிமிர்ந்து நட. உன் இருபுறமும் உள்ள இயற்கையைக் கண் குளிரப் பார். நேர் பார்வை, கடைக்கண் பார்வையில் பார்க்கத் தகுந்தவன் கணவன் மட்டுமே. தந்தை சகோதரர்கள், பிள்ளைகள்

எல்லோரையும் நிமிர்ந்து பார். நிமிர்ந்து உட்கார். தெளிவாக, தைரியமாகப் பேசு, இதில் கற்பு கெடுவதில்லை. மேலுக்கு வேஷம் அவசியமில்லை."

இப்போதே அங்கே உட்கார்ந்திருக்கும் மீனாவும் பத்மாவும் யதுகிரியும் நிமிர்ந்து உட்காருகின்றனர்.

பாரதி இதே ஆழ்மையுடன் பல கருத்துகளைச் சொல்கிறார்.

அன்று வீடுதிரும்பியபின்னரும் இதே சிந்தை மனதைக் கவ்விக்கொண்டிருக்கிறது... பெண்கள், தம்மையே உணராத மடமை இருளில் மூழ்கிக்கிடக்கிறார்கள். அவர்கள் தங்கள் உணர்வுகள், மனோபாவங்கள், மன வெழுச்சிகள் எதையும் இனம் கண்டுகொள்ளும் வளர்ச்சியே பெறவில்லை. அந்தக் குருத்து முளையிலேயே கிள்ளப்படுகிறது எப்படி?

கட்டுப்பாட்டைச் சிறிது அலட்சியம் செய்த பெண்ணா னாலும், உடனே கண்டனத்துக்கும் அபவாதத்துக்கும் இலக்கா கிறாளே? ஓ, ஸ்திரிகள் எப்படி இருக்க வேண்டும்? நளாயினி, அனுசுயை... என்று உதாரணம் காட்டுவார்கள். ஆடவருக்கு அடிபணிய வேண்டும் என்பதே அந்த ஆணவ நோக்கம்...

மனம் பலவாறு இந்த அவல நிலையை நினைத்து வருந்துகிறது.

வெகுநேரம் மொட்டைமாடியில் உலவிக்கொண்டிருந் தவர், எப்போது வந்து படுத்தார் என்று செல்லம்மாவுக்குத் தெரியவில்லை.

திடீரென்று உறக்கத்தில் எழுந்து உட்கார்ந்துகொண்டு பாடத் தொடங்குகிறார்.

போற்றி போற்றி ஓராயிரம் போற்றி... நின்
பொன்னடிக்குப் பல்லாயிரம் போற்றிகாண்...

இதென்ன, பூபாளம் பாடுகிறாரா?

செல்லம்மாவினால் அந்தப் பாடலின் பொருளை உடனே உணர இயலவில்லை.

மாதர்க் குண்டு சுதந்திரமென்று நின்...
வண்மலர்த்திருவாயின் மொழிந்த சொல்...
நாதந்தானது நாரதன் வீணையோ?

தாளை எடுத்து எழுதுகிறார். சிறிது நேரம் கண்களை மூடி அனுபவிக்கிறார்.

கவிஞரின் இந்த வேதனைகளை, வெளியீட்டு ஆனந்தங் களைச் செல்லம்மா புரிந்துகொண்டும் புரிந்துகொள்ளாமலும் பார்க்கிறாள்.

"செல்லம்மா! அதோ பார்? புதுமைப் பெண்... புதுமைப் பெண்... அவள் என்ன சொல்கிறாள்? நாணமும் அச்சமும் நாய்கட்கு வேண்டுமாம்!"

நிமிர்ந்த நன்னடை நேர் கொண்ட பார்வை, நிலத்தில்
யார்க்கும் அஞ்சாத நெறிகளும் திமிர்ந்த ஞானச் செருக்கும்

இருப்பதால் செம்மை மாதர் திறம்புவதில்லையாம்!

இந்தப் பரவச உணர்வுகளைப் பேதை அவளால் பிரதிபலிக்க இயலவில்லை.

கல்யாணமாகப் போகும் யதுகிரிக்கு இந்தப் புத்திமதியா? தங்கம்மாளுக்கு ஒன்பது வயசாகப் போகிறதே? தீட்சிதர் வீட்டு மீனாவுக்குக் கல்யாணமாகிவிட்டது.

ஆர்யா பணம் அனுப்பினார்; ஒரு நூறு ரூபாய் அனுப்பி ஏதேனும் நகை பண்ண ஆசைப்பட்டாள். தைபிறந்து கொடியாலம் ஐயங்காரும் ஸி. ராஜகோபாலாசாரியும் வந்தார்கள். பணம் உதவினார்கள். புத்தகம் போட்டிருக்கிறார். சரி, உருப்படியில்லாமல் செலவுசெய்வது குறையவில்லையே? பொன்வால் நரிக்கதை என்று ஆனி பெசன்டைக் கேலிசெய்து இங்கிலீஷில் எழுதியனுப்பியிருக்கிறார்... இதெல்லாம் பணம் கொண்டு வந்து, உலகத்தாரைப் போல் அவள் இருக்கப் போகிறாளா?

நல்லவேளையாக தங்கம்மா அக்காவிடம் இருக்கிறாள். அவளே கல்யாணத்துக்கு ஏற்பாடு செய்ய வேண்டும்...

"செல்லம்மா!... நான்... எனக்கு ஒரு கனவு போலிருந்தது. நானே பெண்ணாகி, பெண்கள் படும் கஷ்டங்களை அறிந்தாற் போலும் அதை நீக்க நானே உதய கன்னியாகிப் பாட்டு வருவது போலும் பரவசமாக இருந்தது. நான் பாடல், என்னுள் பராசக்தி பாட்டிசைத்தாள்..."

போற்றி போற்றி ஓராயிரம் போற்றி...

செல்லம்மா அவரைப் புரிந்துகொள்ள முயலுகிறாள். அவர் முன்னே பறந்துசெல்கிறார். இவள் சிற்றடிகொண்டு அளக்க வேண்டியிருக்கிறது.

32

வீடு முழுதும் நண்பர்கள் ஆரவாரம், சிரிப்பு.

வ.ரா. பாலு, குவளைக்கண்ணன், முத்யால் பேட்டை வெல்லச்சு செட்டியார், கோவிந்தன், வாத்தியார் சுப்பிரமணி, ஐயர் தம்பி, பாட்டு வாத்தியார் ராமனாத ஐயர், எலிக்குஞ்சு செட்டியார்... எல்லோரும் வயிற்றைப் பிடித்துக் கொண்டு சிரிக்கும்படி அந்தக் கதை அமர்ந்திருக்கிறது.

சின்னச் சங்கரன் கதை...

தமிழில் இப்படி ஸடயர் என்ற வகையே கிடையாது, அபாரம்...

நேபாள ராஜாவின் பிரேதத்தைக் குளிப்பாட்டுவதுபோல... ஆகா? மானே கையில் தரித்தானே...

நண்பர்கள் பெரிதும் ரசித்த சின்னச் சங்கரன் கதையைத் திடீரென்று காணவில்லை.

“முருகேசன் பயல்தான் எடுத்து போலீசுக்குக் குடுத்திருப்பான்! அவனைக் காணவில்லையே?”

“வீணாகச் சந்தேகப்படக் கூடாது. அது மிகவும் தப்பு!”

பாரதிக்கு அறியாத பையன் அவன் என்று அவன்மீது சந்தேகமேயில்லை.

சிவா ஞானபானுவைத் தொடங்கி, பத்திரிகை வந்துவிட்டது. அரசியல் கிடையாது...

எனவே, இவருடைய வேத – உபநிடத ஆராய்ச்சிக் கருத்துகளுக்கு வடிகாலாகிறது.

“திரும்பி நினைவுபடுத்தி ஒருமுறை சின்னச் சங்கரன் கதையை எழுதுங்கள் பாரதி”என்று நண்பர்கள் வற்புறுத்து கின்றனர். ஆறு அத்தியாயங்களுக்கு மேல் ஓடவில்லை.

கலவைப் பங்களாவில் யதுகிரிக்குக் கல்யாணம் நடக்கிறது.

பாரதியும் செல்லம்மாளும் முழுமகிழ்ச்சியுடன் கல்யாண வைபவத்தில் பங்கேற்கின்றனர். பட்டுச்சேலைகளுக்கும் பொன் நகைகளுக்குமே மதிப்பு கொடுக்கும் பெண்கள் நடுவே, பாரதி என்ற கவிஞனின் மனைவியாக அவள் அன்பையும் மதிப்பையும் காண்கிறாள். பாரதி, தம் புதல்வியாய் யதுகிரியைப் பாசத்தோடு நினைத்துப் பாராட்டுபவர்.

“யதுகிரி! உனக்கு வேறுவகையில் பரிசளிக்க என்னால் இயலாது. உன் திருமணத்தில் நான் தேசீய கீதங்களையும் புதிய பாடல்களையும் பாடி மகிழ்விப்பேன். அதுவே உனக்குச் செய்யும் சம்மானம்!”

இதைக்கேட்டு அந்தச் சிறுமி மனம் குழைந்து பதிலளிக்கிறாள்.

“நீர் அளிக்கும் இந்தப் பரிசுக்கு ஈடாக எதைச் சொல்ல முடியும்? இந்தப் பரிசைப் பெறும் நான் எவ்வளவு அதிர்ஷ்டக்காரி!”

யதுகிரியின் பாட்டனார், இரத்தின சாஸ்திரம் தெரிந்தவர். அவரிடம், வைணவ சித்தாந்தங்களைத் தெளிவாக உரையாடு வதிலும் பாசுரங்களைப் பாடுவதிலும் நாட்கள் மிக அருமை யாகச் செல்கின்றன.

இவையும் அவையும் உவையும்
இவரும் அவரும் உவரும்
எவையும் யாவையும் தன்னுள்ளே
ஆகியும் ஆக்கியும் காக்கும்...

நம்மாழ்வாரின் இந்தப் பாசுரத்தைப் பாரதி இசைக்கையில் பெரியவர் உள்ளம் கனிந்துருக நிற்கிறார்.

எல்லாம் நானே – எனக்குள்ளே யாவும் என்று தம்மை மறந்து அல்லவோ இசைக்கிறார்? வைஷ்ணவருக்குரிய அந்தத் திவ்வியப் பிரபந்தங்களை, உயிர்ப்பில்லா வார்த்தைகளாகப் பாராயணம் செய்வதையே அறிந்து பழகியிருக்கும் பாட்டனாருக்குப் பாரதியின்மீது பெருமதிப்பு உண்டாகிறது.

யதுகிரியின் திருமணம் நடந்த கையுடன் செல்லம்மாளுக்கு ஊரிலிருந்து திருமண அழைப்பு வருகிறது.

ஸ்வர்ணத்துக்குக் கல்யாணம். பாலுவைக் கூட்டிக் கொண்டு அவள் குழந்தையுடன் ஊருக்குச்செல்கிறாள்.

விடுதலையாகியிருந்த சிதம்பரம் பிள்ளை, பாரதியைத் தேடி வருகிறார்.

தருமாலயத்தில் நாகசாமி சமையல் செய்கிறான். நண்பர்கள் தேசத்தின் நிலையைப் பற்றியும், பிரிட்டிஷ் ஆட்சியின் அடக்குமுறைக் கொடுமைகளைப் பற்றியும் பேசி மனத்துயரை ஆற்றிக்கொள்கின்றனர்.

"பிள்ளைவாள்! உயிரைக் கொடுத்துப் பெற்ற கப்பலை, இப்படிப் படுநட்டத்துக்கு அந்தப் பாவிகளிடமே கொடுத்தார்களே? அதைவிடக் கப்பலைச் சுக்குச் சுக்காய் உடைத்துக் கடலில் மிதக்க விட்டிருக்கலாம்..." என்று நைந்து புலம்புகிறார்.

வசந்தகாலம்தான் இயற்கையம்மையை எவ்வாறெல்லாம் அலங்கரித்து மகிழுகிறது? இயற்கையின் சௌந்தரியங்களை அள்ளிப்பருக, அதிகாலையிலேயே வீட்டை விட்டுப் புறப்பட்டு விடுகிறார். கோணமடு முத்தியாலுப் பேட்டை கிருஷ்ணசாமி செட்டியாருக்குச் சொந்தமான தோப்பு என்று போய்த் தங்குகிறார்.

ஆகா! மாமரங்கள் கனிகளின் பாரத்தால் பூரித்திருக்கும் கோலம்... எத்தனை பட்சி ஜாலங்கள்! மண்ணிலே ஒரு வாசனை – காற்றிலே இன்னவென்று புரிந்துகொள்ள முடியாத பலபல நறுமணக் கலவைகள் – அன்னை தன் மக்களுக்கு மெல்லச் சாமரம் வீசுவது போன்ற இதமான காற்று... புல்லும் பூண்டும் கூடப் பொலிவு பெற்றுத் துலங்குகிறது.

அடர்ந்த தோப்புக்குள் பறவைகள் எழுப்பும் இன்னொலி, ஈடுஇணையற்ற சுவரக் கலவையாகச் செவிகளுக்கு இனிமை யளிக்கின்றன. விண்மணி அந்த அடர்ந்த தோப்புக்குள் அருமைக் கவிமகன் இருக்கிறானோ என்று தேடுவதுபோல் வயிரக்கால்களாய் ஒளிக்கதிரைப் பாய்ச்சுகிறான். 'இதோ, இதோ' என்று கண்ணாமூச்சு விளையாட்டில் வெற்றிபெற்ற குழந்தை போல் சிரிக்கிறான்.

விந்தைக் குயிலொன்று குரல் கொடுக்கிறது.

கூ... வ்... குக்கூ... வ்! குக்கூ... வ்!

குயிலேதான். ஆண் குயில்.

"அடிபெண்ணே, வசந்தத்தின் வரவு என்னைப் பாடாய்ப் படுத்துகிறது. மாங்கனிச் சுவை மோக வெறியூட்டுகிறது. வா என் தோழி?"

கூ ..!

குரங்கொன்று கிளை தாவிப்போகிறது.

கீழே காளையொன்று படுத்து நிழலில் சுகமாகக் கனவு காண்கிறது.

ஒரு காக்கை பறந்து வந்து அதன் முதுகில் குந்தி, உடலில் இருக்கும் உண்ணிகளை விருந்தாடுகிறது.

பறவையினங்களிலே பெண் சக்தியுடையதென்று ஆண் புரிந்துகொண்டிருக்கிறது. ஏற்றத் தாழ்வில்லாத பறவை வாழ்வு. ஆண் பெண்ணை நயந்து கூடுகிறது. பிறகு அதை இராணி போல் பாதுகாக்கிறது. சிறு குருவிகூட நாரும் சருகும் கொண்டு வந்து கூடு கட்டுகிறது; பெட்டைக்கு உதவுகிறது. குயிலோ. சுதந்திர வெறிகொண்டு பெண்ணைக் கூடி, காக்கையின் கூட்டிலே முட்டையிடுகிறது.

பறவைகளில் சண்டையில்லை; சாதிப்பேதமில்லை. கூடு கட்டிக் குஞ்சு பொரித்து வாழும் காகம், குயில் முட்டையையும் அடைகாத்துப் பொரிக்கிறது. இது பராசக்தியின் லீலையன்றோ?

கூ... வ்..!

அந்தக் கூவல் ஒலி, ஆற்றலை உருக்கும் நாதக் கனவாக, தீஞ்சுவை மின்னலாக... ஆண் குயில் என்ற நினைப்பே மாறும் ஒரு மோகனக் கனவைக் கவியுள்ளத்தில் தோற்றுவிக்கிறது. உயிரணுக்களிலெல்லாம் புதிய மின்னல் பாய்ந்துவிடும் பரவசம்.

ஸகா ரிமா காரீ...
  பா பா மாமா மாமா.
  ரிகா ரிகமா மாமா...

காதல் காதல் காதல்
காதல் போயிற் காதல் போயிற்
சாதல் சாதல் சாதல்.

குயில் மூட்டிவிடும் வேட்கை, இயற்கையின் மடியில் ஒரு காவிய அரங்கேற்றமாக விரிகிறது. இவரைக் காணாமல், தேடிவரும் சீடன், மறைவில் நின்று, இந்த அரங்கேற்றத்துக்குச் சாட்சியாகிறான்.

கூவாத பெண் குயிலுக்குக் குரலளிக்கிறார். பெண்ணை அடிமைப்படுத்தும் விலங்கு வேட்கையை, ஆணவத்தை மாடாக,

குரங்காகச் சித்திரிக்கிறார், மேலாம் மானுட வருக்கத்தின் உன்னதப் பாங்கில் பெண்ணுக்கு விடுதலை...

ஜீவராசிகளனைத்தும் உறங்கும் உறக்கத்தை விழிப்பாகவும், அவற்றின் விழிப்பை உறக்கமாகவும் கொண்டு வாழ்பவன் முனி என்ற இலக்கணம் இவருக்கும் பொருந்துகிறது.

மெட்ராஸ் ஸ்டாண்டர்ட் பத்திரிகையில், ஆங்கில அறிவும், வேதாந்த விற்பன்னரும் மிக்கவரென்று புகழ்பெற்ற சுந்தரராம சாஸ்திரியாருடன், கீதை விளக்கத்துக்கு எதிர்க் கட்சியாட அவர் துணியும்போது, அரவிந்தர் உட்பட அந்தக் கருத்துகளுக்கு ஆதாரமாகி நிற்கின்றனர். சாஸ்திரியாரின் விவாதம் சம்பிரதாய பூர்வமானது. பாரதியோ, மனிதர் ஒவ்வொருவரும் தெய்வத்தன்மைக்கு உயரலாம் என்பதையே உரைக்கிறார்.

பாரதிக்கு வடமொழியும் ஆங்கிலமும் இத்துணை எளிதாக வன்மையாகக் கைவரக்கூடிய புலமை இருக்கிறதே என்று அதுகாறும் மதித்திராதவர்களும் வியக்கின்றனர்.

ஆறுமுகம் செட்டியார், வெள்ளை எலிக்குஞ்சுகளை வளர்க்கிறார். இதன் காரணமாக, "வாரும் எலிக்குஞ்சு செட்டியாரே!" என்று பெயர்வைத்து அழைக்கிறார்.

அன்று மாலையில், நண்பர் கூடிப் பல்வேறு விஷயங்களைப் பேசிக்கொண்டிருக்கையில், பத்தர் தம் மகனை அழைத்து வருகிறார். பையனுக்குப் பத்துப் பன்னிரண்டு வயதிருக்கும்.

மெலிந்த உடல், தலையை மொட்டை போட்டு முள்முள்ளாக வளர்ந்திருந்தாலும், மண்டை சோனியாக வழுக்கையும் தெரிகிறது. பையன் மருண்டு மருண்டு விழிக்கிறான். பத்தர் கையை உறுதியாகப் பற்றியிருக்கிறார்; இல்லையெனில் ஓடிவிடுவான் போல் இருக்கிறது. இன்னொரு கையில் வேப்பிலைக் குழைகள்.

"பையன் ஏன் இப்படி மனிதர்களைக் கண்டே பயப் படுகிறான், பத்தரே?"

"சாமி, காத்துக் கோளாறு, இந்தப் பையனுக்கு ஓராயிரம் செலவு பண்ணியாச்சு. ஊளையிடுறான்; கத்துறான். நாட்டு வயித்தியம் பாத்தோம். மந்திரவாதிகிட்ட ஒரு மண்டலம் வச்சு, எல்லா சாங்கியமும் செஞ்சோம்... ஒண்ணுக்கும் கேக்கல..."

"பத்தரே, உம்ம பையனுக்கு ஒண்ணுமில்லை. நீங்க அடிச்சுத் துன்புறுத்தாமல் அடச்சு வைக்காமல், நல்ல தோட்டங்கள், கடற்கரை என்று கூட்டிப்போங்கள்."

"சாமி, இந்தப் பேயை நீங்கதான் ஓட்டுவீங்கன்னு எனக்குத் தெய்வக்குரலாத் தோணுது…"

"அப்படியா?"

"அம்மா, குழந்தை! குங்குமச்செப்பைக் கொண்டுவா!"

சுப்பிரமணிய ஐயரின் மகள் குங்குமச் செப்பைக் கொண்டு வருகிறாள்.

கண்களை மூடி மனசில் உறுதிகூறிக்கொண்டு குங்குமத்தை எடுத்துப் பையன் நெற்றியில் வைக்கிறார்.

"சாமி, இந்தப் பேயை மந்திரஞ் சொல்லி நீங்க ஓட்டணும். நீங்க முத்துமாரி அம்மன் கோயிலிலே வந்து பாடுறதக் கேப்பேன். எனக்கென்னமோ, அந்தப் பூசாரிகிட்ட கேக்காத பேய் உங்ககிட்ட கேக்கும்னு படுது. வேப்பிலை கொண்டாந்து இருக்கிறேன். ஓட்டுங்க சாமி!"

விழிகள் பையனை உற்று நோக்குகின்றன.

"சரி… ஒரு மந்திரம் போடுகிறேன்!"

வேப்பிலையை வீசிக் கொண்டு பாடுகிறார்.

"வலிமையற்ற தோளினாய் போ, போ… போ…"

பாட்டும் மந்திரக்குரலும் பையனைக் கவர்ந்திழுக்கிறது. மருண்டவிழிகள் அவர்மீது நிலைக்கிறது.

"குழந்தை. உன் நோய் போய்விடும்; பராசக்தி காப்பாள், பத்தரே, பையன் என்னுடன் இருக்கட்டும்!"

பையனை அருகில் அணைத்துக்கொள்கிறார். சிறுவனை விடுவதில் பத்தருக்கு ஒருவிதமான தயக்கமும் இல்லை.

அவனைப் பாரதி அழைத்துக்கொண்டு மாலையில் கடற்கரைக்குச் செல்கிறார்.

"குழந்தாய், கடலைப் பார்? எவ்வளவு பெரிதாக இருக்கிறது பார்! அலைகள் புரண்டு புரண்டு வருகின்றன பார்! பராசக்தி யின் வலிமை அது. மிகப் பெரிய கப்பலையும் கவிழ்க்கும்; துரும்பையும் கரையில் கொண்டு வந்து சேர்க்கும். நீ பயப்படவே கூடாது…"

பையனைத் தடவிக் கொடுக்கிறார்; அணைத்துக் கொள்கிறார்.

தொலைவில் பாண்டுக்காரர்கள் கீதமிசைக்கின்றனர். முரசு அதிரும் ஓசை செவிகளில் தாளமாய் விழுகிறது.

பாரதி செல்லம்மா

மனசுக்குள் தாளம்போட்டுக்கொள்கிறார். பையனையும் சேர்த்துக்கொண்டு அந்த லயத்துக்கேற்ப அசைந்தாடிக் கொண்டே பாட்டைப் பாடுகிறார்.

"அன்பென்று கொட்டு முரசே."

பாட்டு முடியும்போது பையன் கண்கள் ஒளிர, கைக் கொட்டி ஆர்ப்பரிக்கிறான்.

எட்ட இருந்து அமுதன் பார்க்கிறான். பள்ளியில் பயிலும் மாணவன். இவனுக்குப் பாரதியிடம் மானசீக பக்தி; அரவிந்தரைப் பார்க்க வேண்டும் என்று ஆசை. அதற்காக அவர் குடியிருக்கும் ஸெயின்ட்லூயி தெருவில் மாலை நேரங்களில் காத்திருப்பான். பாரதியும் ஐயரும் செல்வார்கள். அவனும் வாயிலில் நின்று எட்டிப் பார்த்து ஆவலை நிறைவேற்றிக் கொள்வான்.

சுப்பய்யா பத்தரின் மகனுக்கு யோகம் அடிக்கிறது.

சுந்தரேசய்யர் வீட்டிலிருந்து பாரதிக்கு உணவு வருகிறது; பொன்னு முருகேசம் பிள்ளையின் வீட்டிலிருந்து இனிய பல பண்டங்களும் கனிகளும் வருகின்றன.

கண்ணே ராஜா, சாப்பிடு! இன்னும் கொஞ்சம்...

வாழைக்கனியைச் சர்க்கரையில் தோய்த்து யாரோ அவனுக்கு ஊட்டினார்கள்? பட்சிகள் கீதமிசைக்கும் தென்னந்தோப்புக்கும் மாந்தோப்புக்கும் யாரோ அவனைக் கூட்டிச் சென்று பாட்டுப் பாடினார்கள்?

பத்தர் அவனை வந்து பார்த்து மாறுதலைக் கண்டு ஆனந்தம் கொள்கிறார்.

செல்லம்மாவும் சகுந்தலா பாப்பாவும் ஊர் திரும்புகின்றனர்.

வீட்டில் இந்தப் பேயோட்டும் வைத்தியம் நடப்பது கண்டு திகைக்கிறாள் செல்லம்மா.

சீடப்பிள்ளைகள் மறைவாக, "தங்கமோன்னோ! தாமிரமோன்னா? அட குப்பைத்தொட்டியே, முழுங்கேண்டா சோற்றை?" என்று நையாண்டி செய்ததையும் பார்க்கிறாள். ஆனால் பையன் நன்றாகக் குணமடைந்து தேறிப் பெற்றோரிடம் செல்கிறான்.

இந்த வைபவத்தில் கணவர், சொர்ணத்தின் கல்யாணம் பற்றி எதுவும் விசாரிக்காததும் நல்லதென்று செல்லம்மா கருதுகிறாள்.

பையனின் தகப்பனார் நல்ல மாதிரி, பிள்ளைக்கு நல்ல பெண்ணாக இருக்கிறாள் என்று அதிகச் செலவு இல்லாமல் உபாயமாகப் பண்ணிக்கொண்டார்... ஆனால்... பையனுக்கு உடம்புக் கோளாறு எதுவோ உண்டென்று அரசல் பொரசலாகக் காதில் விழாமலில்லை சங்கடம்தான். அவள் அதிர்ஷ்டம் அவன் நல்லபடியாகக் கூடாதா? கிராமத்தில், வயசு பன்னிரண்டாகி யும் கல்யாணமில்லாமல் வைத்துக்கொண்டிருக்க முடியுமா?

வித்யாபவிர்த்தனி அச்சுக்கூடத்தில் பாஞ்சாலி சபதம் முதல்பாகம் அச்சாகி, புத்தகக்கட்டு வீட்டுக்கு வருகிறது.

> "தமிழ்மொழிக்கு அழியாத உயிரும் ஒளியும் இயலுமாறு, இனிப்பிறந்து காவியங்கள் செய்யப் போகிற வரகவி களுக்கும், அவர்களுக்குத் தக்கவாறு கைங்கரியங்கள் செய்யப் போகிற பிரபுக்களுக்கும் இந்த நூலைப் பாதகாணிக்கையாகச் செலுத்துகிறேன்..."

செல்லம்மா புத்தகத்தைத் திருப்பி அந்த வரிகளைப் பார்க்கிறாள்.

புத்தகங்கள் விற்பனையாக வேண்டும், பொருள் வர வேண்டும்... 'பஞ்சாலி சபதம்'... முதற்பாகம் வந்து விட்டதாமே? ஐநூறு பிரதிகள் அனுப்பிவைக்கவும் என்ற கடிதம் வரவில்லை. மாறாக, நஞ்சுண்ட ராவ் எழுதியிருக்கிறார். ஆங்கிலத்தில் அனிபெசன்ட் அம்மையை நையாண்டிசெய்து பொன் வால் நரி என்ற தலைப்பிலெழுதிய ஆங்கிலக் கதை ஐநூறு பிரதிகள் வேண்டும் என்று கேட்டுப் பணம் அனுப்பியிருக்கிறார்!

"...முட்டாள் பசங்களைப் போகச் சொல்லு? மூளையைக் கசக்கி நான் பாஞ்சாலி சபதம் எழுதியிருக்கிறேன். இதைக் கேட்கிறார்களாம்! என்ன ஜனங்களடா!" பாரதி சலித்துக் கொள்கிறார்.

33

யதுகிரிக்கு மங்கல நீராட்டு வைபவம்.

பாரதி குடும்பத்தினரில்லாமல் நண்பர் வீட்டில் வைபவமுண்டோ?

செல்லம்மா, குழந்தை பாப்பாவுடன் அதிகாலையிலேயே வந்துவிடுகிறாள். காலைச் சடங்குகள் நிறைவேறியதும் எல்லோரும் விருந்துண்டு மகிழ்கிறார்கள்.

மாலையில் பெண்களனைவரும் வட்டமாகக் கூடி நின்று சோபனம் பாடுகிறார்கள்.

'கண்ணன் கழலினை' பாசுரம் பாடிக் கும்மி அடிக்கிறார்கள்.

பாரதி வீடு திரும்பியதும் 'கண்ணன் திருவடி எண்ணுக மனமே' என்று தொடங்கும் பாடலை எழுதிவிடுகிறார்.

அதே மெட்டில் பாடக்கூடிய பாட்டு.

மறுநாட்காலையில் யதுகிரியிடம் அதைக் கொடுக்கும் ஆவலுடன் மண்டயத்தார் வீட்டுக்குச் செல்கிறார் பாரதி. இவர் வருகையை அறிந்ததும் வெள்ளிக்கூசாவில் தண்ணீரும் வெற்றிலைத் தட்டுமாக ஓடி வருவாளே யதுகிரி?... அவளைக் காணவில்லை.

தாத்தாவிடம் உரையாடிக்கொண்டு, புதிய பாட்டை உரக்கப் பாடுகிறார்.

இந்தக் குரல் கேட்டால் குழந்தை தாவி ஓடிவருவாள்:

அன்புக்குப் பெரியவர், இளம் பெண் என்ற தராதரம் உண்டோ? இந்த அன்பில் பாசாங்கில்லை: கபடம் இல்லை.

ஒருதரம் முழுதாகப் பாடியாயிற்று; வர வேண்டிய பெண் வரவில்லை.

"புதுப்பாட்டா..?" என்று கேட்டுக்கொண்டு ஆவல் கனிய நிற்பாளே? தானே பாடிப்பார்ப்பதாக இழுப்பாளே?

கடைசியில் அந்தத் தாளை அப்படி வாங்கிச் சென்று பத்திரப்படுத்துவாளே?

யதுகிரிக்கு என்ன ஆயிற்று? நேற்று இரவுவரை நன்றாகத் தானே இருந்தாள்? அத்தை வேதவல்லி கூசி மறைய மாட்டாள்; வெடுக்காகப் பேசுவாள். அவள் தட்டுப்பட்டால் கேட்கலாம்; அவளையும் காணவில்லை.

பாரதியினால் அமைதிகாக்க முடியவில்லை. விடுவிடென்று கீழே இறங்கி வருகிறார். முன் கூடம் கடந்து வாயிலில் நிற்கிறார். யதுகிரி அங்கே நிற்கிறாள், நின்று ஏதோ கட்டுப்படுத்தப்பட்ட நிலையில் காலை முன்வைக்க இயலாதவளாக அவரை ஏக்கத்துடன் பார்க்கிறாள்.

"அம்மா யதுகிரி..?"

அவர் கூப்பிடும்போதும் அவள் முகத்தில் நிழல் கவியப் பார்க்கிறாளே ஒழிய, முகமலர்ச்சியுடன் ஓடிவரவில்லை.

இன்னும் ஓரெட்டு அவர் முன்னே வைக்கிறார்.

"ஏனம்மா மாடிக்கு வரவில்லை? உடம்பு சரியில்லையா?"

"அதொன்றுமில்லை. நான் எப்போதும் போல் மாடிக்கு வரத்தான் இருந்தேன்..."

சமையற்கட்டின் பக்கம் பாட்டி நிற்பதைக் காரணமாக அறிவித்துக்கொண்டு, மெல்லிய குரலில் கூறுகிறாள்.

"பாட்டி, நான் இனிமேல் புருஷர்களிடையே நின்று பேசக் கூடாது. மாடிக்குப்போக வேண்டாம் என்று சொன்னார்..."

இடிவிழுந்தாற் போன்று அதிர்ச்சி உண்டாகிறது. உள்ளே ஒரு தீப்பந்தம் கனல்கிறது. ஒரு தகப்பனுக்குச் சமமான அவரிடம், நேற்றுவரை எந்தக் கபடமும் ஒட்டாமல் பழகிய குழந்தையின் மனசில் இப்படியா கூராயுதம் கொண்டு கீறுவார்கள்? அந்தப் பாட்டியின் மீது சினம் கட்டுக்கடங்காமல் பொங்குகிறது.

வயிரக்கம்மலும், திருமண் சிந்தூரக் கோடுமாக நிற்கும் பாட்டியைப் பார்த்து, அவர் சிரமத்துடன் நெஞ்செரிச்சலை விழுங்கிக்கொள்கிறார்.

பாட்டி... பாட்டியின் மீது பாய்ந்தால் சரியாகிவிடுமா? வீணாக அவருக்கு அந்த வீட்டிலுள்ள மதிப்பு கெட்டுப் போகும். பாட்டி, அந்தப் பாழ்பட்ட, இருண்ட பெண்கள் சமுதாயத்தின் பிரதிநிதி. மூடப்பழக்கங்கள், மூத்த பொய்மைகளிடையே தம் பரம்பரையைச் சிறைப்படுத்தும் கொடுமையைத் தங்களுக்குத் தாங்களே இழைக்கிறார்கள்; அதை அல்லவோ தகர்க்க வேண்டும்?

"பாட்டியம்மா... யதுகிரியை மாடிக்குவந்து பேச வேண்டாம் என்றீர்களா? நான் என்ன, குழந்தைக்கு அந்நிய மானவனா? தகப்பனுக்குச் சமானமானவரிடம் குழந்தைகள் வெட்கப்படவோ, ஒளித்து நிற்கவோ அவசியமில்லையே? யதுகிரி, இந்தாம்மா, புதுப்பாட்டு!"

புதிய பாட்டை அவளிடம் கொடுத்துவிட்டு மாடிக்கு வருகிறார்.

இந்தப் பெண்களுக்குப் புதிய நீதிகளை, புதிய சாஸ்திரங்களை விடுதலை மந்திரத்தை இன்னும் எளிய வகையில் எப்படிச் சொல்லலாம்?

ஆணிவிழுந்த காலில் கல்லும் குத்திவிட்டாற் போன்று, நினைக்க நினைக்கத் துடிதுடித்துப் போய்த் தருமாலயத்துக்கு வருகிறார். நாகசாமி அரவிந்தரின் இல்லத்துக்கு, புதிய ஜாகைக்குப் போய் இருக்கிறான். ராமசாமியும் ஊருக்குப் போயாயிற்று. பாலு மட்டுமே தென்படுகிறான்.

முருகேசன், பிரிட்டிஷ் இந்தியப் போலீசாரின் நைச்சியத்தில் கரைந்து, சென்னைக்கழைத்துச் செல்லப்பட்டு, விசாரணைக்குள்ளாகி அடியும் உதையும் வாங்கிக்கொண்டு எலும்பும் தோலுமாகத் திரும்பி வந்தவன். இப்போது தேறி விட்டான்; வேட்டி துவைக்கிறான். பாரதி அவனிடம் எள்ளளவும் சந்தேகம்கொள்ளாமல் பரிவு காட்டி ஆதரிக்கிறார்.

"என்னங்க சாமி?" என்று ஓடிவந்து கேட்கிறான்.

மனசில் ஒரே ஆத்திரம், எதையேனும் கட்டறுக்கும் மாதிரி, இந்த மூடவிதிகளை, துவம்சம் செய்யும் மாதிரி...

மாட்டை அடித்து வசக்கித் தொழுவினில்
மாட்டும் வழக்கத்தைக் கொண்டுவந்தே.
வீட்டினில் எம்மிடம் காட்ட வந்தாரந்த
விந்தை மனிதர் தலைகவிழ்ந்தார்...

மின்னலாய்ச் சில அடிகள் தோன்றுகின்றன. அங்கேயே அமர்ந்து பாட்டை இசைக்கிறார்.

வேதம் படைக்கவும் நீதிகள்
  செய்யவும்
வேண்டி வந்தோ மென்று
  கும்மியடி...
சாதம் படைக்கவும் செய்திடுவோம் தெய்வச்
  சாதிபடைக்கவும் செய்திடுவோம்.

ஆகா... ஆகா...

வீட்டுக்குள் 'செல்லம்மா' என்று நுழையும்முன் ஒருவர் வாயிலிலேயே நின்று புன்னகை செய்கிறார்.

இவரைப் பரிச்சயம் உண்டு. கடற்கரையில் பார்ப்பார்; புன்னகை செய்வார். வாத்தியார் வீட்டுத் திண்ணையிலோ, ஆறுமுகம் செட்டியார் வீட்டுப் பெஞ்சிலோ என்றேனும் மாலை மங்கும் நேரத்தில் அமர்ந்து பாடிக்கொண்டிருந்தாலும் வந்துவிடுவார். இவருடைய பாட்டுக்கு அடிமையான பலரில் இவரும் ஒரு நண்பர்.

"வாருமேன்? புதுப்பாட்டுப் பாடுகிறேன்!"

அவரை அழைத்துக்கொண்டு மாடிக்குச் சென்றதைச் செல்லம்மா பார்க்கிறாள்.

மணி பத்தரை பதினொன்றிருக்கும். புரட்டாசி மாதம். பாப்பா அண்ணியம்மா வீட்டில் இருக்கிறாள். செல்லம்மா, சமையலை முடித்துவிட்டு, முன்பக்கம் வருகிறாள். வெயில் சுவருக்குமேல் போகிறது. மாடியில் பேச்சுக் குரலையே காணவில்லை... அவள் மேலே ஏறிப்போகிறாள்.

திக்கென்று இருக்கிறது. அங்கு அவரையும் காணவில்லை! நண்பரையும் காணவில்லை. பொன்னு முருகேசன் பிள்ளை வீட்டிலும் இல்லை.

அம்மாக்கண்ணுவைக் கூப்பிட்டுத் தருமாலயத்தில் இருக்கிறாரா என்று பார்த்து வரச்சொல்கிறாள். முருகேசன்தான் வருகிறான்.

இம்மாதிரி அவர் மாலை நேரங்களில் செல்வார். வீட்டை விட்டுச் செல்லும்போது சொல்லாமல் சென்றதில்லை.

மணி ஓடி, பகற்பொழுது தேய்ந்து, மாலையாகிறது. செல்லம்மாளுக்குக் கவலை உண்டாகிறது. பாலுவை ஸ்ரீ நிவாசாசாரியின் வீட்டுக்கு அனுப்புகிறாள். அவர் காலையிலேயே வந்துவிட்டுப்போய்விட்டாராம்...

"நீங்க கவலைப்பட வேண்டாம். அரவிந்தர் ஜாகை, தோப்பு, மடம் எங்கும் பார்த்துவிடலாம்..."

பாலு இரவு எட்டுமணி சுமாருக்கு எங்குமில்லை என்ற வெற்றுச் சேதியுடன் வருகிறான்.

"யாரோ கூடப் பேசிண்டே மாடிக்குப்போனார் பார்த்தேனே? எப்ப திரும்பிப் போனாள்னு தெரியல. இக்ஷிணி வேலையான்னா இருக்கு?..."

"யார்கூட வந்தான்னு தெரியலியா மாமி? யாரேனும் உளவறியற போலீசுக்காரனா?"

"அவாளை எல்லாந்தான் தெரியுமே? குருவப்ப நாயுடு, ஐயங்கார்... அப்பாசாமி எனக்கே தெரியுமே? ஐயங்கார் ஒரு சமயம் சாப்பிடறபோது வந்து, நன்னாச் சாப்பிட்டு இருபது அப்பளமும் பொரித்துப் போட்டதைத் தின்னுட்டுப் போனான்."

"...இது வேற யாரோ..."

"எங்கும் போக மாட்டார். மாமி, அன்னிக்கொரு நாள், இவர் குள்ளச்சாமி கூடப்போனார். ராஜா ராமையர் வீட்டுல கொஞ்சநா அவப்பா ஏதோ உபநிஷதம் மொழி பெயர்த்திருக்கார்னு போய்ப் பார்த்திண்டிருந்தாரில்லையா? அப்ப பார்த்தேன். சாமியும் திண்ணையில் இருந்தது..."

"ஆமாம். அவரைச் சித்தி புருஷர்னு அண்ணியம்மா சொல்வார். இவருக்குத்தான் காஷாயம், சாமி எல்லாம் பாஷாண்டி மோசக்காரனாச்சே?... எனக்கு என்ன பண்றதுன்னே தெரியல..."

இரவு முழுவதும் கண்ணைக்கொட்டவில்லை. கவலைகள் சுமை சுமையாக அழுத்துகின்றன. சொர்ணா கல்யாணத்துக்குச் சென்று திரும்பியதிலிருந்து, அவள் ஒவ்வொரு சம்பவமாக எண்ணிப் பார்க்கிறாள்.

முருகேசன் போனது, ஐயர் வீட்டில் ஏதோ தவலையைக் கிணற்றில் போட்டு, அதில் ராஜத்துரோகக் காரியம் செய்யும் தடயங்கள் இருந்ததாகச் சொன்னது... எதை நினைத்தாலும் அச்சமாக இருக்கிறது.

பலாப்பழத்துக்கு வரும் ஈக்கூட்டம் போல் பாட்டுக்கு வந்து மொய்க்கும் ஆட்களில் எவன் எந்த எண்ணத்தோடு வருகிறான் என்று சொல்ல முடியுமா? இவருக்குத்தான் யாரிடமும் ஒளிவு மறைவு கிடையாதே?

காலையில் யதுகிரியை அழைத்துக்கொண்டு ஆசாரியார் வருகிறார். அழுதழுது செல்லம்மாளின் முகம் சிவந்துகிடக்கிறது.

"செல்லம்மா, நீர் அங்கே வந்துவிடும்..."

"நான் என்ன செய்வேன் யதுகிரி? அவரை யாரேனும், கடத்திக்கொண்டு போய் இங்கிலீஷ் ராஜ்யத்தில் சேர்த்துச் சம்மானம் வாங்கப் போறாரா என்னவோ? ஒருமனுஷாகிட்ட வாய்விடல. சொல்லிக்காம புறப்பட்டுப் போயிருக்காரே!..."

"ஒண்ணும் ஆயிருக்காதுன்னு அய்யா சொல்றார். நீங்க தயிரியமாயிருக்கணும்."

"யதுகிரி, சர்க்கார் அந்தமான் அங்கே இங்கேன்னு அவரை அனுப்பிச்சுட்டா நான் என்ன பண்ணுவேன்..!"

உளம் உடையச் செல்லம்மா கரைகிறாள்.

ஸ்ரீநிவாசாசாரி செல்லம்மாளிடம் பேசியதேயில்லை; இது நியாயமான கவலைதான். கூட்டிக்கொண்டு போனவர் அத்தகைய எண்ணம் கொண்டிருக்கவில்லை என்று எப்படிச் சொல்லலாம்? கடற்கரை, அரவிந்தர் வீடு என்று போவார். எத்தனை இரவுகளோ அரவிந்தர் வீட்டில் தங்கியுமிருக்கிறார்; கவலையே தோன்றியதில்லை.

இந்தப் புதுச்சேரியில், ஏதோ ஒரு தெய்வசக்தி அவருக்குச் காப்பாக இருப்பதாக அவள் நினைக்கிறாள். அது எல்லை தாண்டிவிட்டால் இருக்குமோ?

நின்ற இடத்தில் நிற்காமல் பரபரக்கும் இயல்பு. இந்த ஐந்து வருஷ காலமாக அடைபட்டுக்கிடக்கிறார். ஊருக்குப் போக வேண்டும் என்ற ஏக்கம் அவருக்கும் இருக்கக்கூடியது நியாயம்தான். ஆனால் அதற்காக இப்படிக் கட்டுமீறலாமா?

கடயத்துக்குத் தன் தந்தையை வரச் சொல்லித் தந்திச் செய்தி அனுப்புகிறாள். தனக்குத் தெரிந்த தெய்வங்களுக்கெல்லாம் நேர்ந்து முடிச்சிட்டு வைக்கிறாள்.

பாக்கியலக்ஷ்மி அம்மாள் வந்து தேறுதல் சொல்கிறாள்.

ஆனால் உள்ளக்கவலை எப்படி நீங்கும்?

செல்லப்பா ஐயர், தந்தி கிடைத்ததும் மறுரயிலைப் பிடித்துக்கொண்டு வந்து சேருகிறார்.

ஐந்தாறு நாட்கள், கூட்டில் உயிர்தரியாத சங்கடத்திலும் கண்ணீரிலும் கவலையிலும் நகருகின்றன. நவராத்திரி கொண்டாடும் நாட்கள்.

செல்லம்மா நீராடித் தூய்மை பெற்று, லலிதா சஹஸ்ர நாமப் புத்தகத்தை வைத்துப் படித்துக்கொண்டிருக்கிறாள்.

வாயிலில் பூம் பூமென்று மோட்டார் குழலொலி கேட்கிறது. புதியவேட்டி, கோட்டு, அங்கவஸ்திரத்துடன் இறங்கிவரும் பாரதியை அடையாளமே தெரியவில்லை. தாடி மீசையை வழித்துவிட்டிருக்கிறார்!

"மாமா! எப்ப வந்தீர்கள்?"

வாயில் தாம்பூலம். முகத்தில் சந்தோஷம்...

ஓடிவரும் செல்லம்மாவுக்குத் திடீர் மகிழ்ச்சியில் வயிற்றில் பால் சொரிந்தாற்போல் இருக்கிறது.

கோட்டில் ரோஜாப்பூ... புதிய மாப்பிள்ளைபோல நிற்கிறார்!

"இப்படித்தான் சொல்லாமல் ஓடுவதா? நாங்கள் குற்றுயிராகப் போனோம்..!"

சிரிப்பு நகை புரளுகிறது.

"சாமியா? அடையாளமே தெரியவில்லையே?" என்று வியத்து நிற்கிறாள் அம்மாக்கண்ணு.

"மண்டயத்தார் வீட்டிலும் என்னை யாருக்கும் அடையாளம் தெரியல! வாரும் ஐயர்வாள்! இவர் திருப்பாதிரிப்புலியூரில் வக்கீல்..." என்று காரில் வரும் நண்பரை மாமனாருக்குச் சொல்லிக்கொண்டு உள்ளே வந்து அமருகிறார்.

"இவருக்குக் கபடம் தெரியவில்லை. அந்தச் சிநேகிதன் கபடமாக, இவர் மேல் இருக்கும் வாரண்ட்டை எடுத்தாயிற்று. எல்லை தாண்டலாம் என்று சொல்லிக் கூட்டி வருகிறான். நான் ரயில் கேட் பக்கம் வரேன், காரில். இவர்களைப் பார்த்து விட்டேன். திக்கென்றாயிற்று. 'பாரதியாரா? எங்கே இப்படி?'ன்னேன். அவனுக்கு முகம்வெளுத்துப்போயிட்டது. பிறகு என்னுடன் கூட்டிப் போய்விட்டேன். அஞ்சாறு நாள் சந்தோஷமா இருந்தது..."

மாமனாருக்கும் பேச நாவில்லை. செல்லம்மாளுக்குப் பேச ஒன்றுமில்லை.

"செல்லம்மா, ஒரு பிச்சைக்காரன் இந்தி மெட்டில் பாடினான். புதுப்பாட்டுக் கட்டினேன். கேக்கறியா?"

பாருக்குள்ளே நல்ல நாடு... எங்கள் பாரதநாடு...

இந்தப் பாட்டுக்கவசம், அவர்மீது எந்தச் சொல்லம்பையும் வீச முடியாமல் பாதுகாத்துவிடுகிறது.

அன்று மாலையில், விளக்கேற்றி வைத்து செல்லம்மா திருவிளக்குத் தோத்திரம் படிக்கிறாள்.

பாரதி முன் முற்றத்திலமர்ந்து, அந்தி வெளிச்சத்தில் எழுதிக் கொண்டிருக்கிறார்.

திடும்மென்று அந்த ஆள் – அவரைக் காட்டிக் கொடுக்கும் எண்ணம்கொண்டு கடத்திச் சென்றவன் உள்ளே வந்து நெடுஞ்சாண் கிடையாக விழுகிறான்.

“வாங்கோ, எப்ப வந்தீர்கள்? ...”

ஒன்றும் நடவாததுபோல் இப்படிக் கேட்கும் கணவரைப் பார்த்து உள்வாயிலில் நிற்கும் செல்லம்மா வியக்கிறாள்.

வந்தவனுக்குத் தலை நிமிரவில்லை.

“நீங்க ஸ்நேகிதரோடு வந்ததைப் பார்த்தேன் ... நான் ... நான் ...”

செல்லம்மாவுக்குப் பற்றி எரிகிறது.

“உக்காருங்கோ ...”

“எழுதிண்டிருக்காப்பல இருக்கு ...”

பாரதி செல்லம்மாள் முகம் கடுக்க விழிப்பதைப் பார்க்கிறார்.

உடனே குளிர் நீரூற்றாய் ஒரு பாடல் எழுப்பித் தாரையாக மனம் சிலிர்க்கச் செய்கிறது.

பகைவனுக்கருள்வாய் நன்னெஞ்சே!
புகை நடுவினில் தீயிருப்பதை பூமியில் கண்டோமே!
பகை நடுவினில் அன்புருவான நம் பரமன் வாழ்கிறான்...

அந்தக் கபடனின் கண்களில் நீர் வழிகிறது.

“சுவாமி ... சுவாமி! உங்கள் மேன்மையறியாமல் நான் புழுவாய்த் தீங்கு செய்ய நினைச்சேன். என்னை மன்னித்து விடுங்கள் சுவாமி!”

செல்லம்மாள் பொங்குகிறாள். பகைவனை மன்னிப்பதா? கதை புராணத்தில் வருமாக இருக்கும். நித்தியப்படி வாழ்க்கையில் சரிவருமா? இவன் இன்னொரு தடவை படியேறி வந்து இது ஏமாந்தது என்று கூட்டிப் போய்க் காட்டிக் காசு

வாங்கிக்கொள்ள மாட்டான் என்பது என்ன நிச்சயம்? இப்போது இதுவும் அவன் ஆடும் நாடகமாக இருக்கக் கூடாதா?

அந்த ஆள் சென்ற பிறகு, அவர் செல்லம்மாளைச் சமாதானப்படுத்த வருகிறார். செல்லம்மா முகம் வாட அவர் பொறுக்க மாட்டாரே!

"என் செல்லம்மா! நீ எப்போதும் சந்தோஷமாக இருக்கணும். போனதெல்லாம் போனதுதான். ஒவ்வொரு கணமும் புதிது, நாம் புதிதாகப் பிறக்கிறோம்..."

செல்லம்மாளுக்கு அவரைக் காணாதபோது கடிந்துரைக்க ஆயிரம் சொற்கள் கரை புரளும். நேரில் கண்டு அவர் பேச்சையும் கேட்கையில், எந்தக் கடுஞ்சொல்லும் நினைவில் வராது.

சரசுவதி பூஜை. கையில் பணம் சிறிது இருக்கிறதே?

குறுநகை இலங்க, "செல்லம்மா! சரசுவதி பூஜை வித்தாரமாகப் பண்ண நினைக்கிறேன். ஒரு ஐம்பது அதிதிகள்... சமைக்கிறாயா?" என்று கேட்கிறார்.

செல்லம்மாளுக்கு ஒரே மகிழ்ச்சி. இப்படியும் என் புருஷருக்கு பூசை செய்து சாஸ்திரோக்தமாக ஐம்பதுபேருக்குச் சாப்பாடு போட வேண்டும் என்று தோன்றியிருக்கிறதே என்று தந்தையிடம் புகழ்ந்துரைக்கிறாள். அம்மாக் கண்ணுவும் கோவிந்தனும் இலை காய்கறி சாமான்கள் வாங்கி வருகின்றனர். சந்தனம், பூ எல்லாம் சித்தமாக இருக்கிறது.

பாரதி பூஜைக்கு உட்காரவில்லை.

செல்லம்மாள் சமைத்து முடித்து, வடை தட்டிக் கொண்டிருக்கிறாள்.

கூடத்தில் எல்லோரும் வந்து நிறையும் ஒலி கேட்கிறது. வரும் பிராமணோத்தமர்களுக்குக் கால் அலம்பி உபசாரம் செய்ய வாசலில் அண்டாவில் நீர்கொண்டு அப்பாவே வைத்திருக்கிறார்.

அடுப்பை நிதானமாக்கி, வடையைக் கருக்காமல் பக்குவமாகப் பொரித்துக்கொண்டிருக்கிறாள்.

ஓம் சக்தி ஓம் சக்தி ஓம்... என்று இவர் பாடலைத் தொடங்குவதும், எல்லோரும் சேர்ந்து இசைப்பதுமாக ஒலிவருகிறது.

செல்லம்மாளுக்கு எங்கோ ஏதோ பொறி தட்டுகிறது, இது புதிய பூஜையாக இருக்கிறதே என்று நினைத்துக்கொள்கிறாள்.

இவருக்கு எல்லாமே தனிவழிதானே? எப்படியோ, நல்ல நாளில் புகையிலையைப் போட்டுக்கொண்டு குளிக்காமல் கொள்ளாமல் எல்லாம் கடந்தவன் என்று பாடிக்கொண்டிருக்காமல், சம்பிரதாயமாகப் பூசை செய்கிறாரே என்று நிறைவாகக் கருதிக்கொள்கிறாள்.

பூலோக குமாரி... என்ற பாட்டு. பின்னர், நொண்டிச்சிந்தாக.

எங்ஙனம் சென்றிருந்தீர் என
தின்னுயிரே யென்றன் இசையமுதே

ஊனுருக்கும் பக்திப் பாடல் நீள்கிறது. இது முடிந்ததும், ஆனந்தக் கூத்து. –

தகத் தகத்தக வென்றாடோமோ...
சக்தி சக்தி சக்தி யென்று கூத்தாடோமோ..!

வடை தட்டி முடிந்து, அடுப்பில் பானையொன்றில் சுக்கு நீர் போட்டுவிட்டு, வெளியே வந்து கூடத்தைப் பார்க்கிறாள். அடிவயிற்றுப் பாலெல்லாம் உறைந்துபோகிறது.

அவள் நினைத்தபடி, வேதிய மரபில் வந்தவர்களா?

அரிசனக் கனகலிங்கம் வெற்றுடம்பில் முப்புரிநூல் தவழ கையைக் கட்டிக்கொண்டு அமர்ந்திருக்கிறான். இன்னும் அத்தனைபேரும் வங்குக் கண்களும் குழிவிழுந்த நெஞ்சுகளும் முப்புரிநூல் இல்லாத பஞ்சைகளும்... இவர்கள் செட்டிமார், பிள்ளைமார்கூட இல்லை. குறிச்சிக் குப்பத்திலும் உப்பளப் பகுதியிலும் குடிசையில் வாழும் எளியவர்.

கை தேய்ந்து கால் தேய்ந்து மெய் தேய்ந்து ஊருக்கு வெளியே ஒதுக்கப்பட்டவரானவர். அத்தனை பேரும் சுத்தமாக நீராடி, சந்தனம் குங்குமம் தரித்திருக்கின்றனர். பாட்டுப் பாடுற ஐயர் வீட்டுல பூசை, சாப்பாடு என்று சில குஞ்சுக் குழந்தைகளும் கூடியிருக்கின்றனர்.

செல்லம்மாளுக்குச் சொல்லவும் முடியவில்லை; மெல்லவும் முடியவில்லை. அதிகாலையில் எழுந்து நீராடி, இந்தக் கூட்டத்துக்கா சமைத்துவைத்தாள்? அப்பாவிடம் பெருமையடித்துக்கொண்டாளே? நன்றாகக் கரியைத் தீற்றிவிட்டார்!

“அப்பா, பார்த்தீரா அக்கிரமத்தை? இப்படிக் கூத்து அடிப்பவருடன் நான் எப்படித்தான் இருப்பேன்?”

“அழாதே செல்லம்மா. நல்ல நாளில் கண்கலங்கக் கூடாது. ஏற்கெனவே உன் உடம்பு நன்னால்ல. வெளுத்துப் போய் எப்படியோ இருக்கே...”

“இப்படிப் பண்றார். கையிலே நாலு காசு தங்க வச்சுக்கற தில்ல. எனக்குச் சாதம் போடறதில மனக் கஷ்டமில்ல. ஆனா... ஆனா... நமக்கு நிறைய இல்லையே? இவாளுக்கு நீங்க கொடுத்திட்டா சரியாப் போயிடுமா? தெரியாமலா பெரியவா, சாஸ்திரம் சம்பிரதாயம் வச்சிருக்கா? ஐயரும் சுதேசிதான். மண்டயத்தாராத்திலும்தான்.அவா யாரானும் இப்படி நடக்கறாளா? இவர் கூத்தடிக்கிறார், இவர் முகத்துக்கெதுக்க ஒருத்தரும் பேச மாட்டா. ஆனா கோவில் குளம்னு வெளிப் பட்டாலே போதும். “ஏண்டி செல்லம்மா, உன்னகமுடையான் இப்படி இருக்கானே’ என்றுதான் பாக்கறா. இவர் இந்தக் கோணாமாணா விவகாரம் இல்லாம இருந்தா, எத்தனை சந்தோஷமாயிருக்கும்?”

“ஆவணியாவட்டமா? அதற்கொரு நையாண்டி. பூணூலத் தான் காசியிலேயே கழட்டிப் போட்டாச்சு. அத்திம்பேர் மூஞ்சில முழிக்க மாட்டேன்னு. ஏன் சொன்னார்? இன்னொண்ணு சொன்னா உங்களுக்குச் சிரிப்பு வரும். அதோ கையைக்கட்டிண்டு ஒரு பிள்ளை பூணூல் போட்டுண்டு உட்கார்ந்திருக்கானே? அவன் யாரு? பகடையோ என்னமோ சாதி. அவனுக்கு ஒருநாள் சாஸ்திரோக்தமா ஔபாசனம் எல்லாம் பண்ணிப் பூணூல் போட்டு வச்சிருக்கார்.”

“ராமசாமின்னு ஐயங்கார் பிள்ளையாண்டான் இருந்தானே, அவன் கேட்டான். ‘ஏன் ஸ்வாமி என்னைப் பூணூலெடுக்கச் சொன்னீர், நீரும் பூணூலை எடுத்துவிட்டீர், கனகலிங்கத்துக்குப் பூணூலா?’ன்னு கேட்டான்.”

“அதுக்கு, உமக்கும் எமக்கும் பூணுலெதுக்கு, நாடறிஞ்ச பாப்பான். கனகலிங்கத்துக்கு வேணும்னு போட்டேன். எல்லோருக்கும் பூணூல் போட்டு, மேல் அந்தஸ்துக் குடுக்கணும்னு ஒரு கட்சி பேசறவாகிட்ட நாம என்னதைச் சொல்ல?”

செல்லம்மா தந்தைக்கும் தனக்கும் தனியாகச் சாப்பாட்டை எடுத்துவைத்துவிடுகிறாள். பின்பக்கம் ஓரமாகச் சென்று உட்காருகிறாள்.

பாரதி, கனகலிங்கம் ஆகியோருடன் இலைபோட்டு, எல்லா உணவுவகைகளையும் பரிமாறிக்கொண்டு, சாப்பிடுகிறார்கள்.

அம்மாக்கண்ணு இலைகளெடுத்துச் சுத்தம் செய்கிறாள்.

எல்லோரும் வெளித் திண்ணையில் அமர்ந்து வெற்றிலை பாக்குப்போட்டுக் கொண்டு, நாவார வயிறார, பாட்டுப் பாடும் சாமியை வாழ்த்திக்கொண்டு செல்கின்றனர்.

"செல்லம்மா, மிகவும் உசத்தியாகச் சமைத்திருந்தாய். எல்லோருக்கும் பரம சந்தோஷம். திருப்தி, வந்தனமடி செல்லம்மா!"

செல்லம்மா எந்தவிதச்சலனமும் காட்டவில்லை.

"எனக்கும் திருப்தி, சந்தோஷம்!"

"அதெப்படி? உனக்குச் சந்தோஷமாக இருந்தால் எங்களிடம் முகம் காட்டிப் பேசியிருப்பாயே?"

"என்னைச் சமைக்கச் சொன்னீர்கள். நீதான் பரிமாற வேண்டும் என்று வற்புறுத்தலியே? அதுவே சந்தோஷம், திருப்திதானே?"

பாரதிக்குப் பேச முடியவில்லை.

"செல்லம்மா! நீ கெட்டிக்காரி!"

மாமனார் ஊருக்குச் செல்லக் கிளம்புகிறார்.

"நானும் அப்பாவோடு கொஞ்சநாள் ஊரிலிருந்துவிட்டு வரட்டுமா?"

"ஆமாம், செல்லம்மாளைக் கூட்டிண்டு போறேன். மாறுதலா பத்து நாள் இருக்கட்டுமே?"

பாரதி தடை கூறவில்லை.

பத்து நாட்கள் இருந்துவிட்டு, அப்பாத்துரையைக் கூட்டிக் கொண்டு செல்லம்மா ஊர் திரும்புகிறாள்.

34

நான் வீட்டிலில்லாவிட்டால் பாரதிக்கு ஊரெல்லாம் பந்துக்கள் என்று செல்லம்மா சொல்லுவாள். பொன்னு முருகேசம் பிள்ளை வீட்டு மாடியில் அவர் எச்சிலைத் துப்பி அட்டகாசம் செய்திருந்தால்கூட உடனே சுத்தம் செய்துவிடுவார்களாம். தூங்கி எழுந்திருக்கு முன் பற்பொடியும் வெந்நீரும் காத்திருக்குமாம். சுந்தரேசய்யர் வீடு அவருக்கு மிகவும் பிடித்தமான இடம். எப்போதும் செல்லம்மாள் ஊர் திரும்பிய பிறகுதான் வீட்டுக்குத் திரும்பி வருவார்.

ஆனால் இம்முறை, வீட்டில்தானிருக்கிறார்.

அடுப்படியில் பாலைக் காய்ச்சியிருக்கிறார்கள். ஓலைக்குத் தெரிந்து சாம்பல் கிடக்கிறது.

"நின்னைச் சில வரங்கள் கேட்பேன்..." என்று பாடிக்கொண்டிருக்கிறார்.

அப்பாத்துரையைக் கண்டதும், மகிழ்ச்சி பொங்க வரவேற்கிறார்.

"லக்ஷ்மி எப்படியிருக்கிறாள்? குழந்தைகளைக் கூட்டி வரக் கூடாதா?..."

மைத்துனருடன் அளவளாவிக்கொண்டும் பாட்டுகள் பாடிக் காட்டியும் மகிழ்ச்சியாகவே இருக்கிறார். மாலையில் கடற்கரைப் பக்கம் அவர்கள் பாப்பாவை அழைத்துக்கொண்டு செல்கிறார்கள்.

செல்லம்மா, மேல் மாடியில் தலையணையைக் காயப் போட்டிருந்தாள். அதை எடுத்துத் தட்டும் எண்ணத்துடன் செல்கிறாள். அறைக்குள் காகிதங்கள் அலங்கோலமாகப் பறந்திருக்கின்றன. பாரம் வைத்திருக்கவில்லையா? தாள்களை அழகாக அடுக்குகையில், மேலே மாடத்தில் ஒரு வழுவழுப்பான சிறு பீங்கான் ஜாடி இருக்கிறது. சுண்ணாம்புக் கரண்டான் மாதிரி சற்றே பெரிதாக...

அது என்னவாக இருக்குமென்று திறந்து பார்க்கிறாள். தேள் கொட்டினாற் போல் திடுக்கிடுகிறாள்.

இது... இது என்ன?... கறுப்பாக லேகியம். லேகியம்தான். செவிமடல்கள் சிவக்க ஒரே சூடாக முகத்தில் பாய, கண்ணீர் துளிம்புகிறது. பூணூலில்லை, விழுப்புமடி, சாதி ஆசாரமில்லை என்பதெல்லாம் அவளால் பொறுக்க முடிந்திருக்கிறது. பார்வதி அகத்துக்காரருக்கு ஆசாரங்கள் எல்லாம் உண்டு. ஆனால் லாகிரிப் பழக்கம் உண்டு என்பதை அறிந்திருக்கிறாள். எனவே வெளி ஆசாரத்துக்கும் இந்தச் சீலத்துக்கும் சம்பந்தமில்லை என்று கண்டிருக்கிறாள்.

இவள் கணவன், உள் நடத்தையில் மாசில்லாதவர் என்றல்லவோ கர்வம் கொண்டிருந்தாள்? இந்தப் பழக்கம் எப்படி வந்தது?

அண்ணி அம்மாள் ஒருமுறை ஏலம், கிராம்பு, பாக்கு, ஜாதிக்காய் எல்லாம் கொடுத்தனுப்பியிருந்தாள். முழு ஜாதிக்காயை வாயில் அடக்கிக்கொண்டு போனார்.

"இதென்னது? தலை கிறுக்காதோ?" என்று கேட்டாள்.

"கிறுக்கலியே" என்றார்.

இது..? எட்டயபுரம் ராஜாவுக்கு இந்தப் பழக்கம் உண்டு என்பதை, 'ஆசமனம்' என்று கிண்டலாகச் சொல்வார். இப்போது...

இரவில் அவர்கள் திரும்பி வரும்வரை அவளுக்குக் குடைகிறது. அம்மாக்கண்ணு வருகிறாள்.

"ஏண்டி அம்மாக்கண்ணு? ஐயா இந்தவிசை வூட்டிலேயே இருந்திட்டாரா?"

"இல்லியே? இங்கும் இருப்பாரு, எதுர் வூட்டலயும் இருப்பாரு... ஆனா, இந்தத் தபா ரொம்பவும் சாமி கோயில் மடத்துக்குத் தாம் பூட்டாரு... ஒருநா குள்ளச்சாமி இல்ல... அது இங்கியே குந்தியிருந்திச்சி..."

குள்ளச்சாமியைச் சித்தர் என்பார்கள். தெருவோடு போய் செல்லம்மா ஒருநாள் பார்த்தாள். சிறுபிள்ளைகள் பைத்தியம் என்று கல்லை எறிவார்கள்.

அண்ணியம்மா சொன்னாள். “அந்தச் சாமிக்கு நூறு வயிசுக்கு மேல இருக்கும். எங்க மாமியாரெல்லாமும் பாத்திருக்காங்களாம். அவுரு சித்தரும்பாங்க. யாரூட்டிலானும் ரெண்டு கவளம் வாங்கிச் சாப்பிடும். அவ்வளவுதான் ...” என்றாள்.

சாமி, சித்தர் ... என்றால் இவருக்குப் பிடிக்காதே?

இரவு, அவர் வந்ததும், செல்லம்மா தனிமையில் அந்தப் பீங்கானைக் காட்டி, “இதென்ன? எனக்குத் தெரியணும்” என்று கேட்கிறாள்.

ஒரு சிரிப்பு, “தாது புஷ்டிலேஹ்யம் செல்லம்மா! அமிர்தலோகத்துக்குக் கொண்டு போகும் ஜீவாம்ருதம்!”

“கெடுத்தீரே? இந்தப் பழக்கமெல்லாம் வேண்டாம். நாம குடும்பக்காரர்கள் ... ஆண்டி சந்நியாசிகளா?”

“செல்லம்மா? இது விஷயத்தில் நீ தலையிட வேண்டாம்!”

செல்லம்மா என்ன செய்வாள்?

தருமாலயம் வீட்டைக் கலைத்தாயிற்று. நாகசாமி அரவிந்தருடன் குடியிருக்கப் பேகிறான். தருமாலயம் வீட்டில் வ.வே.சு. ஐயர் வந்து குடியேறியிருக்கிறார். பாக்கியலட்சுமிக்குப் பெண் குழந்தை பிறக்கும் சமயமும் புதுவையில் தேர்தல் அமர்க்களமும் சேருகின்றன.

தேர்தலில் எழும்பும் காலிக்கும்பல் சுதேசிகளைப் பாடாய்ப்படுத்துகிறது.

குடிநீர்க் குழாய் வீட்டுக்கு வெளியேதான் இருக்கிறது. அதெடுக்கச் செல்வதும்கூடத் திண்டாட்டமாகிறது. அத்தமித்தால் கூரையில் கல் விழுகிறது.

“நீ வெளியே போகாதே செல்லம்மா! அம்மாக்கண்ணுவையோ, முருகேசனையோ கொண்டு வரச் சொல்” என்று அவள் கணவர் கூறினால் கேட்கிறாளா?

இந்தத் தீவிர சமத்துவக் கணவருடன் நேர்மாறாக முரண்டும் மனைவி அவள். தானே தண்ணீர் கொண்டு வருகிறாள். இரவு நேரங்களில் காலிக் கும்பல் புகுந்துவிடுமோ என்றஞ்சி, முருகேசம் பிள்ளை வீட்டில் தஞ்சமடைகின்றனர்.

அன்று இவர்கள் வீட்டுப் பக்கம் நிற்கையில், கிழக்கிருந்து ஸகோ - ஸகோ என்று காலிக் கும்பல் குடித்துவிட்டுக் கூச்சலிட்டுக் கொண்டு வரும் ஓசை கேட்கிறது. வைகாசி - அமாவாசைக்கு முந்திய நாள் - இருட்டு.

கூட்டம் ஐயர் வீட்டைத்தான் இலக்காக்கிக்கொண்டு வருகிறது.

"வேணு! தேவசிகாமணி! கோவிந்து! எல்லோரும் கிழக்கே செல்லுங்கள்!"

செல்லம்மாளையும் குழந்தையையும் பத்திரமாக உள்ளே அனுப்பிவிட்டு இவர்கள் தெருவில் இறங்குகின்றனர்.

இந்தச் சோதனை ஐயருக்கு முதல் தடவையா? எத்தனையோ தடவைகள். ஒருமுறை அவரை, கடற்கரையில் இருந்து ஜட்காவில் வைத்து எல்லைக்கப்பால் செல்ல எண்ணி வழிமறிக்கக் காத்திருந்தனராம். அவர் இதை எப்படியோ உணர்ந்து, மாறிமாறிப் பல தெருக்களில் நுழைந்து மணக்குள விநாயகர் கோயிலுக்குச் சென்று கர்ப்பக்கிருகத்தில் ஒளிந்திருந்தாராம். இரவு முழுதும் சென்றபின் வீடு வந்தாராம். பாக்கியம் சொல்லியிருக்கிறாள்.

"குழந்தை பெற்று இருபது நாட்களே ஆகியிருக்கிறது. "அய்யனாரே! காப்பாற்றும்!" என்று செல்லம்மாள் தவிக்கிறாள்.

இரவு பொல்லாத இரவாக ஊர்ந்துசெல்கிறது.

அன்று பாக்கியம் வீரபத்தினியாகத்தான் செயல் பட்டிருக்கிறாள்.

ஐயர் சாப்பிட உட்காரும் நேரத்தில் காலிக் கும்பல் வீட்டுவாயிலைத் தட்டியதாம். முற்றத்து மாதுளை மரத்தின் வழியே ஐயர் மச்சுக்கு ஏறியிருக்கிறாராம். எப்படி? இருபது நாள் சிசுவைப் பத்திரமாக ஒரு கையில் இருக்கிக்கொண்டு.

பிறகு, பாக்கியமும் மரத்து முள்ளில் படாமல் கால் வைத்து, அவர் மேலிருந்து கை நீட்ட மச்சுக்கு ஏறி, மூன்றாம் வீட்டுக்குச் சென்று, கதவு திறக்கச் சொல்லி அடைக்கலம் புகுந்தார்களாம். இதற்குள் இவர்களெல்லாரும் தடதடவென்று அடிபிடி என்று சூழ, குண்டர்கள் ஓடிவிட்டார்கள்.

"அவங்க நூறுபேர்! நாங்க பதினைஞ்சு பேர். ஆனா, நாங்க போட்ட சத்தம், அடிரா, மிதிடா என்று கொடுத்த குரலிலேயே ஓடிட்டானுவ…" முருகேசன் சிரிக்கிறான்.

பாரதியோ, பராசக்தி காப்பாள். சக்தி துணை என்று முடிவு கட்டுகிறார்.

இதற்குப் பிறகு, செல்லம்மாளும் பாக்கியமும் ஒரே இடத்தில் இரவு தங்குவதென்று ஒருவருக்கொருவர் துணையாகின்றனர்.

இந்தத் தேர்தலுக்காகவே, பிரான்ஸ் நாட்டிலிருந்து பால் ரிஷாரும், அவர் மனைவி மிரா ரிஷாரும் புதுவை வருகின்றனர். ரிஷார் முன்பே வந்திருப்பவர்தாம். அறிவாளி, கீழைத் தத்துவங்களில் ஈடுபாடு கொண்டவர். மனைவி மிராலோ, இந்தியாவைப் பார்க்கப் பேராவல் கொண்டு வந்திருக்கிறாள். அவளுக்கு ஒரு முன்னுணர்வு தோன்றியிருந்தது.

ஒரு யோகி தென்னாட்டில் இருப்பதாகவும், அங்கே தான் சென்று யோகம் பயில வேண்டுமென்றும் கனவுத் தோற்றமாகக் கண்டாளாம். முதல்தடவை ரிஷார் புதுவை வந்தபோது அரவிந்தரைக் கண்டு வரச் சொல்லி அனுப்பியிருந்தாள்.

சில மாதங்கள் சென்று தேர்தல் ஒட்டி அவர் புதுவைக்கு வரநேர்ந்ததும் அவளும் வந்திருக்கிறாள். யோகத்தில் நிலைக்கும் பேரார்வத்தில் அவள் துப்ளே தெருவில் ஒரு வீடெடுத்துக் கொண்டு தங்குகிறாள்.

தேர்தல் முடிந்த கையுடன் போர் தொடங்கிவிடுகிறது.

ஐரோப்பாவில் போரென்றால், பிரான்ஸ் நாட்டையும் பாதிக்கிறதே?

இவர்கள் நிலை என்ன ஆகுமோ என்ன ஆகுமோ என்று நாளொரு செய்தியும் பொழுதொரு குழப்பமாகப்போகிறது.

பிரெஞ்சு அரசிடம் ஆங்கிலேயே அரசு, இந்தியாவிலுள்ள பாண்டிச்சேரியைப் பெற்றுக்கொண்டு அதற்குப் பதிலாக மேற்கிந்தியப் பிரதேசத்தில் சில தீவுகளைப் பரிவர்த்தனை செய்துகொள்ளுமென்று ஒரு செய்தி. அவ்வாறானால் இந்தச் சுதேசிகள் பிரிட்டிஷ் அரசின் வசமாவார்களே?

பெருங்கவலையுடன் அரவிந்தர் பாரிசிலிருக்கும் நண்பர்களுக்குத் தங்கள் நிலையை எழுதுகிறார். பொன்னு முருகேசம் பிள்ளையும் இச்சுதேசிகளுக்காகச் செல்வாக்கில் உள்ளவர்களுக்கு எழுதுகிறார்.

இந்திய நாட்டில் பிரெஞ்ச் ஆதிக்கத்தில் உள்ள இடங்களில் மக்கள் நாம் பிரிட்டிஷ் ஆட்சிக்கு மாறச் சற்றும் விரும்பவில்லை என்று எடுத்துரைக்க, புதுவையில் ஒரு கூட்டம் கூட்டித் தீர்மானமும் போடுகின்றனர்.

புதிய பிரெஞ்சு மந்திரி புவாங்கரே, பிரெஞ்சு பாராளு மன்றத்தில் தூப்ளே சிலை இருக்கும் புதுச்சேரியை விடுவதற்

கில்லை. பிரெஞ்சு இரத்தம் சிந்தப்பட்ட இடம், பிரெஞ்சு மக்களுக்குப் புனிதமானது என்று உறுதியளிக்கிறார்.

என்றாலும், போர் தொடங்கிய பின்னர், ஜெர்மானிய யுத்தக் கப்பல் எம்டன் சென்னைத் துறையில் வந்து வீசிய குண்டு, புதுவையிலுள்ள சுதேசிகள் நிலையைப் பின்னும் சோதனைக்குள்ளாக்குகிறது. அந்தக் குண்டு வீச்சுக்கும் புதுச்சேரி சுதேசிகளுக்கும் தொடர்பு இருக்கின்றதென்று ஒரு வதந்தி பரவுகிறது. சுதேசிகளை அல்ஜீரியப் பாலைவனத்துக்கு நாடு கடத்தப்போகிறார்கள் என்றும் காற்றோடு செய்தி வந்து கலங்க அடிக்கிறது.

அல்ஜீரியப் பாலைவனம் – அராபியப் பாலைவனம் – ஒட்டகங்கள்... என்று பாரதி பாப்பாவுக்குப் புதிய கதைகளைச் சொல்லும்போது, செல்லம்மாளுக்கு இன்னும் விவரம் புரியாத திகில் தோன்றுகிறது.

ரயில் ஏறிச்சென்று பிறந்த மண்ணையும் மக்களையும் காண முடியுமென்று இருக்கும்போதே இது சிறைவாசமாக இருக்கிறதே? அப்படியெல்லாம் கொண்டு போனால் என்ன செய்வோம்... என்று கவலை அழுத்துகிறது.

அன்றாட நிகழ்ச்சிகள், வழக்கம் போல் நடக்கின்றன. யதுகிரிக்குப் பள்ளிக்கூடம் போகவில்லை என்று மனக்குறை, பாரதியிடம் சொல்லிக்கொள்கிறாள். அவர் அதற்கும் ஆறுதல் கூறுகிறார். மீண்டும் வேத ஆராய்ச்சி என்று அரவிந்தரிடம் போய் மணிக்கணக்கில் தங்குகிறார். பாஞ்சாலி சபதம் இரண்டாம் பகுதியையும் எழுதுகிறார்.

ஆனால் செல்லம்மாளுக்கு அவர் முன்பு போல் ஒட்டி நின்ற பாரதியாகத் தோன்றவில்லை. அவர் விலகி எங்கோ தொலைவில் செல்வதுபோல அவள் மனம் தவிக்கிறது. முகத்தில் கருகருவென்ற தாடிமீசை வளர்ந்து இருப்பதனால் மட்டுமல்ல நின்ற இடத்தில் நிலைக்காத விழிகள் இப்போது எங்கோ வெற்றிடத்தில் நிலைப்பது போல் அசைவற்றுத் தோன்றுகின்றன.

காலையிலோ, உச்சிப் பகலிலோ, எதையோ நினைத்துக் கொண்டாற்போல் முற்றத்துக்கு வந்து வானத்தை அண்ணாந்து பார்க்கிறார். பார்த்துக்கொண்டே நிற்கிறார்.

தமக்குள்ளே ஏதோ மகரந்தம் வெடித்துப் பரவுவதைப் போன்று ஒரு குதிப்பு.

அவருடைய உலகம் எங்கோ அவளுக்கு எட்டாத வரையில் விரிகிறது.

அவரை மண்ணுலகுக்கு இழுக்கும் அந்தரங்கமான நம்பிக்கையும்கூட அவளுள் சில சமயங்களில் மாய்ந்துபோகிறது.

நள்ளிரவில் அன்று எழுந்து சென்று முற்றத்தில் நிற்கிறார். வானில் நட்சத்திரங்கள் சிமிட்டுகின்றன.

"அம்மா ... அம்மா ... அகில லோகம் ஆளும் அம்மா, அம்மா அம்மா ..!"

அழுகிறாரா? எங்கோ திக்கற்ற கானகத்தில் அகப்பட்டுக் கொண்ட குழைந்தை வழி காணத் தாயாரை அழைக்கும் குரலா இது?

அம்மா ... அம்மா ...

நெஞ்சு வெடிக்க விம்முவது போல் தோன்றுகிறது.

அவளால் எப்படி அமைதியாக இருக்க முடியும். அவளுக்குக் கண் தெரியாத இருட்டுக் காட்டில் இருப்பது போல் தவிக்கிறாள்.

மோகத்தைக் கொன்றுவிடு... அல்லாலென்றன் மூச்சை நிறுத்திவிடு..!

இது பாட்டா கவிதையா?...

அடி செல்லம்மா? இவர் மானிடப்பிறவியிலுள்ளவர் தாமா? இல்லை. சித்தபுருடர்கள் என்று சொல்லப்படுபவரா? உன்னுடன் வந்து குடித்தனம் செய்வதாகப் பாவனை செய்கிறாரா? சாதாரணமாகப் பாட்டுப்பாடும் கவியினால் இப்படி ஓர் உருக்கத்தைக் கொட்ட முடியுமோ?

முற்றத்தில் நின்று அம்மா அம்மா என்று கூவி பாரத தேசத்தை அழைக்கிறாரா? அல்லது... எந்த அம்மா? அம்மா வானில் காட்சி தருகிறாளோ?

பாடும்போது, அவருடைய உடல் ஓர் இலையாகிப் படபடப்பதுபோல் தோன்றுகிறது. மிக அருகில் சென்று நிற்கிறாள்.

"செல்லம்மாள் அகமுடையான், பாவம். புத்திக்கு ஸ்திரமில்லாமல் ஆகிவிட்டது. ரெண்டும் பொண் அவளென்ன செய்வாள்?"

"ஏண்டி செல்லம்மா? நன்னாத்தானே இருந்தான்? இப்படி எப்படி ஆனான்?"

எந்த அம்சத்திலேனும் அவர் உலக இயல்போடு ஒட்டி யிருக்கிறாரா என்று பார்க்கத் தலைப்படுகிறது பேதைமனம்... முரண்டல்.

இப்போது ஜாடி லேகியம் சேவிக்கிறாரே?... அது எதில் கொண்டுவிடுமோ?

அவள் அருகில் வந்து அச்சம் மீதூற அவரைத் தொட்டு மெல்லிய குரலில் –

"ராத்திரி குளிர் – பனியாயிருக்கு முத்தத்தில் வந்து நின்னு பாடறேளே?" என்று அழைக்கிறாள்.

அவர் சுயஉணர்விலிருக்கிறாரோ? உதடுகள், "மூச்சை நிறுத்திவிடு, மூச்சை நிறுத்திவிடு, அல்லாலென்றன் மூச்சை நிறுத்திவிடு" என்று துடிக்கின்றன.

"இப்படியெல்லாம் அச்சானியமாக வரம் கேட்பார்களா? பராசக்தி உங்களுக்கு இப்படி வரம் கொடுத்தால் குழந்தைகளும் நானும் எங்க போவோம்?"

செல்லம்மாள் கண்களில் அவர் கையைப்பற்றி வைத்துக் கொள்கிறாள்.

கண்ணீர் கையை ஈரமாக்குகிறது.

அவளைப் பரிவோடு கண்ணீரைத் துடைக்கிறார். மார்போடு சாத்திக்கொள்ளும்போது, நெஞ்சத் துடிப்பும் முட்டலும் ஒன்றுபடுவது போல்தானிருக்கிறது. வேற்றுமையற்று, இரு உள்ளங்களும் சங்கமமானாற்போல்தானிருக்கிறது.

ஆனால் செல்லம்மாளின் பிரக்ஞை, இது உலகின் சிறுமைகளிலுமிருந்து விடுபட்டுவிடாத திட்டாகவே இருக்கிறது. அவள் உணர்வை அந்தச் சிறுமைகள், இல்லாக்குறை, தான் வாழும் சூழலில் மக்கள் பொருள் சார்ந்து கவுரவம் பாராட்டும் தன்மை, எல்லாம் முள்வேலிக்குள்தான் வைத்திருக்கின்றன.

ஆனால் அவரோ எல்லாம் கடந்த நிலையில் ஒன்றிப் போகிறார். மெய்தீண்டல், தாயின் அணைப்பாகவே மூழ்கச் செய்கிறது. உடல்பரமான உணர்வு, அன்னையையே சரண் அடைந்துவிட்ட முழுமையில் நிறைவுபெறுகிறது. செல்லம்மா ளின் அஞ்ஞானமும் அவர் உணர்வில் கரைந்துபோகிறது.

இந்தப் படியேற்றம், அவருடைய இயக்கத்தில் முன்னைவிட அதிகமான முரண்பாடுகளுக்கு வழி வகுக்கிறது.

அவருக்கு உறக்கமில்லை, அவள் அயர்ந்துபோகிறாள்.

அவர் பாடுகிறார், அனிபெசன்ட் அம்மையின் பத்திரிகைக்கு எழுதிக் குவிக்கிறார்.

எனினும் மண்ணுலக வாழ்வின் அன்றாடக் கவலைகளும் அழுத்தங்களும் அவளையே சூழுகின்றன.

பாரதி செல்லம்மா

அவருக்குச் சிரிப்பு, அழுகை, மகிழ்ச்சி, துயரம் எல்லாமே உள்மனதின் தடையற்ற, வெளியீடுகளாகித் தீருகின்றன. அவற்றின் காரணங்கள், சூட்சுமமாக உணர்வோருக்கும் கூடப் புலப்படாத வகையில் நிலை பெற்றிருக்கின்றன. அவருடைய புலன்கள் எப்போதும் மேல்மட்ட சஞ்சாரத்துடன் மீண்டுவிடுவதில்லை.

தெருப்பிச்சைக்காரன், ஏழைக்கிழவி, புஷ்வண்டிக்காரன் என்று யாரைக் கண்டாலும், அந்தப் பாதிப்பு துன்பத்தின் கால்களாக அவருடைய உள்ளுணர்வுவரை சென்று எதிரொலியைத் தோற்றுவிக்கிறது.

சில சமயங்களில் நகைச்சுவையின் பிரதிபலிப்பாகவும் அது மின்னுகிறது.

“ஐயரே? சும்மா சும்மா காய்களை வெட்டிப் போடாதேயும்! உமக்குக் குழந்தை குட்டி நன்றாக இருக்க வேண்டும்!” என்று சதுரங்கம் ஆடத் தெரியாத குழந்தையாகச் சிரிக்கும்போதோ,

“அம்பி? என்னடா? அத்வைத சமாஜம் த்வைதமாகி விட்டதா? இரண்டு ஆவணியவிட்டமாமே?” என்று கிண்டலாகப் பேசும் போதோகூட மிக நளினமாக அந்த உள்பாதிப்பு இசைந்து வருகிறது. அந்த வெளியீட்டை உள்ளோடு இரசித்துச் சிரித்துக்கொள்கிறார்.

இந்த வேறுபாடு தெரியாத ஈடுபாடே, கவிதைத் திறனில் அரிய நம்பிக்கையாக அவருள் உறுதிபெற்று, அற்புதங்களைச் சாதிக்கிறது.

பால் ரிஷாரும் மிரா ரிஷாரும் பிரான்சு நாடு திரும்ப இருக்கின்றனர். அப்போது, அவர்களுக்கு ஒரு பிரிவுபசாரம் என்று தேநீர் விருந்துக்கு ஏற்பாடு செய்கின்றனர். துப்ளே தெரு மாளிகையில் விருந்து நடக்கிறது.

“செல்லம்மா! நீயும் வா!” என்று பாப்பாவோடு செல்லம்மாளையும் பாரதி அழைத்துச் செல்கிறார்.

ஐயரும் பாக்கியலட்சுமி அம்மாவும் வருகின்றனர். யதுகிரி, மனைவி ஸ்ரீரங்கத்தம்மாள் இருவருடனும் ஸ்ரீநிவாசாசாரியும் வருகிறார்.

பால் ரிஷார், மிரா, அவர்களுடைய இரு பெண்கள், ஆக பன்னிரண்டுபேர் வட்டமாக மேசையைச் சுற்றி அமர்ந்திருக்கின்றனர். சொஜ்ஜி, வறுத்த முந்திரிப் பருப்பு வருவல், தேநீர், வெற்றிலை பாக்கு... தேநீர் மற்றும் உண்டிகள் பீங்கான் கலங்களில் வழங்கப்பெறுகின்றன.

செல்லம்மாள் யாரையும் பார்க்கவில்லை. இனிப்பையும் வறுவலையும் உண்ணுகிறாள். ரிஷார் தேநீரைக் கிண்ணத்தில் ஊற்றிப் பால் கலந்து அவளிடம் நீட்டுகிறார், சர்க்கரை போதுமா என்று கேட்கிறார்.

செல்லம்மாளுக்குக் கூச்சமாக இருக்கிறது. வெட்கம் பிடுங்கித் தின்கிறது. உதட்டில் வைத்துக்கொண்டு கோப்பையில் பருகத் தெரியாது. எனவே பட்லரிடம் ஒரு தம்ளர் கொண்டு வரச் சொல்லி ஊற்றிப் பருகுகிறாள். தேநீர் அருந்திப் பழக்க மில்லை. வயிற்றைப் புரட்டுகிறது. உடனே வெற்றிலை பாக்கைப் போட்டுக்கொள்ளுகிறாள்.

பாரதிக்குப் பரமதிருப்தி 'பலே, செல்லம்மா!' என்று உள்ளம் பாராட்டுகிறது.

யதுகிரியுடன் இவர்கள் அப்படியே கடற்கரைக்குச் செல்கின்றனர்.

பங்குனி மாசம் வெயில் குறைந்து, கடற்காற்று மிக இதமாக மேனியைத் தழுவி சுகமாக இருக்கிறது. மேற்கே சூரியன் கடலைப் பார்த்துக்கொண்டு பிரியாவிடைபெறும் கோலம் காட்டுகிறான்.

"யதுகிரி? ஒரு வேடிக்கை பார்த்தாயா?" என்று பாரதி தொடங்குகிறார்.

"ரிஷாருக்கும் மதாம் ரிஷாருக்கும் குழந்தைகள் கிடையாது. ஆனாலும் ஏழு குழந்தைகளின் தகப்பனார் என்ற காரணத்தால் யுத்தத்துக்குச் செல்ல வேண்டியிருக்கிறது. எப்படி, சொல்லு?"

செல்லம்மா வியப்புடன் நோக்குகிறாள்.

"எனக்கு அர்த்தமாகல. இவாளுக்குக் குழந்தை இல்லாட்ட அண்ணன் தம்பி தாயாதி பங்காளி குழந்தையாக இருக்கும். ஏழு குழந்தைகள் இருக்கறவா படையில் சேரணும்ங்கறது என்ன உத்தரவோ?"

ஓர் ஓரச் சிரிப்பு மெல்ல இழைகிறது.

"இல்லை செல்லம்மா, ரிஷாருக்கு முதல் மனைவியிடம் மூன்று குழந்தைகள், மதாம் ரிஷாருக்கு, முதல் புருஷனிடத்தில் நான்கு குழந்தைகள். இவர்கள் மணம் செய்துகொண்டதால் ஏழு குழந்தைகளுக்கு உரியவர்களாகிறார்கள் ..."

செல்லம்மா காதைப் பொத்திக்கொள்கிறாள்.

"சிவா சிவா! போதுமே? நாலு குழந்தைகள் இருக்கிறப்ப என்ன கல்யாணம்?"

"ஏன்? புருஷன் மனைவியைக் கட்டுப்படுத்தலாம்; இரண்டாம் கல்யாணம் செய்துகொள்ளலாம்னா, மனைவி செய்துகொள்ளக் கூடாதா?..."

"போறுமே? வண்டியிழுக்கும் ஜோடியிலே ஒண்ணு கிழமாப்போனா, வேற மாடு சேர்க்கலாம். பசு பட்சி ஜாதிகளுக்குப் பொருந்தும், மனுஷாளுக்குப் பொருந்துமா?"

"செல்லம்மா. ரவீந்திரநாத தாகூர் மாடர்ன் ரிவ்யூவில் ஒரு கதை எழுதியிருக்கார். அதில் சொல்றார். 'மனிதர்கள் பதுமைபோல் இருப்பதைவிடக் கை கால்களை அசைத்து இயங்கும்போது, நாற்புறங்களிலும் சுதந்திர நிலை அனுபவிக்கும் போது மிக அழகாக இருப்பது புலனாகிறது' என்று சொல்றார், என்ன அர்த்தம் இதற்கு? கட்டிப் போட்டு ஒரு நெறியை வளர்த்துப் பலப்படுத்துவதைவிட, ஸ்வதந்திரம் கொடுத்து, நெறியை அதனிடையே வளர்ப்பது மிக அழகு, கற்பு புருஷனுக்கும் உண்டு. வேத மந்திரங்களிலே பெண்ணையும் ஆணையும் எப்படி ஒருவருக்கொருவராக, சுதந்திர நிலையில் ஒன்றுவதைச் சொல்லியிருக்கிறது தெரியுமா?"

"உமக்குச் சரியாக எங்களால் வாதிக்க முடியுமா? அசல் தேசத்துக்காரர் ஒண்ணு பண்ணினதால் அது நாகரிகமா?" என்று யதுகிரி கேட்கிறாள்.

"அது கிடக்கட்டும் யதுகிரி, உன் அம்மா, ஐயர் வீட்டம்மா, இரண்டு பேரும் டீ குடிக்கல, எதையும் தொடல. மேசையின் கீழ், அவர்கள் கையில் கொடுத்த தேநீர்க் கிண்ணத்தை வாங்கி வைத்தார்கள், மதாம் ரிஷாரும் நானும் கவனித்தோம். இது சரியா?"

"என்ன செய்வது? எங்கம்மாக்கு காபி டீ பிடிக்காது. வெள்ளி லோட்டா தவிர எதிலும் தீர்த்தமும் குடிக்க மாட்டாள். எச்சில் மயமான டீ கிண்ணம். பாக்யலட்சுமி அம்மாளும் இப்படித்தானாக இருக்கும்."

"புதுக்கிண்ணங்களில்தானே டீ விட்டுக் கொடுத்தார்? அது எப்படி எச்சிலாகும்?"

"மேசையின் மீது துணி ஒண்ணுதானே? எல்லார் தொட்ட கிண்ணமும் அதில் இருந்தது. செல்லம்மா, உமது நிர்ப்பந்தத்துக்காகச் சாப்பிட்டாள்."

"மேசைத்துணி வழியாக வந்து தீட்டு கோப்பைத் தேநீரில் பாய்ந்ததாக்கும்! நாம் சுதேசிகள். வேற்றுமை பாராட்டலாகாது என்று பேசிக்கொண்டு, தொடக்கூடாத வழக்கமும் வைத்துக் கொள்வது நேர்மையா?..."

“அதென்னமோ பழைய சம்பிரதாயம்...”

பாரதிக்கு இவர்களை எப்படித் திருத்துவது என்ற கவலையே மேலிடுகிறது. பாக்கியலட்சுமி அம்மாள் வீரமுள்ளவள், வந்த புதிதில் மாதர் சங்கம் வைக்க வேண்டும் என்று பெண்களிடையே பேசினாள், எல்லாம் சரி.

‘ஜாதி நூறு சொல்லுவாய் போ போ போ’ என்று பாடியதை, அவர்களைச் சேர்ந்த இந்தத் தீவிரவாதிகளே கடைபிடிக்க வில்லை என்றால்..?

அன்று வீடு திரும்பியதும், வேதக் கருத்தாய் ஒரு தொடர் சிந்தையைக் கிளர்த்துகிறது.

வீணையடி நீ எனக்கு, மேவு விரல் நானுனக்கு...
பாயுமொளி நீ எனக்கு, பார்க்கும் விழி நானுனக்கு,
தோயுமது நீ எனக்கு, தும்பியடி, நானுனக்கு...

சித்திரை பிறந்துவிட்டது. யதுகிரி புக்ககத்துக்குச் செல்லப் போகிறாள். பெங்களூரில் அவளுடைய கணவன் வீட்டார் இருக்கின்றனர்.

பாரதியிடம் சொல்லி வணங்கி விடை பெற்றுப் போக அவள் வீட்டுக்கு வருகிறாள்.

அப்போது பாரதி, அக்கினிஸ்தோமம், சூரியஸ்துதி ஆகிய பாடல்களை, வேத ஆராய்ச்சிகளின் விளைவாக இயற்றி யிருக்கிறார்.

உச்சிப்பகலில் மொட்டை மாடியில் நின்று அவர் தம்மை மறந்து குதித்துக்கொண்டு பாடும் வேளையில் யதுகிரி வருகிறாள்.

அவரில் வேத கால ருஷியைக் காண்பதாகத் தோன்றுகிறது.

எங்கள் வேள்விக்கூடமீதிலே ஏறுதே தீ
இந்நேரம் பங்கமுற்றே பேய்களோடப்
பாயுதே – தீ தீ...

பேயாம் அசுரர்கள், தமக்குக் கூற்றாக வரும் தீயைக் கண்டு ஓடுகிறார்களாம்!

தோழரே நம்மாவி வேவச்
சூழுதே தீ... தீ ஐயோ நாம்
வாழவந்த காடு வேவ
வந்ததேதீ அம்மாவோ!

எழுச்சியும், வீரியப் பாயலுமாகத் தீயின் சுவாலையாகச் சொலித்துக்கொண்டு அசுரப் பேய்கள் வருந்தும் துயரை உருக்கமாக்கும்போது, மாறிமாறி அவர் குரலிலும் மெய்யிலும்

கொண்டு வருவதைப் பார்க்கையில் செல்லம்மா கண்ணீர் மல்கக் கரைந்துபோகிறாள்; விக்கி விக்கி அழுகிறாள்.

"ஏன் அழுகிறீர் செல்லம்மா?" என்று கேட்கும் யதுகிரிக்கும் குரல் தழுதழுக்கிறது.

பாரதி பாட்டை முடிக்கிறார்.

"நோய்களெல்லாம், பேய்களெல்லாம் போகின்றனவே என்று அழுகிறாயா செல்லம்மா?"

"நீங்கள் பாடிவிட்டால் அழுகை தடுக்க முடியவில்லையே?"

"செல்லம்மா, வேத ரிஷிகள் காலத்தில் கோவில் கிடையாது! புரோகிதத்துவம் கிடையாது; விக்ரஹ ஆராதனை கிடையாது; சந்யாசம் கிடையாது, அத்வைத விசிஷ்டாத்வைதக் குறைபடிகள் கிடையாது: பக்தி மட்டுமே உண்டு."

"தீ... முதற்கடவுளுடைய வடிவத் தழல்... அதன் வெம்மை – வலிமை, அதன் கனல் – திறமை – அக்னிதேவன்.

எல்லா வகைப்பட்ட செய்வகைத்திறன், உயிர், வலிமை வடிவழகு, ஒளித்திரள், அறிவு, பொலிவு, மாட்சி...

கதிர்கள் ... அறிவுக்கிரணங்களை ராக்ஷஸர் பிடித்து வைத்திருக்கின்றனர். எனவே சக்தியை, வெம்மையை வலிமையை எழுப்பி அறிவுக்கிரணங்களை மீட்டுத்தருகிறோம்...

வேதத்தைப் பெண்கள் செவியில் கேட்கவும் ஆகாது என்றல்லவோ தடை விதித்தனர்? அறிவுக்கிரணங்களைச் சிறை பிடிக்கும் அசுரர்களை வெட்டுவோம்!

"செங்கதிர்த் தேவன் சிறந்த ஒளியினைத் தேர்கின்றோம், அவன் எங்களறிவினைத் தூண்டி நடத்துக" என்று காயத்ரி மந்திரத்தைப் பாஞ்சாலி சபதத்தில் பொதித்துத் தீண்டாமையைத் தொலைத்திருக்கிறார்...

"யதுகிரி ..? நான் சொன்னதெல்லாம் கேட்டுக்கொண்டு இருப்பதுடன், கடைப்பிடிப்பாயா? போய் வா அம்மா!"...

இந்தக் கோடைநாட்களில், வாழைப்பழத்தை மட்டுமே உண்டு பசியாறும் நாளிலும், ஒற்றைச் சேலையின் வறுமையில் நிற்பதான உணர்வு செல்லம்மாளுக்கு வருத்தவில்லை.

35

வாழ்க்கையாகிய புடவை மிகவும் நைந்து விட்டது. பூப்போல் பாவிக்க வேண்டியிருக்கிறது. ஆனால் செல்லம்மாளுக்கோ, அடித்துத்துவைத்துக் கசக்க வேண்டும் என்ற மாதிரி அழுக்குத் திட்டுகள் தெரிகின்றன. அவ்வப்போது கசக்க முற்படுகிறாள். ஆனால் அது தெய்வீக இழைகளால் பின்னப் பட்டாற் போன்றதோர் உணர்வு ஊடே புகுந்து அவளைப் பின்னிழுக்கிறது. நழுவவிட்டு விடுவோமோ என்ற அச்சமாக அது கனக்கிறது...

காட்டு விறகு. புகைந்து புகைந்து கண்ணைக் கரிக்கிறது.

ஒரு துண்டு பூசணிக்காய் இருக்கிறது. அதைக் குழம்பு வைத்துச் சோற்றை வடிக்கலாம்.

காலையில் எழுந்து எங்கே போயிருக்கிறாரோ? தோப்போ, கடற்கரையோ, எந்த மடமோ?

கண்ணீர் வடிய அடுப்பை ஊதுகிறாள்.

"செல்லம்மா! செல்லம்மா!"

லட்சம் வராகனுடன் வந்து விட்ட உற்சாகம் அந்தக் கூவலில் பொங்குகிறது.

செல்லம்மா அடுப்படியிலிருந்து வருகிறாள்.

ஒரு ஆள், ஒரு சுமை கீரைத்தண்டைக் கொண்டு வந்து வைத்துவிட்டுப்போகிறான்.

"செல்லம்மா! கீரைத்தண்டு மிக நன்றாக இருக்கு பார்! பாவம், அவனுக்கு யாருமே வாங்கவில்லைன்னு குறையாக இருந்தது. மூணு ரூபாய் குடுத்து நானே வாங்கிட்டேன்."

பெருமையுடன் தாடியை மீசையைத் தடவிக்கொண்டு நிற்கிறார்.

இவள் அழுவாளா, சிரிப்பாளா?...

"இத்தனை கீரை நமக்கெதுக்கு? ஒரு தண்டு இருந்தா யதேஷ்டம். போய் அத்தனையும் விலை கொடுத்து வாங்கியிருக்கிறீரே?"

"நீதான் கீரைத்தண்டை நன்னாச் சமைப்பியே? சமை. நமக்கு அதிகமானால் எல்லா சிநேகிதர்களுக்கும் குடு!"

"இப்படிக் காசைக் கரியாக்குவீர்களா? நான் அரையணாக்குத் தேங்காய் வாங்கக்கூடக் கணக்குப் பாத்துண்டு இருக்கேன். நாளைக்குப் போது விடிஞ்சா மணியரிசி இல்லேங்கற நிலைமையிலை இருக்கறப்ப, மூணு ரூபாக்கி வண்டி கீரையை வாங்கிண்டு வந்திருக்கிறீரே?"

"என்னடீ பணம் பணம்னு புலம்பறே? பராசக்தி குடுப்பாள்!"

"குடுப்பள்! இடுப்புத்துணிய பிச்சக்காரங்கிட்ட அவுத்துக் குடுத்துட்டு வாச ரேழில கோமணத்தோட நின்னுன்டு செல்லம்மான்னு கூப்பாடு போடுவீர்! நான் என் தலை விதிய எங்கே போய்ச் சொல்லியழ?"

"சீச்சீச்சி! எப்பப்பாரு அழுகை! புலம்பல்! வெளியில் வந்து எந்த அழகையும் பார்க்க மாட்டேன்னு அழுந்தும் ஜன்மங்கள்! வெளிச்சத்துக்கு வான்னு இழுத்தாலும் வராமல், என்னையும் சேர்த்து இழுக்கிறாய்!"

"ஆமாம்! நீர் வெளிச்சத்திலிருந்து சமர்த்துக்காரியம் செய்கிறீர்! வீட்டுக்காரச் செட்டியார் வரச்சே, எட்டுச் சாணும் ஒரு சாணாப் போறது! நான் உள்ளே மணியரிசி இல்லையேன்னு கவலைப்படறச்சே, நீர் தலைபோற காரியமா, பௌத்த மார்க்கத்தில் ஸ்திரீகள் எப்படியிருக்கான்னு ஆராய்ச்சி பேசிண்டியிருப்பீர்! இல்லாட்ட பறயனுக்குப் பூணூல் போடுறது பத்திப்பேசுவீர்?"

அவள் கன்னம் பழுக்கிறது; எரிச்சல் மூண்டுவருகிறது.

"உம்மோடு குடித்தனம் செய்து கண்ட பலன் இதுதான்..."

"அழுகை, அழுகை, அழுகை!..."

"அம்மா..!" என்று கூப்பிட்டுக்கொண்டு பாப்பா ஓடி வருகிறாள்.

அம்மா அழுவதும், அப்பா கோபமாக எங்கோ பார்த்துக் கொண்டு நிற்பதும், கண்டு சற்றே மருண்டு நிற்கிறாள். பிறகு சோர்வாக மாடிப்படியின் கீழ் சென்று கன்னத்தில் கையை வைத்துக்கொண்டு உட்காருகிறாள்.

பாரதி சிலையாகி நிற்கிறார்... செல்லம்மாளை... அவளை அடித்துவிட்டார். எங்கெங்கோ மலைகள் குழம்ப, கடல்கள் பொங்க, ஆறுகள் திசை கெட, பிரளயம் வந்தாற்போல் இருக்கிறது. பராசக்தி, என்னை ஏன் இப்படி ஆட்டுவிக்கிறாய்?

பாப்பா... குழந்தையும் இப்படிச் சோர்வாக உட்கார்த்திருக்கிறாளே?

அந்தப் படியில் போய் அமர்ந்து, பாப்பாவை அள்ளி எடுத்து மடியில் வைத்துக்கொள்கிறார்.

"பாப்பா? ஏம்மா இப்படிச் சேர்ந்து உட்கார்ந்திருக்கே?..."

நெஞ்சு தழுதழுக்கிறது.

"அப்பா..! நீ கோவிச்சிண்டிருக்கியா?..."

"இல்லேடா கண்ணு, இல்லே..."

இல்லை என்பதை அவளுக்கு நிரூபிக்க வேண்டும். குழந்தை... அவளுக்குப் பெற்றோர் கற்பிக்க இருக்க... இவர்கள் தாபங்களும் துயரங்களும் அவளுக்குப் படலாமோ?

பாட்டுப் பிறக்கிறது.

ஓடிவிளையாடு பாப்பா...
நீ ஓய்ந்திருக்கலாகாது பாப்பா...

சிறிது நேரத்தில் அந்தச் சூழல் மாறிவிட, பாட்டு மந்திரமாக வேலை செய்கிறது. செல்லம்மா, ஓரமாக நின்றுகொண்டு, பாப்பா தாளம் போட அவர் பாடுவதைக் கண்ட வண்ணம் நிற்கிறாள்.

சாதிப் பெருமை சொல்ல வேண்டாம் – குலத்
தாழ்ச்சி உயர்ச்சி சொல்லல் பாவம்...
நீதி உயர்ந்த மதிகல்வி – அன்பு
நிறைய உடையவர்கள்மேலோர்

பாட்டைக் கேட்டுக்கொண்டே, தளதளவென்ற ஒரு கீரைத் தண்டை கட்டிலிருந்து உருவிக்கொண்டு செல்கிறாள்.

சமையல் முடிந்த பிறகு, நண்பகலில் சந்தோஷமாகவே சாப்பாடு முடிகிறது.

வாயிற்படி அறையில் அமர்ந்து பாட்டை எழுதிக் கொண்டிருக்கும்போது வாசல் பக்கம் ஆடொன்று மே... மே... என்று கத்தும் ஒலி அவர் கவனத்தைக் கவருகிறது.

துள்ளிக் குதித்துக்கொண்டு வாயிலில் வருகிறார்.

"இந்தப்பா? ஆட்டை இங்கு கூட்டி வா?"

ஆடு பிடித்துச் செல்பவன், பாட்டுக்கார ஐயர் அழைத்தது கேட்டு மிகப் பணிவுடன் அதைத் துரத்திக்கொண்டு வருகிறான்.

கருகருவென்று ஆடு, இன்னும் குட்டி போட்டிராத பெண் ஆடு.

அவர் அதன் முதுகைத் தடவி பட்டுமேனி சிலிர்ப்பது கண்டு பரவசமாகிறார்.

"பாப்பா... இங்கு வா, இதோ பாரு..."

பாப்பாவும் வந்து ஆட்டைத் தொட்டுப் பார்த்து மகிழ்ச்சிக் கூத்தாடுகிறாள்.

"அப்பா, இந்த ஆடு நன்னாருக்கு, வச்சிக்கலாமா நாம?"

"ஓ!"

வண்டியிழுக்கும் நல்ல குதிரை – நெல்லு
வயலில் உழுது வரும் மாடு.
அண்டிப் பிழைக்கும் நம்மை ஆடு – இவை
ஆதரிக்க வேண்டுமடி பாப்பா...

பாடிக்கொண்டே உள்ளே ஒரு மூலையில் இருக்கும் கீரைத் தண்டுக் கட்டிலிருந்து சில இலைகளைப் பறித்து வருகிறார்.

அது பசித்திருக்கிறது போலும், ஒரேநொடியில் தின்று விடுகிறது. பிறகு பாப்பா கையினால் கொடுப்பதையும் தின்று விட்டு அவளை இன்னம் கொடு என்பது போல் பார்க்கிறது.

"அதுக்கு இன்னும் வேணுமாம்பா! நாமே வச்சுக்கலா மாப்பா?"

"ஏம்பா? இந்த ஆட்டை எங்க வீட்டுக்குக் குடுத்திடறியா?"

"மூணு ரூபா சாமி அதன் வெல..?"

உள்ளே சென்று பையைப் பார்த்து, அங்கே இங்கே என்று சில்லறை சேர்த்து ரூபாயைக் கொடுத்தாயிற்று. அவன் ஆட்டை விட்டுவிட்டுப் போகிறான்.

ஆடு முற்றத்துக்கு வருகிறது. கீரைக்கட்டை அவிழ்த்து அதற்கு இலைகளைக் கிள்ளித் தந்தையும் மகளும் போடுகிறார்கள்.

ராஜம் கிருஷ்ணன்

அது அச்சம் நீங்கி, சந்தோஷத்தில் கிளைத்துவிட்டு விருந்து. அனுபவிக்கிறது. செல்லம்மாளுக்கு இந்த அட்டகாசம் பொறுக்க முடியவில்லை.

"இது பிராமணர் வீடா? முத்தத்தில் ஆட்டைக் கட்டி வச்சுப்பாளா? இப்ப மூணு ரூபாயைத் தூக்கிக் கொடுத்து ஆடு வாங்கிக் கட்டியிருக்கிறீர்?"

"கோபிக்காதே செல்லம்மா! பராசக்தி வந்திருக்கிறாள். அதன் முகத்தை உற்றுப் பார்? அதன் கண்களை, கூடில்லாத அதன் முகத்தைப் பார்! எப்படி இலையைத் தின்னுகிறது. பயமொழிந்து! அது மரண பயத்தில் கலங்கி இருந்ததடி, இப்போது மரணத்தை வென்றாயிற்று! பாப்பாக்கண்ணு சின்னச் சின்ன இலையெல்லாம் கிள்ளிக்குடு!"

அது பிழுக்கை போடுகிறது; மூத்திரம் பெய்கிறது.

செல்லம்மா தலையிலடித்துகொள்ளாத குறையாகக் 'கருமம், கருமம்' என்று புலம்புகிறாள்.

"பாப்பாக்கண்ணு, இதுக்கு நாம ஒரு பேர் வைக்கலாமா?"

"ஆமாம்பா! அப்பதானே நாம கூப்பிட்டா அது திரும்பிப் பார்க்கும்?"

"அப்ப இதுக்குப்பேர் ராதை, ராதிகா ..."

"ராதே... ராதிகா ..."

சொல்லிச் சொல்லிக் கொஞ்சுகிறாள்.

இந்த நேரத்தில் அம்மாக்கண்ணு வருகிறாள்.

"அம்மாக்கண்ணு, இந்தக் கூத்தைப் பாருடி நீயே? முற்றத்தில் ஆட்ட வச்சிண்டு இப்படிப் பிராமணா வீட்டில அநியாயம் பண்ணலாமா? ஏற்கெனவே இவர் பண்ணும் அநாசாரம் எனக்குத் தலைநிமிர வழியில்லை..."

"சரி, சரி, செல்லம்மா, நீ புலம்பித் தீர்க்காதே! பெட்டைப் புலம்பல்... நான் ராதையை மாடிக்குக் கொண்டு போறேன்!"

அம்மாக்கண்ணு கீரைத் தழையையும் கூடையில் போட்டு மாடிக்குக் கொண்டுபோகிறாள். குப்பையை அப்புறப்படுத்தி, நீர்விட்டுக் கழுவிச் சுத்தம் செய்கிறாள். கீரைத்தண்டை யார் யாருக்கோ கொண்டு கொடுக்கிறாள்.

ஆடு மாடியில் இருக்கிறது, இரவு பாரதிக்கு அறையில் படுக்கை. ஏற்கெனவே உறக்கம் மிகச் சொற்பம். பாஞ்சாலி சபதத்தை இரண்டாம் பகுதியைப் பூர்த்தி செய்து

கொண்டிருக்கிறார். ஆனால் ஆடோ, புது இடமோ என்னவோ, கத்துகிறது. செல்லம்மாளுக்கோ இரவு தூங்கவிடாமல் இது கத்தித் தொலைகிறதே என்று இருக்கிறது.

அவர் எழுந்து ஆட்டிடம் வந்து அதைத் தடவிக் கொடுக்கிறார். அப்போது அதன் கத்தல் நிற்கிறது.

"ராதே? என்னம்மா பயமாக இருக்கா?... பயப்படாதே!... ராதே ராதே ராதே... ராதே ராதே..." என்று பாட்டுப் பாடுகிறார்.

அது பேசாமல் இருக்கிறது. பாட்டு முடிந்து அவர் மீண்டும் எழுந்து உள்ளே சென்றதும் கத்தத் தொடங்குகிறது.

'ராதிகா, பரமேசுவரி, மஹாமாயே, மஹாசக்தி!' என்று ஒரு பாட்டைப் பாடுகிறார். அது கேட்டுக்கொண்டு அமைதி பெறுகிறது.

நடுராத்திரியில் ஆட்டைக் கொஞ்சிக்கொண்டு பாடும் இவரைப் புத்திசுவாதீனமுள்ளவர் என்று யாரேனும் நினைப்பார்களா? கடுகளவுகூட உலகத்தோடு ஒத்துப்போகாத இவருடன் எப்படி அவள் குறைகாலம் கழிக்கப்போகிறாள்?

கட்டறுத்துக்கொண்டு செல்லவும் தெரியாது; இந்தக் கூறுகெட்ட தனத்தைப் பார்த்துக்கொண்டு பொறுத்திருக்கவும் இயலவில்லையே?

ஆட்டுக்கொஞ்சல், ஐந்தாறு நாட்களாக நீடிக்கிறது. அதற்குப் புல் கொண்டு வருகிறார்கள்; அம்மாக்கண்ணு, குப்பை, பிழுக்கை எடுத்துச் சுத்தம் செய்கிறாள். இரவு அதன் ஓலம்தான் சகிக்க முடியவில்லை.

"அடி அம்மாக்கண்ணு, ஐயரிடம் நல்லபடியாகச் சொல்லுடீ! அது தலைவேதனையாக ராவெல்லாம் அழுகிறது. இவர் அதுக்காகக் கண்முழிச்சிண்டு பாட்டுப் பாடறார். பிராமணர் வீட்டில் ஆடு வளப்பார்களா?..."

அம்மாக்கண்ணு, செல்லம்மாளின் கருத்தைப் புரிந்து கொள்கிறாள்.

"ஐயரே, ஆட்டை எங்கூட்டிலே கொண்டு கட்டிக்கிறேன். நீங்க எப்ப வேண்டுமானாலும் பாப்பாவை அழச்சிட்டு வந்து பார்த்துக்குங்க!"

உண்மைதான். ஆடு இருக்கும் இடத்தை அம்மாக்கண்ணு தான் சுத்தப்படுத்த வேண்டி இருக்கிறது... அவள் அழைத்துச் செல்லட்டும்!

அன்று, பெங்களூர், சென்னை என்று போய்விட்டு ஸ்ரீரங்கத்தம்மாள் ஊர் திரும்பி இருக்கிறாள். செல்லம்மாளையும் பாப்பாவையும் பார்க்க வருகிறாள். யதுகிரியின் தங்கை ஆண்டாளும்கூட வருகிறாள்.

"வாங்கோம்மா! யதுகிரி சௌக்கியமாயிருக்காளா? பெங்ளூரில் தானிருக்கிறாளா?"

"இல்ல. பட்டணம் வந்திருக்கா. சகுந்தலா பாப்பா எங்கே?"

"...இருக்காளே? மாடில இருக்கும்..."

"ஆண்டாள், போய் அழச்சிண்டுவா!"

"ஒரே சளியாயிருக்கு. வெயில் புழுங்கித் தள்றது. தண்ணில அளஞ்சு, பச்சைத் தண்ணியக் குடிச்சு சளி கண்டிண்டிருக்கு. பாப்பா, ரங்காம்மா வந்திருக்கா பாரு?"

பாப்பா வந்ததும் ஸ்ரீரங்கத்தம்மாள் தன் மடியில் இருந்து சிறு ரோஸ் சல்லாக் காகிதப் பொதியை எடுத்துப் பிரித்து, அதனுள்ளிருந்து சிறிய வெள்ளியாலான கிருஷ்ணன் பிரதிமையை எடுத்துக்கொடுக்கிறாள்.

"ஐயா..! இது... கண்ணனாம்மா?"

"ஆமாம் வச்சுக்கோ, விளையாட..."

சகுந்தலாவுக்கு ஒரே மகிழ்ச்சி, மயிற்பீலியும் சதங்கையும் கையில் வெண்ணெயுமாக நிற்கும் கண்ணன்.

"மைசூரில் வாங்கினேளா? நன்னாயிருக்கு..."

"ஆமாம் ரங்காக்கொண்ணு, சுபத்திராக்கொண்ணு, சகுந்தலாக்கொண்ணுன்னு வாங்கினேன்... குடுத்துட்டுப் போலாம்னு வந்தேன்... வரட்டுமா?"

"அவசரமா? இருங்கோ குங்குமம் தரேன்!"

பாரதி சுப்பிரமணிய ஐயர் வீட்டுத் திண்ணையில் தமிழ்பாஷை, தேசியம் இரண்டையும் பற்றி வித்தாரமாகப் பேசிக் கொண்டிருக்கிறார்.

நாட்டின் மேல் நல்ல தமிழ்க்கவிதை செய்பவர்களுக்குப் பரிசு என்று பத்திரிகையில் விளம்பரம் வந்தது கண்டு, அவரைப் பாட்டெழுதி அனுப்பும்படி எல்லோரும் சொன்னார்கள். அதற்கு மூன்றாம் பரிசென்று அறிவிக்கப்பட்டிருக்கிறது.

"முன்னமே தெரிந்த விஷயம்தானே? அவர்கள் சங்கத்தில் யாருக்கோ ஒருவருக்குக் கொடுக்க வேண்டும் என்று

முதலிலேயே தீர்மானித்திருக்கிறார்கள். பொதுஜனங்களின் கண்ணைத் துடைக்க இது ஒருவழி...”

“செந்தமிழ்நாடெனும் போதினிலே பாட்டு இரண்டாம் பரிசுக்குக்கூடத் தகுதியில்லையா? இதன் இனிமையும் சந்தமும் நயமும் பொருளும் அந்தப் பாடல்களுக்கு உண்டா? மலையும் மடுவும்போல. . !”

வ.வே.சு. ஐயருக்கு மிகவும் ஆற்றாமையாக இருக்கிறது.

“ஆழ்வார்களுடைய பிரபந்தங்களைப் பொறுக்கி எடுத்துப் புகழ் பெறும்படி செய்த எம்பெருமானார்போல் பாரதியின் கவிதையை எடுத்துக்காட்ட மனிதர்கள் இல்லை..!” என்று பெருமூச்செறிகிறார்.

“என் பாடலுக்குப் பரிசு வருவதைப் பற்றி நான் யோசிக்க வில்லை. மக்கள் உழைத்துக் களைக்கும்போது, என் பாடலைப் பாடி புதிய ஊக்கமும் மகிழ்ச்சியும் பெற வேண்டும். அதுதான் நான் விரும்புவது... தமிழ் மொழியில் புதிது புதிதாக எல்லாச் சாத்திரங்களும், எல்லாக் கலை நூல்களும் வர வேண்டும். தமிழ் மொழிக்கு மேல், தமிழ்ச்சாதிக்கு மேல் எதுவும் உயர்வில்லை என்ற அளவுக்கு வர வேண்டும்...”

“அப்பா! ரங்கா அம்மா எனக்கு இது குடுத்தா!”

பாரதி அந்தக் கண்ணன் பிரதிமையைப் பார்த்தும், குழந்தையின் மகிழ்ச்சியைக் கண்ணுற்றும் பூரித்துப்போகிறார்...

“ஆகா! வெகு நன்றாக இருக்கிறது பாப்பா!...”

கண்ணனின் திருவுருவைப் பார்த்ததும், கவிதைக் கிளர்ச்சி உந்தித் தள்ளுகிறது. அதைப் பார்த்துக்கொண்டே சிறிது நேரம் மெய்ம்மறந்திருக்கிறார்.

பாட்டு வருகிறது.

வருவாய் வருவாய் வருவாய் கண்ணா...
வருவாய் வருவாய் வருவாய்
உருவாய் அறிவில் ஒளிர்வாய் – கண்ணா
உயிரின் அமுதாய் பொழிவாய் கண்ணா

செல்லம்மா வீட்டில் சமைத்து வைத்துக்கொண்டு காத்திருக்கிறாள்.

காலையிலிருந்து ஆகாரம் ஒண்ணும் பண்ணல, வெத்திலை, புகையிலை அது இது என்று வெறும் வயித்தோடு உடம்பைப் பாழாக்கிக்கொள்கிறார். சாப்பிட வரலியே என்று தவிக்கிறாள்.

புதுப்பாட்டை வீடு வந்து எழுதிய பிறகே சாப்பிட உட்காருகிறார்.

பாப்பாவுக்கும் தட்டு வைக்கிறாள்.

பாப்பா தண்ணீரைக் குடிக்கிறாள்.

"சாப்பிடறதுக்கு முன்ன தண்ணி குடிக்கப்படாது. சரியாவே சாப்பிடறதில்ல. கொறிக்கிறது... என்று கடிந்த வண்ணம் ரசம் ஊற்றிப் பருப்புச் சாதம் பிசைந்து வைக்கிறாள்.

"வாழைப்பூக்கறி, எறியப்படாது..."

"எப்ப பார்த்தாலும் குழந்தை அதைச் செய்யாதே, இதைச் செய்யாதே என்று சொல்லக் கூடாது..."

"ஆமாம் சொன்னால் கேட்கிறாளா? நெஞ்சுச் சளி கட்டியிருக்கு, ஜலத்திலேயே பழியா நிக்கறா. பொம்மையைக் குளிப்பாட்டற சாக்குவேற..."

"அதனால் என்ன? தண்ணீரில் விளையாடினாலும் மண்ணிலே அளைந்தாலும் குழந்தைக்கு அதனால் எதுவும் வராது. மண் எல்லோருக்கும் தாய். தண்ணீர் போஷிக்கும் அம்ருதம். ஓடற ஜலத்தில் அமிழ்ந்து ஸ்நானம் செய்வதைவிட என்ன ஆனந்தம் உண்டு?"

"அப்பா! வில்லியனூர் ஆத்துக்குப் போகலாமா?"

"ஓ! போகலாமே! நீயும் அம்மாவும் இங்கே இல்லாதபோது நாங்கள்ளாம் முன்ன போனோம். ராத்திரி நிலாச் சாப்பாடு பண்ணி எடுத்துண்டு செட்டியார் வந்தார். ராத்திரி முழுசும் அங்கே நிலாவில் இருந்தோம்."

"அங்கியேவா?"

"ஆமாம் நிலா. மணல் கண்ணாடிப் பளபளப்பாகத் தண்ணீர் கொஞ்சமாக ஓடும் அழகு நாங்கள் சாப்பிட்டுவிட்டு, பேசிண்டே, மணலைத் தலையாணிமாதிரிக் குவிச்சிண்டு அதுமேல தலைவச்சிண்டு படுத்தோம்... அப்பா... எதிர்க்கரையில் ஓநாயல்லாம் வந்து ஊளையிட்டது.

"ஐயோ! பயமாயிருக்கலியாப்பா?"

"ம், ஓநாய் பாஷை அது. காக்கா காகான்னு பேசறது. குயில் கூவ்னு பேசறது. மாடு அம்மான்னு பேசறது..."

"அப்பாவும் பெண்ணும் சாப்பிடும் அழகு வேண்டியிருக்கல! அவ கொறிக்கிறாள் நீங்கள் பேசறேள்..."

பாரதி செல்லம்மா 355

“சொல்லப்பா! ஓநாய் ஊளையிட்டது, நாய் போலவா, நம்மாத்திலே ராதா ஓஓ... ன்னு ராத்திரி அழுததே அப்பிடியா?”

“நாய் ஊளைபோலத் தானிருக்கும்னு வச்சுக்கயேன்! நான் பேசிண்டே தூங்கிட்டேன். அப்பா, ‘நானும் வரட்டுமா, நானும் வரட்டுமான்னு’ அந்த ஊளை கேக்கறாப்பல இருக்கும்னு சொல்றேன். ஏங்கிட்ட யாரோ வரா. மூஞ்சிய மொள்ள வந்து பாக்கறா. ஓநாய் வந்துடுத்தேன்னு பயந்துண்டு எழுந்திருக்கறேன். ஆனால் பயப்படாதேன்னு ஸங்கீதம்போல ஒருகுரல் கேக்கறது. அடாடா... சிங்கம்னா சிங்கமா இப்படிப் பாடறாப்பல பேசறதுன்னு நினைச்சுக்கறேன். ஆனாலும் பயம் போகல...”

“ஓநாய் சிங்கமாயிடுத்தாப்பா?”

“...ம்... அப்புறம் பர்த்தா, உங்கம்மா...”

ஒரே சிரிப்பு.

“அதானே பார்த்தேன்! என்னை வம்புக்கிழுக்காத போனால் சரிப்படுமா?”

“நீ சிங்கம், செல்லம்மா, சிலசமயம் ஓநாய், ஓநாய்க்குக் குழந்தைபேரில் ரொம்பப் பிரியம்...”

“பாருங்கோ, ரெண்டு வாய் சாதம் உள்ளே செல்லல. என்னடீ பாப்பா?”

“போரும்மா சாதம்...” என்று பாப்பா நெளிகிறாள்.

செல்லம்மா அருகில் வந்து அவள் உடம்பைத் தொட்டுப் பார்க்கிறாள்.

“ஒண்ணுமில்ல, காலமேந்து நீ என்ன சாப்பிட்டே? போட்ட சாதத்தை எறியக் கூடாதுடீ! அன்னலக்ஷ்மி கங்கைக்கரையில் உக்காந்துண்டு அழுவாள்!”

“சக்கையைப் புழிஞ்சுட்டு ரஸமாக்கு!”

செல்லம்மா பருக்கையைப் பிழிந்துவிட்டுக் குழம்பாக இரண்டு வாய் ஊட்டுகிறாள்.

நான்கு மணி சுமாருக்கு, புதுப்பாட்டைப் பாடிக் கொண்டிருக்கிறார். வெல்லச்சு செட்டியார் வந்துவிடுகிறார். குவளைக்கண்ணன், பத்தர்... சங்கீத வித்வான் இராம நாதய்யர், எல்லாம் சேர்ந்துவிடுகிறார்கள்.

“புதுப் பாட்டா?...”

மகிழ்ச்சிக்குக் கேட்பானேன்?

சங்கீத வித்வான் பாட்டை இரசித்துக்கொண்டு ஆர்மோனியத்தில் மெட்டை இசைக்கிறார்.

கணை வாயசுரர் தலைகள் – சிதறக்
கடையூழியிலே படையோடுடெழுவாய் (வருவாய்)

பின் –

தொழுவேன் சிவனாம் நினையே – கண்ணா,
துணையே அமரர் தொழும் வானவனே

என்றும் பாடியிருக்கிறீர்களே ஸ்வாமி? கண்ணன் சிவனா, கண்ணனா, குமரனா, படையோடெழுபவன்? அமரர் தொழும் வானவனே..?"

"ஆம், கண்ணன் ஆதிமறைப் பொருள். நீர், நான் இவர் அவர் எல்லாம், சிவனும்தான் குமரனும்தான். கண்ணன் எல்லாம் அநந்தரூபன்; ஒன்றும் இல்லாதவன்..."

பாம்புத்தலை மேலே நடஞ்செயும் பாதத்தினைப் புகழ்வோம்!

பாடல்கள் மடைதிறந்த உற்சாகத்தில் பெருகி வருகின்றன.

அம்மாக்கண்ணுவின் பிள்ளை, கனகலிங்கம், எல்லோருமே வந்துவிடுகிறார்கள்.

நிலாவரும் நாட்கள்தாம். பாப்பா மத்தியானம் அந்த நிலா விருந்தை நினைப்பூட்டினாள்.

இரவு முழுவதும் இப்படிப் பாடிப் பேசி மகிழ்ந்திருப்போம். நண்பர்களை உபசரிக்க – செல்லம்மாளை உண்டிகள் தயாரிக்கச் சொல்லலாம். ஆனால் அவர் கண்கள், வெல்லச்சு செட்டியாரிடம் நிலைக்கிறது.

பார்வைக்குச் சலனமே தெரியாதவராக வீற்றிருக்கிறார்.

"செட்டியாரே! இன்னிக்குப் பாப்பா கதை கேட்டாள்... எனக்கு அப்ப இந்தக் கதை நினைவு வரல. இப்ப வரது. காட்டுப்பாதையாகச் சிலர் போய்க்கொண்டிருந்தார்கள், ஒருவர் குடியானவர். காட்டுப்பயம் ரொம்பக் கிடையாது. மற்றவர் உம்மைப்போல் செட்டியார். இருள் வந்துவிட்டது. காடு கடக்கவில்லை. திருடர் பயமோ அதிகம். செட்டியாரே, கதை சரியாக நடக்க வேண்டுமானால் திருடர்கள் இப்போது வரலாமா, அல்லது சிறிது நேரம் ஆனபிறகு வரலாமா?"

செட்டியார் அசையவுமில்லை: சிரிக்கவுமில்லை.

“எப்போது வந்தாலும் வரட்டும். எனக்கு என்ன பயம்? நான் பாரதியாருடன் வழிப்பயணம் செய்யும் செட்டியாரல்லவா?”

இனி என்ன தடை? கதை தொடருகிறது.

“திருடர்கள் வந்துவிட்டார்கள். குடியானவனை நையப்புடைத்துவிட்டார்கள். பாவம், செட்டியார் என்ன செய்தார் தெரியுமா? ஆடாமல் அசையாமல் கீழே ஓரிடத்தில் சென்று படுத்துக்கொண்டார். பேச்சு மூச்சில்லை. திருடர்கள் செட்டியாரைக் கோலால் தட்டிப் பார்த்தார்கள். ‘கட்டை கிடக்கிறது’ என்றார்கள்.”

உடனே செட்டியார். “உங்க வீட்டுக் கட்டை பத்து ரூபாய் பணத்தை மடியில் கட்டிக்கொண்டிருக்குமோ?” என்று கேட்டார்.

பாரதி நிறுத்திவிட்டுப் பார்க்கிறார்.

“என்ன செட்டியாரே? கதை சரிதானே?”

செட்டியார் உடனே சட்டைப் பையிலிருந்து பத்து ரூபாய் பணத்தை எடுத்து வைத்துக்கொள்கிறார். கவியின் கை அதை எடுத்துக்கொள்கிறது.

“இது வழிப்பறிதான்...”

ஒரு சிரிப்பு சிரித்துக்கொள்கிறார்.

உள்ளத்தினுள்ளே ஓராயிரம் ஊசிகள் பட்டாற் போல் கூச்சம் கம்பளிப்பூச்சி உயிராய்க் கிடந்து நெளிகிறது. பிறவி எடுத்துப் பெரியவனாகி, பின்னும் பின்னும் யார் தயவிலேனும் வண்மை பெற வேண்டும் என்று வைப்பாயா, பராசக்தி?...

எழுந்து செல்கிறார்.

“செல்லம்மா! இந்தா ரூபாய். இன்னிக்கு ராத்திரி எல்லோருக்கும் இங்கேதான்... கச்சேரி...”

மேலே வந்து அருமையாகக் கவிதை பொழிகிறார்.

செல்லம்மாளுக்கு இதற்கெல்லாம் அலுப்புச் சலுப்பே இடையாதே?

அம்மாக்கண்ணுவும் கோவிந்தனும் ஓடிச் சென்று சாமான் வாங்கி வருகின்றனர். இரண்டு மூன்று வகை சித்திரன்னம், வற்றல், வடகம் பொரியல் என்று அடுப்படியில் விளக்கு வைத்துக்கொண்டு செய்து முடிக்கிறாள். குவளை, இலைக்கட்டைக் கொண்டு வருகிறார்.

செல்லம்மா சர்க்கரைப் பொங்கலுக்கு ஏலக்காய் நசுக்கிக் கொண்டிருக்கிறாள். பாப்பா கண்களைக் கசக்கிக்கொண்டு வருகிறாள். முகம் நன்றாக இல்லை.

"ஏண்டி பாப்பா? எதுக்கழறே?"

"என்னோட கிருஷ்ணன் பொம்மையைக் காணோம்..."

"எங்கே கொண்டு போனே? தேடிப் பாத்தியா..."

"காணம்மா..."

"இதென்னடி, இருட்டிப் போயாச்சு, நான் கை காரியமா இருக்கேன், இப்ப வந்து அழறியே?"

"நா... வாசல்ல வச்சிண்டு விளையாடிண்டிருந்தேன், அப்ப... அப்ப... போலீஸ்கார மாமா வந்து, பாப்பா உங்க வீட்டில அப்பா என்ன பண்றாருன்னு கேட்டா, நான் பாட்டுப் பாடறான்னேன். இன்னும் ஆரெல்லாம் இருக்கான்னு கேட்டா... எனக்குத் தெரியாதுன்னேன். நீ என்ன பண்றேன்னா, தொந்தரவு பண்ணாதேங்கோ. நான் வெளயாடிண்டிருக்கேன்னேன். என்னையும் வெளயாட்டுல சேத்துக்கோயன்னார். பெரியவாள்ளாரையும் எப்படிச் சேத்துக்கறது?... அப்புறம் அண்ணியம்மா வீட்டுத் தோட்டத்துல பூப்பறிக்கப்போனேன். பூவெல்லாம் பறிச்சுண்டு வரப்ப, காணம்மா?..."

"இப்ப எங்கே போய்த்தேடறது? சுபத்ராம்மா, அழகா சுவாமிட்ட சேப்புப்பட்டுப் போட்டு வச்சிருக்கா. நீ அப்பா செல்லம். தூக்கிண்டு அலைஞ்சே, இப்ப அது, சின்ன சாமான் எங்கே விழுந்ததோ, அழறே வந்து, இப்ப என்னால வந்து தேட முடியுமா, போ, கோவிந்தன்கிட்டயோ முருகேசன்கிட்டவோ சொல்லிப் பாக்கச் சொல்லு!"

குழந்தையை அனுப்பிவிட்டு அடுப்படியைக் கவனிக்கிறாள்.

குவளையும், சுப்புரத்தினமும் வந்து மாடிக்கு எல்லா வற்றையும் எடுத்துச்செல்கிறார்கள்.

எல்லாம் முடிந்தபின் கூடத்து விளக்கைத் தூண்டிவிட்டுப் பார்க்கிறாள்.

"பாப்பா?... பாப்பா எங்கே?"

செல்லம்மாளுக்கு அடிநெஞ்சில் எப்போதும் ஒரு பயம் இருக்கிறது. குழந்தையானாலும், கணவரானாலும், போலீஸ் பிடித்துப் போய்விடுமோ என்ற பயம்தான் அது.

பாரதி செல்லம்மா

"அம்மாக்கண்ணு! பாப்பா எங்கேடி காணம்? பொம்மைய காணம்னு அழுதுண்டு வந்தா, மத்தியானமே சரியா சாப்பிடல அண்ணிம்மா வீட்டில இருக்கா பாரு?"

குவளை கேட்டுக்கொண்டே இறங்கி வருகிறார்.

"பாப்பாவா? பாரதி மடியிலே படுத்துண்டு தூங்கிப் போயிட்டா. நான் உள்ளே பாயைப் போட்டுவிட்டேன்..."

"மத்தியான்னமே சாப்பிடலியே? இப்பவும் சாப்பிடாம தூங்கிடுத்தா? அப்பவே உடம்பு சுடறாப்பல தோணித்தே... நீங்க அவளை எழுப்பிண்டு வாங்கோ..."

செல்லம்மா மாடிக்கு ஏறிவருகிறாள்.

பாரதி யோக சக்தியை வரம் கேட்டுக்கொண்டிருக்கிறார்.

கல்லைவயிர மணியாக்கல் – செம்பைக்
கட்டித்தங்கமெனச் செய்தல் – வெறும்
புல்லை நெல்லெனப் புரிதல் – பன்றிப்
போத்தைச் சிங்கஏறாக்கல் – மண்ணை
வெல்லத் தினிப்புவரச் செய்தல் – என
விந்தை தோன்றிட விந்நாட்டை – நான்
தொல்லைத்தீர்த்து...

என்று அடுக்கிக்கொண்டிருக்கிறார்.

செல்லம்மா, மந்திரத்தால் கட்டுண்ட நிலையில் அங்கேயே நிற்கிறாள். பாட்டு முடிந்ததும் குழந்தையைக் கூட்டி வரச் செல்கிறாள்.

"செல்லம்மா!... இப்படி வாயேன்! நீயும் உட்கார்! நிலவைப் பார்! ஸோம தேவன் புகழ் பாடுவோம்!"

ஜய ஸோம ஜய ஸோம ஜய ஸோம தேவ...
வியனுலகிலாநந்த விண்ணிலவு பெய்தாய்...
விண்ணிலவு...

உயர்ந்து சென்று அக்குரல் எங்கோ வானில் இருக்கும் நிலவை நோக்கிச் செல்ல முயலுவது போல் இருக்கிறது. அவர் எழுந்து நின்று, 'வய மிக்க அஸுரரின் மாயையைச் சுட்டாய்' என்று குதித்து ஆடுகிறார்.

சங்கீத வாத்தியார் அதைத் தன் ஆர்மோனியத்தில் கொண்டு வர முடியாமல் நிற்கிறார்.

செல்லம்மா மெல்லச் சென்று குழந்தையை எழுப்பத் தொடுகிறாள். அனல் பொரிகிறது.

36

விளையாட்டுப் போல் நாட்கள் ஓடுகின்றன. வேனலின் கடுமை உக்கிரமாக எரிக்கிறது. ஏதோ ஓர் உச்சகட்டத்தை நோக்கிச் செல்வதுபோல் பொழுது விடிந்து தேய மீண்டும் விடிய என்று திகிலும் ஏறிக்கொண்டிருக்கிறதே தவிர விடுபடவில்லை. போலீசு சோதனை போட்டும், பல்வேறு விதங்களில் அலைக்கழித்தும் வாய்ப்பூட்டுப் போட்டும்கூட அந்தக் குடும்பத்தில் இத்தகைய இருள் படியவில்லை.

பாரதியின் முகம் பொலிவு இழந்து, கண்கள் கவலையைத் தேக்கிக்கொண்டிருக்கிறது. குழந்தையைத் தொட்டுப் பார்க்கிறார். வெளியே வந்து வானை நோக்குகிறார். 'தாயே பராசக்தி! நீ... நீயே கதி!' என்று முறையிடுகிறார்.

இது சாதாரணக் காய்ச்சலல்ல. வயிற்றம்மைக் காய்ச்சல், மிகவும் கவனமாக இருக்க வேண்டுமாம். குழந்தை இந்தக் கடுமையைத் தாங்க இயலாமல், வெறும் கஞ்சி நீரைக்கூடக் குடிக்க ஆவலின்றி, உச்சிவெயிலில் பிடுங்கிப்போட்ட இளம் பசுங் குருத்தாகத் துவண்டு கிடக்கிறாள்.

செல்லம்மாளோ, கண்ணன் பொம்மை காணாமல் போனது ஓர் அவக்குறி போலாச்சே! ஏதேனும் நேர்த்திடுமோ என்று அஞ்ஞானப் பட்டு நிலைகுலைகிறாள். அம்மாக்கண்ணுவிடம் ஆட்டைக் கொண்டு போ என்றாள். எல்லாம் தாயே பராசக்தி என்று கபடில்லாமல் கல்மிஷமில்லாமல் நினைத்தவர் மனசை நோக அடித்தாளோ?

அதுதான் இவர் பாட்டுக் கேட்க எப்படிக் கத்தி அழைத்தது?... தாயே! குழந்தைக்கு ஒண்ணுமில்லாமல் பண்ணுடீ!

ஓராயிரம் மேடுபள்ளங்களில் சிந்தை ஏறி இறங்குகிறது.

இந்தப் புதுச்சேரிக்கு வந்து எத்தனையோ துன்பங்கள் பட்டிருக்கிறார்கள். இந்தப் பெரிய சிறையைவிட்டு நல்ல படியாக வெளியேறப் போவதில்லையா?

'கண்ணைக் காட்டிய நட்சத்திரம் போலிருந்த பூவைப் பறித்துவிடுவாயா தெய்வமே?... இந்தக் குழந்தையின் காய்ச்சலை எனக்குக் கொடு! அதை மீள விடு..!' என்றெல்லாம் மனது புலம்புகிறது.

வீட்டில் காலையிலும் மாலையிலும், இரவிலும் பகலிலும் நண்பர்கள் வருவதும் விசாரிப்பதுமாக இருக்கிறார்கள்.

பாரதி லைசால் வாங்கி ஒரு பீங்கான் வட்டை நீரில் ஊற்றி வைக்கிறார். செல்லம்மா குழந்தையைத் தொட்ட பின்னும் தொடு முன்னும் அதில் கைகழுவ வேண்டும் என்று விதிக்கிறார்.

"அதன் நாற்றம் குமட்டுகிறது. அதைத் தொட்டுவிட்டு எப்படிச் சமைக்கப்போவது" என்று செல்லம்மாள் கேட்கிறாள்.

"இது ஒட்டுவாரொட்டி ஜுரம் செல்லம்மா. டாக்டர் எச்சரிக்கவில்லை! குழந்தையைத் தொட்டு எல்லாவற்றையும் தொட்டால், அந்தக் கிருமி எல்லா இடத்திலும் பரவும்."

இப்படிச் சொன்னாலும் சுப்புரத்தினத்திடம், ஒரு தந்தி எழுதிக் கொடுத்து அனுப்பச் சொல்கிறார். தந்தி செல்லம்மாவின் பெயரில் இருக்கிறது. இவர் பெயரில் தந்தி என்றால், உளவுக் காரர்களின் வீண் தொல்லை அல்லவா வரும்.

சின்னம்மா சித்தி வந்துவிட்டால், செல்லம்மாவுக்குச் சிறிது ஆறுதல் கிடைக்குமே!

இரவு, டாக்டர் கொடுத்திருந்த தர்மா மீட்டரைக் குழந்தைக்கு வைத்து எடுத்துவிட்டுக் காய்ச்சலின் அளவைப் பார்க்கிறார். செல்லம்மா விளக்கைத் தூக்கிக் காட்டுகிறாள். பாதரசம் குதிக்கிறது. அதைப் பிடித்திருக்கும் தந்தைக்கு நெஞ்சுத் துடிப்பே நின்றுவிட்டாற் போன்று அதிர்ச்சி உண்டாகிறது. தர்மா மீட்டர் கீழே நழுவுகிறது. உடைத்துச் சுக்கு நூறாகிறது.

"தேவி! பராசக்தி! என் குழந்தையை இப்படிச் சோதிக்க நான் என்ன குற்றம் செய்தேன்?..."

கண்களில் நீர் பெருகி தாடி மீசையெல்லாம் நனைக்கிறது...

“ஆம்... என்னிடம் சில நாட்களாகப் படிந்துவிட்ட கெட்ட பழக்கங்களை இன்று முதல் விட்டுவிடுகிறேன். புகையிலையும் கூடப் போட மாட்டேன்...”

இவர் கதறும் காட்சியில் செல்லம்மாவுக்குப் புயலில் நிலையிழந்த படகு போல் மனம் தவிக்கிறது.

டாக்டருக்கு ஆள் செல்கிறான். மிகப் புகழ் பெற்ற டாக்டர்.

பொன்னு முருகேசம் பிள்ளையும் வருகிறார். டாக்டர் வந்து பார்த்து, ஊசி வழி மருந்து ஏற்றுகிறார். ஊசி... இது நேராக ரத்தத்தில் கலந்து நிவாரணமளிக்குமாம்!

“பயப்படாதீர்கள். இன்றிரவு கடுமையாக இருந்தாலும் காலையில் சரியாகிவிடும்!” என்று தேறுதல் சொல்லிவிட்டுப் போகிறார்.

பொன்னு முருகேசம் பிள்ளை, குழந்தையின் அருகில் கவலையே உருவாக வீற்றிருக்கும் பாரதிக்குத் தேறுதல் கூறுகிறார்.

“பாப்பாவுக்கு ஒண்ணும் வராது, பாரதி, நீங்கள் கவலைப்பட்டால் எப்படி?”

பாப்பா, அப்போது குரல் கேட்டுக் கண் விழிக்கிறாள்.

“அடா, பாப்பாக்கண்ணு! ஆரு வந்திருக்காப் பாரு..! பாப்பா..!”

பாப்பா வாய் திறக்கிறது. பொழ்ழ... மு ழ ழே...

பொன்னு முருகேசம் பிள்ளை என்று சொல்லத்தான் முயலுகிறாள் அது..? ஐயோ, என் பாப்பாவுக்கு நாவு இழுத்துக் கொண்டுவிட்ட கொடுமை நேர்ந்துவிட்டதா? வெடுக் வெடுக்கென்று பேசும் பாப்பாவுக்கு, பராசக்தி நாவைப் பறித்து விட்டாளா!

வெளியே வந்து சுவரில் முட்டிக்கொண்டு கதறுகிறார்.

“பராசக்தி! என் பாப்பா, கடற்கடை மேடையில் கர்ச்சிக்கப் போகிறாள் என்று கனவு கண்டேனே! இந்தத் தண்டனை கொடுக்கலாமா? உன்னையே நம்பும் உன் குழந்தையில்லையா நான்? தாயே, நான்... என்ன குற்றம் செய்தாலும் மன்னித்து விடம்மா! என் குழந்தையைத் தண்டிக்காதேம்மா! இனியும் என்னைச் சோதிக்காதே, என்னைச் சோதித்தால் நான்... நான் நாஸ்திகனாகிவிடுவேன்!”

பொன்னு முருகேசம் பிள்ளை ஆஸ்திகக் கருத்துகளில் நம்பிக்கை இல்லாதவர். ஆனால் பாரதியின் இந்த

நம்பிக்கையைப் பார்த்தபோது அவரே நெஞ்சு நெகிழ்ந்து போகிறார்.

"பாரதி, பாப்பாக்குக் காலையில் நல்லாப்போகும். இப்ப நல்ல ஞாபகம் இருக்கு. ஜுர வேகம் நாக்கு குழறுகிறது, ஜுரம் தணிந்தால் நல்லபடியாகும். டாக்டர் அம்பி மிகக் கெட்டிக்காரர். இது உச்சகட்டம், இது இப்ப தாண்டிருச்சின்னு அர்த்தம்..."

பலவாறு சமாதானம் செய்கிறார்.

இரவுப் பொழுது ஒரு மாதிரி கழிகிறது.

மறுநாள் காலையில் சின்னம்மா சித்தி ஓடோடி வருகிறாள்.

வண்டி விட்டிறங்கியதுமே அவள் வருகையை அறிவிக்கும் புலம்பல் மடை திறக்கிறது. பாரதி வாயிலில் வந்து நிற்கிறார்.

"கூட்டில் உயிரே தரிக்காமல் வந்தேண்டா? குழந்தைக்கு உடம்பு தேவலை. செல்லம்மான்னா, என் குழந்தைன்னுதான் நினைச்சேன். என்னமா இருக்கேடா?"

"சின்னாச்சித்தி, வா, குழந்தைக்குத்தான் உடம்பு சரியில்லை."

"அதுக்கு இப்படித் தந்தியடிக்கலாமா, செல்லம்மா பேர் வச்சு? குழந்தைக்கு என்ன உடம்பு, எப்படியிருக்கு?"

உள்ளே செல்கிறார்கள்.

"காரணமாத்தான் செல்லம்மா பேர் வச்சு அடிச்சேன். நீ உன் குழந்தைன்னு நினைச்சுப்பேன்னு எனக்கு லவலேசம் தோணல. செல்லம்மா குழந்தையையும் பாத்துண்டு வெளிக்காரியமும் செய்யறது கஷ்டமாயிருந்தது. அதனால்தான் உனக்குத் தந்தியடிச்சேன். முந்தா நா ராத்திரி கண்டம்தான்னு சொல்லணும். பாப்பா..!... ஆரு வந்திருக்கா பாரு!"

"அடி ராஜாத்தி! குழந்தை எப்படிக் கிழிச்ச நாராப் போயிடுத்துடா சுப்பய்யா!... பாப்பாக்கண்ணு? பாட்டி பாரு, பாட்டி!"

"கோந்தே..!"

பாப்பா எல்லோரையும் தெளிவாகப் பார்க்கிறாள்.

"பாட்டி, ரங்காம்மா எனக்குக் கிருஷ்ணன் பொம்மை வாங்கித்தந்தா, அது கெட்டுப்போயிடுத்து..."

சின்னம்மாச் சித்திக்குப் புரியவில்லை.

“இதுவேதான் நிமோ ஜுரம் வந்திருக்கு!” என்று செல்லம்மா முணமுணக்கிறாள்.

“உனக்கு வேற பொம்மை வாங்கித் தரேன் கண்ணு!”

“பராசக்தி என் குழந்தை நன்றாகப் பேசுகிறாள்! அவளுக்கு ஒண்ணுமில்லை!”

உன்னைப் பக்தி பண்ணிக்கொண்டிருப்பேன் . . . மனமுருகி, பக்தியினாலே – தெய்வ பக்தியினாலே! என்று பில ஹரிராகத்தில் பாட்டிசைக்கிறார்.

பக்தியினாலே – இந்தப்
பாரினில் எய்திடும் மேன்மைகள் கேளடீ!
சித்தந் தெளியும் – இங்கு
செய்கையனைத்திலும் செம்மை பிறந்திடும்...

வெம்மையின் உக்கிரம் தணிந்திருக்கிறது.

ஆனால் . . . உச்சத்து உக்கிரம் தணிந்தபின், அதன் விளைவுகள் நைந்துபோகும் மனத்தெம்பில் அல்லவோ பிரதிபலிக்கின்றன!

மனம், பராசக்தி உன்னையே தஞ்சமடைவேன் என்று சொல்லிக்கொண்டிருந்தால், வீடு நடப்பது எப்படி?

அன்றாடக் கவலைகள், டாக்டருக்குப் பணம் கொடுக்க வில்லை. வீட்டுக்காரர் வாடகை எத்தனை மாதமோ. மணி அரிசி இல்லை என்ற நிலைமை.

வாய்விட்டுக் கடன் கேட்பாரா? எத்தனையோ நண்பர்கள். உவர்ந்து உதவுகிறார்கள். ஆனால் சம்சாரம் என்பது... இப்படி இட்டு நிரப்பக் கூடியதாக இல்லையே? ஜூலை பிறந்திருக்கிறது.

சில நாட்களாக வெற்றிலை புகையிலை போடுவதில்லை. உதடுகள் வெளுத்திருக்கின்றன. என்றாலும் பாப்பா தெளிவாகக் கண்விழித்து, பொடியரிசிக் கஞ்சி அருந்துகிறாள்...

காலையில் சங்கீத வித்வான் வந்து ‘குழந்தைக்கு எப்படி இருக்கு’ என்று கேட்டுப்போகிறார். ஆறுமுகம் செட்டியார் விசாரிக்கிறார்.

அம்பி சென்னைக்குச் சென்றிருக்கையில் துரைசாமி ஐயருக்கு ஒரு கடிதம் கொடுத்து அனுப்பினார்...

ஊரில்... எட்டயபுரத்தில், தாத்தாவுக்கு வயசாகிவிட்டது. முனிசீஃப் வேலை இல்லை இந்த ஐந்தாறு வருஷங்களாக. ஏதோ

ஊரார் தயவில் பிழைப்பு நடக்கிறது. லட்சுமி காசியிலிருந்து பிரசவத்துக்கு வந்திருக்கிறளாம். அவர்களை எல்லாம் ஆதரிக்க வேண்டியது அவர் கடமை. ஆனால்...

பராசக்தி இவரைத் தன் குடும்ப உப்புக்கும் புளிக்கும் கவலைப்பட வைத்திருக்கிறாள். இந்தத் தேசம், மக்கள் நலிந்து விட்ட தருமங்கள்... இதெல்லாம் மனசைச் சுட்டுக்கொண்டே இருக்கின்றன.

அந்தப் பெரும் இலட்சியத்தை அல்லவோ உனக்குக் குறிப்பாக்கி இருக்கிறாள் அன்னை! அதைவிட்டு... இந்தச் சஞ்சலங்களை ஏன் நெஞ்சில் வளர்க்கிறாய்!

நானா?... நான் என்ற ஆணவந் தள்ளிவிடுவேன். அதற்கு எனது உள்ளத்தில் தோன்றுவதை எல்லாம் எழுதிப் பின்னே பார்ப்பது ஒருவழிதான்...

எழுதுகிறார்...

மனம் பொருந்தவில்லை.

செல்லம்மா வந்து, "குழந்தை கஞ்சிக்குப் பொடியரிசி வேணும். கையிலே அஞ்சு ரூபாயிருந்தால் தேவலை" என்று சொல்கிறாள்.

இவர் தலையைப் பிடித்துக்கொள்கிறார்.

பராசக்தி..! நான் என்ன செய்வேன்?... நாஸ்திகனாகி விடுவேன்போல இருக்கிறதே? பாட்டு, எழுத்தில் எதிலும் மனம் கூடவில்லையே...

சின்னம்மா சித்தி, முருகேசம் பிள்ளை வீட்டிலிருந்து வாங்கி வந்த வெண்புழுங்கலரிசியைக் களைந்து வடித்து, காய வைத்து திரிகையில் போட்டு உடைக்கிறாள்.

அத்துடன் செல்லம்மாளிடம் ஊர்க்கதை ஏதேதோ பேசுகிறாள். சோமு பெரிய படிப்புப் படித்து வக்கிலாகக் கொழிப்பது, மகாராஜா சமாசாரம், அவர் வந்தே மாதரம் சுப்பய்யா என்று பெயர் பெற்றுவிட்ட, ஆஷ் கொலை வழக்கில் குற்றவாளியாக இருந்தவருக்காகப் பட்டணம் ஒரு கோடி சென்று விடுவிக்கப்போனது எல்லாம் பேசுகிறாள்.

திடீரென்று, "சுப்பய்யா குளிக்கப் போறச்சே சட்டை கழட்டினான், வயித்தை அள்ளிப்புடுங்கித்து. இப்படி எலும்பும் தோலுமாயிட்டானே?..." என்று பிரலாபிக்கத் தொடங்குகிறாள்.

செல்லம்மாளுக்கு உள்ளூற ஓர் ஆறுதல். குழந்தை படுத்ததில் இருந்து, அந்த 'வஸ்துக்களை' விட்டுவிடுவேன்

என்றார்; இதுநாள் வரை விட்டுத்தான் இருக்கிறார். அந்த ஜாடியிலுள்ளதை வழித்து எறிந்துவிட்டு அதைச் சுத்தமாக்கி அவர் கண்காணாமல் சமையலறைப் பிறையில் போட்டிருக்கிறாள்.

எதானும் பாட்டு எழுதினால் நன்றாக இருக்கும்... சுதேசமித்திரனுக்கு அனுப்பினால்தானே பணம் வரும்?... இனிமேல் இந்த வழக்கம் இல்லையென்றால் பொருளும் தங்கும், உடம்பும் கெடாது...

செல்லம்மாள் தப்புக்கணக்குச் செய்கிறாள் என்பது நாளாவட்டத்தில் துலங்குகிறது. புடவை மிகவும் நைந்து போய்விட்டது. அழுக்கோ சேருகிறது. கசக்கவோ இயலாது. அழுக்கிலும் அதன் தெய்வீக நெசவு மனசை உருக்குகிறதே?

பாப்பாவுக்கு, அதே மாதிரி ஒரு கிருஷ்ணன் பொம்மை வாங்கி வந்து ஸ்ரீரங்கத்தம்மாள் கொடுக்கிறாள்.

வெம்மை மாறி மழை பொழிந்து பூமி குளிருகிறது, நித்திய மல்லிகையும் சம்பங்கியும் கொத்துக் கொத்தாகக் கணுக்குக் கணுமலர்ந்து மணத்தை அள்ளி வீசுகின்றன.

நவராத்திரியின் வண்ணங்களை, இயற்கை பூண்டு மகிழ்கிறாள். பாரதி காலையில் ஹிந்து பேப்பர் படிக்க தீட்சிதர் வீட்டுக்குப் போகிறார். அம்பி, சென்னையிலுள்ள கல்லூரியில் படிப்பவன், செப்டம்பர் விடுமுறை என்று வந்திருக்கிறான். உரத்து, டிக்வின்ஸியின் கவிதையொன்றைப் படித்துக்கொண்டிருக்கிறான்.

பாரதி அங்கேயே நின்று கேட்கிறார்.

"அம்பி!... அதென்ன, உனக்குப் பாடமா!"

"ஆமாம்...!"

"அந்தப் புஸ்தகத்தை இப்படித் தா..."

வீட்டுக்கு வருகிறார். வியாழக்கிழமை முதல் நாள். தூப்ளே சிலையைச் சுற்றிக் குழந்தைகள் விளையாடினார்கள். வழக்கம்போல் இங்கிலிஷ் மெட்டில் பாண்டு வாசித்தார்கள்.

முன்பொருநாள் யதுகிரி கேட்டாள், 'இந்த இங்கிலீஷ் மெட்டுப் போல நாம் பாட முடியாதா, நம்ம இராகத்தில்!' என்று அது நினைவுக்கு வருகிறது. அன்றிரவே கவிதை அவர் நாவில் அருளாய்ச் சுரக்கிறது.

"பிள்ளைப் பிராயத்திலே – அவள் பெண்மையைக் கண்டு மயங்கிவிட்டேனங்கு பள்ளிப் படிப்பினிலே – மதி பற்றிட

வில்லையெனினும் தனிப்பட, வெள்ளை மலரணை மேல் அவன் வீணையும் கையும் விரிந்த முகமலர் விள்ளும் பொருளமுதும் கண்டு வெள்ளை மனது பறிகொடுத்தேனம்மா!..."

ஸரஸ்வதி மனோகரி இராகத்தில், 'எந்த வேரு கொந்து ராகவா' கீர்த்தனையின் சுரங்களைக் குறிப்பாக்கிக்கொண்டு இதை இசைக்கிறார். பின்னர் லட்சுமி காதல் தம்மிடம் அந்த லட்சுமி செய்யும் சோதனையை அதில் பதிந்து வைக்கிறார்.

புன்னகை செய்திடுவாள் – அற்றைப்
  போது முழுது மகிழ்ந்திருப்பேன் – சற்றென்
முன்னின்று பார்த்திடுவாள் – அந்த
  மோகத்திலே தலை சுற்றிடுங்காண், பின்னர்
என்ன பிழை கண்டோ... அவள்
  என்னைப்புறக் கணித்தே இடுவாள். அங்கு
சின்னமும் பின்னமுமா – மனஞ்
  சிந்தியுளமிக நொந்திடுவேனம்மா...

இதை மனம் கனியும் ஸ்ரீராகத்தில் மெட்டமைக்கிறார்.

காளிதாசராக உபாசிப்பவருக்கு, அந்தப் பராசக்தியின் புகழ் பாட மறந்துவிடுமா? புன்னாக வராளியில்,

இவள் இன்னருள் வேண்டுமடா. பின்னர்
யாவு முலகில் வசப்பட்டுப் போமடா...

இந்த மூன்று பாடல்களையும் ஒரே இரவில் புனைந்து அவர் இசைக்கக் கேட்டு அனைவரும் இவர் உலகம் முழுதும் போற்றக்கூடிய அருட்கவிஞர் என்று உணர்ந்து பரவசமடைகிறார்கள்.

37

சின்னம்மா சித்திக்கு ஊருக்குப் போகவும் மனமில்லை, இங்கு தங்கவும் கஷ்டமாக இருக்கிறது. தமக்கை இறந்தபின், தானே தாயாக நின்று வளர்த்த அம்மை அவள். அவன் இளவயதில் பொழிந்த தமிழ்க் கவிதைகளையும், ஆங்கிலத்தில் வாசித்ததையும் கேட்டு இறும்பூது எய்தியவள். அந்தப் பிள்ளை குடும்பம் பண்ணாமல் தேசத்துக்கே தன்னை அர்ப்பணமாக்குவதாகச் சொல்கிறான் என்றறிந்து அவனைக் காலடியில் கொண்டு வைத்துக்கொள்ளத் தன் சக்தியெல்லாம் ஈடாக்கியவள். அவள் என்ன முயன்றும் அவன் அவள் பிடிக்குள் இல்லை.

மயிலாப்பூரில் குடும்பம் செய்கையில், உலகத்து மாமியார்களைப் போல், வந்த பெண் அவனைக் கைக்குள் போட்டுக்கொண்டதாக நினைத்தாள். ஒன்றுமேயில்லை. செல்லம்மா ... அவள்தான் எப்படி இருக்கக்கூடிய அழகு! ஒரு நல்ல புடவை, நகை ஒன்றுமில்லை. பிள்ளை அவள் ஆதிக்கத்திலும் இல்லை. இவர்கள் ஆதிக்கத்திலும் இல்லை. அவன் அவர்களால் அடிவைக்க முடியாத ஓர் எல்லைக்குள் போய்விட்டான். அங்கும் தனி.

மண்டயத்தார் வீட்டில், ஐயர் வீட்டில், அவர்களெல்லாரும் உலகுக்கு ஒப்ப நடக்கவில்லையா? அவர்களும் தேசத்துக்காகப் பத்திரிகை போட்டார்கள்; எழுதினார்கள். ஆனால்..?

'மாமிசம் உண்டால் எலும்பைக் கோத்து மாலைபோட்டுக் கொள்ள வேண்டும்' என்று உருகிக் கண்ணீர் வடிக்கிறாள். ஊனும் உறக்கமும் இல்லை. சிலநேரங்களில் அவன் பேச்சும் சிரிப்பும் சித்த சுவாதீனமற்றவன் போல்தான் இருக்கிறது.

குள்ளச்சாமி என்று ஒரு சாமி... சித்தராம். முன்பெல்லாம் சந்யாசி சாமி என்றால் பாஷாண்டி என்பான். இப்போது, மாங்கொட்டைச் சாமி, கோவிந்தசாமி, யாழ்ப்பாணச் சாமி என்று மடத்தில் அவர்களுடன் கிடக்கிறான். சித்தபுருஷர்கள் மேல் சின்னம்மா சித்திக்கு மிக மரியாதை. ஆனால் இவன் குடும்பமும் இல்லாமல், சத்யாசமும் இல்லாமலல்லவோ ஆசாரங்களைக் குலைத்துக்கொண்டிருக்கிறான்?

பரபரக்கும் கண்கள் எங்கோ நிலைக்கின்றன. மன அரங்கில் அவன் என்ன காட்சியைக் காண்கிறானோ?

"அய்யா! நா வந்து அஞ்சாறு மாசமாயிடுத்து. ஊருக்குப் போகட்டுமாய்யா?"

"சித்தி சமயத்தில் நீ வந்தே. நீ இப்ப உடனே போகணுமா சித்தி?..."

"இல்லேப்பா! நான் நீ இருக்கணும்னா இருக்கேன். ஆனா... நீ இப்படி ஒட்டாம எங்கியோ அலையறதப் பாக்க சகிக்கலடா..."

"சித்தி, நான் வாரத்தில நாலு நாள் மௌனம் இருக்கப் போறேன். இருந்து ஒரு புதுத் தமிழ் சொல் கண்டு பிடிக்கிறேன். 'ஓம்'னு சொல்லும் சொல்லைப்போல் மந்திர வலிமையுடையதாக..."

இவர்கள் உலகமும் அவன் உலகமும் எட்டக்கூடிய தொலைவிலேயே இல்லை,

சித்தி ஊருக்குப் போய்விடுகிறாள்.

மூன்று நாள் பேசாத விரதம்,

எழுதுகிறார், பாட்டுப் பாடுகிறார். ஆனால் பேச்சு இல்லை, பணம் ஏதேனும் கையில் கிடைத்தா மிஞ்சுவதேயில்லை.

காலையில் எழுந்தால், கடன் சொல்ல வேண்டியிருக்கிறதே என்ற கவலை செல்லம்மாளை அரிக்கிறது.

அன்று காலையில் மளிகைக் கடையிலிருந்து பாக்கிக் கேட்டு ஆள் வருகிறான்.

ராஜம் கிருஷ்ணன்

“இன்னும் நாலு நாள் கழிச்சு வாப்பா, ஊரிலிருந்து பணம் வரும்” என்று சொல்லி அனுப்புகிறாள்.

அடுத்து சோதனை போல் எண்ணெய்க்காரி வருகிறாள். அவளுக்கும் தவணை சொல்லுகிறாள். உள்ளே திரும்புமுன்... வீட்டுக்காரச் செட்டியார் நாமத்தைப் போட்டுக்கொண்டு வருவது தெரிகிறது.

செல்லம்மாளுக்குக் கோபம் பொங்கி வருகிறது.

விடுவிடென்று மாடியில் ஏறிச் செல்கிறாள்.

சி.ஆர். சீனிவாச ஐயங்காரின் புத்தகத்தைப் புரட்டி வைத்துக்கொண்டு ‘மாருபல்க’ கீர்த்தனத்தைப் பாட முயன்று கொண்டிருக்கிறார் அவள் கணவர்.

“நீங்க பேசறதுக்கு மௌன விரதம் கொண்டாடிண்டு பாட்டுப் பாடறீர். இந்த வழியை எந்தத் தெய்வம் சொல்லித்தோ? மளிகைக்காரன், எண்ணெய்க்காரி, வீட்டுக் காரர் இவாளுக்கெல்லாம் நானா பதில் சொல்வது? வீட்டுக்காரச் செட்டியார் எத்தனை நாளைக்குத்தான் பொறுப்பார்? அவர் வரார்!”

செல்லம்மா கடுமைக் குரலைக் கொட்டிவிட்டுப் படியிறங்கிப்போகிறாள்.

ஸ்ரீரஞ்சினி இராகம் ஆபோகியாக மாறுகிறது.

சபாபதிக்கு வேறு தெய்வம் சமானமாகுமா – புதுவை
சபாபதிக்கு வேறு தெய்வம் சமானமாகுமா
அபாரமான அருளுடைமையால்
அடக்கிச் சினந்தன்னை அன்பினை மேற்கொண்டான் –
புதுவை

சபாபதிக்கு...

படியேறி வரும் செட்டியாரின் செவிகளில் பாட்டுப் புத்தருவியாய்க் குளிரப்பாய்கிறது.

“என்னங்க, புதுப் பாட்டா எழுதியிருக்கிறீங்க?”

மௌன விரதமாயிற்றே! தலையசைப்பு மறுமொழியாக வருகிறது.

செட்டியார் மனம் கரைந்துபோகிறார்.

“பாரதியாரே! நான் வாடகை கேட்க வரவில்லை. தாங்கள் புகழக்கூடிய அளவு பெருமை என்னிடம் இல்லை. தங்கள் அருள்வாக்கினால் புகழப்பட்ட பாக்கியத்தினால் இனி மேல்தான் பெருமை வர வேண்டும்.”

மௌன நாட்கள் கடந்ததும் செல்லம்மாளின் துன்பம் நீக்க வேண்டும் என்ற பரிவு பாலாகக் குளிரச் செய்கிறது.

என் செல்லம்மா, என் பிராணன், என் உயிர், என் அமிர்தம்...

எங்கள் கண்ணம்மா! புது ரோஜாப்பூ!
எங்கள் கண்ணம்மா, விழி இந்திர நீலப்பூ!

பாடலில் செல்லம்மா நாணிக் குறுகுகிறாள். ஆனால் மனமோ தளும்பி வழிகிறது.

செல்லம்மா, நீ இல்லாமல் ஏது வாழ்வு?

ஆனாலும் நான் என்னம்மா செய்வேன்! இந்தத் துன்ப வலைகளை அறுத்துக்கொண்டு வானிலே ஜிவ்வென்று உன்னோடு கைக் கோத்து உலாவப்பார்க்கிறேன்.

இந்த நடைமுறைகள், சாத்திரம் என்ற பொய்கள், பாசாங்குக் கூத்துகள், போலி நடைமுறைகள் எல்லாம் நம்மைச் சுற்றிச் சூழ்ந்திருக்கின்றன! பிணிக்கின்றன! நெருக்கி இறுக்குகின்றன. நீ துன்பப்படுகிறாய், இந்த நாடு துன்பப்படுகிறது.

பாரத மாதா கண்ணீர் விடுகிறாள். அற்பர்களும் பொய்யர்களும் கோழைகளும் அறிவிலிகளும் இங்கே புன்மைச் சாத்திரங்களைக் கட்டிக்கொண்டு அழுகிறார்களே! எனக்கு விடுதலை, என் பூமிக்கு விடுதலையானால் வரும். அதற்கு எங்கள் பெண்கள் விடுதலை பெற வேண்டுமே!

அறியாமையிலிருந்து, இருளிலிருந்து அவர்கள் வெளிச்சத்துக்கு வர வேண்டுமே? என் சகோதரர்களுக்கு விடுதலை வேண்டுமே! இந்த விடுதலை வந்தாலல்லவோ என் உணர்வுகள் குளிரும்! என்னை இப்போது அவை தீயில் வறுத்தெடுக்கின்றன. எனக்குச் சிறிது நேரம் ஆசுவாசம், சுமைகளை இறக்கி மூச்சுவிட, இளைப்பாற ஒரு நிழல்... இது... ஜீவரட்சாமிர்தம்...

வானத்து நட்சத்திரங்களைப் பார்த்துக்கொண்டு களையற்ற வெளியில் சஞ்சரிக்க, வண்ணமயமான கனவுகளில் இளைப்பாற, தம் பழக்கத்துக்குத் தாமே நியாயம் தேடிக்கொள்கிறார். இந்த நியாய வாதம், செல்லம்மாளின் வார்த்தை ஊசிகளினால் புண்பட்ட மனசுக்கு இதமாக இருக்கிறது.

பேச்சோடு பேச்சாக, அன்று செல்லம்மா, "நமக்கு ரெண்டு பேரிருக்கான்னு தான் தங்கம்மாளைப் பத்திக் கவலைப்படல. அக்கா அவளை வச்சிண்டிருக்கா, அவளே தக்க பிராயத்தில் கல்யாணமும் பண்ணிக் குடுத்திடுவான்னாலும், நம்ம

குழந்தைக்குக் கல்யாணம்னு போறப்ப நாம ஒண்ணுமே செய்ய வேண்டாமா!" என்று நினைவூட்டிவிடுகிறாள்.

புற்றுக்குள் கை விட்டுவிட்டாளா!

"கல்யாணமா? என் தங்கத்துக்கா! இப்பவா! முடியாது. தங்கம்மா இனிமேல் அங்கே இருக்கக் கூடாது! அவளை உடனே இங்கே கொண்டு விடும்படி கடிதம் எழுதுகிறேன்!"

உடனே கடிதம் எழுதிவிட்டார். தங்கம்மாளை உடனே கொண்டுவந்து விட வேண்டும்!

மாலையில் அரவிந்தர் ஆசிரமத்துக்குச் செல்கிறார்.

பத்திரிகைகள், பிரசுரங்களைப் பார்த்துக்கொண்டிருக்கையில், ஆண்ட்ரூஸ் தென்னாப்பிரிக்கா, பிஜி முதலிய இடங்களில் ஒப்பந்தக் கூலிகளின் நிலைபற்றியறிந்து வந்த கட்டுரையொன்று கண்களில் படுகிறது. மாடர்ன் ரெவியூவில் அதைப் படிக்கும் போதே கண்களில் நீர் வழிகிறது. மனம் பொங்குகிறது, துடிக்கிறது.

அரவிந்தரிடம் பேசவில்லை. கடற்கரைக்கு வருகிறார். தன்னந்தனியாகச் சென்று அமருகிறார்.

கடலலைகள் பொங்கிச் சுருண்டு வந்து திரும்பிப்போவது போல் தோன்றுகிறது.

காற்று உடல் சிலிர்க்கச் செய்வதுபோல் தோன்றுகிறது. சாட்டையடி பட்டதுபோல் உடலைக் குறுக்கிக்கொள்கிறார். அம்மம்மா! கூலிகளைச் சாட்டையால் அடிப்பாரோ! ஐயோ! பெண்களை இங்கிருந்துகொண்டு செல்லக் கயவர் கையாளும் முறைதான் என்ன? இப்படியும் கயவர்கள் செய்வார்களோ?

விதியே விதியே, தமிழ்ச் சாதியை நீ என் செய்ய நினைக்கிறாய்?

ஆப்பிரிக்கத்துக் காப்பிரி நாட்டிலும்
தென் முனையடுத்த தீவுகள் பலவினும்
பூமிப்பந்தின் கீழ்ப்புறத்துள்ள
பற்பல தீவினும் பரவி இவ்வெளிய
தமிழ்ச் சாதி தடியுதை யுண்டும்
காலுதையுண்டும் கயிற்றடியுண்டும்...

கவிதை கண்ணீராய் உருகி வருகிறது.

இக்கவிதை, தமிழ்ச்சாதியின் இருதலைக் கொள்ளியிடையே என்ற நிலையைக் கண்ணீராய் உகுக்கையில், பீஜித் தீவிலே இந்து ஸ்திரீகள் பற்றிய கட்டுரை ஒன்றும் பிரசுரமாகிறது.

ஆன்ட்ரூஸ் பெருமகனார், இந்தக் கட்டுரையின் அடியில், இதை மையமாக்கிக் கவிக்குயில் சரோஜினி அம்மையார் கவிதையொன்று பாடியிருப்பதைக் குறிக்கிறார்.

“ஆன்ற தமிழ்ப் புலவீர்! இந்தப் பெண்கள் படும் துன்பத்தை நீரும் கவிதையாக்கி உலகறியச் செய்வீர்” என்று வேண்டுகோளும் விடுக்கிறார்.

கட்டுரையைப் படிக்கையில் கண்ணீர் முத்துக்களே சொற்களாகக் கோத்துக்கொண்டு கவிதையாகின்றன.

கரும்புத் தோட்டத்திலே!

ஸைந்தவி இராகம் இந்துஸ்தானி இசைமரபில் வருவதாகும். என்றோ, நாடக அரங்கில், சோகத்தை உருக்கும் வடிவில் அவருள் பதிவான அந்த இராக மெட்டே கவிதைக்கு உயிர் கொடுக்க வருகிறது,

– அவர்

கால்களும் கைகளும் சோர்ந்து விழும்படி
வருந்துகின்றனரே – ஹிந்து
மாதர் தன்னெஞ்சு கொதித்துக் கொதித்துமெய்
சுருங்குகின்றனரே – அவர்
துன்பத்தை நீக்க வழியில்லையோவொரு
மருந்திதற்கில்லையோ – செக்கு
மாடுகள் போலுழைத்தேங்குகின்றாரந்தக்

(கரும்பு)

இரண்டு நாட்களாகப் பாரதியைக் காணவில்லையே என்று ஐயரும் ஸ்ரீஸ்ரீ ஆசாரியரும், யதுகிரியும் மாலையில் வரும்போது இந்தப் பாடல் நெஞ்சங்களை உருக்குகின்றன.

நாட்டை நினைப்பாரே – எந்த
நாளினிப்போயதைக் காண்பதன்றே – அன்னை
வீட்டை நினைப்பாரோ – அவர்
விம்மி விம்மி விம்மி விம்மி யழுங்குரல்
கேட்டிருப்பாய் காற்றே – துன்பக்
கேணியிலேயெங்கள் பெண்களழுத சொல்
மீட்டுமுரையாயோ – அவர் விம்மியழவுந்திறங்
கெட்டுப்போயினர் (கரும்புத்)

யதுகிரி விம்மி விம்மி அழுகிறாள்.

“யதுகிரி, ஏனம்மா நீ அழறே? கண்களைத் துடைத்துக் கொள்! எங்கோ ஆயிரம் ஆயிரம் மைலுக்கப்பால் நம் பெண்களைக் கொண்டுபோய், அங்கே இப்படி ஒரு நிலைக்கு ஆளாக்குகிறார்களே, பாவிகள், அதை நினைத்து எழுதினேன். நீ ஏனம்மா அழறே?”

“எங்களுக்கே அழுகை வரதே, பாரதி? அவள் குழந்தை எப்படி அழாமல் இருப்பாள்? பீஜித் தீவிலே இந்தப் பெண்களுக்காக நீங்கள் பாடியிருக்கும் இந்தப் பாட்டு. பீஜீத் தீவைப் பிரசித்ததாக்கிவிடும்!” என்று கூறினார் ஐயர்.

“இந்த நாட்டுப் பெண்களை எப்படி ஏமாற்றி அழைத்துச் செல்கிறார்கள் தெரியுமா யதுகிரி? ...”

“ஒரு குடும்பத்துக்காரன் காலையாகாரம் முடித்துக் கொண்டு ஆபீசுக்குப் போயிருக்கிறான். சம்சாரம் வேலைகளை முடித்துவிட்டுக் குழந்தையுடன் உட்கார்ந்திருக்கிறாள். அக்கம் பக்கம் யாரும் இல்லை. ஓர் ஆள் வந்து சீட்டொன்றைக் கொடுக்கிறான்.

அதில் “உன் புருஷன் சாகுந்தறுவாயில் இருக்கிறான், உடனே வா” என்றிருக்கிறது. இவள் பாவம், வீட்டைப் பூட்டிக் கொண்டு அவனுடன் புறப்பட்டாள். அவன் ஒரு மணிக்குப் புறப்படும் கப்பல் துறைமுகத்துக்கு அவளை அழைத்துச் செல்கிறான்.”

“கப்பலுக்கா அவர் வந்தார்? எதற்கு?” என்று ஒன்றும் புரியாமல் கேட்கிறாள்.

“அவன், ஆபீஸ் அதிகாரி கப்பல் தலைவனுக்குக் கொடுக்க சீட்டொன்று அனுப்பினார். அவன் கப்பல் படிகளிலேறும் போது தலைசுற்றி விழுந்து மண்டை உடைந்துவிட்டது” என்று கூறுகிறான்.

அதையும் நம்பி அவள் மேல் மாடிக்குச் செல்கிறாள். கப்பல் புறப்பட்டுவிடுகிறது. அங்கே இவளைப் போல் பல பெண்கள் இவ்வாறு ஏமாற்றப்பட்டோ, எவ்வாறோ வந்திருக்கின்றனர். எல்லோரும் அழுகிறார்கள்.

“ஏன் ... என் புருஷன் எங்கே?” என்று இவள் கேட்க, அவர்கள், “ஐயோ புருசனைப் பாக்கவா இங்கிட்டுக் கூட்டி வந்தான் பாவி? நாமெல்லாம் அடிமைகள்! பிஜித் தீவிலிருக்கும் ஆம்பிள அடிமைகளுக்காக நம்மக் கொண்டு போறாங்க! என்றாளாம்!”

“ஆமாம், இவள் புருஷன் வீடுவந்து நடவடிக்கை எதுவும் எடுக்கலியா?” என்று ஐயர் விசாரிக்கிறார்.

“அதுவா, வீட்டின் தெருப் பக்கத்துச் சன்னலில் அவனுக்கு ஒரு காகிதம் இருந்ததாம். ‘உன்னோட ஏழையா இருக்க எனக்கு இஷ்டமில்ல. நான் பெரிய பதவிக்கும் சுகத்துக்கும் போறேன், என்னை மறந்துவிடு’ன்னு எழுதி வச்சிருந்ததாம். அவன் எங்கே போய்த் தேடுவான்? முடிஞ்சது கதை?”

“அடபாவிகளா? நியாயமாகக் கூப்பிட்டுப் போகக் கூடாதா?”

அறியாமல் கேட்கிறாள் யதுகிரி.

“நியாயம் எப்படி வரும்? எவ்வளவு ஏழைமைன்னாலும் நம்மில் பெண்களை அனுப்புவார்களா? ஆண்கள் தாம் போவார்கள். அதற்குத்தான் இப்படித் தந்திரம்.”

“அம்மம்மா! இதுக்கு எப்படி விடிவு வரும் பாரதி... கப்பல்காரனை எல்லோரும் கேட்டுக்கொண்டால் விட மாட்டானா?”

“...யதுகிரி, அது சுலபமில்லை. ஆனால் நீ பயப்படாதே. என் பாட்டால் காளி அந்தப் பெண்களின் அடிமைத்தனம் விலகும்படி செய்வாள்!

– ஹே

வீரகாளி, சாமுண்டி, காளி!
மிஞ்சவிடலாமோ! தஞ்சமுமில்லாதே அவர்
சாகும் வழக்கத்தை இந்தக் கணத்தினில் மிஞ்ச விடலாமோ!...

செல்லம்மாள் கூஜாவில் நீரும் வெற்றிலையும் கொண்டு வந்து வைக்கிறாள்.

சூழலின் கனம் சற்றே மாறுகிறது.

அரசியல் அரங்கில் அன்னிபெசன்ட் அம்மையின் புகழ் ஓங்கி, காங்கிரஸ் மிதவாதிகளின் அரங்காக மாறியபோது பாரதி அம்மையைக் கிண்டல் செய்து பொன்வால் நரிக் கதையை எழுதினார். 1916இல், அம்மை தோற்றுவித்த ஹோம் ரூல் கொள்கை வாடிய பயிருக்கு நீர்போல் சிறையிலிருந்து வெளிவந்து நாட்டிலே எழுச்சி குன்றியதைக் கண்டு தளர்ந்திருந்த திலகர் போன்ற தலைவர்களுக்கு நம்பிக்கையளித்தது.

இந்நாட்களில் தராசு என்ற ஒரு சிறு இதழை அவரே தொடங்குகிறார். இதில் தீவிரமான அரசியல் இல்லை என்றாலும் தமக்குத் தோன்றும் பல கருத்துகளையும் வெளிபடுகிறார். பழைய கொள்கைகள் கருத்துகள், செய்திகளைப் புதிய பார்வையில் விருப்பு வெறுப்பற்ற நிலையில் பார்த்து எழுதும் எழுத்தாக அவை துலங்குகின்றன.

எனவே, அன்னி பெசன்டின் தியாஸாரி என்ற யிரும்ப ஞானக்கருத்துடனும் ‘ஹோம்ரூல் சுயாட்சி’க் கொள்கை இயக்கத்துடனும் அவர் குழம்பவில்லை. அதுவேறு, இதுவேறு, என்று தராசு காட்டுகிறது. ‘ஹோம்ரூல் இயக்கத்தை வரவேற்கிறார். காமன்வீல் பத்திரிகைக்கு எழுதுகிறார்.

தங்கத்தைக் கடயத்தில் கொண்டு வந்து விட்டுவிட்டார்கள். பாரதி உடனே செல்லம்மாளையும் பாப்பாவையும் ஊருக்கனுப்பி அவளை அழைத்துவரச் செய்கிறார்.

ஐந்து வயசுக் குழந்தையாகச் சென்ற தங்கம்மாவா? எப்படி வளர்ந்துவிட்டாள்? தங்கம்மாவோ, தந்தையை முன்பு பார்த்திருந்த கோலத்துக்கும் இப்போதைய தோற்றத்துக்கு மிடையே அடையாளம் புரியாத வித்தியாசம் கண்டு திகைக்கிறாள்.

தம் மகள் தமது இலட்சியங்களுக்கேற்ப முதிர்ச்சி பெற வேண்டும் என்று நினைப்பவரல்லவா? அன்றே அரவிந்தரிடம் கூட்டிச்சென்று, என் மூத்த மகள் என்று காட்டி மகிழ்கிறார். இவளுக்கு இந்துஸ்தானி தெரியுமே? அரவிந்தர் கேட்கும் கேள்விகளுக்குப் பதில் கூறாமல் கூசி, பொம்மை போல் நிற்கலாமா?

வீடு திரும்புகின்றனர்.

"தங்கம்மா! அரவிந்தர் கையில் கத்தி வைத்திருந்தாரா?"

"இல்லையேப்பா?"

"நீ நடுங்கினதைப் பார்த்தால் அப்படி நினைக்கும்படி இருந்தது?"

புதிய ஆத்திச்சூடியை அவளிடம் எடுத்துக்கொடுக்கிறார்.

"அச்சந்தவிர்! நம் தமிழ்நாட்டில்தான் வீரம் பிறந்தது. ஆண்பெண் என்ற வித்தியாசம் கிடையாது, பாய்ந்து வரும் புலியையும் முறம் கொண்டு எதிர்க்கும் மனத்திடம் நமது தமிழ்ப் பெண்களுக்கு உண்டு. அன்பாலும் அறத்தாலும் வீரத்தாலும் தீரத்தாலும் நமது பெண்கள் நாடு இழந்த சுதந்திரத்தை மீட்க வேண்டும்; அடிமை வாழ்வை அகற்ற வேண்டும். ஆண்களோடு பேசவும் பழகவும் பார்க்கவும் கூசிக்குறுகி நிற்பது அநாகரிக தேச வழக்கம். இந்நாட்டில் பெண்கள் நிலை தாழ்ந்து நிற்கிறது. இதைப் போக்க வேண்டும்; புதுமைப் பெண்ணாக ஒளிர வேண்டும்!"

விவரம் புரியாத பெண்ணுக்கு அவர் உபதேசம் செய்கிறார்.

அந்த ஆண்டு கடுமையான கோடை, ஆடி, ஆவணியில் குளிர ஒரு மழை பெய்யாதா என்றிருக்கிறது. சக்தியைத் தியானித்து மௌனவிரதமிருந்து பாரதி *விநாயகர் நான் மணிமாலை*யை இயற்றுகிறார்.

> கடமையாவன தன்னைக் கட்டுதல்
> பிறதுயர் தீர்த்தல் பிறர் நலம் 'வேண்டுதல்'

விநாயக தேவனாய் வேலுடைய குமரனாய்
நாராயணனாய் நதிச்சடை முடியனாய்
பிறநாட்டிருப்போர் பெயர் பல கூறி
அல்லாயெஹோவா எனத்தொழுதன்பரும்
தேவருந் தானாய் திருமகள் பாரதி
உமையெனும் தேவியருகந்த வான் பொருளாய்
உலகெலங் காக்கு மொருவனைப் போற்றுதல்
இந்நான்கேயினி பூமியிலெவர்க்கும்
கடமையெனப்படும்...

என்றும்,

நமக்குத் தொழில் கவிதை நாட்டிற்குழைத்தல்
இமைப் பொழுதுஞ் சோராதிருத்தல் உமைக்கினிய
மைந்தன் கணநாதன் நங்குடியை வாழ்விப்பான்
சிந்தையே இம்மூன்றுஞ்செய்

என்றும் சர்வ சமய ஒருமைப்பாட்டையும், மானிடன் வாழ்நெறியையும் இந்த மணிமாலையின் பட்டை ஒளியாகத் தீட்டி வைக்கிறார். அரவிந்தாசிரமம் செல்லும் வழியில் மணக்குள விநாயகரின் சந்நிதிக்குச் சென்று தொழுது பாமாலை சூடி மகிழும்போது, தங்கம்மா அன்று கேட்கிறாள்.

“இந்தப் பிள்ளையாருக்கு மணக்குளப் பிள்ளையார் என்று ஏம்பா பேரு?”

“அதுவா தங்கம்மா! புதுச்சேரியை வெள்ளையராகிய பிரெஞ்சுக்காரர் கைப்பற்றியதும், சென்னைப் பட்டினம் மாதிரியே இங்கும் அவர்கள் வாழ்ந்த இடம் வெள்ளையர் பட்டினமாகவும், இந்தியர் வாழ்ந்த இடம் கறுப்பர் பட்டின மாகவும் குறிப்பிட்டார்கள். இப்போதே பாரேன்! கடற்கரைக்கு நெருங்கின இந்தப் பகுதியெல்லாம் வெள்ளைக்காரர் வீடுகளாகவே இருக்கிறது. நடு ஓடைதான் பொது.

இந்தப் பிள்ளையார் வெள்ளைக்காரர் தெருவில் இருந்ததால், வெள்ளிப்பிள்ளையார்னு ஜனங்கள் குறிப்பிட்டார்கள். முதலில் டுப்ளே கவர்னராக வந்தான். அவனுக்குப் பிறகு இன்னொருத்தன் வந்தான்.

அவன் இது நம் தெய்வமில்லை, கடலில் கொண்டு வீசுங்கள் என்றானாம். கடலில் போட்டுவிட்டார்கள். ஆனால் அடுத்த நாள் பார்த்தால், பிள்ளையார் இருந்த இடம் மணல் மேடிட்டுப் போய் சிலை தெரிந்ததாம். துரை பயந்துபோனான். மறுபடி கோயிலில் கொண்டு வைத்தானாம்.

இப்படி தீட்சிதர் ஒரு கதை சொன்னார். இப்பவும்கூட வெள்ளைக்காரர் இங்கே நின்னு தொப்பியைத் தூக்கி வணங்கிப் போகிறார்களே. அதனால் தான் தெய்வம் எல்லாம் ஒன்று.

அவரவர் காலதேசவர்த்தமானத்துக்கொப்ப பல்வேறு விஷயங்களில் பல்வேறு வடிவாகத் தெய்வத்தன்மை விளங்கியிருக்கிறது ...”

“அதனாலதான் முத்துமாரி கோவிலுக்குப் போய் பாட்டுக் கட்டியிருக்கியாப்பா!”

ஆமாம். தேடியுனைச் சரணடைந்தேன். தேசமுத்து மாரி, தேசமுத்து மாரி ... தேசு மிகுந்த முத்து மாரியம்மை. அது உப்பளத்தில் இருக்கிறது. தங்கம்மா, கனகலிங்கம் அங்கேருந்துதான் வரான். நாமெல்லாம் போகலாம் ...”

கோயிலிலிருந்து வருகையில் வீட்டில் யதுகிரி குழந்தையுடன் வந்திருக்கிறாள். பெண் குழந்தை.

“கண்ணம்மா ...” என்றழைத்துக் கொஞ்சுகிறார்.

செல்லம்மா உச்சியில் விளக்கெண்ணெய் வைத்திருக்கிறாள்.

அவர் கூப்பிடுகையில் சிணுங்கிக் குழந்தை அழுகிறது.

உடனே பாட்டொன்று மலருகிறது.

சின்னஞ்சிறு கிளியே – கண்ணம்மா,
செல்வக் குழந்தையடி –
என்னைக் கலிதீர்த்தே – உலகில்
ஏற்றம் புரிய வந்தாய்!

யதுகிரி மகிழ்ச்சியும் பெருமையும் பொங்கிப் பூரித்து நிற்கிறாள்.

குழந்தை தன் சிணுங்கலை மறந்து, பெரிய விழிகளால் அவரையே பார்க்கிறது. இப்போது வாங்கி, உச்சிமுகர்ந்து கன்னத்தில் முத்தமிடுகிறார்.

உச்சிதனை முகர்ந்தால் கருவம்
  ஓங்கிவளருதடி –
மெச்சி உனை ஊரார்பு – கழ்ந்தால்
  மேனி சிலிர்க்குதடி ...

வாயிலில் இரண்டொரு தூற்றல் விழுவதும் தெரியாமல் யதுகிரி அங்கிருந்து செல்ல மனமின்றி இருக்கிறாள். பாட்டு முடிகிறது.

அப்போது குவளை கிருஷ்ணமாச்சாரி வாயிலில் யாருடனோ பேசும் குரல் கேட்கிறது. தெய்வசிகாமணி.

“ ...புதுப்பாட்டா?”

யதுகிரி தலையசைக்கிறாள்.

செல்லம்மா அரிகேன் விளக்கைப் பெரிதாக்கிக்கொண்டு வந்து வைக்கிறாள்.

"கண்ணா? நிசந்தானா? அந்த வீடு காலியாகிறதா?"

அவரைக் கண்டதும் எதிர் வீடு காலியாகிறது. விசாரிக்கச் சொல்லியிருந்தோமென்ற நினைவு வந்துவிடுகிறது.

"ஆமாம் ஸ்வாமி. யாரோ போலீஸ்கார ஆபீசர் கேட்டிருக்காராம். வாடகை பன்னன்டு..."

"நான் நினைச்சேன்."

"வாசல்ல நின்னு உளவு பாக்கறது கஷ்டமாயிருக்குன்னு நிரந்தர ஜாகையா இருக்கலாம்னு நினைப்பா போல இருக்கு! வாடகை கூடப் போனாலும் குடுப்பன்..."

"நல்ல பெரிய வீடு; மச்சுவீடுங்க. பன்னண்டு ரூபாய் அவனுக்குப் பெரிசில்லை..."

"நாம் இதை எப்படித் தடுப்பது கண்ணா?..."

"சுதேசமித்திரன் காரா கொஞ்ச காலமா மாசா மாசம் எதானும் அனுப்பித்தராளே, எழுதச் சொல்லி, அதுக்கு ஆபத்தாயிடுமோ என்னமோ?"

செல்லம்மா மனசோடு முணுமுணுக்கிறாள்.

அந்த வீட்டின் மீதே அவரது பார்வை நிலைக்கிறது.

"நாமே அந்த வீட்டுக்குப் போயிட்டா?"

யாரும் பதில் கூறவில்லை.

"செல்லம்மா! நாமே அந்த வீட்டுக்குப் போயிட்டா, போலீசுக்காரன் வரதைத் தடுத்துடலாமே?"

செல்லம்மா மறுமொழி உதிர்க்கவில்லை. ஆனால் அவள் பார்வை எங்கோ வெற்றிடத்தில் நிலைக்கிறது.

அதன் பொருள் அவள் கணவருக்குத் தெரியாதா என்ன?

விளக்கெண்ணெய்ச் செட்டியாருக்கு வாடகை பாக்கி எல்லாம் கணக்குத் தீர்க்க வேண்டாமா?

"பராசக்தி! உன்னையே நம்புவோம்!"

பராசக்தி சுந்தரேசய்யரின் வடிவில் வந்து கொடுக்கிறாள். பாயம்மாளின் கைவளை ஒன்று சமயத்துக்கு உதவுகிறது. மார்கழி பிறக்கும் முன் கார்த்திகையிலேயே இடம் பெயர்ந்து விடுகிறார்கள்.

புதன்கிழமை நல்ல நாளென்று. வீட்டைச் சுத்தம் செய்து கோலமிட்டு, பால்காய்ச்சி அருந்திவிட்டுச் சாமான்களைக்

கொண்டு வருகின்றனர். பாரதி தன் பொக்கிஷங்களான நூல்களையும், காகிதங்களையும், பாஞ்சாலி சபதம் பிரதிகள், ஆத்திச்சூடி பிரதிகள் அடங்கிய தகரப் பெட்டியையும் இந்த வீட்டு மாடியில் கொண்டு வைக்கச் சொல்கிறார்.

பெரிதினும், பெரிது கேள் என்றல்லவா புதிய ஆத்திச் சூடியில் எழுதினார்?... அப்பாடா... பெரிய வீடு!

திருப்பித் திருப்பிச் சொல்லிக்கொண்டு மகிழ்ச்சியுடன் வீட்டில் நடை போடுகிறார். சிரிப்பு முகிழ்க்கிறது.

புதிய வீட்டுக்கு வந்த நாள் மாலையில் சரேலென்று வெள்ளையாக அடித்த வெயில்மாறி, வானில் மேகங்கள் குவிகின்றன.

கையில் நாச்சியார் திருமொழி நூலுடன் பாரதி அரவிந்தரைப் பார்க்கக் கிளம்புகிறார்.

“மழை எட்டூருக்குக் கொட்டும் போலிருக்கு. நீங்க இப்ப போய் வெளிக் கிளம்பறேளே?”

“மழை வந்தால் நானென்ன கரைஞ்சுபோயிடுவேனா? உனக்கென்ன பயம் செல்லம்மா?”

“இன்னிக்கென்னமோ நீங்க போக வேண்டாம்னு தோணறது. போதோடு சாப்பிட்டுட்டுப் படுத்துக்கலாமேன்னு நினச்சேன்...”

‘தையல் சொல் கேளேல், பெண் புத்தி பின்புத்தி’ என்ற வாசகங்களை ஓசைப்படாமல் அடித்துவிட்டு, ‘தையலை உயர்வு செய்’ என்று எழுதியவரல்லவா?

செல்லம்மாளின் வார்த்தையை ஏற்றுக்கொள்கிறார்.

சாப்பிட உட்காரும் நேரத்தில் சாரலும் காற்றும் விசிறியடிக்கின்றன.

அதோடு... இடி... ஒளி மின்னல் கண்களைப் பறிக்கிறது.

சடசடவென்று அண்டங்குலுங்கும் ஓசை சட்டச்சடசட வென்று ஓசை... பாப்பா காதுகளில் விரல்களை வைத்துக் கொள்கிறாள். மீண்டும் வெட்டியடிக்கும் மின்னல், காற்று மரங்களைப் பேயாட்டமாட்டிவிட வலுக்கிறது. தெருவிளக்குகள் அணைகின்றன. இதென்ன புயற்காற்றா? வெறிகொண்ட அன்னையின் தாண்டவமா? இந்திரன் கோபம் கொண்டு ஆயர்களை வீழ்த்த வச்சிராயுதத்தால் அச்சுறுத்து கிறானா? அவன் ஏவிய மாரியா இது?

பளார் பளாரென்று ஒளி வெட்டியடிக்கையில் டமார் டமாரென்றும் மளார் மளாரென்றும் முறிந்து விழும் ஒலிகளும், மனசின் மூலைகளை எல்லாம் உசுப்பிக் கவிதைப் பெண்ணின் எழுச்சிக்குக் கட்டியம் கூறுகின்றன.

சுண்டுவிரல் பருமனுக்கு மழை பொழிகிறது.

"பேய் மழை பெய்யறதே?... பாப்பா, தங்கம்மா, மழைச் சாரல்ல நிற்க வேண்டாம். உள்ளே வந்து படுத்துக்குங்கோ," என்று செல்லம்மா அவர்களை அழைக்கிறாள்.

பாரதி மாடியின் வாசல் முகப்பில் நின்று இருளில் பார்க்கின்றார்.

அந்த ஓசைகள்; நீர் விசிறியடிக்கும் வேகம் காற்றின் ஓலம் – அன்னையின் ஊழித் தாண்டவமா? இந்தப் பேராற்றல் யாருடையது? ஓசைகளும் நிகழ்வுகளும் ஒன்றுக்கொன்றாய் இசையும் இந்த இலயம் எவ்வாறு பரிணமிக்கிறது?

மனம், சக்தி சக்தி என்று சொல்லு என அந்தப் பேரிரைச்சலில் ஒன்றத் தாளம் இசைக்கிறது.

ஊழிக்கூத்தின் ஒவ்வொரு அசைவும், அதிர்வும் அவருள் அந்தப் பேரண்டத்தின் மகாஇயக்கங்களின் மாத்திரையாக அவருள் பதிவாகிறது. சக்தி அவளன்றோ தாண்டவமாடுகிறாள். அண்டத்திலும் பிண்டத்திலும் உயிர் நிலையாக விளங்குபவள், தன் ஆற்றலை இந்தக் கவிஞன் மகிழச் சிறிது காட்டுகிறாள்.

காற்றே! ஒளியே! வலிமையே! உன்னை வணங்குகிறேன். காற்றே, உயிரே! அகில உலகத்துக்கும் உயிரளிக்கும் தேவனே நீயே உயிர் என்றால் உன்னால் அதை அழிக்க முடியுமா? எனவே உயிர் அழிவில்லாதது. சிறிய உயிர், அகண்டமான உயிரோடு சேர்கிறது. சக்திதானே எல்லாமாகி, எல்லாம் தனக்கே என்று களித்து நடனம் செய்கிறாள்.

அவருடைய ஒவ்வொரு அணுவும் அந்தச் சக்தியின் பிரதிபலிப்பாகக் கவிதையை வெளியீடு செய்கிறது. உடல் தாளம் தட்டி ஆடுகிறது.

சொற்கள் நாவில் குதித்து நடனமிடுகின்றன.

திக்குகள் எட்டுஞ்சிதறி – தக்கத்
    தீம் தரிகிட தீம்தரிகிட தீம்தரிகட தித்தோம்
பக்கமலை களுடைந்து – வெள்ளம்
    பாயுது பாயுது பாயுது தாம்தரிகிட
தக்கத்ததிங்கிட தித்தோம் – அண்டம்
    சாயுது சாயுது சாயுது பேய்கொண்டு

தக்கையடிக்கிது காற்று – தக்கத்
தாம்தரிகிட தாம் தரிகிட தாம் தரிகிட தித்தித்தோம்...

இரவு முழுவதும் இந்த ஊழித்தாண்டவத்தைக் கண்ணுறும் பரவசத்தில் கவிதைகள் ஒவ்வொன்றாக, சொற்கள் பிரிந்தும் கூடியும் ஓசைகள் நெருங்கியும் மோதியும் பலப்பல வடிவாய், நாதமாய், இன்பமாய் அந்த ஊழிக் கூத்தின் அழகை, பயங்கர வடிவை, மின்னற் பொறிகள் எறியக் குதித்தாடுகின்றன.

வெடிபடு மண்டத் திடிபல தாளம் போட – வெறும்
வெளியிலிரத்தக் களியொடு பூதம் பாடப் – பாட்டின்
அடிபடு பொருளுன் அடி படு மொலியிற் கூடக்களித்
தாடுங்காளீ, சாமுண்டீ; கங்காளீ!
அன்னை – அன்னை
ஆடுங் கூத்தை நாடச் செய்தாயென்னை.

மின்னல் பளிச்சென்று மூடித் திறக்கையில், செல்லம்மா, அவர் பரவசமுற்றுப் பாடி ஆடும் கோலம் கண்டு உடல் சிலிர்க்க, ஒடுங்கி நிற்கிறாள்.

காலை நான்கு மணி சுமாருக்கே கண்ணயருகிறாள் அவள்.

பட்டென்று விழித்துக்கொள்ளும் அவள், பொழுது வெளுத்து, புயலின் வெறி அடங்கி அமைதி தவழுவதை உணருகிறாள். முன்புறம் எட்டிப் பார்க்கிறாள். பாரதி வெற்றிலை புகையிலையை அடக்கிக்கொண்டு வெளியே பார்த்தவண்ணம் நிற்கிறார்.

வெளியே, எதிர்வீடு... அவர்கள் குடியிருந்த வீட்டில்... முன்புறம் ஓடுகளனைத்தும் நொறுங்கிச் சுவர் சரிந்து, தென்னமரம் வீழ்ந்து...

திக்கென்றிருக்கிறது.

"அந்த வீட்டில் நாம் நேற்றுக் காலை இருந்தோமே?..."

தங்கம்மா சகுந்தலா இருவரும் எழுந்து பரபரப்புடன் வாயிலுக்கு வந்து பார்க்கின்றனர்.

தெருவோரத்து ஓடைகள் நிரம்பி, ஆறுபோல் ஓடுகிறது, மின்சாரம் பாய்ந்த கம்பிகள் தாறுமாறாக அறுந்து தொங்க கம்பங்கள் நிலைகுலைந்து சாய்ந்திருக்கின்றன.

சுப்பிரமணிய ஐயர், ஆறுமுகம் செட்டியார், எல்லோரும் வாசலில் வந்து பாரதியை அழைக்கின்றனர்.

"குழந்தைகளே! நாம் வெளியில் போய்ப் பார்ப்போம் வாருங்கள்!"

புயல் விளைவித்திருக்கும் சேதங்கள் கொஞ்சமோ?

சாலை மரங்கள் அனைத்தும் வேரோடு பிடுங்கப்பட்டுச் சாய்ந்திருக்கின்றன. பறவைகள் கூட்டம் கூட்டமாக வெள்ளத்தில் மூழ்கி, இறக்கைகள் மடியத் தாறுமாறாகக் கிடக்கின்றன. காவென்று கத்திடும் காக்கை வரிக்கம்புகளில் கூரைகளில், குறுந்திண்ணைகளில் குந்தியிருந்து பள்ளிக்கூடம் போகும் அந்தக் கரிய காகங்கள் கூட்டம் கூட்டமாகவே மடிந்து கிடக்கின்றன. கூரைகள் தூக்கியெறியப்பட்டிருக்கின்றன. மஹாசக்தியின் விளையாட்டு!

குழந்தைகள் வாயடைத்துப்போகிறார்கள். ஐயர் வீட்டில் தண்ணீரை இறைக்கவே நேரமாகிறது. வருவது யார்..? சுப்புரத்தினம் அல்லவா?

“நான் கிராமத்தில் தெருத்திண்ணையில் படுத்திட்டிருந்தேனையா, காத்துமழை வந்திச்சேன்னு எந்திரிச்சி உள்ளே போகுமுன்ன பத்துப் பேர் சேர்ந்து என்னப் புடிச்சிழுப்பது போலிருந்தது. அவ்வளவுதான். நான் திமுறிக்கிட்டுக் கதவைத் திறந்து உள்ளே போறதுக்காக எழுந்தேன். என்ன நடக்குதுன்னே தெரியல. காத்து ஒரு பந்தை அடிச்சிட்டுப் போவதுபோல என்னைத் தூக்கி வீசிச்சுப் பாருங்கையா! ஒருவாட்டி வயல் வெளில போட்டுக்களி மண்ணுல போட்டுப் புரட்டிச்சி. இது என்ன இப்படிக் காத்துல பறக்கிறமான்னு எனக்கே புரியாம, பலமெல்லாம் பிரயோகிச்சி, ஒரு மரத்தை அப்பிடியே கட்டிக்கிட்டேன். மரம் அப்பிடியே சரிஞ்சிச்சிப் பாருங்க மடமடன்னு!

அந்தச் சத்தத்தை என்னால இப்பக்கூட நினைச்சு பார்க்கப் பயமாயிருக்கு. நாம தொலைஞ்சோம். இனிமேல் உயிரில்லைன்னு வச்சிட்டேன். உடம்பில வெறும் லங்கோடு தான் மிச்சம். குளிர் பல்லைக் கிட்டுது. கண்ணை மூடிட்டுக் காதையும் கையினால் பொத்திக்கொண்டேன். ‘பராசக்தி’ன்னு தியானம் பண்ணினேன். காத்து என்னை உருட்டிட்டுப் போயி எங்கோ தண்ணில கொண்டு அமுக்கிச்சி. மூச்சுத் திணறது. தம் கட்டி எழும்பி எழும்பி இருட்டில ஏதோ கைக்கு அகப்பட்ட கொடியப் பிடிச்சிட்டு உயர வந்தேன். அப்ப காத்து மட்டுப்பட்டது. ஊரைவிட்டு நாலு மைலுக்கப்பால ஒரு வயல்ல இருக்கிறோம்னு தெரிஞ்சிச்சு... அப்பிடியே பாத்திட்டே வந்ததும், – உங்க மேலதான் நினைப்பு வந்தது. நாமே இந்தப் பாடுபட்டிருக்கமே, பாரதி எப்படி இருந்திருப்பாரோன்னு கவலைப்பட்டுட்டே வந்தேன்...”

"எல்லோரும் போய்ப் பாருங்கள். பாபுஜி எப்படி யிருக்கிறார்னு பார்த்துவிட்டு வரேன்" என்று பாரதி தம் மகளுடன் அரவிந்தர் இல்லத்துக்குச் செல்கிறார்.

அரவிந்தர் இருப்பிடம் கெட்டிக் கட்டடம். அவர் இருந்த இடம் விட்டு அசையாமல் தியானத்தில் இருக்கிறார். கண்ணாடி சன்னல்கள் உடைந்திருக்கின்றன. நீர் உள்ளே வாரி அடித்திருக்கிறது.

ஆரியா பத்திரிகைகள் இருந்த இடத்தில் மழைநீர் புகாமல் பாதுகாக்க நாகசாமி சிரமப்பட்டிருக்கிறான்.

அறையில் மாட்டியிருந்த பாபுவின் மனைவியார் மிருணாளினி தேவியின் படம் கீழே விழுந்து கண்ணாடி உடைந்து போயிருக்கிறது.

அரவிந்தர் இவர்களைக் கண்டதும் ஆவலுடன் வரவேற்று புயலைப் பற்றி விசாரிக்கிறார். சில நிமிடங்களே அங்கு விசாரணை. பின்னர், குப்பத்துப் பக்கம் பாரதி செல்கிறார்.

ஏழைகளின் உடைமைகள்! காற்றுத்தேவா? என்ன விளையாட்டு! குடிசைகள் இருந்த இடம் தெரியாமல் விளையாடி இருக்கிறான். மாடுகள், கன்றுகள், ஆடுகள், நாய்கள் புயலிலும் வெள்ளத்திலும் சிக்கி ஆங்காங்கு பரிதாபமாக விழுந்து கிடக்கின்றன. ஏழைகளின் நைந்த துணிமணிகளைக் கரைத்து நாலியும் பீலியுமாக ஆங்காங்கு முடிச்சுகளாகக் காட்டுகிறது வெள்ளம். தட்டுமுட்டுகள், கூடைகள், சட்டி பானைகள், துண்டு விறகுகள்...

இந்தச் சூழலில் முட்டுமுட்டாக அந்த ஏழைகள்... உடம்பில் ஒன்றுமில்லாத குஞ்சு குழந்தைகள்...

கனகலிங்கம் ஓடி வருகிறான்.

"ஐயா! பத்திரமாயிருக்கிறீங்களா? இங்கெல்லாம் என்ன பண்ணலாம்னு தெரியாமல் சேதமாயிடிச்சுங்க!"

எலும்பும் தோலுமாக, தலை நரைத்த கிழவி ஒருத்தி பாரதியின் முன் நடுநடுங்கிக்கொண்டு கும்பிடுகிறாள். அவளுக்குப் பார்வையில்லை.

"அப்பேன்... எனக்குக் கண்ணு தெரியல. ஆனால் உங்க குரல் தெரியும். என் வூடு விழுந்திடிச்சி. எனக்கு ஆருமில்லீங்க. எப்படின்னாலும் அந்த வூட்டைக் கட்டிக் குடுத்திடுங்க. புண்ணியவானே!"

பாரதி அந்தக் கிழவியைப் பரிவுடன் பற்றிக்கொண்டு, "உன் வீடு எதம்மா?" என்று வினவுகிறார்.

சுவர், கூறை எதுவுமே இல்லாத இடிந்த வாயில் ஒன்றைக் காட்டுகிறாள்.

"இதுவா வீடா?"

"ஆமா! நீ ஏம்பா சிரிக்கிற? புச்சா போட்ட கூரை மண்ணு பூசி, செவுத்துக்கு வெள்ள வச்சி, சாணி மொழுவி பச்சுணு கோலம் போட்டு. லச்சுமி கொஞ்ச வச்சிருந்த வூடு. சாமாஞ்சட்டு வய்க்க கொள்ள பலவை போட்டிருந்தேன்... அல்லாம் போயி, ஒண்ணுமில்லாம நிக்கிறேன். காத்து யமனா வந்து எல்லாம் வாரிப் போச்சு..."

"அழாதேம்மா ... நீ பெரிய உண்மை சொன்னாய்! காற்றில்லாவிட்டாலும் சட்டம். அதிகமானாலும் வெறும் கூடுதான் ..."

குழாய் மின்விளக்குகள் ஒரு மாசத்துக்கு வராது என்று தோன்றுகிறது,

நாகசாமி, அமுதன் ஆகியோர் மட்டுமின்றி, பாப்பா, சுபத்திராவும்கூட உண்டியல் குலுக்கிப் பணம் பிரித்துக் கோயிலில் கஞ்சி காய்ச்ச உதவுகின்றனர்.

தென்னமரங்கள் வேரோடு சாய்ந்துவிட்டதால், காய்கள் அநாதையாகக் கிடக்கின்றன.

ஆனால் என்ன அதிசயம்! கோனா மடுவுக்கருகில் மாந்தோப்பில் சில மரங்கள் சேதமாயிருக்கின்றன.

அதன் எதிரே, வெல்லச்சு செட்டியாரின் தென்னந்தோப்பு பிழைத்திருக்கிறது.

மாயக்குயில் பாடி அழைத்த தோப்பல்லவா? அந்தந் தென்னந்தோப்பில் எத்தனை நாட்கள் கவிஞர் பொழுதைக் கழித்துள்ளார்? எத்தனை நாட்கள் அந்தத் தோப்பில் பராசக்தியின் நேர்த்தாக்கத்தை அனுபவித்திருக்கிறார்!

அவள் அங்கே தன்னை அழித்துக்கொள்ளவில்லை. அவள் சாந்நித்தியம் இந்த உயிர் பிழைத்தலிலும் துலங்குகிறது. அவள் சிரிக்கிறாள்.

எது சொச்சம்? எது மிச்சம்?

அண்டம் அழிய ஒரு கூத்து. என்றாலும் முற்றிலும் ஒன்றுமில்லாமலில்லை.

களிப்பு, துயரம் என்ற திருவிளையாடல்களுக்கு மீண்டும் பிரளயத்தில் ஒரு தீவு. உலகம் நன்று; காற்று இனியது: நீர், மண் எல்லாம் இனியன. தீமையும் அதுவே! நன்மையும் அதுவே.

"என்னங்க! கல்வே காலேஜில இருந்த மகிழமரம் அப்படியே சாஞ்சு போச்சே? ராஜாத்தோட்டத்தில் ஒரு மரம் இல்ல... ஆனால் முத்தியாலுப் பேட்டை செட்டியார் தோப்பில, ஒரு தென்னசாயல. அதிசயமில்லை!"

பிரளயத்திடையே உயிர்த்துப் பிழைத்த தோப்பு.

வெயில் அது தேம்பாகு மதுரமாக மேனியில் பட்டு, உடலுடனும் உயிரினிலும் கலப்பதுபோல் இன்பமூட்டுகிறது...

காற்றடிக்குது கடல் குமுறுது.
 கண்ணைவிழிப்பாய் நாயகமே!
தூற்றல்கதவு சாளர மெல்லாம்
 தொளைத்தடிக்குது பள்ளியிலே
நேற்றிருந்தோமந்த வீட்டினிலே இந்த
 நேரமிருந்தாலென் படுவோம்!
காற்றென வந்தது கூற்றமிங்கே நம்மைக்
 காத்தது தெய்வ வலிமையன்றோ!

ஆம், நேற்றிருந்த வீடு – இன்று முகப்பு வீழ்ந்தது; தென்னைகள் அதன்மேல் சாய்ந்தன. அவரும், தீனக்குழந்தைகளாகக் குடும்பமும் பிழைக்க பராசக்தி அருள் புரிந்தாள்.

இந்தத் தோப்பு..! இந்தத் தென்னைகள் வெற்றிக்குச் சாட்சியாக வெயிலில் சிரிக்கின்றன. இதன் தோகைகள், அம்மையின் அருள்களும் பதாகைகள், பசுமை; நீரின் இனிய ஓசை.

சுற்றுமுற்றும் பார்க்கிறார். வயல்களில் கதிர்கள் பாழாக வில்லை. மடுவில் நீர் பொங்கி, இனம் காண முடியாமல் ஒன்றிக் கிடக்கிறது.

பிழைத்த தென்னந்தோப்பை ஒரு கவிதையில் பொதித்து, அதற்கு அமரத்துவம் அளிக்கிறார் கவிஞர்.

சிறிய திட்டையிலே – உளதோர்
 தென்னஞ்சிறு தோப்பு
வறியவனுடைமை – அதனை
 வாயுபொடிக்கவில்லை...!
தனிமை கண்டதுண்டு – அதிலே
 ஸாரமிருக்குதம்மா...!

38

புது வருஷம் – பிறகு தைப்பொங்கல்.

பழையவை அழிந்து புதிய யுகம் பிறக்கக் கட்டியம் கூறி வருவதைப் போல் புதிய துளிர்களும் நட்டு வைத்த பின் உயிர் பிடித்த புதிய மரங்களின் கிளைகளும் சூரியனின் புகழ் பரப்புகின்றன. 1917ஆம் ஆண்டு பிறந்துவிட்டது. புயலிலிருந்து காப்பாற்றிய சக்திக்குப் பாரதி வீட்டில் பூஜை செய்கிறார்.

பொன்னு முருகேசம் பிள்ளை வீடு என்றுமே கலகலப்பாக விளங்கும்.

ஆண்டி பரதேசிகளுக்கு அவர்கள் இல்லம் என்றுமே ஆதரவளிக்கும் புகலிடமாகத் திகழ்வது தான். ஆனால் தைப் பொங்கல் கழிந்ததும், புதிய விளைவுகளை மூட்டை மூட்டையாகக் கொண்டு வந்து அடுக்குகிறார்கள். தானியங்கள் எங்கும் சிதறியிருக்கின்றன.

ஐயர் வருகிறார்.

"பாரதி, பிள்ளையவர்களிடம் சொல்லி நாமும் வருஷத்துக்குத் தானியங்கள், மிளகாய், துவரை என்று வாங்கி வைத்துக்கொண்டால் அன்றாடம் சிரமப்பட வேண்டாமே?"

பாரதிக்கு இந்தக் கவலைகளே கிடையாது.

"செல்லம்மாளும் சொல்கிறாள். பிள்ளையைக் கேட்டால் போச்சு என்றேன்."

"நான் கேட்டாச்சு. முறைகாரர்களுக்குக் கொடுத்த பின், நீங்களும் வேண்டியவற்றை வாங்கிக்கொள்ளலாம் என்றார்."

யதுகிரி வந்திருக்கிறாள். "முறைகாரர்னா யாரு?"

"நம் தேசம் விவசாயம் பண்ணி வாழும் தேசம். பயிர்த் தொழிலே முக்கியமாக இருக்கக்கூடிய நாட்டில் பட்டினி பசி இருக்கலாமா? அதற்காக ஒருவழி. பெரிய மிராசு, ஜமீன்னு நில உடமைக்காரர்களுக்கு விளைந்து வரும்போது, அவரை அண்டிப் பிழைப்பவர் அவ்வளவு பேருக்கும் ஒரு முறைவைத்து விளைவைப் படி அளப்பார்கள்..."

"பணம் கொடுக்கக்கூடாதா?" என்று கேட்கிறாள் பாப்பா.

"பணம் என்றால் உடனே செலவழிக்கத் தோன்றும், தானியமானால் அப்படிச் செலவழிக்க முடியாது. பட்டினி தீர வேணும். உழைப்புக்கு ஊதியமாகவும் இருக்க வேண்டும். சாதாரணமாக, புரோகிதன், வண்ணான், அண்ணாவி என்று எல்லோருக்கும் படி அளப்பார்கள். ஊர் முழுதும் விளைவை அனுபவிக்க பிழைக்க படி அளப்பது பழக்கம். நம்மைப்போல் பூமி காணி இல்லாதவர்களுக்கும் இதுதான் நலம்."

"அப்பா, பொங்கலானதும் நாலு வர்ணச்சாதம் பண்ணிக் குளக்கரையில் பெண்கள் வைப்பது எதற்கு?"

பாரதியின் விழிகள் கூர்மையாகின்றன. பிறகு ஒரு கேலி நகை இலங்குகிறது.

"இதோ பெரிய தாடியுடன் இருக்கிறாரே, இவரிடம் கேள். இவர் சாத்திரங்களில் ஆராய்ந்து சரக்குச் சேர்த்து வைத்திருப்பார். எனக்குச் சாத்திரம் புராணம் எதுவும் கட்டோடு பிடிக்காது. புளுகுகள் அநந்தம்!"

"பயிர்களில் பூச்சிகள் வராமல் பட்சிகள் மீன்கள் சகாயம் செய்கின்றன. அதற்கு நன்றி தெரிவிப்பது போல் பெண்கள் அதைச் செய்கிறார்கள். பெண்களுக்குத் தாய் வீட்டில் மஞ்சட்காணி கொடுத்திருப்பவர்கள் அழைத்து இதைக் கொண்டாடுவார்கள். பொங்கல் பண்டிகை வயிற்றை நிரப்பும் பண்டிகை. ஆனால் இந்த நாட்களில் மாசம் பத்து ரூபாய் என்று சம்பாதிப்பவனுக்கு இதன் அருமை தெரியுமா? அன்றன்று மளிகைக் கடையில் நிற்கிறோம்."

ஐயரின் விளக்கம் பாரதிக்கு உவப்பாக இல்லை.

"ஆமாம், அவரவா குடி இருப்பதே கஷ்டமாக இருக்கிறது. வருஷத்துக்கு நெல்லும், துவரையும் அவரையும் வாங்கிப்

போட்டுத் தினமும் எலி பெருச்சாளி பார்த்துக்கொண்டிருக்க வேண்டும் என்கிறீர்!"

"பார்க்கத்தான் வேணும். கஷ்டப்பட்டுக் காப்பாற்றி சிரமமில்லாமல் வருடம் முழுவதும் காலந்தள்ளலாம்!"

"ஆமாம், ஏதோ துவரை பருப்பாக்கி, நெல் அரிசிகளாக்கிச் சில பெண்கள் உழைத்துப் பிழைக்கிறார்கள். தரட்டுமே? நம் பெண்களுக்கு ஒண்ணும் செய்வதற்கு ஸத்துக் கிடையாது. பழைய வழக்கம் மட்டும் அப்படியே இருக்கவேணும். ஊரோடு நிரந்தரமாகக் குடியேறி வாழ்பவர் அப்படித் திட்டமிடலாம். நாம இங்கே எப்படியோ இருக்கிறோம். எந்த நிமிஷம் எங்கே போவோமோ?... இவர்கள் பழைய பழைய கற்சட்டி கல்பானை என்று காப்பாற்றுகிறார்கள். தூக்கி எறிந்துவிட்டுப் பீங்கான் சாமான்களை வாங்கென்றால் வேண்டாம் என்பாள். அது விழுப்பாம், விஷமாம் இந்தப் பெண்களைப் பழைய கசடுகளை விட்டொழிக்கச் செய்வது இலகுவில்லை..." என்று பாரதி சலித்துக்கொள்கிறார்.

"பீங்கானில் க்ஷயரோகம் உண்டு பண்ணும் ஹேது இருக்கிறதாம். நம் பழைய வழக்கங்கள் நல்லவை. வெளிப் பகட்டு நமக்கு வேண்டியதில்லை!"

"ஆமாம்! நீர் செல்லம்மாவுக்குப் பெரிய வக்கீல்!"

எரிச்சல் வருகிறது.

உழைத்துச் சமுதாயத்துக்கு உணவு உடை கொடுக்கும் தொழில்காரர் அடிமைகள் போல் 'படி' பெற வேண்டும்... பழைமை பழைமை!

செல்லம்மாளை என்ன முயன்றும் அவரால் மாற்ற முடியவில்லை. அவரது கடுமைக்கு அஞ்சிச் சில சமயங்களில் எதிர்க்காமல் ஏற்றுக்கொள்கிறாளே ஒழிய, உண்மையில் அவள் நிலையிலிருந்து இம்மிகூட அவள் அவர் வழியில் வரவில்லை.

கற்சட்டி... அதில் போய் மடி!

அம்மாக்கண்ணு அதைத் தொடலாகாது! சாணி சுத்தம், நீர் சுத்தம், ஆனால் அந்தச் சாண நீரையும் அம்மாக்கண்ணு தொட்டு இவள் தொடக் கூடாது! இப்படி நூறு நூறாயிரம் வேண்டாச் சாத்திரங்கள்.

எல்லோருக்கும் பொது; எல்லோருக்கும் இந்த நாடு. எல்லோருக்கும் எல்லாம் பெற உரிமை உண்டு.

வயிற்றுக்குச் சோறுண்டு கண்டீர்! இங்கு
வாழும் மனிதர்க்கு எல்லாம்!

பயிற்றிப்பலகல்வி தந்து இந்தப்
பாரை உயர்த்திட வேண்டும்!

இப்படிப் பாடினால் கேட்டுக்கொண்டிருக்கிறாளே ஒழிய, அந்த நெஞ்சிலே எங்கே உரைக்கிறது.

தங்கம்மாவோ, ஏழு வருஷங்கள் இந்த மூடச் சாத்திரங்களின் அமுலில் வளர்ந்திருக்கிறாள்.

மாசி மகமென்று அவர்கள் கடலில் நீராடச் செல்கின்றனர். நீராடிவிட்டுத் திரும்பிச் சமையல் செய்து குழந்தைகள் பசியாற இயலாது என்று தங்கம்மாளையும் சகுந்தலாவையும் பாரதி நடேசய்யர் காபி ஹோட்டலுக்குக் கூட்டிச் செல்கிறார். ஒரு பணியாளன், அவர்களுக்குத் தட்டுகளின் மீது இலைக்கிழிசலில் இட்டிலியும் சட்டினியும் வைத்துக்கொண்டு வருகிறான்.

சகுந்தலா ஆவலுடன் ருசித்து உண்ணுகிறாள். ஆனால் தங்கம்மா தொடவில்லை.

"ஏம்மா? இட்டிலி தின்னல?"

"இந்த எச்சில் மேசையில நான் சாப்பிடமாட்டேன்!"

பாரதிக்குத் துணுக்கென்று முகம் சுருங்குகிறது. தந்தையைப் பற்றி அவள் என்ன நினைக்கிறாள்! அவர் உண்ணுகிறார்; பாப்பா உண்ணுகிறாள்.

"உங்களெல்லாரையும் விட நான் மேல், நீங்கள் அநாசாரம்" என்று சொல்லும் குறிப்பா இது?... குழந்தை, அவள்மீது கோபம் கொள்ளலாகாது. பணியாளனை அழைத்து, அவளுக்குத் தனியாகக் கீழே துடைத்து மணை போடச் சொல்கிறார். அவன் இலையில் இட்டிலி வைக்கிறான். கண்ணாடித் தம்ளரொன்றில் பருக நீர் வைத்திருக்கிறான். முகத்தை இப்போதும் சுளிக்கிறாள்.

"என்னம்மா?"

"இந்தக் கண்ணாடியெல்லாம் நான் தொட்டுச் சாப்பிட மாட்டேன்!"

ஓட்டல் பணியாளன் உள்ளூறச் சிரித்துக்கொண்டு மேசை மீதிருக்கும் ஒரு வெண்கல லோட்டாவில் தண்ணீர் கொண்டு வந்து வைக்கிறான்.

"இந்த லோட்டா மேசை மேலிருந்தது. புளிபோட்டுத் தேய்க்கவேயில்லை!"

தந்தைக்கு வரும் கோபம் அவளை அறைந்துவிடலாம் போலிருக்கிறது. ஆனால்... குழந்தை, இவளைக் காசிக்கு அனுப்பியிருக்கக் கூடாது!

பிறகு பணியாளன் உள்ளே சென்று ஒரு வெள்ளி டம்ளரில் தண்ணீர் கொண்டு வருகிறான்.

இட்டிலி ஆறிப் போய்விட்டது.

சகுந்தலாவும் அவரும் சாப்பிட்டு முடித்து அவளுக்காகக் காத்திருக்கின்றனர்.

அவள் இப்போதும் ஏதோ முணுமுணுக்கிறாள்.

அவள் செய்யும் ஆர்ப்பாட்டம், பாரதிக்கு நாணம் வருவிப்பதாக இருக்கிறது.

வெளியில் வந்ததும் கடுமை காட்டுகிறார்.

"என்னம்மா இப்படிக் கூத்தடிக்கிறாய்? இந்த வயசில் நீ மடி, அம்மாடி என்று மூஞ்சியைச் சுளிக்கலாமா?"

"பின்ன, கண்டவா தொட்ட எச்சிலை எப்படிச் சாப்பிட? பெரியம்மா உரிச்ச பலாச் சுளை கூடத் தீட்டும்பா. ஓட்டல் ரொம்பத் தீட்டு. நான் இங்கே சாப்பிட்டதைப் பார்த்தால் பொறுக்க மாட்டாள்! எனக்கு அம்மா சமைப்பதே போதும். அதுதான் எனக்கு ஒத்துப்போகும். இப்படியெல்லாம் வயிறு வளர்க்கணுமா?"

அவள் பேச்சு, பிஞ்சிலே வெம்பினாற் போன்ற நாகரிக மற்ற முதிர்ச்சி, அவரைச் செவிட்டில் அறைவதுபோல் அதிர்ச்சியூட்டுவதாக இருக்கிறது.

"தங்கம்மா: இனி உன்னை எங்கும் அழைத்துப் போவதற் கில்லை! எச்சில் விஷயமாகக் கண்டிப்பான கொள்கை நல்லது. ஆனால் பிராமணன் கொள்கொள்ளென்று இருமிக் கொண்டு க்ஷய ரோகக்கிருமியுடன் கொண்டு வந்தாலும் அவன் தொட்டுச் சாப்பிடலாம். மடி, வேறு சாதியான் திடமாக இருந்தாலும் தொட்டால் மடியில்லையா? இது ரொம்பத் தப்பு. இன்னுமொரு வேடிக்கை. நான் ஒருதரம் ரயிலில் போகும்போது, ஓர் இளவயசுப் பெண்ணும் அவள் புருஷனும் எதிரே உட்கார்ந்திருந்தார்கள். நானும் புருஷனும் சாதாரணமாகப் பேசினோம், அவள் பேசாமல் நாணம் நடித்தாள். நான் வெற்றிலை வாங்கப்போனேன். அப்போது எட்ட இருந்து பார்க்கிறேன், அவள் சிரித்துச் சிரித்து அவனுடன் பேசினாள். நான் வண்டியில் ஏறியதும் அவள் வாய்மூடி மௌனியானாள். இதென்ன முட்டாள் தனமான பழக்கம்? பொய் நாணம் எதற்கு?..."

மண்டயத்தார் வீட்டுக்குவந்து யதுகிரி, ஆண்டாள், ரங்காள் எல்லோரையும் வைத்துக்கொண்டு சொல்லித் தீர்க்கிறார்.

“அடிமைக்குத் தான் எசமானனின் முன் பேசும் சுதந்திரம் இல்லை. புருஷர்கள் எசமானர்கள், மனைவிகள் அடிமைகளா?”

“யதுகிரி! நான் பெண்விடுதலை பற்றிப் பல கட்டுரைகள் எழுதப்போறேன். பாட்டுக்களும் செய்யப்போறேன். நீங்கள் பழைய மூடப்பழக்கங்களை விட்டுத் தள்ள வேண்டும்!”

யதுகிரி முறுவல் செய்கிறாள். அவளுக்கு இவரிடம் சலுகை அதிகம்.

“நீர் செல்லம்மாளையே கட்டுப்படுத்துகிறீரே! புது விதமான சட்டம் செய்கிறீரே? இதில் விடுதலை எங்கே வந்தது!”

“சபாஷ்! யதுகிரி? நீ செல்லம்மாளுக்கு வக்காலத்து வாங்கினாலும். கேட்பது நல்லது. தைரியம். நான் அடிமைத் தனத்தைக் கொன்று எறியத்தான் சொல்கிறேன். விடுதலைக்கு வழி சொல்கிறேன். உனக்குத் தெரியாது. பண்டைய சாத்திரங்கள் இனிமேல் உதவா. நம் தேசத்தைவிட எல்லாத் தேசங்களிலும் முன்னேற்றம் வந்திருக்கிறது. இங்கே பெண்ணடிமை நம்மை மிகவும் பிற்பட்ட நிலையிலேயே வைத்திருக்கிறது. அதனாலேயே தேசம் விடுதலை பெறுவது கஷ்டமாக இருக்கும்...”

“நீர் என்ன சொன்னாலும் எங்களை மிஞ்ச முடியாது. நீங்கள் மில்வேட்டி உடுத்துகிறீர்கள். நாங்கள் தறியில் நெய்த புடவை உடுத்துகிறோம். புராதன வழக்கங்கள், பண்டிகை ஆசாரங்கள், இதிகாசங்கள் புராணங்கள் எல்லாம் எங்களாலேயே காப்பாற்றப்படுகின்றன. நீங்கள் யாராவது ஒரு வெள்ளைக்காரன் சொன்னால்தான் ராமாயணப் புத்தகத்தைப் பார்ப்பீர்கள்!”

“பலே பலே, ஐயர் பேச்சை அப்படியே திருப்புகிறாய் யதுகிரி. என்றாலும், குரு சீடரிடம் தோற்பது பெருமைதான்...”

சங்கீதமாக பாரதி சிரிக்கும் ஒலி, யதுகிரியை நாணமடையச் செய்கிறது.

39

"செல்லம்மா!"

இந்தக் கூப்பாடு செவியில் விழும்போது செல்லம்மாளுக்குக் கோபம் வருகிறது. அவள் எதிரொலி கொடுக்கவில்லை. கற்சட்டிக் கரியை உமியும் நாரும் போட்டு அழுத்தித் தேய்க்கிறாள்.

"செல்லம்மா?..."

இப்படிக் கூப்பிட்டால்... உடனே போய் ஏனென்று கேட்க வேண்டும். இவர் சொல்வதைக் கேட்க வேண்டும்... கண்ணும் முகமும் பார்க்கச் சகிக்கவில்லை. பராசக்தி பூஜை பாட்டு கூத்து எல்லாம் பொறுக்கிறாள். ஆனால்...

"செல்லம்மா..?"

கையை அலம்பிவிட்டு அவள் வாயிற்பக்கம் போகிறாள்.

"கூப்பிடக் கூப்பிட என்ன செய்கிறாய்? ருஷ்யா தேசத்திலே ராஜாங்கப் புரட்சியே நடக்கிறது. போல்ஷ் விக்னு கட்சியை நடத்திண்டிருக்கார் லெனின் என்கிறவர். பூமியில் கிருதயுகம் தோன்றும்னு நம்பும் வேளையில், நாமும் அந்தப்படிக்கு என்ன செய்யலாம் என்ற யோசனையில் ஓர் எண்ணம் வந்தது. ஸ்திரீகள் விஷயத்தில் சில சட்டங்களை நாம் அமுல் படுத்தணும்னு. உன்னைக் கேட்காமல் அதை நெறிப்படுத்துவது சரியில்லை. "இதோ பார்... இந்தச் சட்டங்கள் வாசிக்கிறேன், கேள்."

செல்லம்மாள் கையை இன்னும் நன்றாகத் துடைத்துக் கொள்ளவில்லை. அவர் சொல்வதைக் கேட்க நிற்க வேண்டும்.

ஒன்று பெண்களை ருதுவாகு முன்பு விவாகம் செய்து கொடுக்கக் கூடாது.

இரண்டு அவர்களுக்கு இஷ்டமில்லாத புருஷனை விவாகம் செய்துகொள்ள அனுமதிக்கக் கூடாது.

மூன்று விவாகம் செய்துகொண்ட பிறகு அவள் புருஷனை விட்டு நீங்க இடம் கொடுக்க வேண்டும். அதன் பொருட்டு அவளை அவமானப்படுத்தக் கூடாது.

நான்கு பிதுரார்ஜிதத்தில் பெண் குழந்தைகளுக்கு ஸமபாகம் செய்துகொள்வதைத் தடுக்கக் கூடாது.

ஐந்து விவாகமே இல்லாமல் தனியாக இருந்து வியாபாரம் கைத்தொழில் முதலியவற்றால் கௌரவமாக ஜீவிக்க விரும்பும் ஸ்திரீகளை யதேச்சையான தொழில் செய்து ஜீவிக்க இடம் கொடுக்க வேண்டும்.

ஆறு பெண்கள் கணவனைத் தவிர வேறு புருஷருடன் பேசக் கூடாதென்றும் பழகக் கூடாதென்றும் பயத்தாலும் பொறாமையாலும் ஏற்படுத்தப்பட்ட நிபந்தனையை ஒழித்துவிட வேண்டும்.

ஏழு பெண்களுக்கும் ஆண்களைப் போலவே உயர்தரக் கல்வியின் எல்லாக் கிளைகளிலும் பழக்கம் ஏற்படுத்த வேண்டும்.

எட்டு தகுதியுடன் அவர்கள் அரசாட்சியில் எவ்வித உத்தியோகம் பெற விரும்பினாலும், அதைச் சட்டம் தடுக்கக் கூடாது.

அவர் மூச்சுவிட்டு செல்லம்மாவின் முகத்தைப் பார்க்க நிமிரும்போதுதான் செல்லம்மா அங்கு இல்லை என்பது தெரியவருகிறது.

காலை நேரத்தில் அவளுக்குச் 'சுத்திகரிப்பு' வேலைகள் அதிகம்...

இவருக்குக் கோபம் கோபமாகத்தான் வருகிறது. ஆனால் அவளோ, இப்படிப் புருஷா கோணல் வழிக்கே கொண்டு போகிறாரே என்று கவலை ஒரு புறமும் இரண்டும் பெண்களா யிற்றே, என்ன செய்வோம் என்ற அச்சம் ஒரு புறமுமாகத் தவிக்கிறாள்.

வந்தே மாதரம் பாடுகிறார். அவளும் பாடச்சேருகிறாள்.

பெண்மை வாழ்கவென்று இங்கிலீஷ் மெட்டுப் போட்டுக் கூத்தாடுகிறார். அவள் தடுக்கவில்லை.

பெண்கள் விடுதலை பெற்ற மகிழ்ச்சியில் கும்மி அடியுங்கள் என்றார்; அவள் குழந்தைகளைத் தவிர்க்கவில்லை.

ஆனால் எல்லாவற்றுக்கும் ஓர் எல்லை இருக்கிற தில்லையா?

மீனாவுக்குக் கல்யாணம் பண்ணிக் குழந்தை பிறக்கப் போகிறது. யதுகிரி கையில் குழந்தையுடனிருக்கிறாள்.

இவர் பெண்ணுக்குக் கல்யாணம் பண்ணும் யோசனையே இல்லாமல் இருக்கலாமா? பன்னிரண்டு வயசுப் பெண்ணை வீட்டில் வைத்துக்கொண்டு அவளைப் பற்றிய கல்யாணச் சிந்தையே இல்லாமல் இருந்தால், அவள்தான் எப்படி நாலுபேருக்கு முன் நடமாட முடியும்? உலைவாயை மூடிவிடலாம், ஊர் வாயை மூட முடியுமா?

தீட்சிதர் வீட்டம்மாள் இவள் நினைக்காவிட்டாலும் அதைப் பற்றியே நினைக்கும்படி பேசினாள் முதல் நாள். இத்தனை நாட்களும் தங்கம்மாவுக்கு என் அக்கா பார்த்துக் கொண்டிருக்கிறாள். அவள் கல்யாணம் எங்களுக்குப் பொறுப்பாக இருக்காது என்று சொல்லிக்கொண்டிருந்தாள். கல்யாணம் பண்ணக் கூடாது என்று அடம்பிடித்துக் கூட்டி வரச் செய்திருக்கிறார்.

அப்படியேனும் பக்கத்தில் பெண் இருந்தால் நாமும் மெள்ளப் பொறுப்பை உணரச்செய்யலாம். நயந்து பேசலாம். மனசைத் திருப்பலாம். நம்குலம், சம்பிரதாயம் என்று இருக்கையில் கோணல் வழி சரியில்லை என்று எடுத்துச் சொல்லலாம் என்றெல்லாம் நினைத்தாள்.

எங்கேயோ ராஜாங்கப் புரட்சி வருமாம். கிருதயுகம் பிறக்குமாம். இவர் பெண் வயசுக்குவந்து கல்யாணம் பண்ணணும். அப்படி இப்படி என்று சட்டம் போடறாராம்... எங்கே போய் யாரிடம் சொல்லி அழுவாள்?

தீட்சிதர் குடும்பத்தில் பெரிய கவி என்று பிரியமாக இருக்கிறார்கள்.

"செல்லம்மா, அவர்மட்டும் பூணூல் போட்டுண்டா, பேசாமல் எங்க மகாதேவனுக்குத் தங்கம்மாவைப் பண்ணிக் கொண்டு விடுவோம். ஆனால் அவர் அப்படிச் சொல்லிக் கேட்பவர் இல்லையே" என்று வருத்தப்பட்டாள்.

நல்ல குடும்பம், நல்ல பையன், பணங்காசென்று அதிகம் செலவழிக்க வேண்டாம்.

நமக்குப் பிறந்த பெண் குழந்தைக்குச் செய்ய வேண்டிய கடமையைச் செய்ய வேண்டாமா! குடும்பத்துக்குக் கடமை செய்யாமல் தேசம் பற்றிப் பேசுகிறாரே?...

இவருக்கு எப்படி யார் மூலம் இதை அறிவுறுத்துவது?

மந்திரச் சொல்லைக் கண்டுபிடிக்க மவுனவிரதம் என்று பாதி நாட்கள் அவள் பிடிக்குள் எட்டுவதில்லை. மீதி நாட்களில் வீட்டில் தரிப்பதில்லை. எங்கோ யாரோ செய்வதைப் பற்றிப் பேசுகிறார். பள்ளு – பறை எல்லாம் ஒன்று என்று குடும்பச் சிந்தனையே இல்லாமல் பிரசங்கம் செய்கிறார்,

அன்று மவுனவிரதம் கலையும் நாள். காலையில் தோசை தின்று பால் குடித்தாயிற்று. கோயில் குருக்களும் செட்டியாரும் வந்து பேசிவிட்டுப்போகிறார்கள்.

புதியவர்களாக யாரேனும் வருகிறார்களென்றாலே செல்லம்மாவுக்கு அச்சம் அடிநெஞ்சில் சலனத்தைத் தோற்றுவிக்கிறது.

அவரிடம் எப்படிப் பேச வேண்டும் என்பதற்கான சொற்களைக் கூட்டிக்கொண்டு படியேறிப் போகிறாள்.

அவர் வானைப் பார்த்தபடி 'மேடையின் மிசை' அமர்ந்திருக்கிறார். வெற்றிலைத் துப்பல் ஓரமெல்லாம் கொடி கட்டியிருக்கிறது.

எழுதிக்கொண்டிருந்தால் இவள் பேசுவதற்கில்லை. 'சும்மா'தானிருக்கிறார். நல்ல சமயம், மெல்ல அருகில் வந்து நிற்கிறாள்.

"எதானும் யோசனை பண்ணிண்டிருக்கேளா?"

திரும்பிப் பார்க்கிறார்.

"செல்லம்மா, எனக்குக் கூடுவிட்டுக் கூடு பாயத் தெரியாமல் தவிக்கிறேன்."

"உங்களுக்கா..! யோக சாதனை செய்யறவாளுக்கு அதெல்லாம் சித்திக்கும்பாளே!"

"அதோ, தென்னமரத்தில் வீற்றிருக்கும் காக்கைகளின் மனோபாவம் விளங்குகிறது. இதோ மேலிருந்து கீழே கீற்றுப் பந்தலில் தொங்கும் கயிறுகளைப் பார்த்தால் அதில் காற்றின் அசைவு எனக்குப் புதிய கிளர்ச்சியாக இருக்கிறது. இந்த

வாயுவை வாகனமாகக் கொண்டு தேச தேசமெல்லாம் சுற்றி வரும் சக்தியைப் பெற்றுவிடலாம்...”

“ஆகா! எல்லாவற்றிலும் ஊடுருவும் சக்திதான் உங்களுக்கு இருக்கே! கூடுவிட்டுக் கூடு பாயக்கூடாதா?”

“செல்லம்மா, நீ படிக்காதவள்தான். ஆனால் உனக்கு முன்னுணர்வு இருக்கு. திறமையும் ஆராய்ச்சியும்கூட இருக்கு. அன்னிக்குப் புயல் வருமுன்ன என்னைப் போக வேண்டாம்னு தடுத்தே – சரியாப்போச்சு.”

“உங்களோடு வாழ்ந்து வரும்போது எனக்கு ஆராய்ச்சியும் முன்யோசனையும் வராமலிருக்குமா? அப்பா சாஸ்திரி வயிற்றில் பிறந்து குப்பா சாஸ்திரி வீட்டில் வாழ்க்கைப் பட்டு லவணம் என்றால் இன்னதென்று தெரியாதென்று சொன்னாளாம் ஒரு நாட்டுப் பெண்...”

“பரிகாசம் செய்கிறாயா செல்லம்மா?”

“அப்படியெல்லாம் இல்லை, நீங்கள் சொல்வதை எல்லாம் நான் கேட்கிறேன். ஆனால் உலகத்தார் நம்மைச் சமமாகக் கருத வேணுமே? நீங்கள் எங்கோ ராஜாங்கப் புரட்சி. எல்லாம் சமம்னு வரும்னு சொல்றேள். ஆனால் நீங்கள் சமமாக நினைக்கிறது இருக்க, மத்தவர் நம்மைச் சமதையா மதிக்கறாப்பல இருக்க வேண்டாமா?”

“மத்தவாங்கறது ஆரு? ஆறாம் மாசம் அன்னப்பிராசனத்தில் தின்னத் தொடங்கி சோத்தை அறுபதாம் வயசிலும் வெறுக்கத் தெரியாத மனிதர் நம்மைச் சமமாக மதிக்காதது ஒரு ஆச்சரியமும் இல்லை. யாரையாவது மோசம் செய்வது, அதிரடி அடிப்பது என்றால் நாள் முழுதும் பேசுவார்கள். சமுதாய நியாயம் என்றால் அவர்களுக்குக் கேலி. ஆச்சரியம், செல்லம்மா! நீ அப்படிச் சமமாக நினைக்காதவர்களைப் பற்றி ஏன் கவலைப்படணும்? தேவர் நம்மைச் சமமாகக் கருதுவர்...”

செல்லம்மா சங்கடப்படுகிறாள்.

“தேவரை நம்மோடு கலந்து வாழச் செய்யும் சக்தி நமக்கு ஏற்படவில்லையே?”

“பேஷ் செல்லம்மா? நீ நுட்பமானவள். நல்ல கேள்வி கேட்டாய். நமது சித்த உறுதியினால் தேவ சக்தியை நம்முள் நிலவச் செய்வோம்...”

தேவர் வருகவென்று சொல்வதோ! – ஒரு
செம்மைத் தமிழ்மொழியை நாட்டினால்
ஆவலறிந்து வருவீர் கொலோ – உம்மை

யன்றியொரு புகலுமில்லையே...
....
விரிவு மறிவுநிலை காட்டுவீர் – அங்கு
வீழுஞ்சிறுமைகளை யோட்டுவீர்...

பாட்டுப் பிறந்த பின்னர் பேச வாயேது?

செல்லம்மா செய்வதறியாது நிற்கிறாள். அவர் வான வெளியில் தேவர்களிடம் சஞ்சரிக்கிறார்.

இங்கே பெண்... பருவமடையும் வயசில் நிற்கிறாள்.

'கீழ்க்குலத்தானுக்குப் பூணூல் போட நீங்கள் பூணூலைப் போட்டுக்கொண்டீர்கள். பெண்ணுக்குத் திருமணமாகப் பூணூலைப் போட்டுக்கொள்ளுங்கள் என்று சொல்லலாமா?'

இன்னொரு நாள்.

"மத்தவா பேசுவதை வகை வைக்க வேண்டாம்னு சொல்கிறீர். நானும் நீங்களும் மட்டுமிருந்தால் அது சரியாக இருக்கும். எல்லோரும் என்னைப் பெண்ணுக்கு எங்கே இடம் பார்க்கிறீர்னு கேட்கறப்ப... எட்டுச் சாணும் ஒரு சாணாப் போறது. நீங்களானால் ஈயைக்கருடநிலை ஏற்றுவோம்'னு பாடிட்டுப் பேசாம இருக்கிறீர்..."

அவர் சிரிக்கிறார்.

"இப்ப எதுக்குச் சிரிக்கணும்?"

"இல்ல... அரவிந்த பாபுவைப் பத்தி நினைப்பு வந்துடுத்து. அவருக்குக் கல்யாணமாகிச் சில நாட்களில், மனைவிக்கு ஒரு கடிதம் எழுதினாராம். விதி வசத்தால் நீ விசித்திரமானதொரு பேர் வழியுடன் பிணைக்கப்பட்டிருப்பதை இதற்குள் கண்டு பிடித்திருக்கலாம். என் மனநிலை – கருத்துகள், லட்சியங்களுக்கு நாட்டில் மற்றவர் கருத்துகள் லட்சியங்களுக்கு மாறுபட்டு இருக்கும். அசாதாரணம் என்று கருதுவாய். பித்தனைப் புருஷனாகக் கொண்டவருக்குரிய கஷ்டங்கள் எல்லாம் வரும். பெண்களின் ஆசைகளெல்லாம். அநேகமாக இந்த இன்ப துன்பங்களிடையேதான் நிலைகொண்டிருக்கிறது. இறைவன் எனக்களித்த செல்வம் கல்வி, ஞானம் எல்லாவற்றையும் எனது சுக துக்கங்களுக்காகவே எடுத்துக்கொள்வது என்றால் கள்வனாவேன். இதுவரையிலும் என் குடும்பம், எனது சொந்தம் என்று வாழ்க்கை வெறும் வயிற்றுக் கழுவல் என்றே கருதி வந்த நான் விலங்கு வாழ்க்கை வாழ்ந்திருக்கிறேன். எனது சகோதரிக்கோ மற்றவருக்கோ பொருள் கொடுப்பதால் கடன் தீராது. இந்த நாட்டில் என்னுடன் பிறந்த முப்பது கோடிப் பேர்

இருக்கின்றனர். அவர்களில் பலர் நோயிலும் துன்பத்திலும் வாடுகின்றனர். அவர்களுக்கெல்லாம் நான் உதவ வேண்டும். அது கடமை. நீ அந்த என் தருமத்தில் பங்கு பெறும் தருமபத்தினியாக இருக்க வேண்டுமே என்று எழுதினாராம்..."

செல்லம்மா பதில் பேசவில்லை.

அந்த மாதரசி இங்கே வரவேயில்லை. இவர்களைப் போன்ற குடும்ப நிலையும் இல்லை.

"பின் ஏன் வரவேயில்லையே?"

"ஊக்கமாக இருந்தாள். உடம்பு சரியில்லை. அன்னிக்குப் புயலில் அவள் படம் கீழேவிழுந்து கண்ணாடி உடைந்தது. ஒரு சலனமும் இல்லை..."

விஷயம் எங்கோ இலக்குக்கு அப்பால் அல்லவோ போகிறது?

நாளாக ஆக, அவரிடம் இவளாகப் பேச ஆரம்பித்தால் சச்சரவில்தான் வந்து நிற்கிறது. பேசாத நாட்களில் பாட்டு, எழுத்து, எங்கே செல்கிறார், என்ன செய்கிறார் என்று கேட்கப் பிடிக்கவில்லை...

அன்று மாலையில் வெளியே சென்றவரை, இரவில் வெகுநேரமாகியும் காணவில்லை. பத்து மணிக்கும் பன்னிரண்டு மணிக்கும் வருபவர்தாம். அம்மாக்கண்ணுவைக் காவலிருக்கச் சொல்லிவிட்டு அரவிந்தரிடம் வேத ஆராய்ச்சி என்று செல்பவர் தாம். ஒருநாள் அம்மாக்கண்ணு தூங்கிவிட செல்லம்மாவே கதவைத் திறந்துவிட்டாள். அம்மாக்கண்ணு பேச்சுக்குரல் கேட்டு எழுந்து, 'யாரடா, எடுடா கம்பை' என்று கத்த, சிரி சிரி என்று சிரித்தார்.

அந்த நாட்களில் சந்தோஷமாக இருந்தாற் போல் தோன்றுகிறது. இப்போது இவளுக்கு யாருமே துணையில்லை. மருந்தைப் போட்டுக்கொண்டு, சுருட்டைப் பிடித்துக்கொண்டு வெட்ட வெளிச்சமாகப் பிராமண ஆசாரத்தைவிட்டு வெளியேறிவிட்டவரிடம் அவள் மதிப்பு வைத்தே ஆக வேண்டி யிருக்கிறது. ஏனெனில் அவளுக்குத் தாலி கட்டிய புருஷன்.

'ஹோ' என்ற ஆவணி மாத இரவும் தெருவில் சத்தம் கேட்கும்போதெல்லாம் திடுக்கிட்டு விதிர் விதிர்க்கத் தலைநிமிர்ந்து பார்க்கிறாள்.

காற்று மட்டும் தென்ன ஓலைகளை அசைத்துக்கொண்டு சிரிக்கிறது. விவரம் தெரிந்தும் தெரியாமலுமான பெண்கள் இருவரும் கவடின்றி நித்திரை செய்கின்றனர்.

செல்லம்மா துயரம் தீர நெஞ்சு வெடிக்க அழுகிறாள்.

பராசக்தி, பராசக்தி என்கிறார். தேவி நீ ஏனிப்படி சோதனை செய்கிறாய்?

முப்பதுகோடி மக்களும் கஷ்டம் நீங்கும் போதும் விடிவு என்றாய். இந்தச் சன்மத்தில் விடிவே கிடையாதா அவளுக்கு? பாழும் லேகியம் . . . எங்கேனும் தன் நினைவின்றி விழுந்து கிடப்பாரோ? . . .

அடிவயிற்றில் சில்லென்று கத்தி இறங்குகிறது.

ஈசுவரா? அவளுக்கென்று இப்படி ஒரு புருஷனைக் கொடுத்துச் சோதனை செய்வீரோ? . . .

மாடியில் நின்று தெருவில் எட்டிப் பார்க்கிறாள்.

புதிதாகப் போட்ட தெரு விளக்குதான் அவளைப் பார்த்து, அவரைக் காணவில்லையம்மா என்று கைவிரிக்கிறது.

மிகவும் கவுரவமாக நினைத்திருக்கக் கூடியவரிடமெல்லாம் இவரைக் காணவில்லை என்று தேடச் சொல்லவே நாணமாக இருக்கிறது.

ஒவ்வொரு விநாடியையும் பிடித்துத் தள்ளுகிறாள்.

குடுகுடுப்பாண்டி ஒருவன் விடியற்காலம் கிழக்கிருந்து ஏதேதோ சொல்லிக்கொண்டு வருகிறான்.

“நல்லகாலம் பிறக்குது . . . குடுகுடு . . . சேதி சொல்லு ஜக்கம்மா . . .”

விடியற்காலைப் பட்சிகள் ஒலிக்கின்றன. அம்மாக்கண்ணு சற்றைக்கெல்லாம் வருவாள். அவளிடம்தான் சொல்ல வேண்டும். அவள் பிள்ளைகளை விட்டுத் தேடச் சொல்வாள். இல்லையேல். . .

அப்போது ஸ்ரீநிவாசாசாரியும் யதுகிரியும் உடன்வர பாரதி தெருவில் வருகிறார்.

செல்லம்மாவுக்கு ஒரு பெரிய பாரம் கரைந்து, உள்ளே விரைந்து வருகிறாள்.

அவர் மடமடவென்று ஆங்கிலத்தில் ஏதேதோ பேசுகிறார்.

பாரதி பதில் எதும் கூறாமல் சிலையாக நிற்கிறார். குற்றவாளி என்ற நிலையில் கண்ணீர் பெருகித் தாடியை நனைக்கிறது.

யதுகிரி உள்ளே வந்து செல்லம்மாளிடம், கடற்கரையில் அவர் உட்கார்ந்து தனிமையில் பாடிக்கொண்டிருந்தாரென்றும், இவள் டாக்டர் சொற்படி காலையில் உலாவச் சென்றபோது பார்த்தாளென்றும், தெரிவிக்கிறாள்.

"செல்லம்மா! அவர் பாடியது உதயராகம் போலிருந்தது. அந்தக் கடற்கரையில் தனியாக இவர் குரல் எவ்வளவு உருக்கமாகக் காதில் விழுந்தது?"

யதுகிரிக்கே குரல் தழுதழுக்கிறது.

விடிந்து குடுகுடுப்பாண்டி துணியும் அரிசியும் கேட்டு வருகிறான்.

இந்த வீட்டில் அவனுக்குத் துணி உடனே கிடைத்து விடுகிறது. புதிய பாட்டும் பிறக்கிறது.

குடு குடு குடு குடு... டுர்... ரென்று பாடிக்கொண்டு வருகிறன்.

நல்லகாலம் வருகுது, நல்லகாலம் வருகுது,
சொல்லடி சொல்லடி சக்திமாகாளி!
வேதபுரத்தாருக்கு நல்லகுறி சொல்லு
பயந் தொலையுது, பாவந்தொலையுது...
சாத்திரம் வளருது; சாதிதொலையுது
குடுகுடுகுடு... டுர்... குடுகுடு...

40

இயற்கை சம்பிரதாயங்களுக்குக் காத்திருப்ப தில்லை.

அது கால ஓட்டத்தின் மென்மையான பார்வையில் மலர்ந்து முதிர்ந்து, உயிர்ப்பின் எல்லா மாறுதல்களையும் ஏற்றுக்கொள்கிறது.

செல்லம்மாளுக்கு இருபத்தெட்டு வயசாக வில்லை. தலை மகள் பருவமெய்தியிருக்கிறாள். பார்க்கப்போனால் மிக மகிழ்ச்சியான செய்திதான்.

ஆனால்...

ஏதோ குற்றம் நேர்ந்துவிட்டாற்போலிருக்கிறது. அவளுக்கு. கொட்டு முழக்கோடு, பெருமிதத்தோடு கொண்டாட வேண்டிய சடங்குகளை, கன்னி கழித்துத் திருமணம் செய்திராத நிலையில் செய்ய முடியுமா?

இது அவமானம் நேர்ந்தாற்போல் இருக்கிறது.

அரசியலுக்காக ஏற்றுக்கொண்ட தலைக்குனிவுகள் போதாதா?

சமுதாயத்தின் கண்களுக்கும் குற்றவாளியாக வேண்டுமா? கடுகாகச் சிறுத்துப்போகிறாள்.

பாரதியோ, பெருமகிழ்ச்சிகொள்கிறார்.

ஐயர் வீட்டில், மண்டயத்தார் வீட்டில், சென்று தெரிவித்தாயிற்று.

“இப்படியும் உண்டா? நீர் பிராம்மணரா? கல்யாணம் பண்ணாமல் பெண்ணை உட்கார

வைத்திருக்கும் அவமானம் போதாதா? ஊரெல்லாம் போய் வீட்டு விஷயங்களைப் பறைசாற்றுகிறீரே? நமக்காக இல்லா விட்டாலும், அந்தக் குழந்தை குன்றிப்போவாளென்று ஊருக்குப் பயப்பட வேண்டாமா? நான் எப்படி ஊர் முகத்தில் முழிக்க? நாளைக்கு ஊரிலே அப்பா அம்மா என்னை என்ன சொல்வார்கள்?...”

மனம் தாளாமல் அவள் இரைந்துகொண்டிருக்கையில் யதுகிரியே வந்து சேருகிறாள்.

“யதுகிரி! வாம்மா! நல்லநேரத்தில் வந்தாய். செல்லம்மா என்னை என்ன சொல்கிறாள் பார்! நான் பிராமணன் இல்லை; பூணூல் இல்லை; சந்தியா வந்தகமில்லை; வீட்டு எஜமானன் சூத்திரன்; எஜமானி பிராமணத்தி!”

இடி இடி என்று சிரிக்கிறார். செல்லம்மாளுக்கு முகம் இன்னும் சிவந்துபோகிறது.

“நீங்கள் ஆசாரம் விட்டுவிட்டால் நாங்கள் ஆசாரமாக இருக்கக்கூடாதா?”

“ஓ..! பலே பேஷ்! செல்லம்மா! நீ தினம் ஔபாஸனம் செய்கிறாயா? அக்னிஹோத்திரம் செய்கிறாயா? எவ்வளவு அநாதைகளுக்குச் சோறு போடுகிறாய்? ஜபம் தபம் கிரமமாக நடத்துகிறாயா? தேவதைகள் நேராக வந்து ஹ்விர்ப் பாகம் பெற்றுக்கொள்கிறார்களா? ஆசாரமாம்! அது எங்கிருக்கிறது? அதெல்லாம் போய் நூறு வருஷங்களுக்கு மேலாகிறது. இப்போது உயிரில்லாத மூடவழக்கம் அதுவும் இருபது வருஷத்தில் போய்விடும்.”

“ஆமாம், அதெல்லாம் நீங்கள் செய்ய வேண்டிய ஆசாரங்கள். நானா வேண்டாம் என்றேன்?” என்று கேட்கிறாள் செல்லம்மா.

“வழிக்குவா! வயதுக்கு வராத பெண்களுக்குக் கல்யாணம் செய்து வைப்பது தீமை. வேதகாலத்து வழக்கமன்று அது. அந்நாட்களில் கனிகளும் கிழங்குகளும் புசித்து வந்தார்கள். பெண்களுக்கு வேலை அதிகமில்லை. தண்ணீர் கொண்டு வந்து குடிலைச் சுத்தமாக வைத்துக்கொள்வதுதான் வேலை; தேவதைகள் நேராக ஹவிர்ப்பாகம் எடுப்பதால் இவர்கள் அந்த நாட்களில் தூய்மை காக்க முடியாததால் தனிப் பர்ண குடியில் ஒதுங்கி இருந்தனர். அதற்காக, இம்மாதிரியான சமயங்களில் உங்களைப் போல் குளிக்காமல் சுத்தமாக இல்லாமல் புழுங்க மாட்டார்கள்!

குளத்தில் இறங்கிக் குளித்துத் தூய்மை பெற்று, சுத்தமான ஆடைகளை உடுத்துக்கொண்டார்கள். அந்த நாட்களில் கணவனுடன் இருப்பது ஆரோக்கியமல்ல என்றும் கண் மறைவாக இருந்தார்கள். அப்போதும் கூட, கல்வி கேள்விகளில், முக்கியமான தர்க்கங்களோ, விவாதங்களோ நடக்க வேண்டி வந்தால், நடுவே ஒரு திரையிட்டுக்கொண்டு அதில் ஈடுபட்டார்கள்...

பிற்காலத்தில் பார்ப்பாரப் பெண்கள் தங்கள் வீடுகளில் நெல் குத்துவது முதல் அன்னம் வடித்துப் பரிமாறுவதுவரை தாங்களே செய்துகொள்ள வேண்டி வந்தது. மற்றைய வகுப்பார் செய்தால் தீட்டு என்றும் பெண்களை வதைத்தார்கள். குத்துவது சமைப்பது போன்ற கடின வேலைகளை அந்த நாட்களில் செய்வது உடல்நலத்துக்கு ஏற்றதல்ல. ஆனால் கடின வேலைகளை அவள் செய்யக் கூடாது என்ற விதியை இவர்கள் எடுத்துக்கொள்ளாமல், ஏனைய விதங்களில் மட்டும் விலக்குப் பாவிக்கிறார்கள்.

இன்னும் பிற்காலமாகிய இந்நாட்களில் பட்டணங்களில் குளிக்க வசதிகள் இல்லை. சிற்றறையில் இருக்கச் செய்து கொடிய சிறைத்தண்டனை கொடுக்கிறார்கள். நரசுவாதனை. இப்போது குடும்பங்களில் ஜனக்கட்டில்லை. மூன்று நாட்களில் இவள் தொடக் கூடாதாம். ஓட்டலில்போய் சாப்பிடலாம். அங்கு எல்லா வேலைகளையும் இவர்கள் சாதிக்காரன் செய்வதில்லையே? இதற்குக் கிரயசுத்தி, விலசுத்தி என்று புதிய சாத்திரம் படிக்கிறார்கள்! பொய்ச் சாத்திரம்!

பெண்கள் கடையிலிருந்து வாங்கும் பொருளை உலையில் போடத் தொடக் கூடாது! ஓட்டலில் வேலை செய்யும் ஆளின் சோறு ஆசாரம்! அதே ஆள் இவர்கள் வீட்டுச் சமையலறையைப் பார்க்கக் கூடாது? ஓட்டல் பண்டங்களில் இவர்களுக்கு இன்னும் பற்பல தீட்டுகள் போகின்றன. அதில் சுத்தம் முக்கியமில்லை. விபூதி போட்டவன் கொண்டு வைப்பது மனசுக்குச் சமாதானம்!

பாப்பாரப் பெண்கள் மற்ற வகுப்புப் பெண்களை விடச் சீக்கிரம் முதிர்ச்சி அடைந்துவிடுகிறார்கள், ஏனெனில் பிறந்ததிலிருந்து கல்யாணம் என்ற ஒன்றுக்காகவே அவள் பிறவி என்பது போதனையாகிறது. முன்பெல்லாம் பிள்ளைக்கும் பெண்ணுக்கும் அதிக வயசு வித்தியாசம் இருந்தது. பெண்ணுக்கு ஏழு வயசில் கல்யாணம் செய்தாலும் முதிர்ச்சி அடைய நாளாயிற்று. இப்போது ஆணுக்கு எத்தனை வயசானாலும் கேள்வி இல்லை. பெண்ணுக்கு மட்டும் பத்து வயசுக்குள்

கல்யாணம் கட்டி விட வேண்டும்! பிள்ளை படித்து ஒரு நிலைக்கு வரச் சுமார் இருபது வயசு வேண்டும். அப்படியானால் பெண்ணுக்கும், பதினெட்டு இருபது வயசாக இருந்தாலல்லவோ ஜோடி ஏர்வையாக இருக்கும்?

இருப்பதோ இங்கிலீஷ் ராச்சியம். செய்வது அடிமைப் பிழைப்பு, வீடு வந்தால் சோற்றில்தான் கவனம் போகுமே ஒழிய, ஜபதபத்திலா மனம் ஒடுங்கும்? எல்லாம் வேஷம். மனமொன்றி விரும்பாமல் பகட்டுவேஷம் போட எனக்கு ஒரு நாளும் சம்மதமில்லை. என் தங்கம் மலர்ச்சி எய்தினாள் என்று சந்தோஷத்தோடு சொன்னேன். கொண்டாட, ஒரு சமபந்தி விருந்தும் ஏற்பாடு செய்யப்போகிறேன்.

தங்கத்தை உங்கள் பேச்சுக் கொப்பச் சிறையிருக்க விட மாட்டேன். அவள் தாராளமாக நடமாடட்டும். ராஜாத்தி போல் ஓய்வு எடுத்துக்கொள்ளட்டும், ஓடும் ஜலத்தில் குளிப்பது நலம். இங்கேயோ குழாய் தண்ணீர் அருவியாகக் கொட்டுகிறது. இஷ்டம் போல் ஸ்நானம் செய்யட்டும், வெந்நீர் வேண்டுமானாலும் தொட்டியில் நிரப்பிக் கொடுப்போம். இச்சமயம் பாரமான சாமான் எடுப்பது, ரொம்ப தூரம் நடப்பது இதெல்லாம் தான் கூடாது, உடல் நலம் ஒய்வு தூய்மை இவை முக்கியம். நீங்கள் இதையெல்லாம் விட்டுவிட்டுத் தண்ணீரும், வெளிச்சமும் விலக்காக்கி, கொடுமை செய்கிறீர்கள்! வழக்கம் கட்டுப்பாடு என்று உண்மையை மறைக்கிறீர்கள்! பாம்புச் சட்டையைப் பாம்பு, பாம்பு என்று கொண்டாடுகிறீர்கள்!”

இந்த நீண்ட உரையினால் செல்லம்மாவின் மனம் மாறியதா? அவள் உள்ளம்தான் அந்தப் பழைய மரபுகளில் அழுந்திக்கிடக்கிறதே?

“ஆமாம். நீங்கள் கண்ணை மூடிண்டு பேசுவீர்கள். ஒரு நாள், கிழமை கிடையாது, ஆகாத நாளில் க்ஷவரம் செய்து கொள்வீர். அப்படியே எல்லாத் துணிகளையும் தொட்டு ஒன்னடி மன்னடியாக்குவீர்! தீட்டு ஒண்ணு ரெண்டுன்னா சொல்லலாம். இப்ப இந்தத் தீட்டும் கலக்கணும்பீர்..!”

அவருக்கு ஆத்திரமும் வராமல் இருக்குமா?

“அடி பேதையே! முன்னைக் காலத்தில் அம்பட்டன்தான் வயித்தியன். அவன் பிணத்தைப் பாத்துத்தான் வயித்தியம் கத்துப்பானாம். இப்போதெல்லாம் அவன் பிணத்தின் பக்கமே போறதில்லை. முடியைக் கையால் தொடுகிறோம். வாரிக்கழித்துச் சீப்பிலிருந்து எடுத்துப்போட்டால் தீட்டில்லை. அவன்முடியைத் தொட்டால் தீட்டாம்! நல்ல உயர் குலத்துப்

பார்ப்பாரப் பிள்ளை பிணம் அறுக்கிறான்; டாக்டர் படிப்பில் அதுதான் முதல் பாடம், விழுப்பு, தீட்டு, வேலை செய்பவனைத் தடுக்கவில்லை. வேலை செய்யாதவர்களைத் தள்ளி நிற்கச் செய்கிறது! இது புத்தியில்லாத்தனம்! பொய் ஆணவம்! மற்ற சாதியார் கல்யாணம் காலத்துக்குச் சாதகமாக மாறிவிட்டது. இந்தப் பாப்பாரக் கல்யாணம்தான், இருட்டில் இருந்து புழுங்குகிறது. செல்லம்மா! உங்கள் மூட வழக்கங்களை உதறித் தள்ளாமல் நம் தேசத்துக்கு விமோசனம் இல்லை!"...

...சிறிது நேரம் சென்றபின், அவர் தாம் புனைந்த புதிய பாடலைப் பாடிக் காட்டுகிறார்.

> இந்த தெய்வம் நமக்கனு கூலம்...
> அச்சமில்லை. மயங்குவதில்லை.
> அன்பும் இன்பமும் மேன்மையும் உண்டு.
> மிச்சமில்லை. படிந்துயர்குப்பை –
> வெற்றியுண்டு விரைவினில் உண்டு...

பாடி முடித்துவிடுகிறார்.

நீராட்டு நாளில், அம்மாக்கண்ணு கோவிந்தன் கனகலிங்கம் ஈறாக, நாகசாமி, விஜயராகவன், ராமு என்று ஒரு சமபந்தி.

விஜயராகவன் ஐயங்கார்ப் பிள்ளை, பாரதியைப் போல் தானும் இருக்க வேண்டும் என்று இலட்சியம் கொண்டவன். அவரைப் போல் கோட்டும், தலைப்பாகையும் தரித்து நடப்பதில் பேரானந்தம் கொள்கிறான். அவருடன், குடும்பத்துடன் ஒரு புகைப்படம் எடுத்துக்கொள்ள வேண்டும் என்பது அவனுடைய நீண்டநாள் ஆசை.

"சுவாமி, நீங்கள் குடும்பத்துடன், எங்களோடு சேர்ந்த புகைப்படம் ஒன்றுக்கு ஏற்பாடு செய்ய அனுமதி தர வேண்டும்!"

"பலே, பலே..." என்று இசைவும் கொடுத்துவிடுகிறார்.

ஆடவர்கள் உட்கார்ந்துகொள்ள, பெண்கள் பின்னால் நிற்பதுதான் நடைமுறை புகைப்பட வழக்கம்.

ஆனால் பாரதியோ, "பெண்கள் உட்கார்ந்துகொள்ளட்டும் நாம் பின்னால் நிற்கலாம்..." என்று கூறிவிடுகிறார்.

இரண்டு நாற்காலிகளிலும் செல்லம்மாவும் பாரதியும் அமர்ந்துகொள்ள, மற்றவர் பின்னே நிற்கலாம் என்று ஒரு கருத்து வரும்போதும் அவர் ஒப்பவில்லை.

செல்லம்மாளையும் பாப்பாவையும் இரு நாற்காலிகளிலும் அமரச் செய்து, பாரதி செல்லம்மாளின் நாற்காலியின் பக்கமாகவும், தங்கம்மா பாப்பாவின் நாற்காலியின் பின்னும்

நிற்க, பாரதிக்கு அருகில் விஜயராகவனும், இடையில் ராமுவுமாக நின்று பார்க்கின்றனர். திருப்தி!

ஆண்களோடு சமமாக, நிமிர்த்த பார்வையுடன் தங்கம்மா நிற்க இவர்கள் அனைவரையும் வழிகாட்டிச் செல்லும் தலைவனுக்குரிய கம்பீரத்துடன் செல்லம்மாளின் தோளில் கைபடிய அவர் நிற்கிறார். புகைப்படம் எடுத்தாகிறது.

"சுவாமி! நீங்கள் இரண்டு பேரும் நின்று ஒரு படம் எடுக்க வேண்டுமே?"

இந்தப் படத்திலும் உட்கார்ந்த நிலையில்லை.

"செல்லம்மா! இப்படி வா!..."

அவள் தோளை அணைந்தவாறு நிற்கிறார், செல்லம்மா வுக்கோ கூச்சம்,

படங்கள் மிக நன்றாக விழுகின்றன.

செல்லம்மாளுக்கோ, வெளிக்குத் தெரியாத வகையில் பெரிய பாரம் ஒன்று புகுந்து நசுக்குகிறது.

பெண்ணும் வயசுக்கு வந்துவிட்டாள். இனியும் இங்கு இவர் பேச்சைக் கேட்டுக்கொண்டு உட்கார்ந்திருப்பதில் பயனொன்றுமிராது; விபரீதங்கள் ஏற்படும் என்றே அஞ்சுகிறாள்.

பாரதியோ, மௌனம் பாவிப்பதும், எழுதுவதும், பாடுவதுமாக, அவள் கவலைப் பற்றிய எண்ணம் சிறிது மில்லாதவராகக் காணப்படுகிறார்.

தொண்டை கணீரென்று ஒலிக்க, இராக ஆலாபனை பண்ணுவதில் ஒரு நாள் தன்னை மறந்திருக்கிறார். அப்போது தங்கம்மா, படிக்க ஒரு புத்தகம் எடுக்க மாடிக்கு வருகிறாள். மௌன நாட்களில், பேச்சுவார்த்தைக்குத் துண்டுக் காகிதங் களில் எழுதிப் பரிவர்த்தனை செய்துகொள்வது வழக்கம்.

இவர் பாடுவதைக் கேட்டுக்கொண்டு தங்கம்மா நிற்கையில் மகிழ்ச்சி கரை காணாதாகிறது.

"அப்பா, நீங்கள் பெரிய சங்கீத வித்வானைப் போல் பாடினீர்கள்!"

அவர் துண்டுச் சீட்டை எடுத்து எழுதுகிறார். இவள் ஆவலுடன், குனிந்து பார்க்கிறாள்.

"நான் கல்" என்று எழுதி நிறுத்தி அவள் முகத்தைப் பார்க்கிறார்.

"கல்... கல்யாணமா அப்பா?..."

தங்கம்மா அவசரக் குடுக்கையாகக் கல்யாணம் என்றதும் முகம் சுருங்குகிறது.

ஒரு நிமிடம் மௌனமாக அவளை உற்றுப் பார்க்கிறார். பின்னர், "நான் கல்யாணி ராகம் பாடுவதில் வல்லவனாகி, கல்யாணி சுப்பிரமணிய பாரதி என்று பெயரெடுக்கப் போகிறேன்!" என்று முடிக்கிறார்.

தங்கம்மா இதைத் தாயிடம் கூறும்போது, செல்லம்மாளை, ஏதேனும் வழி செய்தாக வேண்டும் என்று கவலை உந்தித் தள்ளுகிறது.

அன்றாடக் கவலையோ, அதுவும் அரிக்கிறது. எப்போதும் எவர் கையையேனும் எதிர்பார்க்க வேண்டும். வயது வந்த பெண்ணுக்கு ஒரு நல்ல துணி, குன்றிமணி தங்கம் வாங்கவும் வழியில்லை. நான்கு பேர் இருக்கும்போது அரிசி இல்லை என்று சொல்லக் கூடாது. 'அகரம் இகரம்' என்று சொல்லிக் குடும்ப கௌரவத்தைக் காப்பாற்ற வேண்டும் என்று அக்கறை காட்டுபவர், இந்த விஷயத்தில் குடும்ப கவுரவம் பறி போய்க் கொண்டிருப்பதை உணரவேயில்லையே?

சுதேசமித்திரன் பணம் முப்பது ரூபாய் வருகிறது என்றால், இவரும் தவறாமல் பாட்டு எழுதி அனுப்ப வேண்டாமா?

வறட்சி புழுதி மண்ணை வாரி அடிப்பது போல் செல்லம்மா அவதியுறுகிறாள். பொருள் வறட்சி: புழுதி, நம்பிக்கையே இல்லாத நிலை.

தங்கம்மாவும் பாப்பாவும் தபாலாபீசுக்குச் சென்றிருக்கின்றனர். செல்லம்மா, அன்று அண்ணியம்மாளைக் கேட்டுப் படி அரிசி வாங்கி வரச் சொல்லி முறத்தில் வைத்து விட்டு, குளிக்கச் சென்றிருக்கிறாள். குளித்து உலர்ந்த சேலையை உடுத்துக்கொள்ள வருகையில் முறத்தில் அரிசி பாதியாகக் குறைந்திருக்கிறது. முன்புறம் வந்தால் திக்கென்ற உணர்வு... உடன் கடலலை சுருண்டு எழும்புவது போல் கோபம் எழுகிறது.

"என்ன மனிதர் நீர்? கடன் வாங்கி அரிசி வைத்திருக் கிறேன்! குருவிகளுக்குப் போடுவீர்! இந்த அநியாயம் எந்த வீட்டில் நடக்கும்?"

"கோபிக்காதே செல்லம்மா! அந்தச் சிட்டுக் குருவிகளைப் பார்! எவ்வளவு சந்தோஷமாக, கவலையில்லாமல் இருக்கின்றன! எத்தனை அழகு!..."

"ஆமாம்! கவலையில்லை! நான் ஒன்றுக்குச் சொல்வேனா, ஓராயிரத்துக்கும் சொல்லி அழுவேனா!..."

செல்லம்மா பொல பொலக்காமல் என்ன செய்வாள்?

பேச்சுவார்த்தை முற்றி இவர் மாடியில் சோகச் சிறையில் புகுந்துகொள்ள அவள் அடுக்களையில் பொருமிப் புலம்புகிறாள்.

பெண்கள் இருவரும் திரும்புகின்றனர். வரும்போதே பாப்பாவுக்கு முகம் சிவுசிவென்றிருக்கிறது. மாடியில் தந்தையைத் தேடிக்கொண்டு செல்கிறாள்.

"அப்பா! நாங்க போஸ்டாபீஸ் போறப்ப, பின்னால போலீசுக்காரனும் வந்தான்." "அந்தக் கடிதாசிய குடு பாப்பா, உங்கப்பா ஆருக்கு எழுதியிருக்கார்னு பாக்கணும்" என்றான். நான் மாட்டேன்னேன் உடனே அவன் பயமுறுத்தி "உங்களைத் தூக்கிண்டு போயிடுவோம்ங்கறான்!" நான் என்ன சொன்னேன் தெரியுமா, 'டேய்! நாங்க வீர மறக் குலம்? எங்களைத் தூக்க முடியுமா, தொட முடியுமா? பாரு'ன்னேன். அவன் அப்படியே போயிட்டாம்பா..!"

தந்தை அளவிழந்த மகிழ்ச்சி கொள்கிறார், சோகம் மாயமாகக் கரைகிறது.

"சபாஷ் பாப்பா. வீரம், துணிவு, தைரியம், சிந்தையிலே பலம் எல்லாம் கூடிவரும். யார் பயமுறுத்தினாலும் அச்சப்பட வேண்டாம். உமைக்கினிய மைந்தன் கணநாதன் நம்குடியை வாழவைப்பான்!"

தங்கம்மாவுக்குத் தன்னையும் உயர்த்திக்கொள்ள வேண்டும் என்ற இயல்பான வேகம் இருக்கிறது.

"அப்பா! பிள்ளையார், அப்படின்னா நம்ம வீட்டு மானேஜரா?"

ஒரே சிரிப்பு.

"ஆமாம், மானேஜர்தான், அரிசியைச் சிட்டுக்குருவிக்குப் போட்டேன்னு உங்கம்மாக்குக் கோபம். இப்பப்பாரு ஒரு பாட்டு வந்திருக்கு."

விட்டு விடுதலை யாகி நிற்பாயிந்தச் சிட்டுக்
குருவியைப் போல...

செல்லம்மாவுக்குப் புதிய பாட்டு செவிகளில் விழுகிறது.

கண்ணீரைத் துடைத்துக்கொண்டு அடுப்பைப் புகைய விடுகிறாள்.

'கண்ணன் பாட்டு'கள் புத்தகமாக அச்சாகி வருகிறது.

41

ஐப்பசி பிறந்து நாட்கள் ஓடிக்கொண் டிருக்கின்றன. கார்த்திகை பிறக்கச் சில நாட்கள் தான். ஆயிற்று, தை பிறந்துவிடும். அதற்குள் ஏதேனும் முயற்சி செய்தாலல்லவா, வரன் நிச்சயம் செய்யலாம்? காலையிலிருந்து தூற்றல் பிசுபிசுவென்று விழுகிறது; குளிர்ந்த காற்றாகப் படுகிறது. காலையிலிருந்து வீட்டில் அவரைக் காணவில்லை.

செல்லம்மா! சமைத்து முடித்துவிட்டு வெளியே வருகிறாள்.

தங்கம்மா பண்டித நடேச சாஸ்திரியார் நவீனம் ஒன்றைப் படித்துக்கொண்டிருக்கிறாள். பாரதி வெளியிலிருந்து ஒரே பரபரப்பாக வருகிறார்.

"செல்லம்மா, சமாசாரம் தெரியுமா? பூமியில் கிருதயுகம் வரப்போறது! நான் முன்னமே சொல்லிண்டிருந்தேனில்லையா? மனித ஜாதி முழுமைக்கும் கூடிய சீக்கிரம் விடுதலை கிடைக்கும் படியான நம்பிக்கை உதயமாயிருக்கு! ருஷ்யா தேசத்தில் ராஜாங்கப்புரட்சி தீர்மானமா வெற்றியாயிருக்கு!"

செல்லம்மாளுக்கு, இதில் எந்தப் பரபரப்பும் உற்சாகமும் இல்லை.

அவருக்கோ இந்தப் பேதை இப்படியும் இருக்கிறாளே என்று கோபம் வருகிறது.

"ஏதடா, ஒரு மனிதன் முக்கியமான சமாசாரம் சொல்கிறானே என்று கேட்கிறாயா? ராஜாங்கப் புரட்சி என்றால் என்ன தெரியுமா தங்கம்மா?"

அவள் புத்தகத்திலிருந்து தலைதூக்குகிறாள். மாடியில் வேறு ஒரு புத்தகத்தைப் படித்துக்கொண்டிருந்த சகுந்தலா தந்தையின் குரல் கேட்டுக் கீழிறங்கி வருகிறாள்.

"ராஜாங்கப் புரட்சின்னா என்னப்பா?"

"குடிமக்களாக இருப்பவர் ராஜாங்கம் நடத்துவதும், ராஜாங்கத்திலிருந்து ஆண்டவர் கீழே வருவதும்தான். நிலமும் நீரும் எல்லோருக்கும் சொந்தமில்லாமல், பலன் கொடுக்காமல், ராஜாங்கத்தில் இருக்கும் சிலருக்கு மட்டுமே பணம், அதிகாரம், ஆடம்பரம் எல்லாம் இருக்கிறது. பாடுபடும் ஜனங்கள் பசி தீர்க்கவும், மானம் காக்கவும்கூட வழி இல்லாமலும், இருக்க இடமில்லாமலும் கஷ்டப்படுகிறார்களே, இந்த ராஜரீக முறையைத் தகர்த்துப் புது ராஜங்கத்தைக் கொண்டுவர முக்கியமா, எல்லாம் எல்லோருக்கும் சொந்தம், குடிமக்களுக்கு, குடியரசுன்னு இருக்குமாம் இப்படி ஆனால் தேசம் எல்லோருக்கும் சொந்தம். மேல் சாதி, கீழ்சாதி, என்பதெல்லாம் போய்விடும்..."

தங்கம்மா இதைப் புரிந்துகொள்கிறாளா என்பது தெரியவில்லை.

"கொடுங்கோலாட்சி செய்தான் ஜார்ங்கற ராஜா. அவனை ஒழிச்சுட்டா. இப்ப அங்கே எப்படி ராச்சியம்? அடிமை என்று யாருமில்லை. குடியரசு குடிமக்கள், குடிமை நீதி குடிவாழ்வு எல்லோருக்கும் ஒரே மாதிரியான நீதி, சட்டம் ஏழை, பசி இதெல்லாம் இருக்காது..."

செல்லம்மாளுக்கு இதெல்லாம் ரசிக்கத்தானில்லை.

"சமைச்சு வச்சது ஆறிப்போகும். அப்புறம் பேசுவது..!"

அவர் சாப்பிட வரவில்லை.

செல்லம்மா குழந்தைகளை அழைத்துச் சாப்பாடு போடுகிறாள்.

செல்வம் என்ற தலைப்பில் அவர் கட்டுரையொன்றை எழுதுகிறார்.

ருஷ்யாவில் சோஷலிஸ்ட் கட்சியார் ஏறக்குறைய நம்முடைய நோக்கத்தை நிறைவேற்றி விடக்கூடுமென்று தோன்றுகிறது. சோஷலிஸ்ட் கட்சியென்பதைத் தமிழில் சமத்துவக்கட்சி என்று சொல்லலாம். அதுகூட மொழிபெயர்ப் பாகாது சொத்து விபாகம் செய்திருப்பதில் இப்போது சிலர் செல்வரென்றும் பலர் ஏழைகளென்றும் ஏற்பட்டிருப்பதை

மாற்றி, உலகத்திலுள்ள சொத்தை, அதாவது பூமியை உலகத்து ஜனங்களுக்குச் சமமாகப் பங்கிட்டுக் கொடுக்க வேண்டும் என்றும், தொழில் விஷயத்தில் இப்போது போட்டி முறை இருப்பதை மாற்றிக் கூடியுழைக்கும் முறையை அனுஷ்டானத்திற்குக் கொண்டுவர வேண்டும் என்றும் மேற்படி கட்சி யாருடைய முக்கியமான கோட்பாடு. ஆதலால் இந்தக் கட்சிக்கு ஐக்கிய கட்சி என்று பெயர் சொல்லுவது பொருந்தும் எனத் தோன்றுகிறது...

சாப்பிடாமலே வயிறு காயக்காய எழுதுகிறாரே, பேசுகிறாரே என்று செல்லம்மாவின் சிந்தை அவரைச் சுற்றியும் குழந்தைகளைச் சுற்றியும் அல் – அயல் மதிப்பீடுகளைப் பற்றியுமே வருகிறதே ஒழிய, அவருடைய கருத்தைப் புரிந்து கொள்ளும் முயற்சியில் கூடத் திரும்பவில்லையே!

மாகாளி பாராசக்தி கடைக்கண் வைத்தாள் உருசிய நாட்டில், என்று இரவில் பெரிய குரலெடுத்துப் பாடுகிறார்.

எங்கோ ஏதோ நடந்தால் இவ்வளவு கிளர்ச்சியுற வேண்டுமா? ஏழை பணக்காரன் இல்லாமல், ஜாதி மதம் இல்லாமல் எப்படிச் சமமாக முடியும்?

செல்லம்மா நம்பத்தகாத விஷயம் என்று அவர் எல்லாக் கனவுகளையும் போல்தான் அதையும் நினைக்கிறார்.

மிளகாய்ப் பழச்சாமியார் கதை வெளிவந்ததும், "இதைப் படித்தீர்களா தங்கம்மா..?" என்று நினைவாகக் கேட்கிறார்.

"எப்பப்பா அந்தச் சாமி இங்க வந்தா?..."

கிணுகிணுவென்று ஒலிக்கச் சிரிக்கிறார் தந்தை.

"நான் நினைத்தேன். வந்தாள், உதவி கேட்டாள், பெண் விடுதலை முயற்சியில் எனக்குத் தங்களால் இயன்ற சகாயம் கேட்டாள்."

"நீங்களா கற்பனை பண்ணி எழுதியிருக்கிறீர்கள் அப்பா!..."

"குழந்தைகளா, சாமியார் வேல்பூசை செய்வதும் சித்து விளையாடுவதும் பழசு, ஆனால் பழசில் இருக்கிற பெருமையை மட்டுமே சொன்னால், புதுசு எப்படி வரும்? நியாயம் எப்படி வரும்? உலகத்திலே நியாயக்காலம் திரும்ப வேணும். ஐரோப்பாவில் ஏழைகளுக்கும் பெண்களுக்கும் நியாயம் என்று கத்துகிறார்கள். ஆண் பெண்ணுக்கு நடத்தும் அநியாயம் சொல்லுக்கடங்காது. அதை ஏட்டில் எழுதியவர் இல்லை. மன்றில் பேசியவர் இல்லை...

இப்படியெல்லாம் நான் சொல்வதைக் காட்டிலும், பெண்ணாகவே இருக்கும் ஒரு சாமி சொன்னால் உங்கள் கருத்திலே உறைக்கும்னு நினைச்சேன்.

பாப்பா, நம் வீட்டில் ஒரு ஸ்திரீகள் சங்கம் ஏற்படுத்தப் போறேன். நமக்குத் தெரிந்த பெண்களை எல்லாம் கூட்டி, நல்ல உபயோகமான விஷயங்களைப் பேசும்படி செய்வோம். உங்கள் அம்மாவும், வேறு யார் வீட்டு அம்மாவும் கூடினால், என்ன சமையல். சாப்பாடு, புடவை, நகை, இதுபற்றியே பேசுகிறீர்களல்லவா? ஸ்திரீகள் இதற்குமேல் எல்லாவிதமான கிளைகளிலும் தங்கள் அறிவையும் ஞானத்தையும் ஸ்தாபித்துக் கொள்ளணும்..."

புதிய ஆண்டு பிறந்ததும் சங்கம் என்று தொடங்கிவிடுகிறார்.

கூட்டத்தில் கட்டுரை எழுதிக்கொடுத்து, படிக்கச் சொல்கிறார்; *சுதேசமித்திரனிலும்* வெளியாகிறது.

அன்று ஏஷியாடிக் ஜர்னலில் சீனத்து வீராங்கனை, பெண்கள் முன்னேற வேண்டும் என்று தன்வாழ்வையே அர்ப்பணித்த சியூசென்னின் வரலாற்றைப் படிக்கிறார்.

உடனே அதைத் தமிழில் வடிக்கிறார். அவருடைய கவிதை ஒன்றையும் தமிழாக்குகிறார்.

மிகவும் ஊக்கமாக இதில் ஈடுபட்டிருக்கும்போது ஒரு நாள் காலையில் செல்லம்மா மாடிக்கு வருகிறாள்.

"இன்னிக்கு என்ன சமைக்கட்டும்?"

"நேற்று என்ன சமைத்தாய்?"

"முருங்கைக்காய் பருப்பு சாம்பார்."

"இன்றைக்குக் கத்தரிக்காய் பண்ணு!"

எரிச்சல் வெளிப்படாமலிருக்க அவள் சிரிக்க முயலுகிறாள்.

"எதுக்குச் சிரிப்பு?"

"அந்த இரண்டும் உங்களுக்குப் பிடிக்காதது. இலையில் வந்து உட்காருகிறீர்கள். என்ன விழுகிறது என்பது தெரியாமலே ஒரு சாப்பாடு, எங்கோ மனசு, எங்கோ சிந்தை நடப்பு எதுவும் உங்களுக்குக் கவனமில்லை. பிசைந்து இரண்டுவாய் போட்டுக் கொண்டு என்ன போட்டேன் என்பது தெரியாமலே எழுந்திருக்கிறீர்கள்..."

இந்தச் சமயத்தில் சுப்புரத்தினம் வந்து சேருகிறான்.

"வாப்பா, நல்ல நேரத்தில் வந்தாய்... செல்லம்மா என்ன சொல்கிறாள் கேள்..."

அவள் கூற்றைக் கூறிவிட்டுச் சிரிக்கிறார்,

"எளிய உணவையும் ஆசையுடன் உண்ணுவதற்கு, ஒருநாள் உண்ணா நோன்பை மேற்கொள்ள வேண்டும். நான் சொல்லும் உண்ணா நோன்பு காந்தி சொல்லும் உண்ணா நோன்பல்ல. காந்தி சொல்வது நாடு திருந்த, நான் சொல்வது மனம் திருந்த! செல்லம்மா, நான் இன்று பட்டினி இருக்கப்போறேன். எந்த உணவிலும் சுவைகூடும் அப்போதுதான். ஒருநாள் பட்டினி, நீ உப்புப்போட மறந்தாலும் சுவைகூடும்..."

"உங்கள் உடம்புக்குப் பட்டினி ஒத்துக்கொள்ளும் என்றால் சரி!"

"காந்தி பல நாள் பட்டினி இருக்கிறார். அவர் ஒரு நாளாவது தளர்ந்ததுண்டா? நான் ஒரு நாள் பட்டினி கிடப்பதால் செத்துப் போக மாட்டேன். இன்றைக்கு ஒரு நாள் பட்டினி நாளைக்குக் கீரைத்தண்டுக் குழம்பும் கீரையும் அமிர்தம்."

"சரி, அப்படியானால் நானும் பட்டினி இருக்கப் போறேன். அதற்குக் காரணம் இரண்டு. ஒருநாள் செலவு மிச்சம்! சமையல் வேலையும் இல்லை!"

"நாள்தோறும் உண்டாலும் வெறுப்புத்தராத கரியாய்க் கண்டுபிடித்துவிட்டால் நல்லதுதானே ஐயா?"

சுப்புரத்தினம் கேட்ட கேள்விக்கு அவர் ஓரக் கண்ணால் செல்லம்மாவைப் பார்த்துக்கொண்டு குறுநகை செய்கிறார்.

"உண்ண உண்ணத் தெவிட்டாது, ஞானிகளுக்கு, துறவி களுக்கு, கடவுள் நினைவு என்பார்கள். எனக்குத் தெவிட்டாத ஒருத்தி... செல்லம்மாதான்!"

செல்லம்மாவுக்கு முகம் சிவு சிவென்றாகிறது. பேசாமல் கீழிறங்குகிறாள்.

வா. ரா. என்று பெயர் வைத்துக்கொண்டிருக்கும் ராமசாமி, சுந்தரி அல்லது அந்தரப் பிழைப்பு என்ற நாவலை எழுதி யிருக்கிறான். அது வந்திருக்கிறது.

அதைப் படித்துவிட்டு மிகவும் மகிழ்ச்சி கொண்டு பெண்களைப் படிக்கச் சொல்கிறார்.

பால்ய விவாகத்தின் தீமைகள், பெண்கள் கல்வி கற்பது. புதிய முறை விவாகங்கள், நடைமுறைகள் என்றெல்லாம் அவர்

சிந்தையில் முழுதுமாக நிறைந்திருக்கையில், மகளுக்குத் திருமணம் என்பதை வற்புறுத்த வழியறியாது திகைக்கிறாள்.

இப்போது மகளுக்குத் திருமணம் செய்து வைக்கவில்லை என்றால், என்றென்றுமாகப் பெண் ஒதுக்கப்பட்டு, வாழ்க்கைக்கே உரியவளாகாமல் போய்விடுவாளோ என்ற அச்சம் அவளைக் குலைக்கிறது.

அவருடன் பிறந்த தங்கை லக்ஷ்மியை மூன்று வயசில்தான் கட்டினார்கள். திடுமென்று, கல்யாணத்துக்கு முதல் நாள் அவள் மாமனார், உடம்பு ஒரு மாதிரி இருக்கிறது. கையோடு இந்தப் பெண் கல்யாணத்தையும் நடத்திவிட்டால் பொறுப்புக் கழியும் என்று தீர்மானித்தாராம். அவசரத்தில் தங்கம் உருக்கிப் புதுத்தாலி செய்யக்கூட இடமில்லை. கல்யாணத்துக்கு வந்திருந்த பெரிய சுமங்கலியாக ஒரு கிழவி இரண்டு மங்கிலியங்களைச் சரட்டில் சேர்த்துப் போட்டிருந்தாளாம். ஒன்று அறுபதாம் கலியாணத்தில் பூட்டியதாக இருக்கும். அதை அவிழ்த்துப் புதுச் சரத்தில் கோத்துக் கேதாரத்தின் கையில் கொடுத்து அவள் கழுத்தில் கட்டச் சொன்னார்கள். என்ன குடி மூழ்கிப்போயிற்று? மற்றபடி வாழ்வதும் இருப்பதும் அவரவர் தலைவிதி...

எண்ணி எண்ணிச் சோருகிறாள். கடைசியில் யாரேனும் குறிச்சிக்குப்பத்தான் என் மாப்பிள்ளை என்று சொல்லி விடுவாரோ என்று நடுநடுங்குகிறாள்.

இவள் பிரார்த்தனைக்குத் தெய்வம் செவி சாய்த்தாற் போல் ஒரு வழி பிறக்கிறது.

காசியிலிருந்து அக்கா பார்வதி உடம்பு சரியில்லை என்று மாறுதலாகக் கடயம் வந்து இருக்கிறாள். இவளைப் பார்க்க வேண்டுமாம் கடிதம் வருகிறது.

"அவசியம் போகணும். செல்லம்மா, குழந்தைகளை விட்டு விட்டு நீ மட்டும் போய்ப் பார்த்துவிட்டு வந்துவிடு."

செல்லம்மா தயங்கிக்கொண்டு நிற்கிறாள்.

"தங்கம்மாவை அக்கா பார்க்கணும்னு ஆசைப்படுவா. குழந்தைகளை அழைச்சிண்டு போனால் என்ன?"

"செல்லம்மா, நான் சொன்னால் சொன்னதுதான். நீ போய்ப் பார்த்துட்டு உடனே திரும்பிவிடு!"

இதென்ன நெருப்புக் கோடு!...

அவளுக்கு அழுகை பிதுங்கி வருகிறது.

இவர் என்ன புருஷர்?... பெண்ணுக்கு விடுதலையாம், சுதந்திரமாம், பாடுகிறாராம்!...

சொற்கள் பீரி வருகின்றன.

"எனக்கு ஒரு காரியம் செய்யச் சுதந்திரம் குடுக்கல, பெண்ணுக்கு விடுதலைன்னு பாடுவீர்..!"

இந்த அம்பால் அவளுக்குத் தாக்குவது இலகுவாக இருக்கிறது.

ஆனால் மென்மையான கவடு தெரியாத அவர் இதயத்துக்கு அது மிகக் குரூரமாக இருக்கிறது.

"அடி பேதையே! உங்கள் மேன்மைக்காக நான் சொல்கிறேன்! ஊருக்குப் போய், பொய்ச் சாத்திரம் பார்ப்பவன், மூடன், அறிவிலி என்று எவனுக்கேனும் ஒரு ஆஷாட பூதிக்கு என் தங்கம்மாவைக் கட்டிக் கொடுக்கவா திட்டம் போடுகிறாய்? இந்தச் சமூகத்துக்குச் சாட்டையடி கொடுத்துச் சுயஉணர்வு கொண்டுவரப் போகிறேன். செய்து காட்டுவேன். அவள் தன்னறிவுடன், உத்தமமான இளைஞனை விரும்பி மணக்க நான் துணை நிற்பேனே அல்லாமல் உங்கள் விருப்பத்துக்குப் பொம்மையாக்க மாட்டேன்! சாதி மத பேத எண்ணங்களைத் தகர்ப்பேன்!"

செல்லம்மா நெருப்பை மிதித்த நிலையில் திடுக்கிட்டுப் போகிறாள்.

ஆனால் என்ன செய்ய முடியும்...

எப்படியேனும் ஊருக்குப்போய், அப்பாத்துரையிடமும் மற்றவரிடம் கலந்தாலோசித்து ஏதேனும் ஏற்பாட்டைச் செய்யலாம் என்று தீர்மானிக்கிறாள்.

ஊருக்குச் செல்ல வேண்டும் என்றால்... அவருக்கே தெரியும். நல்லதாக இரண்டு புடவைகள்கூட இல்லை... சேலை வாங்கிக் கொடுக்க வேண்டும்...

நாகசாமி ஜவுளிக்கடை வைத்திருக்கிறான்... புடவை ஒன்று நல்லதாக வாங்கிக்கொண்டு பணம் ஒரு பத்து ரூபாய் சுந்தரேச ஐயரிடம் கேட்டு வாங்கி வரலாம் என்று வெளியிலிறங்கிச் செல்கிறார்.

அரவிந்தாசிரமத்துக்கு வரும் தஞ்சாவூர் வக்கில் ராமசாமி ஐயர் வழியில் பார்த்துவிடுகிறார். ராமசாமி ஐயர் பாரதியிடம் மிகுந்த அன்புகொண்டவர் என்பதுடன் ஆசார சீர்திருத்தம் வேண்டும் என்று தீவிரமாக அந்த அணியில் நிற்பவர்.

பாரதியின் தோற்றம் கண்டு திடுக்கிட்டாற் போல் நிற்கிறார். முகம் தேய்ந்து உதடுகள் வெளுத்து... கண்களில்கூடச் சோர்வு தெரிகிறது!...

"பாரதி, உடம்பு சரியில்லையா?"

"கவலை ஸ்வாமி, கவலை. தேசத்தில் முக்கால் பகுதிக்காரரும் அடிமைத் தனமே சாயுஜ்யம் என்று இருக்கிறார்கள். ஒவ்வொருவரையும் ஒவ்வொரு விதமாக மூடத்தனம் ஆட்டுகிறது. விழித்துக்கொள், எழுந்திரு, செயல்படு, உனக்கு அறிவிருக்கிறது என்றால் கேட்கிறார்களா? பத்து வயசுக்குள் பார்ப்பாரப் பெண்ணுக்குக் கழுத்தில் தாலியேற வேண்டுமாம். எனது குமாரி, வயசுக்கு வந்துவிட்டாள். அவமானமாம். கல்யாணம் பண்ணியாக வேண்டுமாம். கிடுக்கிப்பிடி..."

ராமசாமி ஐயர் பாரதியின் நிலையைப் புரிந்து கொள்கிறார். வேதனையும் புரிகிறது.

"பாரதி, போனமாசம் உங்களைப் பார்த்தபோதே நினைத்தேன். உங்களைப்போல் இருக்கும் ஒரு கவி இப்படிக் கஷ்டப்படக் கூடாது. எனக்கு உங்களிடம் சொல்லலாம் என்று தோன்றுகிறது. நாகசாமி, ஆர்யன் ஸ்டோர்ஸ் ஜவுளிக்கடை வைத்திருக்கிறான். நல்ல குணம், வருவாயும் இருக்கிறது. உங்களுக்கேற்ற மனப்போக்குள்ளவன். தேச பக்தன். உங்கள் புத்திரியை அவனுக்குக் கல்யாணம் பண்ணி வைப்பது பற்றி யோசித்தால் என்ன? உங்களுக்கு அன்றாடக் கவலை ஒழியும்..."

ஆகா... இந்தச் சொல் மந்திரவாக்குப் போல் இருக்கிறதே! நாகசாமி... நல்ல இளைஞன். ஆனால் தங்கம்மாள் அவனை விரும்ப வேண்டுமே! அவனும் அப்படியே விரும்ப வேண்டும்! என்றாலும் நாம் ஊக்கம் கொடுக்கலாம்...

மிக உற்சாகமாக இருக்கிறது. ஐயமுண்டு பயமில்லை மனமே என்றிசைக்கிறது மனம்.

நாகசாமி பாரதியைக் கண்டதும் மகிழ்ந்து வரவேற்கிறான். கடைப்பையனை அனுப்பி வெற்றிலை பாக்கு புகையிலை எல்லாம் வாங்கிவரச் சொல்கிறான்.

அவரும் மிகுந்த மகிழ்ச்சியுடன் வெற்றிலை போடுகிறார்.

"நாகசாமி, செல்லம்மாவுக்கு ஊரிலிருந்து அவ அக்காவுக்கு உடம்பு சரியில்லைன்னு கடிதாசி வந்திருக்கு, ஊருக்குப் போகணும்னு சொல்கிறாள். ஒரு புடவை வேண்டும்டா. அவளுக்கு மாற்றி உடுத்த ஒரு நல்ல புடவை இல்லை..."

நாகசாமி உடனே ஒரு நல்ல புடவை எடுத்து ரவிக்கைத் துண்டுடன் கட்டித் தருகிறான்.

"ஞாயித்துக்கிழமை சாயங்காலமா வாயேன்! ஆத்தில் சாப்பிட்டுவிட்டு, கடற்கரைக்குப் போகலாம்! உன்னோடு சேர்ந்து பேசியே ரொம்ப நாளாறது!"

அவன் இசைந்து விடை கொடுக்கிறான். அவர் புன்னகையும் பாட்டுமாக வீடு வருகிறார்.

"செல்லம்மா! புடவை எப்படி இருக்கு பாரு? புடிச்சிருக்கா?"

"நன்னாருக்கே! அரக்கு மஞ்சள் பொருத்தம்..."

மிகத்திருப்தி.

"செல்லம்மா நீ ஊருக்குப் போயிட்டு வா. நீ நினைக்கறாப் போல தங்கம்மா கல்யாணத்தை முடிச்சுடலாம்..."

ஒரு கள்ளச் சிரிப்பு எட்டிப் பார்க்கிறது.

அவள் சட்டென்று நிமிர்ந்து யார் மாப்பிள்ளை என்ற கேள்வியைப் புருவங்களுக்கிடையே கொக்கியாக மாட்டிக் கொண்டு அவரைப் பார்க்கிறாள்.

அவர் அப்போது வாய்திறக்கவில்லை.

விழுப்புரத்தில் வண்டியேற்றிவிட ராமு போகிறான்.

வாசலில் வண்டி நிற்கிறது.

"குழந்தைகளா, பத்திரம்! சமர்த்தாக இருங்கள்!" என்று சொல்லி விடைபெற்றுப் படி இறங்குமுன் அவர் காதோடு, "கவலைப்படாதே செல்லம்மா, நாகசாமி நமக்கு நல்ல வரன்..." என்று சொல்லிவிடுகிறார்.

செல்லம்மாவினால் வண்டியில் ஏறாமல் இருக்க முடிய வில்லை. வண்டியில் இருப்பும் கொள்ளவில்லை. தங்கம்மாளிடம் இதை இறங்கிச் சென்று சொல்லிவிட்டு வரலாமா? கிளம்பும் சமயத்தில் அவர் பூகம்பமாக அதிர்ச்சி கொடுத்து ரகளை செய்தால்?

நாகசாமி... மாப்பிள்ளை? ஒரு சுதேசிக்கு வாழ்க்கைப் பட்டு அவள் வாரிக் கட்டிக்கொண்டிருப்பது போதாதா? மாப்பிள்ளையும் சுதேசியா? தாய்க்கு வந்தது தலைமகளுக்குமா? அவளும் சுதேசிக்கு வாழ்க்கைப்பட்டு அஞ்ஞாத வாசம் அனுபவிக்க வேண்டுமா?

இவரேனும் கவிதை காரியம் என்று இருப்பவர். பராசக்தி அருள் விட்டகுறை தொட்டகுறை என்று அருளாய் வாய்த்திருக்கிறது. நாகசாமி ... வேண்டாம் வேண்டவே வேண்டாம்? இதற்கு இடம் கொடுக்கக் கூடாது!

கடயம் போய்ச் சேரும்வரையிலும் எப்படி அடக்கிக் கொண்டிருந்தாள் என்று தெரியவில்லை. ரயிலடியில் அப்பாத்துரையைக் கண்டதும் கடல் மடையாகத் துயரம் பெருகிவருகிறது,

“நான் என்னதைச் சொல்ல அண்ணா? வயசு வந்த பெண்ணை வச்சிண்டு ஒரு நாள் யுகமாகப் போகத் தவிக்கிறேன். அவர் பாட்டு கேக்க நன்னாருக்கு. ஆனால் உலக நடப்பைத் துளியானும் நினைக்கிறதில்லேன்னா. எப்படிக் குறைக்காலம் ஓடறது? அவர் செய்யும் காரியம் பிடிவாதம் எல்லாம் பாத்தா, ஸ்திரபுத்தின்னு ஒத்தரும் சொல்ல மாட்டா. என்னை இப்படிப்படுத்தி எடுப்பது போராதா? என் குழந்தைகளுக்கும் இதே விதி விடியணுமா? வண்டியேற சமாத்தில் மாப்பிள்ளை நாகசாமிதான்னு குண்டைத் தூக்கிப் போடறார், பெண்ணுக்கு நீதின்னு கதை, பாட்டு கொட்டி முழக்கறார். அவனுக்கு என்ன வயசாச்சு? இத்தனை வயசு வித்தியாசத்தில் குடுப்பாளாங்கற எண்ணம்கூட இல்லையே? என்னால் நம்பவும் முடியல, நான் போறதுக்கு முன்ன ஏடாகூடமா எத்தயானும் செஞ்சுடுவாரோன்னு பயமாயிருக்கு...”

“அதெல்லாம் செய்ய மாட்டார். நீ கவலைப்படாதே செல்லம்மா நான் வந்து சொல்றேன்...”

“நீ வந்து சொன்னாக்கூடக் கேப்பாரோ, என்னவோ? முந்தையவர் இல்லை இப்ப. ஸ்நேகிதான்னு முன்ன இருந்த மாதிரி மதிப்பு மரியாதைகூட இல்ல. அநியாயமாக உடம்பைப் பாழாக்கிண்டு நேரம் நிஷ்டை ஆசாரம்னு இருக்கிறவாளை யெல்லாம் போலி, கபடம்னு பேசிண்டு இருந்தா யார்தான் மதிப்பா? எனக்குத்தான் மனசு கிடந்து அடிச்சுக்கறது. எப்படி விடறது? கடற்கரை, மடம், அங்கே இங்கேன்னு சுத்தசுவாதீனம் இல்லாதவன் மாதிரிதான் அலையறார்... மனசுவிட்டுப்போறது. இரண்டுங் கெட்டான் வயசில் பெண் குழந்தைகள். அவாளை வச்சிண்டு இவரிடம் நான் எப்படி என்ன பேசுவேன்..?”

அப்பாத்துரை அவளைத் தேற்றுகிறான். பார்வதிக்கும் இவளைப் பார்ப்பது ஆறுதலாக இருக்கிறது.

“உடனே கொண்டு விடறதுன்னு காகிதம் எழுதினப்புறம் எப்படி வச்சுக்கிறது? செல்லம்மா! குழந்தை எப்படி இருக்காடி? கூட்டிண்டு வரப்படாதோ?”

பார்வதியிடமும் அம்மாஞ்சியின் நடத்தை பற்றிப் பேசி சுமையைச் சற்றே இறக்கி வைக்கிறாள் செல்லம்மா.

குழந்தைகளை விட்டுச் சென்றிருப்பதால் அங்கே நிலைகொள்ளவில்லை.

அப்பாத்துரைக்குக் கொண்டுவிடவும் அப்போது அவகாசம் இல்லை. அவன் சேத்தூர் ஜமீனில் வேலை பார்க்கிறான்...

போன சுருக்கில் புறப்பட்டு வந்துவிடுகிறாள். அவள் அஞ்சினாற் போல் எதுவும் நடக்கவில்லை. குழந்தைகள் சந்தோசமாக இருக்கிறார்கள். பாட்டு, பேச்சு, வேடிக்கை எதுவும் குறையவில்லை.

அன்று ஞாயிற்றுக்கிழமை. இவர்கள் எல்லோரும் கடற்கரைக்குச் செல்லுகிறார்கள்.

சில நிமிடங்களில் நாகசாமியும் வந்து சற்று எட்ட அமருகிறான்.

செல்லம்மாளுக்குத் திக்கென்றிருக்கிறது. பேசுபவர் பாரதியேதான். ராஜாபகதூர் பாரிசில் இருந்து படிப்பு முடிந்து வருகிறானாம்.

எட்டு வருஷங்களுக்கு மேலாகிவிட்டது. புதிய சாஸ்திரங்கள், கலைகள் மேற்கே நன்கு வளருகின்றன. பஞ்சபூதங்களின் நுட்பங்கள் ஆராய்ச்சி செய்யப்பட வேண்டும். என்றெல்லாம் பாரதியே பேசுகிறாரே ஒழிய, மற்றவருக்கு அங்கே இடமிருக்கவில்லை.

கல்யாணப் பேச்சு வரும்போது தடைகூற அவள் சித்தமாக இருக்கிறாள்.

மகன் வரப்போகிறான் என்று அண்ணியம்மாள் வீட்டில் வரவேற்புக்காக வீட்டையே புதிதாக்கி அலங்கரிக்கின்றனர். அவன் வரப்போகும் நாளில் எல்லா உறவினர்களும் பார்க்க அழைப்பு விடுக்கின்றனர். ராஜாபகதூர் பாரதியின் அன்புக்கும் மதிப்புக்குமுரிய இளைஞனல்லவா? இவரும் நாள் முழுவதும் அங்கேயே அவனை வரவேற்கும் உற்சாகத்துடன் அவர்க ளுடைய உறவினர்களுள் ஒருவராகவே இருக்கிறார்.

துறைமுகத்துக்குச் செல்ல மோட்டார் வண்டி தயாராக இருக்கிறது.

அப்போதுதான் அந்தத் தந்தி வருகிறது.

தந்தியை அவரே நடுங்கும் கைகளால் பிரித்துப் படிக்கிறார்.

முகம் ஒரேடியாக வெளுக்க, அடியற்ற மரமாய் அவர் மூர்ச்சையாய் வீழ்கிறார்.

ராஜா பகதூரை ஏற்றிக்கொண்டு புறப்பட்ட கப்பல், ஜர்மன் குண்டுகளுக்கிரையாகிவிட்டதாம்.

இந்தச் சோகத்துக்கு எல்லையுண்டோ?

அங்கேயே பாரதி இருந்து அவர்களைத்தேற்றுகிறார். இந்திரஜித்தன் இறந்தபோது மண்டோதரி புலம்பிய கம்பராமாயணச் செய்யுள்களையும், குலசேகராழ்வார் பாடிய தசரதன் புலம்பலையும், உள்ளம் உருகப் பாடுகிறார். வீட்டையே விட்டு வந்திராத அரவிந்தரும் இந்தத் தம்பதியின் புத்திர சோகத்துக்கு ஆறுதல் கூற வருகிறார்.

"உங்கள் மகன் இறக்கவில்லை. விபத்திலிருந்து தப்பி விட்டான்" என்று மாற்றுத் தந்தி ஒன்று தயாரித்து அவரிடம் காட்டுகின்றனர். ராஜா பகதூரைப் போலவே உடையணிவித்து, ஓர் இளைஞரை அவரிடம் "நான் வந்துவிட்டேன், அப்பா!" என்று நடிக்கச் செய்கின்றனர்.

"நீங்களெல்லாரும் எனக்காக என் துயரை மாற்ற அன்பின் மிகுதியால் இப்படியெல்லாம் செய்கிறீர்கள். ஆனால் என் உள்ளுணர்வு நம்பவில்லையே?..."

புரண்டு படுத்தவர் துடிதுடித்து உயிரை விட்டுவிடுகிறார். அண்ணியம்மாளை யாரே தேற்றுவர்?

சோகம் வீழ்ந்த இந்த வீட்டில், சரியாக இருபத்தேழு நாட்களில், பெருமகிழ்ச்சியாய்ச் சூரியன் உதயமாகிறான். பெரியவர் வாக்குப் பொய்க்குமா?

ராஜாபகதூர், கப்பல் துன்டொன்றைப் பற்றிக் கரையேறி, பத்திரமாக வேறு கப்பலில் வந்து சேர்ந்துவிட்டான்!

"செல்லம்மா, முருகேசம் பிள்ளை மகனுக்காகவே உயிரை விட்டார். ஒருகால் அவர் இருந்திருந்தால் இவன் உயிர் பிழைத்து வந்திருக்க மாட்டானோ?..."

42

ஊரிலிருந்து மறுபடியும் கடிதம் வந்திருக்கிறது. ரத்னசாமிக்குக் கல்யாணம் நிச்சயமாகி இருக்கிறது. குழந்தைகளை அழைத்துக் கொண்டு செல்லம்மா புறப்பட்டு வர வேண்டும் என்று, செலவுக்கு இருபது ரூபாய் பணமும் அனுப்பியிருக்கிறான் அப்பாத்துரை.

செல்லம்மா மகிழ்ச்சியுடன் கையொப்பமிட்டு 'மணி ஆர்டரை'ப் பெற்றுக்கொண்டு கணவரிடம் வருகிறாள். கடிதத்தை அவர் பார்க்கிறார்.

"நீ மட்டும் போய்விட்டு வா. குழந்தைகள் வேண்டாம்."

செல்லம்மாளுக்குக் குபுக்கென்று கண்களில் நீர் நிறைகிறது. "ஏன்? சொந்த மாமாவின் கல்யாணத்துக்குக்கூடக் குழந்தைகள் வரக் கூடாதா?"

"ஆமாம், அவர்களை நான் அனுப்ப மாட்டேன். நீ போய்விட்டு வா!"

செல்லம்மா விழிகளைத் துடைத்துக் கொண்டு அகலுகிறாள். அவள் மனசில் உறுதி கொள்கிறாள். இவரிடம் ஏன் கெஞ்சிக்கொண்டு நிற்க வேண்டும்?

குழந்தைகளிடம் வந்து கேட்கிறாள்.

"தங்கம்மா, பாப்பா, உங்க மாமா கல்யாணத் துக்கு வர உங்களுக்கு ஆசையில்லையா? அப்பா அழைச்சிண்டுப் போகப்படாதுங்கறார்டீ!"

குழந்தைகள் என்ன சொல்வார்கள்.

"நான் உங்களை அழைச்சிண்டு போறேன். நீங்க வரேளா?"

குழந்தைகள் ஆசைப்படுவதும் இயல்புதானே?

பயணத்துக்குச் சித்தமாகிறார்கள். செல்லம்மா அவருடைய எத்தனையோ பிடிவாதங்களுக்கு விட்டுக் கொடுத்திருக்கிறாள்; துன்பங்களை ஏற்றிருக்கிறாள். ஆனால், இது அவர் சொற்படி கேட்கக்கூடிய விஷயமல்ல என்பதில் உறுதியாக இருக்கிறாள், சமுதாயக் கட்டு என்பது அவளை அறியாமல் அவளுள் அசையா விருட்சமாக வேரூன்றியிருக்கிறது.

தங்கத்துக்குக் குலம் கோத்திரம் பார்த்து உரிய முறையில் கல்யாணம் செய்து கொடுக்க வேண்டும். ஏற்கெனவே, வயசுவந்த பெண் என்றால், கழிக்கக் கூடிய வரிசையில் சேர்த்துவிடக்கூடும். இனியும் தாமதம் செய்வது சரியல்ல.

அம்மாக்கண்ணுவின் பிள்ளையைவிட்டு வண்டி கொண்டு வரச் சொல்கிறாள்.

போலீஸ்காரன்தான் தவறாமல் பின்தொடருகிறானே.

அவர் மாடியில் இருக்கையில், மானசீகமாகச் செல்லம்மாள் விடைபெற்றுக்கொண்டு குழந்தைகளுடன் கிளம்பிச் செல்கிறாள்.

சகுந்தலா மட்டும் 'அப்பா கோவிச்சுப்பாரே' என்று திரும்பிப் பார்க்கிறாள். ஆனால் வண்டி தெருமுனை கடந்து விடுகிறது.

அதுகாறும் தன்னுடைய மகிழ்ச்சி, ஆற்றாமை, கோபம் தாபம் எல்லாவற்றுக்கும் இலக்காக, சொந்தமாக அவர் செல்லம்மாளையே கொண்டிருந்திருக்கிறார். தம் உணர்வுகளுக் கெல்லாம் அவளும் பந்தப்பட்டவளென்றே கருதியிருக்கிறார்.

கவிதை என்பது தெய்வஅருள் கொண்டு அவரிடம் ஏற்பிக்கும் பொன்னின் மலர்க்கண்கள். ஆனால் மானுட உணர்வுகளில் கசடும் ஆணவ மலமும் கூடத்தான் வெளியா கின்றன. தேசம், உலகு மானிடத்துவம் என்று பரந்துபட்டு உணர்வுகள் பொங்கிய வழிகையில் கவிதை என்ற மலர்க்கண்களின் ஊடே பாயும் நேரம் தாங்கி அவருடைய காதலையும் மோதலையும் தாங்கும் ஒரே நிலையாகச் செல்லம்மா இருந்திருக்கிறாள். அந்த அரண் என்றுமே அவரை விட்டுக்கொடுக்காமல் தாங்கக் கூடியதென்று அவர் துணிவாக இருந்தார். ஏன், அப்படி ஒரு சிந்தையே அவரிடம் இல்லை.

செல்லம்மா ஒருத்திக்கே அவருடைய பலவீனங்கள் எல்லாம் தெரியும், மற்றவர் பலங்களை மட்டுமே அறிவர்.

தம்மைக் கேட்காமல், சொல்லாமல் இரண்டு பெண்களையும் அழைத்துக்கொண்டு அவள் ஊருக்குச் சென்றுவிட்டாள் என்ற உண்மையை அவரால் ஏற்க முடியவில்லை.

அந்தி வெளிச்சத்தில் அவர் கண்களைக் கவித்துக்கொண்டு எழுதிக்கொண்டிருக்கையில் அவள் சென்றிருக்கிறாள்.

குழந்தைகள் துணிமணி, கொடியில் சேலை இல்லை. கைப்பெட்டி இல்லை. நீர்கொண்டு செல்லும் கூசா இல்லை, சமையலறையில் அவருக்கு மட்டும் சாதம் வைத்து மூடியிருக்கிறாள் தோசை தயிரன்னம்...

அவருக்கு விளையாட்டுக் குழந்தையின் கைப்பொருளைப் பிடுங்கிவிட்டாற்போல் கோபம் வருகிறது. அந்தச் சாப்பாட்டைத் தூக்கிக் கொட்டுகிறார். கற்சட்டிகளைச் சுக்கல் சுக்கலாக உடைத்தெறிகிறார்.

செல்லம்மா . . . செல்லம்மா என்னை விட்டுவிட்டு, சொல்லாமல் நீ மட்டும் போயிருக்கிறாய்? நீ சுதந்திர முள்ளவள்... குழந்தைகளையும் அழைத்துக்கொண்டுபோனாய்! அடி! உனக்கு என்ன துணிச்சல்! நான் தளைப்பட்டுக் கிடப்பதைக் குத்திக் காட்டிக்கொண்டு போகிறாய்! அடி! இதுவா சதிபதி லட்சணம். நானொருவன் துன்பப்படுவதை நீ வேடிக்கை பார்க்கிறாய்!

சிறு குழந்தைபோல் தேம்பித் தேம்பி அழுகிறார். இரவு முழுவதும் அவர் கதவைத் தாளிட்டுக்கொண்டு பயித்தியம் பிடித்தநிலையில் புலம்புகிறார்.

“செல்லம்மா! நீயா இப்படிச் செய்தாய்? நீ சதி செய்யலாமாடி? இன்பத்திலும் துன்பத்திலும் பங்கிருப்பேன் என்று நீ சொல்லவில்லை? என்னை... உயிரோடு கலந்த அமுதம் என்று உன்னைக் கொண்டாடுகிறேனடி, இதற்கு மரணம் கிடையாது என்று இறுமாந்திருந்தேனடி! பொய்யாக்கிவிட்டாயே!

வார்த்தை தவறிவிட்டாய்! – அடி செல்லம்மா
மார்பு துடிக்குதடி!
பார்த்தவிடத்திலெல்லாம் – உன்னைப் போலவே
பாவை தெரியுதடி!

சித்தம் பேதலித்த நிலையில் பாடுகிறார், கண்ணீரருவி பொழிகிறது.

அவள் உண்மையில் குற்றமில்லாதவள்தான். இந்தச் சதிகாரச் சனாதன மரபுகளில் சிக்கிக்கொண்டு இப்படித் துரோகியாகப் பெண்ணுக்குக் கல்யாணம் செய்யப்போகிறாள்.

பாப்பாக்கண்ணு! நீ கூடச் சொல்லவில்லையே?

விடிந்ததும் கதவைத் திறந்து போட்டுவிட்டுக் கடற்கரைக்குப் போகிறார். அமைதி கிடைக்கவில்லை. நாகசாமியின் கடைக்குப் போகிறார்.

"நாகசாமி! நான் என்ன சொல்வேண்டா? என் செல்லம்மா ஊருக்குப் போயிட்டாடா? அவளுக்கு என் சொல் இஷ்ட மில்லை. தங்கம்மாளுக்குக் கல்யாணம், அவள் இஷ்டப்படி செய்யணும்னே குழந்தைகளைக் கூட்டிண்டு, என்னிடம் சொல்லாமல் போயிட்டா?"

சிறு குழந்தைபோல் கண்ணீர் விட்டுக் கரையும் அவரைக் கண்டு நாகசாமி துணுக்குறுகிறான். ஆறுதல் கூறித் தேற்ற முயலுகிறான். ஆனால் அங்கும் பொருந்தவில்லை...

தோப்பு, மடுக்கரை என்று கால்போன வழி நடக்கிறார்.

அவர் எப்போதேனும் தம் மக்களுக்கு எதிராக, மனைவிக்கு எதிராக அவர்கள் கெட வேண்டும் என்று நினைத்திருப்பாரா? செல்லம்மா ஏன் புரிந்துகொள்ளவில்லை?

செல்லம்மா! ஏண்டி புரிந்துகொள்ளவில்லை? இந்த மானுடச் சமுதாயத்தைப் பேயாய் ஆட்டும் வழக்கங்களைத் தள்ளி மிதிக்கத்தாண்டி சொல்கிறேன்? கிருதயுகம் வர வேண்டும் என்று நான் பராசக்தியைக் கேட்கிறேனடி!

தலை கனக்கிறது உடல் எரிவதுபோலிருக்கிறது.

மீண்டும் வீடுவருகிறார் அம்மாக்கண்ணு ஏதோ சொல்ல வருகிறாள். செவிகளில் ஏறவில்லை. செல்லம்மா, அவரை உதாசீனம் செய்துவிட்டுப் போய்விட்டாள். தையலை உயர்வு செய். பெருமையும் மேன்மையும் பெற வேண்டும் என்று தானடி விரும்புகிறேன்! நீங்கள் இருட்சிறைக்கு என்னை இழுப்பீர்களா? புத்தகம் படிக்கத் தோன்றவில்லை, தம்மைச் சுற்றிப் பார்க்கிறார். எழுதிக் குவித்த எண்ணற்ற பாட்டுகள் குயில் – நிசத்தில் பாடாத, கூவாத, பெண்குயிலைப் பாடவிட்டுப் பேசவிட்டுக் கவிதை செய்தார்! பாஞ்சாலி சபதம்...

எண்ணற்ற விளக்கங்கள் – எல்லாம் எதற்காக!... எல்லாம் எதற்காக? செல்லம்மா உதாசீனம் செய்துவிட்ட பிறகு?...

இந்த நேரத்தில், சுப்புரத்தினம், ஐயாவைப் பார்க்க வருகிறான். அவன் வரும்போதே அம்மாக்கண்ணு அவனிடம் சாடையாகத் தெரிவிக்கிறாள்.

“ராத்திரி முச்சூடும் காலையிலும் ஒண்ணும் சாப்பிடல. பேசல...”

சுப்புரத்தினம் வெளியே ஓட்டலுக்குச் சென்று, நெய்த்தோசையும் காப்பியும் வாங்கிவருகிறான்.

தண்ணீர் எடுத்து வைத்து, “சாப்பிடுங்களையா. பட்டினி கிடக்கலாமா?” என்று வேண்டுகிறான்.

அவர் எழுதிக் காட்டுகிறார்.

“செல்லம்மா, பிடிவாதமாக ஊருக்குப் போய்விட்டாளே, குழந்தைகளுடன்.”

“அம்மா கல்யாணத்துக்குத்தானே போயிருக்காங்க? வந்துடுவாங்க. இதுக்குப் போய் இப்படி வருத்தப்படலாமா?”

அவர் மீண்டும் எதுவும் எழுதவில்லை. துயரம் கட்டிய முகம்... எப்போது வெடிக்குமோ என்று தோன்றுகிறது.

சுப்புரத்தினம் சிறிது நேரம் பேசாமலிருக்கிறான். உடனே தனது பாடலைப் பாடுகிறான்.

கெஞ்சுவதன் பயனோடி – அம்மா
கேடு வந்து சேருவதுன் தயவோடி – எனை
மிஞ்சவிடமனமில்லையே நாங்கள்
மேநிலையிலிருந்ததை அறியாயோ – இந்த
மஞ்சிறுயர் வானமறிய – இந்த
மண் அறியத்தேவி உந்தன் மனமறிய நாங்கள்
பஞ்சையெனப் பறந்ததுண்டோ – இந்தப்
பாரிலுள்ள தேசங்கள் இகழ்ந்ததுண்டோ...
முப்பத்து முக்கோடி ஜனங்கள் – நாங்கள்
மோசமறியாதிருந்தோம் முனிவர்மக்கள்
இதைச்செப்பிடினும் பிறர் அறியார் – இந்தச்
செகமுழுதிலும் கொண்டபகைமையிலே – நமர்
ஒப்பி அந்தத்துரைத்தனத்தார் – ஐயம்
ஓங்கி நிற்கவே படைதாங்கியிருந்தோம் நாம்
கப்பல்மிசைக் கடல் கடந்தோம் முன்னர்
கண்டறிந்திடாதபல தேச மடைந்தோம் (கெஞ்)

நொண்டிச்சிந்து மெட்டில் உருகும் பாடல். புண்பட்ட இதயத்துக்கு மருந்தாகி, மாயமாகி ஆறுதல் நல்குகிறது.

“பலே... பாண்டியா... பலே...” என்று தட்டிக் கொடுக்கிறார். மகிழ்ந்துபோகிறார். நெய்த்தோசையும் காபியும் இதமாக இருக்கின்றன.

இந்த இதமான இளவெயிலும் பூஞ்சாரலும் எப்போதும் இருக்க முடியுமா?

வீட்டைத் திறந்து போட்டுவிட்டுச் சுற்றியலைகிறார். பழகியவர்கள் முகம் கூடப் பிடிக்காத வெறுப்பும் கூடுகிறது. மௌனத்துள் அமைதியான சித்தத்தை நிலைநிறுத்த மயக்கும் பொருளை உட்கொண்டும் கூடச் சஞ்சலம் தீரவில்லை.

வாழ்நாளின் கடந்த காலங்களின் ஆழங்களில் சென்றும் கூடச்சிறுமை நினைவுகளைச் சஞ்சலங்கள் மேற்பரப்புக்குக் கொண்டு வருகின்றன.

சிறுமைகளுக்கெல்லாம் காரணம் பொருளின்மைதான்.

பொருளிலார்க்கிலை யிவ்வுல கென்ற நம்புலவர் தம் மொழி பொய் மொழியன்றோ.

பொருளிலார்க்கினமில்லை, துணையிலை – பொழுதெலா மிடர் வெள்ளம் வந்துறமென்பது மிகச்சரியானது. தந்தையின் தோல்விக்குக் காரணம் அதுவே, பொருளின்மையில் எப்போதும் புல்லருக்கு அடிமை செய்யும் கட்டாயம்வரும்.

“இவனுக்கு ஊருக்கு எப்படிப் போக முடியும்? நான் சொல்லி அனுப்பினால்தானே போக முடியும்?”

காசியில் படிக்கும் காலத்திலேயும் சிறுமை. விசுவநாதன் ஜமீன்தார் . . . பொருளில்லாமையால் மதிப்பில்லை. அதனால் அவர் கவிதைக்கும் மதிப்பில்லை. மூன்றாம் பரிசு கொடுத்தார்கள்! தாகூர். நோபல் பரிசைப் பெற்றான். இவர் கவிதைக்கு... பாஞ்சாலி சபதம்..! அது ஒன்று போதாதா?...

மீசை முறுக்கிக்கொண்டு தம்மைத் தாமே பெருமிதமாகப் பார்த்துக்கொள்கிறார் . . . ஆம். இவர் கவிதை, சொல்புதிது பொருள்புதிது, நவநவமாகத் தமிழுக்கு அணி செய்யும் கவிதைகள். ஆனால் . . . ஆனால் செல்லம்மாவே அவரை அலட்சியம் செய்துவிட்டுப் போயிருக்கிறாளே?

நரம்புகள் புடைக்கின்றன. எல்லாவற்றையும் நிர்மூலமாக்கி விட வேண்டும் போன்றதொரு வெறி அவரை ஆட்கொள்கிறது.

சிறுமை . . . சிறுமைகளைத் துடைக்க வேண்டும். அவள் ராச்சியமோ?

வீட்டிலிருக்கும் படுக்கை துணிமணிகளை எல்லாம் வாயிலில் வரும் பரதேசிக் கும்பலைக் கூப்பிட்டுக் கொடுக்கிறார். அவருடைய துணிகளையும் கொடுக்கிறார்.

“தருமவான்! எல்லாம் கொடுக்கிறார்!” என்று பிச்சைக்காரர் மகிழ்ச்சியடைந்து செல்கின்றனர்.

அம்மாக்கண்ணு அவரை விடாப்பிடியாகப் பற்றி ஏதேனும் உணவு கொள்ளச் செய்வதும், சுப்புரத்தினம் அல்லது கோவிந்தன் அவரை மகிழ்விக்க உடனிருப்பதுமாகப் பத்துப் பதினைந்து நாட்கள் செல்லுகின்றன.

திருமணம் நடந்தேறி இரண்டு நாட்களுக்குள் செல்லம்மா, கடயத்தில் தங்காமல் பாப்பாவுடன் புறப்பட்டு வந்துவிடுகிறாள்.

வாசலில் வண்டியிலிருந்து இறங்குகையில் அம்மாக்கண்ணு தான் வரவேற்கிறாள்.

செல்லம்மாள் சாமான்களை இறக்கிக்கொண்டு உள்ளே நுழைகிறாள். விறிச்சென்றிருக்கிறது. கொடியில் கிடந்த பழைய புடவை எங்கே? பாப்பாவின் நீலச்சீட்டிப் பாவாடை சட்டை இரண்டையும் காணவில்லை! படுக்கை வைக்கும் இடத்தில் ஒன்றும் இல்லை! சமையலறை...

குப்பென்று காதடைப்பது போல் வருகிறது செல்லம்மாளுக்கு.

அடுப்பில் ஏதோ காகிதம் பொசுக்கிப் பால் சுடவைத்திருக் கிறார் போலிருக்கிறது. மற்றபடி, வெண்கலப் பானை, கற்சட்டி கற்பானை ஜாடி எல்லாம் எங்கே? அஞ்சறைப் பெட்டி, உப்பு புளிப்பானைகளைக்கூடக் காணவில்லையே? அகப்பைத் தூக்கில் எதுவுமேயில்லை!

“அடீ, அம்மாக்கண்ணு! போலீசார் வந்து இப்படியும் கொள்ளைகொண்டு போவானா? அரப்புப்பொடி கரைக்கும் மரவட்டையைக்கூடக் காணலியே? எங்கேடி எல்லாம்? ஐயா எங்கேடீ? பாவி நான் போனதும் இந்தண்டை போலீசு புடிச்சிண்டு போயிடுத்தா? எல்லை தாண்டிப் போயிட்டாரா?”

அம்மாக்கண்ணு, “ஒன்றும் இல்லை, கவலைப்படாதே” என்று சாடை காட்டுகிறாள்.

“நீங்க போனதிலேந்து அவரு மனசொண்ணும் சரியில்லேம்மா, சமையல்கட்டுப் பாத்திரங்களெல்லாம் நாந்தான் பத்திரமாக் கொண்டிட்டுப் போயி வச்சிருக்கிறேன்.” என்று சொல்லிச் சென்றவள், சிறிது நேரத்தில் குடம், செம்பு முதலிய பாத்திரங்களைக் கொண்டு வருகிறாள்.

செல்லம்மா செய்வதறியாதவளாக நிலைப்படியில் சாய்ந்து நிற்கையில் புயல் போல் அவர் வருகிறார். அவள் முடியைக் கையில் பற்றி உலுக்குகிறார்.

"தங்கம்மா எங்கேடீ? தங்கம்மா எங்கே?... என்னைக் கேட்காமல் போய்க் கல்யாணம் பண்ணிக் குடுத்துட்டியா? குடுக்கலாமா?... எங்கேடி தங்கம்மா?"

செல்லம்மாவுக்கு நோவுதாளாமல் கண்கள் குளமாகின்றன. முடியை விடுவிக்கிறாள் சிரமப்பட்டு.

ஏனிப்படி மனசில எத்தையோ நினைச்சு வச்சிண்டு கூத்தடிக்கிறீர்? பெண்ணைக் கல்யாணம் பண்ணிக் கொடுக்க வேண்டாம், கன்யா மடம் கட்டுவீர்! இப்படி அக்கிரம் பண்ணலாமா? வீட்டுச் சாமான், துணிமணி ஒண்ணுமில்ல. உங்க அட்டகாசத்துக்கு எல்லையில்லையா?"

"என் பேச்சைக் கேக்காம, அவளைக் கூட்டிண்டுபோய் எந்தப் பொய்ச்சாத்திரிக்கோ கல்யாணம் பண்ணிக் குடுத்திருக்கே! செல்லம்மா! நீ என்னை அலட்சியம் செய்தாய். எனக்குப் பொறுக்கவில்லை. கீழ்மக்கள்... பேடிகள்!"

"இப்ப யார் கல்யாணம் பண்ணிக் குடுத்திருக்கா? கல்யாணம் விளையாட்டா?"

"பின்ன ஏண்டி தங்கம்மாவை அழைச்சிண்டு வரல?... ஏண்டி..!..."

அவரால் அமைதி காக்க முடியவில்லை. மௌட்டீகம், பேதைமை, முட்டாள் தனம் இனிப்பொறுக்க முடியாது...

அவளோ சத்தியமா ஒன்றும் நடந்துவிடவில்லை? என்று சொல்கிறாள்.

ஆனால் தங்கம்மாவை ஏன் விட்டுச் செல்லவில்லை? ஏன் கூட்டி வரவில்லை. கண்கள், வெறித்துச் சூனியத்தைப் பார்க்க நிலைக்கையில் செல்லம்மா பயந்தே போகிறாள். சாப்பிடச் சாதம் போட்டு, அழுது கெஞ்சி பாப்பாவைக் கூப்பிடச் சொல்கிறாள். இரண்டு வாய் போட்டுக்கொண்டு மீதியை அப்படியே முற்றத்தில் எறிகிறார்.

அவள் யாரிடம் போய்ச் சொல்லுவாள்?

சுப்புரத்தினம் வருகிறான். அப்போதுதான் வெறிபிடித்தாற் போல் பாஞ்சாலி சபதத்தைப் பாடித் தீர்க்கிறார். சிறிதுநேரம் அவள்மீது பாய்ச்சலில்லை.

செல்லம்மாளுக்கு ஒருநாள் செல்வது யுகமாக இருக்கிறது.

இரண்டு மூன்று நாட்களே கழிந்திருக்கின்றன. இரவு உடல் அயர்வினால் இடைஇடையே தூங்கும் தூக்கம்தான்,

எப்போது வெளியே செல்கிறாரோ, வருகிறாரோ என்று தூக்கி வாரிப்போட விழிப்பு வந்துவிடுகிறது.

அன்று விடியற்காலையில் அவள் விழித்துப் பார்க்கிறாள். அவர் படுத்திருக்கவில்லை. வீடு முழுவதும் பார்க்கிறாள், இல்லை. கடற்கரை, தோப்பு, மடம் எங்கேனும் இருப்பாராக இருக்கும். ஆனாலும்... இத்தனை நாட்களில் இப்படி நடந்த தில்லையே?

அவர் சொற்படி தங்கம்மாவை விட்டுப்போயிருந்தால்... அப்போது குழந்தைகளை விட்டுப் போனபோது பாப்பா கூடச் சந்தோஷமாக இருந்தாள். கூட்டாஞ்சோறு செய்தோம் அம்மா, எல்லோரும் நம் வீட்டில்தான் சாப்பிட்டார்கள். 'அமிர்தம், நன்னாருக்கு என்பார்... என்றெல்லாம் சொன்னாளே பாப்பா!...

நாகசாமிக்கு வயசாயிடுத்து, நம்ம குழந்தைக்கு வேற நல்லவரன் பார்க்கலாம்னு நல்லபடியாக எடுத்துச் சொல்லி யிருக்கலாமோ?

தெய்வமே ஏனிப்படிச் சோதனை செய்கிறாய்?

அம்பாள் உபாசனை செய்தவர்களுக்குச் சித்தம் பேதலிக்கும், பாலே மந்திர உபாசனை பண்ணினவர்கள் யாரும் கஷ்டப்படாமல் வாழ்ந்ததில்லை என்பார்கள். எல்லாவற்றுக்கும் ஒரு நியாயம், கிரமம், மடி, சுத்தம் எல்லாம் வேண்டும் என்பார்களே? அதனால்தான் இப்படிப்படுத்துகிறதோ?

தன் கணவரின் நடத்தை மற்றவர்கள் சிரிக்கும் நிலையில் இழிந்துவிட்டிருப்பதை உணர்ந்துகொண்டு இவள் யாரிடம் போய்ப் பரிகாரம் கேட்பாள்?

அவரை நடுப்பகலாகியும் காணவில்லை. சுப்பு ரத்தினத்தைத் தவிர வேறு யாரிடம் அவள் சொல்லித் தேடச் சொல்லுவாள்?

கோவிந்தனை அனுப்பிச் சுப்புரத்தினத்தைக் கூட்டிவரச் சொல்கிறாள்.

சற்றைக்கெல்லாம் அவன் விரைந்து வருகிறான். அவள் முகத்தைக் கண்டு திடுக்கிடுகிறான்!

"என்னம்மா?"

"சுப்புரத்தினம், ஐயரைக் காணலேப்பா, எங்கே போனார், என்ன செஞ்சார்னே தெரியல. இந்தத் தடவை நான் ஊருக்குப் போனதே தப்பாயிடுத்து... நான் என்னப்பா செய்வேன்?"

“கவலைப்படாதீங்கம்மா! நான் போய்ப் பார்த்து எப்படி யானும் எங்கிருந்தாலும் கூட்டிட்டு வந்திடறேன் கவலைப் படாதீங்க,”

“வயிற்றுக்கு ஒண்ணுமே சாப்பிடறதில்ல. நீ வந்து சொன்னபோது நேத்துத் தின்ன ரெண்டு விள்ளல் தோசை காப்பி தான், நான் என்ன பண்ணுவேன்...”

“நீங்க கவலையே படாதீங்கம்மா. அவர் எங்கும் போயிருக்க மாட்டார்...”

சுப்புரத்தினம், அம்மாகண்ணுவையும் கோவிந்தனையும் அழைத்துக்கொண்டு அந்த வெய்யிலில் செல்கிறான்.

கோவிந்தனை ஒருபக்கம் போகச் சொல்லிவிட்டு, அம்மாக்கண்ணுவை அவருக்குப் பிடித்ததாகத் தின்பதற்கு ஏதேனும் செய்துகொண்டு வரச்சொல்கிறான்.

பின்னர், ரயில் நிலையத்தின் பக்கம் செல்கிறான். அவன் எதிர்பார்த்தது சரிதான். புடவையிலிருந்து கிழித்த வண்ணத் துணித் தலைப்பாகையுடன் ரயிலடி மேடையின் நீளத்துக்கு அப்படியும் இப்படியுமாக நடைபோட்டுக்கொண்டிருக்கிறார்.

சுப்புரத்தினம் அவர் முன் முட்டுவது போல் செல்லாமல், கண்ணில் படும்படி குறுக்கே வந்து நிற்கிறான்.

“ஐயா, என்ன இது, இங்கே வந்திருக்கீங்க”...

“சுப்புரத்தினமா! நாம் இனி இங்கே இருக்கப்போவ தில்லை... பிரிட்டிஷ் இந்தியாவுக்குப் போவதாகத் தீர்மானித்து விட்டேன். செல்லம்மாளுடன் இனி இங்கே குடும்பம் செய்ய முடியாது!”

ஒருகணம் திடுக்கிட்டாலும் சமாளித்துக்கொள்கிறான். அவர் வேகம் குறுக்கே தடைசொல்வதனால் தணியப் போவதில்லை என்று உணருகிறான்.

“நீங்க போறதப்பத்தி நான் ஒண்ணும் சொல்றதுக்கில்ல ஐயா ஆனா, ஒரு விஷயம்... இன்னிக்குப் போறேங்கறீங்களே?... அதுதா...”

தயங்கி தயங்கி இழுக்கிறான்.

“தீர்மானிச்சாச்சு. எதற்கு இங்கே ஒளிஞ்சு குடும்பம் நடத்தணும்? என் சொல்லுக்கு மீறி மௌட்டீகத்தையே பிடித்துக்கொள்வோம்னு நடப்பவர்களோடு குடும்பம் எதற்கு? குடும்பமில்லேன்னா, இங்கே எதுக்காக ஒளியணும். பிரிட்டிஷ்

எல்லைக்குப் போறேன். பகிரங்கமாக நாட்டுக்குத் தொண்டு செய்வேன்!"

"அடடா, அதுக்குச் சொல்லலீங்கையா, இன்னிக்கு ராத்திரி... ராமையா, டிராமா செட், வராங்க, பாமா விஜயம், அவங்க நாடகம் ரொம்ப அற்புதம். அந்த அற்புதக் கலைஞர்களின் ஆட்டம் பார்க்காமல் நீங்கள் ஊருக்குப் போவது எனக்குச் சரியாத் தோணல ஐயா... அதான்... நீங்க இன்னிக்குப் போறதுங்கறதைத் தள்ளிப் போடுங்களேன்னு..."

"அப்படியா?..."

பளிச்சென்று மின்னல் வெட்டி, காட்சி மாற்றம் வந்தாற் போல் முகபாவம் மாறிவிடுகிறது.

"நீங்க பார்க்கணும் அவங்க ஆட்டம்..."

"அப்பசரி. பார்த்துவிடுவோம்..."

சுப்புரத்தினம் ஒரு பட்டு நூலை விட்டுக் கொக்கியாய் இழுத்துவிடுகிறான்.

பிறகு நாடக மேடைக்காரர்களைப் பற்றிய பேச்சு தொடருகிறது. சந்தச்சாவ சங்கீத சாகித்திய ராஜ போஜ சிங்கங்களின் ராஜபார்ட், எட்டுக்கட்டை சுருதியில் பாடக் கூடிய தொண்டைக்காரர்கள். எனக்கு எதிரியில்லை என்று மார்தட்டிக் கொண்டு வரும் பாட்டுக்காரர்கள், நல்லதங்காள், லங்கா தகனக் காட்சிகள் என்று பேசிக்கொண்டே அவரை அழைத்து வருகையில் அம்மாக்கண்ணு தெருவோரம் எதிர்ப்படுகிறாள். கூடையில் மிளகாய்த் தாளிப்பு மணக்க, முழுப்பயறு வேக வைத்த சுண்டல்...

"சாமி! சுண்டல் சாப்பிடுறீங்களா?..."

"அட... அம்மாக்கண்ணு!... சுண்டலா? கொண்டா!"

இலைக் கிழிசலில் வைத்து, திண்ணை ஓரத்தில் சுண்டலைச் சாப்பிடக் கொடுக்கிறாள். செம்பில் நீரும் கொண்டு வந்து வைக்கிறாள்.

பசித்த வயிறு, இறங்கும்பொழுது, சுண்டல் மிக ருசியாக இருக்கிறது.

"ஆகா! அம்மாக்கண்ணு! இதன் சுவைக்கு ஈடு இணை யுண்டோ? அபார ருசி!"

சுப்புரத்தினம், ஒரு படி மேலே செல்கிறான். "தேவாம்முதம்..."

பாரதி செல்லம்மா

"ஆம், அமுதம் உண்டோம். அம்மாக்கண்ணு! அமுதமே உண்டோம்! பராசக்தி உன் சொரூபம்..." என்று மகிழ்ந்து கொண்டாடுகிறார்.

இவர்கள் உண்டு முடிந்து நீரருந்தும் நேரத்தில் ஒரு புஷ்வண்டி காலியாகப்போகிறது.

தாசன் வண்டியை மறித்து நிறுத்துகிறான்.

பாரதி ஏறி அமருகிறார். "ஓட்டடா ரதத்தை."

எல்லை கடப்பது மறந்தேபோகிறது. புதுவை வீதிகள் அமரர் உலகமாகிறது.

43

ரத்னசாமியின் கல்யாணம் முடிந்த கையுடன் செல்லப்பா ஐயர் உடம்பு சரியில்லை என்று படுத்தவர்தாம். எழுந்திருக்கவேயில்லை.

தந்தை இறந்த செய்தியைச் சுமந்து செல்லம்மாளுக்குத் தந்தி வருகிறது.

செல்லம்மா என்ன செய்வதென்றறியாமல் சிலையாகிறாள்.

தந்தியைப் பார்த்த பாரதி சலனமே காட்ட வில்லை.

ஒன்றுமே அறியாதவர் போல் மௌனமாக இருக்கிறார்

"அப்பா போனதற்குக்கூட ஊருக்குப் போகக் கூடாதா? இப்படித் தண்டனை பெற நான் என்ன குத்தம் செஞ்சேன்?"

எந்த மறுமொழியும் வரவில்லை.

"பெண்ணுக்குச் சுதந்திரமாம்! உங்களுக்கு எதிர்ப்புக் காட்ட வேண்டுமானால் சமயலறையில் போய் வேலை செய்யாதீர்கள்! அப்படிச் செய்ய உரிமை உங்களுக்கு இருக்கிறது!" என்றெல்லாம் முழக்குவீர்கள்! அப்படி இருக்க முடியுமா..?"

உள்ளூறப் பொருமுகிறாள்.

ஆனால் அவரைப் பட்டினி போட அவளால் முடியுமா? அவர் உடம்புதான் எப்படியாகி

விட்டது? ராஜகளையுடன் விளங்கிய அந்த மேனி நிறம், மினுமினுப்பு, எல்லாம் எங்கே? கறுத்து, கண்களைச் சுற்றி மெருகிழந்து, வேளையில்லாமல் கால்போனபடி திரிந்து, எப்படிப் போய்விட்டார்? அவருக்குச் சுகமுண்டா?

துயரமும் கவலையும் மேலிடும்போது ஒருவேளை சாப்பிடாமல் இருக்கலாம். பிறகு?

அம்மாக்கண்ணுதான் தட்டுமுட்டென்று கடனுக்குச் சமான் வாங்கி வருகிறாள்.

அன்று சுப்புரத்தினமும் இருக்கிறான்.

"ஒரு பெண்ணாய்ப் பிறந்ததற்குத் தகப்பனாருக்கு இறந்த கடன் பாவிக்கக்கூட உரிமையில்லைன்னு ஆயிடுத்தே!..."

விம்மல் வெடிக்கச் சேலைத்தலைப்பால் முகத்தை அழுத்திக்கொள்கிறாள்.

அவரும் குழந்தையாகிவிடுகிறார். தம் தந்தை மரணம், தாயின் அவலம் எல்லாம் நினைவுக்கு வந்துவிடுகின்றன.

"செல்லம்மா! நீ போயிட்டுவா! உன்னைப் போகக் கூடாதுன்னு நான் தடுக்கலே!" குரல் தழுதழுக்கிறது.

அவள் சென்ற பிறகு வீடு சூனியமாகிவிட்டாற்போல் தோன்றுகிறது.

எமக்கு எப்போது விடுதலை கிடைக்கும் என்ற ஏக்கம், குரலை உசுப்பிவிடுகிறது.

தேடிச்சோறு நிதம் தின்று – பல
சின்னஞ்சிறு கதைகள் பேசி, மனம்
வாடித்துன்ப மிகவுழன்று – பிறர்
வாடப் பல செயல்கள் செய்து – நரை
கூடிக்கிழப்பருவ மெய்தி – கொடுங்
கூற்றுக்கிரையெனப்பின் மாயும் – பல
வேடிக்கை மனிதரைப் போல – நான்
வீழ்வேனென்று நினைத்தாயோ?...

கடன், வறுமை, உடல் தொல்லை, உள்ளம் நோகும் கவலை, இவற்றில் என் லட்சியங்கள் மடிந்துபோகுமோ? பாரததேவி! உனக்கு விடுதலை எப்போது? எங்களுக்கு விடுதலை எப்போது?

ஐயரையும் மண்டயம் ஆசாரியரையும் அன்று கடற்கரையில் பார்க்கிறார்.

"எத்தனை நாட்கள் ஸ்வாமி இங்கு சாம்பார் சாதம் சாப்பிட்டுக்கொண்டு உட்கார்ந்திருப்பது?"

ஐயர் சிரித்துக்கொண்டு நினைவூட்டுகிறார். "பாஞ்சாலி சபதத்தில் நீரே அருச்சுனன் வாய் மொழியாகக் கொடுத்து விட்டுக் கேள்வியும் கேட்கிறீரே? இன்று கட்டுண்டோம், பொறுத்திருப்போம், காலம் மாறும், தருமத்தை அப்போது வெல்லக் காண்போம்!"

தம்பி விசுவநாதன் கடிதம் எழுதியிருக்கிறான். சென்னையி லிருக்கிறான்.

படிக்கிறான். தந்தைபோன பின் அவனுக்கும் தமையன் தானே ஆதரவு கொடுக்க வேண்டும்?... சில நாட்களுக்கு முன் எட்டயபுரத்திலிருந்து தங்கை லட்சுமியும் கூடப் பண உதவி கோரிக் கடிதம் எழுதியிருந்தது நினைவுக்கு வருகிறது.

பிரசவத்துக்கு வந்திருக்கிறாள்; குழந்தை பிறந்து இறந்து போயிற்றாம்.

சொந்தம், பந்தம், பாசம் எதுவுமில்லை. ஈரமில்லாமல் வற்றும் வாழ்க்கை ஒரு வாழ்க்கையா?

செல்லம்மா அதிக நாட்கள் தங்காமல் உடனே வந்து விடுகிறாள்.

மீண்டும் பணம்... பொருள்... அது தேவை.

வா.ரா.வுக்கு விநாயகர் ஸ்தோத்திரத்தை அச்சுப் போட அனுப்பியிருக்கிறார். மேலும் பாஞ்சாலி சபதம் அச்சிட, பணம் சேகரித்து அனுப்பும்படி கோரியிருக்கிறார். அவன் பதிலே போடவில்லையே!

செல்லம்மா திரும்பிவருகிறாள்; ஆனால் இப்போதும் தங்கம்மாளை அழைத்து வரவில்லை.

அவர் கோபம் பொங்கிப் பொங்கி வருகிறது. பழகிய பண்டங்களில் நாள் பட்டு வரும் வெறுப்பாகக் குமைந்து கிளர்ந்து வெடிக்கிறது.

செல்லம்மா பொறுக்க வேண்டியிருக்கிறது. அவர் வெளிச் சென்றால் வீடு திரும்பும் வரையிலும் அடி மனசின் அச்சம், அவளுடைய பசி, உறக்கம் எல்லாவற்றையும் கொள்ளை கொள்கின்றன. அவர் வானைநோக்கிச் செல்லும் வாணம் போல் பாட்டுக்களைப் பாடுகிறார். வாணம் தனது அழகிய வண்ணங்களை வானுக்குக் காட்டிவிட்டு எஞ்சிய கரியையும் புகையையும் பூமிக்கு அளிக்கிறது.

அவள் பூமி. அவள் பாறை. அவளால் நடைமுறை உலகை உதாசீனம் செய்ய முடியவில்லை. உதாசீனம் செய்தால் அவளை

அந்த உலகின் ஈரங்கள் அடையவொட்டாமல் தடுத்துவிடும். அவளையும் குடும்பத்து நாதனான அவரையும் அந்த அபூர்வமான சக்தியையும் வறட்டி ஒன்றுமில்லாமலாக்கிவிடும்.

அன்று 'செல்லம்மா' என்று கூப்பிட்டுத் தம்பிக்கு எழுதிய கடிதத்தைக் காட்டுகிறார். கடிதம் எத்தனை அன்பும் பாசமுமாக எழுதியிருக்கிறார்! அவரிடம் ஒளிவுமறைவேது?

"எனக்கு இனிமேல் இங்கிலீஷில் காயிதம் எழுதாதே, நீ எழுதும் தமிழ் எத்தனை கொச்சையாக இருந்தபோதிலும் அதைப் படிக்க நான் ஆவலுறுவேன். கொச்சைத்தமிழ்கூட எழுத முடியாவிட்டால் ஸம்ஸ்கிருதத்தில் காயிதம் எழுது. திருப்பயணம் ராமஸ்வாமி ஐயங்கார் என்னிடம் விநாயகர் ஸ்தோத்திரம் தமிழ்நூல் அச்சிட வாங்கிக்கொண்டு போனார். இன்னும் அச்சிட்டனுப்பவில்லை. மேலும் அவர் பாஞ்சாலி சபதம் அச்சிடும் சம்பந்தமாகப் பணம் சேகரித்துப் பட்டணத்துக்கனுப்புவதாகச் சொன்னார். அங்ஙனம் அனுப்ப முடியுமானால், உடனே புதுச்சேரியில் எனது விலாசத்துக்கனுப்பும்படி ஏற்பாடு செய்…"

இவருக்குச் சித்தப் பிரமை என்றால் நம்புவார்களா? ஒளிவு மறைவு, கபடமில்லாத ஒரே மாதிரியான எண்ணங்கள்.

அன்று அவளுக்கெழுதிய முதல் கடிதத்தில், "கவலைப்படும் நேரத்தில் தமிழை நன்றாகப் படி என்று எழுதிய அதே ஆர்வம் இன்று தம்பிக்கு எழுதும் கடிதத்திலும் இருப்பது கண்டு மனம் கரைகிறது.

அவளும் யோசித்து யோசித்துப் பார்க்கிறாள். அவரிடம் வஞ்சனையே கிடையாது. எழுதுகிறார்! உழைக்கிறார். ஆனால் எதுவுமே பொருளைக் குவிக்கும் பாக்கியமாக வாய்க்கவில்லை.

அவளுடைய உள்மனசுக்கு அவர் இயல்பு நன்றாகத் தெரிந்திருக்கிறது. ஆனால் பித்தனைப் போல் கத்துவதும் வெளியே திரிவதுமாக இருந்தால்… எத்தனை நாட்கள் பொறுப்பாள்?

குள்ளச்சாமி, கோவிந்தச்சாமி, யாழ்பாணத்துச்சாமி களுக்குக் குடும்பம் இல்லை. அவர்கள் எல்லாம் துறந்தவர்கள். அழுக்குடன் திரியலாம். குப்பையிடையே நின்று சிரிக்கலாம். கிடைத்ததை உண்ணலாம். இவர் ஒரு கௌரவமான குடும்பத்தலைவர் அல்லவா? ஒரு சமுதாயத்தின் பொறுப்பான மனிதர் அல்லவா? அந்தச் சமுதாயம் ஒப்ப நடக்க வேண்டாமா?

செல்லம்மா, யோசித்துவிட்டு, அப்பாத்துரையைப் புறப்பட்டுவரச் சொல்லி ஒரு கடிதம் எழுதிப்போடுகிறாள்.

அப்பாத்துரை மட்டும் வரவில்லை. ரத்னசாமி, ராஜமும் கூட வருகின்றனர்.

செல்லம்மாளின் அகமுடையான், சுப்பய்யாவா இவர்?

அவர்கள் திடுக்கிட்டுப் போகின்றனர். மெலிந்து, தாடியில்லாத கன்னம் ஒட்ட, சோபை இழந்து...

அப்பாத்துரையை நேருக்குநேராகக் காண்கையில் அவர் இதழ்களில் ஒரு சோகப் புன்னகை மலருகிறது. குற்றஉணர்வின் சாயையும் அதில் நிழலாடுகிறது.

“உங்களுக்கு உடம்பு சரியில்லையா அத்திம்பேரே?”

“காங்கையாகக் காய்கிறது. போக்ஷாக்குப் பண்ணிக் கொள்ளாதுபோனாலும் போகிறது. வேளைக்கு ஏதோ சாப்பிட்டாலும் தேவலை” என்று செல்லம்மா முனமுனக்கிறான்.

“ராஜம்மா, எங்கே, பம்பாயில்தானே இருக்கே?”

“ஆமாம். அப்பா காரியம் ஆச்சு, வந்தேன். உங்களப் பாத்து எத்தனை நாளாகிறது? புதுப்பாட்டெல்லாம் நிறைய எழுதியிருக்கேளாம்... பார்வதி அக்காதான் நீங்க குடுத்த புஸ்தகத்தை வச்சிண்டு பாடிண்டிருக்கா!”

அப்பாத்துரை வீட்டை ஒரு நோட்டம் பார்க்கிறான்.

தங்கையின் சொற்களைக் கொண்டும் அவள் கணவரின் பேச்சுக்களை வைத்தும் அவன் அவசரமாக எந்த முடிவையும் எடுக்க விரும்பவில்லை.

“சகுந்தலா பாப்பா, எங்கூடக் கொஞ்சம் வாடி!”

அவளை அழைத்துக்கொண்டு தோப்புப் பக்கம் உலவச் செல்வது போல் நடக்கிறான். மாலை நான்கு மணி இருக்கும்.

“பாப்பா, அப்பா எப்படிம்மா இருக்கார்? இப்பல்லாம் பாடறதில்லையா?”

“...எப்பவானும் திடீர்னு பாடுவார். நாங்க கடயத்திலேந்து வந்தப்புறம், அப்பாக்கு அம்மா மேல ரொம்பக் கோபம். தங்கம்மாவை ஏன் அழைச்சிண்டு வரல, ஏன் என்னைக் கேக்காம போனேன்னு ரொம்பக் கோச்சிண்டார். நாங்க வந்தப்புறம்கூட அம்மாவோட பட்டுப் புடவையெல்லாம் கிழிச்சித் தலையில கட்டிக்க வச்சிண்டு இன்னும் மிச்சத்தை புஷ்வண்டிக்காரனுக்குக் குடுத்துட்டார். ரங்கா அப்பா சொன்னார். ராத்திரியெல்லாம் சமுத்திரக் கரையில் உக்காந்திருக்கார்னு. ஆத்துல அம்மா சாதம் போட்டா, கொட்டுவார். கத்துவார். அம்மாக்கண்ணுவோ, சுப்புரத்தினம்

அண்ணாவோ வந்தா, சமாதானமாப் பேசுவா. எதானும் சாப்பிடுவா, அம்மா என்ன பண்ணுவா? அழுதுண்டே இருக்கா. ஒரு நாளைக்கு அப்பா சாயங்காலம் வரையிலும் ஆத்திலேயே இல்லை. அம்மா ரொம்ப அழுதா..."

அப்பாதுரைக்கு, இந்த நிலையை நீடிக்கவிடுவது உசிதமில்லை என்று தோன்றுகிறது.

ஆசாரியார், ஐயர், இருவரையும் சந்தித்து அவரை எப்படி இந்த நிலையில் இருந்து மீட்கலாம் என்று யோசனை செய்கிறான்.

புதுவையை விட்டு அவரை வெளியேறச் செய்து, சுதந்திரக் காற்றைச் சுவாசிக்கச் செய்ய வேண்டியது அவசியமாகப் படுகிறது. அவரது மனநிலை அதனாலேயே மாறிவிடும்...

பல நாட்களாகக் கட்டுண்டு கிடப்பதான உணர்வே அவரைப் பலவீனப்படுத்தியிருக்கிறது. எனவே, அவரை எல்லை தாண்டிக் கூட்டிச்செல்வோம். கைதானால் ஆகட்டும்.

பின்னர் சென்னைக்குச் சென்று தக்க நடவடிக்கைகள் எடுத்து அவர் குற்றவாளியல்லர் என்று விடுதலை வாங்கி விடலாம்...

புதுவைக் குடித்தனத்தைக் கலைத்துவிடலாம்.

வீடு திரும்பி அவன் அவரிடம் இந்த யோசனையைக் கூறுகிறான்.

"எனக்குச் சம்மதமடா அப்பாத்துரை. பராசக்தி இந்த வழியைக் காட்டியிருக்கிறாள் என்று நம்புகிறேன். புதுச்சேரியை விட்டுப் போக எனக்குச் சம்மதம், கைது செய்தால் செய்யட்டும்..."

விடுதலைச் சங்கீதத்தின் இனிய சுரங்களாக அவர் செவிகளில் ஒலிக்கின்றன... ஆனால் அது அவருடைய பிரிவுச் சோகத்தையும் மீட்டிவிட்டதாக உணருகிறார்.

பத்து ஆண்டுகளாகப் பழகிய இடம். அடைக்கலம் சேர் ஈசுவரன் தர்மராஜா கோயில்வீதி. கடற்கரை – தோட்டங்கள். தோப்புகள், மடுக்கள்... குளம் – சித்தாந்தச் சாமி மடம் கவிதாவேசம் கிளர்ந்த இடங்கள், சம்பவங்கள்... வேத ஆராய்ச்சி செய்த திண்ணைகள், நாதக்குயில் இசைத்து கவின்மிகு காவியத்துக்கு வித்திட்ட தோப்பு விளக்கெண்ணெய்ச் செட்டியார், வெல்லச்சு செட்டியார், அவர் சொல்லை வேதமாக மதித்து தேவதா விசுவாசம் பாராட்டிய நண்பர்கள், சீடர்கள்... செல்லம்மாளுடன் இணைந்து நடாத்திய இல்லறத்தின்

சுகானுபவ நினைவுகள் ஒன்றன்பின் ஒன்றாக நெஞ்சில் கலந்து, கண்களைப் பளபளக்கச் செய்கின்றன.

பிரிவு வரும்போது ... இனிய துயரம் ... இந்த ஊரில் தானிருக்க வேண்டும் என்ற கட்டாய உணர்வு முள்ளாய் உறுத்திய நேரங்களில் அவரை வாட்டிய வேதனைகள்கூட இனிய அனுபவங்களாக மாறக் கவிதை பிறந்தனவே!

தூண்டிற் புழுவினைப் போல் வெளியே சுடர்
விளக்கினைப்போல் நீண்ட
பொழுதாக உனது நெஞ்சம் துடித்ததடி!

என்று வடித்தாரே அந்தச் சோகத்தவிப்பை?

அரவிந்தரிடம் விடை பெறப் பாப்பாவை அழைத்துக் கொண்டு செல்கிறார்.

கண்களைப் பனிப்படலம் மறைக்கிறது. மௌனம் இரு இதயங்கள் புரிந்துகொள்ளும் மொழியே அதுதானே? தழுவி விடைபெற்று வருகிறார்.

ஆகஸ்ட் மாசம் ஆயிரத்துத்தொள்ளாயிரத்து எட்டாம் ஆண்டு அங்கு வந்தார். அது ஒரு செவ்வாய்க் கிழமை. இப்போது புதன்கிழமை. பதினெட்டாம் வருஷம். நவம்பர் இருபது தேதியாகிறது. பத்து வருடங்களும் சில மாதங்களும் இந்த மண்ணில் கழிந்துவிட்டன.

தாத்தாரேய சுவாமி விக்கிரகம்! வாள் இரண்டையும் அம்மாக்கண்ணு பிள்ளையிடம் கொடுக்கிறார். எழுத்துகள் பாட்டுப் புத்தகங்கள் என்று அவருடைய உடைமைகளை இரு பெட்டியில் வைக்கிறார்கள். ஒரு சாக்கு மூட்டையில் பழைய பத்திரிகைக் கட்டுகள், எஞ்சிய சில சமையல் பாத்திரங்களையும் கோணியில் போட்டுக் கட்டுகின்றனர்.

இரண்டு ஜட்கா வண்டிகள் வந்து நிற்கின்றன. சுப்பு ரத்தினம், சுந்தரேச ஐயர், குவளை எல்லோரும் விடை கொடுத்தனுப்ப, வண்டியில் பாரதி ஏறிக்கொள்கிறார்.

அப்போது மாலை மங்கிவிட்ட நேரம். கொண்டல் கவியும் காலமாதலால் சூரியனின் ஒளி சுடுவதாக இல்லை. புதுவையின் பசுமை நிறைந்த நகர்க்காட்சி கண்களிலிருந்து அகன்று கொண்டு வருகிறது. ஜல்ஜல் என்று இவர்களுடைய குதிரை முன்னே செல்கையில், இந்த இரண்டு வண்டிகளைத் தொடர்ந்து போலீசாரின் ஜட்கா வண்டியும் வருகிறது.

வில்லியனூர் தாண்டியதும் வண்டி நிறுத்தப்படுகிறது. பாரதியைக் கைது செய்கின்றனர்.

44

இருபத்து நான்கு நாட்கள் சிறைவாசம்.

காங்கையாக இருந்த உட்சூடு வீசி வெளிக் காய்ச்சலாக அடித்தது.

சிறைவாசம் வெளியனுபவத்தைவிட மோசமாக இருக்கும் என்று அவர் நினைத்திருக்க வில்லை. வீடும் வெளியே திரியும் சுதந்திரமும் இருந்தாலும், எப்போதும் கண்காணிக்கும் போலீசுக்காரன் தம் விடுதலை உணர்வில் ஒரு தடைக்கல்லாக மட்டுமே உட்கார்ந்திருப்பதாகத் தோன்றியிருந்தது. எரிச்சல் கொண்டார். இந்தச் சிறைவாசமோ, தூலமாகவே சிறைவாசம் என்பதை ஒவ்வொரு கணமும் அறிவுறுத்துகிறது.

யுத்தம் ஆரம்பித்த சமயத்தில் அமுலாக்கப் பட்ட இந்தியா 'பிரவேசச் சட்ட'த்தின்படி இவரைக் கைது செய்திருப்பதாகச் சிதம்பரத்தில் இறங்கியிருந்த ஜில்லா மாஜிஸ்ட்ரேட்டின் முன் பாரதியை ஞாயிற்றுக்கிழமை விசாரணை செய்த பின் தகவலை அனுப்பினார்கள். கடலூர் வக்கீல்கள் சடகோபாச்சாரியார், நடராஜய்யர் இருவரும் அவரை ஜாமீனில் விடக்கோரினார்கள்.

வக்கீல்கள் கேட்டுக்கொண்டதற்கிணங்க, காய்ச்சலால் பலவீனமுற்றிருக்கும் பாரதிக்கு வெளியிலிருந்து சாப்பாடு கொண்டு வரவும், இயன்ற வசதிகள் செய்யவும் அனுமதிக்கப் படுகின்றனர். ஆராவமுதன் வீட்டிலிருந்து உணவு கொண்டு வருகிறான்.

சென்னை போலீஸ் டிப்டி இன்ஸ்பெக்டர் ஜெனரல் ஹானிங்கடன், கடலூர் சிறையில், பாரதியைச் சந்தித்துப் பேசுகிறான்.

டிசம்பர் பதினான்காம் நாள் அவர் விடுதலை பெறுகிறார். விடுதலை ..! விடுதலை மகிழ்ச்சியாகத்தான் இருக்கிறது. ஆனால்... அவரைச் சந்திக்கும் அப்பாத்துரை கூர்மையாகப் பார்க்கிறான்.

"சுப்பய்யா ..! அவாளுக்கு ஏதானும் நிபந்தனைக் கையெழுத்துப் போட்டாயா?"

பாரதிக்குப் பேச்சு வரவில்லை. சீனி சேர்த்த பாலில் ஓர் எறும்பு உயிருடன் இருந்து சுறுக்கென்று கடிப்பதுபோலிருக்கிறது, உயிர்த்துடிப்புடன் கையைக் காலைக்கட்டிப் போட்ட அந்தச் சிறை வாசத்தை, விடுதலைக் கவிஞன் எப்படிப் பொறுப்பான்? சித்திரவதையாக அன்றோ இருந்தது?

திருநெல்வேலி, கடயம் என்ற சில இடங்களைத் தவிர, வேறெங்கும் செல்லக் கூடாது. ராஜீய விவகாரங்களைப் பற்றிப் பேசக் கூடாது, எழுதக் கூடாது என்ற நிபந்தனை போட்டான். அவர் கையெழுத்துப் போட்டார்.

'அடேய், எனது பேச்சையும் சிந்தனையையும் விலங்கிட்டு முடக்க நீ யார்' எனது சொந்த மண்ணில் எனது நடமாட்டத்தைத் தடைசெய்ய நீ யார் என்று உள்ளூறக் கேட்டுக்கொள்கிறார். தடையைப் பொருட்டாக மதிக்கவில்லை. அப்போதைக்கு விடுதலைதான் பெரிதாக இருக்கிறது.

அவர் அரசுக்கு தன் இயக்கம், பேச்சு சுதந்திரம் ஆகிய வற்றில் விதித்த தடையை ஏற்றுக்கொண்டதாக ஒப்புக் கொண்டது அப்பாத்துரைக்குப் பிடிக்கவில்லை. அவன் முகம் தொங்கிப்போகிறது.

அவர் குடும்பச் சுமையை அவன் ஏற்றிருக்கிறான்.

சதையைத் துண்டு துண்டாக்கியும் சாயுமோ, உம் எண்ணம் என்று பாடிய சுப்பய்யாவா உறுதிமொழி கொடுத்தான்?...

அந்த வயிரம் பாய்ந்த, ஆளுமைக்குள் பலவீனம் புகுந்து விட்டதா?...

சிறைவாசம், அவருடைய வேண்டாத பழக்கங்களை மாற்றிக்கொள்ள ஒரு வாய்ப்பாக அமையும் என்றல்லவா கருதினான்?

அவனுக்கு அவரைப் பார்க்கப் பரிதாபமாக இருக்கிறது. அற்புத ஆற்றல் படைத்த, ஒப்பரிய தூய தேசபக்தியும், மனிதாபிமானமும் நிறைந்த அவரை, கண்ணுக்குத் தெரியாத அடக்குமுறைகள் எவ்வாறு பாதித்துவிட்டன என்று நினைக்கையில் நெஞ்சம் தாளாமல் வருகிறது.

அப்பாத்துரைக்கு ஒரு போதும் சுப்பய்யாவிடம் வெறுப்புணர்வே தோன்றியதில்லை.

இப்போது அந்தப் பெருமதிப்பில் சிறு கீறல்... தெரிகிறது.

அவன் சுமை மிகப்பெரிது. தன் குடும்பம்; தங்கை குடும்பம் பராமரிக்க, ஆண்டிப்பட்டி ஜமீனில் அடிமைச் சேவகம்!

பாரதி இதையெல்லாம் உணர்கிறாரா?

பிறர் நம்மைப்பற்றி என்ன நினைப்பார் என்று கருதி அதற்கேற்பத்தம்மை வளைத்துக்கொள்ளும் பாங்குக்கு அவர் இயல்பில் இடமே கிடையாதே!

தமது மனம் வேறு, உள்ளுணர்வு வேறு. நடப்பு வேறு என்ற பாகுபாடே தெரியாதவர் அவர்.

உள்ளொன்று, புறமொன்று அகராதியைப் பார்த்தவரல்லர். தாம் நினைத்துச் செயலாற்றுவதெல்லாம் மனமொப்பிச் செய்வதாகவே இயங்கிவருபவர். தாங்கொணாத் துன்பம் வரும்போது, குற்றஉணர்வு முள்ளாய்க்குத்தும் போதும், பராசக்தி என்று சரணடைகிறார்.

கடயம் பழைய கிராமத்துத் தெருவில் இடதுசாரிக் கோடியில் ராமசாமி கோயிலுக்கு அருகாமையில் உள்ள அந்த வீடு, மிகவும் அகலக்குறைவான கட்டடம்.

அப்பாத்துரை, அவன் மனைவி, பையன், தாயார், சிறிய தாயார், சிறிய தகப்பனார், இவர் குடும்பத்தினர் என்று பத்துப் பேருக்குக் குறையாமல் அந்த வீட்டில் இருக்க வேண்டி யிருக்கிறது. ராமசாமி கோயில் பக்கத்துக் கிணற்றிலிருந்துதான் தண்ணீர் கொண்டு வர வேண்டும்.

புகழ்பெற்ற கவிஞர் வந்திருக்கிறார் என்று யாரும் அவரைப் பார்த்துக் கொண்டாட வரவில்லை; குசலம் விசாரிக்கவும் வரவில்லை.

ஒதுங்கி நின்று வேடிக்கை பார்க்கிறார்கள். கூடிக்கூடி வம்பு பேசுகிறார்கள்.

"மீசையும் மூஞ்சியும் பார்க்கச் சகிக்கல கர்மம்! பிராமணனாப் பொறந்துட்டு, நடுத்தெருவில் இப்படித் துலுக்கனாட்டம் இருக்கானே?"

"அன்னிக்கே தெரிஞ்ச விஷயம்தானே? இப்ப ஜெயிலுக்கு வேற போயிட்டு வந்திருக்கான். பிராயச்சித்தம் பண்ணாலும் கர்மம் தொலையாது!"

"யக்ஞோப வீதம்கூட இல்லைன்னு சொல்லிக்கிறாளே! இவனை நடுத்தெருவில் வச்சுக்கப்படுமோ!"

"என்ன இழவோ! கோட்டுசட்டை தலைப்பா, திவான் வேலை பாழாப்போறாப் பல. பொண்ணோ திரண்டு நிக்கறது. கல்யாணமும் இல்லை. ஒண்ணுமில்லை, இந்தக் கண்ராவி யெல்லாம் பாக்காம செல்லப்பா ஐயர் கண்ணை மூடிட்டார்!"

இந்தப் பேச்சுக்களை, குளத்துக்கோ கிணற்றடிக்கோ செல்கையில் தங்கம்மாளும் செவியில் கொள்ள நேரிடுகிறது. செல்லம்மாவுக்கும் விழுகிறது.

ஆனால் பாரதி இந்த அபிப்பிராயங்களை ஏற்கக்கூடியவரா?

இதென்ன வீடுடா இது! மூக்கோட்டைபோல்! ஒருவர் ஒருவராகச் சாப்பிட உட்கார வேண்டியிருக்கிறது. குறுக்கே ஈச்சமட்டை அடுக்குவது போல் படுத்துக்கொள்ள வேண்டி யிருக்கிறது..! இந்த வீட்டிலா அவர் காலம் கழிய வேண்டும்?

'சிறிய வீடு கட்டுவாய், போ, போ போ!' என்று மனம் சீறிவிழுகிறது.

பொக்கையும் பொள்ளையுமாக, எதிர்ச்சாரிக் கோடியில் பட்டா வீட்டுக்கு அடுத்த வீடொன்று பாழ்மனையாக இருக்கிறது. பெரிய திண்ணை.

இவர் அங்கே சென்று உட்காருகிறார். அதற்கு அப்பால் வீடொன்றுமில்லை. எதிரே கோயில், கிணறு நீரிழுக்கவரும் பெண்கள். கோயிலுக்குப் பின் வேப்பமரம். அங்கே சோம்பி நிற்கும் கழுதைகள்... ஆடு மேய்க்கும் பிள்ளைகள். காடாய்க் கிடக்கும் இடங்கள், பொதிய மலைச்சாரலில் அமைந்த அக்கிராமத்தின் அழகைத் தெருவைவிட்டு அப்பால் சென்றாலே காணலாம். நீலமலைச் சிகரங்களும் குன்றுகளும் மடியில் வைத்துத் தாலாட்டும் இந்த அழகிய ஊரில் இதை ரசிக்கத் தெரியாமல் நிற்கும் இந்தக் கழுதைகளுக்கும், மக்களுக்கும் என்ன வித்தியாசம்?

சுவாரசியமானதொரு ஆய்வில் மனம் சஞ்சரிக்கையில் "அடேய், சுப்பய்யா? எப்படிப் போயிட்டேடா..! பாக்கச் சகிக்கலியே?" என்ற சின்னம்மா சித்தியின் குரல் பற்றி இழுக்கிறது. மடிசஞ்சியுடன் அவளும், மாமா சாம்பசிவமும் நிற்கின்றனர்.

பாரதி செல்லம்மா

"வா சித்தி. ஊரில எல்லோரும் சௌக்கியமா?"

"சுப்பய்யா எப்படி இருந்தவன் நீ எப்படிடா போயிட்டே?"

குரலைத் தாழ்த்தி அருகில் அமர்ந்து, "ஜெயில்ல ரொம்பப் படுத்தினாளோடாப்பா?... உன்னப் பாக்கறச்சே அள்ளிப் புடுங்கறதுடாப்பா! இந்தக் கோலம் பாக்கவா நான் பொத்திப் பொத்தி வளர்த்ததெல்லாம்?"

"எதுக்குச் சித்தி அழறே? எனக்கு அதெல்லாம் ஒரு சிரமமும் இருக்கல. விடுதலையும் குடுத்துட்டா. எம்பாட்டு மேலகூடத் தடையெல்லாம் இல்ல. யுத்தம் முடிஞ்சாச்சில்லையா? இனிமே சுயராச்சியம்கூட வந்திடும்... சின்னச் சித்தி! இப்ப, நான் சாகாமல் இருக்கும். அமரத்துவம் பத்தி ஆராய்ச்சி பண்றேன், அமரனாக இருக்க முடியும்..."

"ஆயுசோடு இருக்கணும்டா பிள்ளே. உன் அப்பா நடுப் பந்தில சாப்பிட்டு எழுந்தாப்பல போனான். நீ அவா ஆயுசெல்லாம் போட்டுண்டு நன்னாயிருக்கணும்..."

கண்ணை மூக்கைத் துடைத்துக்கொள்கிறாள்.

சகுந்தலா, பாட்டி வந்திருப்பதை அறிந்து ஓடிவருகிறாள்.

"வாங்கோ பாட்டி!..."

"அடி கண்ணே! குழந்தைகூட எப்படி இளைச்சுக் கறுத்துப் போயிட்டா?"

"சுப்பய்யா, நீ தேமேனு அங்க வந்து இருடா. பட்ட கஷ்டமெல்லாம் பட்டாச்சு, நாலா வருஷம் எட்டப்பன் வாரிசில்லாம போயிட்ட பிறகு, சித்தப்பா மகாராஜாதான் பட்டத்துக்கு வந்திருக்கார். தமிழனாத்தான் அவருக்கு, உசிராச்சே! உங்கிட்டே அவருக்கு அதனாலேயே அபிமானம் நீ பாட்டுக்கு அங்கே வந்து இருந்துக்கோ, செல்லம்மா குழந்தைகளையும் கூட்டிண்டுவா..."

பாரதியின் கண்கள் எங்கோ சூனியத்தில் நிலைக்கின்றன.

"வரேன் சித்தி, என்றாலும் இப்ப எனக்குச் சில யோசனை இருக்கு, புஸ்தகமெல்லாம் அச்சுப் போடணும் சில திட்டங்களெல்லாம் வச்சிருக்கேன். இப்போதைக்கு, இந்த வீட்டை எடுத்துண்டு, அது சம்பந்தமான காரியங்களை எல்லாம் பாக்கலாம்னு உத்தேசம். வீடு ரொம்பச் சிதலமாயிருக்கு. கொஞ்சம் ரிப்பேர் செய்யணும்... ஒரு பத்திரிகை போடலாம், அமிர்தம்ங்கற பேரிலன்னும் எண்ணம்... மகாராஜா எதானும் பொருள் சகாயம் செய்யறாப்பல இருப்பாரான்னு பாக்கணும்!"

"நீ எதுக்கும் மகாராஜாவை வந்து ஒரு நடை பாரேனய்யா?"

"சின்ன சித்தி! நான் போய் ராஜாவைப் பாக்கிறதா? அதுவும் இந்தச் சித்தப்பா மகாராஜாவை... சித்தி நான் சின்னச்சங்கரன் கதைன்னு ஒண்ணு எழுதினேள். அதுல, இந்த மகாராஜாவைக் கொண்டு வரேன்..."

ஒரு சிரிப்பு தொடருகிறது. சித்தி திகைத்து நிற்கிறாள்.

"நான் கவிச் சக்கரவர்த்தி. சுப்பய்யாவாக இருந்த நாட்களிலேயே போய்ப் பார்த்துக் கூனி நிற்க மனம் இடம் கொடுக்கவில்லையே! அந்த மகாராஜா, ஸ்திரீகள் விஷயத்தில் சபலப்பட்டவன். அதொண்ணு தவிர பெருந்தன்மை உள்ளவன். இந்தச் சித்தப்பன்... இவன் ஒரு கீழ் மகன், தான் போய் அவன் முன் நிற்கமாட்டேன்."

"நீ பாக்கலேன்னா... எப்படி? இந்த ராஜா குழந்தையிலேந்தே கவிபாடறேன்னு உம்மேல மதிப்புவச்சிருக்கிறவன் நீ வந்து கேட்டா, வேணும்ங்கறதைத் தருவர்."

"அது நடக்காத காரியம் சித்தி... நான்வந்து..."

எங்கோ ஒரு மண்டலத்தில் துழாவி, ஓர் இலக்கைப் பற்றுகிறார்.

"சித்தி... நம்ம வெங்கடேச ரெட்டுவுக்கு ஒரு கடிதாசி எழுதித்தரேன். அதைக் கொண்டு குடு. அது போரும். அவன் பொருள் சகாயத்துக்கு எதானும் வழி செய்வான். எனக்கும் சிநேகம். மகாராஜவுக்கும் பந்து. விஷயத்தை அவர் காதில் போடக் கூடியவன் புஸ்தகங்களை எல்லாம் போட்டுவிடலாம். ஓரிரண்டு வருஷத்தில் புத்தகங்களும் பத்திரிகையும் நாடு முழுதும் ஜனங்களிடையே செல்வாக்காகப் பரவிடும்..."

நம்பிக்கை முகத்தில் சோர்வைப் போக்கி ஒளியைக் கொண்டு வருகிறது.

சின்னம்மா சித்தி, கடிதத்தை வாங்கிக்கொண்டாலும், "அய்யா, அத்தனை பேரும் உன்னைப் பார்க்கணும்னிருக்கா. தாத்தாதான் பார்க்காமலே போயிட்டார். கைலாசம், பெண் பிள்ளைகள் எல்லாப் பந்துக்களும் உன்னைப் பார்க்க ஆசைப் படறா. ஒவ்வொருத்தரும் வந்துட்டுப் போறதுன்னா நடக்கற காரியமா? நீ வந்துட்டா, உங்களை எல்லோரும் பாத்தாப்பல இருக்கும் நீ எல்லாச் சௌரியத்தோடும் இருக்கலாம்..." என்று வற்புறுத்துகிறாள். மாமா சாம்பசிவமும் வருந்தி அழைத்துச் செல்கிறார்.

மகாராஜா செய்தியறிந்து, பொருளுதவி செய்யும் கரத்தை நீட்டுவதாகத் தமக்குத் தகவல் வரும், அதன் பின்னர் உசிதமாகச் செல்லலாம் என்று ஆர்வத்துடன் ஊரிலிருந்து கட்டி வந்த புத்தகங்கள், கையெழுத்துப் பிரதிகளெல்லாம் ஒழுங்குசெய்கிறார்.

தங்கம்மா, இந்தச் சில மாசங்களில் அவரிடமிருந்து கொண்டு வந்த பாட்டுக்களை மணிமணியாக நோட்டுப் புத்தகங்களில் எழுதி வைத்திருக்கிறாள். குமாரியின் நோட்டுப் புத்தகங்களையும் அவள் எழுத்தின் நேர்த்தியையும் கண்டு மனமகிழ்ந்து; அவளைப் புகழுகிறார்.

"என் தங்கப் பெண்ணே ஸ்வர்ணகுமாரி! எத்தனை முன் யோசனையம்மா உனக்கு!" என்று நாத்தழுதழுக்க ஆசி கூறுகிறார்.

காலை விடியுமுன்பே கிராமத்தை அடுத்த தோப்பு களிலும் சோலைகளிலும் பறவைகளின் ஒலிகள் கேட்கின்றன. மணியசைய மாடுகன்றுகள் செல்லும் ஒலி அவர் எழுந்து தெருவைத்தாண்டி நடந்து செல்கிறார். கார்த்திகை முடியும் வரையிலும் பெய்த மழை ஈரம் எங்கு நோக்கிலும் பசுமையாகப் பூமித்தாய்க்கு அன்பு செய்கிறது. கண்குளிரும் வரிசைகள்... தென்னை, மா, பலா... ஆகா... எலுமிச்சந்தோப்பு! கொய்யா... ரோஜாமலர்த் தோட்டத்திலிருந்து வரும் இனிய மனம் உள்ளம் கொள்ளை கொள்கிறது.

...ஓ, இது சாவடி நாராயண பிள்ளையின் தோட்ட மல்லவா?

முதன்முதலில் காசியிலிருந்து வந்த இளைஞனாக செல்லம்மாவும் தானும் மணவாழ்வின் புதிய இன்பங்களை நுகர்பவராக அந்தக் கிராமத்தில் கழித்த நாட்கள் நினைவில் வருகின்றன. சோபன அறையில் மலர்களைக் கொட்டி அரச குமாரனுக்குரிய அமளியைத் தயாரித்திருந்தானே, அந்த நண்பன், சாவடி நாராயண பிள்ளை...

"நாராயண பிள்ளை..."

தோட்ட வீட்டிலிருந்து விரைந்துவருகிறான்.

"வாரும் வாரும்..." என்று அன்புடன் கைகளைப் பற்றி வரவேற்கிறான். வேளாளர் மரபில் வந்த அந்த நண்பன்.

"நீங்க வந்திருப்பதாகக் கேள்விப்பட்டேன்... சுகமா! சிறையிலிருப்பதாகச் சொன்னாங்க..."

“வெளிவந்துவிட்டேன், பிள்ளைவாள். உம்மைப் பார்த்தது ரொம்ப சந்தோஷமாக இருக்கு. ஆகா, உங்க தோட்டத்து ரோஜாப்பூக்கள் என்ன மணம்!...”

மலர்களை ஒரு கூடையில் கொய்துகொண்டு வருகிறான் பணியாளன்.

“அதை இங்கிட்டு எடுத்துட்டு வாலே...”

ஒரு பெரிய மலரை எடுத்து அவர் சட்டையில் செருகுகிறார். நண்பர். கைநிறைய மலர்களை எடுத்து உட்கார்ந்திருக்கும் அவர் கைகளில் சொரிகிறார். உள்ளம் பொங்குகிறது.

“பாரதி, இனி எப்போதும் நம் வீடு, உம் வீடு, எனக்கு உங்களோடு பேசி மகிழ்வதைத் தவிர வேற என்ன வேலை?... சம்சாரம் அப்பவே தவறிப்போயிட்டாள்... ஒரே மகன் படிக்கிறான். இங்கே உங்களோடு பேசி, பாட்டுக் கேட்டுட்டு சந்தோஷமாக இருக்கறதுதான் இனிமே...”

எலுமிச்சம் பழம் பிழிந்து இனிப்பு மிகச் சேர்த்துப் பருகக் கொண்டு வரச் சொல்கிறார். அதன் ஆரோக்கியமான வாசனை நாசியில் புகுந்து, பலவீனங்களை விரட்டுகிறது. பிறகு தேன்கதலிப் பழங்களைத் தட்டில் கொண்டு வருகிறார்.

“பிள்ளை..! இந்த மண்ணுலகம் அமரர் உலகாக மாற்றச் செய்யும் அற்புதங்கள். இவையெல்லாம்... இதெல்லாம் எப்படி வந்தது? யாரால் வந்தது?”

அவர் பேசும்போது அவர் தேனுண்ணும் வண்டாய் அந்தச் சொல் நாதத்தில் மயங்கிப்போகிறார்.

தன்யாசி இராகத்தில் ஒரு மெட்டை இழுப்பவர், பாட்டை அதில் இசைக்கிறார். கைத்தாளம் போட்டுக்கொண்டு, தரையில் மண்டியிட்ட நிலையில், அவர் பாடுவது கேட்டு நாராயண பிள்ளை பிரமித்திருக்கிறார்.

எத்தனை கோடி இன்பம் வைத்தாய் – எங்கள்
இறைவா, இறைவா இறைவா...
சித்தினை அசித்துடன் இணைத்தாய்! அங்கு
சேரும் ஐம்பூதத்து வியனுலகமைத்தாய்,
அத்தனை உலகமும் வர்ணக்களஞ்சிய
மாகப் பல பல நல்லழகுகள் சமைத்தாய்...

பருக்கைக் கற்களை அரித்துச் செல்லும் அருவியில் முழு உடலையும் படிய வைத்துக்கொண்டு, உதயத்தில் மலைச் சிகரங்களுக்கிடையே ஆதவன் புறப்படும் காட்சியைக் கண்டு

பரவசமடைகிறார். நித்ய கல்யாணி கோயிலின் பக்கம் மலையடியில் அமர்ந்து இனிது இனிது ஏகாந்த மினிதென்று மயங்கிப் பொழுது தெரியாத மோனத்தில் திளைக்கிறார்.

“ஏதுடீ! செல்லம்மா: உன்னகமுடையான் தனக்குள்ளே பேசுவதும் சிரிக்கிறதுமா இருக்கானே! வைத்தியம் ஏதும் பாக்கலியாடீ!”

தூரத்து உறவுப் பெண்ணொருத்தி, செல்லம்மாளைக் கிணற்றுக்கரையில் கண்டு நீட்டி முழக்குகிறாள்.

மடேர் மடேர் என்று குளத்துப் படிகளில் துணிதுவைக்கும் போதும், எண்ணெய்க் கிண்ணத்துடன் கோயிலுக்கு வரும் சாக்கில் பிராகாரத்தில் கூடும்போதும், செல்லம்மாளின் அகமுடையான் விசித்திரமாக நடப்பதைப் பேசுவது, ஊர்ப்பெண்களுக்குப் புதிய சுவாரசியமாகிறது.

நடுத்தெருவில, என்ன அநாசாரம்டீ! காலம் கெட்டுப் போகாமல் என்ன செய்யும்? ஏற்கெனவே, பெரிய பொண்... வயசுக்கு வந்து நிக்கறது. இது பிராமணத் தெருவா என்னடீம்மா!...

செல்லம்மாள் குன்றிப்போகிறாள்.

விளையாட்டுப்போல், நாட்கள் ஓடுகின்றன. எட்டய புரத்திலிருந்து பொருளுதவி வரவில்லை. வந்த அன்றே நெல்லையப்பருக்கும் உதவி கோரி, எழுதிப் போட்டாரே, அதற்கும் பதிலொன்றுமில்லை. ஆனால் எட்டயபுரத்துக்குக் கூப்பிட்டுப் போயிருக்கிறார்கள்; மறுபடியும் கடிதாசி கொடுத்து அனுப்பியிருக்கிறார் மாமா. அங்கு போனால், மகாராஜாவைப் பார்க்கும்படி சந்தர்ப்பத்தை உண்டு பண்ணலாம்... நேரில் பார்த்தால், புத்தகம் போடவோ, வேறு எதுவும் செய்யவோ பணம் கொடுக்காமலிருக்க மாட்டார்... மேலும் சின்ன சித்தி, தங்கம்மாவுக்கு வரன் பார்ப்பது விஷயமாகவும் சொல்லி விட்டுப்போனாள். எனவே, போகலாம்...

அப்பாத்துரை வரும் சமயத்தில் எடுத்துச் சொல்ல வேண்டுகிறாள்.

“சுப்பய்யா, எட்டயபுரத்திலிருந்து காகிதம் குடுத்தனுப்பி யிருக்கா, அங்கே போய்க் கொஞ்சநாள் இருந்து பாருங்களேன்!... இங்கே அதுக்குள்ளே வேற இடம் பார்த்து மேற்கொண்டு செய்யறதப் பார்க்கலாம்?”

இதுவும் உகந்ததாக அவருக்குத் தோன்றுகிறது. எவ்வா றாயினும் புத்தகங்களை அச்சிட்டு நல்ல விளம்பரம் செய்து, எல்லோரும் வாங்கும்படி செய்ய வேண்டும்...

எட்டயபுரத்துக்கு இவர்கள் வருவது குறித்துத் தகவல் தெரிவித்தாயிற்று.

செல்லம்மா மட்டும் கணவருடன் செல்கிறாள்.

உறவுக்காரர்கள் கூடினால் சந்தோஷமா, பழைய துன்பங்களைச் சொல்லும் புலம்பலா என்று தெரியவில்லை. கைலாச மாமா வீட்டில்தான் இருக்கின்றனர்.

"தங்கம்மாக்குத்தான், ஒரு பிள்ளை இருக்கான்..." என்று செல்லம்மாவிடம் சித்தி கூறும் குரல் கேட்கிறது.

"ஏனிப்படி இதையே சொல்லிப் பிடுங்குகிறீர்கள்? நமது குமாரியை, மேல் தேசத்து ராஜகுமாரன், சாஸ்திரம் படித்தவன், உண்மையாக நடப்பவன் வந்து வலிய மணம் புரிந்து கொள்வான். காதல் மணம்தான் சிறந்தது. என் பெண்ணை நான் வற்புறுத்திக் கல்யாணம் செய்து கொடுக்க மாட்டேன்!"...

"இதெல்லாம் நடக்கிற சமாசாரமா?"

ஆனால் செல்லம்மா என்ன செய்வாள்? தம்பி விசுவநாதன் தம்முடன் படிக்கும் பிள்ளை ஒருவன் உத்தியோகத்திலிருப்பதாகவும், சொன்னால் கூட்டிவருதாகவும் சொல்கிறான்.

"மன்னி, நல்ல பிள்ளை. தங்கத்துக்கு ஏர்வையானவன். வேறு தடையொன்றும் சொல்ல மாட்டான்; உனக்குப் பிள்ளை போலிருப்பான்..."

இந்த வாய்ப்பை நழுவவிடலாமா?

"கூட்டிக்கொண்டு வாருங்கள், ஈசுவர சித்தம் நடக்கட்டும்..."

மாப்பிள்ளைப் பையனை அழைத்து வந்திருக்கிறான், சாலைத்தெரு வீட்டில்,

எல்லோருக்கும் திருப்திதான். பையன் சென்னையில் படித்து, ஓவர்சீயராக வேலை பார்க்கிறான். பெண்ணின் தந்தை, இங்கே வாயில் திண்ணையிலமர்ந்து எங்கோ யோசனை செய்துகொண்டு இருக்கிறார்.

ராயஜ் விஷயங்களில் தலையிடக் கூடாது... வேறு எத்தனை விஷயங்கள் இருக்கின்றன?

தம்மை எல்லோரும் மதிக்கும் வகையில் ஆற்றலை நிரூபிக்க வேண்டும் என்ற பேராவல் அவருள் எழுப்பி அவரைப் பரபரப்புக்காளாக்குகிறது. பல்வேறு கருத்துகள் தலைப்புகள் சென்னைக்குச் செல்ல வேண்டும். கடலூரிலிருந்து நேராக

வந்துவிட்டாரே! துரைசாமி ஐயர் மண்ணடியில் இருக்கிறார். சர்க்கரை செட்டியார், சிதம்பரம் பிள்ளை, பழைய நண்பர்கள் அந்தக் கூட்டுறவின் இனிமைகளை, தேச சேவையின் உற்சாகங்களை மீண்டும் மனம் அசைபோட அசைபோட ஆர்வம் பெருந்தீயாக வளருகிறது.

ஒரு பத்து ரூபாய் இருந்தால் நேராகப் பட்டணம் செல்லலாம். சாகாமை பற்றிப் பேசுவோம். புகைப்படம் எடுத்துப் போட்டு விளம்பரம் செய்ய வேண்டும். கடற்கரைக் கூட்டமல்ல. வேதக்கருத்துகளில் நிலைபெற்ற அமரத்துவப் பொருள். இது விக்டோரியா ஹாலில் ரூபாய் டிக்கெட் வைத்து, அறிவாளிகளும் பிரமுகர்களும் வரும் கூட்டமாக இருக்கும். பேசுவோம். பாடுவோம்...

பரபரப்பாக எழுந்து முற்றத்தில் நடை போடுகிறார். மீசையை முறுக்கிக்கொள்கிறார். இந்த ராஜா கூப்பிட்டனுப்புவான் என்று முடங்கிக் கிடப்பது முட்டாள்தனம்! சலோ! இன்ஸ்பெக்டர் ஹானிங்டன் நல்ல மனிதன். அவரது ஆங்கிலத்தைக் கேட்டு ஆச்சரியப்பட்டவன்... வெற்றியுண்டு!

இந்த நேரத்தில் தம்பி, தமயன்முன் தயங்கித் தயங்கி வந்து நிற்கிறான்.

"என்னப்பா?"

"ஒண்ணுமில்ல... மாப்பிள்ளை வந்திருக்கார், உங்களிடம் அழைச்சிண்டு வரலாமோன்னு கேக்க..."

"எந்த மாப்பிள்ளை?"

"நம்ம தங்கம்மாளுக்குப் பாத்திருக்கிற மாப்பிள்ளை..."

கடகடவென்று சிரிப்பு வருகிறது.

"நம்ம மாப்பிள்ளையை நம்மிடம் கூட்டிவர உனக்கு ஏன் பயம்?"

"பையன் என்கூட வாசிச்சவன், சிநேகிதன்தான். இப்போது உத்தியோகத்தில் இருக்கிறான், எழுபத்தஞ்சு ரூபா சம்பளம்..."

"அதல்லாம் சரி, கண்ணாடி போட்டிருக்கானா?"

"இல்லை..."

"முதுகு கூனலுண்டா?"

"இல்லை..."

"சரி... அழைச்சிண்டு வா!"

பையன் நல்ல ஆரோக்கியமாக பலசாலியாக இருக்கிறான்.

சம்மதம்...

மாப்பிள்ளை நிச்சயமானால் போதுமா?

பண உதவி...

குடும்பத்தார் கல்யாணம் என்ற பெருஞ் செலவுக்குப் பொருள் தேடும் கவலையில் மூழ்குகின்றனர். பற்பல யோசனைகள் செல்லம்மாளுக்கு.

அவர், மகாராஜாவைப் போய் பார்க்கக் கூடாதா?

ஆனால் இவரோ நினைத்ததை உடனே செயல்படுத்த வேண்டும் என்று தீவிரமாக இருக்கிறார்.

"செல்லம்மா!"

அதிகாரக் குரல்தான்.

"எனக்குப் பணம் வேண்டும். இப்போது எனக்குப் பதினைந்து ரூபாய் கொடு. நான் பட்டணம் போகப்போகிறேன்!"

இவர் என்ன சொல்கிறார்! இவர் ஒரு பொறுப்புள்ள குடும்பத் தலைவரா?

"இங்கே கல்யாணப் பேச்சு நடக்கறச்சே, இப்ப பட்டணம் போகணுமா? பட்டணம் போகலாமா?"

'போகலாம். இப்ப பணம் கொடு!"

"என்னிடம் ஏது பணம்? நீங்கள் கொடுத்திருந்தால் அல்லவா இருக்கும்?"

"எப்படியானும் புரட்டிக் கொடு, நான் பட்டணம் போய், அமரத்துவம் பத்திப் பேசப் போறேன். ஆமாம் இங்கிலீஷில் விக்டோரியா பப்ளிக் ஹாலில் டிக்கெட் வைத்து..."

செல்லம்மாளுக்குப் பொறுக்க முடியாத ஆத்திரம் வருகிறது.

"உருப்படியில்லாமல் ஏதேனும் சொல்கிறீரே! என்னிடம் காசொண்ணும் கிடையாது!"

அவருக்கும் ஆத்திரம் பொங்கி வருகிறது...

"பணம் இல்லையா? பத்து ரூபாய் இல்லையா?"

செல்லம்மா அஞ்சி ஓடிக் கதவைத் தாழிட்டுக்கொள்கிறாள்.

அவருக்கு முகத்தில் அறைந்தாற் போலிருக்கிறது.

சே!... அற்பர்கள்! இவர்களிடம் கை நீட்டுவதா? தம்மனிதர் மக்கள் – அந்த மண், ராஜா, ஒரே வெறுப்பாக இருக்கிறது. இவர்கள் அழுத்துகிறார்கள்; உலகம் அவரை மதிக்கவில்லை. பராசக்தி!... அவர் கவிதை அவர் எழுத்துகள், அமரத்துவம் பெற்றவை. அவருக்கு மரணமில்லை. அதை நிலைநாட்ட வேண்டும்!

அந்தப் பிற்பகல் வெய்யிலில் அவர் தம்மை மறந்து நடக்கிறார்.

எப்படியாவது, எவரிடமாவது உதவிபெற்று சென்னை சேர்ந்துவிட வேண்டுமென்று நடந்துசெல்கிறார்.

சேற்றூர் ஜமீன்தாரைப் பார்க்கலாம் என்று கருதிச் செல்கிறார்.

அன்று முழுதும் சத்திரத்தில் தங்கி, ஜமீன்தாருக்காகக் காத்திருக்கிறார். பயனில்லை.

பொறுமையை இழுத்துப் பிடித்துக்கொண்டு மறுநாள் காலையில் எலிமலை ஜமீன்தாரைப் பார்க்கச் செல்கிறார். பசி... சத்திரத்தின் மணியம் தெரிந்தவன்தான். பாகவதன்.

"எங்க வந்தீர்? இங்கே அநாசாரங்களுக்கு யாரும் வடித்துக் கொட்ட மாட்டார்கள்!"

கவிஞனின் ஒரே ஆர்வம், உதாசீனங்களைப் பொருட்டாக்காமல் மீண்டும் நடக்கத் தூண்டுகிறது.

ராஜபாளையத்துக்கு வருகையில் நல்ல உச்சிப்பகல் கடக்கும் வெயில்.

ஊருக்கு வெளியே ஒரு கொட்டகை இருக்கிறது. அதில் வந்து அமர்ந்து கால்களைப் பிடித்துக்கொண்டு ஆறுதலாக மூச்சுவிடும்போது, ஊர்க்காரர் ஒருவர் வண்டியில் செல்கையில் அங்கே அவரைப் பார்க்கிறார். அவர் ஊரில் பெரிய மனிதராக விளங்கிய செல்வர் தர்மராஜா என்ற பெயருக்கேற்ற குணமும் உடையவர். வீடு சென்றதும் வண்டிக்காரனை அனுப்பி அவரை யாரென்று கேட்டு விவரம் தெரிந்து வரச்செல்கிறார்.

"சாமி? யார் நீங்க? ஊருக்குப் புதிசு போல இருக்குங்களே?"

"கவிராஜசிங்கம் சுப்பிரமணிய பாரதி நான்! பசிக்கிறது. சாப்பாடு வேண்டும்."

சற்றைக்கெல்லாம் தூக்குப் பாத்திரத்தில் அன்னம் மட்டும் வரவில்லை. புதுவேட்டி பத்து ரூபாய் பணம்... தர்மராஜாவைப் புகழ்ந்து நன்றி கூறுகிறார்.

புதுவேட்டியை அணிந்துகொள்கிறார். பசியாறிக் கை கழுவுகிறார்.

மண்டபத்தருகில் ஒரு சிறுவன் இவரை வேடிக்கைப் பார்த்துக் கொண்டிருக்கிறான்.

"அம்பி! இங்கே வா!"

மடியிலிருந்து அரையணாவை எடுத்து அவனிடம் கொடுக்கிறார்.

"போய்த் தபாலாபீசிலிருந்து இரண்டு கார்டு வாங்கிண்டு வா!"

இல்லையென்னும் சொல்லையன்றி ஏதுமறியான் சேற்றூரான்
இல்லையென்றும் சொல்லான் எலிமலையான் – எல்லையில்லா
மோகவலை மூழ்கி முத்திநெறி பேசுகிறான்
பாகவதனென்னும் பதர்...

ஒன்றில் எலிமலையான் விலாசம், மற்றொன்று சேற்றூரானுக்கு.

"அம்பி! இதைப் பெட்டியில் போட்டுவிடு!"

கொடுத்துவிட்டு மதுரைக்குப் புறப்பட்டுப்போகிறார்; அங்கிருந்து சென்னை..!

45

இந்தியாவில் புரட்சி இயக்கத்தாரின் நடவடிக்கைகளைப் பற்றி விசாரணைசெய்து இயக்கத்தை அடக்குவதற்கான யோசனைகளை மேற்கொள்ளும் வகையில் ஆட்சியாளர் ஒரு குழுவை நியமித்திருக்கின்றனர். இதன் தலைவன் ரௌலட் என்பவன். குழு ஆலோசனை செய்தபின் இவன் ஓர் அறிக்கையை வெளியிட்டிருக்கிறான். இந்த அறிக்கையின் பரிந்துரைகள், சர்க்கார் அதிகாரிகள் எந்தத் தனிமனிதனுடைய சுதந்திரத்தையும் பறித்து விடுவதற்கும், வழக்கு விசாரணை எதுவும் இல்லாமல் ஒருவனைச் சிறையில் தள்ளிவிடுவதற்கும் நியாயம் வழங்குகின்றன.

நாடெங்கிலுமுள்ள தேசீயத் தலைவர்கள் இந்த அறிக்கை கண்டு கிளர்ச்சியுறுகின்றனர். இந்நாளில் சேலம் வக்கீல் இராஜகோபாலாச்சாரி சென்னையில் வந்து தொழில்புரிகிறார். இன்னும் தேசீய அரங்கில் அனிபெஸன்ட், ஸ்ரீநிவாச ஐயங்கார், ஸி. விஜயராகவாச்சாரியார் ஆகியோர், சென்னையில் தேசீயத்துக்காகக் குரல் கொடுக்கும் பிரமுகர்களாக இருக்கின்றனர்.

இத்தகைய நிலையில் பாரதி மண்ணடித் தெருவில் இருக்கும் வக்கீல் துரைசாமி ஐயர் வீட்டுக்கு வருகிறார்.

“பாரதி ..! நல்ல சமயத்தில் வந்தீர்கள் ..!” என்று மகிழ்ச்சியும் உற்சாகமுமாக அவரை இந்தச் சூழலில் மீண்டும் முக்கியம் வாய்ந்தவராக

உலகின்முன் விளக்க எல்லா முயற்சிகளையும் மேற்கொள்ளச் சித்தமாக இருக்கிறார்.

"நாம், அமரவாழ்வு – Cult of the eternal என்ற தலைப்பில் இங்கிலீசில் பேசப்போகிறோம். விக்டோரியா ஹாலில்..."

பாரதியின் பெருமைகளை உணர்ந்த நண்பர், உடனே இதற்கு ஏற்பாடு செய்கிறார்.

பெசன்ட் அம்மையின் இயக்கத்தைப் பரப்ப உறுதுணையாக இருக்கும் டாக்டர் எஸ். சுப்பிரமணிய ஐயரைத் தலைமை தாங்கும்படி கேட்டுக்கொள்ள அவர் இசைந்துவிட்டார்.

பாரதி, இந்தக் கற்றறிவோர் அரங்கில், அமரத்துவம் பற்றிய கருத்தைத் தன் வாழ்வில் விளங்க வைத்துக்கொண்டிருக்கும் குள்ளச்சாமியை இங்கு வரவழைக்க வேண்டும் என்று பேராவல் கொள்கிறார். உடனே, புதுவை கனகராஜாவுக்கு குள்ளச்சாமியை உடனே வேணுவுடனோ, கோவிந்தனுடனோ அனுப்பிவைக்க வேண்டுமாய் அவசரக் கடிதமும் எழுதிப்போடுகிறார்.

பின்னர், தம் புகைப்படம் போட்டு, ஒரு விளம்பரமும் செய்ய வேண்டும் என்ற ஆர்வம் கொண்டு, பிராட்வேயில் படம் பிடித்துக்கொள்ள, ரத்னா போட்டோ ஸ்டுடியோ என்ற விளம்பரப் பலகை கண்டு உள்ளே செல்கிறார்.

முன்பு விஜயராகவன் குடும்பத்துடன் படம் பிடிக்க ஏற்பாடு செய்தான். இது தனியாக...

பிற்பகல் மணி இரண்டிருக்கும். அப்போது –

முதலாளி என்று பெரியவர் யாரையும் காணவில்லை. ஒரு பையன் மட்டுமே உள்ளிருந்து அரவம் கேட்டு வருகிறான்.

"தம்பி! படம் பிடிக்க வேண்டும். யாரும் இல்லையா?"

"நான் பிடிக்கிறேன். யாரை..?"

"நம்மைத்தான்... நல்ல எடுப்பாக இருக்கணுமே?"

"இருக்கும் ஸார்..."

"அமரத்துவம் என்ற பொருளுக்கு உகந்ததாக ஜீவனுடன் இருக்குமா? எப்போது கடை முதலாளி வருவார்? நமக்கு அவசரமாகப் படம் வேணுமே?"

"நான்தான் சொன்னேனே ஸார்? முதலாளி வரணும்ன்னில்ல. எனக்கு நல்ல பயிற்சி இருக்கு ஸார். இதோ பாருங்கள்!... நானே எடுத்த படங்கள்!"

ஒரு புத்தகத்தைக் காட்டுகிறான்.

அவன் எடுத்த படங்கள் ஒட்டப்பெற்றிருக்கின்றன. பரமதிருப்தி.

உள்ளே கண்ணாடியில் தம்மைப் பார்க்கிறார். மார்பை நிமிர்த்திக்கொண்டு, மீசையைத்திருகிக்கொண்டு...

நெற்றியில் குங்குமப் பொட்டு, தலைப்பாகை! கோட்டில் ஒரு சாமந்திப்பூ.

பையன் படம் எடுக்கிறான்.

அவர் கடை வீதியைச் சிறிது நேரம் சுற்றிக்கொண்டிருந்து விட்டு, பையன் காட்டிய 'நெகடிவ்'வைப் பார்க்கிறார்.

"பலே! மிக நன்றாக வந்திருக்கிறது! பராசக்தி உனக்கு அமரத்தன்மை தருவாள். புகழ் சேர்ப்பாள்! காலையில் வந்து படம் வாங்கிச்செல்கிறேன்!"

காலையில் படம் வந்து விளம்பரம்போட்டு, நுழைவுச் சீட்டுடன் கவிஞரை அறிமுகப்படுத்தும் வாசகங்களடங்கிய சிறு பிரசுரத்தையும் அளிக்கிறார்கள்.

கடற்கரைக் கூட்டம், 'மாஸ்' எனப்படும் பொது மக்கள் பலவகைப்பட்டவரும் இருப்பார்கள். அங்கே பேச்சை ஊன்றிக் கேட்டு விஷயத்தை வாங்கிக்கொள்பவர்களுக்கு அதிக இடமில்லை. உணர்ச்சியே முக்கியம்.

இது அறிவாளிகள் கூட்டம். பாரதி தாம் வெறும் உணர்ச்சிவசப்பட்ட கவிஞன் மட்டும் அல்ல. அறிவாளி, ஆராய்ந்து வேதப் பொருளுணந்தவன் என்ற மேன்மையை உணர்த்திக்கொள்ள ஏற்பாடு செய்யும் கூட்டம். குள்ளச்சாமி, எவரையும் பொருட்படுத்தியிராத ஞானி அவர். இந்த பாரதியின் கடிதத்துக்கிணங்கிச் சென்னைக்கு வந்திருக்கிறார். முழத்துண்டை உடுத்திக்கொண்டு மகாஞானியாக, விருப்பு வெறுப்பு இல்லாதவராக உலவும் இவர் விரும்பியதற்கிணங்க, வெள்ளை வேட்டியுடுத்துக்கொண்டு, கட்டுப்பாடுகளமைந்த ஹாலுக்குள் வந்து வீற்றிருக்கிறார்.

அது ஒன்றே பாரதியின் மேன்மையை உலகுக்கு உணர்த்தப் போதுமானது! பிரபலமான வழக்குரைஞர்கள், அறிவாளிகள், புலவர்கள் வந்திருக்கின்றனர். இளைஞன் கோதண்டராமன், வ.உ. சிதம்பரம் பிள்ளை, கல்யாணசுந்தர முதலியார், நடேசய்யர் எல்லோரும் வந்திருக்கின்றனர்.

எஸ். சுப்பிரமணிய ஐயர், பாரதியை மிகவும் அழகாகப் பாராட்டி முன்னுரை நல்குகிறார். உரையாற்ற இருப்பவர்

புதியவரல்ல, அவருடைய தேசபக்தி, கவித்துவம். ஆழ்ந்த புலமை, ஆகியவற்றை விளக்குகிறார். பத்தாண்டு காலம் அவர் பேசவிருக்கும் பொருளை ஆராய்ந்திருப்பதையும் ஆர்யா பத்திரிகையில் எழுதிய விளக்கக் கட்டுரைகளையும் குறிப்பிடுகிறார். இறுதியில் ஹானிங்டனுக்கு, பாரதிமீது விதிக்கப்பட்டிருந்த தடைகளை நீக்கியதற்கும் நன்றி கூறுகிறார். பாரதியின் விடுதலையைத் தொடர்ந்து புதுவையில் தஞ்சம் புகுந்திருக்கும் ஏனைய சுதேசிகளையும் தடை நீங்கி வரச்செய்ய வேண்டும் என்று கேட்டுக்கொண்டு, பாரதியைப் பேசுமாறு அழைக்கிறார்.

பாரதி தம்மை மறந்ததோர் இன்ப லயத்திலிருக்கிறார்.

எழுந்த உடன், ஏற்கெனவே தலைவர் அறிவித்ததற்கிணங்க முன்னதாகப் பாடலொன்றைப் பாடுகிறார். பாட்டென்பது வெறும் குரலில் வடிவது மட்டுமன்று. உணர்வுகள் கனிந்து முழுதுமாக மனிதனை ஆட்கொள்ளும் அனுபவம் என்று விளக்கும் வகையில் வடிகிறது.

தகத்தக தக வென்றாடுவோமே!

பாட்டு அந்தக் கூடம் முழுதும் ஒரு மந்திர காந்தமாகக் கட்டிப்போடுகிறது! தமிழ்மொழியறியாத வேற்று மொழி யாளரையும் மொழிக்கப்பாலுள்ள சுருதியுடன் பிணைக்கிறது.

இந்திரனாருலகிலே நல்லின்பம்
இருக்கு தென்பா் அதனை இங்கே கொண்டெய்தி
மந்திரம்போல் வேண்டுமடா சொல்லின்பம் – நல்ல
மதமுறவே அமுதநிலை கண்டெய்தி...

இது முடிந்ததும் பேச்சு வரவில்லை. இன்னொரு பாட்டே சுருளவிழ்கிறது.

பயமெனும் பேய்தனை அடித்தோம்!
பொய்மைப்பாம்பைப் பிளந்துயிரைக் குடித்தோம்!
வியனுலகனைத்தையும் அமுதென்று தரும்
வேத வாழ்வினைக் கைப்பிடித்தோம்!
ஜயபேரிகை கொட்டடா..!

பாட்டுக்கள் தொடர்ந்து வருகையில், அவையில் ஒரு நெருக்கடி புலனாகிறது.

பேச்சென்று சீட்டுவாங்கிவந்தால் பாட்டுப்பாடுகிறாரே?

தலைவர் இவரைப் பேச வேண்டும் என்று நினைப்பூட்டுகையில், குள்ளச்சாமி அங்குமிங்கும் நோக்கிப் புன்னகை செய்த வண்ணமிருக்கிறார்.

பாரதி உடனே சொர்க்கப் படிகளிலிருந்து இறங்கும் உணர்வுடன் பேச்சுக்கு இறங்குகிறார். ஆங்கிலப் பேச்சல்லவா?

உணர்ச்சிப் பெருக்கே அவரது இயல்பு. அதுவே அவருடைய மூலதனம். அதுவே அவரை ஆட்டிப் படைக்கும் தேசபக்தி! மனிதாபிமானம்! கவித்துவம்! புலமை! அறிவராய்ச்சிக்கும் அதுவே உந்துகோல்.

எனவே, என்னைப் புறக்கணித்து நீ அறிவாளி என்று மெய்ப்படுத்துவாயோ என்ற நிலையில் அவரது சொற்களைத் தடைசெய்கிறது.

கடல்மாரியாகப் பொழியப்போகிறார். ஆங்கில மொழியின் மிக நுட்பமான பிரயோகங்களில் புகுந்து விளையாடப் போகிறார் என்று எதிர்பார்த்து வந்திருக்கும் அவையினர், ஏமாற்றம் அடைகின்றனர்... தலைவர் சில சொற்களை முத்தாய்ப்பாக்கி, கூட்டத்தை முடிக்கிறார்.

பாரதி இதை ஏமாற்றமாகவோ, தோல்வியாகவோ, எடுத்துக் கொள்ளவில்லை.

சித்த உறுதி... என்னால் அமரத்துவம் பெற முடியும். நான் அமரன் என்றே இறும்பூது கொள்கிறார். கோகலே ஹாலில் குள்ளச்சாமிக்கு ஒரு வரவேற்பு அளிக்கவும் துரைசாமி ஐயர் ஏற்பாடு செய்கிறார். சித்தர்கள், சித்தர் மரபுகளைப் பற்றியெல்லாம் பாரதியே பேசுகிறார்.

கூட்டத்துக்கு வந்திருக்கும் சிதம்பரம் பிள்ளை, பெரம்பூரிலுள்ள தமது இல்லத்துக்குப் பாரதியையும் குள்ளச்சாமியையும் விருந்துக்கழைக்கிறார்.

மாமா! மாப்பிள்ளை! என்று கட்டித் தழுவிக்கொண்டு, வீட்டினில் அமர்ந்து பழைய செய்திகளை எல்லாம் பேசுகின்றனர்.

விருந்துண்டபின் மாடியறைக்கு அழைத்துச் சென்று சற்றே இளைப்பாறப் படுக்கின்றனர். படுத்த பிள்ளையவர்கள் சற்றே உறங்கிவிடுகிறார். சட்டென்று கண்விழித்தவர், பாரதியும், குள்ளச்சாமியும் ‘லாகிரி’யைச் சேவிப்பதைப் பார்க்கிறார்.

மனம் தாளாமல் வேதனை அழுத்துகிறது.

பழைய சுதந்திர பாரதி எங்கே? ஐயோ! இந்தப் பொருள் உந்தும் செயற்கை உணர்வில் பேசும் பாரதியாகிவிட்டாரே! உத்தமமான தேசபக்தர்களை, அவர்கள் வீரியங்களை, ஆங்கிலேயரின் அடக்குமுறைக் கொடுமைகள் எப்படிச் சின்னா பின்னமாக்கிவிட்டன! அவரைத் தூலமாகச் சிறையில் வைத்துக் கொடுமைக்குள்ளாக்கி, சன்னதைப் பறித்து ஆளுமையைச் சிதைத்தது.

ஆனால் இந்த மாசற்ற கவிஞரை, கடுஞ்செயல்களால் தண்டிக்காமல், அவரது இயற்கையான ஆவேசங்களை அடக்கிக் குருடாக்கி, முடமாக்குவது போல் செய்து, அதன் வாதனை பொறுக்கமாட்டாமல் தம்மை மறக்க இத்தகைய பழக்கத்துக்கு ஆளாக்கிவிட்டதே?

பாரதி! புதுவையில் அவர் விடுதலை பெற்று வந்தபோது கூட இப்படி இருக்கவில்லையே நீங்கள்!... யார் இந்தச் சாமி?

சித்து, பித்து என்ற இந்தச் சாமிகளைப் பாரதியா நம்புகிறார்? ஐயனே! வேலையற்றுத் திரியும் பாஷாண்டிகள் என்று சொல்லும் நீரா இப்படியானீர்?

ஓ, என் மாமா! எங்கள் தேசத்தின் தவப்புதல்வா? என்று தணியுமிந்த சுதந்திரதாகம் என்று பாடும்போது, மெய்சிலிர்த்து, நிற்போமே, ஊனுருகக் கரைவோமே? உங்களுக்கா இந்த நிலை..?

மனசுள் ஊமையாகப் புழுங்குகிறார், கண்ணீர் மல்குகிறது.

"மாமா..! நீங்கள் உலகத்துக்கு ஒரு வழி காட்டியாக இருக்க வேண்டாமா? உங்களுடைய அற்புதக் கவித்திறமை – உங்களைப் பார்த்து நடக்கும்படி பலரையும் ஆர்வம்கொள்ளச் செய்திருக்கிறது. அவர்களெல்லாம், தங்களது இத்தகைய விவகாரங்களையும் உங்களுடையதைப் போல் ஆக்கிக் கொள்வது நலமா? உசிதமா? அதை உத்தேசித்தாவது நீங்கள் இதையெல்லாம் விட்டுவிட வேண்டாமா?"

பாரதியின் முகம் இருண்டுபோகிறது.

சிறிது நேரம் அவரால் பேச இயலவில்லை.

"மாப்பிள்ளை, சொல்வது யார்க்கும் எளிது; எளிதன்று சொல்லிய வண்ணம் சொல் என்பது தங்களுக்குத் தெரியாதா? துரப்பிளசத்தினால் சில தவறுகள் ஒட்டிக்கொண்டு விட்டேனா. நான் செய்வது போல் பிறர் செய்ய வேண்டாம். எனது கொள்கை, எனது இலட்சியம் இவற்றை மட்டும் எடுத்துக்கொள்ளட்டும். இதை நான் எல்லோருக்கும் சொல்கிறேன்... எனது இப்போதைய அனுஷ்டானங்கள் பின்பற்றத்தக்கவை அல்ல..."

பாரதியின் கண்களிலும் நீர் வழிகிறது.

46

ரௌலட் கமிட்டியின் பரிந்துரைகளை ஏற்று அரசு ஒரு மசோதாவை வெளியிடுகின்றது. அது இந்திய சட்ட சபையில் விவாதத்துக்கு வந்தது.

இந்திய சட்ட சபையில் இருப்பவர்கள் யார்? சர்க்கார் உத்தியோகம் பார்ப்பவர்களும், சர்க்காரால் நியமிக்கப் பெற்ற அங்கத்தினர்களும் தானே?

சட்டசபை விவாதத்தின்போது, ரவுலட் மசோதாவை எதிர்த்து ‘மகாகனம்’ ஸ்ரீனிவாச சாஸ்திரி அதிதீவிரமாக உரையாற்றினார். அதைச் சட்டமாக்குவதனால் விளையக்கூடிய விபரீதங்களைப் பற்றி சர்க்காருக்கு எச்சரிக்கையும் செய்தார். ஆனால் பலனில்லை. மசோதா நிறைவேறிவிட்டது.

காந்தி சட்டசபை விவாதத்தை உன்னிப்பாகக் கவனித்தார். இராஜப்பிரதிநிதி செம்ஸ் ஃபோர்ட் பிரபுவுக்கு அந்தரங்கமாகவும் பகிரங்கமாகவும் எழுதிய கடிதங்களினாலும் பலனொன்றும் விளையவில்லை.

சேலம் விஜயராகவாச்சாரியும், ஸி. ராஜ கோபாலச்சாரியும், காந்தியைச் சென்னைக்கு வரச்சொல்லி அழைக்கின்றனர். காந்தி வருகிறார். கதீட்ரல் சாலையில் ஸி. ராஜகோபாலாச்சாரியின் வீட்டில் தங்கியிருக்கிறார்.

பாரதிக்கு அரசியல் அரங்கு, புதிய நிர்மாணங்களுடன் விரிவதை உணர உற்சாகம் இருக்கிறது. ஆனால் இதே சென்னை நகரம், முந்தைய ஆரவாரத்தோடு தன்னை ஏற்கவில்லை என்ற உறுத்தல் உள்ளூற அவர் உற்சாகத்துக்குத் தடைக்கல்லாகவும் இல்லாமலில்லை.

துரைசாமி ஐயர், ஸ்ரீநிவாச ஐயங்காரின் ஜூனியர் என்ற நிலையில் தொழில் செய்து நெருக்கமாக இருக்கிறார். சென்னை அரங்கில் அந்நாளில் பிரமுகர்களாக இருந்த பெரிய வக்கீல்கள், நீதிபதிகள், இவருடைய பத்திரிகையில் மிதவாதிகள் என்று கேலிக்குள்ளாகியிருக்கின்றனர். ஆனால் போற்றும்போது போற்றியும் சுட்டிக்காட்ட வேண்டிவரும் போது சுட்டிக்காட்டியும் தம் பயமற்ற, நேர்மையான நோக்கைப் புலப்படுத்திக்கொள்ளவில்லையா?

'அகரம் இகரம்' என்று சொல் என மனைவிக்குக் குறிப்பாக்கும் நேரத்திலும் பணம் அனுப்ப வேண்டும் என்று உரிமையுடன் பரலி நெல்லையப்பருக்குக் கடிதம் எழுதும் நிலையிலும், பிரிட்டிஷ் மந்திரி ராம்சே மக்டனல்டுக்கும் நியாயத்தை எழுதுவதற்குக் கூச்சம் இருந்ததோ..? இப்போது..? தமது பலவீனம் அவரைச் சோர்வுக்குள்ளாக்கும் வாதையை அவரால் வெல்ல முடியவில்லை.

ஓடிச் செல்லும் நீரோட்டத்தில் ஒரு சுழல் வாய்ப்பட்ட உணர்வு அவ்வப்போது அலைக்கழிக்கிறது. எவ்வாறேனும் அதை வென்றுவிட வேண்டும். தமக்கு ஒன்றும் நேரவில்லை. கவிராஜ சிங்கம், எம்கவிதை நவகவிதை, பாரத நாட்டின் சேனாதிபதி நான் . . . என்று தெருவில் மார்பை நிமிர்த்தி நடந்து செல்கிறார்.

காந்தி வந்திருக்கிறார்; பல கூட்டங்கள் நடக்கின்றன. தேசத்தின் விடுதலைக்காகப் பல குரல்கள் ஒலிக்கின்றன. இவர், கூட்டத்தில் சேரும் தலைகளில் ஒருவராகக் கூட்டம் கலைந்ததும் முகம் தெரியாமல் போகும் உதிரியா?

மார்ச் பதினெட்டாம் தேதியன்று திருவல்லிக்கேணி கடற்கரையில் கஸ்தூரி ரங்க ஐயங்கார் தலைமை வகிக்க காந்தி பேசுவதாகக் கடற்கரையில் கூட்டம். ரௌலட் சட்டத்தை எதிர்த்து, சத்யாக்கிரக உறுதியை மேற்கொள்ளும் தீர்மானத்தை, காந்தியினால் முழுதும் உரையாற்ற முடியவில்லை. உடல்நலம் குன்றியிருக்கிறார். அவர் முன்னுரையாகச் சில வார்த்தைகள் பேசியதும் மகாதேவ தேசாய் உரையைப் படிக்கிறார்.

பாரதிக்கு அப்போதே ஒரு வேகம் பிறக்கிறது.

அடுத்த நாள், பத்தொன்பதாம் தேதி, இவர் கடற்கரையில் பேசப்போகிறார். அவரைச் சந்திக்கும் வாய்ப்பு இதுவரையிலும் கிட்டியிருக்கவில்லை. புதுவையில் இருக்கையில் ஒரு முறை காந்தி சுற்றுப் பயணம் வந்தார். மாயவரம், காரைக்கால்கூட வந்தாராம். ஐயர் சந்தித்தார். ஆனால் பாரதியின் நிலைமை, எல்லை கடந்து சந்திக்கும்படியாக இல்லை.

ஸ்ரீமான் காந்தி 'காந்திஸிங்' என்று அந்த நாட்களிலேயே இந்தியா பத்திரிகையில் எழுதியுள்ளார். அவர் சத்திரியரில்லை என்பது இவருக்கு அப்போது தெரியாது.

தென்னாப்பிரிக்க இந்தியர்கள் சார்பில் லண்டனுக்குத் தூது சென்று திரும்பிய போதே இந்தியா பத்திரிகையிலும் காந்தியைத் தாய்ப்பசுவாக உருவகம் செய்தார்.

ஒரு தாய்ப்பசு மடுக்கரையில் மேய்கிறது. காந்தி கண்களில் கனலுடன் ஒரு வெம்புலி அதை நோக்கிப் பாய நிற்கிறது.

"ஏ புலியே, நீ இப்போது என்னைக் கொன்றுவிடாதே. என் கன்று அங்கே இருக்கிறது. அதற்குப் பால் கொடுத்து விட்டு வருகிறேன். பசியோடு அது தாயாகிய என் வரவை எதிர்பார்த்து இருக்கும். என் கடமையை நான் செய்த பிறகு நான் திரும்பிவருவேன். நீ கொன்று தின்னலாம்" என்றது.

ஆனால் அப்படிச் சத்திய தேவதையாக வந்த பசுவைக் கொன்று தின்று பசியாறுவதைவிட, பட்டினி கிடந்து உயிரை விடுவது மேல் என்று உயிர்விட்டது.

இந்த உருவகச் சித்திரத்துடன், புலிக்கிருக்கும் கருணை கூட இல்லாத சர்க்கார், தம்மினத்தாரோடு பேசி வந்தவரைச் சிறையிலடைத்ததைக் கண்டனம் செய்திருந்தார்.

"ஒரு நாள் பூரண ஹர்த்தால் (வேலை நிறுத்தம்) நடத்தும்படி தேசமக்களைக் கேட்டுக்கொள்கிறேன். நம்முடைய போராட்டம் புனிதமான போராட்டம். எனவே, ஆத்ம தூய்மைக்குரிய ஒரு காரியத்துடன் அதைத் தொடங்குவது உசிதமாக இருக்கும். அன்றைய தினம் அதாவது, மார்ச் முப்பதாந்தேதி என்று அறிவிக்கப்படுகிறது. எல்லோரும் தங்கள் வேலைகளை நிறுத்தி உபவாசம் இருந்து பிரார்த்தனை நடத்த வேண்டும்..."

இந்த சத்யாக்கிரஹ வேண்டுகோளைக் காந்தி நாட்டு மக்களனைவருக்கும் விடுத்திருக்கிறார். நினைக்க நினைக்க இந்த நாட்டின் விடுதலைப் போராட்டத்தில் ஒரு புதிய அத்தியாயம் துவங்கப் பெற்றிருப்பதாக அவருக்கு உறைக்கிறது. ஒரு புதிய சக்தியை, ஆன்மீக ஆற்றலை, அவர் மக்களிடையே தூண்டும் மனிதராகச் செயல்படுவதாகத் தோன்றுகிறது.

அவரைச் சூழ்ந்திருப்பவர் அனைவரும், பாரதிக்குத் தெரிந்தவர்களே! இன்று அரங்குக்கு வெளியே பாரதி தள்ளப்பட்டுவிட்டாரா? அவரால் எப்படி இதை ஏற்க முடியும்?

பத்தொன்பதாம் தேதி, தாம் கடற்கரையில் பேசும்போது, காந்தியைத் தலைமை தாங்க அழைத்தால்? ஏன் அழைக்கக் கூடாது? அவரை யாரேனும் அறிமுகம் செய்விக்க வேண்டும் என்று ஏன் காத்திருக்க வேண்டும்? பாரததேவியின் கவிக்குமாரன்; சேனாதிபதி.

அவரை எப்படியும் அழைத்துவிட வேண்டும் என்ற வியாஜம், சந்தித்துவிட வேண்டும் என்ற பேரார்வத்தை நிறைவேற்றிக்கொள்ளத் துணிவையளிக்கிறது.

பகல்நேரம்; உணவு வேளையோ, பிற்பகல் இளைப்பாறு நேரமோ என்றெல்லாம் ஒரு தடையும் தோன்றவில்லை.

கிளம்பிவிடுகிறார். இராயப்பேட்டையில் டிராம் வண்டியிலிருந்து இறங்கி நடக்கிறார். வெயில் – பங்குனிக் கோடை என்பதை உணர்த்துகிறது. சிறிது தூரம் நடந்ததும் கடற்காற்றும் மெல்லத் தவழ்ந்து வெம்மையினூடே ஒரு சுகானுபவத்தை அளிக்கிறது.

காற்றே வருக! அமுதமாகி வருக! நமஸ்தே வாயோ த்வமேவப்ர த்யாக்ஷம்ப்ரஹ்மாசி!... ஓ இதுதான் ஸ்ரீமான் காந்தி தங்கி இருக்கும் இல்லமோ?

ஜட்கா வண்டிகள், கோச்சு வண்டிகள்... ஒரு மோட்டார்...

பங்களாவின் வாயிலைக் கடந்து உள்ளே செல்கிறார். முன் வராந்தா வாயிலில் திருப்பயணம் ராமசாமி..! அவன் திகைப்பை, திடுக்கிடலை இவர் கண்டுகொண்டால்தானே?

“என்ன ஓய்!’ என்று கேட்டு உள்ளே புகுந்துவிடுகிறார்.

காந்தி ... கட்டிலில் திண்டு மெத்தையில் ஒரு துண்டு போர்த்த மேனியராய்ச் சாய்து உட்கார்ந்து ஏதோ சொல்லிக் கொண்டிருக்கிறார். அருகில் பார்க்கையில், நாற்பத்தைந்து: ஐம்பது வயசுக்குரிய உறுதியான ஆனால் மெலிந்த தோற்றம். பரபரப்பு இல்லாத ஆழ்ந்த அமைதியான இயல்பு தெரிகிறது. இவர் தயங்கவில்லை. விர்ரென்று அந்தக் கட்டிலை நோக்கி அவரையே பார்த்துக்கொண்டு வந்தே மாதரம் என்று முழக்கிக்கொண்டு செல்கிறார். கைகள் குவிகின்றன, ‘நமஸ்தே’ என்று சொல்லிவிட்டு அவரருகில் கட்டிலில் அமர்ந்துவிடுகிறார்.

மற்றவர் எவரும் தம்மை அறிமுகம் செய்துவைக்க வேண்டும் என்றுகூட நிற்காமல், “உங்களைப் பார்க்க மிக

சந்தோஷமடைகிறேன், மிஸ்டர் காந்தி" என்று வெகு இயல்பாகக் கூறுகிறார்.

அருகில் அவருடைய செயலாளராக அவர் கூறுவதை எழுதிக்கொண்டிருந்தவர் சட்டென்று திகைத்தாற்போல் நிற்கிறார். காந்தி மறுவணக்கம் தெரிவிக்கிறார்.

சுவரோடு சாய்ந்தாற் போல் ரங்கசாமி ஐயங்காரும் சத்யமூர்த்தியும் ஒருபுறம் நிற்கின்றனர். இன்னொரு பக்கம்... ஸி. ராஜகோபாலாச்சாரி அவருக்குத் தெரியாதா பாரதியை?

பாண்டிச்சேரிக்கு அவரும் கிருஷ்ணய்யரும் வந்திருக் கின்றனர். செல்லம்மா சாப்பாடு போட்டிருக்கிறாள். இந்த ராமசாமிகூட உள்ளே வராமல் நின்றுவிட்டான்.

இவருடைய திடும்பிரவேசம் அங்கு இருப்பவர்கள் ரசிக்கத் தகுந்ததாக இல்லை என்று மனசுக்குப் படும்போதே இவர் அதை இரசிக்கிறார்.

அடுத்து, "மிஸ்டர் காந்தி, இன்று மாலை, ஐந்தரை மணிக்கு நான் திருவல்லிக்கேணி கடற்கரையில் பேசப்போகிறேன். அந்தக் கூட்டத்துக்குத் தாங்கள் தலைமை தாங்க முடியுமா?" என்று கேட்கிறார், நேரடியாக.

'வெடிப்புறப் பேசு' என்று புதிய ஆத்திச்சூடியில் உரைத்திருப்பவரல்லவா?

காந்தி உடனே, செயலாளரைப் பார்க்கிறார்.

"மகாதேவபாய், இன்று மாலை நமக்கு ஏதேனும் அலுவல் இருக்கிறதா?"

மகாதேவபாய் உடனே குறிப்பேட்டைப் புரட்டுகிறார்.

"ஆம். மாலை ஐந்தரை மணிக்கு நீங்கள் வேறொரு இடத்தில் இருக்க வேண்டும்..."

சிறிது தயக்கத்துடன் பாரதியை நோக்கும்போது! உள்ளத்தைத் தொடுவதாகக் கனிகிறது.

"இன்றைக்கு இயலாமலிருக்கிறது. அப்படியானால், நீங்கள் உங்கள் கூட்டத்தை நாளைக்கு ஒத்திப்போட முடியுமா?"

அதே வெடிப்புடன் மறுமொழி வருகிறது.

ஒத்திப்போடுவதற்கில்லை... ஹும்... மிஸ்டர் காந்தி, தாங்கள் ஆரம்பிக்கப்போகும் இயக்கத்தை நான் ஆசீர்வதிக்கிறேன்!"

அவ்வளவுதான். மின்னல் தோன்றி மறைந்தாற் போல் அங்கிருந்தவர்களுக்குப் பட்டிருக்க வேண்டும் என்று தமக்குள் ஒரு திருப்தியுடன் நகைத்துக்கொள்கிறார்.

அனைவரும் இவரைத் தெரியாதவர்கள் போல் பார்த்துக் கொண்டிருந்தார்களே, அந்த ஏமாற்றம் நெஞ்சின் ஆழத்தில் சுடாமல் இல்லை. ஆனால்... கவிராஜசிங்கம் சுப்ரமணிய பாரதி. தேசபக்தன், இந்த பாரத மாதாவின் சேனாதிபதி. இவன் ஒரு நாளும் யாருக்கும் அடி வருடுபவன் அல்ல.

மாலைக் கடற்கரைக் கூட்டத்தில், கணீரென்ற இவர் குரல் முழங்கும்போதே, எங்கெங்கோ இருக்கும் மக்களெல்லாரும், "...பாரதி! சுப்ரமணியபாரதி பாடுகிறார்!" என்று வந்து குழுமுகின்றனர்.

அச்சமில்லை அச்சமில்லை... என்று படை நடக்கும் சந்தத்துடன் அவர் கூட்டத்தைத் தொடங்குகிறார்.

அரசியல் பேசக்கூடாதுதான். ஆனால் என்ன அரசியல்? பயத்தைக் கொல்லுவது அல்லவா இன்றைக்குத் தேவையான சாகசம்? தீயின் வெம்மையில் அரக்கர் கூட்டம் அழியும் என்றால் அரசியலா? நம்மைப் பிடித்த பிசாசுகள் போயின என்றால் அரசியலா? அரசியல் இல்லை. ஆனால் நம்மை எதிர் நோக்கும் அறை கூவல்களை நேருக்குநேர் சமாளிக்க வேண்டிய சக்திகளை ஒருங்கிணைக்கக்கூடிய முழுக்கம்தான். ரௌலட் சட்டத்தை எதிர்க்க மக்களனைவரும் தயாராக இருக்க வேண்டும் என்று சொல்லாமல் அறிவுறுத்தும் முழக்கமே அது.

பின்னர் காந்தி தென்னகமெங்கும் இந்தப் புதிய சேதியைக் கொண்டு சென்று உள்ளொளியைத் தூண்டச் செய்வதும், ஏப்ரல் ஆறாந்தேதியாக அந்த ஹர்த்தால் நாளைத் தள்ளி வைத்ததும், மக்கள் தேச முழுதும் இந்தக் குரலுக்குத் திரண்டெழும் செய்திகளும் பாரதிக்குப் பரவச மூட்டுகிறது. அரசியலில் ஈடுபடக் கூடாது என்ற தடை உள்ளே இருந்தாலும், தேசபக்தன் குழு, கிருத்திகை பஜனை என்று ஏப்ரல் நாளில் ஊர்வலம் ஏற்பாடு செய்திருந்ததை அறிந்து, தெரியாமல் திடீரென்று வந்து கலந்துகொள்கிறார்.

ஊர்வலம் முடிந்ததும், குகானந்த நிலையத்தில் பஜனை.

கூடத்தில் பாலமுருகன் படம் வைத்திருக்கிறது. மல்லிகையும் மருக்கொழுந்தும் மணம் கமழ்கிறது. ஐந்து முகக் குத்துவிளக்குகள் இருபுறங்களிலும் சுடரொளி பரப்புகின்றன. பாரதி சமக்காளத்தில் முருகன் படத்துக்கெதிரே அமர்ந்துகொள்கிறார்.

“பாரதி! ஒரு பாட்டு1”

முருகனின் அருள் விழிகளையே உற்றுப் பார்க்கிறார். கவிஞரின் உடல் சிலிர்க்கிறது; உள்ளம் புல்லரிக்கிறது. முருகன்— வேல்கைக்கொண்ட பாலசுப்பிரமணியன்.

முருகா வா! என்னுள்ளே வா! அமரத்தன்மை தா, வா! வா! நீயே நானாக, நானே நீயாக வா!

வா வா என்று கையால் அழைத்துக்கொண்டே இசை வடிவாக ஒன்றிப்போகிறார்.

நாத அலைகள் செவிகளை நிறைக்கின்றன.

நாட்டைக் குறிஞ்சி ராகப் பண்ணில் சொல்லைக் குழைத் திசைக்கிறார்.

முருகா! முருகா! முருகா!
வருவாய் மயில் மீதினிலே!
வடிவேலுடனே வருவாய்!
தருவாய் நலமுந்தகமும் புகழுந்
தவமுந்திறமுந்தனமு மனமும் முருகா!

அங்கே கூடியிருப்பவர் அனைவரும் முருகன் வரக் காண்கின்றனர். அந்தக் குரலில் அவன் சுருதிப்பொருளாக விளங்குகிறான். தவமாய், துணிவாய், திருவாய், கனமாய், அவர்களுக்கு அவன் சாந்நிதியமாகிறான்.

47

குள்ளச்சாமிக்குக் கடிதம் எழுதி வரவழைக்கையில், செல்லம்மாளுக்கும் ஒரு கடிதம் எழுதியிருந்தார். செல்லம்மாள் கடயத்திலிருந்து இப்போது கடிதம் எழுதியிருக்கிறாள்.

“எனக்கு மனம் சங்கடமாக இருந்தது. உங்கள் உடம்பைக் கவனித்துக்கொள்ளவும். தங்கம்மாள் கல்யாணத்துக்காக அப்பாத்துரை முயற்சி செய்து கொண்டிருக்கிறான். உங்கள் காரியங்கள் நன்கு நடப்பது அறிந்து சந்தோஷம். கடிதம் கண்டதும் புறப்பட்டுவர வேண்டுமாய்ப் பிரார்த்திக்கிறேன்...”

தமிழ்ப் புத்தாண்டு நாளில், அமிருதஸாரஸ் ஜாலியன் வாலாபாத் மைதானத்தில், “ஜனங்களைக் கலைப்பதற்காக மட்டும் நான் சுடவில்லை. ஜனங்களுக்குப் பாடம் கற்பிப்பதற்காகச் சுட்டேன். எத்தனை பேரைக் கொல்லலாமோ அவ்வளவு பேரையும் கொல்லுவதற்குச் சுட்டேன். அப்போது தான் மறுபடியும் ஜனங்கள் என்னுடைய உத்தரவை மீறித் துணிய மாட்டார்கள் என்பதற்காகவே அம்மாதிரி செய்தேன்! இன்னும் அதிகத் தோட்டாக்கள் கைவசம் இருந்திருந்தால் இன்னும் அதிக நேரம் சுட்டிருப்பேன்!” என்று ஜெனரல் டையர் என்ற கொடும்பாதகன் மனித வேட்டையாடியதைக் கேட்டபோது தென்படும் வெள்ளையரை எல்லாம் குத்திவிடலாம் என்று பொங்கிக்கொண்டிருந்த வேளையில் இந்தக் கடிதம் கிடைக்கிறது.

பாவம்... செல்லம்மா... அவள் தம்மையே நம்பியிருப்பவ ளல்லவா? இந்த நாட்டு நிலையை எண்ணிப் பார்க்கையில், தேச முழுதும் பொங்கியெழச் செய்யும் அந்த காந்தியின் சக்தியும், சர்க்காரின் வெறித்தனமும், சுதந்திரப்போர் என்ற கட்டத்தின் உச்சமான நிலைக்கு மக்களைக் கொண்டு செல்வதாகத் தோன்றுகிறது. இம்மக்களைப் போராட்டத்துக்கு நடாத்திச் செல்வதற்குகந்த தலைவர் இந்த நாட்டில் தோன்றி விட்டாரென்று ஒரு புறம் ஆறுதலடைகிறார்.

“சென்னை அரங்கை விட்டு, தம் குடும்பக் கடமையை ஆற்ற வேண்டும் என்ற கருத்துடன், துரைசாமி ஐயரிடம் விடைபெற்றுக்கொண்டு கடயம் திரும்புகிறார். கல்யாணம் நிச்சயம் செய்தாயிற்று. பணம்?...

“எல்லோரும் சொல்றா மகாராஜா அந்த ராஜாவைப் போல் இல்லை. உங்கபேரில் அதிகப்பிரியம் உள்ளவர். நீங்க நேர போய்ப் பார்க்கணும்ங்கறதுகூட இல்லை. பெத்தம்மா உங்க பாட்டைக் கேக்கணும்னு ரொம்ப ஆசைப்படுறான்னு சின்னம்மா சித்தி. சொன்னா ஒரு நடைபோய்ப் பார்ப்போம். கல்யாணம்ங்கறது நீங்களாச் சொல்ல வேண்டாம்...”

அவர் மௌனமாக இருக்கிறார். மனசுக்குள் ஒரு பிரளயமே வந்துவிடும்போல் இருக்கிறது. நெருக்கடிகள், சென்னையில் நூலை அச்சிட்டு வேண்டியன செய்வதற்கு மூலதனம் எதுவும் பெறும்படி இல்லை. நெல்லையப்பனாலும் எதுவும் செய்ய முடியவில்லை.

செல்லம்மாளை மட்டுமே கூட்டிக்கொண்டு எட்டயபுரம் வருகிறார்.

இவர் வந்திருப்பது தெரிந்து, ராஜா தம்மை அழைத்து மரியாதை செய்ய வேண்டும் என்று நினைக்கிறார். இவர்கள் சொல் கேட்டுச் சென்றால், ஊர் வழக்கப்படி அவர் சரியாசனத்தில் அமரச் சொல்ல மாட்டார்; அமரக் கூடாது; நின்றுகொண்டு யாசிக்க வேண்டும்... சீச்சீ! இவர் ஒரு தேசீய கவியாக மலருவதற்குமுன்பே, மனிதத்துவம் இல்லாத அடிமைச் சேவகத்தை வெறுத்தவர், இந்நாளோ..!

அந்தத் தலைவன், இன்று இந்தப் பாரத பூமியின் மக்களை எல்லாம் தன் ஆற்றலால் விழித்தெழச் செய்பவன். அவனுக்குச் சமமாக உட்கார்ந்திருக்கிறார். அங்கேயே அவர் இந்தக் கூனலுக்கு இடம் கொடுக்காதவர், இன்று இந்தச் சிறுமதி அரசன், இவன் முன் கைகட்டிக் கூனிப் புழுவினைப் போல்...

ஆனால் இந்த நெருக்கடி எப்படித் தீரும்?

சின்னம்மா சித்தி கரைக்கிறார். செல்லம்மா சிறிய கை மேசை, நோட்டு, தாள், பென்சில் எல்லாம் கொண்டுவந்து வைக்கிறாள்.

1919 மே இரண்டாம் தேதி.

ஸ்ரீ எட்டயபுரம் ராஜாராஜேந்த்ர மகாராஜ ஸ்ரீ வெங்கடேசு ரெட்டப்ப பூபதி அவர்கள் சமூகத்துக்கு.

கவிராஜ ஸ்ரீ சி. சுப்பிரமணிய பாரதி எழுதும் சீட்டுக் கவிகள் என்று மகுடமிட்டு, மன்னனைப் புகழ்ந்தெழுதுகிறார்.

விண்ணளவுயா்ந்த கீர்த்தி வெங்கடேசுரெட்ட மன்னா!
பண்ணளவுயர்ந்த தென்பண், பாவளவுயர்ந்ததென்பா
எண்ணளவுயர்ந்த வெண்ணிலிரும்புகழ்க் கவிஞர் வந்தால்
அண்ணலே பரிசு கோடியளித்திட விரைகிலாயோ?...

என்று எழுதி சுப்பிரமணிய பாரதி என்று கையொப்பமும் இடுகிறார்.

இது தன் புகழைக் குறைத்துக்கொண்ட மாதிரி தோன்றுகிறது.

இன்னும் சிறிது நேரம் சென்று, யோசனை செய்தபின் ஓலைத்தூக்கொன்று எழுதுகிறார்.

அதில்,

புவியனைத்தும் போற்றிடவான் புகழ் படைத்துத்
    தமிழ் மொழியைப் புகழிலேற்றுங்
கவியரசர் தமிழ்நாட்டுக்கில்லையெனும்
    வசையென்னால் கழிந்ததன்றே!
சுவைபுதிது, பொருள் புதிது, வளம்புதிது,
    சொற்புதிது சோதி மிக்க
நவகவிதை யெந்நாளுமழியாத
    மகாவிதையென்று நன்கு
பிரான்ஸென்னுஞ் சிறந்த புகழ்நாட்டிலுயர்,
    புலவோரும் பிறரு மாங்கே
விராவு புகழாங்கிலத் தீவில் கவியரசர்
    தாமுமிக வியந்து கூறிப்
பராவியென்றன் தமிழ்க்கவியை மொழிபெயர்த்துப்
    போற்றுகின்றார்; பாரோ ரேத்துந்
தராதிபனே, யிழமிசை வெங்கடேசு ரெட்டா!
    நின்பாலத்தமிழ் கொணர்ந்தேன்...

என்று பொறித்து, நின்சந்நிதியில் நான் பாட நீ கேட்டு நன்கு போற்றிப் பரிசளித்துப் பல்லூழி வாழ்க நீயே என்று முடிக்கிறார்.

அனுப்பச் சொல்லிவிட்டு ஆழ்வார் திருமொழியைக் கையில் எடுத்துக்கொண்டு கிருஷ்ணன் கோயில் பக்கம் செல்கிறார்.

கோயில் முன் பெரிய குளம். படிகமாய்த் தெளிந்திருக்கிறது.

இந்தக் கோயில் குளத்துக்கு நீரெடுக்கக் காலையிலும் மாலையிலும் பெண்கள் வருவார்கள்.

உலகம் தெரியாத சிறுபையனாகக் குளக்கரையில் அமர்ந்து காலம் கழித்த நாளை நினைத்துப் பார்க்கிறார்.

பின்னல் அசைந்தாட சிக்கென்ற இடையில் ஒட்டியாணமும் சலங்கையுமாகச் சுவாமி திருவீதி உலாவரும் பெண்களின் நினைவு வருகிறது... இந்தக் குளக்கரையில், ஈசன்கோவில் மண்டபத்தில் வள்ளி நடந்து செல்வதைப் பார்ப்பதற்காகவே உட்கார்ந்திருப்பான் சுப்பய்யா.

பின்னர் எட்டயபுர அரண்மனையில் சேவகம் செய்த நாட்களிலே, பத்து வயசில் தெய்வீகப் பெண் என்று தோன்றிய அந்த உணர்வு. அவள் கச்சைகட்டிக்கொண்டு அரண்மனையின் உரிமைப் பெண்ணாக, அவர்களை மகிழ்விக்கக் கூடிய போக வாரிசாகத் தலையெடுத்திருந்ததைக் கண்டு புழுங்கியிருக்கிறார். இந்தச் சமுதாயத்தின் நீசத்தன அமைப்பில் பெண்ணைப் பஞ்சுத் தலையணையாக, அல்லது செக்கு மாடாகப் பார்ப்பது ஒருபுறம் – கல்வி கேள்வி என்று சிறிது வாசனைக்கு அனுமதித்துக் குடும்பத்துக்குத் தகுதியற்றவளாக முத்திரை குத்துவது ஒரு விதம்...

வெயிலில் யாரோ வருகிறான்...

ஓ, காலில் கட்டை பூட்டிய விலங்கை இழுத்துக்கொண்டு கைச்சங்கிலியை அசைத்துக்கொண்டு கட்டைய மணிகாரன்...

இவன் ஒரு கோட்டி. அவ்வப்போது பைத்தியம் பிடித்து விடுகிறதாம். முன்பு வந்திருந்தபோதே இவனைத் தெருவில் பார்த்தார். கைலாச மாமா சொன்னான், திடீரென்று இளகிவிடும். விலங்கைப் பூட்டிவிடுவார்கள். வந்தே மாதரம் என்பான், என்று சொன்னான்.

இப்போது அருகில் வந்து பார்க்கிறான்.

“சாமி! நீங்கதானே சுப்பிரமணியபாரதி?”

“ஆமாம். தோழா! நினைவில்லையா?, வா, உட்கார்!”

சங்கிலி போட்ட கையைத்துக்க முடியவில்லை.

“வந்தே மாதரம்!”

அவர் சங்கிலியைக் கழற்றிவிடுகிறார்.

கட்டையான உருவம். பலாட்டியன். குரல் பிரிசல்களைக் கிழித்துக் கொண்டு கிறீச்சென்று வருகிறது. கிருஷ்ணன் கோயில் திண்ணையில் அவர் அமர்ந்திருக்க, இவன் சீடனைப் போல் அவர் காலடியில் கீழே அமர்ந்து, வைத்த கண் வாங்காமல் அவர் முகமண்டலத்தில் இலயித்துப்போகிறான்.

இப்படியே யுகயுகாந்தரங்கள் சென்றாற் போல் ஓர் உணர்வு: இலயம்.

அவர் குளத்தின் சிற்றலைகளில் தெள்ளிய ஒளிபட்டு ஆயிரமாயிரம் மின்னல்களைப் பளிச்சிட, அந்த மின்னல்களில் கள்ளமறியா உள்ளத்தில் பதிவானதோர் அழகுமுகம் தோன்றுகிறது.

அந்த முகம் யாருக்குரியது? சக்திக்குரியதா பூமிப் பெண்ணா? ஞாயிறு காட்டும் வித்தையா? கட்டைய மணிகாரன், காலடியில் அமர்ந்திருக்கிறானே, அவன் மகள்.

காதில் இழிந்து தொங்கும் குழைகள். கழுத்தைப்பிடிக்கும் பொன்னாபரணத்தில் ஒருமலர். மேனி கருநாவர்ப்பழமாக இருக்கிறது. சின்னச்சங்கரன் கதையில் அவர் சித்தி பித்த முத்திருளாயிபோல் இருக்கிறாள்.

“யப்போ, சோறுண்ண வாங்க!”

“அவன் திருப்பிப் பார்க்கிறான்.”

“இங்கிட்டுக் கொண்டாடீ! பருப்புக் கொளம்பாக்கிச்சோறு கொண்டா! கண்டதும் கொண்டாராதே;”

‘அடி ஆத்தி’! என்று விரலை விரித்து மோவாய்க்கட்டையில் வைத்து அதிசயிக்கும் அந்தப் பெண், உட்கார்ந்திருப்பவர் முன்சிப்பு வீட்டு ஐயாமார் போல் இருக்குதே’ என்று வந்து திரும்பப் பார்த்துக்கொண்டே போகிறாள்.

அந்த எல்லை கடந்த மோன உலகில் மீண்டும் அந்தக் குரல் குறுக்கிடுகிறது.

“இன்னாரும்... அப்போ...”

ஈசம் பூசிய பித்தளை வாணாயில் சோறு போட்டு, பருப்புக் கடைந்த குழம்பை ஊற்றிக் குழைத்திருக்கிறாள். குளத்திலிறங்கிச் செம்பில் தண்ணீர் முகர்ந்து வைக்கிறாள். மேலே மூடியிருந்த இலையை அகற்றிவிட்டு அதில் சோற்றை வைக்க அவள் வருகையில் கட்டையன் –

“நீ போட்டி...” என்று அவளை விரட்டுகிறான்.

பின்னர் கைகழுவிக்கொண்டு, பாரதியையும் கை கழுவச் சொல்கிறான்.

இலையில் சோற்றை வைத்து நீட்டுகிறான், "நீங்க உண்ணுங்க சாமி! சாமி... நீங்க..."

"மந்திரத்தில் கட்டுண்டாற்போல் அவர் சாப்பிடுகிறார்.

இவன் யார்? இவன் கண்ணனா? தோழனா? சீடனா? பாட்டின் பொருளை அனுபவமாக்குகிறாயே? மணிகாரன் வீட்டுப் பெண்கள் ஊதி உலையேற்றிப் பொங்கிய சோற்றை, அவர்கள் கூட்டிய குழம்பைக் கலந்து அவன் இடுகிறான். இவர் மேற்குலத்தில் உதித்தவர் –

இந்த மண்ணில் மாண்டு மடிந்த பின்னரும் கூட உடலை, மேற்சாதியரைத் தவிர யாரும் தீண்டக் கூடாது என்ற விதிகள் பாவிக்கும் மேற்குலத்து ஐயர், அவர் இவன் இட்ட உணவை உண்ணுகிறார். அதே இலையில் மீதிச் சோற்றை வைத்துக்கொண்டு, கட்டையனாகிய கோட்டி, பைத்தியம் என்று ஊரறிய முத்திரை போடப் பெற்றவன், உணவருந்துகிறான்.

பின்னர், மடியிலிருந்து புகைச்சுருட்டை எடுத்துக் கொளுத்திக் கொடுக்கிறான்.

இந்த உலகம் இனியது, நிலம், நீர் காற்று எல்லாம் இனியன... இனியன...

காலம் நேரம் அற்ற இனிமையில் அங்கே இன்னொரு நண்பன் வருகிறான்.

ஷெல்லியின் கில்டு சங்கத்தில் அவரருமைகளை உணர்ந்தவன்.

"பாரதி... நீங்கள் எப்போது வந்தீர்கள்?..."

"...நாலஞ்சு நாளாச்சு..."

"நான் கழுகுமலைக்குப் போயிருந்தேன். இவன் எங்க வந்தான்? இவன் ஒரு கோட்டிப் பயலாச்சே?"

"எனக்கு அவனைப் பாத்தா கோட்டியாத் தெரியல பொன்னையா..!"

"இப்ப வெய்யக் காலமில்ல பனிக்காலத்துல இவனப் புடிக்க முடியாது. வந்தே மாதரம்'னு தெருவில கத்திட்டு ஓடுவா. மகாராஜா கிட்டப் போயி ஏதுனாலும் ஏடாகூடமாப் பேசிடப்படாது பாருங்க?... வீட்டுக்கு வாங்க பாரதி..."

அவர் நண்பன் வீட்டுக்குச் செல்ல எழுந்திருக்கிறார்.

இவனும் விலங்குடன் அவர் கூடத் தெருவில் நடக்கிறான்.

மாடவீதிக்குள் நுழையாமல் தேவர்மார் இருக்கும் அந்தத் தெருவில் செல்லும்போது வள்ளியின் வீடு... உள்ளே பாட்டுச் சத்தம் கேட்கிறது.

பாரதி சட்டென்று உள்ளே நுழைந்துவிடுகிறார்.

“வாங்க, வாங்க சாமி! வெற்றிலைக் காவி ஏறிய பற்கள் அள்ளிச்செருகிய நரை முடி... அண்ணாவி, அவரை மிகப் பணிவுடன் அழைக்கிறாள்.

“தங்கச்சி! ஆரு வந்திருக்கிறது பார்த்தேயில்ல!... வா”

கூடத்தில் கம்பளத்தின் மீது வீணையும் பக்கத்தில் ஆர்மோனியமும் இருக்கின்றன. ஒருபுறம் மிருதங்கம், ஐந்து முகக் குத்துவிளக்கு பளபளவென்று மின்னுகிறது.

நாற்காலி ஒன்றை எடுத்துப்போடுகிறான். இவர் உட்கார, கட்டையன் கீழே அமருகிறான்.

“தங்கச்சி! தாம்பூலம் கொண்டாம்மா?”

வள்ளி முன்னே வெற்றிலைத் தட்டுடன் வந்து, அவர் முன் முக்காலியில் வைத்து வணங்குகிறாள். வெள்ளி கூசாவில் நீர் வருகிறது.

பெரிய பெரிய கட்டம் போட்ட தாழம்பூச் சேலை அணிந்து, முழங்கை வரையிலும் சரிகைக் கரை தைத்த ரோஸ் ரவிக்கை அணிந்திருக்கிறாள். ரவிவர்மா படத்து சரஸ்வதியைப் போல் ஒரு தோற்றம்.

கூந்தலை முடிந்து செவிகளில் புதுச்சிவப்பு ஓலை மின்ன, மாட்டலும் முருகும் உட்பட, சகல நகைகளையும் அணிந்திருக்கிறாள்.

பாரத மாதா..! புதுச்சேரி குயவர்பாளையத்தில், பாரத மாதா சிலைக்கு அச்சாரம் கொடுக்கையில், ஐயர், பாரத மாதா சக வண்மைகளையும் இழந்து அடிமையாக நிற்கிறாள். நகைகள் இல்லாமல் செய்யட்டும் என்றார். இவரோ அதற்கு ஒப்பவில்லை.

பாரத மாதாவின் வண்மை எங்கே போயிற்று? மலைகளையும் ஆறுகளையும் பிரிட்டிஷ்காரன் கொண்டு போனானா? அவள் சகல நகைகளையும் அணிந்துகொள்ளட்டும் என்றார்.

ஆனால் அவள் ஸ்வதந்தரமற்றவளாக இருக்கிறாள். வள்ளி..! இவள் அழகு ஆடற்கலை..! கலையின் உன்னத நோக்கம். யாது? மனித மனங்களை மெய்யுணர்வுக்கு இட்டுச் செல்லும் சாதனம். ஆனால் அதை... இந்தப் பதர்கள்...

அவருக்கு விழிகள் சிவக்கின்றன. மீசை துடிக்கிறது.

வெற்றிலை போடுமுன் ஒரு பாட்டை பாடுகிறார்.

பெண்மை வாழ்கவென்று கூத்திடுவோமடா!
பெண்மை வெல்கவென்று கூத்திடுவோமடா!
போற்றி தாயென்று தாளங்கள் கொட்டடா!
போற்றி தாயென்று பொற்குழ லூதடா!

இந்தப் பாட்டின் ஒலி.... அவர்களைக் கட்டிப்போடுகிறது.

அவள் அசையாமல் அமர்ந்திருக்கிறாள். அவரோ எழுந்து ஆடத் தொடங்குகிறார்.

சொற்கள் அனைத்தும் பெண்மைக்கு இதுகாறும் அங்கு பழக்கப்பட்ட பொருள் அழிய புதிய அர்த்தங்களைப் புதிய பயன்களைத் தெளிவுறுத்துகின்றன...

அவள் தழுதழுத்துப் பரவசநிலையில், "சாமி! இந்தப் பாட்டெல்லாம் நானும் எழுதிக்கிறேன். இன்னும் பாடுங்க சாமி... என்று கைகுவிக்கிறாள்.

"தங்கச்சி! இந்தப் பாட்டெல்லா மட்டுமில்லை. இன்னும் நிறைய பாடல்கள் செய்துள்ளோம். பாஞ்சாலி சபதம் செய்துள்ளோம். நீ பாட்டெல்லாம் பாடினால் போதாது; ஆடினால் போதாது..."

நிறுத்திவிட்டு அவளையே தம் விழிகளால் உற்றுப் பார்க்கிறார்.

சில கணங்கள் யுகயுகமாக வளர்வதுபோல், துடிப்புகளற்ற அமைதி பரவிவிட்டாற் போல் ஒரு பிரமை.

அந்த அமைதித் திரையை மெல்லிய கூராயுதம் பிளப்பது போல் அவர் சொற்கள் வருகின்றன.

"சாமி கட்டின பொட்டுன்னு ஒரு கட்டு இருக்கே, அத்த உடச்சிட்டு நீ ஒருத்தனைக் கைப்பிடித்து வாழணும் தங்கச்சி!... சாமி, எந்தத் தெய்வமும் பெண்ணை இப்படிச் சீர்குலைக்க, பலருக்கு உடமைப் பொருளாக்கும் செயலை அனுமதிக்காது. நீ... அதைத் தகர்த்தெறி!...."

ஓர் அதிர்ச்சி உண்டானாற்போல் இருக்கிறது.

சிலையாய், சித்திரமாய் அவள் நிற்கிறாள். புருவத்தின் வில் – பொட்டு, மூக்குத்திகள் எல்லாம் ஒரே மையத்தை நோக்கிச் சுடர்களைப் பாய்ச்சுவதாகத் தோன்றுகிறது. அவள் அவர் காலில் நமஸ்கரிக்கிறாள்.

கட்டைய மணிகாரனுடன் இவர் வள்ளியின் வீட்டுக்குள் போய் வந்த செய்தி அவருடைய சுற்றம் முழுவதற்கும் எரிச்சலூட்டுவதாக இருக்கிறது.

என்ன ஆள் இவன்? பெண்ணுக்குக் கல்யாணம் செய்ய வேண்டும். மகாராஜாவைப் போய்ப் பார்க்க மாட்டானாம்! ஆனால் இந்தக் கோட்டிப்பயலையும் அழைத்துக்கொண்டு... அந்தத் தெருவில் அவள் வீட்டில் சென்று ஆடுகிறானாம்; கைகொட்டிப் பாடுகிறானாம்! செல்லம்மா என்னதான் செய்வாள்?

நான் கவிராஜன், இவன் மண்ணைவிட என் உலகம் விண்ணளந்தது. ரொம்பப் பெரிசு என்று சொல்பவரிடம் என்ன பேசுவது?

நல்லவேளையாக அன்று நெல்லையப்பரும், சாத்தூர் விசுவநாத பாரதி என்ற தமிழ்க் கவிஞரும் வருகின்றனர்.

அவர்களைக் கண்டதும், "சலோ, நாம் கடயம் போகலாம்!" என்று கிளம்பிவிடுகிறார்.

48

பட்டர் வீட்டைப் பெருக்கி மெழுகி காளி மண்ணிட்டுத் துப்புரவாக்கி வைத்திருக்கிறாள்.

காளி, பெயருக்கேற்ப சடையும் முடியுமாக விளங்குகிறாள். இவளைப் பார்க்கையில் பாரதிக்குப் பரிதாபமாக இருக்கிறது. சடை முடிக்குள் பேன் ஊரும், பல்லி, பூரான் புகுந்தாலும் தெரியாது. சுத்தமாக இருந்து சுகம் கண்டவளில்லை போல் தோன்றும். நெற்றியில் மட்டும் குங்குமத்தை அப்பிக்கொண்டு வருகிறாள்.

"ஏ புள்ள, ஓம்பேர் என்ன, காளியா?"

"ஆமா சாமி!"

"இந்தச் சடைமுடியோட எப்படித் தூங்குற நீ?..."

"சாமி முப்படாரி அம்மனுக்கு நேர்ச்சை..."

"சரி, நேர்ச்சைய முடிச்சுக்கிடு. மொட்டை போட்டுட்டு!"

'அபசாரம்! அபசாரம்!' என்று கன்னத்தில் போட்டுக்கொள்கிறாள், காளி.

"அப்படியெல்லாம் சொல்லாதீங்க சாமி! என்னியே அம்மனுக்கு நேச்சைவுட்டுட்டாங்க. அதுனால, இப்பிடித்தா இருக்கணும்!"

புதிய வீட்டில் இவர் வந்ததும், இவருடைய சாமான்கள் சுதேசமித்திரன் பத்திரிகை கைப்பெட்டி. மைக்கூடு பேனா தங்கம்மா எழுதி

அழகாக வைத்திருக்கும் கையெழுத்துப் பிரதிகள் எல்லா வற்றையும் கொண்டு வருகின்றனர். ஓர் ஆர்மோனியப் பெட்டி வீட்டில் இருக்கிறது. அதையும் கொண்டு வந்து வைக்கின்றான் ஒரு பையன்.

"உன் பெயர் என்னடா?"

துண்டைக் கக்கத்தில் இடுக்கிக்கொண்டு பணிந்து ஒதுங்கி நிற்கிறான் பையன்,

"சங்கரலிங்கமுங்க"

"ஏனிப்படிக் கூனிப்போற?" என்று முதுகில் தட்டுகிறார். "உன் பெயர் சமத்துவம்!"

இவர் காலைக் கடன்களை முடித்துக்கொள்கிறார். நெல்லையப்பரும் விசுவநாத பாரதியும்கூட வெளிச் சென்று நீராடி வருகின்றனர்.

செல்லம்மா தமையன் வீட்டில் இருந்து அடுக்குத் தோசையும், மிளகாப் பொடி எண்ணெய், எலுமிச்சை ஊறுகாய் எல்லாமும் எடுத்துவருகிறாள்.

வரிசையாகத் தங்கம்மா இலைபோட்டு நீரெடுத்து வைக்கிறாள். பாரதி மண்டிபோட்டு அமர்ந்து தோசையின் மீது மிளகாய்ப் பொடி எல்லாவற்றையும்போட்டுக் குழப்புகிறார். அப்போது முற்றத்தில் காகம் ஒன்று வந்து உட்கார்ந்து கா... கா... என்று குரல் கொடுக்கிறது. உடனே 'வந்தோம்' என்று ஐந்தாறு வந்து முற்றத்தில் கீழேயே இறங்கி "தோசை, தோசை!" என்று கோஷிக்கின்றன.

காக்கை குருவி எங்கள் ஜாதி, நீள்கடலைமலையுமெங்கள் கூட்டம் என்று பாடியவராயிற்றே? தோசையை விண்டு காக்கைக்குப் போடுகிறார்.

மற்றவர்கள் இருவரும் இரண்டு தோசைகளை உண்ணு முன் அங்கு நான்கு தோசைகளைக் காக்கைகள் உறவு கலந்துண்ணுகின்றன. செல்லம்மாளோ மீண்டும் மீண்டும் அவருக்குக் கலயத்தில் இடுகிறாள். எட்டுத் தோசைபோட்டால் ஒன்று அரையேனும் அவர் வயிற்றில் செல்லாதா?

ஒரு வழியாகக் காலைச் சிற்றுண்டி முடிகிறது.

"தம்பி! இன்று ராமாயணம் படிப்போமா!"

தங்கம் இலை எடுத்துச் சுத்தம் செய்துவிட்டுப்போகிறாள். செல்பவளைக் கூப்பிடுகிறார்.

பாரதி செல்லம்மா

"தங்கப்பெண்ணே! அது கொண்டுவா!"

தங்கத்தின் முகம் இறுகிப்போகிறது.

"அப்பா! அது வேண்டாம்! நீங்கள் சித்தர்களை உயர்வாகச் சொல்வீர்களே? சித்தர் பாடுவது இப்படி... என்று பாடுகிறாள் மெல்லிய குரலில்.

கள்ளும் கஞ்சாவும் வீட்டுப்பாலும் பழமும்
பருகுவதெக்காலம்?

"அவன் துறவி சொன்னான். நான் துறவியல்ல. எனக்கு உலகில் களி கொண்டு வாழ வேண்டும் என்ற துடிப்பு உண்டு..."

"இல்லறத்தில் துறவறம் என்பீர்களே அப்பா?"

அவருக்குக் கோபம் வருகிறது. "கொண்டு வா என்கிறேன்?" தங்கம்மா, அவர் புதல்வியல்லவா? துணிவுடன் அவரை விழித்துப் பார்க்கிறாள்.

"அப்பா! பெண் விடுதலை வேண்டும் என்று பாடுகிறீர்கள். இப்போது நாங்கள் சொன்னால் அடித்து அடக்கப் பார்க்கிறீர்கள். இதுவா நீங்கள் பாடும் பெண் விடுதலை? ஒன்று நாவினால்பேசி. எதிர்விதமாக நடக்கிறீர்கள்!"

செல்லம்மாள் இதைச் சொன்னால் ஏற்றிருப்பாரோ என்னவோ?

தங்கம்மா ... தங்கம்மா சொல்லுகிறாள்! அவள் தைரியசாலி!

சட்டென்று மகள்முன் பணிந்து எழுகிறார். "தங்கப் பெண்ணே! நீ வென்றாய்! நீ சொல்வது உண்மை! எனக்கு முன்னே பல சித்தர் இருந்தாரப்பா, நானும் ஒரு சித்தன்! தேவி! பராசக்தி! என்னை மன்னித்துவிடு! என்னை மன்னித்துவிடு!"

ஓங்கி ஓங்கிக் கன்னங்களில் போட்டுக்கொள்கிறார்.

நெல்லையப்பருக்கும் விசுவாநாதனுக்கும் ஏதோ ஒரு நாடகக் காட்சியைப் பார்ப்பது போல் இருக்கிறது.

இராமாயணம் படித்துப் பொருள் சொல்கிறார்...

அப்போது தபால்காரன் மணியார்டரைக் கொண்டு வருகிறான்.

நாற்பது ரூபாய் பணம்...

இந்தப் பணம்... மனிதர் இதைப் பெருக்கிக்கொண்டு அகம்பாவம் உடையவராகின்றனர். மனிதத் தன்மையைக் கொல்லுவது இது...

கையெழுத்துப் போட்டுப் பெற்ற பணத்தைச் சில்லறையை நோட்டை, விசிறி நிலத்தில் எறிகிறார்.

அங்கு இவரிடம் விளையாட வந்திருக்கும் சிறு குழந்தைகள், உறவினரின் குழந்தைகள்தாம், அவற்றைப் பொறுக்கிச் செல்லம்மாளிடம் கொண்டு கொடுக்கின்றனர்.

இளவேனிற் காலத்துத் தென்றல்... பொதிய மலைச் சாரலில் புத்தமுதமாக இருக்கிறது. பாரதியுடன் தங்கி இருப்பதைப் பெரும் பேறாகக் கருதி இரு சீடர்களும் அவர் செல்லுமிடங்களுக்கெல்லாம் தொடருகின்றனர்.

விடியற்காலை மூன்று மணி இருக்குமா? பஞ்ச பஞ்ச உஷத்காலம். வீட்டைவிட்டுச் செல்கிறார். சீடர்களும் தொடருகின்றனர். தழுவும் காற்று விடியல் நிலாவின் ஒளியில் கானகம்... மலையடிவாரம் சிலிர்த்தோடும் அருவி. பல்துலக்கி, வாய் கொப்புளித்தபின். ஆடைகளனைத்தையும் கலைந்து விட்டு, வெற்றுடம்போடு மண்ணிலும், அரித்தோடும் அருவியிலும் புரளுகிறார். பின்னர் அந்த நீரிலிருந்துகொண்டே கதிரவன் உதயமாவதைக் கண்டு பித்தனைப் போல் பாடுவதும் ஆடுவதுமாக வரவேற்கிறார்.

மிக்க நலமுடைய மரங்கள்! பல
விந்தைச் சுவையுடைய கனிகள் – எந்தப்
பக்கத்தையும் மறைக்கும் வரைகள் – அங்கு
பாடி நகர்ந்து வரும் நதிகள்...

கூத்தாட்டம்தான்.

மணிக்கணக்கில் இந்த இயற்கையில் மூழ்கி ஆடிப் பாடி அவர் ஈரத்துண்டுடன் வீடு திரும்புகிறார்.

சூரியன் பளிச்சென்று வயிரச்சுடராகப் பவனி வரத் தொடங்கிவிட்டான்.

ஆதித்யோ – பு.தே ஜ. ஓஜோ, பலம் யச. சக்ஷு ச்ரோத்ர, ஆத்மா மனோமன்பு. சூரியனே தேஜஸ் ஒளி பலம் புகழ். கண்காது ஆத்மா மனசு, கோபம், உண்மை, நண்பன், காற்று, ஆகாயம், உணவு, அமிழ்தம் உயிர், விச்வம், தானாகவும் உண்டாயிருப்பவன். நீ ஒளி, நீ சுடர், நீ விளக்கம், நீ காட்சி, கண் நினது வீடு. புகழ், வீரம், இவை நினதுலீலை. அறிவு நின் குறி. அறிவின் குறி நீ... உயிர் தருகின்றாய், உடல் தருகின்றாய்; வளர்க்கின்றாய்; மாய்க்கின்றாய்; நீர் தருகின்றாய்.

குளித்துவிட்டு, வெற்றுத்துண்டுடன் தெருவில் அவர் வரும் கோலம் காணும்போது செல்லம்மாளுக்குத் திக்கென்றிருக்கிறது.

முகத்தில் மீசை தவிர, தலையை மழித்துக்கொண்டிருக்கிறார். உடம்புதான் எப்படித் தேய்ந்து கூடாகிப் போய்விட்டார்?

ஒதுங்கி நின்று இந்த அநாசாரத்தானைப் பார்க்கும் ஏனைய தெரு மக்களோ, இவர் நாவில் பொழியும் வேத மந்திரங்களைக் கேட்டு, உள்ளூற அச்சம் கொள்கின்றனர்.

ஒரு முதியவள் அதிசயப்படுகிறாள்.

"செல்லம்மாளகமுடையான் எப்படி வேதம் பொழியறான் பாருடீ! மீசைய வச்சிண்டு, பூணூலையும் கழட்டி எறிஞ்சுட்டுப் பாவி, எப்படி வேதம் பொழியறான்?"

ஸா த்வம் அஸி அமுஹ – நீரிக் ஆகிறாய்...

அமூஹமஸ்மி ஸாத்வம் – நான் பாட்டாக இருக்கிறேன் என்ற வேத மந்திரத்தைக் கோஷித்துக்கொண்டே படி ஏறுகிறார். இது திருமண காலத்தில் மணமகன், மணமகளுக்குச் சொல்லும் மந்திரமல்லவோ?

உடனே கானவாரிதி தொடருகிறது,

வானமழை நீ எனக்கு
வண்ணமயில் நானுக்கு!
வெண்ணிலவு நீ எனக்கு
மேவுகடல் நானுனக்கு

தங்கம்மா விசுவநாதரைச் சாப்பிடக் கூப்பிடுகிறாள்.

இந்த வீட்டில் நெல்லையப்பருக்கும் பாரதிக்கும் சாப்பாடு கொண்டு வருகிறாள்.

பாரதி நெல்லையப்பரிடம், புத்தகங்களையும் கையெழுத்துப் பிரதிகளையும் காட்டுகிறார்.

"இதையெல்லாம் அச்சுப்போட வேணுமடா. மொத்தமாக நாற்பது தனிப் புத்தகங்களாக வரும். ஒவ்வொன்றிலும் பத்தாயிரம் பிரதிகள் அச்சிட வேண்டும். இருபதாயிரம் ரூபாய் மூலதனம் தேவைப்படும். புத்தகம் வெளிவந்து ஒரு வருஷத்தில் விற்றுப் போகும். தப்பினால் இரண்டு வருஷம் நிகரலாபம் ஒன்றரை லட்சம். தேர்ந்தெடுத்து வைத்திருக்கும் வசனங்கள், கதைகள் பார். தங்கம்மா எவ்வளவு அழகாகப் பிரதி செய்திருக்கிறாள்!"

இருபதாயிரம் ரூபாய். ஒரு தமிழ் கவிக்கு இருபதாயிரம் ரூபாய். ஆளுக்கு நூறு ரூபாய் போடக் கூடிய இருநூறு பேர்... அல்லது ஆயிரம் ரூபாய் போடக் கூடிய இருபது பேர்...

தமது நூல்களை தம் செய்திகளை, இலட்சியங்களை, கிருதயுகம் என்ற நம்பிக்கையையும், செயல்முறையின் அவசியத்தையும் வலியுறுத்தும் மாண்பினை, நாடெங்கும் கொண்டு செல்ல வேண்டும்.

ஜேம்ஸ் கஸின்ஸ் சில பாடங்களை மொழிபெயர்த்துள்ளார். பிரான்ஸில், ஜர்மனியில் மொழி பெயர்த்துள்ளார்...

தமிழன்னை அரியாசனத்தில் ஏறவில்லையே? புதுவை எல்லை தாண்டினால் விடுதலைக் காற்று... புத்தகங்கள் பிரசுரம் செய்து, அதன் மூலம் வண்மை பெறலாம் என்று எத்தனை நம்பிக்கைகொண்டிருந்தார்! சாகாவரம் – அமிர்தம்... அமிர்தம் என்ற பத்திரிகை தொடங்க வேண்டும், இந்த மானுடம் உய்ய அது நாடெங்கும் உலவிவர வேண்டும்...

அன்று ஸ்வர்ணம் வருகிறாள்.

"அத்திம்பேர் இங்கே இருக்கிறாரா செல்லம்மா?" என்று கேட்டுக்கொண்டு உள்ளே வருகிறாள்.

ஊரிலே, செல்லம்மாளகமுடையான் வந்திருக்கிறான். புத்தி சுவாதீனமில்லை என்று பேசிக்கொண்டது செவிகளில் விழுந்ததும் மனம் கனத்துப் போய் அவள் வந்திருக்கிறாள்.

பாயைப் போட்டுக்கொண்டு, எழுதிக்கொண்டிருக்கும் அத்திம்பேரைப் பார்க்கிறாள்.

இவரா சித்த சுவாதீனமில்லாதவர்?

ஆனால் வற்றிமெலிந்து சருகாகிவிட்டாற் போன்ற முகத்தோற்றம். சட்டையொன்று மார்பை மூடினாலும் அவருடைய மெலிந்த தோற்றம் நெஞ்சை முறுக்குகிறது.

வறுமை... வறுமையா?

"வந்தே மாதரம்! நமஸ்தே!"

குரல்கேட்டு நிமிர்ந்து பார்க்கிறார்.

ஸ்வர்ணாவுக்கு உணர்ச்சிகள் பந்தாக அடைக்கின்றன.

அவளிடம் என்ன சொல்லப்போகிறார்?

செட்டியைக் கல்யாணம் செய்துகொள், இல்லாவிட்டால் பண்டாரக்கிழவன், இல்லாவிட்டால் திக்குவாயன் என்று கேலி பண்ணுவீரே?... கடைசியில் வற்புறுத்திப் பெண்ணைக்கட்டிக் கொடுக்கும் வழக்கத்தைத் தள்ளி மிதிக்கவில்லை. வயது வந்தபின் விவாகம் என்பது இல்லை. ஆனால் ஆற்றாமைப்பட்டுப் பயனேது?

"ஸ்வர்ணா! ஸ்வர்ணகுமாரி! நீ ரொம்ப அழகாயிருக்கிறாய் அடையாளமே தெரியவில்லை?"

அவருக்குப் பேச நாவெழவில்லை. ஆனால் சித்தசுவாதின மில்லாதவன் என்று ஊரார் சொன்ன சொல் அவர்கள் மீதான ஆத்திரத்தை வெறுப்பை அதிகரிக்கச் செய்வதாக இருக்கிறது.

நெல்லையப்பரும் விசுவநாதபாரதியும் ஊருக்குச் செல்கின்றனர்.

காளி அன்று இவருக்கு முகச்சவரம் செய்ய வந்த நாவிதனை இருக்கச் சொல்லியிருந்ததை அறியாமல் உள்ளே பெருக்க வருகிறாள்.

அவளை இழுத்து உட்கார்த்தி வைக்கிறார். நாவிதன், தலையை மொட்டையாக்கிவிடுகிறான்.

"அம்மா! காளி! இனி நன்றாக முடிவளர்த்து சுத்தமாக வாரிக்கொள்!" என்று கிணற்றில் நீரிறைத்து அவள் மீது ஊற்றுகிறார்.

காளி அழுகிறாள் "சாமி! முப்படாரி அம்மன் கோச்சிக்குமே? இப்படிப் பண்ணீட்டீங்களே?"

"அதெல்லாம் கோச்சிக்காது. சுத்தமாயிருக்கிறதத் தா சாமி, அம்மன் இஷ்டப்படுவாள்."

நல்லதுந் தீயதும் செய்திடும் சக்தி நலத்தை நமக்கிழைப்பாள்!
அல்லது நீங்கும் என்றே யுலகேழும் அறைந்திடுவாய் முரசே...

ஐயர் பாடுவதைக் கேட்டுக் கண்களைத் துடைத்துக் கொள்கிறாள்.

அன்று பகல், ஒரு கடிதம் வருகிறது, காரைக்குடியிலிருந்து, கையில் பணமிருக்கிறது.

"சமத்துவம்!" யாம் ஊருக்குப்போகிறோம் என்று கிளம்பி விடுகிறார்.

குடும்பத்தார் திகைக்கின்றனர்.

கல்யாணத்துக்கு அப்பாத்துரைப் பொருள் சேகரிக்கும் முயற்சியில் வெற்றி கண்டிருக்கிறான்.

ஆண்டிப்பட்டி ஜமீன்தார் ஆயிரம் ரூபாய் கொடுத்து உதவியிருக்கிறார். எட்டயபுரம் ராஜாவோ, ஐம்பது ரூபாயை அனுப்பிவைக்கிறான்.

கல்யாணம் நடத்த வேண்டும் என்று முகூர்த்தம் குறிப்பிட்டு முன்னேற்பாடுகள் நடக்கையில் இவர் ஊருக்குப் புறப்பட்டுப்

போய்விட்டாரே? கல்யாணத்தில் இவருக்குச் சம்மதம் இல்லைபோலும்!

செல்லம்மாளுக்கு என்ன செய்வதென்று தெரியவில்லை. சித்தப்பா – சித்தி தங்கப் பெண்ணைத் தாரைவார்த்துக் கொடுக்கவும் சடங்குகளைப் செய்வதற்கும் ஒப்புக் கொண்டிருக்கின்றனர். என்றாலும், தாய் தகப்பன் உயிருடன் இருக்கையில் அந்தக் குழந்தைக்கு இது சிறுமைதானே?

ஒரு சமயம் நினைக்கையில், அவர் இல்லாததும் சரிதான். திடீரென்று விபரீதமாக நடக்கமாட்டார் என்பது என்ன, நிச்சயம்? இந்தப் பிள்ளை வேண்டாம். 'சாதிகள் இல்லையடி பாப்பா!' என்று சொல்லிக்கொண்டு மறக்குல இளைஞன்தான் என் மாப்பிள்ளை என்று யாரேனும் ஒருவனைக் கூட்டி வந்தாலும் வருவார்!

என்ன சமாதானங்களைச் சொல்லிக்கொண்டாலும், தந்தையில்லாமல் மகளுக்குக் கல்யாணம் செய்வதை அவளால் ஒப்ப முடியவில்லை. 'நித்யகல்யாணித் தாயே அவரை வீட்டுக்குக் கொண்டு வந்து சேர்த்துவிடு...' என்று உள்மனம் ஓயாமல் வேண்டிக்கொண்டிருக்கிறது. பிள்ளை வீட்டார் வந்து விட்டனர். சின்னம்மா சித்தி மட்டும் எட்டயபுரத்திலிருந்து வருகிறாள்.

கல்யாணத்துக்கு முதல்நாள் மாலை. ஒரு வண்டி வருகிறது.

பாரதி உள்ளிலிருந்து புதிய பெட்டியுடன் குதிக்கிறார்.

செல்லம்மாளின் உள்ளம் பாலாய்ப் பொங்குகிறது. அவர் வந்துவிட்டார்!

சுவர்ணா அத்திம்பேருக்குச் சாப்பாடு கொண்டுபோய்ப் பரிமாறுகிறாள்.

"அண்ணா! அவரை ஒதுக்கிவிட்டு, சித்தப்பாவை தாரைவார்த்துக் கொடுக்கச் சொல்வது சரியில்லை... நாம் இரண்டும்பேரும் சென்று, நல்லவிதமாக அவரைத் தாரை வார்த்து நீங்கள்தாம் கொடுக்க வேண்டும். பெற்றவர் இருக்கும் போது மற்றவரைச் செய்யச் சொல்வது சரியில்லை என்று எடுத்துச் சொல்ல வேண்டும். நீங்கள் சொன்னால் தட்ட மாட்டார்!" என்று அப்பாத்துரையிடம் கரைந்து வேண்டுகிறாள் செல்லம்மா.

"ஆனால்... ஒரு பூணூல்கூட இல்லை. வேற விதிப்படி செய்யும் திருமணம் இது. நான் சொன்னால் கேட்பானா? மூக்கறுக்கும்படி ஏதானும் செய்வான்!... சே! ஊரிலில்லை என்று இருந்திருப்போமே?..."

செல்லம்மாள் தமயனின் கவலையைப் புரிந்து கொள்கிறாள்.

"ஒரு சமயம் என்றால் போட்டுக்கொள்ள மாட்டாரா? கனகலிங்கத்துக்குப் பூணூல் போட இவர் போட்டுக் கொண்டாரே? . . . அவருக்குச் செய்யறதைச் சரியாகச் செய்யணும் என்பதுதான் ..."

"அவர் கோபத்தை நினைச்சுத்தான் பயமாருக்கு செல்லம்மா!"

ஆட்சேப சமாதானங்கள் செய்துகொண்டபிறகு தமையனும் தங்கையுமாக, இரவு வெகுநேரம் சென்றபின் பாரதியைக் காண வருகின்றனர்.

வாசலில் சங்கரலிங்கம் குறட்டைவிடுகிறான். மாசம் இவனுக்கு இரண்டு ரூபாய். வெற்றிலை பாக்கு வாங்கிக் கொடுக்க, தபாலாபீசுக்குப்போக, வேட்டி துவைத்துப் போட்டு மடித்து வைக்க, ஏவினதைச் செய்யக் கையாள். சமத்துவம். அவனும் நாற்காலியில் உட்கார வேண்டும். அவன் உட்கார மாட்டான். அருச்சனை நடக்கும்.

பாயில் படுத்து உறங்கவில்லை. வானத்தைப் பார்த்துக் கொண்டு இருட்டில் முற்றத்தில் அமர்ந்திருக்கிறார். கை விளக்குடன் நுழையும் செல்லம்மாவுக்கு நெஞ்சு விம்முகிறது.

"சுப்பய்யா!" என்று அப்பாத்துரை மெள்ளக் குரல் கொடுக்கிறான்.

செல்லம்மா கைவிளக்கின் ஒளி அவர்மீது பாய விளக்கைக் காட்டிக்கொண்டு நிற்கிறாள்.

"செல்லம்மாவா? அப்பாத்துரையா? ... வா, வா!"

"சுப்பய்யா ..! விடிஞ்சு நடக்க இருக்கறது உன் தங்கப் பெண்ணின் கல்யாணம். உன் குடும்ப விசேஷம். நீ இல்லாமல் நடக்கலாமா? உன் தங்கப்பெண்ணை உன் கையால் தாரைவார்த்துக் கன்னிகாதானம் செய்ய வேண்டாமா?"

அவர் மகிழ்ந்து அவன் முதுகில் தட்டுகிறார்.

"ஆஹா, நாம் செய்யாமல் யார் செய்வார்கள்?"

செல்லம்மாளுக்கு மடை கட்டிய கண்ணீர் பெருகுகிறது.

வீட்டுக்குள் விரைந்து செல்கிறாள். அவருக்கு வாங்கி யிருக்கும் வேட்டி, உத்தரியம், தங்கம்மாவுக்கு வாங்கியிருக்கும் சேலை, சங்கிலி முதலிய அணிகள் எல்லாவற்றையும் எடுத்துக் கொண்டு வந்து காட்டுகிறாள்.

இருள் கரையும்போது, திகிலாக மண்டியிருந்த கவலைகளும் கரைகின்றன.

கிணற்றிலிருந்து நீரெடுத்துத் தவலையில் ஊற்றி வெந்நீர் போடுகிறாள்.

‘சமத்துவம்’ கூட உற்சாகமாக இருக்கிறான். நீராடி, அவர் புதிய வேட்டி உடுத்தி, பட்டை பட்டையாக நீறு தரித்து, தயாராக வைத்திருக்கும் முப்புரிநூலையும் அணிந்துகொள்கிறார்.

திருமணப்பந்தலில் அவரைக் கண்டவர்கள் வியந்து போகிறார்கள்.

கூடத்தில் மணையில் புரோகிதர் ஹோமத்துக்கான பொருள்களுடன் அமர்ந்திருக்கிறார்.

பாரதி மணையில் அமர்ந்து சுக்லாம்பரதரம் என்று பாவனையாக, இயந்திரமயமாக முனமுனத்து விநாயகருக்காக நெற்றியில் முட்டியால் தடவாமல், மந்திரங்களின் பொருளு ணர்ந்து விநாயகருக்கு மனமொன்றித் தண்டனிடுகிறார்.

விதிமுறைப்படி, பிறப்பிலிருந்து பெயரிட்டு, எல்லாச் சடங்குகளையும் மகளுக்குச் செய்யும் சடங்குகளை முடித்து, செல்லம்மாள் நீரூற்ற, எதிரே பலாட்டியனாக நிற்கும் இளைஞனிடம் தெய்வத்தன்மை பெறுவாயாக என்று ஆசி கூறி, அவனை மேலானவனாகப் பாவித்து தன்மகளை மனப்பூர்வமாகத் தாரைவார்த்துக் கொடுக்கிறார்.

மகளும் மருமகனும் ஜோடியாகப் பெற்றோரின் பாதங்களில் குனிந்து பணிகின்றனர். அந்தக் குடும்பத்தினர் அதுகாறும் நினைத்தறியாத விதமாக மகிழ்ச்சிகொள்கின்றனர்.

49

மகள் திருமணத்துக்கு வந்திருந்த சின்னம்மா சித்தி பாரதியை எட்டயபுரத்தில் வந்து இருக்க வேண்டும் என்று மீண்டும் வற்புறுத்தியிருக்கிறாள்.

திருமணம் எப்படியோ எல்லோருக்கும் திருப்தியாக நடந்தேறியாயிற்று.

ஆனால் இவருடைய நூல் பிரசுர லட்சியங்கள்? 'சாகா வரமருள்வாய், சரோஜபாத' என்று பாடல் கொண்டும், அந்த இறவாமை தத்துவத்தின் அடிப்படையில் வாழும் வாழ்க்கையை அறிவுறுத்தும் பேச்சுக்களைப் பேசிக்கொண்டும், இங்கே சித்தசுவாதீன மற்றவன் என்ற பெயரெடுக்கும் வகையில் நாட்களைக் கழிப்பதுமாகப் போய்விடுமோ?

தமது இலட்சியங்களுக்குப் பொருள் வேண்டும், பொருள். அதைச் சம்பாதிப்பது எப்படி? ஏதேதோ நினைக்கையில் இப்படி ஒரு யோசனை தோன்றுகிறது.

'எட்டயபுரத்து ராஜ வம்சத்துச் சரித்திரம்' என்ற ஒருநூலை கவி கேஸரிஸ்வாமி தீக்ஷிதர் என்ற வித்துவானைக் கொண்டு எழுதச் செய்திருக்கிறார் முந்தைய மகாராஜா.

அது நல்ல எளிய தமிழ் நடையில்லை. அதை வாங்கி நல்ல தமிழில் செய்து கொடுத்தால் அங்கேயே மகாராஜாவுக்குச் சொந்தமான அச்சுக்கூடத்தில் அச்சுப்போடலாமே?

எட்டயபுரத்து மன்னர் பாடசாலையில் அதைப் பாடநூலாக்கலாமே?

இதனாலெல்லாம் மகாராஜாவுக்கு மகிழ்ச்சி உண்டாகுமே? பின்னர், அவர் தமது நூல்களை இப்படியே அச்சிடலாமல்லவா? சிறிது ருசிகண்டால், அவர்கள் விடுவார்களா? தமிழன்னை அரியாசனத்தில் ஏறுவாள்...

குழந்தையைப் போல் உற்சாகம்கொள்கிறார்.

ஆடி பிறந்ததும், பாப்பாவையும் அழைத்துக்கொண்டு எட்டயபுரம் செல்கின்றனர்.

"ஸ்ரீமான் மஹாராஜ ராஜபூஜித மஹாராஜ, ராஜ, எட்டயபுரம் மஹாராஜா, வெங்கடேசுவர எட்டப்ப நாயக்க ஐயனவர்கள் ஸந்நிதானத்துக்கு ஸி. சுப்பிரமணிய பாரதி அநேக ஆசீர்வாதம்" என்று தொடங்கிக் கடிதத்தை எழுதி அனுப்புகிறார்.

அவருடைய மாசற்ற குழந்தை உள்ளத்தின் எதிர்பார்ப்புக்களுக்கு எந்தவிதமான நம்பிக்கைத்துளிகளும் கிடைக்கவில்லை. அரண்மனையிலிருந்து எதிரொலியே வரவில்லை.

கல்லில் அடிபட்ட கந்தையாக மனம் நைந்துபோகிறது. தனிமையில் அவர் மனம் படும்பாட்டை விவரிக்க இயலாமல் இருக்கிறது. கவிதையன்னையின் மடியில் தஞ்சமடைய வேண்டுகிறார். அந்த அனுமதியும் கிட்டாமல் ஏமாற்றம் அவரைச் சித்திரவதைக்குள்ளாக்குகிறது. மனம் சோர்ந்து 'பன்றியாய்ச் சாபம் பெற்ற முனிவனின் கதையாயிற்றே' என்று புண்ணான மனதினின்றும், வாராய் கவிதையாம் மணிப்பெயர்க் காதலி என்ற பாடல் எழுகிறது.

திமிங்கில உடலும் சிறிய புன்மதியும் 'ஓரேழ் பெண்டிருடைய தோர் வேந்தன் தன் பணிக்கிசைந்தென் தருக்கெலாமழிந்து வாழ்ந்தனன் கதையின் முனிபோல் வாழ்க்கை!' என்று முத்திரை வைத்துச் சிறிது நோவாறுகிறார்.

என்றாலும் நடைமுறை வாழ்வின் அவலமும் சிறுமையும் தாங்கவொண்ணாமல் இருக்கிறது. மாடவீதியில் தனி வீட்டில் செல்லம்மாளுடன் குடும்பம் செய்வதாகவே பெயர் இவரோ, அமைதியும் ஆறுதலும் வேண்டி மீண்டும் குளக்கரை, சமூகமடம், மாலைக்கோயில் சமாதி என்று சென்றுவிடுகிறார். இவருக்குத் துணையாகக் கால் விலங்கை இழுத்துக்கொண்டு கட்டயமணிகாரனும் வந்து உட்கார்ந்துகொள்கிறான்.

ஆவணி பிறந்துவிட்டது. குழந்தைகள் கோலாட்டம் போடுகிறார்கள். பாப்பாவும் ஊர்க் குழந்தைகளுடன் கோலாட்டம் போட்டுக்கொண்டு வருகிறாள்.

"அப்பா! புதுப்பாட்டுப் பாடுங்களேன்?"

குழந்தையின் விருப்பத்துக்கு, மனம் கனிகிறது.

பச்சைக் குழந்தையடி! கண்ணிற்
பாவையடி சந்திரமதி,
இச்சைக்கினிய மது – என்றன்
இருவிழிக்குத் தேனிலவு

என்று பாடுகிறார்.

இவருடைய பாட்டு, தெருவழியே செல்லும் தமிழ் ஐயாவைத் தள்ளி வருகிறது. பழைய முதிய தமிழ்ப் பண்டிதர்.

இந்த எட்டயபுரத்துக்குப் புகழ் சேர்க்க வந்த கவிஞர். இளைஞராக இந்த ஊரில் வந்திருந்த நாட்களிலேயே மணிமுத்துப் பாவலர் இவரை மிகச் சரியாகக் கணித்ததும், தமது வைணவ சித்தாந்த நூலுக்கு வாழ்த்துப்பா கேட்டுப் பெற்றதும் நினைவுக்கு வருகிறது.

"வயதிலும் புலமையிலும் மூத்த தங்கள் நூலுக்கு நான் வாழ்த்துரை செய்வதா" என்று இளைஞர் கேட்டபோது, மணிமுத்துப் புலவர், "பாரதி, நீர் பாஷாபிமானி சிறந்த தேசாபிமானி, உங்களிடமிருந்து பெறுவதே உசிதம்" என்று அப்போதே கணித்தார்.

அத்தகையை ஒருவரை பள்ளிக்கு அழைத்துப் பேசச் சொல்ல வேண்டாமா? என்றாலும், மகாராஜாவின் ஆதரவில் நடக்கும் பள்ளியில், தமிழ்புலமையில் வேறு, எந்த உணர்வும் தேசீயம், புதுமை என்பது வெளிப்படையாக ஒலிக்கக் கூடாது... இதையும் அவருக்குத் தெரிவிக்க வேண்டுமே?

படியேறி வணக்கம் தெரிவிக்கிறார், பண்டிதர்!

"வாரும் பண்டிதரே! என்ன செய்தி?"

"பாரதி! பள்ளிக்கூடத்தில் திருவள்ளுவரைப் போற்றும் வியாஜமாக ஒரு ஸபை நடத்த இருக்கிறோம். நீர் வந்து பேச வேண்டும். பழந்தமிழ் நூல்கள், சிலப்பதிகாரம் மணிமேகலை எல்லாம் படித்தவர் தாமே நீர்?"

இவரது நோக்கம் பாரதிக்கா புரியாது?

"ஸ்வாமி! அந்தத் தேங்காய் நடைச் சந்தை எல்லாம் யாருக்குப் புரியும்? இப்போது நாம் புதிய புதிய பாடல்கள் புனைந்துள்ளோம்!"

வெண்மை கண்டால் காட்டு மிருகங்கள் மருண்டு ஓடும்: அல்லது பாயும் புதுமையின் சுவையறியாப் பழஞ்சுவடி களிலேயே புரண்டு எழும் பண்டிதர் சற்றே மருளுகிறார்.

“அப்படியானால், நாங்கள் திருக்குறளைப் பற்றி பேச வேறு ஆளை ஏற்பாடு செய்கிறோம். நீர் வந்து தலைமை தாங்குவீர்!”

திருக்குறள் பற்றிப் பேச, முன்பு நெல்லையப்பருடன் வந்து சென்ற, சாத்தூர் விசுவநாதன் என்ற பிள்ளையே வருகிறான்.

பள்ளிக்கூடத்தில் ஊர்க்கூட்டம் நெருங்குகிறது.

பாரதி ஒவ்வொரு முகமாகப் பார்க்கிறார்... ஐயர் ஐயங்கார், அவன் இவன் என்ற கூட்டுக்குள் ஆளுமை நசித்துப்போன, மனிதத்தன்மை சிறுத்துப்போன முகங்கள்... இவர் மீசையைத் திருகிக்கொண்டு தொடங்குகிறார். கணீரென்ற குரல் அந்த அறையில் உள்ளுணர்வுகளைத் தட்டி எழுப்பப் புறப்படுகிறது.

உலகத்து நாயகியே எங்கள் முத்துமாரியம்மா – எங்கள் முத்துமாரி...

பாட்டுடன் இலயமும் இணைய, கைகளைக் கொட்டி அந்த உணர்வை வெளியீடு செய்கிறார்.

கவடு படியாப் பிள்ளைகள் இந்தப் புதுமை உரையில் சொக்கிப்போகிறார்கள். தாங்களும், கைகொட்டி ஆடுகின்றனர்.

பழஞ்சோறுகளுக்கு, இதுதான் தலைமை உரையா என்று ஆத்திரம் மேலிடுகிறது. ஆனால் பிள்ளைகளை அடக்க முடியாது; கூட்டத்தையும் அடக்க முடியாது. நல்ல வேளையாகப் பாட்டு முடிந்ததும் பாரதி அமர்ந்துவிடுகிறார். முகம் ஏதோ சிந்தனையில் ஆழ்ந்தாற் போல் மோனத்தில் கனிகிறது.

விசுவநாதன் திருக்குறள் அடிகளைக் கூறி விளக்கிச் சொற்பொழிவு ஆற்றுகிறார். பின்னர். முடிவுரை...

தலைவர் முடிவுரை கூற வேண்டாமா?

நீரின் ஆழத்திலிருந்து வருவதுபோல் உணர்வுகள் மீண்டு நனவுலகைப் பார்க்கிறார். எண்ணங்களைக் கோர்வையாக்கும் செயல் போல் மீசையைக் கை முறுக்கித் திரிக்கிறது.

“திருக்குறள் ... இது தெய்வப்புலவன் அருளியது. பொருளிலார்க்கிவ்வுலகமில்லை என்றான். இது தெய்வ வாக்குதான். எத்தனை உண்மையான வாக்கு! நியாயமான வாக்கு! பணம், பணம் இல்லாமல் என்ன நடக்கும்? குழந்தைக்குத் தின்பண்டம் வாங்கப் பணம், துணிவாங்கப் பணம், வீட்டுசாமான் வாங்கப் பணம்... தோட்டி முதல் ‘தொண்டமான் வரையிலும் பணம் தேவைப்படுகிறது. பணமில்லாமல் நாட்டில் வாழ்வே இல்லை என்றாகிறது... ஆ..! ஏழைமக்கள் இந்தப் பணமில்லாமல் எப்படி வாழ்கிறார்கள்? பட்டினி கிடக்கிறார்கள். இவர்கள் உண்ணச் சோறின்றி இறந்தும்

போகிறார்கள். நமது அரசு என்ன செய்கிறது? வெட்கமில்லாமல் சாவு விவரத்தில் எண்ணிக்கை வெளியிடுகிறது."

பொழுதெல்லாம் எங்கள் செல்வம் கொள்ளைகொண்டு
போகவோ! நாங்கள் சாகவோ!
அழுதுகொண்டிருப்போமோ? ஆண்பிள்ளைகள் நாங்கள்
அல்லமோ உயிர் வெல்லமோ?

தலைமையாசிரியர் கைபிசைகிறார். பண்டிதர் எழுந்து அவர் செவிகளில் அரசியல் பேசலாகாது என்று நினைவுறுத்துகிறார்.

"அப்படியா? சரி! நம்மால் பேச இயலாது!"

சுற்றி நில்லாதே போ! பகையே, துள்ளி வருகுது வேல்!

முழக்கமாக அது ஒலிக்கிறது. எந்த நன்றி உரைக்கும் நிற்காமல் நடையைக் கட்டுகிறார்!

அரண்மனையில் இருக்கும் மகாராஜாவின் சகோதரி பெத்தம்மாவுக்கு, சுப்பய்யாவின் பாட்டை நேரில் கேட்க வேண்டும் என்று தாபம், வெளியே மதிலைவிட்டு வர முடியாத ஜன்மம்! சிவிகைக்குள் திரை நீக்கிப் பார்க்க முடியாத பிறவி!

சொல்லி அனுப்புகிறாள், ஒரு பணியாளனிடம்.

"சுப்பய்யா! பெத்தம்மா ரொம்ப ஆசைப்படறாடா! நீ அந்த அரண்மனைக்குள் போக வேண்டாம். அவா வர மண்டபத்துக்குப் போனால் போதும்…"

அவள் பிள்ளை அமிர்தசாமிக்குப் பன்னிரண்டு பிராய மிருக்கும். பாரதியைக் கூட்டிச் செல்கிறான். மண்டபத்தில் கம்பளம் விரித்து ஆசனம் போட்டு உபசரிக்கிறார்கள் பெத்தம்மா திரைமறைவில் இருக்கிறாள்.

பாரதி, 'முருகா முருகா முருகா..!' என்று பாடத் தொடங்கியதும் மிகவும் உணர்ச்சிவசப்பட்டுப்போகிறாள்.

பாடல்களைப் பாடி முடித்ததும், அவர் உடனே எழுந்து விட்டார்.

சிறுவன் ஓடி வந்து, தாயார் சொற்படி, ரோஜா வண்ணச் சரிகைப் பட்டொன்றைக் கொண்டு வந்து போர்த்தி மரியாதை செய்கிறான்.

பாரதிக்கு அது பட்டாக இல்லை. அந்தப்புரப் பெண்ணுக்கு ஆறுதலளிக்க, அவர் பாடினார். ஆனால் மகாராஜா… கோழை மனிதத்தன்மை இல்லாதவன்! அந்தப் பட்டு நழுவிவிழுகிறது.

மாமா அதை எடுத்து, "பாரதி, இந்தா! கீழவிழுகிறது" என்று நீட்டுகிறார்.

“நீரே வைத்துக்கொள்ளும்!” என்ற பதில் வருகிறது.

பொன்னையா, இவரைச் சமூக மடத்தில் பார்க்கிறான்.

“பாரதி... உங்களுக்குத் தெரியுமா?...”

அவன் உணர்ச்சிவசப்பட்டிருக்கிறான்.

“என்ன சமாசாரம்?”

“வள்... ளி... அந்த விலங்குகற்றை, ஈசனுக்கு மணவாட்டி என்று போடப்பட்ட தாலியை எடுத்துவிட்டாள்.”

அவர்மனம் பொங்குகிறது. “அப்படியா பொன்னையா?”

“ஆமாம் பாரதி! அந்தப் பொட்டைக் கழட்டிட்டா. தான் அவரு சொன்னாப்பல ஒரு கலியாணம் கட்டி, குடும்பம்னு வாழப் போறேன்’னு’ சொல்லிடிச்சி. அரமனைக்குப் பொறதில்ல. கழுகுமலப்பக்கம் ஓராளிருக்கு. கல்யாணம் கட்டறதா ஆளனுப்பிச்சிருக்கு...”

கண்கள் பனிக்கின்றன.

காளிகோயில் பக்கம் வந்து நிற்கிறார்.

யாதுமாகி நின்றாய், காளீ! எதுவுமாகி நின்றாய்..!

இவரைச் சுற்றி, விளையாடும் பிள்ளைகள், பைத்தியம் என்று பெயர் பெற்ற கட்டய மணிகாரன் என்ற கூட்டமே பெரிதாகிறது.

செல்லம்மா, ஒரு வழியும் காணாத இந்த வாழ்க்கையில் அலுத்துச் சோருகிறாள்.

பாடல்களை எழுதிக் குவித்து என்ன பயன்?

மீண்டும் கடயத்துக்கே சென்று வேறு எந்த முயற்சியை யேனும் செய்யலாமா?

இங்கோ, ‘கிராமமுனிசீபு’ என்ற பதவியும் இல்லை. அரச மதிப்புமில்லை. ஊர்மக்களின் தயவில் ‘கால் நொய், அரை நொய்’ என்று அரிசி என்ற பெயரே மறந்துவிடும் அவல வாழ்க்கையை எத்தனை நாள் வாழ்வது?

மீண்டும் கடயம் திரும்புகின்றனர்.

50

புக்ககம் சென்று, கடயத்துக்கு மறுவீடு வந்திருக்கும் தங்கம், தன் தந்தையின் கோலம் கண்டு மிகவும் வருந்துகிறாள்.

காலையில் எழுந்ததும் தோட்டம் துரவென்று தம் சிந்தையில்லாதவர் போல் திரிகிறார். ஆடு மேய்க்கும் சிறுவர்களுடன் ஆடிப்பாடுகிறார். கிணற்றுக் கரையில் நின்று சாகாவரம் பற்றிப் பிரசங்கம் செய்கிறார். நீரெடுக்கவரும் பெண்கள், பரிகாசமாகச் சிரிக்கின்றனர்.

தங்கம்மா அவரிடம் மெல்லச் செல்கிறாள்.

"அப்பா..!"

"என்னம்மா?"

"நீங்கள் வீட்டுக்குள் வாருங்களேன்..!"

அவர் உள்ளே வருகிறார். "என்னம்மா சமாசாரம்?"

"உங்களை... நீங்கள் இப்படி எல்லாம் பேசுவது பார்த்து, ஊரார் உன்மத்தம் கொண்டவன்னு ரொம்பக் கேவலமாப் பேசறா... எனக்குத் தாங்கவேயில்லையே!"

அவர் கலகலவென்று சிரிக்கிறார்.

"பேசட்டுமே!... நீ கவலைப்படாதே தங்கப் பெண்ணே!" உடனே ஒரு பாட்டுப் பிறக்கிறது.

திருவைப் பணிந்து நித்தம் செம்மைத் தொழில் புரிந்து
வருக வருவதென்றே கிளியே மகிழ்வுற்றிருப் போமா...

தங்கம்மா பாட்டை எழுதிக்கொள்கிறாள்.

அப்பா... அப்பா! உங்களை உங்கள் பாடல் கொண்டே நாங்கள் புகழுவோம்... இந்த ஊரார்... அவர்கள் என்ன நினைத்தாலும் கவலையில்லை...

துன்ப நினைவுகளும் சோர்வும் பயமுமெல்லாம்
அன்பில் அழியுமடி அன்புக் கழிவில்லை காண் –

கார்த்திகை ஓடி மார்கழி பிறக்கிறது.

மலைகள் சூழ்ந்த கிராமத்தில், விடியற்காலைக் குளிர் இழுத்துப் போர்த்துக்கொள்ள நடுங்குகிறது. என்றாலும் ராமசாமி கோயிலில் நான்குமணியடிக்கு முன்பே விளக்கெரிகிறது. விடியற்காலையிலேயே வாசல் தெளித்துக் கோலமிடும் பெண்களின் அரவங்கள் அமைதித் திரையைத் திறந்துவிடுகின்றன. குஞ்சுகுளுவான்களும் கிழங்களும்கூடத் தலையில் ஒரு துணியை முக்காடிட்டாற்போலக் கட்டிக் கொண்டு தனுர் மாத பஜனைக்குக் கிளம்பிவிடுகிறார்கள்.

பாரதி வாசலில் உட்கார்ந்திருக்கிறார். பஜனை பாடிக் கொண்டு வருகிறார்கள்.

ஒரு கிழக்குரல், 'பாஹி கல்யாண கிருஷ்ண கோவிந்தா, நந்தநந்தன கோவிந்தா ...' என்று முறை வைக்க, எல்லாக் குரல்களும் திருப்பிக் கோஷமிடுகின்றன. திருப்பித் திருப்பிச் சொன்னதையே சொல்லும் குரல். புதிய கோஷம் எதுவு மில்லையா?

பாரதி சடேரென்று குதித்து முன்னே நிற்கிறார்.

காக்கைச் சிறகினிலே நந்தலாலா நின்றன்
கரிய நிறம் தோன்றுதையே நந்தலாலா.
பார்க்கும் இடங்களெல்லாம் நந்தன் – நின்றன்
பச்சை நிறம் தோன்றுதையே நந்தலாலா...

கவிதையின் இனிமையிலும் எளிமையிலும் உள்ளங்கள் சொக்கி நிற்கின்றன. என்றாலும், அந்தப் பிரமிப்பைப் புகழ்ச் சொற்களால் வெளியிட்டுக்கொள்ளாமல் பஜனைக்காரர் ஒதுங்கியே போகின்றனர்.

என்றாலும் நாராயண பிள்ளை இந்தப் பாட்டைக்கேட்டு ஆனந்தம் கொண்டு ஆர்ப்பரிக்கிறார். மிகவும் சந்தோஷமாக இருக்கிறது.

"பாரதி, நீங்கள் பேரின்பப் பாட்டையே ஓயாமல் பாடுகிறீர்களே? என் போன்றவர்களுக்கு ரசித்து மகிழச் சிற்றின்பம் தோயும் பாட்டுக்கள் பாட மாட்டீரோ?"

“நாராயண பிள்ளை, சிற்றின்பம் என்று தனியாக முடிந்து விடும் விவகாரம் இல்லை. உலக முழுவதும் எமக்கு இன்பமய மானதுதான். இறைவனை எங்கும் பார்க்கத் தெரிந்தால், அவனை எங்கும் உணரத் தெரிந்தால், இன்பம் தவிர வேறெதுவும் உண்டோ?... என்றாலும் நீங்கள் கேட்டிருப்பதை நினைவில் வைத்திருப்பேன்...”

ரோஜா மலர்களைத் தொடுத்துப் போட்டுக்கொண்டு மணக்கும் எலுமிச்சம் பழம் கையில் கொண்டு மகிழ்ச்சி குலவ வீடு திரும்புகிறார்.

“செல்லம்மா! இந்தா பூ...”

செல்லம்மாள் அந்த மலரை வாங்கி ஒரு பூவை உருவி தலையில் சூடிக்கொள்கிறாள். மீதியைப் பள்ளிக்குச் சென்றிருக்கும் பாப்பாவுக்கு இலையில் சுற்றி வைக்கிறாள்.

செல்லம்மாளின் கருகருவென்ற கூந்தலில், பட்டுப் போன்ற மென்மையுடன் அது வீற்றிருக்கிறது.

செல்லம்மாளையே பார்த்துக்கொண்டிருப்பவருக்குக் கவிதையின் அருள் கனிந்து வருகிறது.

எந்த நேரமும் நின் மையல் ஏறுதடி குறவள்ளி சிறுகள்ளி.

செல்லம்மாளுக்கோ நாணம்... தலைதூக்க முடியவில்லை. இவர் என்ன மனிதர்? பெண்ணைக் கல்யாணம் செய்து கொடுத்தாயிற்று. பேரன் பேத்தி பிறக்கும் காலத்தில், காதல் பாட்டுப் பாடிக்கொண்டிருக்கிறாரே? பார்ப்பவர்கள் என்ன நினைப்பார்கள்?

கூனிக்குறுகி உள்ளே செல்கிறாள்.

“செல்லம்மா! ஏன் வெட்கப்படுகிறாய்? நமக்குள் என்ன வெட்கம்? நான் சக்தி குமாரன் – நீ வள்ளி!”

“...ஆமாம்... இப்படித்தான் நீங்கள் ஊர் உலக நடப்பு எதுவும் தெரியாமல் நடக்கிறீர்கள்? எட்டயபுரத்தில் அல்லாத் தோட்டத்துக்கு வான்னு சமமாகக் கையை வேறு சேர்த்துக் கொண்டீர்கள். எல்லோரும் அதுவும் பைத்தியம் இவளும் பைத்தியம்ன்னு சிரிச்சா. உங்க மட்டோடு நீங்க செய்யறதுக்கே தூத்தறா. இது வேறயா?”

இவர் செல்லம்மாளுக்குப் பதில் கூறவில்லை. நாராயண பிள்ளை விரும்பிய பாட்டுப் பிறந்துவிட்டது. உடனே தோட்ட வீட்டுக்குச் செல்கிறார்.

பாடிக் காட்டியதும் நாராயண பிள்ளை மகிழ்ச்சியில் திளைக்கிறார்.

"பாரதி! உம்மைப் போன்ற கவிகள் உலகில் இருக்கிறார்களா?..."

விதையே இல்லாத ஜாதிக் கொய்யாவை நறுக்கி வைக்கிறார். தேன்கதலியைக் கொண்டு வந்து சர்க்கரையில் முக்கித்தருகிறார்.

"பாரதி, இந்த வருஷம் தலைமலையான் கோவிலுக்குப் பிரீதி செய்வதாக முடிவெடுத்திருக்கு... தலைமலையான்னு சாஸ்தாக்குத்தான் பெயர். மழையில் நனைவேன், வெயிலில் காய்வேன், எனக்கு ஆகாயமே கூரை, பூமியே தளம்னு சொல்லிருக்கிற தெய்வம்..."

"நாராயண பிள்ளை, நான் நேத்தெல்லாம், ஏனிப்படி ஏழைகள் பணக்காரர்கள்னு பிரிவாகணும்னு பேசிட்டிருந்தேனா? ருஷியா தேசத்தில் இப்போ, புதுவிதமான அரசியல் அமைப்பை லெனின் கொண்டு வந்திருக்கார். எல்லோருக்கும் சோறு, துணி, கல்வி, உழைப்பு என்கிற எல்லாம் கிடைக்கணும். கிராமம் பூரா, மனிதர்கள் அனைவரும் ஏற்றத்தாழ்வுகளில்லாத வகையில் வாழணும்னு வகுத்திருக்கிறார்..."

"அதெப்படி பாரதி முடியும்?"

"முடியும். ஜாதிமத வித்தியாசம் முதலில் ஒழியணும். கோடிக்கணக்கான ஜனங்கள் வயிறு நிறைய ஒருவேளை உணவு கிடைக்குமென்ற நிச்சயமில்லாமல் இருக்கையில் லட்சக் கணக்கான மக்கள் பட்டினி கிடக்கையில், ஒருசிலர் மட்டும் சகல போகங்களையும் துய்க்கிறார்கள். இதற்குக் காரணம்..? உடமையாவது களவு என்று பிரான்ஸ் தேசத்து சாஸ்திரி சொன்னான். ஊரிலுள்ள வயல்கள் தோட்டங்கள் எல்லாம் ஒரு சிலருக்குச் சொந்தம். அதில் உடல் வருந்தி உழைப்பவர்கள் பட்டினி கிடக்கலாமா? பூமி எல்லோருக்கும் தாய்... எனவே எல்லோரும் சேர்ந்து. பொதுவான ஓர் இடத்தில், கோயில்முன், ஓர் உறுதிசெய்து கொண்டு திட்டம் வகுக்க வேண்டும்..."

இவர் பேசப்பேச, நாராயண பிள்ளை அவர் சொற்களில் மயங்கிக் கேட்டுக்கொண்டிருக்கிறார்.

இவருக்குத்தான் என்ன புத்தி! என்ன அருள் என்ற பிரமிப்பு.

தலைமலையானை சூக்குமமுடையார் என்றும் சொல்வார்கள். அவருக்கு விழா வெடுப்பது என்பதும் பயிர்கள்

விளைந்து, அந்த விளைவைச் சகல மக்களும் கூடி அனுபவிப்பதற்காகப் பூசைபோடுதல் என்ற வழக்கமாகவே இருந்திருக்கிறது.

ஊருக்கு அப்பால் நாலைந்து மைல்களும் மக்கள் சாரி சாரியாகச் சென்று அங்கே விழாவுக்கான ஏற்பாடுகளைச் செய்கின்றனர். வண்டி வண்டியாகத் தானியங்கள் வருகின்றன. வெடிச் சத்தமும், செண்ட மத்தள ஓசையும், சுற்றுமுற்றும் காடுகளிலுள்ள கொடிய வன விலங்குகளை மருட்டி ஓட்டிவிடும்.

பூசை ஒருபுறம் நடக்க, இன்னொரு புறத்தில் கைதேர்ந்த சமையற்காரன் தவலை தவலையாக அன்னம் வடித்து உருட்டுகிறான். அவியலும், பழப்பிரதமனும் பெரிய பெரிய வார்ப்புக்களில் நிறைந்து நறுஞ்சுவை யுணவென்று கட்டியம் கூறுகின்றன. சிரட்டை மலையாகக்குவிய, பால் பிழிந்த தேங்காய்ச் சக்கையைக் காகங்கள் உறவு கலந்து உற்சாகக் கூவலுடன் உண்ணுகின்றன.

பூசை முடிந்ததும், சுவாமிக்கு முன் நன்கு பெருக்கி மெழுகப் பெற்ற பெரிய முற்றத்தில் பந்திக்கு இலை போடுகின்றனர். வேத கோஷங்கள் முழங்குகையில் உன்னிப்பாகக் கவனித்துக் கொண்டிருந்த பாரதி அன்று காலையிலிருந்து நல்ல பசி. அன்னத்தையும் பாயசத்தையும் கண்டதும், குழந்தை போல் சாப்பிட வேண்டும் என்ற ஆர்வம் உண்டாகிறது. சாவடி நாராயண பிள்ளையையும் அழைத்துக்கொண்டு, பந்தியின் ஓரத்தில் அவர் வந்தமருகிறார்.

கழுத்தில் உருத்திராட்சம் அணிந்த ஓர் உச்சிக்குடுமி வைதிகர், இலைக்கட்டை எடுத்துக்கொண்டு பந்திக்கு விரிக்க வருகிறார். பாரதியையும் நண்பரையும் பார்க்கிறார். கண்கள் சிவக்கின்றன.

"ஓய்! எழுந்திரும்! இது பிராமணர் பந்தி! நீங்கள் இரண்டு பேரும் இதில் உட்காரக் கூடாது!"

பாரதி சிரிக்கிறார். "ஓய், நீர் பிராமணரா முதலில் பிராமணன் என்பவன் யார்னு உமக்குத் தெரியுமோ? 'எவன் வீட்டில் மறுநாள் ஆகாரத்துக்கு இன்றே நெல் சேர்த்து வைக்கப்பட்டிருக்கிறதோ, அவன் பிராமணன் ஆக மாட்டான். ஜனங்களிடையே அறிவின்மை ஏற்படாமல் பாதுகாப்பவன் பிராமணன்' அறிவின்மையே மொத்த சமுதாயத்திலும் பரவியிருக்கும்போது, நீர் பிராமணன் என்று எப்படிச் சொல்கிறீர்?..."

இந்த அதிகப் பிரசங்கித்தனம் அங்கு பூணூல் தரித்த அத்தனை வைதீகப் பிராமணர்களையும் வெகுண்டெழச் செய்கிறது.

"என்னடா, நீ கேள்வியா கேக்கறே? மீசையும் வச்சிண்டு, எல்லா அசத்துக் காரியங்களும் பண்ணிண்டு வர்ச்சா வர்ச்ச மில்லாமல் கூத்தடிக்கிறே? பிராமணன் யாராம்! எழுந்திரடா முதலில் நீ!"

நாராயண பிள்ளை முதலிலேயே எழுந்துவிடுகிறார். பாரதியோ விடவில்லை.

"நீர் ஒருவரும் பிராமணரில்லை! அடித்துச் சொல்லுவேன்! தப்பாக வேதம் சொல்வதும் பொய்யாசாரம் பாராட்டுவதும் பிராமணத்துவம் இல்லை. உம்மைக் காட்டிலும் சிரைப்பவன் சிலாக்கியமானவன்!"

அப்பாதுரை அப்போது ஊரிலில்லை. இந்த வாக்குவாதம் செல்லம்மாளுக்குக் கிலி பிடிக்கச் செய்கிறது. பாரதி எழுந்திராம லிருக்கவே, பந்தியிலமர்ந்த அத்தனை பேரும் எழுந்து விடுகின்றனர்.

"இவனுக்குச் சூத்திரன் பந்தியில் சோறு போடுங்கள்!" என்று கொக்கரிக்கின்றனர்.

பாரதிக்கு முகம் சிறுத்துப்போகிறது.

நாராயண பிள்ளை முன்பே அவ்விடத்தைவிட்டு அகன்று விடுகிறார்.

பாரதியோ, அவமானத்துடன் எழுந்து நித்ய கல்யாணி கோயிலின் பக்கம் நடக்கிறார். பசியும், அவமானமும் கோபமும் வெறுப்புமாக அவர் வெகு நேரம் அங்கு இருக்கிறார். ஒருவரும் அவரைத் தேடிவரவில்லை. செல்லம்மாளும் வரவில்லை, பார்த்தாயா என்று மனம் குமுறுகிறது.

பசி... கால் போனபடி அவரை விரட்டுகிறது.

என்ன சமூகமடா இது!... இதுவா பூசை! இவர்களா மனிதர்கள்! இந்தப் பிராமணர் குடியில் ஒரு பூகம்பம் போன்ற உத்பாதம் விளைந்து நாசமாக வேண்டும் என்று தோன்றுகிறது. போலித்தனமான ஆசாரம் பாராட்டும் ஆண், பெண் அனைவரும் அழிவார்கள்...

அப்போது அங்கு ஓர் இளம் கைம்பெண்ணைப் பார்க்கிறார். அவர் அங்கு வந்த சில நாட்களுள், அவளுடைய

புருஷன் காலராவினால் இறந்துபோனான். அவனுக்கு எந்த வைத்தியமும் செய்யவோ, ஊரார் வந்து அவன் உயிரைக் காக்க முயற்சி செய்யவோ பதைபதைத்துக் கூடவில்லை, திண்ணையில் வயிற்றுப் போக்கும், வாந்தியுமாக அவன் நரக வாதனைப்பட, அந்த இளம் பெண், நான்கு குழந்தைகளின் தாய், செய்வதறியாமல் புலம்பினாள். "ஐயோ, யாரேனும் வைத்தியரை அழைத்து வாருங்கள்" என்று.

இவர் பதைபதைத்தார். அவள் விதி அவ்வளவுதான்! என்று ஊர்க்கும்பல் சும்மா இருந்தது. அவன் இறந்துபோனான். தலையை முண்டிதம் செய்து முக்காடிட்டுக் கொண்டு எங்கோ குற்றேவல் செய்து வயிறு வளர்க்கும் அந்த இளந் தாய். இவர் பின் வந்திருக்கிறாள்.

"நீங்க போகாதேங்கோ, பாவம். பந்தியை விட்டு எழுப்பிட்டாளா?..."

இவள் இவருடன் பேசியது தெரிந்தாலே, அந்தச் சமூகம் இவளுக்கு நடத்தையிலும் மாசு கற்பித்துவிடும். எனவே அவர் அந்தப் பகலில் விரைந்து எங்கோ செல்கிறார்.

சீ! சீ!... பேடிகள்! அறிவிலிகள்!

உழவுத் தொழில் செய்யும் கூலிக்காரர்கள்... பஞ்சமர்களின் குடிசைகளிருக்குமிடம். பிள்ளைகள் குப்பைமேட்டில் விளையாடுகின்றன.

இவரை அங்கே கண்டதும், செல்லம்மாளின் பிறந்த வீட்டுக்குச் சொந்தமான சிறுகாணியில் உழுது பயிரிடும் நாராயணன் ஓடிவருகிறான்.

"சாமி! என்ன இது? நீங்க இங்கே வந்து உக்கார்ந்திருக்கிறீங்க, வெளில?..."

"அன்பனே! எனக்குப் பசியடா! பசி தாளாமலிருக்கி றேனடா! பூசை போடுகிறார்களாம், பிராமணர்! பந்தியை விட்டு விரட்டிவிட்டார்கள்..!"

"சாமி! வாங்க, நீங்க எங்க குடிசைக்குள்ள வாங்க! உங்களுக்குச் சோறில்லைன்னு எழுப்பினாங்களா?... நீங்க... வாங்க. எங்க தெய்வம் சாமி!"

நந்தன் சரித்திரத்துச் சேரியைப் போலிருக்கும் சேரி, குடிசை.

அவசரமாகப் பெருக்கி, ஒரு கீற்றைப்போட்டு உட்காரச் செய்கிறான்.

இந்த மேற்குடிக்காரர் உண்ணும்படி அவர்கள் வீட்டில் என்ன இருக்கும்? ஓடோடிச் சென்று எங்கிருந்தோ நாலைந்து வடைகளை வாங்கிப் பொட்டலம் கட்டிக்கொண்டு வருகிறான். ஆறிப் போயிருந்த வெங்காய வடை. அவற்றைத் தின்று தண்ணீரைக் குடிக்கிறார்.

பொழுது சாய்வதற்குள் பூசைபோட்ட மக்களனைவரும் தத்தம் வீடு திரும்புகின்றனர். செல்லம்மாவுக்கும் பாப்பாவுக்கும், பாரதி சாப்பிடாமல் எழுந்து சென்றது தெரிந்ததும், மிகவும் சங்கடமாக இருக்கிறது.

பசி நேரத்தில் அவருக்குக் கோபம் வந்தது இயல்புதான். அவர் விஷயத்தில் எத்தனையோ எதிர்பாரா நிகழ்ச்சிகளைச் செல்லம்மா அனுபவித்திருக்கிறாள். சாவடி நாராயண பிள்ளை இவரைத் தனியே விட்டிருக்க மாட்டார். இவர் சாப்பிட்டிருப்பார் என்று எண்ணுகிறாள்.

என்றாலும் உள்ளூற இவர் வீட்டுக்கு வரவில்லையே என்ற கவலை இருளாக மண்டுகிறது.

அப்பாத்துரை ஊர் திரும்ப இரவு பதினோரு மணியாகிறது.

அவள் வேதனையுடன் அன்று பூசையில் நடந்த சம்பவங் களைச் சொல்லலாமா, வேண்டாமா என்று தவிக்கையில் சங்கரலிங்கம் ஓடி வருகிறான்.

"அம்மா! சாமி வாயிலெடுத்திட்டே இருக்கா... வந்து பாருங்க..."

செல்லம்மாளுக்குச் சொரேலென்று வயிற்றைச் சங்கடம் செய்கிறது. இன்னும் எதுவும் சாப்பிடவில்லையா? அதுதான் இழைத்து இழைத்து...

அவருடைய ஓங்கரிப்புச் சத்தம் படி இறங்கும்போதே ஊசிகள் கொண்டு வேதனை அவள் உணர்வைத் துளைக்கிறது.

முன்பு பட்டினியுடன் நடந்து சென்று எங்கெங்கோ இகழ்ச்சிக்கும், ஏளனத்துக்கும் ஆளானாராம். நல்லகுலத்தில், குடும்பத்தில் பிறந்து இவ்வாறு சந்தி சிரிக்க அவலமாக வேண்டுமா?

இதுவும் விதியா? கடவுளே! மாசம் எழுபது எழுபத்தைந்து ரூபாய் வராமலில்லை. அவருடைய வசதிகள் குறையக் கூடாதென்று அப்பாத்துரை இயன்றமட்டும் பரிவும் பாசமுமாக வைத்துக்கொண்டிருக்கிறான். ஆனால்...

இப்படி மொத்த நடைமுறையையும் மாற்ற வேண்டும் என்று எதிர்த்து ஒத்துப் போகாமல் முரண்டு செய்வதனால் எத்தனை இகழ்ச்சி, ஏளனம்?

மாலையில் வீடுவந்ததும் இவரை எண்ணியே சுடச்சுடச் சாதம் வடித்து, பருப்புக்குழம்பும் வைத்திருக்கிறாள்...

"வீட்டிலே கோபித்துப் பட்டினி கிடப்பானேன், இரந்துண்ணப் போவானேன்? சேத்தூர் ஜமீன்தாருக்கு கார்டில் பாட்டெழுதிப் போட்டானாம். கேள்விப்பட்டேன்... செல்லம்மா! சுப்பய்யாவைப் பத்தி நான் கண்ட கனவெல்லாம் இன்னிக்கு மண்ணாப் போச்சு. உன்னை நினைச்சுத்தான் நான் சங்கடப்படறேன்!"

செல்லம்மாள் வெந்நீரைப் போட்டு எடுத்துக்கொண்டு ஓடுகிறாள். தன் நினைவு தெரியாத வாந்தி, பேதி...

காலராவோ? ஐயோ! என்ன செய்வேன்..!

புதிய துணி அணிவித்துப் படுக்கையில் கிடத்துகிறாள். ஓங்கரிப்பு நிற்கவில்லை.

"அப்பாத்துரை யாரேனும் டாக்டரை அழைத்து வாயேன்! என்ன பண்ணுவேன் நான்?"

"தெய்வமே, நீ என்ன பழிக்குக் காத்திண்டிருக்கே? ஊரார் துரத்தினர். பெண்டாட்டியும் சோறு போடல. அவர் பட்டினியில் ஏதோ தின்று உயிரை விட்டார்னு சொல்லுமா? பராசக்தி பராசக்தி என்று உன்மீது பக்தி பண்ணியதற்கு, நீ என்ன சோதனை செய்கிறாயம்மா? உயிர்ப்பிச்சைபோடு!"

அப்பாத்துரை நள்ளிரவில் சென்று ஆசுபத்திரி கம்பவுண்டரை எழுப்பிக் கூட்டி வருகிறான். அவன் ஒரு பொடியைத் தேனில் குழைத்துக்கொடுக்கிறான்.

"மூன்று வேளை கொடுங்கள். பால், கஞ்சி ஏதேனும் வெதுவெதுப்பாகக் கொடுங்கள். சரியாகும்" என்று சொல்லி விட்டுப்போகிறான்.

விடிய விடிய செல்லம்மா அவரருகில் அமர்ந்திருக்கிறாள். விடிந்ததும் காளி வருகிறாள்.

"காளி, திண்ணை முற்றமெல்லாம் சாணிபோட்டு மெழுகி துப்புரவாகப் பெருக்கு, ஐயாவுக்கு உடம்பு சரியில்லை. நான் போய்க் கஞ்சி போட்டு வெந்நீரும் கொண்டு வரேன்..."

பாரதி விழித்துப் பார்க்கிறார்.

‘சென்றதினி மீளாது மூடரே!’ என்ற வரிகள் நினைவில் வருகின்றன.

‘இன்று புதிதாய்ப் பிறந்தோம்’ என்று சீழ்க்கையடித்துக் கொண்டு வெளியேறுகிறார். தோப்புப் பக்கம் திரும்புகையில் வேப்பமரத்தடியில் கழுதையொன்று கன்றை ஈன்று நக்கிக் கொண்டிருக்கிறது. அது நக்கிக் கொடுக்கக் கொடுக்கத் தாயின் அந்த ஈரம் பட்டுக் கழுதை எழும்பித் துள்ளிக் குதிக்கிறது.

உயிர் ... உயிரின் இனிமை சொல்லப்போமோ என்ன அற்புதமாங்காட்சியடா தெய்வத்திருக் கோலமல்லவா? கழுதைக்கன்று ... கள்ளமற்ற உயிரின் அன்பு வடிவமாக, பராசக்தியின் கோலமாகக் காட்சி தருகிறது. அது துள்ளிக் குதித்து மறிகையில் அவர் பாய்ந்து தூக்கி முத்தமிட்டுப் பரவசமடைகிறார்.

அவர் கழுதையை முத்தமிடுவதை, கிணற்றுக்கு நீரெடுக்க வந்து திரும்பும் பெண்ணொருத்தி கண்டுவிடுகிறாள்.

அந்தப் பெண்மணி பட்டரின் மனைவி. அவளை மனைவியை இழந்த நாராயண பிள்ளையின் வீட்டில் அவர் கண்டிருக்கிறார். இந்தத் தொடர்பு அவருக்குத் தெரிந்த நாளிலிருந்து நாராயண பிள்ளையின் பால் ஒரு வெறுப்பு கணிந்திருக்கிறது.

அத்துடன், பகவானுக்குப் பணி செய்யும் ஓர் ஆடவன், மனைவியின்மீது சரியாக அன்பு செலுத்தவில்லை என்ற உண்மையும் அவரைக் குன்டந்திருக்கிறது. பெண் கற்புநிலை புறழ்வது எதனாலே? கொண்ட கணவன் அன்பு செய்யாத தனாலன்றோ? பேணுமொரு காதலனை வேண்டியன்றோ பெண் மக்கள் கற்புநிலை பிறழுகின்றார்?

வேதகாலத்திலும்கூடப் பெண் பரபுருடனை விரும்புவது அவள் குற்றமாகக் கருதப்படாமல், அதன் பாவம் அவள் புருடனுக்கும் உரியதாகக் கணிக்கப்பட்டது.

அந்தப் பெண் நாராயண பிள்ளையின் வீட்டில் இவரது கூரிய நோக்கினால் குற்ற உணர்வுக்காளானவள். எனவே, தெரு முழுவதும் இதைப் பறையறைகிறாள்.

“கேட்டேளோ மாமி! அந்தப் பைத்தியம், செல்லம்மாளகமுடையான்தான், கழுதக் குட்டியத்தூக்கி முத்தமிட்டுக் கொஞ்சறது! கர்மம்!”

அவ்வளவுதான் கைகால் மூக்கு வைக்கப்பட்டு இச்செய்தி ஊர் முழுவதும் பரவும் செய்தி தெரியாமல் செல்லம்மா

அவருக்குக் கஞ்சியும் வெந்நீரும் மருந்தும் எடுத்துக்கொண்டு வருகிறாள்.

இவர் உட்கார்ந்து எழுதுவதற்கு வட்டம் கூட்டுகிறார்.

"செல்லம்மா! நாம் ஒரு புதுமையான பெண்ணின் சரித்திரம் எழுதப் போகிறோம்... அதற்குப் பேர் தெரியுமா!..."

சொல்லிக்கொண்டு மீசையை நீவிக்கொண்டு முறுக்குகிறார்.

"சந்திரிகையின் கதை... சந்திரிகையின் கதை அக்கிரகாரம், போலிச்சாத்திர சநாதன தர்மம் என்ற கூத்து எல்லாம் அழிஞ்சு, புதிய சக்தி தோன்றப்போகிறது..."

செல்லம்மாளுக்கு இது புதிதா?

"இந்த மருந்தைச் சாப்பிட்டுக் கஞ்சியைக் குடிச்சிட்டு எழுதுங்கோ. நேத்துப் பட்டபாடு... நீங்க பிழைச்சிருப்பேன்னு நினைக்கல..."

பாரதி சிரிக்கிறார்.

"சே எனக்கு மரணம் ஏது செல்லம்மா? நான் அமரன்... காலன் என்னைப் பார்த்தால் என்ன சொல்வேன் தெரியுமா? காலா... உனை நான் சிறு புல்லென மதிக்கிறேன் – என்றன் காலருகே வாடா சற்றே உனை மிதிக்கிறேன், அட காலா..."

சக்ரவாக இராகத்தில் தூக்கி ஏறியும் வீராப்புடன் பாடுகிறார்.

செல்லம்மாள் எந்தக் கடுஞ்சொல்லும் நாவிலேற்றத் துணியாத நிலையில் சிலையாக நிற்கிறாள். இந்தப் பாட்டைத் தான் சில நாட்களுக்கு முன்பு ஆர்மோனியத்தில் மெட்டாக்கிக் கொண்டிருந்தாரோ?... இப்படித்தானிருந்தது.

இந்த நெருக்கடியிலும், தூற்றல், இகழ்ச்சிகளிலும் காலா உனை உதைக்கிறேன் என்று பாடுகிறாரே..!

51

காளிக்கு, சாமி அவளை இழுத்து வைத்துப் பேனும் ஈரும் சடையுமான முடியை வழித்து மொட்டை போட்டதிலிருந்து ஒரே பயம். "முடியை ஏன் நல்லா வாரிட்டு வரல?" என்று அன்று சண்டை போடுகிறார்.

காளிக்கோ, தனது முடிக்கு அவர் அபசாரம் இழைத்ததால், முப்படாரிஅம்மன் அவருக்குத் தீங்கிழைத்துவிடுமோ என்ற பயம். இதைச் சொல்லி வருத்தப்பட்டுக்கொண்டே வீடு மெழுகுகிறாள். "சாமிக்கு ஏதும்வராம இருக்கணுமே!..."

"அடி போடி, பயித்தியம்! காளி உனக்குத் தெரியுமா? நான் சாகமாட்டேன், நான் அமரன்!"

இவ்வாறு அவர் அமரன் அமரன் என்று எப்போதும் சொல்லத் தொடங்கியிருக்கிறாரே, இதுவே செல்லம்மாளுக்கு ஓர் அச்சத்தை மெல்லிய இரேகையாகப் படர விட்டிருக்கிறது. அவளும் அவர் சொல்லும் போதெல்லாம் அர்த்தமில்லாமல் 'சுவாமி, பகவானே!' என்று இறைஞ்சுகிறாள்.

அமிர்தம் பத்திரிகையைத் தை பிறக்கும்போது தொடங்கி விட வேண்டும் என்ற பேரார்வத்துடன் மதுரை ஸ்ரீநிவாஸவரதனுக்குக் கடிதம் எழுதுகிறார். செப்டம்பரில் பத்திரிகை தொடங்க வேண்டும் என்று தீர்மானமாக முயற்சி செய்கிறார். பிறகு தை பிறப்பதற்குள் தொடங்குவோம் என்று பொருள் வேண்டிப் பல நண்பர்களுக்கும் எழுதுகிறார் ஆனால் பொருள்?...

பொருளில்லா வறுமையிலும், நம்பிக்கைத் தேய்விலும், தேச உணர்வு சிறிதும் மங்கிவிடவில்லை. சுதந்திரம் பிறப்புரிமை என்று கோஷித்த திலகருக்குப் பின் காந்தியே தேசத் தலைமைப் பதவியை ஏற்பதை, நாடு முழுவதும் ஓர் அரிய மனிதரென்று மக்கள் மனதில் இடம் பெறுவதை அவர் பார்த்துக்கொண்டுதானிருக்கிறார்.

அவருடைய ஒத்துழையாமைத் திட்டத்தைப் பல தலைவர்களும் ஒப்புக்கொள்ளவில்லைதான். முக்கியமாக இவருடைய அரசியல் குருவான திலகர் ஒப்பவில்லை.

இந்திய முஸ்லீம்களின் கிலாபத் கிளர்ச்சியுடன் சுயராச்சிய இயக்கத்தைப் பிணைத்ததை அவர் விரும்பியிருக்கவில்லை. 1919ஆம் ஆண்டின் இறுதியில் அமிர்தசரசில் நடைபெற்ற காங்கிரஸில், புதிய சீர்திருத்தச் சட்டசபைகளைப் கைப்பற்றி அவற்றின் மூலம் சுதந்திரத்துக்கு மேலும் போராட வேண்டும் என்பது அவர் கருத்து.

சுதந்திரப் போரைத் தனிப்பட்ட அரசியல் போராட்ட மாகவே நடத்த வேண்டும் என்று திலகர் கருதினார். பிரிட்டிஷார், அரசியல் சூழ்ச்சியையும் இராஜ தந்திரத்தையும் கருவிகளாகக்கொண்டே ஆட்சியை நிலைநிறுத்தினார். அதே வழியை நாம் பின்பற்ற வேண்டுமே ஒழிய, அரசியல் போரில் அஹிம்சையும் சத்தியமும் வெற்றியளிக்கக்கூடும் என்பதைத் திலகர் ஒப்பியிருக்கவில்லை.

இந்திய முஸ்லிம்களின் கிலாபத் போராட்டத்துக்கு ஆதரவு கொடுத்து சுயராச்சிய இயக்கத்தோடு பிணைத்ததன் பலன் அவர்கள் எதிர்பார்த்ததற்கிணங்க, எதிராக விளைந்தது, துருக்கியில் கமால்பாட்சா, கிலாபத் பீடத்தையே ஒழித்துவிட்டுக் குடியரசை ஸ்தாபித்தார். கிலாபத் கிளர்ச்சியில், முன்னணியில் நின்ற இந்திய முஸ்லிம் தலைவர்கள், தேசிய இயக்கத்தில் பின்னடைந்தனர். ‘வந்தே மாதரகீதத்’தை மசூதியில் பாடவும் முன் நின்ற அவர்கள் அந்தக் கோஷம் வேண்டாம் என்றும் கூறத் தலைப்பட்டனர்.

என்றாலும் திலகர் காந்தியின் இயக்கம் மக்களிடையே புதிய சக்தியைத் தோற்றுவித்திருந்ததைக் காணாமலில்லை.

காந்தி, பம்பாயில் ஒத்துழையாமை இயக்கத்தைத் தொடங்கி விட்டு நாடெங்கும் சுற்றுப் பிரயாணம் செய்யத் திட்டம் போடுகிறார்.

ஜூலை முப்பத்தொன்றாம் நாளிலே, திலகர் அமரராகி விட்ட செய்தி வருகிறது. பாரதியை இது மிகவும் தாக்கி விடுகிறது...

ஆனால் பிறகு வரும் செய்திகள் –

பம்பாயில் லட்சக்கணக்கான ஜனங்கள் திலகருடைய இறுதி ஊர்வலத்தில் கலந்துகொண்ட செய்திகளைப் பார்க்கிறார். அன்று மாலையே காந்தி, தம் திட்டப்படி ஒத்துழையாமை இயக்கத்தைத் துவங்கிய விவரம்...

பட்டதாரிகள் பட்டங்களை விட்டுவிட வேண்டும். சட்ட சபைகளுக்குத் தேசியவாதிகள் நிற்கலாகது; வாக்குரிமைகள் இருப்பவர்கள் அளிக்கக் கூடாது... வக்கீல்கள் தொழிலை விட வேண்டும்; மாணவர்கள் கல்விச் சாலைகளுக்குச் செல்லக்கூடாது...

குஜராத்தில் வல்லபாய் படேலும், பீஹாரில் பாபு இராஜேந்திரப்பிரசாத்தும், சென்னையில் ராஜகோபாலாச் சாரியும் தொழிலை விடுகின்றனர்.

காந்தி அலி சகோதரர்களுடன் தேசத்தில் சுற்றுப் பயணம் செய்கின்றனர். சென்ற இடங்களெல்லாம் ஆயிரம் பதினாயிரங்களாக மக்கள் கூடி ஆர்ப்பரிக்கின்றனர்.

கல்கத்தாவில் விசேஷ காங்கிரஸ், செப்டம்பர் 4ஆம் தேதி கூடுகிறது.

லாலாலஜபதிராய் தலைமை வகிக்கிறார். பிரிட்டிஷாரால் நாட்டைவிட்டு விலக்கப்பட்டிருந்த லாலா, பல ஆண்டுகள் அமெரிக்காவில் தங்கிய பிறகு, அப்போதுதான் இந்தியா திரும்பியிருக்கிறார். விசேஷ காங்கிரசின் பிரசங்கத்தில் அவரும் காந்தியின் ஒத்துழையாமைத் திட்டத்தை ஆதரிக்கவில்லை. தீவிரவாதியான கபர்தேயும் ஆதரிக்கவில்லை. என்றாலும் வோட்டு எடுத்தபோது, காந்தியின் திட்டம் வெற்றி பெற்று விடுகிறது.

அமிர்தசரஸில், புதிய சீர்திருத்தங்களை நிராகரிக்கக் கூடாது, என்று இவர் கூறியபோது, மக்கள் ஒப்புக்கொண்டனர். இப்போது, சட்டசபைகளைப் பகிஷ்கரிக்க வேண்டும் என்று சொல்வதை ஏற்றுக்கொண்டு ஆர்ப்பரிக்கின்றனர்.

முன்னுக்குப் பின் முரணாகச் சொல்வதைக்கூடக் கவனியாமல் இவரை மக்கள் ஆதரிக்கும் அதிசயம்தான் என்ன?

பாரத மக்கள் பரிபூரணமாக நம்பும் ஓர் உத்தமமான தலைவர் இவரே என்ற களிப்பும் பரவசமும் தோன்றுகிறது.

விடியற்காலையில் அருவி ஓடும் சலசலப்பில் நின்ற வண்ணம் சூரிய உதயத்தைப் பார்க்கையில், அது ஒரு புதிய சக்தியாகத் தோன்றுகிறது, கட்டிலில் அமர்ந்து இன்னொரு

நாள் கூட்டத்தை வைத்துக்கொள்ளலாமே என்று மோகனமான தொரு புன்னகையுடன் உரைத்த முகம் அதில் விளங்குகிறது. அன்று தென்னாப்பிரிக்காவில் அவர் தோற்றுவித்த சத்தியாக்கிரஹம் சத்தியத்தின் உருவம்... இந்தப் புதிய சக்தியாலே நாட்டைப் பிடித்த இருளகலுமோ? விடுதலை சாத்தியமோ?...

பாட்டுப் பிறக்கிறது –

வாழ்க நீ எம்மான் இந்த
வையத்து நாட்டிலெல்லாம்
தாழ்வுற்று வறுமை மிஞ்சி
விடுதலை தவறிக் கெட்டுப்
பாழ்பட்டு நின்ற தாமோர்
பாரத தேசந்தன்னை
வாழ்விக்க வந்த காந்தி
மஹாத்மா நீ வாழ்க வாழ்க...

மஹாத்மா என்று அருங்கவியின் வாக்கில் அவர் ஏற்றம் பெறுகிறார்.

52

கவிஞரைக் கட்டிப்போட்டாலும் எத்தனை நாட்கள் இந்த வெறுப்பூட்டும் சூழலில் சும்மா யிருக்க முடியும்? வானில் பறக்கும் புள்ளெலாம் நான் என்று பறந்து செல்லும் ஆர்வத்தில், ஒரு நாள் நெல்லைக்குக் கிளம்பிவிடுகிறார். சாத்தூர் விசுவநாதனைச் சென்று அழைக்கிறார்.

“வாரும் வேலையிருக்கிறது!”

‘என்ன வேலை’ என்று சீடர் கேட்பாரோ?

திருநெல்வேலிப் பாலத்தில் நடக்கிறார். வற்றாத ஜீவநதியாகத் தாமிரவருணியாறு செல்கிறது.

அஸ்ஸீ – வருணை... வாரணாசியின் நதிகள் – கங்கையாறு இது தமிழ் கண்டதோர் வையை பொருனை நதி... என்று சீழ்க்கையடிக்கிறார். உள்ளம் ஜிவ்வென்று மேலே வட்டமிடுகிறது. ஆகா... அமிர்தம்...

“கேளும், *அமிர்தம்* என்ற பத்திரிகையை அச்சிட வேண்டும். உலகுக்கெல்லாம் அமரத் தன்மை போதிக்க – இறவாமையைத் தெய்வீகம் எய்தும் மனிதர்களால் சாதிக்க முடியும்... நம்மிடம் ஒரு தொகை... சிறிது பணமிருக்கிறது. இதைக் கொண்டு நீர் விளம்பரம் அச்சிட வேண்டும். ‘விவேகானந்தரைப் போல் பேசும் ஆற்றல் கொண்டு பேசுவோம். நாடகக் கொட்டகை முழுவதும் மக்கள் குழுமுவர். பணம் சேரும்...”

சீடருக்கு இது கால்களில்லாத பந்தலாகத் தோன்றுகிறது. நடக்கும் காரியமா? எனவே சிறிது பணிவாகவே, "இப்போதைக்குச் செய்யக்கூடிய காரியமாக எதையேனும் கூறினால் நலமாக இருக்குமே?" என்று கருத்துரைக்கிறார்.

கோபம் வந்துவிடுகிறது. "நெஞ்சில் உரமில்லாதவர்களுக்குத் தான் எதை எடுத்தாலும் சந்தேகம் வரும். நாம் சொன்னதை உடனே செய்யும்!"

"சரி, உத்தரவாகட்டும்!"

"நாம திருநெல்வேலியில் சமயப் பிரசங்கங்கள் செய்யப் போகிறோம்! ஒரு வாரம் ஊர் கோலாகலமாக இருக்கப் போகிறது! உடனே விளம்பரம் அச்சிடுங்கள்."

"என்னவென்று அச்சிடலாம்..."

"எதற்கெடுத்தாலும் சந்தேகக் கேள்விதானா? தமிழ் நாட்டுக் கவிச்சக்கரவர்த்தி சுப்பிரமணிய பாரதி, திருநெல்வேலியில் சபைகூட்டி, உண்மையான வேததர்மம், இஸ்லாம், கிறித்துவம், பௌத்தம் முதலிய சகல தருமங்களையும் பற்றி எளிய முறையில் விளக்கமாகவும் இனிமையாகப் பாடல்கள் பாடியும் பிரசங்கங்கள் செய்வார். அரிய சந்தர்ப்பம் இது, மக்கள் திரண்டு வந்து, கேளுங்கள்; பயனடையுங்கள் என்று பதினாயிரம் துண்டு அறிக்கைகள் அச்சிட்டு, ஒரு பாண்டுக்காரனை அமர்த்திக்கொண்டு இதை விநியோகம் செய்யுங்கள். முதல் வகுப்பு பதினைந்து ரூபாய், இரண்டாம் வகுப்பு பத்து ரூபாய், மூன்றாம் வகுப்பு ஐந்து ரூபாய்... இந்த ஊரில் லட்ச ரூபாய் சேரும். பிறகு மதுரை, திருச்சி, சேலம், காஞ்சி, சென்னை என்று செல்வோம். ஏராளமான பணம் சேர்ந்துவிடும். நமது நூல்களை அச்சிட்டுவிடுவோம். தீப்பெட்டியிலும் ஸாதாரணமாக ஜனங்களிடையே விற்கும்வரை அது போகும்..."

சீடர் பொறுமையாகச் செவியுறுகிறார்.

"தாங்கள் பேச, கலக்டர் அனுமதி தர வேண்டு மல்லவோ?..."

"அடஇழவே! அது ஒன்று இருக்கிறதா?"

உடனே விரைந்து எட்டயபுரம் கோட்டத்திலிருக்கும் கலெக்டர் பங்களாவுக்குச் செல்கிறார். முகமதிய வாயில் காப்போனிடம் இந்துஸ்தானியில் பேசி, கலெக்டரைக் காண்கிறார். இவரைப் பேசவிட்டு ரசிப்பதற்காகவே சொன்னாற் போல், 'நாளை வாருங்கள்' என்று கெடுவைக்கிறார் கலெக்டர். மறுநாளும் பார்க்க இயலவில்லை.

சோர்வு ஆட்கொள்கிறது. திருநெல்வேலிப் பாலத்தருகில் கல்லில் உட்காரும்போது, அங்கு ஒரு வாழைப் பழக்காரி சோர்ந்து வருகிறள் "ஒரு பழம் கூடவா விக்காது? இன்னிக்கு இப்படி ஒரு கெட்டகாலமோ! தெய்வம் ஏன் இப்படி ஏளைங்களியே சோதிக்குதோ?" என்று கூடையை இறக்கிவிட்டு, ஆற்று நீரில் முகம் கழுவிப் புதுமையுணர்வு பெற வருகிறாள்.

இவர் செவிகளில் அந்தச் சொற்கள் விழுந்துவிடுகின்றன.

மனிதர் நோக மனிதர் பார்ப்பதோ?...

"அம்மா! உன் பழத்தை. இங்கே கொண்டு வாரும் நாமிருக்கையில் நீர் பழம் விற்கவில்லை எனலாமா?"

"சாமி!" என்று திகைத்துத்திரும்புகிறாள். கனவோ நனவோ என்று பார்க்கிறாள்.

"அம்மா, நமக்கு நல்ல பசி, பழம்கொடு..."

அவள் கூடை மீதிருக்கும் துணியை நீக்குகிறாள். நான்கு சீப்பு பழங்கள் இருக்கின்றன. மூன்று சீப்புபழத்தை வாங்குகிறார். சட்டைப் பையிலிருக்கும் ஆறு ரூபாய்க்கான நாணயங்களைக் கலகலவென்று அவள் கூடையில் கொட்டுகிறார்.

பழக்காரி திகைத்துப்போகிறாள். "சாமி ரொம்பப் பணம் இருக்கே?...

"இருக்கட்டும், வைத்துக்கொள்..."

பழங்களை ஒவ்வொன்றாக உரித்து விழுங்குகிறார். சீடரிமும் "பழம் எடுத்துக்கொள் அப்பா!" என்று ஒரு சீப்பைக் கொடுக்கிறார்.

"அப்ப, இந்தப் பழத்தையும் எடுத்துக்குங்க, தரும ராசா?"

"அது உனக்கு இருக்கட்டும்! உன் குழந்தைகளுக்குக் கொண்டு போய்க் கொடு! எத்தனை குழந்தைகள் உனக்கு!"

ரெண்டு பொம்பிளப் புள்ளங்க சாமி!"

"அப்படியா, ஓம்சக்தி, நமக்கும் இரண்டு பெண் குழந்தைகள்தாம்,"

பழக்காரி போகிறாள்.

பழத்தோல்களை ஒருபுறம் ஒதுக்குகிறார்.

இனிய பொழில்கள், நெடிய வயல்கள் எங்கும் நிறை நாடு!

கனியும் கிழங்கும் தானியங்களும் கணக்கின்றித் தரும் நாடு...

மனிதர் நோக மனிதர் பார்க்கும் வாழ்க்கை இனியுண்டோ? புலனில் வாழ்க்கை இனியுண்டோ!...

பாலத்தினடியில் நின்று இவர் பரவசமாக ஆடுவதைச் சீடர் பார்க்கிறார்.

பிறகு தம்மை மறந்த நிலையில் அவர் அந்த மணலில் படுத்துக் கிடக்கிறார்.

புறச் செய்கைகளைப் பற்றிய உள்ளுணர்வே இல்லாதவராக கிடக்கிறார்.

அமரத்துவம். பரந்து கிடக்கும் மெய்ப்பொருள். எல்லா உயிர்களிலும் நானே இருக்கிறேன் என்றுரைத்தான் கண்ண பெருமான்,

அவன் இருப்பதை ஜீவ அணுக்களாய்ச் சலித்துக் கொண்டிருப்பதை உணர்ந்து அந்தப் பேரருளில் ஆழ்வதே அமரத்துவம், ஆம், மானுடன் மரணத்தைவெல்லலாம்.

சக்தி சக்தி சக்தி சக்தி என்று அந்த மெய்ப்பொருளுடன் ஒன்றிக் கிடக்கிறார்.

இந்தச் சமாதி நிலை கலையும்போது மாலை குறுகி விடுகிறது. இருளும் வருகிறது.

துள்ளி எழுகிறார். சீடர் அருகே இருப்பது புரிகிறது

"...உனக்கும் பசிக்சிறதா?... சலோ! வண்ணார்பேட்டை செல்வோம்!"

நண்பர் ஆவுடையப்ப பிள்ளையின் வீட்டில் சென்று கதவைத் தட்டுகின்றனர்.

பாரதியைக் கண்டு அவர் பெருமகிழ்ச்சி கொள்கிறார்... "பாரதி! வாரும்! எப்போது நெல்லை வந்தீர்கள்?..."

"தொடர்ச்சியாக மத சம்பந்தமாகப் பேச வந்தோம். கலெக்டர் உத்தரவு வேண்டுமே!"

ஆவுடையப்பர் புரிந்துகொள்கிறார். "அரசச்சட்டம்... பேச அனுமதி கொடுக்கவில்லையா?"

"விட்டனோ? நான் என்ன குற்றவாளியா? சுதந்திரன் சுதந்திரன் ..."

எடுத்தகாரியம் யாவினும் வெற்றி...
எங்குநோக்கினும் வெற்றி மற்றாங்கே!
விடுத்தவால் மொழிக்கெங்கணும் வெற்றி!
வேண்டினேனக் கருளினள் காளி...

என்று பாடத் தொடங்குகிறார்.

ஆவுடையப்பரின் மனைவி இவர்களுக்கு அமுது சமைக்கையில், நண்பர் அக்கம்பக்கம் என்று பலரை அழைத்துக் கூட்டம் கூட்டிவிடுகிறார், மாடியில்.

பாடத் தொடங்கிவிட்டால் சாப்பாடு நினைவிருக்குமோ?

"*சாப்பிட்டுவிட்டுப் பாடலாம், வாருங்கள்!*" என்று இலை போடுகிறாள்.

சாம்பாரும் தேங்காய்ச் சட்டினியும் பொரித்த அப்பளமு மாக, அமுதமாய் ருசிக்கும் விருந்து.

"தாயே! அப்பளம் மிக நன்று! இன்னமும் கொண்டாருங்கள்!"

அந்த அம்மை கவிஞருக்குப் பரிமாறுவதில் மட்டற்ற மகிழ்ச்சி கொள்கிறாள்.

அமுதுண்ட பின், வெற்றிலையும் சுவைத்துவிட்டு, பாட்டைத் தொடங்குகிறார்.

கண்ணன் என் சீடன், கண்ணன் என் தோழன், கண்ணன் என் சற்குரு, கண்ணன் என் காந்தன், கண்ணன் என் தந்தை, கண்ணன் விளையாட்டுப்பிள்ளை, கண்ணம்மா என் காதலி, கண்ணன் என் காதலன்...

ஒரே கண்ணன் மயம். எங்கும், எல்லா உயிரிலும் கண்ணனைக் காணும் சாந்நித்தியம்...

அங்கு வந்திருந்த நண்பர்களில் ஒருவருக்குத்தாம் விமரிசனம் செய்யும் பார்வையுடையவரென்று நிலைநாட்டிக்கொள்ளும் ஆசை...

"சுவாமி கேட்கிறேன் என்று கோபித்துக்கொள்ளக் கூடாது. கண்ணன் கடவுள் அவனை அடாபுடா என்று சொல்கிறீர். கண்ணம்மா என் காதலியில், தில்லித்துருக்கர் செய்த வழக்கமடி என்று பாடினீர். கண்ணன் காலத்தில் தில்லித் துருக்கர் இருந்தார்களோ?

"இந்தக் கேள்விக்கெல்லாம் பதில் சொல்வதற்கில்லை. பணியாரம் தந்தால் சுவையுங்கள் ருசியை அனுபவியுங்கள். எப்படி வந்தது என்று கேட்காதீர்!"

ஒரு சிரிப்பு,

அப்போது, இளவயசில் கல்யாணராமய்யர் செட், துரௌபதை வஸ்திராபரணம் நாடகத்துக்குச் சேர்ந்து சென்ற தோழர் சுப்பிரமணிய சர்மா, 'பாரதி!' என்ற மகிழ்ச்சிக் கூவலுடன் வருகிறார்.

"இப்போதுதான் கேள்விப்பட்டேன், ஓடிவந்தேன் ..."

"ஆ! நண்பா!" என்று எழுந்து தழுவி வரவேற்கிறார்.

"நல்ல சமயத்தில் வந்தாய், துரௌபதை வஸ்திரா பஹ்ரணத்தைப் பாஞ்சாலி சபதமாக்கி இருக்கிறோம். இப்போது, பாடுவோம்! ..."

இரவு முழுவதும் அங்கே அந்தக் காட்சிகள் விரிகின்றன.

வேறெந்தவிதமான இடையீடுமின்றி, கேட்பவர் பார்ப்பவர் பரவசநிலையெய்துகின்றனர்.

அடுத்த சில நாட்களில், "சலோ, காரைக்குடிக்குச் செல்வோம்" என்று கிளம்பிவிடுகிறார்.

செட்டிநாட்டு நண்பர் வயி.சு. சண்முகஞ் செட்டியார், இவரை அங்கே வந்து தங்கும்படி முன்பே அழைத்திருக்கிறார். பகவத்கீதை முன்னுரையை வேறு, முன்பே அனுப்பி வைத்திருக்கிறார். இவரைக் கண்டதும் அன்பர்களுக்கு மிகுந்த மகிழ்ச்சியுண்டாகிறது. கவிஞரின் தன்மையறிந்து போற்றுகின்றனர்.

"பாரதி இங்கேயே தாங்கள் இருந்துவிடலாமே ..." என்று வற்புறுத்துகின்றனர்.

உண்மைதான். நூல் வெளியீட்டுக்கும் இங்கே ஏதேனும் ஏற்பாடு செய்யலாம் என்று தோன்றுகிறது.

விசுவநாதரிடம் சொல்லி, செல்லம்மாளுக்குச் செய்தி அனுப்புகிறார்.

செல்லம்மா அசைந்து கொடுக்கவில்லை. இவருடைய நிலையில்லாப் போக்கை உணர்ந்தவளல்லவா? தன் மனிதர், உறவினர் இல்லாத குடித்தனத்தை அவளால் நினைத்தும் பார்க்க இயலாதே? மேலும் இவருடைய நட்பும் பழக்கமும், முறைசாரும் நியதிகளுக்கே ஒத்துவராதது, அது ஒரு காட்டருவி போன்றது. மேல் மலையில் எப்போது வெள்ளம் வரும் என்பதை அறுதியிட்டுச் சொல்ல முடியுமா?

உயிராகிய செல்லம்மாளில்லாமல் இவருக்கும் தன வணிகர் நாட்டில் தங்க விருப்பமில்லை. அவர்கள் பரிசாக நல்கிய கல்லிழைத்த பவுண்டன் பேனாவையும், வேலைப்பாடுக ளமைந்த மரப் பெட்டியையும் பெற்றுக்கொண்டு கடயம் திரும்புகிறார்.

கடயத்தில், அப்போது, செல்லம்மா மட்டுமே இருக்கிறாள்.

திருவனந்தபுரத்தில், அவளுடைய மூத்த சகோதரி பொன்னம்மாளின் ஒரே மகளுக்குக் கல்யாணம். அரசு சமஸ்தானத்தில் மதிப்புள்ள உத்தியோகம் பார்க்கும் ஒருவர் தம் மகளுக்குத் திருமணம் செய்கையில், சிறை சென்று திரும்பிய இராஜத்துரோகக் குற்றம் சாட்டப் பெற்றதொரு கவிஞரை எப்படி அழைப்பது? மேலும் பொன்னும் பட்டும் உண்மை வரிசைகளுமாகக் கலகலக்கும் ஒரு திருமணத்தில், எந்தவிதமான சீரும் இல்லாத குடும்பத்தினர் வருவது கௌரவக் குறைவு ஆயிற்றே?

பொன்னம்மாளுக்குத் தான் சகோதரி திருமணத்துக்கு வராதது குறைதான். ஆனால் கணவர் சட்டத்தை அவள் எப்படி மீறுவாள்?

பாரதி செட்டிநாட்டிலிருந்து வந்ததும், பொன்னம்மா, திருமணத்துக்குப் போக இயலாமலாகிவிட்டதை எண்ணி வருந்துகிறாள்.

“சலோ, நாளைக்குத்தானே கல்யாணம். நாம் இன்றே கிளம்பிச் செல்வோம், செல்லம்மா!”

அன்றே வண்டியேறிக் காலையில் திருவனந்தபுரம் வருகின்றனர்.

கே.ஜி. சங்கரய்யர் வீட்டில் இறங்குகின்றனர். முகூர்த்தம் நிறைவேறி மணமக்கள் மனையில் அமர்ந்திருக்கும் நேரம்.

பாரதி பொன்னம்மாளிடம் வந்து, “அம்மா குழந்தைக்குக் கல்யாணமாயிற்றா?” என்று விசாரிக்கிறார்.

பொன்னம்மாளின் கண்கள் கசிகின்றன. இவரையா பித்தன் என்கிறார்கள்?

“எங்களை மன்னித்துவிடுங்கள். சமய சந்தர்ப்பங்கள் எங்களை ... எப்படியோ நினைக்கச் செய்துவிட்டன. நீங்கள் வந்தது ரொம்ப நல்லதாச்சு. சந்தோஷமாயிருக்கு இப்பத்தான்!”

“மனசுக்கு மனமே சாட்சி அம்மா! நான் வராது போனால் உன் மனசு சங்கடப்படும். எனக்குத் தெரியும். அதனாலேயே வந்தேன் ...”

பொன்னம்மா, தம்பதியை நமஸ்காரம் பண்ணச் சொல்கிறாள். இவர் அன்புடன் ஆசி கூறுகிறார். பிறகு அவளே நின்று, சகோதரிக்கும் கணவருக்கும் காலைச் சிற்றுண்டி பரிமாறுகிறாள்.

இவர்கள் இறங்கியிருந்த வீட்டில் திருமணத்துக்காக வந்திருந்த பல உறவினர்களும் தங்கியிருக்கின்றனர். பிற்பகலில் அனைவரும் மிருகக்காட்சி சாலைக்குச் செல்லக் கிளம்புகின்றனர். அரண்மனையில் சிற்றதிகார வேலை பார்ப்பவர் வீடல்லவா? கோச் வண்டிகள், குதிரை வண்டிகள் என்று விருந்தினரை அழைத்துச் செல்ல வந்து நிற்கின்றன.

ஆனால் பாரதியையும் செல்லம்மாளையும் யாரும் வண்டியிலேற வரவேற்கவில்லை. அவர்களைப் பொருட்டாக்காமலே வண்டிகள் செல்கின்றன.

"செல்லம்மா, இதற்காக நீ ஏன் வருந்துகிறாய்? நாம் நடந்தே செல்வோம், வா!"

அவர்களின் அற்பத்தனம் ஒருபுறம்! தன் கணவரின் பெருந்தன்மை ஒருபுறம் பெருமையும் கர்வமும் ஓங்காமல் அழுத்தும் சிறுமையில் குறுக, செல்லம்மாள் அவருடன் நடந்து செல்கிறாள். பாப்பாவும் உடன் வருகிறாள்.

வெள்ளையம்பலத்தின் பக்கம் கனகக்குன்று கொட்டாரம் அழகிய விரிந்த சாலை என்று பார்த்துக்கொண்டு விலங்கியல் காட்சி சாலைக்கு வருகின்றனர்.

பல்வேறு பறவையினங்கள், விலங்கினங்கள்...

கூண்டில் அடைபட்ட வனவிலங்குகள்!

குரங்குகள் கூண்டுக்குள் கூடிக் குதித்தவண்ணம் இவரை உற்றுப் பார்க்கின்றன. அன்புக் குழந்தைகள்.

பார்த்தீரா அப்பா, எங்களை இப்படி ஓடிச்சாட வழியின்றி அடைத்திருக்கிறார்கள் என்று முறையிடுவன போல் உணருகிறார்.

கம்பிகளூடே அவற்றின் கால்களைப் பற்றியோ தலையில் கை வைத்தோ ஆறுதல் கூறுகிறார்.

"வருந்தாதே, யானும் உன் போல் தானிருக்கிறோம்!"

கந்து தமதக் கரியை வசமாய் நடத்தலாம் என்ற அடிகளுக்கொப்ப, பல விலங்குகள் அங்கே மனிதனின் வசமாகி அடிமை நிலையில் சோர்ந்து, வீரியங்குன்றிக் காட்சி தருகின்றன. குரங்கு, குதிரை, வரிக்குதிரை, மான் போன்ற சாதுப் பிராணிகளைத் தொட்டு அவர் பரிவு காட்டியதைக் காவலாளி அனுமதிக்கத்தானில்லை. என்றாலும் இந்த விசித்திரமான பார்வையாளர் அவனையும் கவர்ந்திருக்கிறார். முதலில் சிறிது தடை விதித்தாலும், பின்னர் எதுவும் உரைக்கவில்லை.

ஆனால் சிங்கக் கூண்டின் பக்கம் அவர் வந்து நிற்கையில் அங்கிருக்கும் காவலாளி உஷாராகிறான். செல்லம்மாளுக்கும் அவர் அங்கே வந்து நிற்பது அச்சமூட்டுகிறது.

“போகலாமே!” என்று நினைவூட்டுகிறாள்.

அவருக்கு உறைக்கவில்லை.

“சாமி! சிங்கம், புலிக்கூண்டுகளுக்குள் கையை நீட்ட வேணாம். அதுங்க லேசாத் தட்டினாக்கூட உங்களால் தாங்க முடியாது!”

“தம்பி, நீ எனக்காகப் பயப்படாதே! சிங்கராஜா என்னை ஒண்ணும் செய்ய மாட்டார். நீ கூண்டைத் திற நான் போய்த் தழுவிக்கொள்வேன். என் நெஞ்சில் பகையில்லை. அது அதனை உணரும். ஒரு தீங்கும் செய்யாது. நான் எனது அன்பை வெளிப்படுத்துவேன்!”

செல்லம்மாளோ, மிகவும் அஞ்சி நடுங்குகிறாள்.

நினைத்ததைச் சாதிப்பாரே? காவலாளி கூண்டைத் திறந்து விட்டுவிடுவானோ? பகவானே! சிங்கத்துக்கு நல்லபுத்தியைக் கொடு!...

“சாமி! கூண்டை எப்படித் திறக்க! மத்தவங்களெல்லாம் பயப்படுவாங்களே?”

“அது சரி. சிங்கத்தை என் பக்கம் கூப்பிடு! நான் தொடுவேன்!”

அவன் தன் ஆயுட்காலத்தில் இத்தகையவர் எவரையும் பார்த்ததில்லையே? எனவே சிங்கத்தை அருகில் அழைத்து, அதன் வாலைக்கையால் பற்றிக்கொள்கிறான்.

“தொடுங்க சாமி! தொட்டுட்டுக் கையை இழுத்துக்குங்க!”

பாரதி அதன் தலையில் கையை வைக்கிறார்.

“மிருகராஜா! கவிராஜ பாரதி வந்திருக்கிறேன். உனது லாகவ சக்தியையும், வீரத்தையும் எனக்குக் கொடுக்க மாட்டாயா? இவர்கள் எல்லோரும் நீ பொல்லாதவன் என்று பயப்படுகிறார்கள். மனிதரைப்போல் உள்ளொன்று வைத்துப் புறமொன்று பேசாத இனத்தவர் நீவிர், அன்பு கொண்டோருக்கு ஒரு தீங்குமிழைக்க மாட்டீர். என்னை ஆமோதிப்பதை, உமது வீர கர்ஜனையால் புலப்படுத்துவீரோ?”

ஆகா! சிங்கம், அவருக்கு மறுமொழியாக, ஆமோதிப்பாக, விடாமல் பத்து நிமிடங்களுக்குக் கர்ச்சிக்கிறது.

இது கேட்டுக் கூட்டம் கூட, இவரோ, சிங்கத்தின் கழுத்து, பிடரி, முதுகெல்லாம் தடவிக் கொடுத்து ஆன்ம உரையாற்றுகிறார்.

"அன்பனே, இந்த நிலை எமக்கும் சம்மதமில்லை. ஆனால் நம்மைச் சுற்றிய அஞ்ஞான இருள். அது படீரென்று தெளிய வேண்டும். பராசக்தி வையத் தலைமை கொண்டு வாழ வைப்பாள்..."

இவர் மானசீக உரையாற்றுகையில் செல்லம்மா தவிக்கிறாள்.

காவலாளியும் இந்த அதிசயத்தைக் கண்டு தன் நிலை மறந்து நிற்கிறான்.

செல்லம்மாதான், "நமக்கு நாழியாகலே?" என்று அவரை உசுப்பி மீட்டு வருகிறாள்.

அவர்கள் வெளிவருகையில் கே.ஜி. சேஷய்யர், திவான், தம் இரட்டைக் குதிரை சாரட்டுடன் நிற்கிறார்.

"பாரதி! நடந்து வந்தீர்களாமே? உங்களுக்கில்லாத வண்டியா? ஒரு வார்த்தை செல்லக் கூடாதா?"

வண்டியிலேறிக் கொண்டு இவர்கள் வந்ததும், இரவு ஊர்வலத்தில் நாதசுரக் கலைஞரை ரசித்துப் பாராட்டியதும், மணமகளின் தந்தை பாரதியைக் கௌரவித்ததும், பொன்னம்மாளின் கணவனை நாணச் செய்கின்றன. தம்மை மன்னிக்க வேண்டுமென்ற பாவனையில் இறைஞ்சி நிற்கிறான்.

"பலே பாண்டியா! உனக்கு நல்ல சம்பந்தம் கிடைத்திருக்கிறது! நீடூழி வாழட்டும்!" என்று மனமுவந்து வாழ்த்துகிறார்.

சங்கரய்யரும், தேசிக விநாகம் பிள்ளையும் அப்போது அங்கு வழக்குரைஞராகத் தொழில் புரிந்த வையாபுரிப் பிள்ளையும் சேர்ந்து, சைவப்பிரசார சபை என்ற சங்கம் ஒன்றைத் தோற்றுவித்திருக்கின்றனர்.

மாலையில் தெருவழியே நடந்து செல்கையில் அந்தத் தமிழ் எழுத்துகள் பொறித்த பலகை இவர் கருத்தைக் கவர்ந்து விடுகிறது. உள்ளே செல்கிறார்.

"ஆகா! வாரும், வாரும், பாரதி! நாங்கள் உங்களை அழைக்கப் பேராவல் கொண்டிருக்கிறோம்..."

உற்சாகம் பொங்குகிறது. சங்கத்தில் திருக்குறள் வகுப்பு நடத்துகின்றனர். வகுப்புக் கிடக்கட்டும். பாரதியின் பாட்டு...

அருமையாயிற்றே? கேள்விப்பட்டிருக்கிறார்கள். கவிஞரின் புகழை...

இவருக்குச் சொல்லவும் வேண்டுமா?

பாடத் தொடங்குகிறார்.

சின்னஞ் சிறு கிளியே கண்ணம்மா...

இவர் பாடும் நேரத்தில், அவரைத் தாயாகவும், அனைவரும் குழந்தைகளாகவும் உணருகின்றனர்.

பாசமும் பரிவும் மிகுந்த தாய், திடீரென்று ஊழிக் கூத்தாட பயங்கரமாக மாறுகிறாள். அந்தப் பயங்கரத்தில், அழகு, கருணை என்று பல திவ்வியத் தோற்றங்களை அவர்கள் கண்டுணர்ந்து மெய்சிலிர்க்கின்றனர்.

வெடிபடுமண்டத்திடிபல தாளம் போட – வெறும்
வெளி யிலிரத்தக் களியொரு பூதம்பாட – பாட்டின்
அடி படு பொருளுன் அடிபடு மொலியிற் கூட –
களித்தாடுங் காளீ, சாமுண்டீ; கங்காளீ;
அன்னை... அன்னை ஆடுங்கூத்தை நாடச்
செய்தாளென்னை!

சொற்களிலே அன்னை கூத்தாடுகிறாள், அடிபடு பொருளுன் அடிபடுமொலியிற்கூடத் தானும் எரியும் கோலம் கண்டே சாகும் கால்...

அம்மம்மா! இந்த அற்புதத்தை எவ்வாறு விண்டுரைக்க இயலும்?

அன்னையின் சக்திக் கூத்து அவர்களின் மெய்யுணர்வுக்கு நிதரிசனமாகிறது.

ஒரு கவிக்கு இத்தகைய ஆற்றலும் மாட்சிமையும் தெய்வமாப் பேரருளில்தான் சிந்திக்க முடியும்.

பாட்டு ஓய்ந்ததும் மோனப்பெருவெளியில் அவர் இசைத்த கோலம் இன்னும் நாத அலைகளைப் பரப்பிக் கொண்டிருக்கிறது.

“குடிக்க நீர் வேண்டும்.”

கவிஞரின் கைச்சைகை கண்டவுடன் பிள்ளையவர்கள் உடனே அருகிருந்த பணியாளரை விரட்டுகிறார்.

“போ உடனே ஓர் ஆரஞ்ச் கிரஷ் வாங்கிவா!”

“அதெல்லாம் வேண்டாம். பருக சுத்தமான ஜலம் போதுமே!”

பாரதியின் வேண்டுகோள் பிள்ளையைத் தயங்கச் செய்கிறது.

"ஏன்? இங்கே பருக நல்ல நீரில்லையா?"

"இருக்கிறது. ஆனால் அக்கம்பக்கத்தில் பிராமணர் வீடொன்றும் இல்லையே?"

பாரதியின் கண்களில் கனல் தெறிக்கிறது. அடுத்து ஓர் இடிச்சிரிப்பு.

"கிரஷ், அதை மட்டும் தொடலாமா? தமிழ் வளர்க்கும் இடத்தில் பொய்ச் சாத்திரமா? நான் அதை எல்லாம் பார்ப்பதில்லை! பார்ப்பவர்களிடம் ஸம்மதமில்லை! எங்கிருந்தாலும் பருக நீர் கொண்டு வாருங்கள்."

"ஆகா! இவரல்லவா மனிதர்!" என்று மற்றவர் உளம் குளிர்ந்து போற்றுகின்றனர்.

53

ஸலாமாலேக்கும்! அஸ்ஸலாமு அலைக்கும்!

என்ற குரல்கள் காலையில் அடுப்படியில் வேலையா இருக்கும் செல்லம்மாளுக்குப் புதிதாகக் கேட்கின்றன. சட்டென்று கையிலிருக்கும் ஊதுகுழலை வைத்துவிட்டு எட்டிப் பார்க்கிறாள். இரண்டு முகமதியர்கள்...

தெருவுக்குள் துருக்கரும் வந்து, வீட்டில் சரிசமமாக இவர் உறவு கொண்டாடுவதைப் பார்த்து ஊரார் இன்னும் என்னென்ன பேசுவார்களோ, தெரியவில்லையே? இவரும் அவர்களுக்கேற்ப துருக்கரைப் போல் பேசுகின்றாரே?

"சாமி! நீங்க நம்ம ஜமாஅத்தில் வந்து பிரசங்கம் பண்ணணும். நீங்க பேசுறதக் கேட்கக் கூடுதல் ஆர்வமா இருக்கிறோம்..."

"பொட்டல் புதூரா? அவசியம் வருகிறோம்!"

"ஆனா எங்களுக்கு எங்கள் இறைவன் சம்பந்த மாக நீங்க பேசினால் ரொம்ப நல்லாயிருக்கும்..."

பாரதியின் கண்கள் எங்கோ தொலைவில் நோக்குகின்றன.

நடுப்பாலையில், நள்ளிரவில் மணல் வெளியில் ஒட்டகத்தின் மீதேறிச் சென்று குன்றின் மீதேறி நிற்கும் ஓர் உருவம்...

ஆனி பிறந்துவிட்ட நாட்கள். நாளைக் குறித்துக் கொண்டு செல்கின்றனர்.

நீராடி உணவருந்தி நடக்கிறார். வாசகிரிக்குன்றை நோக்கிக் கால்கள் கொண்டு செல்கின்றன. அரளியும் அலரியும் பூத்துக் குலுங்குகின்றன. வானரங்கள் மாங்கனிகளை ருசித்துப் பார்த்துப் புளித்தால் கீழே எறிகின்றன. மஞ்சு விளையாடத் தொடங்காத வானை நோக்கி நீல மலை முடிகள் தவமிருக்கின்றன.

கடவுளே, கடவுளே ... நீ எங்கிருக்கிறாய்?... என்று சுக முனிவர் கேட்டதும், இதோ, இங்கே நான்... நான் என்று எல்லா இடங்களிலும் இவருக்குச் சித்தியாகிறது.

அல்லா... அல்லா... அல்லா...

எல்லாப் பொருள்களிலும், எல்லா உயிர்களிலும், தன்னிலும் முன்னிலும் அந்த மெய்ப்பொருளைக் காணும் பரவசம் உன்மத்தராக்கிக் களிநடம் புரியச்செய்கிறது.

பொட்டல் புதூருக்குச் செல்கிறார்.

சாக்குப் படுதாக்கள் தொங்கும் வாயில், ஆடுகள் மருண்டு குரல் கொடுக்கும் குழந்தை ஒலிகள் ... திரைக்குள் பதுங்கிய பெண்களின் மெல்லிய வளையலொலிகளும் வெம்மைப் புழுக்கங்களில் இழையும் பெருமூச்சுகளும்...

பள்ளிவாசலின் முன் ஜமாஅத்...பிரசங்கம் தொடங்குகிறது.

அல்லா அல்லா அல்லா என்ற பாடலைப் பாடுகிறார்.

திக்கிலே தெளிந்து நிற்கும் பெருமானை – தினம் திக்கை வணங்கி மெய்வழிபாடு நடத்துகின்றனர். கிழக்கு மேற்கு, வானம், பூமி, புல், பூச்சி, புழு எல்லாவற்றிலும் உயிராய், சக்தியாய், ஒளியாய், அமுதாய் நிறைந்திருக்கும் பெருமானின் புகழை விண்டுரைக்கிறார். இதை உண்பதே அமிர்தம்.

அல்லாவின் மகிமை குறித்த சொற்பொழிவு, அவர்களுக்கு அமுதமாகப் புத்துணர்வு தருகிறது. அங்கிருந்து இன்னொரு நாள் ரவண சமுத்திரத்திலும் முகமதிய சமயத்தினர் கூட்டத்தில் சென்று பேசுகிறார்.

தம்மை மதித்திராத உடன் பிறந்த சமயத்தினர், சமூகத்தினருக்கு, இந்த மெய்யுணர்வு எப்படிவரும் என்று ஏக்கமாக இருக்கிறது.

அன்றிரவு... செல்லம்மா படுத்து உறங்கிவிடுகிறாள்.

இவர் தொடங்கிவிட்ட சந்திரிகையின் கதையை எழுதிக் கொண்டிருக்கிறார்.

கதவு ஓசைப்படுகிறது.

செல்லம்மா வாரிச்சுருட்டிக் கொண்டு எழுந்திருக்கிறாள்.

"ஆகா..! சங்கரா..! வா... வாரும் ஸ்ரீநிவாசவரதன்!"

"நாங்கள் மாகாண காங்கிரஸ் மாநாட்டுக்குத் திருநெல்வேலி வந்தோம். ஸ்ரீநிவாச ஐயங்கார், அட்வகேட் ஜனரல் பதவியை விட்டுக் காங்கிரசில் சேர்ந்துவிட்டாரே? அவர் தலைமையில்..."

"தெரியும்... ரொம்ப சந்தோஷம்... செல்லம்மா?"

குறிப்பறிந்து செல்லம்மா அடுப்பு மூட்டச்செல்கிறாள்.

சங்கரன் உடனே, 'எங்களுக்கு ஆகாரமெல்லாம் ஆயிடுத்து... இப்ப சிரமப்பட வேண்டாம்?' என்று தடுத்து விடுகிறான்.

பாரதியின் உற்சாகம் கொடிக்கட்டிப் பறக்கிறது.

மாகாண காங்கிரஸ் ஒத்துழையாமை எல்லாம் பேசினாலும் சங்கரன் ஒரே ஆர்வமாக இருக்கிறான்.

"அரசியல் இருக்கட்டும் அம்மாஞ்சி, உங்கள் பாட்டுக் கேட்கணுமே!..."

'ஆகா! புதுப்பாட்டு நிறைய செய்திருக்கிறோம்!"

சந்திரமதி, வள்ளிப் பாட்டுகள், அல்லா அல்லா, வாழ்க நீ எம்மான்...

அவர்கள் மெய்சிலிர்த்துப் போகிறார்கள்.

நளளிரவு கடந்து விடியற்காலையாகிறது. சற்றே கண்துயின்று எழுந்து வந்தவர் வெளியே சென்று காலைக் கடன்களை முடிக்கின்றனர். செல்லம்மா தோசை வார்க்கிறாள்.

சாவடி நாராயண பிள்ளை வந்துவிடுகிறார்.

அவர் சென்னையில் கூடுதல் பிராமணரல்லாதார் மாநாடு பற்றிப் பேசுகிறார்.

இவர்களுக்குப் பிராமணர்மீது அதிக மதிப்பு. அதேசமயம் பொறாமை. தமக்குமேல் சாதி இருக்கலாகாது என்ற ஆர்வத்தில் பலர் பிள்ளை பட்டத்தை மாற்றி ராயர் என்று வைத்துக் கொண்டு உலாவுவது காண பாரதிக்குச் சிரிப்பு வரும்.

“பாரதி! இந்த நாடுமுழுசும் திராவிடர்தான் இருந்திருக்காங்க, அவர்களை ஓட்டி விட்டுத்தானே ஆரியர் ஆக்கிரமிச்சிட்டாங்க?”

பாரதி சிரிக்கிறார், கடகடவென்று.

“ரொம்ப சரி அவர்களுக்கு முன் ஆதித்திராவிடர் இருந்தார்கள். அவர்களைப் பஞ்சமர்களாக்கி ஊருக்கு வெளியில் வச்சிருக்கிறோமே? அவங்களுக்குப் பூமி உடமை இருக்கா? அதிருக்கட்டும் அவர்களுக்கு முன்பு மிருகங்களும் தாவர இனங்களும் பூமியை உடமைகொண்டிருந்தன. அதுங்க உடமை கொண்டாடி நம்மை விரட்டறதும் நியாயம்தானே?”

இவரே மீண்டும் பேசுகிறார்.

“மனிதன் மிருகங்களுக்கெல்லாம் மேம்பட்டவன். பகுத்தறிவினால் மனிதச் சமுதாயம் நிலைக்க வேண்டுமானால், ஒருத்தன் பிரபுவாகவும், ஒருத்தன் கைநீட்டும் பிச்சைக் காரனாகவும் இருக்கக் கூடாது. மேல், கீழ், உரிமை கொடுமை இருக்கக் கூடாது. சகல ஜாதியும் சாப்பாட்டுக்குக் கஷ்டம் இல்லாமல் வாழ வேண்டும். வாழ்நாள் முழுவதும் அன்ன விசாரம், அதுவே விசாரம் என்று இருந்தால் மனிதன் மனிதனாக எப்படி இருக்க முடியும்? எல்லா நிலங்களும் பொதுவாக்கி அவரவர்க்கு உரிய உழைப்பைக் கொடுத்து, உரிமையைப் பெறுவதும், கல்வி, கலைகள் எல்லாம் நமது தேசம் பாஷை என்ற அபிமானங்களை ஓட்டி வளர்த்துவதுமாக நாம் மனிதத்துவத்துக்கு உயர வேண்டும் மொத்தமாக. பிறகு பயமில்லை, விரோதமில்லை இவை இரண்டும் ஒழிந்தால் அமரத்தன்மை எய்துவது எளிது...”

இவர் பேச்சைக் கேட்பவர்களுக்குக் குறுக்கே பேசத் தோன்றுவதில்லையே?

ஸ்ரீநிவாச வரதனுக்கு, *அமிர்தம்* பத்திரிகை தொடங்குவதுடன், தம் நூல்களை எப்படிப் பகுதி பகுதியாகப் பிரித்து அச்சிட வேண்டும் என்று காட்டுகிறார்.

“முதலில் நல்ல விளம்பரம் போட வேண்டும். நமது நூல்கள் தீப்பெட்டியிலும்சாதாரணமாகக் கிடைக்கணும். நோபல் பரிசு கொடுத்திருக்கிறார்கள், தாகூருக்கு. நமது பாடல்களை உழைத்துக் களைத்தவன் பாடி மகிழக்கூட வேண்டும். அதுவே எமக்குப் பரம சந்தோஷமாக இருக்கும்...”

நாராயண பிள்ளை வீட்டுக்குச் செல்கிறார்.

"குளித்துவிட்டு வாருங்களேன்? சாப்பிட நேரமாக வில்லையா?"

சட்டை கோட்டுத் தலைப்பாகையுடன் உள்ளே சென்றவர், சில நிமிடங்களில் குளித்துவிட்டு அதே கோலத்தில் திரும்பி வருகிறார்.

சாப்பிடும்போதும் பேச்சு; பிறகும் பேச்சு. அறைக்குள், சாக்கைப் போட்டுக் கட்டி வைத்திருக்கும் கையெழுத்துப் பிரதிகளைக் கொண்டு வந்து காட்டுகிறார்.

பாஞ்சாலி சபதம் இரண்டாம் பகுதி... மணிமணியான எழுத்துகளில் தெரிகிறது.

சங்கரனுக்குக் கண்களில் கசிவு உண்டாகிறது.

இத்தகைய அருமையான காவியத்தை, கவிதைகளை வைக்க ஒரு நல்ல பெட்டிகூட இல்லையே?

ஊருக்குப் போய் நிச்சயமாகப் பாடல்களை அச்சிட ஏதேனும் செய்ய வேண்டும் என்று தீர்மானிக்கின்றனர்.

பாஞ்சாலி சபதத்தைக் கவிஞர் முழுவதுமாய்ப் பாடிக் காட்டுகிறார்.

பொழுதுபோவது தெரியவில்லை.

பின்னர் பிரியா விடைபெறுகின்றனர்.

பாரதி செல்லம்மா

54

கார்த்திகை பிறந்துவிட்டது. மழைக்காலம். சற்றே பெய்வதும், ஓய்வதுமாக, மண் ஈரித்து இருக்கிறது.

தபாலில் மித்திரன் பத்திரிகை வந்திருக்கிறது. பாப்பா பள்ளிக்கூடம் செல்லவில்லை. பாட்டு நோட்டில் ஏதோ எழுதிக்கொண்டிருக்கிறாள்.

பாரதி வழக்கம்போல் நாராயண பிள்ளை வீட்டுக்குப் பேசப் போயிருக்கிறார். ஒரு மணி சுமாருக்கு சாப்பாடு நினைவு வந்தாலும் வரும்; இல்லாவிட்டாலும் இல்லை. பாப்பாவைப் போய் நினைவூட்டச் சொல்வதுண்டு.

செல்லம்மா தேங்காயைத் துருவிவிட்டு அம்மியில் அரைக்க வைக்கிறாள். தூற்றல் விழுவது போலிருக்கிறது.

"பாப்பா! கொல்லையில் போட்டிருக்கும் பாவாடை நனையப்போகிறது, எடுத்துவை!"

வாசலில் அவசரமாக யாரோ வரும் சரசரப்பு.

அவர்தாம். யாரையோ பல்லில் போட்டு நெரிக்கும் கடுமையுடன் தாக்குகிறார்.

அரைத்ததை அவசரமாக வழிக்கிறாள்.

அவர் குரல்... யாரை, யாரை இப்படித் திட்டுகிறார்?

செல்லம்மா வாசலில் திகிலுடன் எட்டிப் பார்க்கிறாள், பட்டர்... பட்டர்...

இவரோ எரிமலையாக இருக்கிறார். அவரோ குடுமி அவிழ்ந்து விழ, கன்னத்தைத் தடவிக்கொள்கிறார்.

"உனக்கு இத்தனை திமிராடா? அடிக்கிற கை நீட்டி? உன்னை இந்த மண்ணிலேந்து இப்பவே தூக்கி எறியறேன். யாருண்ணு காட்டறேண்டா..."

"போங்கடா, கழுதைப் பசங்களா! பேடிகளா! கோழைகள்! இந்த உலகம் உனக்கு. இந்த மண் மட்டுமில்லை. சீச்சீ! மானமில்லா நாய்கள்! விலங்குகள்!..."

"பாப்பா, அப்பாவை உள்ளே கூப்பிடம்மா!"

செல்லம்மாளுக்கு முதுகுத் தண்டில் சில்லிப்பு இறங்கி நடுங்குகிறது.

"அம்மா, அப்பா பட்டரைக் கன்னத்தில் அடிச்சுட்டார்!"...

என்னன்னு தெரியலியே? காரணமில்லாம இப்படிக் கோபப்பட மாட்டாரே?

செல்லம்மா மெள்ள அருகில் வருகிறாள்.

"என்ன இப்படி? உள்ளே வாருங்கள். எதற்கானும் இப்படி ஆத்திரப்படுகிறீர்கள்..."

'அறிவிலி! பேதை! பாப்பாவை இவன் பிள்ளைக்குக் கல்யாணம் செய்து கொடுக்கணுமாம். உசந்த ஜாதியாம்! என்ன தைரியத்தில் பேசினான்; தனக்கு மேல் சாதி இருக்கக் கூடாதாம்! கீழ்ச்சாதி இருக்கலாமாம்! இந்தப் பேடிப்பயல், பெண் சாதியை வைத்துக்கொண்டு வாழத் தெரியாதவன், பிராமணனாம்! ஒழுக்கம் இல்லாதவன், சாதி பேசுகிறான்!"

செல்லம்மாவுக்குக் கையும் ஓடவில்லை; காலும் ஓடவில்லை.

நாராயண பிள்ளையிடமா மனஸ்தாபப்பட்டுக்கொண்டு வந்துவிட்டார்? இவர் இழுத்த இழுப்புக்கெல்லாம் வரக் கூடிய தங்கக் கம்பியாகச் சிநேகம் கொண்டிருந்தாரே?

பிராமணத் தெரு முழுவதும் விரோதமாக இருந்தாலும், பொருட்படுத்தியதில்லை. பட்டர் மனைவி, நாராயண பிள்ளை தொடர்பு ஊரறிந்தது. என்றாலும் நேற்றுவரை இவரும் எதையும் பேசியதில்லை. இன்றைக்கென்ன திடீரென்று புற்றுப் பாம்பாய்ச் சீற?

நாராயண பிள்ளை, பிராமணர். அப்பிராமணர், ஆரியர், திராவிடர் என்று பேசுவது செல்லம்மா அறியாத விஷயமல்ல.

பாரதி செல்லம்மா

பிராமண எதிர்ப்புக்கு அவன் தலைதாங்குபவன்தான். ஊரில் யாரும் பேசாதபடி செல்வாக்கும் உடையவன். ஆனால் இவா 'பிராமணத்துவத்தை'த்தான் என்றோ விட்டுவிட்டாரே? இவர் பேச்சிலும் பாட்டிலும் உயிரையே வைத்திருப்பவர் நாராயண பிள்ளை. அத்தரையும் பன்னீரையும் சந்தனத்தையும் பூசி, பழத்தை நறுக்கிக் கொடுத்து மணக்க மணக்கச் சிநேகம் கொண்டாடுவாராயிற்றே?..."

"சாப்பிட இலைபோடட்டுமா?..."

அவள் இலை போட்டு நீரெடுத்து வைக்கிறாள். பாப்பாவும் உட்காருகிறாள்.

"செல்லம்மா! அந்த நாராயண பிள்ளை என்ன பேசி விட்டான்? பிராம்மணனாம், பிராம்மணன்! பறையனும் பிராம்மணனும் பிறப்பில் இல்லை; வேடத்தில் இல்லை. பணத்தில் இல்லை. இவன், பிறன்மனை அனுபவிக்கும் பதர், என்னைச் சமமானவனென்கிறான்! பாப்பாவைக் கொடுத்துச் சமமாகச் சம்பந்தியாக வேண்டுமாம்! என் குழந்தைக்கு இப்போது கல்யாணமாம்!"

அவளுக்கு ஒருவாறு புரிகிறது.

"சமமாக நீங்கள் பழகினால் அவன் சம்பந்தம் பேசுகிறான். இதற்கு நீங்களே இடம் கொடுத்தீர்கள். அவன் மோசமான நடத்தை உள்ளவன் என்று தெரிந்தும் பழகினீர்கள்."

செல்லம்மாவுக்கு நாத் துடிதுடிக்கிறது. ஆனால் அவள் கேட்கவில்லை.

நல்ல நாளிலேயே சாப்பாடு கீழ்பாதி மேல்பாதி என்றிருக்கும்.

இன்று ஆற்றாமையில் மாய்ந்துபோகிறார். இந்தப் பட்டர், தம்மனைவியையே விட்டுக் கொடுக்குமளவுக்கு இழிந்து போனானே? என்ன பிராமணத்துவம்..?

"அத்தை..!... அத்தை! உங்களை உடனே அப்பா வரச் சொல்றா?"

அப்பாத்துரையின் பிள்ளை ஓடிவருகிறான்.

"என்னையாடா சுந்தரம்?..."

"ஆமாம் அத்தை, கையோட கூட்டிண்டுவான்னா..."

"பாப்பா, மோர் விட்டுக்கோ!" என்று கூறிவிட்டுச் செல்லம்மா போட்டது போட்டபடி ஓடுகிறாள்.

ஏதோ நடவாதது நடந்திருக்கிறது. சூழல் கனத்திருக்கிறது.

அப்பாத்துரை முன்னும் பின்னுமாக நடந்துகொண்டிருக்கிறான். முகத்தில் ஈயாடவில்லை.

"என்னண்ணா?"

"செல்லம்மா, நீயும் சுப்பய்யாவும் பாப்பாவும் இப்போதே ரயிலேறிப் போகிறீர்கள்?"

விழுந்துவிடுமோ என்றஞ்சிய, ஊசலாடிய வாள் விழுந்து விட்டதா? என்ன நடந்தது?

"ஏன்? ஏனண்ணா?"

"அந்த நாராயண பிள்ளை சுயகுணத்தைக் காட்டி விட்டான். இப்ப பேசவோ, யோசனை செய்யவோ நேரமில்லை. நீங்கள் இப்பவே ஊரைக் காலி பண்ணலேன்னா ஒழிச்சுக் கட்டிடுவேன்னு ஆளை அனுப்பி என்னை வரச் சொல்லி, இதைச் சொன்னான். பட்டர்போய் எதை எதையோ சொல்லிருக்கான். உன் அகமுடையானுக்கு, மோர் சுடாது, பால் சுடும்னு கூடத் தெரியறதில்ல. அவனோ துப்பாக்கி லைசென்ஸ் எல்லாம் வச்சிருக்கான். இந்த ஊரைவிட்டு அவன் இப்பவே போகணும்னு சொல்லிட்டான். விடிகாலம் எக்ஸ்பிரஸ் வர வரையிலும் நீங்க இங்க காத்திண்டிருக்கறதுக்கும்கூட எனக்குப் பயமாயிருக்கு. பேசாம இப்பவே ரெண்டரைமணி வண்டிக்குப் புறப்பட்டுப் போயிடுங்கோ..."

அழுகை பீறிட்டு வருகிறது செல்லம்மாளுக்கு.

"ஐயோ, நாங்க எங்கண்ணா போவோம்?"

"அழாதே செல்லம்மா. இதுவும் ஒரு நன்மைக்குத்தான். நாராயண பிள்ளை போலிருக்கிற ஆட்களெல்லாம் பாம்புகள் போல. என்னிக்கானும் விஷத்தைக் கக்கும், கடிக்கும். நல்ல வேளையாக நான் சித்த முன்ன வந்திருக்கேன். சுந்தரத்த வண்டி கொண்டு வரச் சொல்லிருக்கேன். சாப்பிட்டாச்சில்லையா?"

"ஈசுவரா! எங்கள் குடித்தனம் இப்படி அல்லாடணுமா? எங்கே போக, மறுபடியும் இவர வச்சிண்டு நான் எங்க போய்த் திண்டாட? ஊருக்கும் உறவுக்குமே ஒத்துப்போகாத மனுஷர் இன்னும் என்னை எப்படியெல்லாம் அலைக்கழிப்பாரோ, தெரியலியே?..."

"நீ வருத்தப்படாதே செல்லம்மா. நான் ரங்கசாமி ஐயங்காருக்குத் தந்தி குடுக்கறேன். அவாள்ளாம் கைவிட மாட்டா. உன் மச்சினன் விசுவநாதன் எல்.டி. படிக்க

சைதாப்பேட்டையில் குடும்பம் வச்சிருக்கான். அவனுக்கும் ஒரு தந்தி குடுக்கறேன். அவர் தான் முன்னப்போல அரசியல்ல தீவிரமா இல்லையே? சரியாப் போயிடும். நீங்க இந்த ஊரை விட்டுப் போறதே நல்லது!"

கண்களைத் துடைத்துக்கொண்டு வீடு திரும்புகிறாள். பாப்பா எச்சில் துடைத்துவிட்டு மறுபடியும் ஏதோ புத்தகம் படிக்கிறாள்.

"பாப்பா, எழுந்திரம்மா. உன் துணியெல்லாம் எடுத்துவை..! நாமெல்லாம் இப்ப இரண்டு மணி வண்டிக்குப் பட்டணம் போறோம்!"

சமையலறைப் பாத்திரங்களை ஒழித்துவிட்டு அவருடைய காகிதங்கள், புத்தகங்கள் ஆகியவற்றைப் பெட்டியில் வைத்தது போக, மீதியைச் சாக்கில் சுற்றிக் கட்டுகிறாள்.

இரண்டொரு தட்டு முட்டு, கைவிளக்கு, சமையல் பாத்திரம் எல்லாமும் சாக்கில் போட்டுக் கட்டிவிட்டு ஓர் அடுக்கில் சில பொட்டுப் பொடிசுகளைப் போட்டுத் தாம்பாளத்தால் மூடிக் கட்டி வைக்கிறாள்.

வழிக்கு அம்மா அவசரமாகச் சாதம் பிசைந்து பொட்டுக் கூடையில் கட்டிக்கொண்டு வருகிறாள். வண்டி வந்துவிட்டது.

காளி அழுதுகொண்டு நிற்கிறாள். சமத்துவம் சங்கரலிங்கம், எப்போதும் போல மந்தத்தனமாகவே சிரிக்காமல் மாசம் இரண்டு ரூபாய் வருமானம் போகிறதென்று சோகமாக இருக்கிறான். தெருவே கொல்லென்று வேடிக்கை பார்க்கக் கிளம்புகின்றனர்.

மாட்டுவண்டி டொடக் டொடக்கென்று தலையில் இடிக்கிறது.

இவர்கள் ஸ்டேஷனுக்கு வரும் சமயத்தில் வண்டி வந்து நிற்கிறது. சைதாப்பேட்டைக்குச் சீட்டு வாங்கி அவர்களிடம் கொண்டு வந்து அப்பாத்துரை கொடுத்துவிட்டு, சாமான்களையும் அவர்களையும் ஒரு பெட்டிக்குள் தள்ளாக் குறையாக ஏற்றுகிறான். வண்டி கிளம்பிவிடுகிறது.

இடித்துத் தள்ளி. அடித்துப் புடைத்து, ஒருவர்மேல் ஒருவர், விழுந்து கூச்சல் போடும் நெருக்கம்; வசைமாரிகள் ரயிலின் ஓசைக்கு மேல் குலுகுலுக்கின்றன.

பாரதியின் நீறுபூத்த கோபம் விசிறிவிட்டாற்போல் கனல்கிறது.

"என்ன ஜனங்களடா! ஆட்டு மந்தைகள்போல. ஒருவருக்கொருவர் வழிவிட்டுச் சமமாக சந்தோஷமாக இருக்கும் இடத்தைப் பகிர்ந்துகொள்ளாமல், ஆட்டு மாட்டு மந்தைகள்..!"

காட்டானாகத் தோன்றும் ஓர் ஆள் சண்டைக்கு வந்து விடுகிறான்.

"என்ன சாமி ஆடு மாடுங்கறே! நாக்க அடக்கு..!"

"பின் ஏனடா வழியில நின்னு ஜனம் ஏற முடியாம மறிக்கிறே? கையில காசில்ல, மெத்தை தச்ச வண்டியில்ல, பட்டுப் புதுத்துணி இல்ல? அதுக்காக இருக்கிறத நாற்ற மில்லாமல் கசக்கி உபயோகப்படுத்துவது இல்லை? என்ன இழி நிலையடா இந்தத் தேசத்துக்கு வந்துவிட்டது? தூத்தேறி"

செல்லம்மாளுக்கு என்ன செய்வதென்று புரியவில்லை. வண்டியிலோ, உட்காரவும் இடமில்லை. நாகரிகமற்ற கும்பலோ, ஆதிக்கம் செலுத்துகிறது. பாரதிக்கோ தலைவலி என்று புரிந்துகொள்கிறாள். புருவங்களை நெரித்துக்கொண்டு அப்படியும் இப்படியும் ஆட்டிக்கொண்டு வேதனைப்படுகிறார். அவரை ஒரு கையால் பற்றிக்கொண்டு, இன்னொரு கையால் ஜன்னல் விளிம்பைப் பற்றிக்கொண்டு அவள் நிற்கிறாள். வாழ்க்கை முழுதுமே இப்படி அவலத்துக்கிடையே, அவரையும் பற்றிக்கொண்டு தானும் நிலைநிற்க வேண்டியதாக இருக்கும் நிலையாகவே தோன்றுகிறது.

வண்டியோ, எருமை மாடுபோல் ஊர்கிறது. இது சென்னைப் பட்டினம் சென்றடைய முப்பத்தாறு மணி நேரமாகும். அதுவரையிலும் இந்த நிலையோ?

"பாப்பா, நாம் மதுரை வந்ததும் இந்த வண்டியிலிருந்து இறங்கி, எக்ஸ்பிரஸ் வண்டியிலேறிப் போவோம்! சீக்கிரமாப் போகலாமே!" என்று பாரதி கூறுகிறார்.

ஒரு வழியாக நடு இரவில் மதுரை வருகிறது.

ஒரு போர்ட்டரைக் கூப்பிடுகிறார்கள். "எக்ஸ்பிரஸ் வண்டி வர பிளாட்பாரத்துக்குப் போப்பா!" என்று சமான்களைக் கொடுத்துவிட்டு, பாலம் ஏறி இறங்கி ஓடுகிறார்கள்.

செல்லம்மாளுக்கு அந்த ஓட்டத்தில் கால் இடறி இரத்தம் வழிகிறது.

இரத்தக் காயம் ஏற்படலாமோ என்று மனம் பிசைய, கையில் கூசா, சோற்று மூட்டைகுலுங்க, குடல் தெறிக்க ஓடி வருகிறார்கள். எக்ஸ்பிரஸ்... ஊதிவிட்டான். படிகளில் இறங்கி விட்டார்கள். ஆனால்.... அதோ...

கைக்கெட்டியது, வாய்க்கெட்டா ஏமாற்றம். வண்டி கிளம்பிவிட்டது. வாலறுந்த பட்டம் போல் தவிக்கிறார்கள்.

"வண்டி பூடிச்சம்மா: திரும்ப அந்த ரயிலுக்கே போகணுமா?"

"ஆமாம்பா, தகராறு பண்ணாம வா. ரெண்டணா கூடத் தாரேன்;"

மீண்டும் அதே வண்டிக்கு வந்து அருகில் நிற்கும் பெட்டி ஒன்றில் ஏறுகின்றனர்.

"ஏம்மா! இடிச்சிட்டியா? ரெத்தமா வருதே கால்ல..."

செல்லம்மா அவனுக்குச் சில்லறை கொடுத்துவிட்டுக் கந்தை தேடிக் கிழித்துக் கால் விரலைக் கட்டிக்கொள்கிறாள்,

நல்லவேளையாக ஒரு பலகையில் இடம் இருக்கிறது. பாரதி அதில் ஏறிப் படுத்துக்கொள்கிறார். செல்லம்மா மூட்டையை அவிழ்த்துப் பாப்பாவுக்கு ஒரு பிடி சாதம் போடுகிறாள். பிறகு கீழே ஒரு துணியை விரித்துப் படுக்கின்றனர்.

வண்டி மதுரை திருச்சி வட்டம் கடந்து, தஞ்சையில் வந்து நிற்கையில் காலை வெளுத்து வெயில் புறப்பட்டு வருகிறது. கூட்டமோ கூட்டம். ஏழெட்டுப் பெண்கள் ஆண்கள், மோதிரம், தலைக்கட்டு, பட்டுச்சட்டை, அத்தர் புனுகு வாசனைகள், தட்டுமுட்டு சாமான்கள் எல்லாம் நெரிகின்றன.

பட்டுச்சட்டை, மோதிர விரல் ஆள் ஒருவன், "இங்க நிக்க எடமில்ல, ஆரடாவன் படுத்துக்கிடக்கிறான்?" என்று பாரதியைக் கோபமாகத்தட்டி எழுப்புகிறான்.

தலைவலியும், கவலையுமாக உறக்கக் களைப்பில் இருப்பவரை இந்த உசுப்பல் சீறி விழச் செய்கிறது. சீறல் அவன் கோபத்தை மேலும் தூண்டிவிடுகிறது.

வாயில் வரும் வசைகளெல்லாம் இரு தரப்புகளிலும் பொலபொலக்கின்றன. பெண்களும் சேர்ந்து கூச்சலிடுகின்றனர். பாரதி எழுந்திருக்க மறுக்கிறார்.

உடனே பட்டுச்சட்டை "இருடா, உன்னைப் போலீசில் பிடித்துக்கொடுக்கிறேன்! படவா ராஸ்கல்" என்று சொல்லிக் கொண்டு இறங்குகிறான். பாப்பா அழ ஆரம்பிக்கிறாள்.

"பகவானே! இப்படி ஒரு சோதனையா? இவர் போலீசு கண்காணிப்பில் இருப்பவர் என்பதை அவன் தெரிஞ்சிண் டிருப்பானோ? ஏற்கெனவே சென்னைப்பட்டினம், மதுரை போய் வந்திருக்கிறார். வாரன்ட் ஒன்றும் இல்லை என்று

நினைத்திருந்தாளே? மேலும், சவர்க்கார், அரவிந்தர் தம்பி அவர்களெல்லாம்கூடத் தீவாந்தரத்தில் இருந்து வந்தாச்சி"ன்னு அண்ணா ஒருநாள் சொன்னானே, பொய்யா? உயிருக்குப் பயந்து ஓடுங்களென்று அப்பாத்துரை இப்படி ஏற்றிவிட்டானா? நட்டநடுவழியில் இவரை மறுபடி போலீசு பிடித்துச் சிறையில் போட்டால், அவள் என்ன செய்வாள்? எங்கே போவாள்?... தேவி பராசக்தி என்பாரே? அடி, உனக்குப் பெண்ணுக்குப் பெண் என்ற இரக்கமும் இல்லையா? இத்தனை சோதனையும் கூத்தும் போதாதா?...

போலீசுக்காரனுடன் பட்டுச் சட்டை வந்துவிடுகிறான்.

வயிற்றில் புளிகரைக்கிறது.

"இவனை எழுப்பி அரெஸ்ட் பண்ணுங்க சார்! இவன் என்ன செஞ்சான் தெரியுமா?"

போலீசுக்காரன் பாரதியின் காலைத்தட்டி எழுப்புகையில், அங்கு கார்ட், "என்ன ரகளை" என்று கேட்டுக்கொண்டு வருகிறார்.

பாரதி கண்விழித்து அந்த கார்டைப் பார்க்கிறார்.

அவனுக்குக் கவிஞரைத் தெரியுமோ? புரிந்ததோ? அல்லது செல்லம்மாள் கூவியழைத்த ஏழுமலையான், பராசக்தி ஆகியோர் அவன் செவிகளில் சேதி சொன்னார்களோ?

"அவரை ஏன்யா துன்பப்படுத்தறீங்க..?"

போலீசுக்காரன் காதில் அவர் ஏதோ கிசுகிக்கிறார். போலீசு இறங்கிச் செல்கிறான்.

"என்னய்யா இங்கிதம் தெரியாமல் கலாட்டா பண்றே? போலீசு எதுக்காக அழச்சிட்டு வந்தே? அவருக்கு உடம்பு சரியில்லாம படுத்திருக்கான்னு தெரியல?... போய் அடுத்த வண்டி காலியாயிருக்கு. அங்கு உக்காருங்க!"

அப்பாடா... சற்றே ஆறுதலாக இருக்கிறது.

சைதாப்பேட்டை வரும்போது காலை எட்டு மணியாகிறது.

பாப்பா ஜன்னல் வழியே பார்க்கிறாள்.

"அம்மா, சித்தப்பா..! சித்தப்பா வந்திருக்கார்!"

மீண்டும் சென்னை மண்ணில் பாரதியும் செல்லம்மாவும் குழந்தையுடன் அடிவைக்கின்றனர்.

55

சின்னம்மா வள்ளி, இந்தப் பிள்ளையைக் கண்டதும் மகிழ்ச்சியில் மலர்ந்து வரவேற்கிறாள்.

இவருடைய அன்பு, ஆரவாரமில்லாதது. சின்னம்மா சித்தியைப் போல் மௌட்டீகங்களை ஆதாரமாக்கிச் கொண்டு அவரை இழுக்காதது. இளைய தாரமாக அவர் தந்தைக்கு வாழ்க்கைப் பட்ட இவள் இல்லற வாழ்வின் இனிமைகளேதும் அறியாதவள்.

பகல் முழுவதும் வீட்டில் உழைக்கும் சக்தி யாகவும், இரவில் கணவனின் குருட்டுத்தனமான வேட்கைகளை நிறைவேற்றுவதுமாக இயங்கிய பெண்மக்களின் பிரதிநிதி. கணவனின் முகம் எப்படியிருக்கும் என்பதைக்கூட வெளிச்சத்தில் பார்த்தறியாத சித்தி... தலைமழித்து முக்காடிட்டு...

அந்த இளைய தாயாரைப் பார்த்து, மகன் உணர்ச்சிவசப்பட்டு நிற்கையில், அவள் அன்புடன், “சுப்பய்யா, உன் பாட்டுக்கேட்டு எத்தனை நாளாச்சு?...” என்று கேட்கிறாள்.

“சித்தி! நான் இப்பவே பாடறேனே? நிறைய புதுப் பாட்டுப் பாடியிருக்கேன்.”

செல்லம்மா ரயிலழுக்கைத் துவைத்துக் கொண்டு நீராடி வரக் குளத்தைப் பார்க்கச் செல்கிறாள்.

பாரதி வீட்டுக் கிணற்றடியில் நீராடிப் புதுமை பெற்றுக் காலையுணவருந்தியபின், சித்திக்குப்

பாடிக் காட்டுகிறார். வள்ளிப் பாட்டு, நந்தலாலா பாட்டு, சந்திரமதிப் பாட்டு, பெண் விடுதலைப் பாட்டு...

"உன் பாட்டு எத்தனை கேட்டாலும் அலுக்குமா, சுப்பய்யா? போறும். சாப்பிட்டுச் செத்தப் படுத்துக்கோ! ரயிலில் வந்திருக்கே!"

சின்னம்மாவின் பரிவிலும் ஆதரவிலும் குழந்தையாகிறார்.

கார்த்திகை மாசமாதலால் இங்கு மழையும் தூற்றலு மாகவே இருக்கிறது. அடையாற்றில் இரு கரைகளும் பெருக நீர் ஓடுகிறது.

பாரதி மறுநாள் மாலையில் மண்ணடி ராமசாமித் தெருவில் குடியிருக்கும் துரைசாமி ஐயரைச் சென்று பார்க்கிறார்.

"நீங்கள் சென்னை வந்துவிட்டது. மிகவும் நல்லதாகப் போச்சு. நான் ரங்கசாமி ஐயங்காரைப் பார்த்து விஷயத்தைச் சொல்லியிருக்கிறேன். நீங்க எப்ப வந்தாலும் சுதேசமித்திரனில் உங்களுக்கு இடம் இருக்கிறதென்று சொன்னார். நீங்கள் நாளை காலையிலேயே சேர்ந்துவிடலாமே?"

இனி என்ன தயக்கம்?

மறுநாள் காலையில் எழுந்ததும் உற்சாகமாகவும் சுறுசுறுப்பாகவும் இயங்குகிறார்.

ஒரு குதிரை வண்டியை அமர்த்திக்கொண்டு அலுவலகத்துக்கு வருகிறார்.

உடனுக்குடன் உள்நாட்டு வெளிநாட்டுச் செய்திகள் தேசிய அரங்கில் வரலாறு கண்ட மாத நிகழ்ச்சிகள்; திருப்பங்கள்... காந்தி, புதிய அலையாக ஒத்துழையாமை இயக்கத்தைத் தோற்றுவித்து மக்களின் தேசப்பக்திக் கனலை வளர்க்கிறார். சட்டசபை பஹிஷ்காரம், ஆயிரமாயிரமாகத் தொழில் செய்து வருவாய் குவித்த வக்கீல்கள், பாரிஸ்டர்கள், தேசீய வேள்விக்களத்தில் குதித்திருக்கும் சுபநேரம்...

இப்போது பத்திரிகை அலுவலகத்தில் வேலை...

வண்டிக்குள்ளிருந்து எட்டி எட்டிப் பார்த்துக்கொண்டு வருபவருக்கு, எர்ரபாலு செட்டித் தெருவும் சிங்கண்ண நாயக்கன் தெருவும் கூடும் சந்தியில் மூலைக் கட்டடத்துக்கு இப்போது *சுதேசமித்திரன்* அலுவலகம் மாறியிருக்கிறது.

மேலே சுதேசமித்திரன் என்ற பெயரைப் பார்த்ததும், "நிறுத்து, நிறுத்தப்பா!" என்று வண்டியோட்டிக்குக் குரல் கொடுக்கிறார்.

பாரதி செல்லம்மா

குதிரையின் ஓட்டம் நிற்கும் வரையிலும்கூடப் பொறுமை யில்லை. குறுக்குக் கம்பியை வேகமாகத் தள்ளிக்கொண்டு கீழே குதிக்கிறார். அந்தக் கம்பித்தடை, தன்னிடம் பணிவாக நடக்காததற்காக ஆத்திரம் கொண்டாற் போல் விசிறினாற்போல் திரும்பிவந்து, அவருடைய கோட்டைத் தன்கொக்கியில் இழுத்துக் கிழிக்கிறது.

"அட... மொள்ள எறங்குங்க சாமி!" என்று வண்டிக்காரன் அங்கலாய்க்கிறான். இவர் பொருட்டாக்கவில்லை.

உள்ளே நுழைகிறார். நிர்வாக அலுவலகம்...

அறையின் அரைக்கதவு மூடியிருக்கிறது. சற்றே தயங்கி விரல் முட்டியால் தட்டுகிறார். எதிரொலி இல்லை, கதவுக்குமேல் தலையை நீட்டி, உள்ளே இருப்பவர் யாரென்றறியும் வண்ணம் பார்க்கிறார். தவறென்ற உணர்வில் நாணமும் முகத்தில் மன்னிப்புக்குரிய செம்மையும் பரவுகிறது, புதியவர்; இவருக்கு அறிமுகமில்லாதவர்...

"யார்?..."

"நான்தான் சுப்ரமணிய பாரதி!..."

"அப்படியா? வாருங்கள்... உள்ளே வாருங்கள், பாரதி. உட்காருங்கள்!"

நாற்காலியில் அமரும்போது பரபரப்பும் தயக்கமும் ஒன்றையொன்று வெல்லப் போராடுகின்றன. சுற்றிச் சுற்றிப் பார்க்கிறார். அவரையும் ஏற இறங்கப் பார்க்கிறார்.

பரபரப்பு அடங்கச் சிறிது நேரமாகிறது, அவர் தாம் ஸி.ஆர். ஸ்ரீநிவாசன், பத்திரிகையின் ஒரு நிர்வாக டயரக்டர் என்று புரிகிறது.

அன்றே வேலையை ஏற்றுக்கொண்டு வீடு திரும்புகிறார்.

அவருடைய மலர்ச்சி, செல்லம்மாளுக்கு ஆறுதலளிக்கிறது.

"ஒரு தமிழ் பத்திராதிபருக்கு ஆயிரம் ரூபாய் சம்பளம் செல்லம்மா!" என்று மாறிவிட்ட நிலையைச் சொல்லி ஆனந்தமடைகிறார். ஆனால் இவருக்கு என்ன சம்பளம் போட்டிருக்கிறார்கள் என்று செல்லம்மா கேட்கவில்லை.

பிறகு வீடு தேடும் படலம் தொடங்குகிறது. நாள்தோறும் சைதாப்பேட்டையில் இருந்து எர்ரபாலு செட்டித் தெருவுக்கு எப்படிச் செல்ல முடியும்?

சிறிய வீடு கூடாது; மச்சுவீடாக இருக்க வேண்டும். பதினைந்து ரூபாய்க்குமேல் கொடுக்கவும் இயலாது. ஏனெனில் சம்பளம் நூறு ரூபாய்க்குள்ளான தொகைதானே?

துரைசாமி ஐயர் தம் வீட்டில் இருக்க இடம் கொடுக்கிறார். ஆனால் அது அவருடைய சகோதரியின் வீடு. அங்கே இவர் குடும்பத்துடன் வசிப்பது வசதியானதல்ல. மயிலாப்பூரில் ஹரிஹரசர்மா தம்முடன் வந்திருக்க அழைக்கிறார். அதுவும் சிறு வீடு.

தம்பி விசுவநாதன், தம்பு செட்டித் தெருவில், போஸ்ட்மாஸ்டர் நாராயணசாமி ஐயர் வீட்டில் ஓர் இடம் பேசி அமர்த்துகிறார். இங்கே குடும்பம் செய்ய வருகிறார்கள்.

கொல்லையில் கிணறு. அங்கே ஓர் அறையும், வாயிற்புறம் ஓர் அறையும் இவர்கள் இருப்பிடம். வாசலில் ஒரு சாக்கடை ஓடுகிறது. கொசுக்கடியும் சாக்கடையும், மழைக்காலமும், இவருக்கு அந்த அறை வாசத்தை நரகமாக்குகின்றன.

சிறிய வீடு கட்டுவாய் போ, போ போ என்று கடித்துத் துப்பும் எரிச்சல் மண்டுகிறது. இரவு நேரங்களில் சிந்தனை கட்டறுத்துக்கொண்டு செல்ல இயலாமல் சாக்கடை நாற்றத்துடன் முட்டி மோதுகிறது. "ஜாலியன் வாலாபாக் கொடுமையைவிடக் கொடுமை!" என்று ஹரிஹரசர்மாவிடம் முறையிடுகிறார்.

அவர் வீட்டுக்கு இடம்பெயருகின்றனர்.

அங்கு மட்டும் என்ன? குறுகலான நெருக்கடி.

திருவல்லிக்கேணிதான் சரியான இடம் என்று அங்கு வீடு தேடுகிறார்கள்.

அங்கோ, வீடு வாடகைக்கு விடப்படும் என்ற அறிவிப்புக்குக் கீழ், வைஷ்ணவர்களுக்கு மட்டுமே என்ற விதி கண்களைக் குத்துகிறது.

இந்நாட்களில்தான் ஆர்யா இவர் வந்திருப்பதைப் பற்றி எப்படியோ கேள்விப்பட்டு அலுவலகத்துக்கு வருகிறான்.

ஒரே மகிழ்ச்சி, அவனைத் தழுவிக்கொண்டு நலம் விசாரிக்கிறார்.

"பாரதி நீங்கள் எங்கிருக்கிறீர்கள்? சகோதரி நலமா? குழந்தைகள் சுகமா?"

"அதையேன் கேட்கிறாய் ஆர்யா? இருக்க நல்ல இடம் கிடைக்கவில்லை. காற்றோட்டம் இல்லாத கொசுக்கடி நெருக்கத் திலும், துர்க்கந்தத்திலும் சிரமப்படுகிறோம். இந்த ஊரில் இப்படி வீடு கிடைக்காதென்ற எண்ணமே இருந்ததில்லை!"

ஆர்யா சிறிது நேரம் மௌனமாக இருக்கிறான்.

"பாரதி, நான் வேப்பேரியில் இருக்கிறேன். விசாலமான பங்களா, ஆனால் நான் டேனிஷ் மிஷனைச் சேர்ந்த பாதிரி அயர்லாந்துப் பெண்மணியை மணந்திருக்கிறேன். அவள் பெயர் மார்த்தா, மிகவும் இனியவள். உங்களைப் பார்த்தால் மிகவும் சந்தோஷமடைவாள். நீங்கள் எங்கள் வீட்டில் தங்கலாம் என்பது என் ஆசை. மகிழ்ச்சி, வருவீர்களா பாரதி?"

"ஆர்யா! நீ உத்தம நண்பனடா! எனக்கு எந்த ஆட்சேபமுமில்லை..."

அவன் அங்கிருந்தபடியே 'ரன்டால்ஸ்' சாலையிலுள்ள தன் பங்களாவுக்கு அவரை அழைத்துச் செல்கிறான். மார்த்தா கைகூப்பி வரவேற்கிறாள்.

இந்தியப் பெண்ணைப் போல் சேலை தரித்திருக்கிறாள். வாசலில் விசாலமான பூந்தோட்டம், காற்றோட்டமான பெரிய அறைகள்...

செல்லம்மா, புழங்குவதற்குத் தனிப் பகுதியையே காட்டுகிறான். பாரதிக்கு மாடியில் எழுத படிக்க, விசாலமான பெரிய அறை...

வீடு திரும்பி, செல்லம்மாளிடம் சொல்லி, அவளையும் வரச்செய்கிறார்.

செல்லம்மாளுக்கு உள்ளூற உறுத்தலிருந்தாலும், இட வசதி அப்போதைய நெருக்கடி நிலையில் அவளை இசையச் செய்கிறது.

"சகோதரி, நீங்கள் எங்கள் வீட்டில் எந்தக் குறையுமின்றி இருக்க வேண்டும்... எங்களுடன் இருப்பது எங்கள் பாக்கியம்..." என்று ஆர்யா கூறும்போது தொண்டை தழுதழுக்கிறது.

பாப்பாவைக் கண்டதும் மார்த்தா தழுவி முத்தமிட்டு அன்பைப் பொழிகிறாள். மொழியறியாதது ஒரு தடையாகவே யில்லை.

செல்லம்மா தனக்கு ஒதுக்கப்பட்ட பகுதியில் தனக்குச் சமையல் செய்துகொண்டு தனியே உணவருந்துகிறாள். ஆதித்திராவிட வகுப்பைச் சேர்ந்த சமையற் பணியாளன் தயாரிக்கும் உணவையே பாரதியும் பாப்பாவும் ஆர்யாவுடனும் மனைவியுடனும் மேசையிலமர்ந்து உட்கொள்கின்றனர்.

பாரதி மிக மகிழ்ச்சியுடனிருக்கிறார். பாப்பா மார்த்தாவை ஆன்ட்டி, ஆன்ட்டி என்று அழைத்துக்கொண்டு அவளுடனேயே திரிகிறாள். தோட்டத்து மலர்களைக் கொய்து வீட்டை

அலங்கரிப்பதும், தையல் இயந்திரத்தில் தைப்பதும் பாப்பாவுக்கு அதிசயமாக இருக்கிறது.

செல்லம்மாவுக்கு எல்லாம் வசதியாக இருந்தாலும் இப்படிக் குலாசாரம் விட்டு கிறிஸ்தவர்களுடைய வீட்டில் வந்து இருக்கும் உறுத்தல் அகலவில்லை.

ஆராவமுதனின் தம்பி பூவராகன் அருகில், கால்நடை வைத்தியக் கல்லூரியில் படிக்கிறான். அவன் அன்றாடம் வந்து செல்லம்மாளுக்குத் தேவையான சாமான்களை வாங்கிக் கொடுக்கிறான். என்றாலும்... அவள் அறையை விட்டு வரவே கூசுகிறாள்.

ஏற்கெனவே, சாதிவிட்டுத் தள்ளப்பட்ட நிலையில் கூசிக் கூசிக் கிராமத்தில் வாழ்ந்தது போதாதா? மார்த்தாவுடன் எப்படி அவளால் இணைந்து தோழமை பாராட்ட முடியும்? பாப்பாவுக்கு எப்படிக் கல்யாணமாகும்?

ஆனால் பாரதியோ கவலையற்றிருக்கிறார். அலுவலகம் சென்றால் புதிய உற்சாகங்கள். காந்தியின் தலைமையில் நாட்டின் தேசிய உணர்வு கிளர்ந்தெழும் சம்பவங்கள் அன்றாடம் அவரை உற்சாகம் கொள்ளச்செய்கிறது. மாலையில் கூட்டம் – பேச்சு.

பூவராகன், மாலையில் அவளுக்கு ஏதேனும் சாமான்கள் வாங்கிக் கொடுக்கச் செல்கையில் பாப்பாவையும் அழைத்துச் செல்கிறான்,

அன்று பாப்பா வந்து இதைச் சொல்கிறாள்.

“அம்மா, அங்கே ஒரு கிழவி கடையோரம் வடை வித்திண்டிருந்தா, அவ எங்கிட்டே, பாப்பா, நீங்க பிராம்மணாளா...ன்னு கேட்டா, நான் ஆமான்னேன். அதைக் கேட்டுட்டு அவ கண்ணுல தண்ணி வந்துடுத்து, ஏம்பாட்டி அழறேன்னே . ஐயோ பாவம்; கையில காசில்லாமதானே இப்படி அய்யாமாரெல்லாம் வந்து இவங்க வேதத்தில சேந்திருக்கீங்க. எங்களைப்போல சின்னச் சாதிங்க என்ன செய்யவோம்னா... நாம எந்த வேதத்தில சேந்தோம்னு புரியல, பாட்டி நாங்க இப்பவும் பிராமணாதான்னேன் ...”

செல்லம்மா ஈசுவரா என்று பெருமூச்செறிகிறாள்.

கடைசியில் ஒரு நாள் அவள் சுமை கரைகிறது. பூவராகன் வாயிலாகவே கேள்விப்பட்டு, நெற்றி நிறைய நாமம் துலங்க, குவளை கிருஷ்ணமாச்சாரி, இன்னொரு பட்டாச்சாரி யாரையும் அழைத்துக்கொண்டு வருகிறார்.

அது காலை நேரம். செல்லம்மா, பங்களாவுக்குள் அவர்கள் வருவதை சன்னல் வழி பார்த்துவிடுகிறாள்... இவர் இந்த ஊரிலா இருக்கிறார்?

பாப்பா ஓடிப்போய் மாடியிலிருக்கும் தந்தையிடம் சென்று இவர் வருகையை அறிவிக்கிறாள்.

"கிருஷ்ணா! வந்துவிட்டாயா?"

பார்ப்பாரக் குலத்தினிலே பிறந்தான் – கண்ணன்
பறையரையும் மறவரையும் நிகராக்கொண்டான்!

கண்கள் கசியத் தழுவி வரவேற்று உள்ளே அழைத்து அமரச் செய்கிறார் பாரதி.

"பாரதி! நீங்கள் திருவல்லிக்கேணிக்கு வந்துவிடுங்கள்! உங்களைப் பார்த்துக்கொண்டு அருகிலிருக்காமல் என்னால் வாழ முடியுமா? புதுச்சேரியிலிருந்து ஸ்ரீனிவாசாசாரி யெல்லாரும் இங்கே வந்துவிட்டார்களென்றாலும், உங்களைக் காணாமல் இருப்பாகவே இல்லை. நேத்துத்தான் சாயங்காலம் கேள்விப்பட்டேன். உடனே வந்தேன்..."

"கிருஷ்ணா. திருவல்லிக்கேணியில் வீடு இருக்கிறதா?"

"இருக்கிறது. உங்களுக்கில்லாத வீடா சுவாமி?"

"வைஷ்ணவர்களுக்கு மட்டும்னு போட்டிருக்காளே?"

குவளை சிரிக்கிறார், "நீங்கள் வைஷ்ணவர் இல்லைன்னா, நாங்க யாருமே வைஷ்ணவா இல்லை!"

வீடு இருக்கிறது. தெளிசிங்கப் பெருமாள் கோயில் தெருவில் கடலைப் பார்த்த வீடு. காற்று சுகமாக வரும் வீடு. முன்பு இந்த வீட்டில் ஜட்ஜ் வேப்பா ராமேசம் குடியிருந்தாராம். ஜட்ஜ் வீடு என்று சொல்கிறார்கள். பழைய அலங்காரபாணி முகப்புடன் சிவப்புக் கட்டடமாகத் தனித்தன்மையுடன் இருக்கும் இந்த வீட்டில் ஏற்கெனவே மூன்று குடும்பங்கள் வாழ்கின்றனர். குவளை பார்த்தசாரதி கோயிலில் பரிசாரகம் செய்துகொண்டு இங்கே வசிக்கிறார்.

கீழ்த்தளத்தில் முன்பக்கம் இரு அறைகள், முற்றம் கூடம். பின்புறம் சமையற்கட்டு என்ற பகுதிக்குப் பன்னிரண்டு ரூபாய் வாடகை. அருகில் பார்த்தசாரதி கோயில், செல்லம்மாளுக்குப் பிடித்திருக்கிறது.

மார்த்தாவுக்குப் பாப்பாவைப் பிரிவது விருப்பமில்லாம லிருக்கிறது.

“பாரதி! பாப்பாவை எங்களுக்குக் கொடுத்து விடுங்கள்!” என்று கேட்கிறான் ஆர்யா.

“பாப்பாவையா! முடியாத காரியம்!” என்று மொழிகிறார், பாரதி.

அவர்கள் இடம்பெயர்ந்து திருவல்லிக்கேணி வாசிகலாகின்றனர்.

வ.வே.சு. ஐயர், தேசபக்தன் இதழில் ஆசிரியப் பொறுப்பேற்றிருக்கிறார். திருவட்டீசுவரன் பேட்டையில் வீடு.

அருகில் இருந்தாலும், புதுவையில் வாழ்ந்த காலத்து நெருக்கமும், ஆறுதலான நேரமும் இங்கு இல்லையல்லவா?

காலையில் எழுந்ததும், எல்லா நியமங்களும் ஒருவரிசைக் கிரமத்திலாக வேண்டும். செல்லம்மா, அவருக்கு அன்றாடம் ஒரு ரூபாய் கொடுக்கிறாள். போகவர டிராம் செலவு, காப்பிக் கடைச் செலவு எல்லாவற்றுக்கும் அது போதும்.

ஆனால் இவருக்குப் பணம் கையிலிருக்கையில், எந்த விதமாகச் செலவு செய்ய வேண்டும் என்ற பொறுப்புணர்வே கிடையாதே! ஒருநாள் வழியில் தென்படும் மாட்டுக்கு, அகத்திக் கீரைக் கட்டு நல்கிக் கொடுப்பதில் பணம் செலவாகிறது.

பூக்காரி, பழக்காரி, விற்பனையாகவில்லையே என்று முகம் சுணங்க வேண்டாம். பூவை வாங்கி மாலையாகப் போட்டுக் கொண்டு, டிராமுக்குப் பணமில்லாமல் நடந்து அலுவலகம் செல்வது இவருக்குப் பரமானந்தம்!

இத்தகைய கணவருடன் செல்லம்மா நாள்தோறும் பிரச்சினைகளைச் சமாளிக்க வேண்டியே இருக்கிறது. வேலைக்குப் போகிறார்; மாசச்சம்பளம் வருகிறது.

ஆனால்... ஓ, அவரா? அவர் ஒரு மாதிரி... என்று பிறர் நினைக்கும்படி நடக்கிறாரே? வாழ்க்கையோட்டத்தில் முண்டு முடிச்சுக்கள், சுழல்கள் இவற்றுக்கிடையே செல்லம்மாள் உலகத்தாருக்கொப்ப வாழப் போராடுகிறாள்.

56

வாசலில் சீனா, ஜப்பான் பட்டுவிற்கும் சப்பை மூக்கு வியாபாரி குரல் கொடுத்துக் கொண்டு போகிறான். மாடிக் குடித்தன ஐயங்கார் மாமி அவனைக் கூப்பிட்டு இறக்குகிறாள்.

பட்டுத்துணி வியாபாரி என்றால் எந்தப் பெண்ணுக்குத் தான் ஆவலிருக்காது? செல்லம்மாளும் வந்து பார்க்கிறாள். பாப்பாவுக்கு, தங்கம்மாவுக்குமாக இரண்டு கஜம் 'ஸில்க்' வாங்குகிறாள்.

பின் பக்கத்தில் இன்னொரு பக்கம் குடியிருக்கும் ஐயங்காரின் இளைய சகோதாரி, ஊரிலிருந்து வந்திருக்கிறாள். அவளும் இந்த வாணிபம் நடக்கையில் முன் பக்கம் வந்து பார்க்கிறாள்.

"அவருக்குச் சித்தியா பொண். தாட்பத்திரியில் இருக்கா…"

செல்லம்மாளை அவள் உடுத்தியிருக்கும் புடவை கவருகிறது. மஞ்சளும் அரக்குமாக, முப்பாகப் பட்டுப் புடவை.

"இந்தப் புடவை ரொம்ப நன்னாருக்கு! எங்க வாங்கினேள்?"

"இது… தாட்பத்திரி நெசவம்மா. சொல்லிப் போடச் சொல்வோம். நல்ல அகல நீளம், நயம் நெசவு ரொம்ப நன்னாவும் இருக்கும், உழைக்கவும் உழைக்கும்!"

"அதான் பாத்தேன். எனக்குக்கூட இதுபோல ஒண்ணு வேணுமே? என்ன விலையாறது?"

"அறுபது எழுபதுக்குள்ள ஆகும். உங்களுக்கு வேணுன்னா நான் போட்டுத்தரச் சொல்றேனே?"

செல்லம்மா தயங்குகிறாள்.

அறுபது எழுபதுக்கு அவள் எங்கே போவாள்?

ஆனால், புடவை மிக நன்றாக இருக்கிறது. தங்கம்மாவுக்கு வாங்கிக் கொடுக்கலாம். குத்தியிலிருக்கிறாள். கூட்டி வர வேண்டும். இல்லை மாப்பிள்ளையே கூட்டி வந்தாலும் ஒரு புடவை வாங்கிக் கொடுத்து நல்லது செய்ய வேண்டாமா?

"எங்கால பணம் ஒரே முட்டாக் குடுக்கறதுக்கில்ல. அதான் யோசனையாயிருக்கு. ரெண்டு மூணு மாசமா மொள்ளக் குடுக்கறதானா... ஒண்ணு வாங்கிக்கலாம்..."

"அதுனாலென்ன? ஓடியாபோறோம்? மொள்ளவே தாங்கோ, நான் ரெண்டு நாள்ள ஊருக்குப்போறேன். போட்டுத் தரச் சொல்றேன்!"

சிறுசிறு பூக்கள். இந்த வாழ்வில் இவற்றின் மணமே இனிமையாக இருக்கிறது.

மாலையில் பாரதி அலுவலகத்திலிருந்து வருகிறார்; நெஞ்சைத் துருத்திக்கொண்டு நடந்து வந்து படியேறுகிறார். இன்னமும் பெண்கள் நடையில் நின்று புடவை துணி விவகாரம் பேசுவது இவர் கவனத்தில் பதியவில்லை.

நாவிலே எப்போதும் போல் ஏதோ பாட்டிழைகிறது. சுப்புரத்தினத்தின் பாடல் நொண்டிச் சிந்தில் வருகிறது.

கெஞ்சுவதின் பயனோடி – அம்மா
கேடு வந்து சேருவதுன் தயவோடி – எனை
மிஞ்ச விட மனமில்லையோ நாங்கள்
மேநிலையிலிருந்ததை அறியாயோ–இந்த
மஞ்சிலுயர் வானமறிய – இந்த
மண் அறியத்தேவி உந்தன் மனமறிய – நாங்கள்
பஞ்சையெனப் பறந்ததுண்டோ – இந்தப்
பாரிலுள்ள தேசங்கள் இகழ்ந்ததுண்டோ –

சரசரவென்று எல்லோரும் விலகிக்கொண்டாலும், புதிதாக வந்திருக்கும் தாட்பத்திரி சகோதரி அந்தக் குரலிலும் பாட்டிலும் சொக்கி அந்தக் கூடத்தையே பார்த்துக்கொண்டு நிற்கிறாள்.

"இவர்தானா... மன்னி..."

“ஆமாம் சுதேசமித்திரனில் வேலை செய்யறார்; பெரிய கவி. ஆனால் சித்த ஒருமாதிரி...” என்று மன்னி கிசுகிசுக்கிறாள்.

உள்ளே செல்லம்மா வாங்கிய புதிய துணியைப் பிரித்துப் பிரித்துப் பார்த்துக்கொண்டிருக்கிறாள்.

நுழைந்தவர் கண்களில் பாம்புச் சட்டைப் போல் மின்னும் அந்த விதேசியத்துணி படுவதுதான் தாமதம்.

லபக்கென்று அவன் கைகளிலிருந்து அதைப் பறித்துச் சுருட்டி முற்றத்தில் வீசி எறிகிறார். அது தாட்பத்திரி சகோதரியின் காலடியில் வந்து விழுகிறது.

“ஊரெல்லாம் சுதேசியம் என்று முழக்குகிறோம். விதேசத் துணிகளை, சட்டைகளை, வேள்வித்தீக்கு ஆஹுதியாக்கு கிறோம்? இவள் ஜப்பான், சைனா, ஸில்க் வாங்குகிறாள், ஸில்க்!”

செல்லம்மாவுக்குக் கண்கள் கொப்புளிக்க நீர் துருத்திக் கொண்டு வருகிறது,

ஓடிச்சென்று அந்தச் சகோதரியிடமிருந்து அதை வாங்கிக் கொண்டுபோகிறாள்.

“இந்த வீட்டில் யாருக்கும் பட்டு, விதேசத்துணி கூடாதுன்னு சொன்னேனில்லையா?”

“ஆமாம்... ஒண்ணும் வேண்டாம்! நாங்களும் எங்கே யானும் தொலைந்துபோகிறோம்!”

அவரால் எதுவும் பேச முடியவில்லை.

கோபம் வரும்போது எல்லாம் குழம்பிப்போகின்றன. புத்தித் தெளிவு நாசமாகிறது. அமிர்தம் கைக்கெட்டுவதில்லை. இது என்னடா வாழ்வு என்று வெறுக்கும் வகையில் பராசக்தி தம்மைக் கைவிட்டுவிட்டதாகப் பலவீனம் ஆட்கொள்ளுகிறது.

தலைப்பா கோட்டுடன் அந்த அறையில் உட்கார்ந்து விம்மி விம்மி அழுகிறார். செல்லம்மாளுக்கோ மிகவும் கஷ்டமாக இருக்கிறது.

“வேண்டாம்னா வேண்டாம். நான் வாங்கல... இதுக்குப் போய் இப்படி வருத்திக்கலாமா?”

செல்லம்மா...

குரல் நெஞ்சடைக்கிறது.

சற்றே ஆறுதலடையக் கண்ணீர் பெருகிய பின், பெருங்குரல் வெளியாகிறது.

அம்மா... அம்மா... சகல லோகமும் ஆள்பவளே, அம்மா..!

தஞ்சமென நிலத்தில் வீழ்கிறார்.

அவர் பாட்டு அறை கடந்து, சுவர்கள் கடந்து, எங்கும் நிறைந்திருக்கும் சக்தித்தாயின் இயக்கங்களின் துடிப்போடு ஒன்றிப் போவதுபோல் ஒவ்வொருவர் செவிகளிலும் புகுந்து கலக்குறது.

கோபத்தை இவ்வாறுதான் வெல்ல வேண்டும், ஆம் அச்சத்தையும் கோபத்தையும் லோபத்தையும் வென்றுவிட்டால், அமிர்தம் கைக்கெட்டும். அமிர்தம் நுகருபவர்களுக்கு மரணமேது? கணங்கள் தோறும் சலித்துக்கொண்டிருக்கும் ஒவ்வொரு துடிப்பிலும் நான் என்னைத் தரிசித்துக்கொண் டிருப்பேன். எனக்கு மரணமில்லை, எனக்கு மரணமில்லை, நான் அமரன்.

தலைப்பாகை கோட்டுடனேயே உட்கார்ந்திருப்பவரை எழுப்பக் குவளைதான் வருகிறார். கையில் பிரசாதங்கள் இருக்கின்றன.

வைகுண்ட ஏகாதசிக்கு முன்பு – பின்பு – பார்த்தசாரதி, கோயில் உற்சவம்.

அதேசமயம், நாகபுரியில் காங்கிரஸ் கூடுகிறது.

சட்டசபைக்குப் போட்டியிடக் கூடாது என்று ஒத்துழையாமை இயக்கத்தில் முடிவெடுத்து என்ன ஆயிற்று? எல்லா இடங்களிலும் அதிகாரவர்க்கத்துக்கு அடிபணிபவர்கள் அமர்ந்துவிட்டார்கள். வக்கீல்கள் வேலையை விடுவதும், மாணவர்கள் படிப்பை விடுவதும், என்ன விளைவைத் தரும்?

சேலம் விஜயராகவாச்சாரி தலைமை வகிக்கிறார். தம் தலைமை உரையில், “ஒத்துழையாமை இயக்கத்தை பஞ்சாப் – கிலாபத் அநீதிகளுக்காக மட்டும் தொடங்குவானேன்? சுயராட்சியத்துக்காகவே நடத்தலாமே?” என்று குறிப்பிட்டுக் கேட்கிறார்.

இன்னும் சித்தரஞ்ஜன் தாஸ் முதலிய பெருந் தலைவர்க ளெல்லாரும் காந்தியை எதிர்க்க வேண்டும் என்று கருதியும் எதிர்க்க முடியாமல் காந்தி ஆட்சேபங்களுக்கெல்லாம் பதில் கூறிவிட்டதை அறிகிறார்.

காங்கிரசுக்கு அதுகாறும் ஒழுங்கான சட்டம், விதி, அமைப்புத் திட்டம் எதுவுமே இருந்திருக்கவில்லை. யார் வேண்டுமானாலும் பிரதிநிதியாக வருவதும், வருடாவருடம் கூடிக்கலைவதுமாகவே செயல்பட்டிருக்கிறது. நாகபுரி

காங்கிரஸில் காந்தி தலைமைப் பொறுப்பை ஏற்று முறையாகத் திட்டங்களை அமுல்படுத்தி இயக்கமாக இதனைச் செயல்படுத்த விதிகளைத் தயாரிப்பதும் தெரிகிறது.

தை பிறக்கும்போது புதிய நம்பிக்கைகள் பிறக்கின்றன.

விடியற்காலையில் தினந்தோறும் கதிரவன் பொங்கி எழும் காட்சியைத் தரிசிக்க கடற்கரைக்குச் செல்கிறாரே? அன்று, அமுதகலசமாய் ஒளி பொங்கி வரும் பரவசத்தை ஏற்கிறார். இருளைத் துடைத்துக்கொண்டு, பூமியும் வானும் கடலும், அவனது தங்கக்கதிர்களில் புதுமை பெறுகிறது.

இந்தத் தேசத்தின் சுதந்திரமும் உறுதியாகிறது. அடி நாளிலே. அவரும் இந்த உற்சாகக் கோலாகலங்களில் இருந்தார். இப்போது, அந்த ராஜசங்கள் முறுகி, சத்திய ஒளியின் தரிசனத்திலேயே நிலைக்கிறது. மக்களைத் தாமசத்திலிருந்து ராஜசத்துக்கு எழுச்சி பெறச் செய்வதை அப்போது இவர் மேன்மையாகக் கருதினார். ராஜஸம், தனிமனிதக் கொலை களாக, அராஜகமாக, இவர்கள் வீரியங்களை அடக்கிப் போட வழி வகுத்தன. இப்போது இந்தப் புதிய அரங்கில், வலிமை அதிகம் பரவி இருப்பதைப் பார்க்கிறார்.

பெருங்கொலை வழியாம் போர்வழி யிகழ்ந்தாய்,
அதனிலுந்திறன பெரிதுடைத்தாம் –
அருங்கலை வாணர் மெய்த் தொண்டர் தங்கள்
அறவழியென்று நீயறிந்தாய்.
நெருங்கிய பயன் சேர் ஒத்துழையாமை
நெறியினால் இந்தியாவுக்கு
வருங்கதி கண்டு பகைத்தொழில் மறந்து
வையகம் வாழ்க நல்லறத்தே...

என்று மேலும் சில பாடல்களைப் பாடி, ‘மகாத்மா காந்தி பஞ்சகம்’ என்று தலைப்பிடுகிறார்.

கவிதை பொங்கி வரும்போது அந்த ஆனந்த உணர்வை விள்ள முடியவில்லை.

ஒவ்வோர் அணுவும் ஊனும் உயிரும், மூச்சும் குழைந்து சொல்லணுக்களின் கோடானு கோடி மலர்களாகப் பொரியும் போது, வேதனையும் இன்பமும் சங்கமமாகின்றன. தோடு கழன்றிவீழ, வானில் புள்ளாய் எழும்பும் லாகவமும், கட்டவிழ்ந்த பரவசமும் இசைகின்றன. இந்த உடல், அதன் காரணமான துன்ப உணர்வுகள் இப்போது எட்டுவதில்லை. அந்தக் கணத்தில் உணருவது அமரத்துவம்தான்.

கடற்கரையிலிருந்து திரும்பி வருகையில், பார்த்தசாரதி கோயில் வழி வருகிறார்.

பிராகாரத்தில் கட்டியிருக்கும் யானை...

உடனே வெளிவந்து தேங்காயும் பழமும் வாங்கிக் கொடுத்து, அதன் துதிக்கையைத் தடவுகிறார். "நண்பா!"... என்று கொஞ்சி மகிழும் ஆனந்தம்.

எல்லாம் நானே: தொழில் செய்; தொழில் செய்வது இயற்கை, ஆனால் உன்னைக் கட்டுப்படுத்தாமல் உலக நன்மையின் பொருட்டுப் பலனைத் தன்னலத்தோடு இணைக்கும் நானென்ற எண்ணமின்றித் தொழில் செய்...

ஞான உபதேசம் செய்த பார்த்தசாரதி கோயில் இருப்பதாக நினைப்பது வியாஜம்தான். இவனுடைய உபதேசத்துவத்தை உயிர்களனைத்திலும் வையமுழுவதும் காண்பேன். அமரன் நான்...

காலை நேரத்தில் அமர்ந்து எழுதிக்கொண்டிருக்கிறார்.

வாசலில் யாரோ வந்திருக்கும் குரல் செவியில் விழுகிறது.

பாப்பா, வருகிறாள்... "அப்பா!"

"யாரம்மா?"

"நான்தான் நடேசய்யர்!"

சுதேசமித்திரனில் பணிபுரியும் சக ஆசிரிய நண்பர்.

"வாருங்கள் நடேசய்யர்!"

"மகாத்மா காந்தி பஞ்சகம் என்று பாடல்கள் எழுதி யிருக்கிறேன், வாருங்கள்!"

செல்லம்மா, இவருடைய கோட்டைக் கையில் வைத்துப் பார்க்கிறாள்.

பழைய கோட்டு என்று சொல்வதற்கில்லை. ஆனால் பட்டியில் பூங்கொத்தைச் செருகிக்கொள்ளும் பின்னூசியினால் மட்டும் ஓட்டையாகத் தெரியவில்லை.

ராணுவ வீரர்கள் வண்ணங்கள் தரிப்பதற்கொப்ப, தாமும் வரிசையாக அழகு செய்துகொள்ள வேண்டும் என்ற குழந்தைத்தனமான ஆசை அவருக்கு இருக்கிறது. வண்ண நாடாக்களுக்குப் பதிலாக, வரிசையாகக் கருப்புக் கோட்டில் பின்னூசிகளைக் குத்திக்கொண்டு, மார்பைத் துருத்திக்கொண்டு, நான் பாரதராணியின் சேனாவீரன் என்று நடக்கிறார், பார்ப்பவர்கள் இவருக்கு... ஒரு மாதிரி என்று பட்டம் சூட்டுகிறார்களே? செல்லம்மாவுக்கு உள்ளூறக்குமையும் ஆற்றாமை இவ்வாறு சமயங்களில் வெடித்து வரும்.

கோட்டுத்துணியில் பின்களைக் குத்திக்கொண்டால் நன்றாகவா இருக்கிறது? கன்னாபின்னா வென்று பின்னைக் குத்திக்கொண்டு என்று கழற்றி வைக்கிறாள். முணமுணக்கிறாள்.

"இப்படித் துணியை வீணாக்குவீர்! வீட்டுக்காரியின் கஷ்ட நஷ்டம் தெரியாதவர், என்ன மனுஷர்!"

நண்பரிடம் கவிதை பாட நினைப்பவருக்குச் செல்லம்மாளின் குரல் செவிகளில் துல்லியமாக விழுகிறது.

பாப்பா! அம்மாவிடம் கோட்டைத் துவைக்க வேண்டாம் என்று சொல்!"

பாப்பாவுக்குத் தந்தை சொல்வது காதில் விழவில்லை. அவள் வெளியில் யாரோ குழந்தையுடன் விளையாடுகிறாள் போலிருக்கிறது.

தாமே எழுந்து சென்று செல்லம்மாளிடம் கூறிவிட்டு, அவளுடைய வெடுவெடுத்த குரலைக் கேட்டவண்ணம் திரும்பி வருகிறார்.

நைந்த உள்ளம் துயரத்தைப் பிதுக்குகிறது.

கோபம் ... நான் கோபத்தை அடக்க வேண்டும். . . கண்களைத் துடைத்துக்கொள்கிறார். நடேசய்யருக்கு என்ன சொல்வதென்று புரியவில்லை.

"தம்பி குடும்பம் நடத்துவது இலகுவானதல்ல, ரொம்ப சிரமம்..."

தை, மாசி என்று நாட்கள் ஓடுகின்றன. பங்குனியில் கோடை கொளுத்துகிறது.

டிராம் வண்டிக்குக் கையில் சில்லறை இல்லை. அலுவலகத்துக்கு நடந்துசெல்கிறார்.

பூக்கடைக்கருகில் ... எதிரே ... யாரது, காந்திமதி நாத பிள்ளையா? ... பள்ளியில் இவர் படித்த காலத்தில் அவர் கல்லூரியில் எம். ஏ. வகுப்பில் படித்தார்: இவருடைய வீட்டில் எத்தனை நாட்கள் கவிதை – செய்யுள் என்று நண்பர்கள் சூழ உற்சாகமும் உல்லாசமுமாகக் கழித்திருக்கிறார்? அந்தக் கோஷ்டியில் அவர் ஒருவரே வயசில் இளையவர்.

ஒருநாள், இவருடைய கவிபாடும் திறனையும் சொல் வன்மையையும் மதிப்பிட்டு இறக்க வேண்டும் என்ற எண்ணத்துடன் காந்திமதி நாதபிள்ளை 'பாரதிசின்னப் பயல்' என்று ஈற்றடி கொடுத்துப் பாடச் சொன்னானே!... காந்திமதி நாதனில்லை?

“பாரதி!”

அவரும் நின்றுவிடுகிறார்.

இவர் கரங்களை விரிக்க, அவரும் விரிக்க, கூவிக்கொண்டு தழுவிக்கொள்ளும் காட்சியிலும் ஆரவாரத்திலும் சாலையில் வரும் குதிரை வண்டிகள் நிற்க, நடமாடும் மனிதர்களும் இந்தக் காட்சியில் நிலைத்துப் போகின்றனர்,

“எங்கே இருக்கிறாயப்பா! எத்தனை நாளாயிற்று!”...

“பாரதி! சின்னப்பயல் நினைவிருக்கிறதா?

ஆண்டில் இளையவனென்றந்தோ அகந்தையினால்
ஈண்டிங்கிகழ்ந்தென்னை ஏளனஞ்செய் மாண்பற்ற
காரிருள் போலுள்ளத்தான் காந்திமதி நாதனைப்
பாரதி சின்னப்பயல்

என்று பாடினாயே..?”

கிணுகிணுவென்று ஒரு சங்கீதச் சிரிப்பு.
“அதையெல்லாம் நினைவு வைத்திருக்கிறாயா?...”

இல்லாமல்?

மாண்புற்ற காரது போலுள்ளத்தான் காந்திமதிநாதற்கு
பாரதி சின்னப்பயல்

என்று திருத்தமும் செய்து பெரிய மனிதன் என்று விளக்கினாயே மறக்குமா?”

“இதோ, ஆபீசுக்குப்போய்ச் சொல்லிவிட்டு வருவோம், வீட்டுக்கு வர வேண்டும் என்னுடன்!”

நண்பரை அழைத்துக்கொண்டு பழைய செய்திகளையும் புதிய செய்திகளையும் அளவாவிக் கொண்டு நடக்கிறார்.

காந்திமதிநாதன் பி.ஏ. பரீட்சை தேறி ஸெட்டில்மென்ட் ஆபீசில் வேலை பார்க்கிறார்.

“ஆஷ் கொலையைத் தொடர்ந்து நம் வீட்டிலெல்லாம் சோதனை போட்டார்கள். பாரதி!”

“அப்படியா..! இதோ... வந்துவிடுகிறேன்!”

அலுவலக வாயிலில் அவரை நிற்க வைத்துவிட்டு, இரண்டிரண்டு படியாகத்தாண்டி மேலே செல்கிறார்,

சிறிது நேரத்தில் திரும்பிவிடுகிறார்.

“வீட்டுக்குப் போகலாம் வாரும், இன்று தம் வீட்டில்தான் உங்களுக்குச் சாப்பாடு!”

“எதற்குச் சிரமம் உனக்கு? சாப்பாடு வெளியே முடித்துப் பின் வருகிறேனே?”

“ஊஹ்ம், நீயும் நானும் வேறா? இன்று சாப்பாடு நம் வீட்டில்..!”

“அதற்கில்லை பாரதி. உன்னை எனக்குத் தெரியாதா? ஆனால் வீட்டில்... அவர்களெல்லாமும் உன்னைப்போல்... இருக்கணும்னு நினைக்க முடியுமா? ஏன் தரும சங்கடம்?..!

“என்ன சங்கடம்? செல்லம்மா உமக்குச் சாப்பாடு போடுவாள்!”

செல்லம்மாவுக்கு உண்மையில் மகிழ்ச்சி இல்லை. அலுவலகத்துக்குச் சென்றவர், யாரையோ கூட்டி வந்திருக்கிறாரே என்று திகைக்கிறாள்.

“செல்லம்மா! காந்திமதிநாதப் பிள்ளை, என் பால்ய சிநேகிதன்! அடுக்களையில் இலைபோடு!”

அது ஆணையாக வருகிறது. மூடத்தனங்களைக் கிள்ளி எறியும் ஆணை!

செல்லம்மா இன்முகம் காட்டவில்லை. சமையலறையில் ஒருகால் சாப்பாடு இனிமேல்தான் ஆக்க வேண்டுமோ என்ற ஐயத்துடன் உள்ளே சென்று வெண்கலப் பானையைத் திறந்து பார்க்கிறார்.

செல்லம்மா சீறி விழுகிறாள். சாப்பாடு இருக்கிறது.

“இப்படி முழு விழுப்புடன் எல்லாத்தையும் வந்து தொடுங்கள்! லக்ஷ்மி வருவாள்?”

“என்னடி விழுப்பு, அது இதுவென்று பொய்ச் சாத்திரம்?...”

“கண்டவனுக்கும் அடுக்களையில் இலைபோட்டுச் சாதம் போடச் சொல்லிக் கூத்தடிக்கிறீர், இது நியாயமா?”

“நியாயம், நீ இப்போது போடப் போகிறாயா இல்லையா?”

செல்லம்மாளுக்கு இதற்குமேல் முரண்டும் இயல்பில்லை. அடுப்பைமூட்டி’ எண்ணெய் வைத்து அப்பளத்தைப் பொரித்து, தையல் இலையைப் போடுகிறாள்.

காந்திமதிநாத பிள்ளையை உள்ளே அழைத்து உட்கார வைக்கிறார். செல்லம்மா பரிமாறுகிறாள். அருகிலமர்ந்து பாரதி அளவளாவுகிறார்.

சாப்பாடு முடிந்ததும் பிள்ளை, குற்றஉணர்வுடன் இலையைச் சுருட்டுகிறார்.

பாரதி பரபரத்துத் தடுக்கிறார்.

“வேண்டாம், வேண்டாம்! இலையை வைத்துவிடு ... செல்லம்மா எடுப்பாள்!...”

பாப்பா பள்ளியிலிருந்து வந்திருக்கிறாள். அவளை வெற்றிலை வாங்கிவரச்சொல்லிச் செல்லம்மா அனுப்புகிறாள்.

காந்திமதிநாத பிள்ளை கைகழுவிவிட்டு, முன்கட்டுக்கு வருகிறார்.

“பாரதி... வள்ளுவப் பெருமான் சொன்ன அந்தணனை இன்று கண்டேன், நீர் எவ்வளவு பெரியவர்! உத்தம மனிதர்..!”

தழுவிப் பரவசப்படுவதை வெற்றிலைத் தட்டுடன் வரும் செல்லம்மா பார்க்கிறாள். அவள் மனசில் ஒட்டியிருக்கும் பேத உணர்வுகள் கரைந்துபோகின்றன

செல்லம்மாளின் அறியாமையைப் பிறர் ஒப்ப வாழ வேண்டும் என்ற மனித இயல்புக்குரிய ஆர்வத்தினால் நிலைப்படுவதை அவரால் எப்போதும் ஏற்க முடியவில்லை. தமது நடத்தை, தமது உள்ளார்ந்த மானுட நேயத்தை ஆதாரமாகக் கொண்டதென்பவை அவள் எந்தக் கணத்திலும் நம்பி நடக்க வேண்டும் என்பதையே நோக்கமாக்கியிருக்கிறார்.

அன்று அலுவலகத்திலிருந்து திரும்புகையில் அவர் கொண்டு வந்திருக்கும் சிறு புத்தகத்தைப் பாப்பா பார்க்கிறாள். அதில், அரிக்கற்றை. ஆமை, இலை, ஈ, படங்கள் இருக்கின்றன. ஆனால் தமிழ் எழுத்தில்லை.

“அப்பா? இதென்ன பாஷை. புதிசாக் கத்துக்கறேளா?”

“ஆமாம்மா, மலையாளம் ஸர். சங்கரன் நாயர் நம் பாட்டுக்களைக் கேட்டு ரொம்ப ஆனந்தப்பட்டார், மலையாளத்தில் நயம் மிகுந்த கவிதைகள் நிறைய இருக்குன்னார். அதையெல்லாம் இங்கிலீஷ் மொழி பெயர்ப்பில் படிக்கிறதைவிட மூலத்தில் படிக்கிறது சிலாக்கியம்னு படிக்கிறேன். பாப்பா நீ கூடக் கத்துக்கலாம். மலையாளம், சம்ஸ்கிருதம் தமிழ் ரெண்டும் கலந்தாற்போல் இருக்கும் பாஷைதான்?”

காலையில் அன்று வாயில் திண்ணையில் உட்கார்ந்து அவர் அரிச்சுவடி பாடம் பார்த்துக்கொண்டிருக்கையில் உள்ளே வரும் ஆளைச் சட்டென்று புரிந்துகொள்கிறார். தூக்கிவாரிப் போட்டாற் போலிருக்கிறது...

“நீலகண்டா! எப்போதடா வந்தாய்?”

"நீலகண்டன்தானா? இவன் உறுதியும் உரமும் கட்டையான அந்த உடற்கட்டும் எப்படி இப்படியாயிற்று?..."

"பாரதி! உங்களைப் பார்க்கத்தான் உங்களை நம்பித்தான் வருகிறேன். சிறையில் என் சாரத்தைப் பிழிந்து சக்கையாக அனுப்பியிருக்கிறார்கள்! நான் பிழைக்க என்ன செய்வேன்?"

"உள்ளே வா..."

உள்ளே வந்ததும் அவன் அவர் கையைப் பற்றிக்கொண்டு கரைகிறான்.

"அன்றாடம் பசியாற வழியில்லை பாரதி! எனக்கு நீங்கள் தான் ஏதானும் வேலை கொடுத்துக் காப்பாற்ற வேணும்!"

நீலகண்டனுக்கா இந்த நிலை? புத்தம் புது இளைஞனாய், பாரத நாட்டின் விடுதலைக்காக எந்தக் கடுமையையும் எதிர் நோக்கி நிற்பேன் என்று குஞ்சு பாணர்ஜியுடன் கூட்டுச் சேர்ந்து அந்நாள் மிகத் துணிகரச் செயலாகக் கருதப்பட்ட நடவடிக்கைகளில் முன் நின்ற நீலகண்டனுக்கா இந்தக் கதி? நாகசாமி, இவனை, போலீசு உளவாளி என்று சந்தேகப் பாவனையுடன் சாமானை நடுவீதியில் எறிந்தபோது பொறுக்கிக்கொண்டு சென்ற அந்த நீலகண்டனா? வாஞ்சியின் செயலில், தனக்கும் பங்குண்டென்று வலியப் போலீசில் சரணடைந்த அந்த வீரனா, கண்களில் ஒளி மாய, முடி நரைத்து, உடல் தேய,...

தொண்டை கம்மிப்போகிறது அவருக்கு.

"நீலகண்டா, கவலைப்படாதே. நான் உனக்கு வேலை தருகிறேன். நமது எழுத்துகளை எல்லாம் பிரதி செய். நீ எனக்கு செகரிடரி. சரிதானே? நீ இங்கேயே என்னுடன் வசிக்கலாம்!"

தம் கையெழுத்துப் பிரதிகளை அவனிடம் காட்டிப் பார்க்கச் சொல்லிவிட்டுப் பாரதி குளிக்கச் செல்கிறார்.

"செல்லம்மா! நீலகண்டன் இனி நம்முடன்தானிருப்பான். அவனுக்கும் சேர்த்து ஆகாரம் தயாராகட்டும்"

செல்லம்மா என்ன செய்வாள்? தோசை வார்த்துப் போடுகிறாள்.

பிறகு மறுநாள் அலுவலகம் புறப்படும் நேரத்தில், 'அகரம், இகரம்' என்று ஓதுகிறாள் செவிகளில். திகைப்பு. அட கஷ்ட காலமே, சோற்றுக்குமா பஞ்சம்?

"பஞ்சமோ, பட்டினியோ, நம் குடும்பம் சமாளிப்போம். ஒரு விருந்தாளியையும்கூட வைத்துக்கொண்டு என்ன செய்வது? நடக்கும் காரியமா?"

செல்லம்மாளுக்குப் பதில் கூறுவது சாத்தியமாக இல்லை.

அப்படி இப்படி, நாட்கள் செல்ல மே மாதச் சம்பளம் வருகிறது. தமது எண்பது ரூபாய்ச் சம்பளத்தில் மாதம் பதினெட்டு ரூபாய் நீலகண்டனுக்கு இவர் சம்பளம் கொடுத்து விடுவார். அன்றாடம் காலையில் மாலையில் வந்து பாட்டுக்களைப் பிரதி செய்ய வேண்டும்...

நீலகண்டன் வரும் சமயத்தில் பாரதிக்கு மகிழ்ச்சி கொள்ளாது. ஏதேனும் பாட்டை எடுத்துவிடுகிறார்.

காலா, என்னருகே வாடா! உன்னைச் சற்றே உதைக்கிறேன்!

காலன் இவர் அருகே வர வேண்டுமாம்! இவர் அவனை உதைப்பாராமே? நீலகண்டனுக்கு எழுத்து ஓடவில்லை. பாட்டையே கேட்டுக்கொண்டிருக்கிறான்.

"பாரதி, நெஞ்சு பொறுக்குதில்லையே பாடுங்களேன்?"

பாட்டு என்று யார் எங்கே கேட்டாலும் அவருக்குப் பாடத் தடை கிடையாது. வித்தாரமாகப் பாட்டைப் பாடுகிறார்.

சிப்பாயைக் கண்டஞ்சுவர் – ஊர்ச்
சேவகன் வருதல் கண்டு மனம்பதைப்பர்
துப்பாக்கி கொண்டொருவன் – வெகு
தூரத்தில் வரக்கண்டு வீட்டி லொளிப்பர்
....
நெஞ்சு பொறுக்குதில்லையே, இதை
நினைத்து நினைந்திடினும் வெறுக்குதிலையே
கஞ்சி குடிப்பதற்கிலார் - அதன்
காரணங்கள் இவை யென்னும் அறிவுமிலார்...
பஞ்சமோ பஞ்சமென்றே – நிதம்
பரிதவித்தே உயிர் துடிதுடித்து
துஞ்சி மடிகின்றாரே...

இவர் துயர்களைத் தீர்க்கவோர் வழியிலையே (நெஞ்) கல்லும் கனிந்து கரையும் வண்ணம் இந்த அவல நிலைக்கு இரங்கும் பாடலில், நீலகண்டனின் முகம் இறுகிப்போகிறது. எழுத்தாவது, மண்ணாவது?

பாப்பா வந்து, "அப்பா, அம்மா குளிக்கக் கூப்பிட்டா உங்களை!" எனறு நினைவூட்டிய பின்னரே எழுந்திருக்கிறார்.

அன்று ஞாயிற்றுக்கிழமை, காலையில், அம்பி தீட்சிதரும், மயிலாப்பூரிலிருந்து பிடில் வித்வான் ஸ்ரீனிவாச ஐயரும் வருகின்றனர்.

"தீட்சிதரே! வாரும், வாரும்! எட்டயபுரத்திலிருந்து எப்போது வந்தீர்கள்?" முகமலர்ந்து வரவேற்கிறார் பாரதி.

"வந்து ரெண்டு நாளாச்சு, பாரதி, இப்ப எங்களுக்குள் ஒரு சின்ன அபிப்பிராய பேதம், நீங்கதான் தீர்த்து வைக்கணும்!"

காலையில் தோசை பலகாரமாகி, வெற்றிலைத் தட்டு, செம்பு நீரென்று சர்ச்சைக்கு உட்கார்ந்துவிடுகிறார்கள்.

"சங்கீதம், முறையாக சுரஸ்தானங்களில் ஆரம்பித்துத் தானே படிப்படியாகச் சொல்ல வைக்கவேணும்? அடிப்படை அஸ்திவாரமில்லாமல் மேல் மாடி கட்ட முடியுமா?" அம்பி தீட்சிதரின் கருத்து.

"பாரதியாரே, நீங்கள் சுதேசமித்திரனில் ஸங்கீத விஷயம் எழுதியிருந்தீர்கள். நான் பார்த்து ஆனந்தப்பட்டேன். நம் ஸ்திரீகள் சுரஸ்தானங்கள், ராகலட்சணங்கள் என்றுதான் படித்தார்களா? வரலட்சுமி விரதப்பாட்டோ, நலங்கோ, ஊஞ்சலோ, பத்தியமோ எப்படி அந்தந்த ராகங்கள் பிசகாமல் பாடறா? கமாசும், தோடியும் ஆனந்த பைரவியும் அவாளுக்கு இதுன்னு தெரியாதுதான். ஆனா பாடறா சுமார் ஒரு மாசத்துக்குள்ளே முப்பது ராகங்களுக்குரிய சாயையைச் சொல்லிக் குடுத்துக் கண்டுபிடிக்கச் செய்வது சிரமமில்லேன்னு நான் சொல்றேன்" என்று சீனிவாசையர் கூறுகிறார்.

அம்பி தீட்சீதர் விடுவாரா?

"ஆமாம் ஓய்! சர்க்கரைப் பொங்கலை ரசித்துச் சாப்பிடத் தெரிஞ்சவா எல்லோருமே, பொங்கலை அற்புத மாப்பண்ண வும் பண்ணுவான்னு சொல்றாப்பல இருக்கு. உங்க வாதம்! நலங்கு ஊஞ்சலெல்லாம் எல்லாப் பொண்டுகளுமா பாடறா? சிலபேர் அபசுரம் சகிக்காது, முதற் கோணல் முற்றும் கோணல். நீங்க முப்பது பேரும் கத்துக் குடுத்து ஒரு பிரயோசனமும் இல்ல. ஸங்கீதம் முறைப்படி கத்துண்டாத்தான் ஞானம் நல்ல படியாக வரும்!"

"நீங்க ரெண்டுபேரும் விரோதமாப் பார்க்க வேண்டாம். தீட்சிதர் சொல்றதும் சரிதான். ஐயர்வாள் சொல்றதும் சரி தான். ஞானம்ங்கறது எல்லோருக்கும் இருக்கு அதைத் தூசி, கசடு எல்லாம் போக்கிப் பிரகாசிக்கப் பண்ணனும், அதுக்கு சீனிஐய்யர் சொல்லும் முயற்சியும் வேணும், அதோட

தீட்சிதர்வாள் சொல்றாப்பல முறையாவும் கத்துக்கப் பண்ணணும்...

சமரசமாகிறது.

"தீட்சிதர்வாள்! நான் சில கீர்த்தனங்கள் செய்திருக்கிறேன். பாடலாமா?"

"நீங்க பாடக் கேட்கக்குடுத்து வச்சிருக்கணும் பாரதி! அப்பா அப்பவே சொல்வார்..!"

கல்யாணி ராகத்தில் முன்பு நவராத்திரிக்குப் பாடிய 'பூலோக குமாரி' என்ற பாடலைப் பாடுகிறார்.

அம்பிதீட்சிதர் அவர் கல்யாணி இராகம் பாடியது கேட்டு மகிழ்ச்சியுடன், பாடலில் தாமும் சேர்ந்து சங்கதிகள் போடுகிறார். பின்னர் சுருட்டியில் சொல்லவல்லாயோ கிளியே, தன்யாசியில் எத்தனை கோடி இன்பம் வைத்தாய் ஆகிய பாடல்களைப் பாடி, மகிழ்கிறார்கள்.

மனிதர் அமரராகலாம். சங்கீதத்தில், கவிதையில், இலக்கியத்தில், கோடி கோடி உயிர்களில் கனலை ஊதி இயக்குவிக்கும் சக்தியை நம்முள் உணரும்போது, அமரத்துவம் நிலைநாட்டப்படுகிறது. அப்போது துயரமேயில்லை.

'வானில் பறக்கும் புள்ளெலாம் நான்' என்ற உணர்வுடன் வாயிலில் அவர் உட்கார்ந்திருக்கையில், பரிச்சயமான ராயர், "சுல்தானைப் போல்தான் உட்கார்ந்து இருக்கிறார்!" என்று சொல்லிக்கொண்டு போகிறார்.

"குளிக்க வரேளா?..."

உல்லாசம் பொங்குகிறது. அவளைப் பார்க்கையில்,

மக்கே கே ஜாயேங்கே! மன்னு காயேங்கே!
ஹாரே... நூர்ஜஹான், மேரே நூர்ஜஹான்...

அவள்மீது கையைப் போட்டுக்கொண்டு கஜல் பாடுகையில் குடித்தனக்காரர்கள் சிரிப்பதாக அவளுக்கு வெட்கம் பிடுங்கித்தின்கிறது.

"என்ன இது, விவஸ்தை இல்லாமல்..?"

"ராயர் நான் சுல்தானைப்போல உக்காந்திருப்பதாகச் சொல்லிண்டு போனார். கஜல் பாடக் கூடாதா?"

"பாடுங்கோ நீங்க பாட வேண்டாம்னு யார் சொல்லுவா?"...

பாரதி செல்லம்மா

விரைந்து சமையற்கட்டில் புகுந்துகொள்கிறாள்.

பாப்பா பிறந்த வருடம் வந்த மகாமகம், இப்போது வருகிறது. ஒரே கோலாகலமாக எல்லோரும் மகாமகத்துக்குச் செல்வதைப் பற்றியே பேசுகின்றனர். பொருட்காட்சி, வேடிக்கை வினோதங்கள் என்று கூட்டம் நெறிபடும் வைபவம் பன்னிரண்டாண்டுகளுக்கொருமுறை, அந்த மகாமகக் குளத்தில் கங்கை பொங்கி வந்து பக்தர்களின் பாவங்களைப் போக்கிப் புனிதமாக்குவாள். கும்பகோணம் மகாமகத்துக்கு வந்து அந்தக் கூட்டத்தில் உரையாற்ற ஓரன்பர் பாரதிக்குப் பணமும் அனுப்பி வைக்கிறார். செல்லம்மா, மிகவும் மகிழ்ச்சியுடன், மகாமக ஸ்நானம் செய்யும் ஆவலுடன் புறப்படுகிறாள். ஆனால் அவள் கணவர். . .

“செல்லம்மா! அந்தக் குளத்தில் ஸ்நானம் செய்யக் கூடாது. அப்படியென்றால் போகலாம்! அது ஒரே அழுக்குக் குட்டை யாக இருக்கும்!”

“பின், ஸ்நானம் செய்யாமலிருக்கவா மகாமகம் போவார்கள்?”

“இதெல்லாம் மௌட்டீகம். அறிவுடன் சிந்திக்க வேண்டாமா?”

செல்லம்மா ஒப்பவில்லை. பாரதி மகாமகமே வேண்டாம் என்று பணத்தைத் திருப்பி அனுப்பிவிடுகிறார்!

57

தமக்குப் பொது அறிவும் சமுதாயம் சார்ந்த உணர்வும் பூத்த நாள் முதலாகக் கனவுகண்ட வகையில் தேசியக் கல்வி ஸ்தாபனங்கள் ஏற்பட்டிருக்கின்றன நாட்டில்.

காந்தி தேசியத்தலைவராகச் செல்லுமிடங்களிலெல்லாம் மௌலானா முகம்மதலி, ஷவுகத் அலி சகோதரர்களை அழைத்துச்செல்கிறார். வந்தே மாதரமும், அல்லாஹோ அக்பர் கோஷமும் கைகோத்துக் களிநடனம் புரிகின்றன.

ஒரு கோடி காங்கிரஸ் அங்கத்தினரைச் சேருங்கள்! திலகர் சுயராச்சிய நிதிக்கு ஒரு கோடி ரூபாய் சேருங்கள்! தேசத்தில் இருபது இலட்சம் இராட்டைகள் சுழலும்படி ஊக்குவியுங்கள்..!

புதிய உற்சாகம்: புதிய அலை.

என்றோ பாடிய,

தாயின் மணிக்கொடி பாரீர்...
ஆடுவோமே பள்ளுபாடுவோமே

பாடல்கள் ... வெறும் கனவல்ல என்று உள்ளுணர்வில் நம்பிக்கையைப் பாய்ச்சுகிறது.

பாரததேவி... அவள் முடிசூடப் போகிறாள். முப்பது கோடி மக்களுக்கு அவள் புதல்வர்கள், ரத்தினங்களாய்த் திகழும் மைந்தர்கள் – கவி ரவீந்திரனும் போற்றும் மோகன்தாஸ் கரம்சந்திர காந்தி. அவருடைய புதிய வேகம்...

பாரதியின் சிந்தை வயிர உறுதியுடன் ஆழ்ந்து முறுகி, எதிர்கால ஒளி ஞாயிறை வெளிக்காட்டுகிறது. பாரத மாதாவின் நவரத்தின மாலை என்று தமிழன்னையின் தவப் பயனாகப் புதிய ஆரமொன்றைச் சூட்டி மகிழுகிறார் இந்தப் பாரத தேவிக்கு.

சுதேசமித்திரனில் சகபாடியாகப் பணிபுரியும் உலகநாத நாயக்கர், தேனாம்பேட்டையில் ஞாயிற்றுக்கிழமை மாலையில் ஒரு கூட்டத்துக்கு ஏற்பாடு செய்கிறார்.

"பாரதி! மாலை நான்கு மணிக்குக் கூட்டம். வந்து விடுகிறீர்களா?"...

"ஆகா! வருகிறேன்!"

தங்கம்மாளும் மருமகனும் வந்திருக்கின்றனர். இவரோ பாரத மாதாவுக்கு நவரத்தின மாலை இழைத்துவிட்ட களிப்பில் மிதக்கிறார். உலகநாதன் நான்கு மணிக்குக் கூட்டம் என்று சொன்னதே மறந்துபோகிறது. மதிய உணவு மாப்பிள்ளை விருந்தாக அமைந்திருந்தது. மகிழ்ச்சியுடன் ரிக்ஷாவில் ஏறிக் கிளம்பிவிடுகிறார்.

நல்ல வெயிலில், இரண்டு மணிக்கே வந்து இறங்கிய பாரதியைக் கண்டதும் இளைஞர் உலகநாதன் மகிழ்ந்து, "வாருங்கள், வாருங்கள் பாரதியாரே!" என்று வரவேற்று உபசரிக்கிறார்.

"கூட்டம் ஐந்து மணிக்குத்தான். நல்ல வெயிலாக இருக்கிறது இல்லையா?..."

"ஆமாம், நண்பரைவிட மனிதருக்குச் சிறந்த உறவு யாருமில்லை என்று பஞ்சதந்திரக் கதையே உரைக்கிறது. உம்மிடம் பேச வேண்டும் என்றுதான் வந்தேன்..."

"இதைவிடவும் வேறு பாக்கியம் உண்டோ பாரதியாரே?..."

சில்லென்ற குடிநீரும் வெற்றிலைபாக்கும் கொண்டு வந்து வைக்கிறார் உலகநாத நாயக்கர்.

"நாயக்கரே, பாரத மாதாவின் விடுதலை நிச்சயமாகி விட்டது. பாரததேவி முடிசூடப் போகிறாள் நான் ஒரு நவரத்தின மாலை இயற்றியுள்ளேன். அதை உம்மிடம் பாடிக் காட்டவேண்டும்."

"இதை விடவும் சந்தோஷமானது வேறு என்ன இருக்கிறது? பாடுங்கள் பாரதியாரே!"

சிவரத்ன மைந்தனாகிய விநாயகனைத் தொழுது, நல்வயிரச் சீர்மேனியும் அறமிக்க சிந்தையும் அறிவும் இந்தியருக்கே

உரித்தாக்கி, நீலக்கடலொத்த கோலத்தினாள் என்று பராசக்தியைத்தொழும் பாங்கினைச் செவி கொள்கையில் மெய் சிலர்க்கிறது, உலகநாதனுக்கு.

வெற்றி கூறுமின், வெண்சங்கூதுமின் என்று இன்பவளம் சேர்த்து ரவீந்திர நாதர் புகழ்ந்த மோகன்தாஸ் கரம்சந்த் காந்தியைத் தலைவராக்கி மகிழ்கிறார். தீது சிறிதும் பயிலாத செம்மணி கண்டோம் என்று பச்சை வண்ணன் பாதத்தாணையாக விடுதலை திண்ணமென்றுரைக்கிறார்.

தாய்த்திரு நாட்டின் கிளர்ச்சியை வளர்ச்சி செய்ய, சுடுதலும் குளிரும் உயிர்க்கில்லை; சோர்வு வீழ்ச்சிகள் தொண்டருக்கில்லை; எடுமினோ அறப்போரினை என்றான் என்று எங்கோ மேதகமேந்திய காந்தியை வாழ்த்துகிறார். காந்தி சேர் பதுமராகக் கடிமலர் வாழ்தேவி மாந்தர் சோர்வினை நீக்கி காந்தி சொற்கேட்பார் என்றும் வாலவாய மாஞ்சிங்கம் என்றும் நவ மணிகளை இழைத்த பாடலைக் கேட்டு உள்ளம் விம்மிதமடைகிறார் நாயக்கர்.

ஓ, எத்தகைய மாக்கவிஞர்! எத்தகைய மாமனிதர்! எத்துணை எளியவர்? வீடுதேடி வெயில் பாராமல் வந்து மனம் குளிர மெய்யுருகப் பாடும் கவிஞரை எப்படிப் போற்றுவது?

கூட்டம் முடிந்து, அகமும் முகமும் மலர, மலர் மாலையுடன் அவர் ரிக்ஷாவில் வந்து இறங்குகிறார். தங்கம்மாள் அவர் பெட்டியில் அடுக்கி வைத்திருக்கும் பாடல்களில் புதியவைகளும் பார்த்துக்கொண்டிருக்கிறாள்.

"குழந்தைகளே! அப்பா தரித்திரன், உங்களுக்குச் சொத்து ஒன்றும் வைக்கவில்லை என்றெண்ணாதீர்கள்! இந்தத் தகரப் பெட்டியில் இருக்கும் கையெழுத்துப் பிரதிகள் இரண்டு லட்சம் ரூபாய் பெறுமானவை?"

பாப்பா உடனே, "சரி அப்பா! உங்களுக்கோ பிள்ளைகள் இல்லை. நீங்கள் வைத்திருக்கும் இரண்டு லட்சமும் சித்தப்பா பிள்ளைகளுக்கல்லவோ போய்ச் சேரும்? நம் நாட்டில்தான் பெண்களுக்குச் சொத்துரிமை இல்லையே?" என்று வெடிக்கிறாள்.

அவர் உடனே சிரிக்கிறார்.

"சபாஷ் பாப்பா!... நீ கேட்டது சரியே. ஆனால் இந்தச் சட்டமெல்லாம் போய்விடும். இங்கே போய் இந்தச் சட்ட மெல்லாம் பேசலாமா? தாயாதிச் சண்டைகள் இனி ஏது? கேவலம் இரண்டு லட்ச ரூபாய். நமக்குச் சீக்கிரத்தில் சுயராச்சியமே வந்துவிடப் போகிறது. எங்கோ மேதகமேந்திய

காந்தி சொற்படி நாட்டு மக்கள் ஒன்று சேரக் கிளர்ச்சி வளர்ச்சி பெற்றிருக்கிறது. மேலும்... நானோ சாகப் போவதில்லை. உனக்கேன் அந்தச் சந்தேகமெல்லாம், பாப்பா?"

உடனே சில அடிகள் பீரிட்டு வருகின்றன.

எல்லோரும் ஓர்குலம், எல்லோரும் ஓரினம் எல்லோரும் ஓர்நிறை
எல்லோரும் ஓர்விலை எல்லோரும் இந்நாட்டு மன்னர். நாம்
எல்லோரும் இந்நாட்டு மன்னர் – ஆம்
எல்லோரும் இந்நாட்டு மன்னர்!

பூமாலையுடன் குதித்துக் கும்மாளமிடும் கணவரையும் பெண்களையும் அங்கு வரும் செல்லம்மாள் பார்க்கிறாள்.

அவள் கவலை அவளுக்கு...

தாட்பத்திரி புடவை வந்திருக்கிறது. குழந்தைக்குக் கொடுக்க வந்துவிட்டது. அப்போதைக்குப் பத்து ரூபாயே கொடுத்திருக்கிறாள். ஒவ்வொரு மாதமும் பொருளாதாரம் ஏற்றம் காண முடியாமல் இறக்கமாகவே குழி பறிக்கிறது. ஒவ்வொருவரிடமும் கடன் சொல்வதே அவளுக்குப் பிழைப்பாக இருக்கிறது.

எல்லோரும் இந்நாட்டு மன்னர் என்று குதிக்கிறாரே!

இப்படித்தான் நிழலும் வெயிலுமாக நாட்கள் ஓடுகின்றன. தங்கம்மாளும் மாப்பிள்ளையும் ஊருக்குச் செல்கின்றனர்.

அன்று அலுவலகத்திலிருந்து வரும்போதே பரபரப்பாக வருகிறார்.

"செல்லம்மா! சரளா தேவி வந்திருக்கிறார். இங்கு பாரதஸ்திரீ மகாமண்டல் சபை ஆரம்பிக்கப்போகிறார். உன்னையும் பாப்பாவையும் கூட்டிக்கொண்டு வருகிறேன் என்றேன். நீயும் சபையில் மெம்பர் ஆகணும்!"

காலையில் ஒரு பொங்கல் பொங்கிக் குழம்பு வைத்து, உழக்கு எண்ணெய் வாங்கி வரச்செய்து இரண்டு வற்றல் வடகம் பொரித்திருக்கிறாள்.

பசியாறிய பின் எல்லோருமாக டிராம் வீதிசென்று டிராம் ஏறி மண்ணடியில் சென்று இறங்குகின்றனர். கோவிந்தப்ப நாயக்கன் தெரு செளந்தர்ய மகாலில் கூட்டம். அங்கே இவர்களை விட்டுவிட்டு, பாரதி எரபாலு செட்டித்தெரு அலுவலகம் செல்வதாகத் திட்டம்.

சரளா தேவி மிகவும் மகிழ்ச்சியுடன் பாரதி குடும்பத்தினரை வரவேற்கிறாள்.

சென்னை ராச்சிய முழுவதும் பாரத ஸ்திரீ மகாமண்டல் கிளைகளை ஸ்தாபிக்க வேண்டுமாம்.

"நீங்கள் முன்பே இவர்களை அழைத்து வந்தது மிக நல்லதாயிற்று. நான் ஒரு பாடல் இயற்றியுள்ளேன். இவர்களும் பாடுவார்கள் இல்லையா?"

சரளா தேவியும் பாரதியும் இந்துஸ்தானியில் பேசு கிறார்கள். அவர் பிறகு எல்லாவற்றையும் செல்லம்மாளுக்குச் சொல்கிறார். பின்னர் மாலை கூட்டத்துக்கு வருவதாக விடை பெறுகிறார்.

பட்டு, தங்கம் முதலிய எந்த ஆடம்பரமுமின்றி, எளிய கைத்தறிச்சேலை அணிந்திருக்கும் பெண்களே அங்கு இருக்கின்றனர்.

சரளா தேவி சொல்லும் பாட்டைப் பாப்பா தமிழில் எழுதிக்கொள்கிறாள். பிறகு பாடிப் பயில்கின்றனர்.

அதீத கௌரவ வாஹினி மேரி வாணி
காவோ அஜ ஹிந்துஸ்தான்!
மஹா ஸபா உன் மாதினி மேரி வாணி –
காவோ அஜ ஹிந்துஸ்தான்!
வங்க விஹார அயோத்யா உத்சல
மத்ரஸ மராட்ட கூர்ஜர நேபல
பாஞ்சல ரா ஜபுதரன்
ஹிந்து பார் ஸீன ஜன இசாகி
ஸீக் முஸல்மான்
காவோ ஸகல கண்ட ஸகல பாஷ.
நமோ ஹிந்துஸ்தான். ஹரிஹர ஜய ஹிந்துஸ்தான்
ஸத்ஸ்ரீ அகால ஹிந்துஸ்தான் –
அல்லாஹோ அக்பர் ஹிந்துஸ்தான்...

நாட்டின் ஒன்றுபட்ட குரலை இசைக்கும் இப்பாடலைச் சரளா தேவி பயிற்றுவிக்க, பாப்பாவும் செல்லம்மாளும் இன்னும் அங்கு வந்திருக்கும் சில பெண்களும் இசைக்கின்றனர்.

மூன்று மணிக்குக் கூட்டம் துவங்குவதற்கு முன் டாக்டர் முத்துலட்சுமி ரெட்டி, பண்டிதை விசாலாட்சி, மங்களாம்பிகை ஆகிய முக்கியமான பெண்கள் அனைவரும் வந்துவிடுகின்றனர். பாரதியும் இக்கூட்டத்துக்கு வருவது கண்டு மிகுந்த மகிழ்ச்சி யுடன் அப்பெண்கள் வரவேற்கின்றனர்.

"பாரதி! ஆன்ட்ரூஸின் அறிக்கை வெளியானதும், நமது பெண் தொழிலாளர்கள் ஃபிஜித் தீவில் படும் துன்பங்களை ஒரு பாட்டில் இசைத்திருக்கிறீரே, நாங்கள் அதைப் பாடிப்பாடி எல்லா இடங்களிலும் செய்தியை உரைத்தோம். கேட்டுக்

கண்ணீர் உகுக்காதவர் இல்லை. சரோஜினி நாயுடுவும் காந்தியும்கூட இப்பாடலைக் கேட்டு உருகினார்கள்...” என்று மங்களாம்பிகை தெரிவிக்கிறாள்.

விசாலாட்சி அம்மையோ, “பாரதி! நீங்கள் சென்னைக்கு வந்துவிட்டதை இத்தனை நாள் அறியவில்லை நான். எனது நூல்களைத் தாங்கள் படித்துக் கருத்துரைக்க வேண்டும். அனுப்பிவைக்கிறேன்” என்று தெரிவிக்கிறார்.

பின்னர் பாரத ஸ்திரீ மஹாமண்டல் என்ற அமைப்பு, பெண் விடுதலையைக் குறிக்கோளாகக் கொண்டு செயல் படுவதாகத் திட்டங்களை விளக்கிச் சரளா தேவி உரையாற்ற, அந்த உரையை, மங்களாம்பிகை தமிழாக்கம் செய்கிறார். எல்லோரும் பேசியபிறகு பாப்பா, லியூசின்னின் பாடலான பாரதியின் மொழிபெயர்ப்பைப் பாடுகிறாள்.

விடுதலைக்கு மகளிரெல்லாம் வேட்கை கொண்டனம் –
வெல்லுவமென்றே திடமனத்தின் மதுக்கிண்ணமீது
சேர்ந்து நாம்பிரதிக்கினை செய்வோம்...

கூட்டம் முடிந்து, சுதேசமித்திரனுக்குக் கட்டுரைக் குறிப்புக்களுடன் பாரதி மனைவி மகளை அழைத்துக்கொண்டு வீடு திரும்புகிறார்.

இப்போதெல்லாம் நாள்தோறும் பழமும் தேங்காயும் வாங்கிக் காலையில் பார்த்தசாரதி கோயிலுக்குச் சென்று யானைக்குக் கொடுக்கிறார்.

முன்பக்கம் நுழைந்து, பின்னர் நரசிம்மசுவாமி சந்நிதி வழியாக அருகில் இருக்கும் வீட்டுக்கு இவர் திரும்புகிறார்.

நரசிம்மர் சந்நிதியில் உளம் உருக நின்று தொழுவதை மெய்ப்புக்காகக் கும்பிட்டுச் செல்வர் இடையில் வித்தியாசமாக பட்டாசாரியர் பார்த்து, இவருக்கு மெய்த்தொண்டருக்குரிய எல்லா உபசாரங்களையும் பட்டர் செய்வது வழக்கமாகிறது.

கன்னத்தில் பளார் பளாரென்று அறைந்துகொண்டு “எம்பெருமானே! தீயஇரணியனை மாலையாகப் பிளந்து வதம் செய்த நரஹிம்ஹ மூர்த்தியே! எனது தீய பழக்கங்கள், கல்மிஷங்கள் ஆகிய இரணியனைச் சம்ஹரித்து என்னுள் பிரஹலாதனாகிய அமிர்தத்துவத்தை நிலைநிறுத்துங்கள்!” என்று உளம்உருகித் தொழும் காட்சிகண்ட பட்டர் அன்று –

வைணவ சம்பிரதாயம் ஒன்று குறையாமல் சடாரி சாற்றித்திருத்துழாய் தீர்த்தப்பிரசாதங்கள் வழங்கிவிட்டு, “ஸ்வாமிகளே! நரசிம்மர் மீதில் தாங்கள் ஒரு காவியம் இயற்ற வேண்டும்!” என்று விண்ணப்பம் செய்கிறார்.

பாரதிக்கு அப்போதே சில சொற்கள் உதயமாகின்றன.

ஓம் நமோ நாராயணாய... ஓம் நமோ நாராயணாய... ஓம் நமோ நாராயணாய...

இந்த நாமத்தில் உள்ளமும் சிந்தையும் அறிவும் ஒன்றாகின்றன.

அமிர்தம்... இறவாமை.

ஆடி பிறந்து பத்துப் பதினைந்து தேதிகளாகிவிட்டன. ஈரோட்டுக்கருகில் கருங்கல் பாளையத்தில் தங்கப்பெருமாள் என்ற நண்பன் இவரை வாசகசாலையின் ஆண்டு விழாவில் சொற்பொழிவாற்றக் கூப்பிடுகிறான்.

போய்விட்டுவந்து ஈரோடு யாத்திரை என்ற கட்டுரை எழுதுகிறார்.

வெளியூர்ச் சொற்பொழிவுகளிலெல்லாம், அமரத்துவம் என்ற பொருளே முதன்மை பெறுகிறது.

நீலகண்ட பிரும்மசாரிக்குப் பதினெட்டு ரூபாய் சம்பளம் பேசி, எழுத்து வேலைக்கு அமர்த்திக் கொண்டிருக்கிறாரே ஒழிய, எதுவுமே நூல்பிடித்தவரை முறையில் இல்லை.

சம்பளம் வந்து செலவழிப்பதைப் பற்றிய திட்டம் என்றுமே கிடையாது. இவருக்கே பல நாட்களிலும் டிராமுக்குக் காசு இருப்பதில்லை. அலுவலகத்தில், நாயக்கரோ, நடேசய்யரோ இவர் வயிறு வாடாமல் பார்த்துக்கொள்வார்கள். நீலகண்டனால் என்ன செய்ய முடியும்?

நீலகண்டன் 'ஐஸ்ஹவுஸு'க்கு அருகில் வெங்கடரங்கம் பிள்ளைத் தெருவில் ஒரு மாடியில் அறை வைத்துக் கொண்டிருக்கிறான். சாப்பாட்டுக்கு ஒரு வழியும் காணவில்லை. இரண்டு நாட்களாகக் கையில் காசில்லை. எத்தனையோ இடங்களில் ஏறி இறங்கியும் இந்தப் புரட்சிக்காரனுக்கு வேலை கொடுப்பாரும் எவருமில்லை.

பாப்பா பள்ளிக் கூடத்துக்குக் கிளம்பும் நேரத்தில் திடுமென்று வருகிறான்.

"பாப்பா! அப்பா இல்லை?"

"ஆபீசுக்குப் போயிட்டாரே, மாமா?"

"பாப்பா, என்னிடம் காசெதுவும் இல்லை உங்கப்பாவிடம் உதவி கேட்கலாமென்று வந்தேனே..?"

பன்னிரண்டாண்டுச் சிறுமிக்கு, பாரதியின் மகளுக்கு நெஞ்சு கசிகிறது. தனது சிலேட்டுக்குச்சி, பென்சில் வைத்திருக்கும் தகரப் பெட்டியில் பொக்கிஷமாக வைத்திருக்கும் இரண்டணாவையே எடுத்துக் கொடுக்கிறாள்.

"குழந்தை..."

நாத்தழுதழுக்கிறது நீலகண்டனுக்கு.

"இந்த நாட்டில் இப்படி ஒரு நிலை வந்திருக்கிறது. பார்த்தாயா? உன் காசை வாங்கிப் போகும் பாவியாக இருக்கிறேனே?..."

பாரதி அன்று கடற்கரையோரமாக நண்பர்களிடம் பேசிக் கொண்டே வீடு திரும்புகையில் வெகு நேரமாகியிருக்கிறது. பாப்பா சாப்பிட்டுவிட்டுத் தூங்கிவிடுகிறாள்.

செல்லம்மா இவருக்கென்று இரண்டு தோசை வார்த்து சிறிது ஊறுகாயும் எடுத்து வைக்கிறாள். குவளை, 'பொலிக பொலிக' என்று பாடிக்கொண்டு வருகிறார்.

நீலகண்டர் திடுதிப்பென்று வருகிறார்.

பாரதி முற்றத்து இருட்டில் முகபாவம் புரிந்துகொள்ள வில்லை.

"வாப்பா நீலகண்டா! உன்னைத்தான் நினைத்தேன்! நாம் பிரஹ்லாத காவியம் ஒன்று எழுதப் போகிறோம். உனக்கு வேலை இருக்கிறது!"

"பாரதி! இந்த வேலை எதுவும் புண்ணியமில்லை. பணம் குவித்துக்கொண்டு ஒரு பக்கம் வெள்ளியும் தங்கமும் பங்களாவு மாக ஆடம்பர வாழ்வு வாழ்கின்றனர். இன்னொரு புறம் நாம் நித்திய ஜீவனத்துக்கு வழியில்லாமல் பசியும் பட்டினியுமாகத் தவிக்கிறோம். ஒரு வழிதான் இருக்கிறது. ஒரு துப்பாக்கி. அதை எடுத்துச் சென்று மயிலாப்பூர் பணக்காரர் முன் நீட்டி, பணம் கொடுக்கிறீரா, சுட்டுவிடட்டுமா என்று கேட்கப்போகிறேன், பாரதி! இந்த நாட்டில் வேலையுமில்லை, ஜீவனுமில்லை என்ற இந்த நிலைக்கு முடிவு கட்ட வேண்டும்!"

பாரதி பொட்டில் அடிபட்டாற்போல் அதிர்ச்சியுறுகிறார்.

நீலகண்டன்... எப்படி இருப்பவன், வற்றலாகிப் போனான்? இத்தகைய சுத்த வீரன் பசியால் வாடலாமா? எந்த உயிரும் இந்நாட்டில் பசியில் வாடலாகுமா? எதனாலே இந்நிலை? ஒருவன் வாழ ஒருவன் பட்டினி கிடப்பது எதனாலே?

பொன்னு முருகேசம் பிள்ளை வீட்டில் படியளக்கும் காட்சிகள் கண்முன் தோன்றுகின்றன. கனியும் கிழங்கும் தானியங்களுமாகக் குவிக்கும் மக்கள்... நாடு... திருநெல்வேலிப் பாலத்தருகே, மனிதர் நோக மனிதர் பார்க்கும் வழக்கமினி யுண்டோ என்று பாடியது நினைவில் தோன்றுகிறது.

உடமையாவது கனவு –

மானம் குலம் கல்வி வண்மை அறிவுடைமை
தானம் தவம் முயற்சி தாளாண்மை – தேனின்
கசிவந்த சொல்லியற் மேற் காமுறுதல் பத்தும்
பசிவந்திடப் பறந்து போம்...

அத்தகைய கொடிய பசி...

நிலமும் நீரும் மனிதர்கள் எல்லோருக்கும் பொதுவான சொத்தாக இல்லாதவரையிலும் எந்த விதத்திலும் மனிதர்கள் மிருகங்களை விடவும் மோசமாகவே நடந்துகொள்வர்.

வரப்போகும் யுகம் என்ற கட்டுரையில் அவரே எழுதினார்.

“செல்லம்மா...”

நீலகண்டருக்கும் தோசையைப் பகிர்ந்து கொடுக்கலாம் அவர் – பின்னர் நாளை! இதுபோல் எத்தனையோ பசித்த வயிறுகள் கொந்தளிக்குமே? சீச்சீ! இந்தப் பாரத நாட்டிலா இந்த அவலம்?

குவளை இதற்குள் எங்கிருந்தோ ஐந்து ரூபாய் தேடிக் கொண்டுவருகிறார்.

“நீலகண்டா! இதை இப்போது வைத்துக்கொள். நமக்குச் சீக்கிரமே காலம் வரும். பாரத அன்னை சுதந்திரமடையும் நாள் தொலைவில் இல்லை. நாம் ஒரு புதிய விதி செய்வோம்! போய் வா!”

நீலகண்டன் போய்விடுகிறான்.

ஆனால் பாரதியின் உள்ளத்தில் அலைகள் பொங்குகின்றன.

துப்பாக்கியை முன் நீட்டிப் பணம் கொடுக்கிறாயா, சுட்டுவிடட்டுமா என்று கேட்டானே. அது நியாயமன்றோ? தமிழ் மறையோன் திருவள்ளுவன் என்ன சொன்னான்?

இரந்தும் உயிர் வாழல் வேண்டின் பரந்து கெடுக உலகியற்றியான் என்றான்!

பொருளைச் சேமித்து வைப்பவன், புத்தியில்லாதவன். பொருளைச் சேர்த்து வைப்பவன் தனது நாசத்துக்குத் தானே

காரணமாகிறான், பிறருக்குப் பயன்படாத இந்தச் சேமிப்பினால், யாரும் பயன் அடைவதில்லை. அவன் பாவி! இது ருக்கு வேதமுரைக்கும் உண்மையன்றோ?

கீதையின் சாரமும் அதுவே... தம்பொருட்டென்று மாத்திரமே, உணவு சமைப்பவர், பாவிகள், பாவத்தை உண்ணுகிறார்களென்று.

தன்னுயிர் போல் மன்னுயிர் பேணாதவன் நாடு... அழியும். தேவி பராசக்தி மாகாளி ருசிய நாட்டில் கடைக்கண் வைத்தாள் என்று பாடினோம். ஜார் மன்னன் ஒழிந்தான். குளிரில் விரைத்துப் பசியில் துடித்த மக்கள் அவனது வீழ்ச்சிக்கு குழிபறித்தனர். காடெல்லாம் விறகாயிற்று! பசியில்லை, பட்டினியில்லை! எங்கள் பூமி, எங்கள் தேசம்!

தேவி பராசக்தியாணை... என்று துரெளபதை கூந்தல் விரித்தாள். நாய்மகனாந் துரியோதனன் தன்னைத் தொடையைப் பிளந்துயிர் மாய்ப்பேன். தம்பியின் கடைபட்ட தோள்களைப் பிய்பேன், அங்கு கள்ளென ஊறுமிரத்தம் குடிப்பேன் என்று வீமன் சபதம் செய்தான். சூளுரை ஏன் பிறந்தது? அப்படி ஒரு தகர்வுக்குக் காரணம் என்ன?

பனிமூடிக் கிடக்கும் குளிர்ப் பிரதேசத்தில், தகர்வு வருமாயின், வானவனின் அன்பிலே மூழ்கி நாளும் நாளும் பராசக்தி விந்தை புரியும் களமாக இருக்கும் பரந்த பாரத பூமியிலே, தனி ஒருவன் உணவில்லை என்று சொல்லிக் கொண்டு பிச்சை எடுப்பதா? மனிதர் நோக மனிதர் பார்ப்பதா?

இது பாரதத்திரு நாடு மட்டுமில்லை. பாரத சமுதாயமாக வாழ வேண்டும்?

பாரத சமுதாயம் வாழ்கவே; ஜய ஜய ஜய
பாரத சமுதாயம் வாழ்கவே!
முப்பது கோடி ஜனங்களின் சங்கம்
முழுமைக்கும் பொது உடமை
ஒப்பில்லாத சமுதாயம் இந்த
உலகத்துக்கொரு புதுமை...
முழுமைக்கும் பொது உடமை
முழுமைக்கும் பொது உடமை

செல்லம்மா தலையைத் தூக்கிப் பார்க்கிறாள்.

இவர் குறுக்கும் நெடுக்கும் பாடிக்கொண்டு கைகளை வீசிக்கொண்டும் நடக்கிறார்.

மனிதருணவை மனிதர் பறிக்கும்
வழக்கமினியுண்டோ?

மனிதர் நோக மனிதர் பார்க்கும்
வாழ்க் கையினியுண்டோ ? – புலனில்
வாழ்க் கையினியுண்டோ – நம்மிலந்த
வாழ்க்கையினியுண்டோ
இனிய பொழில்கள் நெடிய வயல்கள்
எண்ணரும் பெருநாடு
கனியுங் கிழங்குந் தானியங்களும்
கணக்கின்றித் தரு நாடு – இது
கணக்கின்றித் தரு நாடு – நித்த நித்தம்
கணக்கின்றித் தரு நாடு – வாழ்க (பாரத)
இனியொரு விதி செய்வோம் – அதை
எந்த நாளும் காப்போம்
தனியொருவனுக் குணவில்லை யெனில்
ஜகத்தினை யழித்திடுவோம் – வாழ்க
எல்லா உயிர்களிலும் நானே யிருக்கிறேன்
என்றுரைத் தான் கண்ண பெருமான்
எல்லோரும் மரநிலை யெய்து முறையை
இந்தியா உலகிற் களிக்கும் – ஆம்
இந்தியா உலகிற் களிக்கும் – ஆம் ஆம்
இந்தியா உலகிற் களிக்கும் – (பாரத)
எல்லோரு மோர் குலம் எல்லோரும் ஓரினம்
எல்லோரு மிந்தியா மக்கள்
எல்லோரும் ஓர் நிறை எல்லோரும் ஓர் விலை
எல்லோரும் இந் நாட்டு மன்னர் – நாம்
எல்லோரும் இந்நாட்டு மன்னர் – ஆம்
எல்லோரும் இந்நாட்டு மன்னர் – வாழ்க (பாரத)

பாரதி செல்லம்மா

58

"இன்னிக்குச் சுப்பிரமணிய பாரதி பேசறாராமே?"

"இன்னிக்கு அல்லா பண்டிகையாச்சே ஓய்? அந்தக் கூட்டந்தான் வரது!"

"சத்யமூர்த்தி பேசறார்னு சொல்லி நோட்டீஸ் குடுத்தாளாம்... எதுவானாலும் உக்காந்து கேட்டுட்டுப் போறது?"

கூட்டம் கடற்கரையில் மொய்த்திருக்கிறது.

பாரதியும் சத்தியமூர்த்தியும் வருகின்றனர். கடற்கரையில் ஆனந்தமாக இருக்கிறது. காஸ் விளக்குகளின் வெளிச்சத்தில் பாரதி மேடைமீது ஏறுவதை அனைவரும் பார்க்கின்றனர்.

அவர் கணீரென்று பாடத் தொடங்குகிறார்.

அல்லா அல்லா அல்லா
பல்லாயிரம் பல்லாயிரம் கோடி
கோடியண்டங்கள்
எல்லாத் திசையிலுமோர் எல்லையில்லா
வெள்ளி வானிலே
நில்லாது சுழன்றோட நிலமஞ் செய்தருள்
நாயகன்
சொல்லாலு மனத்தாலும் தொடரொணாத
பெருஞ்சோதி
அல்லா அல்லா...

தேன்கண்ட இடத்துக்குப் பறந்து வரும் ஈக்கள் போல் கூட்டத்தில் அல்லா பண்டிகைக் கூட்டமும் நெருங்கித் தள்ள வருகின்றனர்.

கூட்டம் கண்டதும் சத்யமூர்த்தி பேசத் தொடங்குகிறார்.

கடற்கரைக் கூட்டங்கள், பேச்சாளர்களுக்குப் பயிற்சி மேடை; கேட்பவர்களுக்குக் கட்டணமில்லா அரங்கு. சுயராச்சியம், காந்தியின் சுற்றுப் பிரயாணம், திலகர் நிதி ஆகிய விஷயங்கள் மேடையேறுகின்றன.

கூட்டம் பாரதியின் பாடலுக்காகவே கூடியிருக்கிறது என்பதை மறந்துபோன சத்யமூர்த்தி நெடுநேரம் பேசிவிட்டு, "நீங்கள் வழக்கமாகக் கேட்கும் பாரதியார் நாளைக்குப் பேசுவார். இன்று கூட்டம் கலையலாம்" என்று கூறிவிட்டு விடுவிடென்று செல்கிறார். அவருடன் வந்த சில நண்பர்களும் போகின்றனர். ஆனால் கூட்டம் கலையுமோ?

பாரதி மேடையில் ஏறுகிறார். அவமானமா, அறியாமையா?

முகமதியர் பண்டிகையில் இதற்கு மேல் தேசீயம் பேசக் கூடாதென்று போனாரா?

பாரதி அழகாக விளக்கம் கொடுக்கிறார்.

இந்த நாடு நமது நாடு. எத்தனை நதிகள், மலைகள்! இங்கிலாந்து நாட்டிலே வருடம் முழுவதும் பயிருண்டா? இல்லை. நமது நாட்டில் பூமித்தாய் நித்த நித்தம் பசுமை குலுங்கி, மக்களைச் சீராட்டுகிறாள், நமது பசுக்கள் பாலைப் பொழிகின்றன. இந்த நாட்டில் மக்கள் பசியால்வாடலாமா? ஒருவர் பசியால்வாட மற்றவர் பார்க்கலாமா? இங்கு இந்து பார்கி, சீக்முஸ்லிம், எல்லா மதத்தினரும் இந்தியர்; எல்லா மொழியினரும் இந்தியர். உழைப்பு, விளைவு, பங்கீடு என்று இந்திய மக்கள் பொது விதி செய்து வாழ்வோம். சண்டை சச்சரவில்லாத அமர வாழ்வு இந்த அமரநிலையையே இந்தியத் தத்துவ நூல்கள் சொல்கின்றன.

உலக முழுமைக்கும் போரில்லை. மரணமில்லை, பசி யில்லை பட்டினியில்லை என்ற தத்துவத்தை இசைப்போம்!

இறுதியில் பாரத சமுதாயத்தைப் பாடுகிறார்.

கடலலைகளும்கூட இந்த முழக்கத்தைக் கேட்கச் சிறிது நேரம் அமைதியாயிருக்கின்றன. ஒரு மகாகவிஞனின் இந்தத் தத்துவத்தை நாற்புறமும் கொண்டுசெல்வேன் என்று காற்று செவியருகில் உராய்ந்துகொண்டு செல்கிறது.

பாட்டு ஓய்ந்த பின்னரும் மக்களுக்கு எழுந்திருக்கத் தோன்றவில்லை.

மணி பதினொன்று.

சர்க்கரை செட்டியாரும் சின்னசாமியும் சடகோபனும், ஹரிஹரசர்மாவும் புடைசூழ பாரதி வீடு திரும்புகிறார்.

பாப்பா உறங்கிவிட்டாள்.

செல்லம்மா கதவைத் திறக்கிறாள். நண்பர்கள் விடை பெற்றுச் செல்கின்றனர்.

“இவ்வளவு நாழியாச்சேன்னு பயமாயிருந்தது ...”

“போடி பைத்தியமே! அச்சத்தை ஒழிக்க வேணும். நான் அதை ஒழித்துத்தான் அமரத்துவம் கேட்கிறேன். செல்லம்மா! கூட்டங்களுக்கெல்லாம் நீயும் வந்தால் எவ்வளவு நன்றாக இருக்கும்? காந்தியுடன் கஸ்தூரிபா காந்தி வருகிறாள். அலி சகோதரர்களுடன் தாயும் சகோதரியும்கூட வருகிறாளாம்! நமது ராச்சியத்தில் சரிசமானமாகப் பெண்களும் அச்சத்தை ஒழித்து ராஜ்யகாரியங்களுக்கு முன் வரவேணும்...

செல்லம்மா எதுவும் மறுமொழி கூறவில்லை.

ஒத்துழையாமை இயக்கமும் விதேசிய பகிஷ்காரமும், சட்டசபை மறியலும், இலாஃபத் இயக்கமும் பாரத நாட்டை வேள்விக்களமாக்கிவிடுகிறது. பட்டாணியனைக் கடன்காரனாகவே பார்த்திருக்கும் நினைப்பு மாற நாட்டை அலி சகோதரர்களைத் தரிசிக்க வேண்டும். காந்தியிடம் தம் பஞ்சகத்தைப் பாட வேண்டும் என்று ஆசைப்படுகிறார். கவி தாகூர் மதுரை வந்துபோது பார்க்க விரும்பினார். எனது பாட்டுக்களும் சோடை இல்லை என்று பாடி, அந்தக் கவிஞருக்குத் தான் சமமான மதிப்பைப் பெற வேண்டும் என்று குழந்தைபோல் ஆசைப்பட்டாரே, அவ்விதமே இதுவும் நிறைவேறுவதாகத் தோன்றவில்லை.

காலையில் நரசிம்ம சுவாமியைத் தரிசனம் செய்துவிட்டுப் பழம் தேங்காயுடன் உள்ளே யானை கட்டியிருக்கும் இடத்துக்குச் செல்கிறார்.

வழக்கம்போல் அதன் அதன் துதிக்கையைத் தடவி நண்பா என்று அளவளாவுவாரே? இன்று அதற்கு மதம் பிடித்திருப்பதாகக் கருதிய பாகன், சங்கிலி போட்டுக் கால்களைப் பிணித்திருக்கிறான்.

இவர் அதைக் கவனிக்கவில்லை. துதிக்கையைத் தடவிப் பழம் கொடுக்க வந்தவரை மின்னல் வேகத்தில் வளைத்துக் கீழே தள்ளிவிடுகிறது.

கற்புரையில் தலை மோத, யானையின் கால்களுக்கிடையில் வீழ்ந்துவிடுகிறார்.

கோயிலுக்குச் செல்லும்போதும் கழற்றாத தலைப்பாகை, பாதுகாக்கிறது.

முகத்தில் தந்தம் குத்தி இரத்தம் கசந்து, பூமித் தாய்க்கு ஆரத்தித் திலகம் இடுகிறது. அவர் விழுந்துவிட்டதை அறிந்து அதிர்ந்தாற்போல் யானை அப்படியே நிற்கிறது. பார்த்த மக்களோ, யானையின் எல்லைக்கு உள்ளே சென்று அவரை மீட்கத் துணிவற்று ஓடுகின்றனர்.

"ஆனை அடிச்சுடுத்து! ஆனை அவரை அடிச்சுடுத்து..!

இந்த ஓலக்குரல் மடைப்பள்ளியில் இருக்கும் குவளை கிருஷ்ணமாசாரியைத் தள்ளி வருகிறது. ஓடிவருகிறார்.

"யாரோ என்று நினைத்தேனே! அப்பனே! நீயா?"

அவருக்கு அச்சமுமில்லை, தயக்கமுமில்லை. பாய்ந்து சென்று யானையின் காலடியில் இருந்து பாரதியை மீட்கிறார்.

"நண்பா! உன்னையா நான் வீழ்த்தினேன்! என்னை மன்னித்துவிடு நண்பா?" இறைஞ்சுவது போல் யானை சிலையாக நிற்கிறது.

குவளை தம் வேட்டி துணியைக் கிழித்து, புருவத்தில் உதட்டில் பட்டிருக்கும் இரத்தக் காயத்தைத் துடைக்கிறார். கோயில் வாயில் வீட்டில் மண்டபம் குடும்பத்தாருக்கு உடனே செய்தி பறந்து விடுகிறது.

ரங்காள் பள்ளிக்குக் கிளம்பும் சகுந்தலாவிடம் ஓடிச் செல்கிறாள்.

"சகுந்தா! அப்பாவை ஆனை அடிச்சுருத்துடீ..! சகுந்தா?... எல்லோருமா அவரை வண்டியில் ஆஸ்பத்திரிக்குக் கொண்டு போறா!"

சகுந்தலா ரங்காவுடன் கோயில் வாசலுக்கு ஓடிவருகிறாள். செல்லம்மாவோ, செய்வதறியாது திகைக்கிறாள். உன் புருஷன் தலையைக் கொடுக்க வேண்டி வந்தால், நீ சென்று இயக்கத்தை நடத்த வேண்டும் என்று வீரமூட்டிய கணவர். அவருக்கு என்ன நேர்ந்ததோ? பார்த்தசாரதி! ஒன்றுமில்லாமல் போகட்டும்!...

கண்களில் நீர்மல்க நிற்கிறாள்.

விக்டோரியா ஹாஸ்டலில் ரத்னசாமி இருக்கிறான். டாக்டருக்குப் படிக்கிறான். சகுந்தலாவும் ரங்காவும் ஓடிச் சென்று, விடுதியில் ரத்னசாமியைத் தேடிப் பிடிக்கின்றனர். ஜனரல் ஆஸ்பத்திரிக்குத்தான் அவரைக் கொண்டு சென்றிருப் பார்கள் என்றெண்ணி, சகுந்தலாவை வீட்டுக்கனுப்பிவிட்டு அவன் ஆஸ்பத்திரிக்குச் செல்கிறான்.

ராயப்பேட்டை ஆஸ்பத்திரிக்குச் சென்று, அதிகமாகப் பட்டிராத காயங்களுக்குச் சிகிச்சை செய்து, வீட்டுக்குக் கொண்டு வருகிறார்கள்.

செல்லம்மாள் கண்ணீர் துளும்ப, பார்த்தசாரதிப் பெருமானையும் வேங்கடாசலபதியையும் துதிக்கிறாள்.

“கண்ணா, என் ஆருயிர்த் தோழா, சேவகா, என் குருவே, என் அரசே, நீயே என்னைக் காத்தாய்!”

குவளையைப் பார்க்கும் பார்வையில் கண்ணீர் மல்குகிறது. குவளை தம் மேல் வஸ்திரத்தால் கண்களைத் துடைக்கிறார்.

“ஆகாரம் கொடுங்களம்மா! தயிரன்னம் கொடுங்கள்...” என்று, அருகிருந்து வாங்கி அவருக்குச் செலுத்துகிறார்.

“யானை அறியாமல் தள்ளிவிட்டது... பின்னர், பரம நண்பனைத் தள்ளிவிட்டோமே என்று அசையாமல் நின்று விட்டதம்மா!...”

குவளை அதிசயிக்கிறார். “சரியாப் போயிடும்...” என்று ஆசுவாசப்படுத்துகிறார்.

பாரதியின் உள்ளத்தில் அந்த அன்பும் கருணையும் ஞானக்கேணியின் மனற்றுகளைத் தொட்டுவிடுகின்றன. உலகெங்கும் உயிர்ச் சமுதாயத்துக்கு ஏற்றம் கொடுக்கும் ஞானிகளை, அறிஞர்களை வாழ்த்திப் பாடுகிறார். தொலைப்பேன் கொடுங்கோன்மையை என்று புதுயுகம் படைத்த ருஷியத் தலைவர்களுக்கு, நிலைப் பேரானந்தமுற என்றாளும் உயிரை மண் மீசை நிறுத்துவேன் என்று புதிய அறிவு கண்ட ஜகதீச சந்திரவசுவுக்கு, மரணபயத்தை ஒழிப்பேன் என்ற மதுமதலிக்குச் சரணம் அல்லா ஒன்றே என்ற சவுக்கத்தலிக்கு வாழ்த்துகளைக் கூறிப் பாடலிசைக்கிறார்.

குவளை, காலையிலும் இரவிலும் வராமலிருப்பதில்லை.

ஐயர் தேசபக்தனில் ஆசிரியராக இருக்கிறாரே?

“பாரதி! விஷயம் கேள்விப்பட்டேன் . . . நீங்கள் அமரரல்லவா? துன்பம் உம்மை அண்டாது . . .” என்று மகிழ்ச்சியுடன் அளவளாவுகிறார்.

“ஐயரே. காளிகோயில் யானை என்று சுதேசமித்திரன் அனுபந்தத்துக்கு எழுதியிருக்கிறேன். இந்தச் சம்பவம், மனிதர்களைக் காட்டிலும் பிராணிகளிடம் இருக்கும் பண்பாட்டைக் காட்டுகிறது...”

ஐயர் சிரிக்கிறார். “பாரதி, உமது புகைப்படம் ஒன்று எடுக்க வேண்டும். மத்தியான்னம் போட்டோகிராஃபரைக் கூட்டி வரேனே?”

“வாரும்...”

முற்றத்தில் நாற்காலியைப் போட்டு, உட்காரச் சொல்லி, அந்த இளைஞன் படமெடுக்கிறான். படம் மிக இயற்கையாக விழுந்திருப்பது கண்டு மகிழ்ச்சியடைகிறார்.

மனம் உற்சாகமாகவே இருந்தாலும், யானை தள்ளிய பிறகு ஓர் உள்பலவீனம் உடலைச் சோர்வடையச் செய்யாமல் இல்லை. மீசையை முறுக்கிக்கொண்டு, அடியைப் பலமாக வைத்துப் பாடும் வேகம் வரவில்லை, மார்பை முன்னுக்குத் தள்ளிக்கொண்டு, கொட்டடா... கொட்டடா... ஜயபேரிகை கொட்டடா என்று முழங்கிக்கொண்டு நடப்பாரே, அந்த உறுதியில் தொய்வு காண்கிறது.

உடல் அயர்வை வெல்வதற்கு, அமரத்துவம் காண்பேன் என்று உள்ளத்தோடு ஒன்றிப்போகிறார்.

மீண்டும் அலுவலகம் செல்கிறார். கோட்டு தலைப்பாகை யுடன் தேங்காய் பழம் வாங்கிக்கொண்டு யானையிடம் செல்கிறார்; பழம் கொடுக்கிறார்.

யானையிடம் போக வேண்டாம் என்று சொல்லச் செல்லம்மாளுக்குத் துணிவு இல்லை. இரணியன்–பிரகலாத காவியம் சொல்லோவியமாகிறது.

அலுவலகத்துக்குச் செல்லும் போதும், திரும்பி வரும் போதும், பழைய பரபரப்பும் மிடுக்கும், ஆழ்ந்த சிந்தனைக்கும் அமைதிக்கும் இடம் கொடுத்திருப்பதைச் செல்லம்மா கவனிக்காமலில்லை.

அலுவலகத்தில் எழுதிக்கொண்டிருக்கும் போதே ஆயாசம் உண்டாகிறது. முகத்தில் பழைய செம்மாந்த ஒளி மாறிச் சோகையாக வெளிறிப்போகிறது.

கவி இரவீந்தரின் ஐரோப்பியப் பயணம் பற்றிய கட்டுரைகளை மொழிபெயர்த்தலை, அன்றையப் பொழுதுக்கு முடித்துவிட்டு வீடு திரும்புகிறார்.

"செல்லம்மா! எனக்கு இரவு சாப்பாடு வேண்டாம். வயிறு சரியில்லை..."

களைப்பாக வந்து அமருகிறார்.

"பாரதி இருக்காரா?..."

"வாங்கோ, அப்பா ஆபீசிலிருந்து வந்துவிட்டார். இருக்கிறார்..."

"கேள்விப்பட்டேன், திடுக்குனு ஆயிட்டுது. இப்ப எப்படி இருக்கேள்?"

"வாரும் சுப்ரமணிய பாரதி! நீரும் வரகவி. ஒரே பேர்... உங்களைப் பார்த்து எத்தனை நாளாச்சு!"

வெளிறிய நகை மலருகிறது.

அந்தக் காலத்தில் வரகவி என்று பெயர் பெற்ற இந்த சுப்பிரமணிய பாரதியும் சுதேசமித்திரனில் பணிபுரிந்தார். ஆனால் இவர் வேலைக்குச் சேர்ந்தவுடன் அவர் விட்டுவிட்டு நாவல் எழுதப் போய்விட்டார்...

"ரொம்பவும் அசதியா இருக்காப்பல இருக்கு: ஆபிஸ் போயிருந்தேளா?"

"ஆமாம்..."

மீண்டும் புன்னகை. ஊதுவத்திக் கங்கிலிருந்து எழும் நறும்புகையின் மணம் போல் குரல் சன்னமாக இழைகிறது, கவிதை உள்ளம் உருக்குகிறது.

> காயிலே புளிப்பதென்ன கண்ண பெருமானே – நீ
> கனியிலே இனிப்ப தென்ன கண்ண பெருமானே
> நோயிலே படுப்ப தென்ன கண்ண பெருமானே – நீ
> நோன்பிலே உயிர்ப்ப தென்ன கண்ண பெருமானே

உயிர்ப்பின் மகா மந்திரம் சாகாத அமரத்துவமாக அவரை ஆட்கொள்கிறது. குவளை பகலிலும் வந்து கவலையுடன் நோக்குகிறார்.

"இப்படிக் கிழித்த நாராகக் கிடக்கிறாரே, மருந்து ஏதானும் வாங்கிக் குடுக்கலாமான்னு தெரியல..."

செல்லம்மாள் யோசனையுடன் அவரைப் பார்க்கிறாள்.

குவளை அவர் கால்களை மெல்லப் பிடித்துவிடுகிறார்.

"பாரதி, மருந்து வாங்கி வரட்டுமா?"

கண்விழித்துப் பார்க்கிறார்.

"நாரதரே? நாராயணன் எங்கிருக்கிறான்?"

குவளையின் கண்களில் நீர் கசிகிறது.

"எங்கும் இருக்கிறான்."

"ஸர்வ பூதங்களிலும் இருக்கிறானா?"

"ஆமாம் பாரதி!"

"நரகத்திலிருக்கிறானா?"

"ஆம்..."

"துன்பத்திலிருக்கிறானா?"

"ஆம்."

"மரணத்திலிருக்கிறானா?"

குவளையின் கண்களில் நீர் பெருகுகிறது.

"பாரதி, நீங்கள் அமரர். நாராயணன் வாழுமிடத்தில் அதெல்லாம் ஏது?"

கண்களை மூடிக்கொள்கிறார்.

"பாப்பா, அம்மாட்டச் சொல்லி ஒரு சீசா வாங்கிண்டு வா. நான் டாக்டரிட்டச் சொல்லி' மருந்து வாங்கிண்டு வரேன். ஒண்ணுமில்லை. பயப்பட வேண்டாம்..."

அடுத்த தெருவில் டாக்டர் ஜானகிராம் இருக்கிறார். தேசபக்தர் பிரகாசத்தின் சகோதரர். டாக்டர் வெளியே செல்லப் போகிறார் போலிருக்கிறது, வண்டி நிற்கிறது.

விரைந்து உள்ளே செல்கிறார்.

"டாக்டர்... கவி பாரதி...க்கு ரெண்டு நாளா வயிற்றுக் கடுப்பா இருக்கு. ரொம்ப ஓய்ச்சலா இருக்கார்..."

"அப்படியா? பாட்டில் இருக்கா?"

"இருக்கு..."

"இந்த ஸ்ஸனே சரியாயில்லை. தண்ணீரைக் காய்ச்சிக் குடிக்கச் சொல்லுங்கள். எல்லோருக்கும்தான் அது ..."

மருந்துப் பொடி ஆறு பொட்டலமும் குப்பியில் ஆறு வேளைக்கு மருந்தும் தருகிறார்.

"பொடியைத் தேனில் குழைத்துக் கொடுங்கள். மருந்து ஆறு வேளை. சவ்வரிசிக்கஞ்சி பாலில்லாமல். பொடியரிசிக் கஞ்சி கொடுங்கள் ... பிறகு வாருங்கள் ..."

மருந்தை வாங்கிக்கொண்டு வந்து குவளை செல்லம்மா ளிடம் கொடுக்கிறார்.

பாரதி கண்களை மூடிக்கொண்டு அதே நிலையில் கிடக்கிறார்.

மலையடிவாரம் காளிகோயில்.

கிளிபாடுகிறது கிளிதான்...

"பாரதி, உங்கள் வாக்கு அமிர்த வாக்கு கேட்கக் கேட்கத் தெவிட்டாதபடி பரவசமாகிறது."

மேலே பேசத் தெரியாமலே அவரைப் பார்த்துக்கொண்டு அமர்ந்திருக்கிறார்.

அப்போது குவளை வருகிறார். சோர்வுடன் சாய்ந்திருப்பதைப் பார்க்கிறார்.

"பாரதி! உடம்புக்கென்ன? ..."

"ஒன்றுமில்லை, கொஞ்சம் உஷ்ணமாக இருக்கும் போலிருக்கிறது ..."

"உடம்பைப் பார்த்துக்கொள்ளுங்கள் பாரதி ... நீங்கள் ... உடம்பை நன்கு பேணிக்கொள்ள வேண்டும்..."

பிரியா விடைபெறுகிறார் அ. சுப்ரமணிய பாரதி.

செல்லம்மா நெய்யும் சர்க்கரையும் உள்ளங்கையில் ஆவி பறக்க வைத்துக் குழைத்துக்கொடுக்கிறாள்.

இரவில் இரண்டு மூன்று முறைகள் சீதம் போகிறது.

"வெந்தயத்தைத் தயிரில் ஊறவைத்து அரைத்துக் கொடுங்கள்; கப்பென்னுபிடிக்கும்" என்கிறார்கள்.

மருந்தென்று கொடுத்தால் உண்டாரா? நலிந்த உடலுடன் சோர்ந்து உட்கார்ந்து இருக்கிறாரே?

குவளை வந்து சொல்லி அதை அருந்தச்செய்கிறார்.

மருந்து கப்பென்னு வயிற்றுளைச்சலை நிறுத்தவில்லை. மேலும் வயிற்றைத் திருகி, வயிறு புண்பட்டிருப்பதைத் தெரிவிக்கிறது.

தமக்கு எந்த நலிவும் சோர்வும் வரக் கூடாது.

துன்ப நினைவுகளும் சோர்வும் பயமுமெல்லாம் அன்பில் அழியுமடி என்று கோயிலுக்குச் செல்கிறார்.

ஓம் நமோ நாராயணாய என்றான் சிறுவன்.

இடுப்பினை ஓடிப்பேன். இங்குனை நான் தின்பேன் என்றான் தீயோன்.

ஓம் நமோ நாராயணாய என்றான் சிறுவன்.

நடுப்பனிக் கடலில் திமிங்கில வாய்க்குளுனைக் கொண்டு தினிப்பேன் என்றான்.

ஓம் நமோ நாராயணாய –

பட்டர் சடாரி சார்த்துகிறார்: துளசி தீர்த்தமும் தருகிறார்.

வீடு திரும்புவதற்குள் வயிற்றுவலி திருகுகிறது.

பராசக்தி! உன் விளையாட்டா?

மரண பயம் ஒழிப்பேன். மஹாசக்தி எனக்குப் புதுமை தருக...

செல்லம்மா கவலை கனக்கப் பார்க்கிறாள்.

“அஞ்சாறுதரம் போயிட்டேளே இதுக்குள்ள? இன்னிக்கு ஆபீசுக்குப் போக வேண்டாம்!”

காலகூட விடந்தனைப் பருகச் சொன்னான் அரக்கன்.

நாராயணாய என்றே பருகினான் சிறுவன்...

செல்லம்மாளின் நெஞ்சில் இருள் குடிகொள்கிறது. திகிலின் சிறகுகள் விரிந்து அடிவயிற்றைச் சங்கடம் செய்கிறது, அலுவலகம் செல்லவில்லை.

நடேசய்யர் வருகிறார்.

“பாரதி, உங்களுக்கு அசாத்திய உஷ்ணம்தான். நீங்கள் ஆபீசுக்கு வர வேண்டாம். பரிபூரண குணம் ஆகும் வரையிலும் ஓய்வு எடுத்துக்கொள்ளுங்கள்...”

அவரிடம் கடிதம் எழுதித்தருகிறார். இன்று செவ்வாய்க் கிழமை ஒருவாரம் திங்கட்கிழமை அலுவலகம் வந்து விடுகிறேன்...” என்று கடிதம் எழுதிக் கொடுக்கிறார்.

தைர்யா, தைர்யா, தைர்யா...
தன்மனப் பகையைக் கொன்று
தமோகுணத்தை வென்று,
உள்ளக் கவலையறுத்து
ஊக்கந் தோளில் பொறுத்து
மனதில் மகிழ்ச்சி கொண்டு
மயக்க மெல்லாம் விண்டு

"பாரதி... ஸ்வாமி!"

தைர்யா..!ஹுக்கும்... ஆமடா தோழா!

கண்களின் இமைகள் அகலுகின்றன. முகம் வாடி வெற்றிலையில்லா உதடுகள் வெளிற... நோயிலே படுப்பதென்ன, கண்ண பெருமானே..!

குவளை உதடுகளை அழுத்திக்கொள்கிறார்.

"மருந்து ஸ்வாமி!"

"கண்ணா, அமிர்தம் பருகியவருக்கு மருந்து எதற்கு? நான் மயக்கம் தெளிந்தேன். தவத்தொழில் செய்வேன்..."

கை, மருந்து குழைத்த வெற்றிலையைக் கீழே வைத்து விடுகிறது. கண்ணாடிக் குப்பி மருந்தை வேண்டாம் என்று மறுக்கிறது.

செல்லம்மாளின் நெஞ்சில் இதுகாறும் தோன்றியிராத கவலை இருளாக அப்புகிறது.

"பாப்பா! ஆஸ்டலுக்குப் போய்ச் சாமி மாமாவை அழைச்சிண்டு வாம்மா!"

பாப்பா அன்று மாலையில் விடுதிக்குச்சென்று மருத்துவம் பயிலும் மாமனை அழைத்து வருகிறாள்.

அவன் பாரதியின் கிடை கண்டு திடுக்கிடுகிறான்.

மருந்து வாங்கி வைத்திருக்கிறது. செவ்வாய், புதன், வியாழன், வெள்ளி என்று நாட்கள் ஓடிவிட்டன. இவருக்கு எழுந்து கொல்லைப்புறம் செல்லச் சக்தியில்லை. வாணாயில் சாம்பலைப் போட்டு அவர் கழிக்கும் மலத்தைப் பார்க்கிறான்.

இரத்தக் கடுப்பு. நுண்ணுயிர்களாலோ, நாள்பட்டோ வயிறும் குடலும் அழன்றுவிட்ட கடுமையான நிலை என்று புரிகிறது.

"நீங்கள் மருந்து சாப்பிடணும், மாப்பிள்ளை, மருந்து சாப்பிடாமல் உடம்பைக் கெடுத்துக்கலாமா"

பாரதி கண் விழிக்கும்போது அவனை உறுத்துப் பார்க்கிறார்.

"இரணியனா?..."

காலகூட விஷத்தைப் பருகு என்றான் கொடியோன்
ஓம் நமோ நாராயணாய என்றான் சிறுவன்...

"இதென்ன சிறுபிள்ளைத்தனம்! மருந்து குடியுங்கள்!"

"நான் அமுதம் பருகியவன், இந்த மருந்து வேண்டாம். எனக்கு மரணமில்லையடா சாமி?"

பராசக்தியின் பொருட்டு இவ்வுடல் காட்டினேன்...
அதைப் பயத்தால் விளைந்த நோய் தின்ன வந்தது.
பராசக்தியைச் சரணடைந்திருக்கிறேன். இனிநோயில்லை
அவள் ஒளி என்னகத்தே இருக்கிறது. அவள் வாழ்க! நான் அமரன்!

59

செல்லம்மா சமையலறை வாயிற்படியில் நின்று குலுங்கக்குலுங்கக் கண்ணீர் வடிக்கிறாள். பேசக்கூடாததை எல்லாம் பேசுகிறாரே?

இந்த இல்லற வாழ்விலே திகிலும் கருணையுமான எத்தனையோ நிமிடங்களை அவள் சந்தித்திருக்கிறாள். கடற்கரைக் கூட்டங்கள், போலீசு கெடுபிடிகள், நான் திரும்ப மாட்டேன் என்று அபசகுனமாகச் சொன்ன வார்த்தைகள், கோபித்துக்கொண்டு, சித்தம் பேதலித்தாற் போன்ற நிலையில் ஊரைவிட்டுப் போய் நாட்கணக்காக வராமலிருந்த நாட்கள், பசியும் பட்டினியுமாக இருந்தாலும் பாடிக்கொண்டும் சிரித்துக் கொண்டும் இருந்த பொழுதுகள், எல்லாமாக மாறிமாறி நினைவில் வந்து கவ்வுகின்றன.

தேவி, பராசக்தி! என் மஞ்சள் குங்குமத்தை விளங்கச் செய்வாய்!

நீராடி மடியுடுத்திக்கொண்டு கோலமிட்டு விளக்கேற்றி நமஸ்கரிக்கிறாள்.

“நித்யகல்யாணி! உன் கோயிலுக்கு வருவேன்! என் மங்கலம் விளங்கட்டும்! வேங்கடாசலபதி! உன் கோயிலுக்கு வருவோம், வினையகலட்டும்...”

அரைக்கால் ரூபாய்க் காசு தேடிப்பிடித்து மஞ்சட் துணியில் நேர்ந்து முடிச்சிட்டு வைக்கிறாள்.

ஆவணிக் கார் வானை மூடுகிறது. ஈரவிறகு அடுப்பில் புகைகிறது.

அவருடைய உதடுகள் வற்றி ஈரப்பசை இல்லாமலிருக்கின்றன.

சாமி போய் விட்டு மாலையில் வந்துவிடுகிறான்.

பாலில்லாத நீர்க்கஞ்சியைப் பருகச்செய்கிறான்.

சனிக்கிழமை காலையில், "வெந்நீர் கொண்டா செல்லம்மா, நான் எழுந்து முகம் கழுவிக்கொள்ள வேண்டும் . . ." என்று எழுந்து உட்காருகிறார்.

முகம் உடம்பு துடைத்துக்கொண்டு, பழந்துணி நீக்கிப் புதிய சட்டை, கோட்டு அணிந்து தலையிலும் பாகை சுற்றுகிறார். மீசையை நீவி விட்டுக்கொள்கிறார்.

சுத்தமாக . . . நெற்றியில் குங்குமம் துலங்க . . . தெம்பாக இருக்கிறது.

"சாமி, திங்கட்கிழமை ஆபீஸ் சென்றதும், அலி சகோதரர்களைப் பற்றி எழுதப்போகிறேன். செல்லம்மா! சன்னல் கதவுகளை ஏன் சாத்தி வைத்திருக்கிறாய்? திறந்துவை!'

செல்லம்மாள் அவர் குரலில் நம்பிக்கை பெறுகிறார்.

ஆனால் சாமியோ. கல்லூரிக்குச் செல்லும் வழியில், அஞ்சலகத்தில் அப்பாத்துரைக்கு ஒரு தந்தியைக் கொடுத்து விட்டுச் செல்கிறான். *Bharathi Hopeles, I am helpless* 'பாரதி கவலைக்கிடம்; எனக்கு எதுவும் புரியவில்லை' என்ற தந்தி வாசகம் பற்றி செல்லம்மாளுக்கு அவன் சொல்லவில்லை.

அன்று அதிகமாக இரத்தம் போகவில்லை. சவ்வரிசிக் கஞ்சி நீர் வழுவழுப்பாக மாறி, குடல்வழியே சீரணமாகாமல் வருகிறது. செல்லம்மா நோய் மாறியிருப்பதாக நினைக்கிறாள். அவர் அயர்ந்து உறங்கும் கோலத்தில் கிடக்கிறார்.

சனியன்று மாலை சாமி மெல்ல அழைக்கின்றான்.

". . . . . . மாப்பிள்ளை . . ."

கண்களை விழிக்கிறார்.

"சாமியா? கண்ணாடி கொண்டுவா!"

தன் முகத்தைப் பார்த்துக்கொள்கிறார். தலைப்பாகையை அவிழ்த்து முகம்கழுவிச் சிறிது கஞ்சிநீரருந்துகிறார். மீசையை நீவிக்கொண்டு, வெளியே செல்லுமுன் அழகுபார்ப்பது போல் பார்த்துக்கொள்கிறார்.

பாப்பாவைப் பார்த்துப் புன்னகை செய்கிறார்.

நோய் மாறிவிட்டிருக்கிறது. குணமாய்விடும்...

அன்றிரவு திடீரென்று உறக்கத்தில் அவர் குரல் அனைவரையும் விழிக்கச்செய்கிறது.

அம்மா? அம்மா! அகிலலோகமும் ஆனவளே,
எங்கள் அம்மா! அம்மா!...

வீட்டின் மூலை முடுக்குகளெல்லாம் அந்த ஒலி மோதி எதிரொலியை எழுப்புகிறது. கடயத்தில் சாஸ்தா கோயிலுக்குப் போகும் வழியில் உச்சிமாகாளி கோயிலில் எதிரொலி கேட்கும். அங்கே நின்று ஒரு பையன் உச்சிமாகாளி நீ நாசமாகப் போக என்று திட்டினான். அதுவே எதிரொலியாயிற்று. அன்று இவர், அகிலலோகமும் ஆனவளே அம்மா, அம்மா என்று பாடிய போது, அத்தனை இடங்களிலும் அந்த ஒலி எதிரொலித்ததே? அந்த நினைவில் இப்போது, விதிர்விதிர்க்கிறது.

அங்கமே நின் வடிவமான சுகர் கூப்பிட நீ
எங்கும் ஏன் ஏன் என்றதென்ன பராபரமே

என்று தாயுமானவர் பாடல் உடனே தொடருகிறது.

செல்லம்மா கைவிளக்கைத் தூக்கி முகத்தைப் பார்க்கிறாள்.

அவர் செல்லம்மாளைத்தான் பார்க்கிறாரா?

மகனே... அங்கே பார்! வித்தாகி முளையாகி, இலையாகிக் கிளையாகி, மரமாகி விழுதாகி, மீண்டும் பூமியில் விழுந்து மீண்டும்... அதோ பார் பாரத மாதா? அழிவேது உனக்கு? மஹாசக்தி நீ! உன் மைந்தர்களுக்கு அழிவேது?

நித்தியமான காட்சிகள் அவர் கண்களில், தோன்றுகின்றன. அந்தக்கவி இதயத்தை இந்தச் சாசுவதமற்ற மண்ணுலக வாழ்க்கையின் நினைவுகளினின்று மெல்ல விடுவித்துக் கொண்டிருக்கின்றன.

நாவில் விழுந்து குடலை நனைத்த கஞ்சி நீர் உடலுக்குப் பாயாமல், சாரமாகாமல் வெளியேறுகிறது.

குடலில் சாரமாகி, ரசங்களை அக்கினியாக மாற்றும் மகாசக்தி, அவர் நெஞ்சிலே நிலை பெறுகிறாள். அந்த மாகவியின் உயிர் மூச்சினுள் புகுந்து அகிலமெல்லாம் அவர் ஆற்றலைப் பரவச் செய்யப்போகிறாள்.

லக்ஷ்மண ஐயருக்கு ஞாயிற்றுக்கிழமை காலையில்தான் செய்தி தெரிகிறது. சாமி சொல்லி அனுப்பியிருக்கிறான். நெல்லையப்பரும் ஓடி வருகிறார். குவளை அருகிலேயே இருக்கிறார்.

துரைசாமியும் சர்க்கரை செட்டியாரும் வந்து பார்க்கின்றனர்.

நெல்லையப்பர் ஓடோடிச் சென்று ஜானகிராம் டாக்டரை அழைத்து வருகிறார்.

வெந்நீர் கொண்டுவரச் செய்து பொடியொன்றைக் கண்ணாடி கிளாசில் போட்டுக் கலக்குகிறார்.

"இதைச் சாப்பிடுங்கள் பாரதி!"

உதடுகள் அசைகின்றன. கை மறுக்கிறது.

"இதென்ன பிடிவாதம், பாரதி?"

ஊஹூம், பயனில்லை.

மீண்டும் மாலையில் வருவதாகச் சொல்லி டாக்டர் அகலுகிறார்.

தேசபக்தனில் வெளியான அடக்குமுறை என்ற தலையங்கத்தின்மீது ராஜத்துரோகக் குற்றம் சாட்டப்படுகிறது. அதன் நிர்வாகிகள், முதல் நாளே கைதுசெய்யப்பட்டுவிட்டனர். ஆனால் வ.வே.சு. ஐயர், அன்று காலையில்தான் சென்னை வருகிறார். தம்மீது வாரண்டு பிறப்பிக்கப்பட்டிருப்பதை அறிந்ததும், இத்துணை நாட்களும் போலீசாரை ஏமாற்றியது போல் ஏமாற்றுவது இயலாதென்று தோன்றுகிறது. கைதாகிச் செல்லுமுன் வேறெந்த ஏற்பாட்டையும் செய்யவில்லை. எனினும், பாரதி நோய்வாய்ப் பட்டிருப்பதை அறிந்து பார்ப்பதற்கு விரைந்து வருகிறார்.

அவரைத் தெருவில் காணும் போதே 'அல்லாஹோ அக்பர்! மகாத்மா காந்திக்கி ஜே! வந்தே மாதரம்!' என்ற கோஷம் எழும்பக் கூட்டம் பின் தொடருகிறது. அவர் திடுமென்று பாரதியின் வீட்டினுள் நுழைந்துவிடுகிறார்.

பிற்பகல்...

"பாரதி!... பாரதி! ஐயர் வந்திருக்கேன் பாரதி!"

கண்களைத் திறக்கிறார். 'வந்தே மாதரம்' என்று முணமுணக்கும் குரலாக உதடுகளில் படியும் வாசகம்.

"பாரதி! மருந்து சாப்பிட மாட்டேன் என்கிறீர்களாமே? மருந்து சாப்பிட்டால்தானே நோயகலும்? உடம்பைத் தேற்றிக் கொள்ள வேண்டாமா? நோயகன்று உடம்பு உறுதியாக வேண்டாமா? பாரத தேவியின் விடுதலை விரைவில் வந்து விடும்!"

ஒரு வெளிறிய புன்னகை மலருகிறது.

"நான் அமரன்..."

கையைப்பற்றி விடை பெறுகிறார்.

"நான் வரட்டுமா?..."

"பாப்பா! அம்மாவைக் கவலைப்படாமல் இருக்கச் சொல்! வருகிறேன்!"

வாயிலிலே மீண்டும் "மகாத்மா காந்திகி ஜே! அல்லாஹோ அக்பர்! வந்தே மாதரம்!" குரல்கள் கேட்கின்றன. வீட்டு மக்கள், அக்கம் பக்கத்தார் உள்ளே பதுங்குகின்றனர்.

மாலை குறுகி இருள் படிந்த நேரத்தில் டாக்டர் மீண்டும் வருகிறார்.

நோயாளியின் அருகில் அவர் கொடுத்துச் சென்ற மருந்து அப்படியே சீசாவில் இருக்கிறது.

"மருந்து சாப்பிடவில்லையா?"

"கட்டாயப்படுத்திப் புகட்ட முடியவில்லையே?"

டாக்டர் நோயாளியின் கையைப் பிடித்துப்பார்க்கிறார்.

உதட்டைப் பிதுக்கிவிட்டு வெளியே செல்கிறார். சாமி அவருடன் போகிறான்.

செல்லம்மா கனக்கும் இதயத்துடன் முற்றத்தில் வந்து நிற்கிறாள்.

"இன்றிரவு தாண்ட வேண்டும்..."

இந்தத் தீர்ப்பு அவள் செவிகளில் இருளின் திரியாகப் புகுகிறது,

தேவி! எத்தனை கஷ்டங்கள், எத்தனை சோதனைகள் பொறுத்தேன்? இந்தப் பாக்கியத்தை எனக்குத் தங்கவைக்க மாட்டாயா? பெரியவளே!... பராசக்தி பராசக்தி! நானும் உன் குழந்தையில்லையாடி அம்மா!

அவருக்குக் கால்கள் சுரந்து, முகம் ஒட்டிய நிலை மாறி, அழகிட்டிருக்கிறது.

லக்ஷ்மண அத்திம்பேர், நெல்லையப்பர், சாமி, குவளை கிருஷ்ணமாசாரி, எல்லோரும் அங்கேயே இருக்கின்றனர்.

எல்லோருக்கும் சாப்பாடு என்ற நினைவும் தேவையும் தெரியவில்லை. என்றாலும் செல்லம்மா, பாப்பாவை அழைக்கிறாள்.

சாமி விடுதிக்குப் போய்விட்டு வருகிறான்.

"பாப்பா, அப்பா நீ குடுத்தா மருந்து குடிப்பாம்மா. நீ குடேன்!"

வெண்கல லோட்டாவில் கஞ்சிநீரும், கண்ணாடிக் குப்பியில் மருந்தும் இருந்தன.

செல்லம்மா, எதற்கோ வெண்கல லோட்டாவைக் காலி செய்ய, கஞ்சிநீரை, கண்ணாடி கிளாசில் ஊற்றி மூடி வைத்திருக்கிறாள். பாப்பா அதுதான் மருந்தென்று எடுத்து அப்பாவிடம் கொடுக்கிறாள்.

"அப்பா! எழுந்து சாப்பிடப்பா! நீ மருந்து குடிக்கலேன்னா எனக்கு ரொம்பத் துக்கமாக இருக்கும்…"

பாரதி எழுந்து அமருகிறார். அவள் முடியில் கைவைத்து ஆசி மொழியும் பாவனையுடன் அதை வாங்கி அருந்துகிறார்.

பாப்பாவுக்கு ஒரே மகிழ்ச்சி. ஆறுதல். குவளைக்குக் கண்கள் மலருகின்றன.

செல்லம்மாளும் 'தேவி' என்று ஆசுவாசமடைகிறாள்.

டாக்டர் கொடுத்திருக்கும் மருந்தில் நோய் மாறிவிடும். அவள் பத்தரல்லவா?

பாப்பாவின் மீதுதான் எத்தனை அன்பு!

மருந்து குடித்ததும் படுத்துக்கொள்கிறார். இதழ்க் கடையில் ஒரு புன்னகை மலருகின்றன. அது வெற்றிக்கொடி பிடிப்பது போல் ரேகை காட்டுகிறது.

"பாப்பா!…"

"என்னப்பா?…"

"நீ கொடுத்தது மருந்தில்லை. கஞ்சிநீர்!"

செல்லம்மாளுக்குத் தன் செயலே தன்னைக் குத்தும் வேதனை உண்டாகிறது.

"இதுதான் உன் கருணையா தேவி?"

"ஐயோ, அம்மா! அப்பாவை மறுபடி எழுப்பி மருந்து கொடுக்கட்டுமா? அப்பா..! அப்பா..!"

அவர் கண்களைத் திறக்கவில்லை. புன்னகை வதனமாக மலர்ந்த கோலத்தில் அவரைப் பலவந்தமாக உலுக்க மனமில்லை.

"தொந்தரவு செய்ய வேண்டாம்மா!"

லட்சுமண ஐயர் கை காட்டுகிறார்.

பாப்பா, சற்று எட்ட கூடத்து வாயிற்படியில் பாயில் படுத்ததும் உறங்கிப்போகிறாள்.

மங்கலாக விளக்கு எரிகிறது. நெல்லையப்பரும் லட்சுமணய்யரும், குவளை கிருஷ்ணனும், ரத்னசாமியும் கூடத்தில் இருக்கின்றனர். செல்லம்மா அறை மூலையில் உட்கார்ந்து அவரையே பார்த்துக்கொண்டிருக்கிறாள்.

நேரம் என்பது மாளாத யுகங்களாக நகருகிறதோ ஸ்தம்பித்திருக்கிறதோ என்று குழப்பமாக இருக்கிறது.

வாசலில் இராப்பிச்சைக்காரரின் குரல் ஓய்ந்து, எப்போதோ என்றும் செல்லும் மனித அரவங்களும் மாறி இருளாட்சி செய்கிறது.

செல்லம்மாளின் நெஞ்சில் பாறையாக இருந்த துயரம் சட்டென்று பூகம்பக் குலுக்கல் பெற்று அதிர்ச்சியுண்டாகிறது.

பாரதி எழுந்து உட்கார்ந்திருக்கிறார்.

செல்லம்மா விளக்கைத் தூண்டுகிறாள்.

"கஞ்சி குடிக்கிறீர்களா?"

"இல்லை, முகத்தை அலம்பிக்கொள்ள வேண்டும்..."

இதென்ன சோதனை? இப்போதென்ன முகமலம்பல்?

செல்லம்மா எழுந்து சென்று இருட்டில் தட்டித் தடவி சிம்னி விளக்கை ஏற்றுகிறாள். அடுப்பின் மேல் வெண்கலப் பானையில் போட்டு வைத்த வெந்நீர் சூடாறவில்லை. ஒரு லோட்டாவில் கொண்டு வந்து வட்டையில் விட்டுத் துணியை முக்கி முகத்தைத் துடைக்கிறாள். அவரே கையில் வாங்கித் துடைத்துக்கொள்கிறார். கோட்டை இழுத்துவிட்டுக் கொள்கிறார். தலைப்பாகையை அழுத்திச் சரியாக்கிக் கொள்கிறார்.

"துளி கஞ்சி ஜலம் குடிக்கிறேளா?"

அது அவர் செவிகளில் விழுந்ததாகத் தெரியவில்லை.

"மஹாசக்தி! உன்னை எங்கும் பார்க்கிறேன்!"

உதடுகள் நிறைவில் சற்றே மலர படுக்கிறார்.

நெல்லையப்பரும் குவளைகிருஷ்ணனும் படிதாண்டி வந்து அறையினுள் பார்க்கின்றனர். முகத்தில் ஜுர வேகமோ பரபரப்போ எதுவுமில்லை.

இரவு தாண்டிவிடும். நோய்மாறிவிட்டது. தெளிந்திருக் கிறார்.

தாயே, கைவிட்டு விடாதே! என் மஞ்சட் குங்குமம் விளங்கட்டும்!

"அடி அம்மா! ஐந்து வயசில் பிள்ளையை விட்டுப் போனாயே? உன் பிள்ளையை நன்றாக வை! பிழைத்துக் கிடக்கட்டும். எப்படியேனும் மங்கிலியப் பெண்டுகள் செய்கிறேன்! பித்ருக்களா! அவர் கபடமில்லாதவர் எங்களை நன்றாக வையுங்கள்! தாலி பாக்கியம் நிலைக்கட்டும்..."

உள்ளம் எங்கெங்கோ சென்று அரற்றுகிறது. உள்ளே ஒரு வேகம் வந்தாற்போல் சென்று விளக்கேற்றி நமஸ்கரித்து சுமங்கலிப் பெண்டுகளுக்கு நேர்ந்து மஞ்சட் கிழங்கை முடிச்சிட்டு வைக்கிறாள்.

இவள் திரும்பி வருகையில் அறைக்குள் குவளையும் நெல்லையப்பரும் சாமியும் அருகில் இருக்கின்றனர். சாமி அவர் கையைப் பிடித்துப் பார்க்கிறான்.

விளக்கு பெரிதாக இருக்கிறது. உறக்கக் கலக்கத்துடன் லட்சுமணய்யர் எழுந்து உள்ளே வருகிறார்.

அவள் பதைப் பதைத்துச் செய்வதறியாமல் வாயிற்படியில் சிலையாகிறாள்.

முகம் நிச்சலனமாக இருக்கிறது. மஹாசக்தி அந்த மஹா கவிஞனின் இயக்கத்தை, நோயிற்றுச் சக்கையாகிவிட்ட உடலிலிருந்து விடுவித்து, உலகெங்கும் பரந்திருக்கும் உயிர்த் துடிப்புகளில் புகுத்தும் அமர நிலைக்குக் கொண்டு சென்று விட்டாளா?

விம்மித் தணியும் அசைவு இருக்கிறதா இல்லையா?

சாமி... சாமி... கைகளை ஏன் அப்படி வைக்கிறான்?

செல்லம்மா... என்று அவன் அவளைப் பார்த்து... ஏன் அழுகை பிதுங்கக் கூவுகிறான்?

குவளை ஏன் விம்மி வெடிக்க அழுகிறார்? நெல்லையப்பர் ஏன் முகத்தில் துண்டைப் போட்டுக்கொண்டு குலுங்குகிறார்.

செல்லம்மாளுக்கு இவ்வுலகப் பிரக்ஞையே கழன்று போகிறது! அம்மா, அம்மா அம்மா… என்ற அவர் குரலே அந்த உலகம் முழுதும் எதிரொலிப்பதாகத் தோன்றுகிறது?

அவருடைய நானாவிதங்களான தோற்றங்களை அந்த அம்மாக் குரல் காட்டுகிறது.

"அடி பேதையே! நான் அமரன்" என்று சிரிக்கும் தோற்றம்.

"காலா, உனை நான் சிறு புல்லென மதிக்கிறேன். சற்றே என் காலருகே வாடா உனை உதைக்கிறேன்" என்று ஆக்ரோஷத்துடன் பாடும் தோற்றம்…

"சே, அவருக்கு ஒன்றுமில்லை. விடிந்து திங்களன்று ஆபீசுக்கு வருவேன் என்றாரே?…"

அருகில் செல்கிறாள்.

கண்களை விழித்துக்கொண்டு சிரிக்கிறார். உதடுகளில் மலர்ச்சி.

கள்ளச்சிரிப்பா? என்னை ஏமாற்றிவிட்டீரா? ஏமாற்றி விட்டீரா?

அமரன் அமரன் என்று ஏமாற்றுவீரா? ஐயோ தெய்வமே! இதற்குத்தான் அவளை உள்ளே விரட்டினாயா?… சற்றுமுன் முகத்தை அலம்பிக்கொண்டீரே? கோட்டுச் சட்டையைச் சரியாக்கிக்கொண்டீரே?…

மோகத்தைக் கொன்றுவிடு… அல்லாலென்றன் மூச்சை நிறுத்திவிடு என்று பாடினீர், அன்று அச்சானியம் என்று துடிதுடித்தேனே? பின்னர் உமது வாக்கெல்லாம் மங்கள வாக்கு, எமக்கு எந்தச் சோதனையிலும் வெற்றியுண்டு என்றிருந்தேனே? உமது பராசக்தி இப்படி மோசம் செய்துவிட்டாளே?

அடிவயிற்றிலிருந்து பிராணனே சல்லடைக் கண்களாகக் குதருண்டு துயர நினைவுகளில் துவளுகிறது. உலகம் அவளுக்கு இருட்டாகிவிட்டது.

பாப்பாவைச் சாமி எழுப்பினான்போலும், அவள் பக்கத்தில் உட்கார்ந்து அழுகிறாள்.

வெளியில் கரிய இருள், ஆவணியின் பிற்பாதி இருள், இந்தத் தேசமாதாவின் ஒப்பற்ற மைந்தனை, அமரத்துவம் பெறச் செய்துவிட்டேன் என்ற குற்றஉணர்வுடன் புலருகிறது.

எங்கோ காகம் ஒன்று, நம் நண்பன். உயிர்த்தோழனான கவி, திவ்வியசரீரம் பெற்றுவிட்டான் என்று மங்களவாக்குக் கூறுவது போல் கரைகிறது.

குபீரென்று என்றோ சின்னம்மா சித்தி சொன்ன அவச் சொற்கள் அவள் துன்பநினைவுகளை உசுப்புவிடுகிறது.

"பகலில் செத்தால் வாய்க்கரிசிக்கு வழியில்லை; இரவில் செத்தால் விளக்கெண்ணெய்க்கு வழியில்லை..."

"அப்ப, சின்னம்மா? நீ அந்திசந்தியில் ஒண்ணும் செய்யக்கூடாதும்பயே? அப்ப செத்துப்போனா?"

பாறை நொறுங்குவது போல் குலுங்கிக் குலுங்கிக் கரைகிறாள் செல்லம்மா.

இருளோடு இருளாக நெல்லைப்பர் சென்று துரைசாமி ஐயருக்கும் சர்க்கரை செட்டியாருக்கும் செய்தி அறிவிக்க, அவர்கள் பதைபதைத்து வருகின்றனர். சுரேந்தரநாத் ஆர்யா, நெஞ்சு குலுங்க ஓடோடி வருகிறான்.

"சகோதரி..!" என்று துயரம் தாளாமல் குலுங்கி அழுகிறான்.

நீலகண்டன், சிவா, ஹரிஹரசர்மா, மண்டயம் குடும்பத்தார்...

செல்லம்மாளுக்கு ஒளியில்லை. அலைகடலில் சென்ற படகானாலும் அவர் மாலுமியாக இருந்தார். இப்போது, கரையற்ற கடலில் ஓட்டைப் படகில் அவள் விடப் பட்டிருக்கிறாள். அவள் வாழ்வு, விடியற்காலையில் புதிய நாள் ஆரம்பிக்கையில் முடிந்துவிட்டது.

சுப்பய்யா – செல்லம்மாள் அகமுடையான் – சதிபதி– என்ற உயிர்ப் பந்தத்தைக் கழற்றி, உலகுக்கெல்லாம் பாரதி என்று மஹாசக்தி அவரை அமரராக்கிவிட்டாள்.

துரைசாமி ஐயரும், ஹரிஹர சர்மாவும், சர்க்கரை செட்டியாரும், ஆர்யாவும் தனியே கூடிப் பேசுகின்றனர். குவளை கிருஷ்ணமாசாரியும், மண்டயம் ஆசாரியாரும் தயங்கி நிற்கின்றனர்.

ஐயர் கைதானபின் திருவல்லிக்கேணியிலேயே பதட்ட நிலை இருக்கிறது. இவரோ, ஆயிரமாயிரமாகத் தேச வெறி யூட்டிய கவிஞர், பேச்சாளர், பத்திகையாளர். மக்கள் கடலாகக் கூட மாட்டார்கள் என்பது என்ன நிச்சயம்? போலீசார் சும்மா இருப்பார்களா? அந்திமக் காரியங்களிலும் ரகளை நேர வேண்டுமா?

ஒவ்வொருவரும் பார்த்துக்கொள்கின்றனர். இறுதிச் சடங்குகளைச் செய்வதென்று தீர்மானித்துவிடுகின்றனர்.

பாப்பா அழுதுகொண்டு நீர்சுமந்து வரப் பொன்னுடலை நீராட்டியும் புத்துணி அணிவிக்கின்றனர்.

'டிராம் செலவுக்கு இரண்டணா கொடுத்தால் மாலை வாங்கிப் போட்டுக்கொண்டு மகிழ்வாயே பாரதி!' என்று நெல்லையப்பர் ரோஜா மாலையை வாங்கி வந்து போடுகிறார்.

அமரனே! நீ நிலைபெறுவாய் என்று நெல்லையப்பரும் சாமியும் குவளை கிஷ்ணமாச்சாரியும், சர்க்கரை செட்டியும் ஆர்யாவும் மாறி மாறிச் சுமந்து செல்லும் பாக்கியம் பெறுகின்றனர்.

எங்கள் செல்லம்மா, எழில் மின்னலை நேர்க்கும், திங்களை மூடிய பாம்பினைப் போல் செறிகுழல் – என்று கவிஞர் வியந்து போற்றிய குழலை விரித்துக்கொண்டு நடுவீதியில் அவர் சென்ற திசையில் விழுந்து பணிகிறாள்.

ஆகாது என்ற காரியங்களைச் செய்யும் அவலம் வந்து விட்டது! மங்கலங்கள் போய்விட்டன. செல்லம்மா! செல்லம்மா! உனக்கு இனி ஒன்றுமில்லை! நீ ஆகாதவள்! உன் முகத்தில் உன் சொந்தக் குழந்தைகளேகூட விழிக்கலாகாது என்ற நிலைக்கு நீ வீழ்ந்துவிட்டாய்! மங்கலமிழந்த அபாக்கியவதிகள் தாம் உனக்கு இனி துணை.

உன்னை அரணாக நின்று காத்த அந்தப் புரட்சியாளன் இன்று இல்லை!

மயானத்தில் கவிஞரின் அரும் நண்பர்கள் பதின்மூன்று பேரே கூடியிருக்கின்றனர். ஹரிஹர சர்மா புத்திரனாகி, அமரனின் உடலத்துக்கு இறுதிக் கடன்களைச் செய்யுமுன், அவனுக்கு ஆர்யாவும், சர்க்கரை செட்டியும் புகழஞ்சலி செய்கின்றனர். நிலைக்குமளவுக்கு காருள்ளளவும், கடலுள்ளள வும் இப்பூதமுள்ளளவும் அவன் தன் தாய்மொழியையும், மானிடத்தையும் பெற்ற பொன்னாட்டையும் விண்ணுக்கு உயர்த்தப் பாடிய பாடல்களைப் பாடுகிறார்கள்.

மூடக்கட்டுகள் யாவும் தகர்ப்பராரம்; மூத்தபொய்மைகள் யாவும் ஒழிப்பாராம் என்ற பெண்ணினத்தைப் பற்றியிருக்கும் அவலங்களை ஒழிக்க வேண்டும் என்று உள்ளம், நைந்துருகியும், ஓங்காரமாக முழக்கியும் வாழ்நாளெல்லாம் பாடுபட்ட மாகவிஞனின் மனைவியையே அந்த மூடக்கட்டுகள் விடவில்லை.

செல்லம்மா! செல்லம்மா: உனது இயக்கங்களுக்குப் பரிபூரண சுதந்திரம் என்று எத்தனை நாட்கள் அறிவுறுத்தியிருக்கிறார்? எத்துணை நாட்கள் கடுமை காட்டியிருக்கிறார்? குறுகிய இருட்டறையிலிருந்து ஒளிகாண வர வேண்டும் என்பதற்காக இச்சமுதாயத்தின் இரக்கமற்ற கொடுஞ் சொற்களை அவர் எத்துணை பொறுமையுடன் ஏற்றிருக்கிறார்? வேண்டுமடி எப்போதும் விடுதலை என்று முழக்கியவர் மாய்ந்து விட்ட பிறகு, பழங் கொள்கைகளைப் பற்றி நிற்கும் கூட்டம் கொக்கரிக்கத் தடையேது?

துக்கம் விசாரிக்கவரும் கும்பல், "ஐயோ, செல்லம்மா! இவளுக்கு இப்படி ஒருகதி வரணுமா? பார்த்தால் பாலாய்ப் பொழியும் அழகு, அவளுக்கு இப்படி வரக் கூடாதது வந்துடுத்தே? என்று மூக்கைச் சிந்திற்று.

முடக்கப்பட்ட அபலைகள், தம்மோடு ஒரு கூட்டாளி என்று கட்டிப் பிணைந்து அழ வந்தது கண்டு அப்பாத்துரை குமுறுகிறான். இவன் தந்தி கண்டு ஊர் வந்து சேருமுன் அருமைச் சுப்பய்யா சாம்பராகிவிட்டான், செல்லம்மாள், கடும் சனாதன விதிகளிழைக்கும் கொடுமைகளுக்கிடையே அரக்கிகள் சூழ்ந்த அசோகவனத்துச் சீதையை ஒத்திருக்கிறாள்.

அக்கமும் பக்கமும், வீட்டுக்கு வரும் உறவும் சாடையாக உணர்த்துகின்றனர்.

"அப்பா, வரக் கூடாத விதி அவளுக்கு வாய்த்துவிட்டது. இனி மேற்கொண்டு செய்ய வேண்டிய கோலங்கள் ஒண்ணும் வாழும் வீடுகளில் செய்யறதுக்கில்லே..." என்று சூசகமாகத் தெரிவிக்கப்படுகிறது.

அப்பாத்துரை கலங்கி நிற்கிறான்.

மீசை வைத்துக்கொண்டான். சாவடி நாராயண பிள்ளையைக் கூட வைத்துக்கொண்டு சாப்பிட்டான் என்று அந்தத்தீரனை ஒதுக்கி வைத்து புழுக் கும்பலைப் போல் குறுகுறுத்த கிராமம், அங்கு இவளைக் கூட்டிச் செல்லலாமா?

மேலும், அவன் இவர்களுக்கு இனிமேல் மாபெரும் பொறுப்பையல்லவோ விட்டுப்போயிருக்கிறான்?

அவனுடைய கவிதைகளை, அவனுடைய மகத்துவத்தை உலகறியச் செய்வது அவர்கள் பொறுப்பில்லையா? தன் கவிதைகள், கட்டுரைகள், காவியங்கள் எல்லாம் அச்சேற வேண்டும் என்று என்னவெல்லாம் கோட்டை கட்டினான்? கிராமத்தில் சென்று என்ன செய்ய?

ஹரிஹர சர்மா, அப்பாத்துரை இருவரும் நிச்சயமாக, செல்லம்மாளுக்குக் கோரம் இழைக்கலாகாதென்ற உறுதியில் நிற்கின்றனர்.

ஆனால் இப்போதைக்கு அவளை எங்கு கூட்டிச்செல்வது?

இந்தச் சமுதாயத்தில் ஒரு பெண்ணுக்குத்தான் சாவும் கூட மிகப் பெரிய அமங்கலமாகக் கருதப்படுவதில்லை.

பிறப்பவர் இறப்பது உறுதி. ஆனால் ஒரு பெண் துணைவனை இழப்பது கொடிதினும் கொடிய அமங்கலமாக வலியுறுத்தப்படுகிறது. அவளுடைய மங்கலநாணை வாங்கும் சடங்கு அந்த வீட்டில் செய்வதற்கு இயலாது என்று சூசகமாகத் தெரிவிக்கப்பட்டபிறகு, அப்பாத்துரை, உறவினர், நண்பர் என்ற நிலையில் பல வீடுகளுக்குச் சென்று செல்லம்மாளுக்கு ஓரிரவு தங்க இடம் தேடுகிறான்.

பாழும் சநாதன மரபே! மறைந்த கவிஞருக்கு எத்தனையோ ஆண் நண்பர்கள் இருந்தார்கள். ஆனால் அவர்களாலும்கூட அவர்கள் வீட்டுப்பெண்மக்களின் மூடக்கருத்தைத் தகர்க்க இயலவில்லை. செல்லம்மாளுக்கு இடம் கிடைக்கவில்லை. குடும்பத்தில் வாழும் எந்தப் பெண்ணும் அவளுக்கு வந்துற்ற விதியை எண்ணி அஞ்சி இடம் கொடுக்க மறுத்தனர்.

“இதுதான் உனக்குக் கடைசி மஞ்சள், கடைசிக் குங்குமம்” என்று ஒரு பெண்ணின் ஆளுமையைக் குத்திக் குதறி அவளை வெறும் கட்டையாகும் கோலத்தை, அவமானமும் சிறுமையுமாக அவளைக் குழிதோண்டிப் புதைக்கும் கொடூரத்தை, அவளுக்குச் செய்யப் போகிறார்களென்று கதவைச் சாத்திக்கொண்டார்கள். கொடிய விதிக்கு ஆளானவர்களோ, தமக்கு இழைக்கப்பெற்ற கொடுமைகளுக்குச் சமுதாயத்தைப் பழிதீர்க்கும் ஆவேசத்துடன் இந்த விதிக்கு இலக்கானவளின்மீது பாய்ந்து வயிற்றெரிச்சலைத் தீர்த்துக்கொள்ளச் சித்தமாக இருந்தார்கள். ஒரு பெண் மற்றவளையே குதறும் கொடிய மரபுக்குச் சாத்திரங்களில் மேற்கோள் காட்டிய சதிகாரச் சமுதாயத்தில், அந்த மாக்கவிஞன் இறந்ததும், பாதுகாவலான அரணே தொலைந்ததன்றோ?

நண்பர்கள், கூடப்பிறந்த சகோதரன், அங்கே இங்கே சீர்திருத்தம் பேசிய காங்கிரஸ்காரர் வீடு எங்குமே, பத்தாம் நாளைய அமங்கலத்துக்கு, செல்லம்மாளை வைத்துக்கொள்ள இடமில்லையாம். அப்பாத்துரை அவளுக்கு எந்த அமங்கலச் கோலமும் செய்யக்கூடாதென்ற முடிவில் நிற்கிறான்.

“பிராமணக் குடியில் பிறந்து, அவன்தான் அப்பி ராமணனாகப் போனான். இவளுக்கு இன்னும் அந்தப் பாவம்

வேறு வேணுமா? ஒரு முடியில் இருந்து நீர் தெறித்தால் செத்தவனுக்கு ஏழேழ் ஜன்மம் நரகம் கிடைக்கும். அந்தப் பாவம் இவளுக்கு எதற்கு? மேலும், பெண் வயசுக்குவந்து நிற்கிறது. இவள் வேறு முடி வைத்துக் கொண்டு கலர்ப் புடவையும் ரவிக்கையுமாக நின்றால் அதுக்குக் கல்யாணம் கார்த்திகை ஆகுமா?..." என்று சனாதனக்குருட்டில் மூழ்கிய கும்பல் பிதற்றியது.

அப்போதுதான் ஆர்யா வருகிறான்.

"சகோதரி! நீங்கள் எதற்குத் தயங்க வேண்டும்? எங்கள் வீட்டில் உங்களுக்கு இடம் எப்போதும் உண்டு. மார்த்தா உங்களை அழைத்து வரச் சொல்கிறாள். நண்பரே, சகோதரியை அழைத்து வந்துவிடுங்கள்!"

அவன் நண்பன் மட்டுமில்லை, விலங்குகளுக்கிடையே மனிதன் அவனுக்குத் துணைவியாக இருக்கும் பெண், மரபுகளில் மனிதத்தன்மையைப் பறிகொடுக்காத பெண்.

செல்லம்மாளை அங்கு அழைத்துச் சென்று அவளைக் கொடுமைகளில் இருந்து காப்பாற்றுகிறான் அப்பாத்துரை.

மஞ்சளும் குங்குமமும் செல்லம்மாளே அஞ்சிவிட்டு விடுகிறாள்.

பாப்பா... பாப்பா கல்யாணம் இருக்கிறதே!

பாரதி, தன் கொள்கைவழி நடந்துகாட்டிய மாமனிதன் இருக்கையில், ஆதிதிராவிட சமையற்காரன் சமைத்த உணவையும் குழந்தை உண்டாள். இப்போது, இந்த மௌட்டீகங்கள், இவளை என்ன சொல்லுமோ? நான் அமரன் என்று சொன்ன கற்றூண் வீழ்ந்தபின், அவளுக்குச் சுயசாதியில் ஒரு துரும்பும் துணையில்லை என்று ஆகிவிடுமோ?

இவள் முடிவைத்துக் கிறிஸ்தவச்சி வீட்டில் போயிருக்கா. இவ பொண்ணையும் எவனுக்கானும் கட்டட்டும்!... என்பார்களோ? சொந்தபந்தம் எல்லாம்விட்டு நாதனில்லாத அவள் என்ன செய்வாள்?

காலம்காலமாக வளர்ந்து வேரூன்றி, வழுவாக விழப்பிணித்திருந்த மூடச் சம்பிரதாயங்கள் இத்துணை கடுமையாக இருப்பதை உணர்ந்தும், நியாயமாகவும் பட்டது தான் கொடுமையிலும் கொடுமை.

"அண்ணா, இருபது நாளாகிவிட்டது. ரொம்ப நாள் இங்கு இருப்பதற்கில்லை. நாம் இங்கு வந்திருப்பதே வெளியில் தெரியக்

கூடாது. சட்டுப் புட்டென்று ஒரு வீட்டைப் பார், ஆக வேண்டிய காரியத்தைப் பார்ப்போம்!”

ஊரெல்லாம் இரங்கற் கூட்டங்கள் போடுகிறார்கள். அந்தப் பைந்தமிழ்க் கவிஞரின் அமரப் படைப்புகளைப் பாரெல்லாம் பரப்ப வேண்டும், உதயமாகப் போகும் சுதந்திர பாரதத்தின் பேறுகாலக் கிளர்ச்சிகளை ஊக்குவிக்கும் பாடல்கள் அவையே என்பது நிதரிசனமாக மக்கள் நாவில் தோய்கின்றன. எனக்குப் பெரிய பரிசில்களைக் காட்டிலும் என் பாடல்கள் உழைத்து வந்தவன் நாவினிக்கச் சோர்வு போக்க வேண்டும் என்று சொன்னவன் வாக்குப் பலித்துவிட்டது.

ஆலங்காத்தா பிள்ளைத் தெருவில் செல்லம்மாளை ஒரு வீடு பார்த்துக்கொண்டு குடியேற்றுகிறான் அப்பாத்துரை.

பாரதி நூல் பிரசுரங்களில் முனைந்து செயலாற்றுவதில் சத்யமூர்த்தி, சோமதேவசர்மா ஆகியோர் ஊக்கம் காட்டுகின்றனர்.

தாட்பத்திரியில் இருந்து அரக்கு மஞ்சள் சேலை அனுப்பிய சகோதரி ஹேமலதா சென்னை வந்ததும் பாரதி காலமானதை அறிந்து திடுக்கிட்டு வருகிறாள்.

அம்மம்மா ... அவரா ... அந்தப் பாட்டை நான் மறக்க முடியலியே?

துணியைத் தூக்கி எறிந்துவிட்டு, உள்ளே மன்னித்துக்கொள் அம்மா அம்மா என்று பாடியதையும் அவள் நாணிக் குன்றிப் போனதும் ... ஐயோ ... பேச்செழவில்லை.

செல்லம்மா ... அந்தப் பாலான அழகு இறுகிக் கிடக்கிறது. வாராத குழலை இறுக முடிந்திருக்கிறாள். அவருடைய கையெழுத்துப் பிரதிகளைப் பார்த்து அடுக்கிக்கொண்டிருக்கிறாள். இவர்களைப் பார்த்ததும் ‘ஐயோ, பார்க்கலாமோ என்று கூசி விதிர் விதிர்த்து ஒதுங்குகிறாள். துக்கம் விசாரிக்க வருபவர்களும்கூட, ‘அவளுக்கு ஒண்ணும் பண்ணலியாமே?’ என்று வேவு பார்க்கும் நோக்கத்துடன் வருபவர்கள் தாமோ என்று தோன்றுகிறது.

தாட்பத்திரி ஹேமாவுக்கோ துயரம் தாளாமல் பொங்குகிறது.

தம் கொள்கைக்கு மாறாக இவள் செய்துவிட்டாளே என்று கோபம் எழுந்ததும் பின்னர் இவளைக் கட்டுப்படுத்த அடிமைப் பெண்ணா, துணை – சமமானவள், இவளைக் கோபித்தது தப்பு

என்று மன்னிப்புக் கேட்டதும்... மறக்க முடியுமோ? இப்படி ஒரு புருஷரை அல்லவா இழந்துவிட்டாள்?

இவள் விம்மி அழுகையில் செல்லம்மா துயரை ஆற்றுகிறாள்.

"என்ன செய்வது? கொடுத்து வைத்தது அவ்வளவுதான்..."

அவர் யாரோ ஸ்மார்த்தர். ஒருமாதிரி என்று சொல்லிற்றே இந்த உலகம்..?

"பாட்டுக்களெல்லாம்... எங்களுக்கு வேணுமே..?"

"புஸ்தகமாப் போட்டுண்டிருக்கா. நாங்களே அதுக்குத் தானிருக்கோம்."

சுப்பிரமணிய சிவாவும் சங்கு சுப்பிரமணியமும் பாரதி பாடல்களை விடுதலைப் போராட்டத்துக்கான பாடல்களாகத் தினமும் தெருவெல்லாம் முழக்கம் செய்கின்றனர்.

ஹேமலதா, கோதைநாயகி, அம்புஜம்மா, ஜானம்மா என்று சுதந்திரப் போராட்டத்தில் காந்தி மகாத்மா துவக்கி வைத்த புதிய அத்தியாயத்தில் வரலாறு காண வந்த பெண்களுக்கு அன்று யார் துணை? பாரதியே தாம்.

என்று தணியுமிந்த சுதந்திர தாகம்? என்று பாடிக் கொண்டும் கொடிபிடித்துக்கொண்டும் செல்கிறார்கள்.

"அடி பெண்களா? இது அடுக்குமோ? அடுக்களைப் படி தாண்டாத லட்சணம் விட்டு இப்படி நடுத்தெருவில் பாடிக் கொண்டு புறப்படலாமா? வெள்ளைக்கார ராஜாங்கமடீ!" என்று முதியவர்களின் அச்சுறுத்தல் பலிக்கவில்லை; ஆடவர் அடக்குமுறை பலிக்கவில்லை.

பெண்மையின் வரலாற்றிலே புதிய அத்தியாயங்கள் துவங்கப் பெறுகின்றன.

சென்னை மாநகரில் ஸிஸ்டர் சுப்புலட்சுமி என்று ஊருக்கெல்லாம் சகோதரியான புதுமைப்பெண், பாரதி போற்றிய மங்களாம்பிகை, டாக்டர் முத்துலட்சுமி ரெட்டி ஆகியோர் புதிய வாழ்வுக்குத் தங்களை அர்ப்பணம் செய்து கொள்கின்றனர். சனாதனங்கள் அவர்களைப் பாடாய்ப் படுத்துகின்றன, என்றாலும், அந்த இருட்டுப் பிசாசுகள் நகரத்துப் புதிய ஒளிகளுக்கு முன் முகம் காட்ட அஞ்சி கிராமத்து மூலைகளைத் தஞ்சம் அடைகின்றன.

பாப்பாவின் திருமணம் பிரச்சினையாகவில்லை.

பாரதியின் மகளா – கேட்டமாத்திரத்தில் தயக்கமின்றி அவளை மணந்துகொள்ள முன்வரும் இளைஞன் நடராஜன், சேப்பாக்கம் கல்லூரியில் கட்டட இயல் படித்த நாட்களிலேயே கவிஞரின் பேச்சுக்களிலும் பாட்டுக்களிலும் மனம் பறி கொடுத்தவனாயிற்றே?

தன் குடும்பத்தினரின் தயக்கங்களையும் சமாளித்து இணங்கச் செய்கிறான்.

பாரதியின் சகோதரன் ஆசிரியராகத் தொழில் புரியும் விசுவநாதன் இருக்கும் மானாமதுரையில், நடராஜனும் நகரியல் ஸர்வேயராகப் பணிபுரிந்துகொண்டு குடும்பம் வைக்கிறான். மகளுடன் தாயையும் தன்னுடன் ஏற்றுக்கொண்டு ஆதரவளிக்கிறான். தேவிப்பட்டினம் திருவாடானை என்று குடும்பம் அவன் பணி நிமித்தமாக மாற்றம் பெறுகிறது. சகுந்தலாவுக்கு ஒரு குழந்தையும் பிறக்கிறது.

எனினும் கிராமங்களில் குடிபுகுந்த மூத்த மரபுப் பொய்மைகள் செல்லம்மாளை விட்டுவிடுவதாக இல்லை.

கணவனுடன் உடன்கட்டை ஏறுவதே பத்தினியின் தருமம் என்ற பொய்ம்மையை எதிர்த்து இராஜாராம் மோஹனராயர் வெற்றி கண்டார். சனாதனம் அதைவிடக் கொடிய உருவில் பெண்ணை நிரந்தரமாக வதைக்கும் ஒரு வழியைச் சாத்திர மாக்கித் தீர்த்தது.

அவளுடைய உருவை அலங்கோலமாக்கி, உடலை வருத்தி ஆளுமையைச் சுட்டெரித்து முடமாக்கும் வழக்கங்களை நிலையாக்கிற்று.

இதை உடைத்தெறிய முற்பட்ட மாபுருடன் மறைந்து விட்டானே? அவன் மனைவிக்கு அந்தக் கொடுமையைச் செய்வதன்மூலம், சனாதனம் என்றும் தர்மம் என்றும் கொக்கரிக்கும் சிறுமதிப் புன்மைகள் பழிதீர்க்கும் பாவத்தைச் செய்கின்றன.

புகுந்த வீடென்று காலடி வைத்த நாளிலிருந்து, வைதீக ஆசாரங்களுக்குத் தலைவணங்காமல் அவற்றில் போலித் தன்மை கண்டு எதிர்த்து முறியடித்த கணவருக்காக அவள் எத்தனையோ பழிச்சொற்களைப் பொறுத்திருந்தாளே?

இப்போது, அந்தப் பொருமல்களனைத்தும், அவன் மனைவியாக வாய்த்த செல்லம்மாவின் எழில் தோற்றத்தில், அவள் ஆளுமையிலன்றோ வந்து விடிந்தது?

பெருந்தன்மையும், அன்பும் பரிவுமாக ஆதரிக்கும் இனைய மருமகன், மகள், பேரக்குழந்தை என்று செல்லம்மா தேவிபட்டினத்தில் இருக்கிறாள். தாயைப் பார்க்கப் பெரிய மகள் வருமுன், சிறிய தந்தையின் வீட்டில் தங்குகிறாள்.

“ஏண்டி பெண்ணே? உன் அம்மா, பெண்ணுக்குக் கல்யாணமாகிப் பேரன் பேத்தியும் எடுத்தாச்சு? இன்னும் தலை வைத்துக்கொண்டு கலர்ப் புடைவையும் ரவிக்கையும் போட்டுக்கொண்டு இருக்கணுமா? கிராமத்திலே பெரியவா எல்லோரும் இல்லையா? அறியாத வயசில் புருஷன் போனான். சுப்பய்யா சுப்பய்யான்னு உசிரையே வச்சிருந்தா, அவளுக் கில்லாத துக்கமா? கிராமத்திலே அடி வைக்காம இவ இருக்கிறது சரியா? என்னத்துக்கடி தங்கம்மா உங்கம்மா இன்னும் இதெல்லாம் வச்சுக்கணும்? அவன் இருக்கற வரையிலும்தான் குலாசாரம் ‘எல்லாம் கிடையாது என்றான். இப்பவும் குலாசாரத்தை விடணுமாடி? நம்ம குலத்தின் குடும்பம், ஆசாரம், பெரியவா... எவ்வளவு சீலமா இருந்திருக்கா. இப்படி இவளால் ஒரு குத்து வேணுமா?

கொட்டிக் கொட்டி மகளையே குளவியாக்கி, தாய்க்கு இந்தச் சனாதனக் கோலம் செய்வதில் அந்த மூட வைதீக மரபு, இருந்த நாட்களில் அந்தக் கவிஞனைச் சொந்தம் கொண்டாடவே கூசிய குடும்பம், வெற்றி கண்டது. தங்கம்மாளே தாயை அழைத்துக்கொண்டு செல்கிறாள்.

ராமேசுவரம் சென்று வந்த மாமியாரின் கோலம் கண்ட இளைய மருமகனும் மகளும் அதிர்ச்சியுறுகின்றனர். அப்பாத்துரையோ, தங்கையை எவ்வளவு பாதுகாத்தும் இந்தக் கொடுமை தவிர்க்கப்படவில்லையே என்று இடிந்து போகிறான்.

மானுடம் உய்யப் பாடிய அந்த உலக மாகவிஞருடன் வாழ்ந்த வாழ்க்கையினால் பெற்ற பேற்றுக்குப் பின் துறவு என்று கொண்டாலும், கவிஞர் எந்தக் கொடுமையை எதிர்க்கத் தம் வாழ்நாளெல்லாம் குரல் கொடுத்தாரோ, அதற்குரிய மதிப்பும்கூட இல்லாமலாயிற்றே? துறவு போலி மரபைச் சுட்டெரித்த அந்த மாகவிஞனின் மனைவிக்கும் வெளித்தோற்ற அலங்கோலத்தில் நிற்கும் அவலமாயிற்றே? பெண்குயிலைக் குரல் கொடுக்கச் செய்து, மேலாம் மானுட னாகி, பெண் விடுதலையை அறிவுறுத்திவிட்டு, ‘வேதாந்தப் பொருள் காண்பீரோ’ என்று கேலி நகை செய்யும். கவிஞனின்

மனைவியைப் போலிச் சம்பிரதாயக் கொடுமைகளுக்குள்ளாக்கிய 'அந்தணத் தன்மை'யை என்ன சொல்வது? கொடுமை இதுவன்றோ?

பாரதி! பெண் குலத்துக்குப் பேரருளாளனாக இந்தத் தமிழ் மண்ணில் உதித்து, இம்மண்ணை விண்ணுக்கு உயர்த்திய மாகவிஞனே? உன்னுடைய பாஞ்சாலியின் சபதம், நீ வாழ்ந்து மறைந்து அறுபது ஆண்டுகளுக்கு மேலாகியும் இன்னும் நிறைவேற்றப்படவில்லை. ஆனால் உன்னுடைய பாஞ்சாலியின் வீர உரைகள் உலகெங்கும் கொடுமையை அழிக்கப் பல்லாயிரக் கணக்கான பாஞ்சாலிகளைத் தோற்றுவித்திருக்கின்றன.

நீ கனவு கண்ட புதுமைப் பெண்கள் இந்நாள் புதிய பெண்ணறத்தையும் புதிய சமுதாய நெறியையும் நிலை நாட்டப் புன்மைகளிடையே எதிர் நீச்சல் போட்டுக் கொண்டிருக்கிறார்கள்.

• • •